இந்திய சரித்திரக் களஞ்சியம்

(1711-1720)

ப.சிவனடி

பதிப்பு

அ.வெண்ணிலா

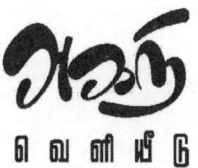

அகநி

வெளியீடு

வெளியீடு : 25
ISBN : 978-81-921785-1-6

இந்திய சரித்திரக் களஞ்சியம்
ப.சிவனடி

பதிப்பு : அ.வெண்ணிலா

முதல் பதிப்பு : 28, டிசம்பர்-2011 / இரண்டாம் பதிப்பு : டிசம்பர்-2018 / பக்கங்கள் : 408
ஒளியச்சு : எஸ்.தீபா, வசந்தி, ரேணுகா தேவி, கலைவாணி
அட்டை வடிவமைப்பு : டிராட்ஸ்கி மருது / நூல் வடிவமைப்பு : எஸ்.மாரீஸ்,
த.டேனியல் பிரபாகர் / அச்சாக்கம் : மணி ஆப்செட், சென்னை.
வெளியீடு : அகநி வெளியீடு,
எண் : 3, பாடசாலை வீதி, அம்மையப்பட்டு, வந்தவாசி - 604 408.
பேசி : 98426 37637 / 94443 60421
மின்னஞ்சல் : akaniveliyeedu@gmail.com

விலை : ரூ 7500 /- (எட்டுத் தொகுப்புகளும் சேர்த்து)

Indhiya Sarithira Kalangiyam
Pa.Sivanadi

Edited by : A.Vennila

First Edition : 28th December - 2011 / Second Edition : December - 2018 / Pages : 408
Laser typeset : S.Deepa, Vasanthi, Renugadevi, Kalaivani / Wrapper : Trostky Marudhu
Layout : S.Maries, D.Daniel Prabakar / Printed by : Mani Offset, Chennai.
Published by : Akani Veliyeedu, No : 3, Paadasalai Street,
Ammaiyappattu, Vandavasi - 604 408.
Cell : 98426 37637 / 94443 60421
e-mail : akaniveliyeedu@gmail.com

காலத்தின் பக்கமிருந்து...

வரலாறு என்பது வெறும் நிலப்பரப்பையோ அரசர்களின் பெருமையையோ கற்களாலான கோட்டைகள் பற்றியோ பேசுவது மட்டுமல்ல; இப்புவியில் வாழ்ந்து மடிந்த மனிதர்களின் இரத்தமும் சதையுமான வாழ்க்கையைப் பதிவு செய்வதே உண்மையான வரலாறாக இருக்க முடியும்.

தமிழர்களுக்கு வரலாற்றுப் பதிவுகள் மீது அக்கறை இல்லை, தமிழில் நல்ல வரலாற்று நூல்கள் வெளிவரவில்லை என்கிற நெடுங்காலப் பெருங்கவலையைத் தீர்க்கும் வகையில் 25 ஆண்டுகளுக்கு முன் (1987 இல் முதல் தொகுதி வெளியீடு) வெளிவந்த தமிழின் மிகச் சிறந்த வரலாற்றுத் தொகுப்பு ப.சிவனடி அவர்கள் எழுதிய 'இந்திய சரித்திரக் களஞ்சியம்'.

கி.பி.1700 தொடங்கி 1840 வரை 140 ஆண்டுகால உலக, இந்திய, தமிழக வரலாற்றைப் பல்வேறு சுவாரசியமான புள்ளி விவரங்களோடும், பலதரப்பட்ட நூல்களின் குறிப்புகளோடும் அரிதினும் முயன்று தொகுக்கப்பட்டுள்ளது இந்நூல். 10 ஆண்டுகளுக்கு ஒரு நூலென 140 ஆண்டுகால வரலாற்றை 15 தொகுதிகளாக (1711-1720 ஆண்டு இரண்டாம் பத்து, இரு தொகுதிகளாக வந்துள்ளது) எழுதியுள்ளார் வரலாற்றறிஞர் ப.சிவனடி.

நம் சிந்தனைக்கு எட்டாத இந்த 140 ஆண்டுகால வரலாற்றின் ஒரு செய்தியை, ஒரு நிகழ்வை எடுத்துக்கொண்டு, அதனைத் தமிழக - இந்திய - உலகளாவிய நிகழ்வுகளுடன் ஒப்பிட்டு, வாசகர்கள் எளிமையாய் புரிந்துகொள்ளும் வண்ணம் எழுதப்பட்டுள்ளது இந்நூலின் சிறப்பாகும்.

இந்நூலின் இரண்டொரு தொகுதிகளை மட்டும் கையில் வைத்துக் கொண்டு, "இதை மறுபதிப்பாக கொண்டுவர வேண்டும்..."என்று அ.வெண்ணிலா சொன்ன போது மலைப்பாகத்தான் இருந்தது.அவரது தளராத ஆர்வமும், ஈடுபாடான உழைப்பும் "முடியும்" என்கிற நம்பிக்கையைத் தர "செய்வோம்" என்று சம்மதித்தேன்.

இந்நூலுக்கான முன்வெளியீட்டுத் திட்டப் பணிகளை விரைந்து துவங்கி, தமிழகம் முழுவதுமுள்ள முந்நூறுக்கும் மேற்பட்ட புத்தக ஆர்வலர்கள், கல்லூரிகள், இதழ்கள் எனக் கடிதங்களை அனுப்பிவிட்டு, புத்தகங்களைத் தேடும் பணிகளில் தீவிரமாய் இறங்கினோம்.

வழக்கம்போலவே, தமிழ்ச் சமூகத்தின் ஆழ்ந்த மௌனம் லேசாய் கலங்கடித்தது. எவ்விதமான பதிலும் யாரிடமிருந்துமில்லை. கனத்த மௌனத்தை உடைத்தெறிந்தது, முதல் குரலாய் ஒலித்த அன்புத்தோழர் இயக்குநர் பாரதிகிருஷ்ணகுமாரின் அழைப்பு.

"வாழ்த்துகள்... முருகேஷ். நல்ல முயற்சியில இறங்கியிருக்கீங்க. நண்பர்கள் வட்டத்தில் நானும் அறிமுகம் செய்றேன்..."

பிறகு பலரிடமிருந்தும் பதில் வர ஆரம்பித்தது.

விமர்சகர், எழுத்தாளர் டாக்டர். கே.எஸ்.சுப்ரமணியன், 'கதைசொல்லி' பதிப்பாசிரியர், வழக்கறிஞர் கே.எஸ்.ராதாகிருஷ்ணன், கவிஞர் தங்கம்மூர்த்தி, திருச்சி கோ.செண்பகநாதன், பொள்ளாச்சி டாக்டர் மகாலிங்கம் காலேஜ் ஆப் இஞ்சினியரிங் அண்டு டெக்னாலஜி ஆகியோர் வாழ்த்துகளோடு முன்வெளியீட்டுத் திட்டத் தொகையையும் அனுப்பித் தந்து, ஆதரித்தனர்.

விழித்திறன் மாற்றுத்திறனாளியாய் இருந்தும், புத்தக வாசிப்பில் தீராக் காதலோடு இருக்கும் சிதம்பரம் அரசுப் பெண்கள் மேல்நிலைப்பள்ளியின் அறிவியல் பட்டதாரி ஆசிரியர் ந.இரவிச்சந்திரனின் வாழ்த்தும் பாராட்டும் செயல்பாட்டிற்கு ஊக்கம் தந்தன. நூல் அறிமுகத்திற்காகக் கோவை மாநகரக் கல்லூரிகளை என்னோடு சுற்றிவந்த தோழர் ஆ.பாலாஜியின் அன்பும், 'உயிர் எழுத்து' வாசகர்களிடத்து நூல் வருகையை அறிமுகம் செய்த அன்புத் தோழர் சுதீர்செந்திலின் தோழமையும் மறக்க முடியாதவை.

"அந்தப் புண்ணிய புருஷரோட வாரிசுகளாயிருந்து, இந்தப் புத்தகத்தைக் கொண்டு வாரீக. ரொம்ப மகிழ்ச்சிய்யா...!" என்ற பேராசிரியர் சாலமன் பாப்பையாவின் பாராட்டும் பங்களிப்பும் நெகிழ வைத்தன.

தோழமையோடு நல்ல பல ஆலோசனைகளை வழங்கிய 'கலைஞன்' பதிப்பகம் மா.நந்தன், புன்னகை ததும்பும் வார்த்தைகளால் நூல் வருகையைக் கொண்டாடி, அட்டையையும் வடிவமைத்துத் தந்த அன்பினிய அண்ணன் ஓவியக்கலைஞர் டிராட்ஸ்கி மருது ஆகியோரின் தோழமைக்கு என்றும் நன்றி. இத்தொகுப்புத் தயாரிப்புப் பணிகளில் ஒரு குடும்பமாய் இருந்து பிழை திருத்தித் தந்த எழுத்தாளர் கமலாலயன், ஒளியச்சு மற்றும் வடிவமைப்புப் பணிகளைத் தூங்கா விழிகளோடு செய்து தந்த எஸ்.மாரீஸ், த.டேனியல் பிரபாகரன் என்றும் நினைவில் நிற்பார்கள்.

எல்லாவற்றிற்கும் மேலாய் புத்தகம் தேடும் முயற்சிக்கு உறுதுணையாய் இருந்து அரிய பல ஆலோசனைகளை வழங்கியதோடு, இந்நூல் உருவாக்கத்தில் பேருதவி புரிந்த அன்பிற்கினிய அண்ணன் டாக்டர் மு.ராஜேந்திரன், இ.ஆ.ப., அவர்களின் வழிகாட்டு தலுக்கும் நன்றி.

சமகால வரலாற்று நூல்களில் மிக முக்கியமானதும், தனித்துவமானதுமான நூல் எனப் பல்வேறு ஆராய்ச்சியாளர்கள், எழுத்தாளர்களால் பாராட்டுப் பெற்ற இந்நூலை, இன்றைய தலைமுறை வாசகர்கள், ஆய்வு மாணவர்கள், கல்லூரிகள், நிறுவனங்கள் எனப் பலரும் பயன்பெற வேண்டும் என்கிற நல்நோக்கில், இந்தத் தொகுப்புப் பணியை, தன் படைப்புப் பணியினும் மேலாய் நினைத்துத் தொகுத்துத் தந்த அ.வெண்ணிலாவின் இப்பணியைத் தமிழ்கூறு நல்லுலகம் போற்றிக்கொண்டாடும் என உறுதியாய் நம்புகின்றேன்.

இந்தத் தொகுப்புப் பணியில் கற்றுக்கொண்டவை ஏராளம். கடந்த 25 ஆண்டுகளாக காதலோடு செய்த நண்பர்களுக்கான புத்தகத் தயாரிப்புப் பணிகளில் இதுவரை நூற்றுக்கும் மேற்பட்ட நூல்களைக் கொண்டுவந்திருந்த போதிலும், 'அகநி' வெளியீட்டைத் தொடங்கிய இந்தப் பத்தாவது ஆண்டில், 25 ஆவது நூலாக வரலாற்றறிஞர் ப.சிவனடியின் இந்தத் தொகுப்பைக் கொண்டு வருவது, மிகுந்த மனநிறைவையும் நெகிழ்வையும் தருவதாக உள்ளது.

பெரும் சுமையுடன் தடுமாறிக்கொண்டிருந்த எங்களுக்கு ஆதரவுக் கரம் நீட்டிய அன்புள்ளங்களை நினைவுகூர்வது இரண்டாம் பதிப்பு வரும் இவ்வேளையில் அவசியமாகிறது. அரிய இந்த முயற்சியைக் கொண்டாடியதோடு, தென் மாவட்டங்களின் கல்லூரிகளில் இத்தொகுதியை அறிமுகம் செய்தவர், தூத்துக்குடி காமராஜ் கல்லூரியின் முன்னாள் முதல்வர், பேராசிரியர் சா.செல்வராஜ், அன்னம்மாள் கல்லூரியின் தாளாளர் திரு.டி.கணேசன், தினத்தந்தியின் உரிமையாளர் திரு.சிவந்தி ஆதித்தன், பிராட்லைன் கம்ப்யூட்டர்ஸ் உரிமையாளர் டாக்டர் எம்.ஆறுமுகம், ஆனந்தா மெட்டல்ஸ் உரிமையாளர் திரு.குமரப்பன், இந்து சமய அறநிலையத் துறை உதவி இயக்குநர் தேவிகாபுரம் சிவகுமார் முதலானோருக்கு நெஞ்சம் கனிந்த நன்றிகள்.

ஆனந்த விகடன் சிறந்த நூல்களுக்கான 'சிறந்த வெளியீடு' பிரிவில் விருது வழங்கி கௌரவித்தது. மணிவாசகம் பதிப்பகத்தின் நிறுவனர் ச.மெய்யப்பன் அறக்கட்டளை வழங்கிய சிறந்த பதிப்பக விருதை இத்தொகுதி பெற்றுத் தந்தது. நம்பிக்கைத் தந்த எல்லோருக்குமான நன்றிகளுடன்.

- மு.முருகேஷ்,
வெளியீட்டாளர்.

பெருங்கடலின் கரையோரத்தில்...

காஞ்சிபுரம் இலக்கிய வட்டம் நாராயணன் தமிழில் வெளியாகும் முக்கிய புத்தகங்களை உடனே தேடிப் பிடித்து வாங்கிவிடுவார். அவர் நடத்தும் கூட்டங்களில் கலந்து கொள்பவர்களுக்கு உடனுக்குடன் சுடச்சுட அப்புதிய புத்தகங்களைப் பரிசாகத் தருவார். தொட்டுத் தடவிப் பார்த்து பெரும் மகிழ்ச்சியோடு பைக்குள் வைத்துக் கொண்டு பயணம் செய்வோம். எங்கள் திருமணம் முடிந்து இரண்டரை மாதங்களே முடிந்திருந்த நேரத்தில் நானும் முருகேஷும் இலக்கிய வட்டம் கூட்டத்திற்குச் சென்றிருந்தோம். அது 28.06.1998. 'அன்புடன் இலக்கிய வட்டம் நாராயணன்' எனக் கையெழுத்திட்டு இந்திய சரித்திரக் களஞ்சியம் தொகுதி-6 ஐ முருகேஷுக்கும், தொகுதி 8-ஐ எனக்கும் பரிசளித்தார். நூலின் தயாரிப்போ, வரலாறு பற்றிய ஆர்வமில்லாததோ, சரியான காரணத்தைக் கூறமுடியவில்லை... எந்தச் சுவாரசியமுமின்றி புத்தகத்தைப் பைக்குள் போட்டுக் கொண்டு, நாங்கள் இருவரும் பேருந்தில் வெறும் பேச்சோடு பயணம் செய்தோம். இரண்டு தொகுதிகளும் எங்கள் புத்தக அலமாரிகளில் அடைக்கலம் புகுந்தன. வேறெதாவது புத்தகத்தைத் தேடும்போது கண்ணில் படும். 'அய்யோ இந்தப் புத்தகத்தை இன்னும் படிக்கவில்லையே' என ஒரு விநாடி தோன்றும். பிறகு அவசரமாக அந்தப் புத்தக நினைவைக் கடந்து விடுவேன்.

சரியாகப் பதினொரு ஆண்டுகள் கழித்து அந்தப் புத்தகத்தை நான் தேடியலையும் நிலை உண்டானது. டாக்டர் மு.ராஜேந்திரன்,இ.ஆ.ப அவர்களுடன் இணைந்து தொகுத்த 'வந்தவாசிப் போர்-250' புத்தகத் தயாரிப்பிற்காக வந்தவாசியின் வரலாற்றைத் தேடியலைந்தேன். வந்தவாசி பற்றிய குறிப்புகள் இடம்பெற்றுள்ள நூல்களைத் தேடியலைகையில் நண்பர்கள் பரிந்துரைத்த நூல்களில் முதல் இடம் பிடித்தது ப.சிவனடி எழுதிய இந்திய சரித்திரக் களஞ்சியம். மனத்திற்குள் மிகப்பெரிய வேதனைப் பந்து சுழன்றது. என் வேரை எனக்கு அறிமுகப்படுத்தும் பொக்கிஷத்தைக் கைகளில் வைத்துக் கொண்டு, பாராமுகமாய் இருந்த என் அறியாமை எனக்கு உறைத்தது. தவிர்க்க இயலாமல் மனத்திற்குள் நான் இழந்த என் தந்தையின் நினைவு வந்தது. புத்தகப் பெரும் புதையலுக்குள் தேடி தொகுதி-6-ஐக் கண்டெடுத்தவுடன் மனம் முழுக்கப் பரவசம். வந்தவாசிக் கோட்டையைப் பற்றியும், வந்தவாசிப் போர் பற்றியும் அவ்வளவு தகவல்கள்.

காலம் கடந்து நான் கண்டெடுத்தாலும் இரண்டு உண்மைகளை உணர்ந்தேன். ஒன்று, இத்தொகுப்புகள் எழுதப்பட்டு 25 ஆண்டுகள் கழித்தும் அதனுடைய தேவை இன்றும் மாறாமல் இருந்தது. மற்றொன்று, அத்தொகுப்புகளுக்குச் சமமான புத்தகங்கள் பின்வந்த காலங்களில் வேறொன்றும் வெளிவராதது. புறக்கணிக்கவே முடியாத இடத்தில் சிவனடியின் தொகுப்புகள் எக்காலத்தும் நிற்கும் என்ற உண்மை, என்னை மொத்தத் தொகுப்புகளையும் தேட வைத்தது. இணையம், நூலகங்கள், ஆய்வு மையங்கள் என பல இடங்களில் சுற்றியலைந்தேன். எழுத்தாளர் எஸ்.ராமகிருஷ்ணன் தன் வலைப்பக்கத்தில் ப.சிவனடியின் ராட்சஸத்தனமான பங்களிப்புப் பற்றி எழுதியிருந்ததைப் படித்தேன். ப.சிவனடியின் மேல் தீராப் பிரமிப்பு உண்டானது.

புதுச்சேரி பிரெஞ்சு ஆய்வியல் நிறுவனத்திற்குச் சென்று அங்கிருந்த அவரின் 14 தொகுதிகளையும் பார்த்தேன். புரட்டிப் பார்த்தால் மயக்கம் வருவது போல் இருந்தது. ஒரு தனி நபர், இவ்வளவு பெரிய பணியை எப்படிச் செய்ய முடிந்தது என்ற திகைப்பில் இருந்து மீள முடியவில்லை. ஆனால் அந்த ஆய்வியல் நிறுவனத்தில் குறிப்புகள் எடுத்துக்கொள்ள வாய்ப்பிருந்ததே தவிர மொத்தப் புத்தகத்தையும் பிரதி எடுக்க அனுமதியில்லை. அவரின் 14 தொகுதிகளையும் எனக்கென்று வைத்துக்கொள்ளத் தொடர்ந்து தேடினேன். பிறகு அத்தனைத் தொகுதிகளையும் பெற இயக்குனர் சிம்புதேவன், நியூ புக் லேண்ட்ஸ் சீனுவாசன் ஆகியோர் ஊக்கம் தந்தனர். முன்னாள் நூலக இயக்குனர் ஆவுடையப்பன், உலகத் தமிழாராய்ச்சி நிறுவன இயக்குனர் பெருமாள்சாமி, மாவட்ட மைய நூலகங்களில் இருந்து தொகுதிகளைப் பெற உதவிய நண்பர்கள் டி.ரமேஷ், சி.ஜெயக்குமார், என்.ஆர்.அரங்கநாதன், பி.முருகன் ஆகியோரின் உதவியுடன் மொத்தத் தொகுதிகளையும் ஒன்று திரட்டினேன்.

தமிழ் இலக்கிய உலகிற்குள் வரலாறும் இணைந்து செயல்படுகிறதா என்ற சந்தேகம் உள்ளது. அப்படி இருப்பின் தமிழ் இலக்கியவாதிகளும் வரலாற்றறிஞர்களும் ப.சிவனடியை உச்சி முகர்ந்து கொண்டாடலாம்.ஒரு பல்கலைக்கழகம் முயன்று இப்படிப்பட்ட பெரும் பணியைச் செய்திருக்க வேண்டும். தனிநபராய்ச் சிவனடி செய்திருக்கிறார்.

ப.சிவனடி தன்னுடைய சுய உழைப்பில், பொருளாதாரத்தில் இத்தொகுதிகளைக் கொண்டு வந்துள்ளார். கி.பி. 1700-முதல் கி.பி. 2000 வரையான

300 ஆண்டுத் தமிழக, இந்திய, உலக வரலாற்றை எழுதத் திட்டமிட்டு, தன் வாழ்நாளையே அதற்காகச் செலவிட்டுள்ளார். 1987-தொடங்கி ஆண்டுக்கொரு புத்தகம் என முயன்று 14 தொகுதிகளை வெளியிட்டுள்ளார். சிலருடைய பிறப்பும், மரணமும் வரலாற்றில் மிகப்பெரிய பாதிப்புகளை, இழப்புகளை உண்டாக்கும். ப.சிவனடியின் மரணம், தமிழகம் 160 ஆண்டுகால வரலாற்றைப் பதிவு செய்ய முடியாமல் செய்துவிட்டது.

ப.சிவனடி அவர்களின் தனிப்பட்ட வாழ்வைப் பற்றி எனக்கொன்றும் தெரியாது. அவர் சென்னையில் வசித்ததாகக் கேள்விப்பட்டு எழும்பூர், அசோக் நகர் பகுதிகளில் தேடித் திரிந்தேன். அவரைத் தினம் சந்தித்த, அவருடைய கடைக்கருகில் வசித்த முதியவர் ஒருவரிடம் சிவனடி பற்றிப் பேசும் வாய்ப்பு மட்டுமே கிடைத்தது. கலைஞன் பதிப்பகம் மாசிலாமணி அவர்கள் மூலம் ஓவியர் டிராட்ஸ்கி மருதுவும், எழுத்தாளர் மா.அரங்கநாதனும் சிவனடியை அறிந்திருந்தனர். நண்பர்கள் மூலமாக அவர் விருதுநகர்க்காரர் என்றறிந்து, விருதுநகரிலும் தேடினேன். செய்தியறிய முடியவில்லை, அவரைப் பற்றிய தகவல்கள் ஒன்றும் கிடைக்காமல் போகப் போக, அவரின் தொகுப்புகள் என்னை மிகமிக நெருங்கி வரத் தொடங்கின. அவரின் தொகுப்புகளை மீண்டும் கொண்டுவர வேண்டும் என்ற ஆர்வம் மேலெழத் தொடங்கியது.

கடந்த ஏப்ரல் 5-ஆம் தேதி துவங்கி இன்றுவரை என் நினைவில் வேறெதுவும் இல்லை. புத்தகங்களைத் தட்டச்சு செய்யச் செய்வது, பிழைதிருத்தம் பார்ப்பது, பொருத்தமான படங்களைத் தேடுவது என 5,000 பக்கங்களை மொத்தமாக அச்சுக்கு கொண்டுவருவதற்கான அத்தனை நெருக்கடிகளையும் நான் அனுபவித்துவிட்டேன். அத்தனை வேலைகளிலும், ப.சிவனடி மீதான மதிப்பும் பிரமிப்பும் கணந்தோறும் கூடிக்கொண்டேயிருந்தது.

ப.சிவனடி 14 தொகுதிகளிலும் வரலாற்றைச் சொல்லப் பயன்படுத்திய உத்தி, மொழிநடை, சொன்ன விதம் குறித்து தமிழின் மிக முக்கியமான வரலாற்றறிஞரான டாக்டர் ராஜையன் தன் முன்னுரையில் விரிவாகக் கூறியுள்ளார் ஒரு வாசகியாக நான் ப.சிவனடியை வாசித்து அறிந்த விதம் தனிப்பட்ட விதத்தில் எனக்கு நெகிழ்ச்சியானது.

ஒரு சிறு வரலாற்று நிகழ்வைச் சொல்ல முனையும் போது, அவரின் மனத்தில் அந்நிகழ்வு மட்டும் முக்கியத்துவம் பெறுவதில்லை. அந்நிகழ்வு போன்று ஏற்கனவே வரலாற்றில் இடம் பெற்றுள்ள விதம், நிகழ்வு நடைபெற்ற இடம், அதன் வரலாற்றுப் பின்னணி, அதன் அரசியல் விளைவுகள்... என ஆழமான பார்வையுடன் வரலாற்றைப் பதிவு செய்கிறார். வரலாறு அறிஞர்களுக்கு மட்டுமல்ல; சாமான்ய மக்களுக்குமே என்ற புரிதல் அவரின் பார்வையில் உள்ளது. வரலாற்றைத் தனித்துப் புரிந்து கொள்ளாமல் அதன் அத்தனைப் பரிமாணங்களுடன் சேர்த்து புரிந்து கொள்வதே முழுமையான புரிதலாக இருக்க முடியும் என்பதையும் உணர்த்துகிறது இத்தொகுப்பு.

ஆசிரியரின் கருத்தாக எதையும் கூறாமல், பல இடங்களில் வரலாற்று நிகழ்வுகளை மட்டுமே பதிவு செய்துள்ளார். மிகச் சில இடங்களில் மட்டுமே நிகழ்வுகள் குறித்துத் தன் கருத்துகளைப் பதிவு செய்கிறார். அக்கருத்துகள் சிலவற்றில் எனக்கு உடன்பாடு கிடையாது. குறிப்பாகச் சமணம், பௌத்த சமயம் சார்ந்த கருத்துகளைக் கூறலாம். இத்தொகுப்புகளில் ஒன்றுடன் ஒன்று மிக நேர்த்தியாகப்

பின்னப்பட்டுள்ள அரிய தகவல்களைத் தமிழ் வரலாற்று விரும்பிகளிடம் கொண்டு சேர்க்கவே இத்தொகுப்பை மறுபதிப்பு செய்ய விரும்பினேன்.

நான் ரசித்துப் படித்து பாதுகாக்க விரும்பிய இத்தொகுப்பைப் பாதுகாத்துக் கொள்ள வேண்டும் என்ற உணர்வுடன் நிறுத்திக் கொண்டிருக்கலாம். மீண்டும் இந்த தொகுதிகளை மறுபதிப்பு கொண்டு வர வேண்டும் என்ற பேராவல் என்னைப் புதைமணலில் உள்ளிழுப்பதைப் போல் உள்ளிழுத்துக் கொண்டே இருந்தது. என் சொந்தப் படைப்புப் பணிகளை முழுமையாகத் தொலைத்துவிட்டு இம்மறுபதிப்புப் பணியில் ஈடுபடுத்திக் கொண்டேன். காரணம் தமிழ் வாசகர்களுக்கு நல்ல புத்தகத்தைக் கொண்டு சேர்க்க வேண்டும் என்ற அக்கறை. இதுவும் படைப்புப் பணியின் மிக முக்கிய அங்கமாக நினைக்கிறேன்.

மறுபதிப்புப் பணியில் நான் சந்தித்த பிரச்சனைகளையும் எதிர்கொண்ட இடர்களையும் இங்கு நிச்சயம் பதிவு செய்ய வேண்டியுள்ளது. ஆனால் அது மிக நீளும். ஒரு தனிநபரின் சத்தமில்லாத, எந்த அணியாலும் அங்கீகரிக்கப்படாத, மிகப்பெரிய பங்களிப்பைக் கொண்டாட வேண்டும் என்ற எளிய நோக்கத்தின் முன் அப்பிரச்சனைகளை எல்லாம் எளிதாகக் கடந்தேன். நான் நம்பிக்கை இழந்த நேரங்களில் நம்பிக்கைக் கொடுத்து ஊக்கப்படுத்திய டாக்டர் மு.ராஜேந்திரன்,இ.ஆ.ப, நான் சோர்வுறும் போதெல்லாம் என்னைத் தேற்றி, உற்சாகப்படுத்திய மு.முருகேஷ், இருவரின் அன்பு இல்லையேல் இப்பணி நிறைவேறியிருக்காது.

'இந்தப் புத்தகத்தை எப்படியும் கொண்டு வந்துடும்மா' என உற்சாகப்படுத்திய அண்ணன் டிராட்ஸ்கி மருது, நான்கு மாதமாக வீட்டை மறந்து எங்களோடு இப்பணியில் இருக்கும் தம்பி டேனியல் பிரபாகர், 'ஆள பிச்சி எடுக்காத ஆத்தா' என அன்பாய்க் கடிந்து கொண்டே வேலை பார்த்த மாரீஸ். 'சிவனடி புத்தக வேலை எப்பம்மா முடியும், எங்க கூட எப்ப வெளிய வருவ' என தினம் ஏக்கமாய்க் கேள்விகளால் நாட்களைக் கடத்திய என் அன்பு மகள்கள், 'நீ ரொம்ப பெரிய வேலைய எடுத்திட்ட' என கூறிக்கொண்டே, வீடு குறித்த சிந்தனையையே நான் முழுமையாய் மறந்திருக்க, என்னை அரவணைத்துக் கொண்ட அம்மாவும்... இப்பணியினைச் சுமந்திருக்கிறார்கள்.

எல்லோருக்குமான ஈர அன்புடன்,
அ.வெண்ணிலா.
02.12.2011

முனைவர். ***கே.ராஜையன்,*** *எம்.ஏ., எம்.லிட்., பி.எச்டி.,*
முன்னாள் பேராசிரியர் மற்றும் தலைவர்
வரலாற்றுப் படிப்பியல் துறை
மதுரை காமராஜர் பல்கலைக்கழகம்
மதுரை - 625 021

வரலாற்றை வாசிப்பதில் ப.சிவனடியின் அணுகுமுறை

1927-ஆம் ஆண்டு விருதுநகரில் பிறந்த ப.சிவனடி ஆரம்ப காலக் கட்டத்தில் இருந்தே மிக எளிமையானவர். அவர் பல இடங்களில் சொல்லியுள்ளது போல் ஆரம்ப காலத்தில் எந்த எழுத்துப் பணிகளிலும் அவர் ஈடுபடவில்லை.

இவருடைய "இந்திய சரித்திரக் களஞ்சியம்" 15 நூல்களாக வெளி வந்துள்ளது. இவர் எடுத்துக் கொண்ட காலம் கி.பி.1700 இல் ஆரம்பித்து கி.பி. 1840 இல் முடிவடைகிறது. ஆனால் இவர் கி.பி. 2000 வரை எழுத திட்டமிட்டிருந்தார். ஒவ்வொரு பத்து வருடங்களுக்கும் ஒரு தொகுப்பு என திட்டமிட்டு ஒவ்வொரு தொகுப்பிலும் 10 ஆண்டுகளின் சமூக, அரசியல், பொருளாதார, மருத்துவ மற்றும் விஞ்ஞான வளர்ச்சி பற்றி வரிசைக்கிரமமாக எடுத்துரைத்துள்ளார்.

இவருடைய படைப்புகள் தொகைநூல் (Anthology) என்று கூறப் பட்டாலும், இவர் உருவாக்கிய 15 நூல்களும் தொகைநூல்களுக்கான வடிவத்தில் அமையவில்லை. தொகைநூல்களில் பொருட்கள் வருடவாரியாகவும் வரிசைக்கிரமமாகவும் அமைக்கப்பட வேண்டும். ஆனால் திரு ப.சிவனடி அவர்களின் படைப்புகள் வருடவாரியாக மட்டும் அமைக்கப்பட்டுள்ளது. வரிசைக்கிரமமாக அமையப்பெறவில்லை. எனவே, தொகை நூல்களுக்கான முழு வடிவம் இவருடைய படைப்புகளில் பின்பற்றப்படவில்லை. இதுவே இவருடைய தொகுப்பு நூல்களுக்கான சுவாரசியமாகவும் உள்ளது.

திரு ப.சிவனடி அவர்கள் பின்பற்றிய வடிவம் புதியது என்றாலும் அவை குறிப்பிடத்தக்கது. பத்து வருடங்களுக்கு ஒரு தொகுப்பு என்பதே ஒரு புதிய முறை. ஒவ்வொரு தொகுப்பிலும் முதல் சில பக்கங்கள் அப்புத்தகம் பற்றிய குறிப்பிற்கு ஒதுக்கப்பட்டுள்ளது. இக்குறிப்பிலிருந்து அத்தொகுப்பில் இடம் பெற்றுள்ள வரலாற்று நிகழ்வுகள் குறித்து அறிந்துகொள்ளலாம்.

இவர் 5000ம் பக்கங்கள் கொண்ட 14 தொகுப்புகளை வெளியிட மிகுந்த சிரத்தை எடுத்துக்கொண்டுள்ளார். இவர் பின்பற்றிய தொகுப்புமுறை, பொருள் மற்றும் வடிவம் ஆகியன தமிழ் இலக்கியத்தில் ஒரு புதிய அணுகுமுறை. அச்சுத் தொழில்நுட்பம் வளர்ச்சியடையாத காலகட்டத்தில் இவர் தனது தன்னம்பிக்கை, விடாமுயற்சியின் மூலமும் இந்த சாதனையை செய்துள்ளார். இவரது நூல்களை தற்போது மறுபதிப்பு கொண்டு வருவதின் மூலம் பலரின் எதிர்பார்ப்புகள் நிறைவேறியுள்ளன.

திரு ப.சிவனடி அவர்களின் தொகுப்புகள் கி.பி. 1700 முதல் கி.பி.1840 வரையான காலகட்டத்தை உள்ளடக்கியது. இவர் எடுத்துக்கொண்ட இக்காலகட்டம் இந்திய வரலாற்றில் மிகவும் முக்கியமானது. இக்கால கட்டத்தில்தான் பல முக்கிய நிகழ்வுகள், புரட்சிகள், அரசியல், சமூக, பொருளாதார மாற்றங்கள் மற்றும் அறிவியல் கண்டுபிடிப்புகள் நடை பெற்றுள்ளன.

இவர், நிகழ்வுகளை வருடவாரியாக மட்டும் குறிப்பிடாமல் சில இடங்களில் நாட்கள் வாரியாகவும் குறிப்பிட்டுள்ளார். மேலும் ஒரே நிகழ்ச்சி வேறு இடங்களில் நடந்திருந்தால் அத்தகைய நிகழ்வுகளையும் குறிப்பிட்டு விளக்கியுள்ளார். இத்தகைய ஒப்பியல் வரலாற்றை எழுத இவர் மிகுந்த சிரத்தை எடுத்துக்கொண்டுள்ளது தெரிய வருகிறது.

வரலாற்றை எழுதுவது என்பது ஒரு புதிய பரிமாணத்தை அடைந்துள்ளது. வரலாறு என்பது வெறும் பெயர்கள், ஆண்டுகள், சம்பவங்களை குறிப்பிடுவது மட்டும் அல்ல. கடந்த காலங்களில் நடந்த நிகழ்ச்சிகளை அப்படியே பிரதிபலிக்கக் கூடியதாக இருக்கவேண்டும். வரலாற்று ஆசிரியர்கள் தங்களுடைய கருத்துக்களை பதிவுசெய்வதோடு தக்க குறிப்புகளுடன் வரலாற்றை எழுதி ஒரு முடிவுரையும் கொடுக்கவேண்டும். திரு ப.சிவனடி அவர்கள், தன்னுடைய படைப்புகளில் மேற்படி வடிவத்தை பின்பற்ற உரிய முயற்சி எடுத்துக் கொண்டுள்ளார். இவருடைய படைப்புகளின் ஆரம்பக் கட்டம் பழமையான வடிவத்தில் இருந்தாலும் அவருடைய படைப்புகளின் அட்டவணை மற்றும் குறிப்புகளில் புதிய அணுகுமுறை உள்ளது. இது ஒரு குறிப்பிடத்தக்க வளர்ச்சியாகும்.

இவர் தன்னுடைய படைப்புகளின் பலனை அனுபவிக்க அதிகநாட்கள் வாழவில்லை. ஆனால் அவரைப் பற்றி தெரிந்தவர்கள் மற்றும் அவருக்கு அதிகமாக அறிமுகமானவர்கள் அவருடைய இலக்கிய தேடுதல் பற்றியும் அவர் பல்வேறு நூல்களில் இருந்து எடுத்துவைத்துள்ள குறிப்புகள் பற்றியும் தெரிவித்துள்ளனர்.

இந்திய நாடு தனது பரந்த நிலப்பரப்பு, பல்வேறு வகையான கலாச்சாரம், வாழ்க்கையை அதன் போக்கிலேயே ஏற்றுக்கொள்ளும் மக்கள், இயற்கை வளங்கள், மதிப்பற்ற இரத்தின கற்கள், வாசனை திரவியங்கள் போன்றவைகள் காரணமாக, அயல்நாட்டு வணிகர்களின் கவனத்தை ஈர்த்தது. இந்தியாவில் அந்த காலக்கட்டத்தில் இருந்த குறுநில மன்னர்களிடையே இருந்த பகைமை மற்றும் ஒற்றுமையின்மை அயல்நாட்டினர்களின் படையெடுப்பிற்கு வழிகோலியது. இக்காரணங்களினால் பேராசைக் கொண்ட பல ஏதேச்சதிகார நாடுகள் இந்தியா மீது படையெடுத்து தங்கள் பேராசை, ஏதேச்சதிகாரம், கனவுகளை, இந்தியாவில் தேட ஆரம்பித்தனர். எனவே, இந்திய வரலாற்றைப் பற்றி எழுதும் எந்தவொரு எழுத்தாளரும் பிற நாடுகளைப் பற்றிய விவரங்கள் தெரிந்திருக்க வேண்டும். பல நாடுகள் பற்றிய அறிவை திரு ப.சிவனடி என்ற இப் புகழ்பெற்ற எழுத்தாளரும் பெற்றிருக்கிறார்.

திரு ப.சிவனடி அவர்களின் எடுத்துரைக்கும் முறையினை குறிப்பிட வேண்டும் என்றால் குறிப்பாக ஓராண்டை -அதாவது 1751-ஆம் ஆண்டை

விவரிக்கும் போது அவ்வாண்டின் முக்கிய நிகழ்வான இராபர்ட் கிளைவின் ஆற்காடு வெற்றியை மட்டும் குறிப்பிடாமல் இந்திய போர்க்களத்தில் முதன்முறையாக பயன்படுத்தப்பட்ட பீரங்கிகள் பற்றியும் இதே ஆண்டு நடந்த ஒரிசா மற்றும் மராத்திய போர்கள், இந்த ஆண்டில் ஆங்கிலேயர்கள் இந்தியாவில் மேற்கொண்ட நில அளவை கணக்கெடுப்பு, இங்கிலாந்தின் பெத்தலகேமில் ஆரம்பிக்கப்பட்ட மனநல மருத்துவமனை, விடுதலை வீரர் புலித்தேவர் ஸ்ரீவில்லிப்புத்தூர் கோட்டையைக் கைப்பற்றியது, "நிக்கல்" என்ற உலோகம் கண்டுபிடிக்கப்பட்டது மற்றும் சருகணி மாதாகோவில் கட்டப்பட்டது ஆகியவற்றை பற்றியும் குறிப்பிடுகின்றார். இவ்விவரங்கள் மிக விரிவாக குறிப்பிடப்பட்டுள்ளன.

இத் தொகுப்புகளில் புகழ்பெற்ற மெகாலே, இராபர்ட் கிளைவ், டார்வின், ரப்பர் டயரைக் கண்டுபிடித்த குட்இயர், ஜி.யூ.போப், கவிஞர் ஷெல்லி, ஹெர்குலிஸ், நெப்போலியன், இராணி மங்கம்மாள், இந்தியாவின் முதல் சுதந்திரப் போரின் வீரர்களான, மருதுபாண்டியன், சின்னமருது, திப்பு சுல்தான் மற்றும் பலரைப் பற்றி குறிப்பிட்டுள்ளார்.

இவர் ஒரு வருடத்தைப் பற்றி குறிப்பிடும் போது அவ்வருடத்தோடு தொடர்புடைய மனிதர்கள், நாடு மற்றும் நகரங்களோடு குறிப்பிட்டு விவரிக்கிறார். ஒரு சம்பவத்தை விவரிக்கும் போது அது தொடர்பான வேறு சம்பவத்தைக் குறிப்பிட்டு எவ்வாறு ஒவ்வொன்றும் மற்றவற்றுடன் சம்பந்தப்பட்டுள்ளது என்பதையும் விவரிக்கிறார். இது ஒரு வரலாற்று இணைப்பு ஆகும்.

திரு ப.சிவனடி அவர்களின் படைப்புகளை மறுபதிப்பு செய்ததற்காக அகநி பதிப்பகம் கவிஞர் மு. முருகேஷ் ஐ மனதாரப் பாராட்டுகிறேன்.

மேலும், விவரங்களை சரிபார்த்து தவறுகளை திருத்திக் கொடுத்த டாக்டர். மு.ராஜேந்திரன்,இ.ஆ.ப., அவரின் பணியை பாராட்டுகிறேன். 15 தொகுப்பு களையும் தேடிக்கண்டுபிடித்து தகுந்த இடங்களில் புகைப்படங்களையும் இணைத்து மறுபதிப்பு கொண்டுவரும் அ.வெண்ணிலா அவர்களின் பணியை பாராட்டுகிறேன்.

இந்த மறுபதிப்பின் மூலம் திரு ப.சிவனடி அவர்களின் இலக்கிய பங்கினை நாம் அறிந்து கொள்வதுடன் அவர் நமக்களித்துள்ள வரலாற்றுப் புதையலை முழுமனதோடு பாராட்டக் கடமைப் பட்டுள்ளோம்.

K. Rajayyan

31-10-2011

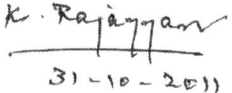

முதல் பதிப்பின் முன்னுரை

உலகின் வரலாறு ஏறத்தாழ அறுபது எழுபது ஆண்டுகளுக்கு முன்னர், அது இன்று அடைந்துள்ள பரிமாணத்தை எவரும் எண்ணிக்கூடப் பார்த்ததில்லை. மனிதன் இடையறாது போராடிக் கொண்டே சிறுகச் சிறுக முன்னேறியவாறு, பின்னோக்கித் தனது பூர்வோத்திரச் சாதனைகளையும், சிந்தனைகளையும் அறிந்துகொள்ள எப்போதுமே முயன்று வந்ததன் பயனே உலக சரித்திரமாகும். இந்தப் பின்னோக்குத்தான் அவனது முன்னோக்கமான தீர்க்கதரிசனத்திற்கும், முன்னேற்றமான வளர்ச்சிக்கும் வழிகாட்டியாக இன்றும் இருந்து வருகின்றது, எனவே வரலாற்று நோக்கு என்பது மனிதர்க்கு இன்றியமையாதது என்பது தெளிவு.

மேலும் இன்று வரலாறு என்பது அண்ட சராசரங்களையும் தழுவி நிற்கும் அறிவியலாக மலர்ந்துள்ளது. எனவே சரித்திர அறிவு என்ற ஆழக்கடலை அல்லது அண்டப் பெருவெளியை எட்டுவது என்பது யாருக்கும் எளிதன்று. அந்தச் சரித்திர சாகரத்தை, எல்லையற்ற பெருவெளியைப் பற்றிய பிரக்ஞை, வரலாற்று உணர்வு சிந்திக்கத் தெரிந்த அனைவர்க்கும் சித்திப்பது கடினமன்று.

சரித்திரத்தை மக்களிடம் எடுத்துச் சென்று கடை பரப்புவதற்கு ஒப்பான முயற்சியாக, இந்திய சரித்திரக் களஞ்சிய வரிசையை எடுத்துக்கொள்ளலாம். வரலாற்றின் தந்தை எனப்படும் ஹீரோடாட்டஸ், தனது வரலாற்று நூலை ஏதென்ஸ் நகர வீதிகளில் உரக்கப் படித்து, மக்களிடையே கடை பரப்பி வழிகாட்டியிருக்கின்றார். இதற்கென்று ஏதென்ஸின் மக்கள் மன்றம் அவருக்குப் பொன்னை அள்ளிக்கொடுத்துச் சிறப்புச் செய்தது.

இந்திய சரித்திரக் களஞ்சியத்தின் இரண்டாம் தொகுதிக்கு முன்னுரையென்று கொள்ளத்தக்க இந்த முதற்பகுதியில் நிலநூல், நிலநூலறிஞர், அரிஸ்டாட்டில், எரட்டோஸ்தனிஸ் பற்றிய விரிந்த செய்திகள் தரப்படுகின்றன. இந்தியாவிற்கும் உலக நாடுகளுக்குமிடையே நடந்த பண்டை வாணிபம், வாணிபப் பண்டங்கள், வாணிப வழிகள், குமரிக் கண்டம்-கதையா, கற்பனையா என்பதை விளக்கும் கட்டுரைகள், தென்னிந்திய வரலாறு பற்றிய புதுச்செய்திகள் அனைத்தும் இடம் பெற்றுள்ளன. இது மனித எத்தனங்களின் பல்வேறு சாதனைகளை எடுத்துரைக்கும் பயனுள்ள நூலாக இருக்கும் என்பதில் ஐயமில்லை.

பதினெட்டாம் நூற்றாண்டின் இரண்டாம் பத்தாண்டுக் காலம், ஆண்டு வரிசைப்படி தொகுத்திருக்கும் செய்திகள் இந்த இரண்டாம் தொகுதியின் இரண்டாம் பகுதியாக விரைவில் வெளிவரும்.

வாசகர்கள் தமக்கு வேண்டிய செய்திகளை எளிதில் தேடி அறிந்து கொள்வதற்கு வசதியாக, இந்நூலின் சாரம் கடைசிப் பக்கங்களில் அகர வரிசைப்படி பக்க எண்களுடன் சொல்லடைவாகத் தரப்பட்டுள்ளது.

இப்பெருமுயற்சியை மனமுவந்து ஏற்றுக்கொண்ட தோழர் கலைஞன் மாசிலாமணிக்கு மீண்டும் நன்றி கூறுவது சாலப் பொருத்தமாகும்.

22, சின்ன ரெட்டி தெரு,
எழும்பூர், சென்னை, 600 008

ப.சிவனடி

இந்திய சரித்திரக் களஞ்சியம்
1711-1720

இரண்டாம் தொகுதி
முதல் பகுதி

இந்திய சரித்திரக் களஞ்சியம்

இரண்டாம் தொகுதி
முதல் பகுதி

உலகெலா முணர்ந்து ஓதற்கரியவன்
உயிரினங்கள் தோன்றின

உயிரினங்கள் இம்மண்ணுலகில் குறைந்தது 3,500,000,000 -அதாவது முந்நூற்று ஐம்பது கோடி ஆண்டுகளுக்கு முன்னர் தோன்றத் தொடங்கின எனலாம். அதாவது நமது மண்ணுலகம் கிட்டதட்ட இன்று காணப்படும் வடிவத்தை அடைந்ததற்கு 1,000,000,000 - அதாவது நூறு கோடி ஆண்டுகளுக்கு முன்னர் உயிரினங்கள் தோன்றின.

உயிரினங்களைத் தாங்கக் கூடிய அரிய கோள் என்று மண்ணுலகை நாம் கருத முடியாது என்ற போதிலும், வேறு கோள்களில் எங்கும் உயிரினம் வாழ்வதைக்காட்டும் சான்று எதுவும் நமக்குக் கிடைக்கவில்லை; எனவே உயிரினம் பரந்திருப்பது பற்றிய விவரத்தை நாம் நமது கோளாகிய நில உலகுடன் மட்டும் சுருக்கிக் கொண்டாக வேண்டும்.

உயிர் முதலில் கடலில்தான் தோன்றியது; அது மண்ணுலகில் வாழ்ந்து வரும் மொத்தக் காலத்தில் குறைந்தது எட்டில் ஒரு பகுதியில் கடலில்தான் இருந்து வந்திருக்கின்றது. மண்ணுலகின் நிலப்பரப்பு வறண்டு கிடந்தது. ஏன் அவ்வாறு இருந்தது என்பது நமக்குத் தெரியாது.

உயிரணுக்களில் இறுதியாக ஏற்பட்ட உயிர்நாடியான குறிப்பிடத்தக்க உயிரியல் மாறுதல் அமைந்த காரணத்தினால் அவை கடலுக்கு வெளியே, ஏரிகள், ஆறுகள் முதலிய இடங்களில் உலர்ந்துபோய் நசித்து விடாத பாதுகாப்புத் தன்மையைப் பெற்றிருக்கக் கூடும்.

சூரியனிலிருந்து வந்த புற ஊதாக் கதிர் வீச்சில் பெரும்பகுதியைத் தடுத்துக் கொள்ளக் கூடிய அளவிற்கு மேற்காற்று மண்டலத்தில் இறுதியாக ஓசோன் திரை படர்ந்திருக்கலாம். அதாவது நில உயிர்கள் சூரியனின் நேரடிக் கதிர்வீச்சுக்கு உட்படும்போது, ஆற்றல்மிக வாய்ந்த அலை நீளங்களினால் உண்டாகும் தீங்கு தரும் வெடிப்புக்களிலிருந்து பாதுகாப்புப் பெற்றிருக்கலாம்.

சந்திரன் பூமியிடம் பிடிபட்டிருக்கலாம்; அதன் விளைவாகத் திடீரென்று அலை யெழுச்சி மிகுந்து, உயிர்கள் மேலும் மேலும் கரைக்குத் தள்ளப்பட்டிருக்கலாம்; அவ்வக் காலங்களில் ஏற்படுகின்ற உலர் சூழலுக்கு ஏற்ப உயிரினங்கள் பொருந்தி வாழக் கூடிய ஆற்றலை இயற்கையாகவே பெற்றிருக்கலாம்.

மேற்கூறியவற்றில் எது காரணமாக இருந்தபோதிலும் சரி உயிரினங்கள் ஏறத்தாழ 4,25,000,000 அதாவது நாற்பத்திரண்டரைக் கோடி ஆண்டுகளுக்கு முன்னர் நில உலகின் மேற்புறத்தை நோக்கிப் படையெடுக்கத் தொடங்கிவிட்டன. அந்தப் படையெடுப்பை யடுத்து மண்ணுலகில் நாம் எண்ணிப் பார்க்கக் கூடிய அத்தனை மூலை முடுக்குகளையும் உயிரினங்கள் நிரப்பி விரிந்தன. துருவப் பனித் தகடுகள், உயர்ந்த மலைகள், வறண்ட பாலை வெளிகள் ஆகியன மட்டுமே, ஒப்புநோக்குகையில் உயிரற்றனவாக இருக்கின்றன.

உயிரினத்தின் தொடக்கத்திலிருந்து முடிவு வரையிலும், அது ஒன்றோடொன்று கலந்து உயிரினப் பெருக்கம் செய்யும் தனிப் பண்புகளையுடைய பல்வேறுபட்ட உயிரினங்கள் மில்லியன் கணக்கில் இருக்கின்றன. இவற்றுள் பெரும்பாலான உயிர்கள் இன்று அழிந்தொழிந்து விட்டன; எனினும் இப்போது ஏறத்தாழ 20,00,000 அதாவது இருபது இலட்சம் உயிரினங்கள் உலகில் இருக்கக்கூடும்.

வெவ்வேறுபட்ட உயிரினமும் வெவ்வேறு வகையான வீச்சுக்குள் அடங்கி யுள்ளன. சில விலங்குகள் எங்கும் பரந்து வாழ்கின்றன. வேறு சில கடல்களிலும், கண்டங்களிலும் உயிர் வாழ்கின்றன; இன்னுஞ் சில மிகவும் சுருங்கிய வீச்சினுள் குறிப்பிட்ட சிறு தீவில் மட்டும் காணப்படுகின்றன; அல்லது தனித்தொதுங்கிக் கிடக்கும் பள்ளத்தாக்குகளில் மட்டுமே உள்ளன. மொத்தத்தில் பார்க்கும்போது. பரந்த வீச்செல்லையில் வாழ்கின்ற உயிரினங்கள் பெரிதும் அந்தந்த இடங்களில் ஏற்படும் மாறுதல் அல்லது நாசத்திற்கு ஆட்படாதவையாகவும். பரிணாம வளர்ச்சி நோக்கில் பார்க்குங்கால் கணக்கில் எடுத்துக் கொள்ளக் கூடிய ஒரே சிறப்புத் தன்மையாகிய, உயிர் பிழைத்து வாழ்தல் என்பதில் மிகவும் வெற்றி கண்டவையாகவும் இருக்கின்றன.

இவ்வுயிரினத் தொகுதியில், நாம் மிகவும் அக்கறை கொள்ளக்கூடியது முதல் வகை உயிரினமாகும். அதில் மனித இனம் அடங்கியுள்ளது.

மொத்தத்தில் பார்க்கும்போது ''பிரைமேட்'' எனப்படும் முதல் வகை உயிரினமானது (மனித இனத்தைத் தவிர்த்து) பெரிதும் வியக்கத்தக்க விதத்தில் வெற்றி மிக்கதாக இருந்ததில்லை. முதல் பிரைமேட் சுமார் 75,000,000 ஆண்டுகளுக்கு முன்னர் பரிணாம வளர்ச்சி பெற்றிருக்கலாம். இப்போது இவற்றுள் சுமார் 200 வகை உயிரினங்கள் (இதில் மனிதரை நாம் சேர்க்காமல் பார்த்தால்) கிட்டத்தட்ட முற்றிலும் வெப்ப மண்டலப் பகுதியில் தான் வாழ்கின்றன. இவற்றில் எவ்வகை உயிரினமும் (மீண்டும் இதிலிருந்து மனிதரைத் தள்ளிவிட்டு) பெரும் பரப்பில் காணப்படவில்லை என்பது மிகவும் முக்கியமாகும்.

இவற்றுள் சில வகைக் கூட்டங்கள் தென்னமெரிக்காவில் மட்டும், சில பிரிவுகள் ஆப்பிரிக்காவிலும். இன்னும் சில தென் கிழக்காசியாவிலும் இப்படியாக உயிர் வாழ்ந்து வருகின்றன.

இருந்த போதிலும், அவை வெற்றி காண்பவையோ, அல்லவோ, பிரைமேட்டுகள் மூளை ஆற்றலில் தனித் தன்மை பெற்றவையாக விளங்கின. அவற்றின் மூளை அளவை வைத்துப் பார்க்கும்போது, அவற்றுக்குக் குறிப்பிடத்தக்க விதத்தில் மிகப் பெரியதும், நன்கு வளர்ச்சி பெற்றதுமான மூளைகள் இருந்தன; காலம் செல்லச் செல்லப் புதிதாகப் படிமுறை வளர்ச்சி பெற்ற பிரைமேட்டுகளிடம் இன்னும் பெரிய மூளைகள் உண்டாயின.

பிரைமேட் என்ற முதல் வகை உயிரினத்தின் பிரிவுகள் அடங்கிய கூட்டத்தில், மிக உயர்ந்த அளவிற்கு மூளையை வளர்த்துக் கொண்டவை ஹோமினிடு எனப்படும் குடும்பத்தைச் சேர்ந்த உயிரினங்களாகும். ஹோமினிடு என்ற இந்த இலத்தீன் மொழிச்

சொல்லுக்கு ''மனிதன்'' என்றுபொருள். ஹோமினிடு குடும்பத்தைச் சேர்ந்த அனைத்தும், அவற்றில் மிகவும் தொன்மையானவைகூட இன்று உயிர் வாழும் இனங்களில் மனித இனத்தின் மிக நெருங்கிய உறவினமான தற்காலத்து வாலில்லாக் குரங்குகளை விடத் தற்காலத்து மனித இனத்தையே பெரிதும் ஒத்திருக்கின்றன.

ஹோமினிடுகள் குறைந்தது 14,000,000 ஆண்டுகளுக்கு முன்னரே நிமிர்ந்து நின்றன. இது தொடக்க நிலையில் கிழக்காப்பிரிக்காவில் நிகழ்ந்திருக்கலாம். எனினும் ஹோமினிடுகள் காலப்போக்கில் தென்னாப்பிரிக்காவிலும், தென் ஆசியாவிலும் பரவின.

ஹோமினிடுகளின் ஆற்றல் விரிவடைந்தபோதிலும் அவை நீண்ட வீச்சில் விரிந்து பரவுவதற்குரிய குறிக்கோள் எதுவும் அவற்றிடையே ஏற்டவில்லை. அந்தக் காலகட்டம் வரையிலும் பிற விலங்கினம் அனைத்தையும் போலவே ஹோமினிடுகளும் தள்ளவும், ஈர்க்கவும்பட்டன. அதாவது அவை தம்மினத்தைச் சேர்ந்தவையாலோ, பிறவகை விலங்கினங்களாலோ ஓரிடத்தில் நிறைந்து, அங்கு ஏற்படுகின்ற போட்டியினால் தள்ளப்படுவதை எதிர்த்து நின்றன.

ஏற்கனவே உயிரினங்கள் நிறைந்த பகுதிக்குச் சற்று அப்பால் உணவுப் பொருள் நிறைந்ததும், ஒப்பு நோக்குகையில் வெற்றாகவும் இருந்த இடத்தைப் பார்த்து ஈர்க்கப்பட்டன.

பண்டை ஹோமினிடுகள் இந்த முதல் வகை விலங்கினங்களைப்போல வெப்ப மண்டலப் பகுதிக்கு வெளியே விரிந்து பரவவில்லை. ஏனெனில் அவை மிதவெப்ப மண்டலங்களின் இரவு நேரக் குளிரையும், குளிர் மிக்க பனிக்காலத்தையும் தாங்கிக் கொள்ளக் கூடிய உடல் நிலையைப் பெற்றிருக்கவில்லை. மேலும் பனிக் கால மாதங்களில் அவற்றால் போதிய உணவைத் தேடவும் முடியவில்லை.

ஹோமோ எரக்டஸ் என்ற முதல்வகை நிமிர்ந்த உயிரினம் ஏறத்தாழ 1,500,000 ஆண்டுகளுக்கு முன்னர் படிமுறை வளர்ச்சி பெற்றது. அவற்றிடம் முந்திய ஹோமினிடு களுக்கும், தற்கால மனித இனத்தினருக்கும் இடைப்பட்ட அளவில் மூளையின் அளவு இருந்தது.

மனித இனத்தின் வரலாற்றில் இந்த நிமிர்ந்த உயிர்தான் குறிப்பிடத்தக்க மாபெரும் முன்னேற்றத்தை அடைந்தது. ஏனெனில் இந்த உயிரினம்தான் முதன்முதலாக மிகுந்த கவனத்துடன் நெருப்பைப் பயன்படுத்திற்று. இதற்கு முன்னர் எந்த உயிரினமும் இதைச் செய்ததேயில்லை. அதன்பிறகும் (மேலும் அதிக வளர்ச்சி கண்ட ஹோமினிடுகளைத் தவிர) வேறு எந்த விலங்கினமும் இதைச் செய்ததில்லை.

ஹோமோ எரக்டஸ் என்ற நிமிர்ந்த விலங்கு நெருப்பை ஆளக் கண்டு கொண்ட மையால், இந்த இனத்தினால் தனக்கு முந்திய ஹோமினிடுகளைவிட வெகுதொலைவு செல்ல முடிந்தது. அவை சீனத்தின் பீகிங் வரையிலும் சென்றன. அவற்றின் புதையுயிர் தடங்களும், அவை ஏற்றிய நெருப்புக் குண்டங்களும் அங்கே கண்டுபிடிக்கப் பட்டுள்ளன. இவ்வினம் ஐரோப்பா வரையிலும் கூடச் சென்றிருக்கலாம்.

ஏறத்தாழ 250,000 ஆண்டுகளுக்கு முன்னர் பெரிய மூளையை உடைய ஹோமினிடுகளான ஹோமோ சேப்பியன் என்ற குடும்பத்தைச் சேர்ந்த உயிரினம் தோன்றியிருக்கலாம். நாம் அந்தக் குடும்பத்தைச் சேர்ந்தவர்களாவோம். பனியுகத்தின் கடுங்குளிர் தாங்க முடியாததாக இருந்தபோதிலும் அவை வடக்கே ஐரோப்பா வரையிலும் சென்றன.

ஹோமோ சேப்பியன்கள் தொடக்க காலத்திலிருந்தே நெருப்பை ஆண்டனர். வெப்பத்திற்கு விலங்குத் தோலை உடலின் மீது போர்த்துக் கொண்டனர். கற்கோடரி களைத் தீட்டிச் செய்தனர். தாக்கவும் தற்காத்துக் கொள்ளவும் கல்முறை ஈட்டிகளைக் கைக்கொண்டனர். "முதல்" வகை உயிரினம் என்ற முறையில் இதற்கு முன்னர் எந்த விலங்கினமும் அடையாத வீச்சை இது எட்டிற்று.

ஹோமோ சேப்பியன்களின் பண்டைக்காலத்து உயிர்கள் இன்று வாழ்கின்ற மனித உயிர்களைப்போன்று இருக்கவில்லை. சான்றாக அவைகளின் மண்டையோட்டில் வேறுபாடுகள் இருந்தன. நாம் அவர்களை **நீந்தர்தால் மனிதன்** என்கிறோம். நீந்தர்தால் மனிதன் தனது இறுதிக் காலம் வரையிலும், "உலகத் தீவான" ஐரோப்பாவிலும், ஆசியா, மற்றும் ஆப்பிரிக்காவிலும் மட்டுமே வாழ்ந்தான்.

இருப்பினும் 35,000 ஆண்டுகளுக்கு முன்னர் "தற்கால மனிதன்" தோன்றினான். நாம் அவ்வகை "ஹோமோ சேப்பியன்" குடும்பத்தைச் சேர்ந்தவர்களாவோம். உயிர் பிழைத்து வாழப்போகும் ஒரே ஹோமினிடு இதுதான் என்பது விரைவில் தெரிந்துவிட்டது. தற்கால மனிதன் போரில் மிகவும் திறமை மிக்கவனாயிருந்தான். அவனும் நீந்தர்தாலரும் கூடி இனப்பெருக்கம் செய்தனர் என்பதற்குச் சான்று இருந்தபோதிலும் தற்கால மனிதன் அவர்களை அழித்தொழித்து விட்டான்.

தற்கால மனிதன் தோன்றிய பிறகுதான் ஹோமினிடு வகையானது "உலகத் தீவு" என்ற ஐரோப்பாவை விட்டு இறுதியாக வெளியுலகில் பரவலாயிற்று.

உறைபனி யுகம் அப்போதைக்கப்போது ஒவ்வொரு முறையும் வந்து உச்ச கட்டத்தை அடைந்த போதெல்லாம் கடல் மட்டம் மிகமிகக் குறைந்தது. அதனால் மாபெரும் உறைபனித் தகடுகள் கனடா, சைபீரியா, ஸ்காண்டிநேவியா ஆகிய பகுதிகளிலிருந்த தண்ணீரையெல்லாம் உறையச் செய்தமையால் சைபீரியாவும் அலாஸ்காவும் அகன்ற நிலப்பாலம் ஒன்றினால் இணைக்கப்பட்டன. அவற்றின் பல பகுதிகளை உறைபனி மூடவில்லை.

அக்காலத்தில் சைபீரிய வேட்டைக்காரர்கள் யானையின் குடும்பத்தைச் சேர்ந்த மேமாத் எனப்படும் பேரி யானையை வேட்டையாடினர். இவ்வகை யானைகள் வட துருவப் பகுதியில் வாழத் தம்மை இசைத்துக் கொண்டன. அவ்வேட்டைக்காரர்கள் மேமாத்துகளைத் துரத்திக் கொண்டு மேற்சொன்ன நிலப்பாலத்தின் வழியே வட அமெரிக்கா சென்றனர். அந்தக்காலம் வரையிலும் அங்கு ஹோமினிடோ, மனிதக் குரங்கோ இருக்கவேயில்லை. இது கி.மு. 20,000 ஆண்டிற்கு முற்பட்ட காலமாகும்.

மனிதர்கள் கி.மு. 16,000 வாக்கில் வட அமெரிக்காவை அடைந்தனர். அவர்கள் கி.மு. 8,700 வாக்கில் மகல்லன் நீரிணையை எட்டி விட்டனர். அதன்பிறகு அதற்கப் பாலுள்ள பகுதிகளிலும், மேற்சொன்ன நீரிணையின் தென்கிழக்கு முனையிலுள்ள தியரா தெல் ஃபியூகோவிலும் நிறைந்தனர். நாகரிகக் காலத்திற்கு முற்பட்ட மனிதன் உலகில் முதன்முதலாக இங்குதான் நில உலகில் தென் கோடியிலிருக்கும் இந்நிலப் பரப்பில் நிரந்தரமாகக் குடியேறினான். வேறு எங்கும் இவ்வாறு நடந்தது இல்லை.

மனித இனம் கடல் நீர் மட்டம் குறைந்ததைப் பயன்படுத்திக்கொண்டு மேற் சொன்ன காலத்திற்கு முன்னரே நியூகினியையும், ஆஸ்திரேலியாவையும் அடைந்து விட்டனர்.

ஹோமோ சேப்பியன்களின் கூட்டமானது இக்கால கட்டத்திற்குள், உறைபனியால் சூழப்படாத ஒவ்வொரு நிலப்பகுதியிலும் குறிப்பிடத்தக்க பரப்பில் குடியேறி விட்டன.

உலகந் தழுவி விரிந்த முதல்நிலை உயிரினம் ஹேமோ சேப்பியன்களேயாகும். அன்றிலிருந்து உலகம் இதுவரை கண்டிராத தொகை மிகுந்த உயிரினம் அதுவேயாகும்.

நிலநூல் வரலாறு

சங்க இலக்கியங்களில் நாடுகளையும் திணைகளையும் திணை ஒழுக்கங்களையும், அங்கு வாழ்ந்த மாந்தர், அவர் வழிபடும் தெய்வம், அங்குள்ள பிற உயிரினங்கள், செடி கொடிகள் முதலியவற்றையும் சங்கச் சான்றோர் நயம்பட விவரித்துரைக்கின்றனர்.

இந்திய வரலாற்றுக் குறிப்புகள் புனைந்துரையுடன் காணப்படும் பதினெண் புராணங்களில், உலகின் தோற்றம் அதன் பரிணாம வளர்ச்சி பற்றியும் அது நீள்கோள முட்டை வடிவானது என்றும் கூறப்பட்டுள்ளன.

கிரேக்க மகாகவியான **ஹோமர்** போன்றோரின் காப்பியங்களில் நாடுகளும் மாந்தரும் விவரிக்கப்பட்டுள்ளனர். எனினும் இவையெல்லாம் முறையான நில நூல் என்று கூறிவிட முடியாது.

கிறிஸ்துவுக்கு முன்னர் மூன்றாம் நூற்றாண்டில் எகிப்தின் அலெக்சாந்திரியாவில் வாழ்ந்திருந்த கணித வல்லுநரும், வானியலாருமான எரோட்டோஸ்தனிஸ்தான் அறிவியல் துறையில் முதன்முதலாகப் பெரிய எட்டு எடுத்து வைத்தார் எனலாம்.

அவர் பூமியின் அளவைக் குறிப்பிடத்தக்க விதத்தில் மிகத் துல்லியமாகக் கணித்துக் கூறியதுடன் ''நில நூல்'' (ஜியாகிஃரபிகா) என்ற பெயரில் தெளிவாக விளக்கிக் கூறும் ஒரு நூலையும் எழுதியிருக்கின்றார். அவர் எழுதிய அந்நூல் இன்று நமக்குக் கிடைக்கவில்லையெனினும் நிலநூல் என்னும் பொருள் தரும் ஜியாகிரஃபிக் என்ற சொல் முதன்முதலாக அவரால்தான் பயன்படுத்தப்பட்டது என்று தெரிய வந்திருக்கின்றது. கிரேக்க மொழியில் ஜி என்றால் நில உலகம்; கிராஃபியோ எனில் எழுதுவது என்பதைக் குறிக்கும். எனவே ஜியாகிரஃபி என்று இன்று ஆங்கிலத்தில் வழங்கிவரும் சொல்லுக்குப் பூமியை பற்றி அல்லது அதை விவரித்து எழுதப்பட்ட நூல் என்று பொருளாகும். சுருக்கமாக நிலநூல் என்கிறோம்.

அறிவியல் துறைகள் அனைத்தையும் போன்று நிலநூலும் ஐரோப்பிய விஞ் ஞானமேயாகும்.

இன்று வழக்கிலுள்ள நிலநூலையும் குறிக்கோளையும் பற்றிய முழு விளக்கங்களும்; தாலமியும் (இவர் கி.பி. இரண்டாம் நூற்றாண்டில் அலெக்சாந்திரியாவில் வாழ்ந்த வானவியல், கணிதம், மற்றும் நிலநூல் வல்லுநராவார்) கிரேக்க நிலநூலாரும், வரலாற்று ஆசிரியருமான ஸ்திராபோவும் (கி.மு. 63 கி.பி. 24) எழுதிய நூல்களில் காணப்படுகின்றன.

தாலமி இந்திய நிலப்படத்தையும் வரைந்திருக்கின்றார். மிகப் பெரிய ஒரு தவறினால் அடையாளங் காணமுடியாதபடி அது உருமாறிப் போனாலும், இலங்கை, இந்தியாவின் உட்பகுதி, கங்கைக்கப்பாலுள்ள இந்திய நிலப்பரப்பு முதலியவற்றின் நிலநூல் அறிவில் மேலும் பல முக்கியமான தகவல்களைச் சேர்த்திருக்கிறார்கள்.

ஸ்திராபோவின் நிலநூலைத் தாலமி எழுதிய ''நிலநூல் வழிகாட்டி'' யுடன் ஒப்பிடும் போது, முன்னவர் எழுதியது எலும்புக்கூடு போன்றதாகவும், பின்னவரின் நூல் உயிருள்ள உடம்பு போன்றதாகவும் விளங்குகின்றது என்று அறிஞர் கூறுவர். எனவே தாலமி மிகுந்த தெளிவுடன் செய்திகளைத் தந்திருக்கின்றார்.

எனவே ''நிலநூல் என்பது மிகவும் தொன்மை வாய்ந்த அறிவியல் துறையாகும். நமது முறையான வரலாற்று நூல்கள் ஸ்திராபோ, எரோட்டோஸ்தனிஸ், வரனியஸ் ஹக்லியூட், பர்க்காஸ் ஆகியோரின் நூல்களைப் பற்றிக் குறிப்பிடப்படுகின்றன. ஆனால் இவர்களனைவரும் நமக்கு வெகுகாலத்திற்கு முற்பட்டவர்கள் என்று தோன்றுகின்றது. எனினும், அவர்கள் இத்துறையில் ஆற்றிய பங்கு பணி அவர்களுடைய காலத்தைப் பொறுத்த வரையில் பொருளுள்ளவையாயிருந்தது; நமது காலத்திற்கு அன்று. அவர்களுடைய முக்கியத்துவம் எதுவெனில் அவர்கள் நமக்கு முன்னோடிகள்; அவர்களைப் பற்றி நாம் ஆய்வது என்பது பண்டைக் காலத்தைப் பற்றியதேயாகும்'' - இவ்வாறு புகழ்பெற்ற நிலநூல் பேராசிரியரான டி.ஆர்.ஸ்டோடார் தமது ''நில நூலையும் அதன் வரலாற்றையும் பற்றி'' என்ற நூலில் குறிப்பிடுகின்றார்.

நிலநூல் என்பது மொத்த மண்ணுலகிலுள்ள இடங்கள் அமைந்திருக்கும் நிலையையும், அவை ஒன்றுடனொன்று கொண்டுள்ள தொடர்புகளையும் கூறுவதாகும் என்பது மேற்சொன்ன பண்டை அறிஞர்களின் நூல்களிலிருந்து நாம் முடிவு செய்யலாம்.

தாலமிக்கும் ஸ்திராபோவிற்கும் பிறகு வரை முறைப்படுத்தப்பட்ட அறிவியல் துறை சார்ந்த நிலநூல் என்பது, அவர்களுக்குப் பிறகு கிட்டத்தட்ட ஆயிரத்து நூறு ஆண்டுகளுக்குமதிகமான காலத்தில் எவ்விதமான முன்னேற்றத்தையும் அடையவில்லை.

ஏனெனில் கிறிஸ்தவ ஐரோப்பா தாலமியின் பணியைத் தொடர்ந்து மேற்கொள்ள வில்லை. மாறாக வைதிக கிறிஸ்தவ திருச்சபைத் தலைவர்கள் உலகம் பற்றிய அறிவின் முன்னேற்றத்திற்குக் குறுக்கே பெரிய தடைச் சுவரை எழுப்பினர். இந்த வரலாற்றுக் காலத்தில் அல்லது இருண்ட காலத்தில் வாழ்ந்த கிறித்தவ நிலநூலார் தமது ஆற்றலையெல்லாம் கூட்டிச் சமயக் கோட்பாடுகளுக்கு இயைந்த விதத்தில் எழுதி வைத்தனர்.

இந்த வரலாற்று நடுக்காலத்தில் கட்டுகளற்ற ''ஏழு கலைகள்'' பட்டியலில் நில நூலுக்கு இடம் தரப்படவில்லை. அது கணிதம், இசை, ஜியோமிதி. வான நூல் என்ற நான்கினுள்ளுமோ, இலக்கணம், தருக்கம், சொல்லிலக்கணம், என்ற மூன்றினுள்ளுமோ, (ஆக ஏழு கலைகள்) இணையவில்லை. ஏனெனில் இந்த இடைக்காலத்தின் ஆயிரமாண்டுகளில் ''நில நூல்'' என்பதைக் குறிக்கும் அதே பொருளைத் தருகின்ற எச்சொல்லும் பொதுவழக்கில் இருக்கவில்லை. ஜியாகிரஃபி என்ற சொல் ஆங்கில மொழியில் பதினாறாம் நூற்றாண்டு வரையிலும் இடம் பெறவில்லை. இத்துறை வரை முறையோடமைந்த சிறப்பைப் பெற்றிராமையால், கற்றோர் உலகில், அது அனாதைக் குழந்தையாகத் தானிருந்து வந்தது.

அக்காலத்தில் நிலவி வந்த இத்துறை நூல்களில் துண்டுகளும், துணுக்குகளும், போலியான அறிவும், விவிலியத்தின் வறட்டுக் கோட்பாடுகளும், சித்தாந்திகளின் ஊகக் கருத்துக்களும், புராணக் கற்பனைகளும் நிறைந்திருந்தன.

அதற்கு ஓர் எடுத்துக்காட்டு பிரஸ்டர் ஜான் என்ற ஒரு மன்னரையும், மதகுருவையும் பற்றிய கற்பனைக் கதையாகும். அவர் தொலைக்கிழக்கிலும் எத்தியோப்பாவிலும் அரசாண்டார் என்று கதைகள் கூறுகின்றன.

அவர் எழுதியதாகச் சொல்லப்பட்ட ஒரு கடிதம் 1165 வாக்கில் திடீரென்று மிக மர்மமான முறையில் மேலை உலகில் தோன்றியது. பிரஸ்டர் ஜான் தமது நண்பர்களான பைசாந்தியப் பேரரசர் முதலாம் எம்மானுவலுக்கும், பிரஞ்சு மன்னருக்கும், எழுதிய

கடிதம் அது என்று கூறப்பட்டது. அந்த கடிதம் யாரால், எங்கு, ஏன் எழுதப்பட்டது என்பதை அறிஞர்கள் நிலை நிறுத்தவேயில்லை.

அது கள்ளக் கடிதம் என்பது தெளிவு. ஆனால் அக்கடிதத்திற்கு ஐரோப்பாவில் நல்ல வரவேற்பிருந்தது. நூற்றுக்கும் அதிகமான பாடங்களைக் கொண்ட படிகள் வெளி வந்தன. அத்துடன் இத்தாலிய, ஜெர்மானிய, ஆங்கில, செர்பிய, இரஷிய, ஏபிரேய மொழிகளிலும் அக்கடிதம் மொழி பெயர்க்கப்பட்டது.

அக்கடிதத்தில் காணும் ஒரு பகுதி:

''எங்கள் நாட்டில் சிங்கக் கழுகு என்றொரு வகைப் பறவைகள் உள்ளன. (அவற்றின் உடலும் பின்னங்கால்களும் சிங்கத்தினுடைய வாயும், தலையும், இறக்கைகளும், முன்னங்கால்களும் கழுகினுடையன வாயுமிருக்கும்) அவை ஓர் எருது அல்லது குதிரையை எளிதாகத் தமது கூடுகளுக்குத் தூக்கிச்சென்று குஞ்சுகளுக்கு அவற்றை இரைகொடுக்கும். உலகிலுள்ள கோழிகளையெல்லாம் ஆளுகின்ற மற்றொரு வகைப் பறவையும் எங்கள் நாட்டில் உள்ளது. அவை தீயின் நிறமாயிருக்கும்: அவற்றின் இறகுகள் கத்திபோல் கூர்மையுடையன: அவற்றுக்கு இவ்வரியான் என்று பெயர். இந்த உலக முழுமையிலும் அவற்றில் இரண்டு மட்டும் தான் உள்ளன. அவை அறுபதாண்டுகள் வாழும்: தமது முடிவு காலம் நெருங்கியதும் அவை கடலில் விழுந்து உயிர் துறக்கும்.

ஆனால் அதற்கு முன்னர் இரண்டு மூன்று முட்டைகளை இட்டு, அவற்றிலிருந்து குஞ்சுகள் வெளிவரும் வரை நாற்பது நாட்கள் இருக்கும். இவற்றைப் போலவே மிகவும் வலிமை வாய்ந்தனவும், கவசமணிந்த ஒருவனை, அவனது குதிரையுடன் எளிதாகத் தூக்கிச் சென்று கொல்லக் கூடியனவுமான புலி என்றழைக்கப்படும் பறவைகளும் இருக்கின்றன.

''எங்கள் நாட்டின் மாகாணத்தில் ஒன்று வெற்று நிலப்பரப்பாக உள்ளது. அங்கு முன்பக்கம் கண்ணும், பின்பக்கத்தில் மூன்று நான்கு கண்களும் உடைய கொம்பு முளைத்த மனிதர் வாழ்கின்றனர். அவர்களைப் போன்ற பெண்களும் இருக்கின்றனர். எங்கள் நாட்டில் ஆடவர், பெண்டிரின் உடலை மட்டுமே பச்சையாகத் தின்னுகின்ற மனிதரும் உள்ளனர்; அவர்கள் சாகத் தயங்குவதில்லை. அவர்களில் ஒருவன் செத்தால், அது தந்தையானாலும் சரி, தாயானாலும் சரி, அவர்களின் உடலை அப்படியே பச்சையாக உண்டனர். அவர்கள் மனித ஊனை உண்பது நல்லதென்றும், இயற்கையானது என்றும், தமது பாவங்களிலிருந்து மீட்சி பெறுவதற்காக அதை உண்பதாகவும் அவர்கள் கூறுகின்றனர்.

''அம்மக்கள் இறைவனால் சபிக்கப்பட்டவர்கள்; அவர்களுக்குக் கோகு, மகாகு என்று பெயர்: அவர்கள் பிற மனிதர்களைவிட அதிகமான எண்ணிக்கையில் இருக்கின்றனர். சாத்தான் பூமியில் தோன்றியதும் அவர்கள் உலகெங்கும் பரவினார்கள்; ஏனெனில் அவர்கள் அவனது நண்பரும், கூட்டாளிகளுமாவர்.''

இவ்வாறு ஜான் பிரஸ்டர் வருணித்திருக்கும் கடிதத்தில் நாற்பத்திரண்டு மன்னர்கள் அவரது நாட்டில் இருப்பதாகக் கூறப்பட்டுள்ளது. இந்தக் கற்பனை நாட்டை ஐரோப்பிய மக்கள் உண்மையென்று நம்பினர். மாபெரும் கண்டுபிடிப்பு யுகமான பதினாறாம் நூற்றாண்டு வரையிலும், டச்சுக்காரரின் மிகச் சிறந்த நிலப்படங்களில் பிரஸ்டர் ஜானின் பேரரசைக் காணமுடிகின்றது.

இத்தாலியிலும் மேற்கு ஐரோப்பாவிலும் பதினைந்தாம் நூற்றாண்டிற்கும்,

பதினேழாம் நூற்றாண்டிற்குமிடையே எழுந்த மறுமலர்ச்சிக் காலகட்டத்தின்போது பண்டைக் கிரேக்கத்தின் அறிவியற் கருத்துக்கள் புத்துயிர் பெற்றன. நிலநூல் அறிவைப் பொறுத்தவரையில், இக்காலக் கட்டத்தில் பழைய கொள்கைகள் கைவிடப்பட்டன அல்லது திருத்தியமைக்கப்பட்டன.

சான்றாக தாலமியின் நிலப்படமும், அவர் இடங்களின் தீர்க்கரேகை, அட்சரேகை களைக் கணித்திருந்ததும், மறுமலர்ச்சிக் கால நிலப் படத் தொகுப்பாளர்களைப் பெரிதும் பாதித்தன: பதினெட்டாம் நூற்றாண்டு வரையிலும் கடற்கரையோரங்களைக் காட்டும் ஏறுமாறான நிலப்படங்களே பயனில் இருந்துவந்தன.

புத்திடம் தேடிகள் பத்தொன்பதாம் நூற்றாண்டு வரையிலும், கதைகளில் கூறப்பட்டிருந்த நிலாமலைகளைத் தேடித் திரிந்தனர். காப்டன் குக்கின் ஆராய்ச்சிப் பயணம் பதினெட்டாம் நூற்றாண்டில் நடந்த பிறகுதான் தாலமிதென் கண்டத்தைப் பற்றிக் கொண்டிருந்த தவறான கருத்துக்கள் மறைந்தன.

பதினைந்தாம் நூற்றாண்டு வாக்கில் பீட்டர் ஏப்பியனும் - செபாஸ்டியன் மன்ஸ்டரும் இந்தக் கண்டுபிடிப்பு யுகத்தின், புத்திடம் தேடிகளின் யுகத்தில் நிலநூல் பற்றி இரண்டு நூல்களை எழுதினர். அவையிரண்டும் அதற்கு நூற்றாண்டுகளுக்குப் பிறகு பதினாறாம் நூற்றாண்டில் வெளியிடப்பட்டதையடுத்துத் தரமானவையும், தலையாயவையுமான நூல்களாக இத்துறையில் கையாளப்பட்டு வந்தன.

பீட்டர் ஏப்பியன் தென் ஜெர்மனியின் சாக்சனியில் 1495 ஆம் ஆண்டு பிறந்தார். அவர் வானியலிலும், நிலப்படங்களைத் தொகுப்பதிலும் இரட்டைச் சிறப்புக்களைப் பெற்றிருந்தார். அவர் நிலப்படங்களையும், உலக உருண்டைகளையும் ஆக்கியதுடன், நிலவியல் (காஸ்மோ கிராஃபி) பற்றி இரண்டு நூல்களையும் எழுதியிருந்தார். அவற்றுள் முதலாவது 1524 ஆம் ஆண்டில் வெளிவந்தது.

அதில் நிலநூலுக்கு இன்றியமையாது வேண்டப்படும் ஜியோமிதி, வானவியல் பற்றிய அம்சங்கள் மட்டும் கிட்டத்தட்ட முற்றிலும் தரப்பட்டிருந்தன. எண்ணற்ற பல இடங்களுக்குத் தீர்க்க ரேகைகளும், அட்ச ரேகைகளும் தரப்பட்டிருந்தன.

செபாஸ்டியன் மன்ஸ்டர் பதினாறாம் நூற்றாண்டின் ஜெர்மன் நிலநூலாரில் மிகச் சிறந்தவர்களில் ஒருவராக விளங்கினார். அவர் ரைன் ஆற்றின் கரையிலுள்ள மெயின்ஸ் நகருக்கருகில் இங்கல்ஹீம் என்ற இடத்தில் 1489 ஆம் ஆண்டு பிறந்தார். அவர் ஹீடல்பார்க்கிலும் வியான்னாவிலும் கல்வி கற்று, 1536 ஆம் ஆண்டு வட சுவிட்சர்லாந்தில் ரைன் ஆற்றுக் கரையிலிருக்கும் பேசல் நகரப் பல்கலைக்கழகத்தில் எபிரேய மொழித்துறையில் ஆசிரியராகி அப்பணியில் 1552 ஆம் ஆண்டில் இறந்தது வரையிலும் இருந்தார்.

மன்ஸ்டர் நிலப்படம் தொகுக்கும் பணியில் முக்கியமான பங்காற்றினார். அவர் மிகச் சிறிய திசையறி கருவியைப் பயன்படுத்தி நிலப்படம் தொகுக்கும் முறைகளைச் சீர்திருத்த முயன்றார். அவர் ஹீடல்பார்க்கைச் சுற்றியிருந்த ஒரு சிறு பகுதியைச் சர்வே செய்வதற்குப் புதிய பட்டைக் கண்ணாடி திசையறி கருவியைப் பயன்படுத்தி அதில் ஒரு முன்னோடியானார்.

மன்ஸ்டர் தாலமியின் நூலை 1540 ஆம் ஆண்டு பேசல் நகரில் புதுப்பித்து வெளியிட்டார். அதற்கடுத்த பன்னிரண்டாண்டுகள் அதில் நான்கு மறுபதிப்புகள் வெளியாயின. நிலநூல் துறையில் அதன்பிறகு பதினேழாம் நூற்றாண்டில் பெர்ன்ஹார்டு வரினியஸ் என்பவர் ''பொது நிலநூல்'' என்றொரு நூலை 1650 ஆம் ஆண்டு

வெளியிட்டார். இந்நூலில் பொதுநிலநூல், கணிதம், ஆகியவற்றை வரினியஸ் இணைக்க முயன்றார்.

பின்னர், ஐரோப்பாவில் பரந்த அளவில் பயணம் செய்திருந்த குளூவிரியஸ் *(1580-1622)* நிலநூலை பண்டைக் கிரேக்க நூல்கள் வழியாகவும், சரித்திர மூலமாகவும் அணுகினார், அவரின் பொது நில நூல் அவர் இறந்த பிறகு 1624 - ஆம் ஆண்டு வெளியிடப்பட்டது.

புகழ் பெற்ற மெய்ப்பொருள் அறிஞரான **இம்மானுவேல் கண்ட்***(1726-1804)* நிலநூல் விரிவுரையாளராக 1765 முதல் கோனிக்ஸ்பர்க் பல்கலைக் கழகத்தில் பணியாற்றி வந்தார். அவர் அங்கு ஆற்றிய உரைகள் பின்னர் நூல்களாக வெளியிடப் பெற்றன.

அவரின் கருத்துப்படி நிலநூலில் மனிதக்கூறு ஒரு முழுமையான ஒருங்கிணைந்த பகுதியாகும். மனிதர்களுக்கிடையேயுள்ள தொடர்புகளின் அநுபவத்தைக் கண்ட் இரண்டு கிளைகளாகப் பிரித்திருக்கிறார்: ஒன்று எடுத்துணர்வது அல்லது வரலாறு: மற்றொன்று விவரித்துணர்வது அல்லது நிலநூல், அவர் வரலாற்றையும் நில நூலையும் விவரித்துரைக்கம் நூல்கள் என்கிறார். முன்னது காலத்தையும், பின்னது இடத்தையும் களனாகக் கொண்டவையாகும்.

நில அமைப்பையும், அதன் மேற்பரப்பு, காற்று வெளி, பருவநிலை, தாவரம், மற்றும் பிற உயிரினங்கள் ஆங்காங்கு பகிர்ந்திருந்து வாழ்வது முதலியவற்றை விளக்கு கின்ற இயற்கை நிலநூலை, ''இயற்கையின் சுருக்கக் குறிப்பு'' என்று கண்ட் கூறுகின்றார். இதன் அடிப்படை, வரலாறாக மட்டுமன்றி ''இதர நிலநூல்கள் அனைத்தும்'' ஆகும் என்று கண்ட் கூறுகின்றார்.

அவர் இயற்கை நிலநூலில் வேறு ஐந்து நிலநூல் பிரிவுகள் அடங்கியுள்ள என்கிறார்: நிலவுலகின் வடிவம், அளவு, அதன் இயக்கம், சூரியக் குடும்பத்தில் அது பெற்றுள்ள இடம் ஆகியவற்றைக் கூறும் கணித நிலநூல்:

சுற்றுச் சூழலுக்கு இயைந்த விதத்தில் மனிதனின் பழக்க வழக்கங்களம், அவனது குண நலனுமான தார்மிக நிலநூல் வாணிபம் சார்ந்த அரசியல் மற்றும் வாணிப நிலநூல்:

சமயங்கள் பரவியதைக் குறித்த சமய நிலவியல், என நிலநூல் ஐந்து வகைப்படும் என்று கண்ட் வகுத்துரைக்கின்றார்.

எனவே இயற்கை நில நூலானது வெளியுலகம் அனைத்தையும், அதன் மேற் பரப்பையும், அதன்மீது உயிர் வாழும் செடி இனங்கள், உயிரினங்கள், மனிதன் மற்றும் அவனது பணிகள் யாவையும் தழுவி நிற்கும் ஒன்றாகும்.

இவ்வாறாக நிலநூல் என்ற உலகந் தழுவிய இப் பரந்த அறிவியல் துறையானது மேலும் மேலும் மிகவும் துல்லியமான ஒரு விஞ்ஞானப் பணியாக வளர்ச்சியடைந்தது.

பஃபூன்

இந்தப் பணியில் பிரஞ்சுக்காரரான **பஃபூனின்** *(1707-1788)* பங்கு மிகவும் முக்கியமானதாகும். பஃபூன் மனிதனின் ஆக்க சக்தியை நம்பி இருந்தார் என்பது தெளிவு, விலங்குகள் அல்லது செடி இனங்கள் அமைந்துள்ள இயற்கைச் சூழல் முழுவதையும் ஆய்ந்த பஃபூன், மனிதனுக்கும் அவனது சுற்றுக் சூழல்களுக்கும் இடையேயுள்ள உறவு களைப் பன்முறை பன்னிப் பன்னிக் கூறுகின்றார். மனிதன்

தனது இயற்கைச் சூழலில் உண்டாக்கிய மாறுதல்களைக் குறித்தும், நாகரிகங்களின் வளர்ச்சியையும், அது விரிந்து பரந்ததையும் ஒட்டி நேர்ந்த மாறுதல்களையும், மனித இனம் குடிபெயர்ந்து சிதறிப் பரவியதையும், அது மண்ணுலகில் உயிர் வாழத் தகுந்த பகுதிகள் நெடுகிலும் செடியினங்களையும், உயிர் இனங்களையும் தமதாக்கி ஆண்டு கொண்டமையையும் குறிப்பிடுகின்றார்.

பஃபூன் காடுகளைக் களைவது குறித்தும், காடுகளைக் காப்பது குறித்தும் பலபட எழுதியிருக்கின்றார். இயற்கை அமைப்பின் மாறுதல்களால், அதாவது காடுகளை அழித்தல், குறிப்பாக கால்வாய்களை அமைத்தல் போன்ற பணிகளினால் பருவநிலை வெம்மை யடையும் என்ற கருத்தை அவர் கூறிவந்திருக்கிறார். இவர் தொடக்க காலத்தில் மண் வளம் பற்றி எழுதிய அறிஞர்களில் ஒருவராவார்.

இவ்வாறாக நிலநூல் பற்றிய முன்னேற்றம் மெய்யாகவே அறிவியல் அடிப்படையில் அமைந்த ஆக்கமான துறையாகப் பதினெட்டாம் நூற்றாண்டில் வளர்ச்சி பெற்றது. இத்துறையில் மேலோங்கி நின்றவருள் பெரும்பாலர் ஜெர்மானியராகவே இருந்தனர்.

எனினும் பிரஞ்சுக்காரர்களும் அதற்கு இணையான பங்கை நிலநூல் ஆராய்ச்சிக்குச் செலுத்தியுள்ளனர்.

பிரிட்டனில் 1830-ஆம் ஆண்டின் இடையில் இராயல் நிலநூல் சங்கம் துவக்கப் பெற்றது. இத்துறையில் ஆராய்ச்சி செய்து வந்தவர்கள் தாம் மேற்கொண்ட இப்பணிக்கு அங்கீகாரம் பெறவும், அத்துறையை வரைமுறைப்படுத்தி அமைக்கவும் பத்தொன்பதாம் நூற்றாண்டின் தொடக்கத்தில் மேற்கொள்ளப்பட்ட பல்வேறு நடவடிக்கைகளின் பலனாகத்தான் இச்சங்கம் அமைந்தது.

உலகில் மனிதன் கண்டறிய வேண்டிய நிலப்பரப்போ, ஆறோ, மலையோ, கடலோ மற்றும் இம்மண்ணின் இனி எண்ணற்ற பல கூறுகளோ இல்லை என்று மனித அறிவு விரிந்துள்ள இத்துறையில் இன்னும் புதுப் புதுப் பிரிவுகள் நிலநூலியலில் ஏற்பட்டு வருகின்றன.

பொருளியல் நிலநூல், பண்பாட்டு நில நூல், எழுத்தறிவு குறித்த நிலநூல், இலக்கிய நிலநூல், சட்டம் பற்றிய நிலநூல், சட்டம் பற்றிய நிலநூல், அரசியல் நிலநூல் என்று இத்துறையில் பல்வேறு பிரிவுகளை வகுத்து, நுணுகி நுட்பமாக அறிஞர்கள் தொடர்ந்து அறிவுப் பணியைச் செய்து வருவதை நாம் காண்கிறோம்.

தாலமி (கி.பி.87-150)

நிலப்படம் வரைவதென்பது மனித வரலாற்றின் மிகத் தொன்மையான காலத்திலேயே தோன்றியிருக்கலாம். ஏனெனில் இலக்கியங்கள் பிறந்த காலத்திற்கு முற்பட்டவர்களும், இலக்கியங்கள் உருவான காலத்தைச் சேர்ந்தவர்களுமான மக்களிடம் நிலப்படம் வரையக் கூடிய உள்ளார்ந்த அருந்திறன் இருந்து வந்திருக்கின்றது.

கிட்டத்தட்ட எந்த மனிதனாக இருந்தாலும் சரி. வழி காட்டுவதற்காக, அவனால் மண்ணிலோ, காகிதத்திலோ, எளிமையான முறையில் வழிகளைக் குறிக்க முடிவதிலிருந்து, அவனது உள்ளார்ந்த அந்தத் திறன் தெரிகின்றது. இன்று நாம் அடைந்துள்ள தொழில் நுட்ப வளர்ச்சியானது நிலப்படங்களைத் தொகுக்கும் கலையின் வாய்ப்பு எல்லையை மிகப் பெரிதாக விரித்துள்ளது.

அவ்வக் காலகட்டங்களில் கடலில் எழுகின்ற அலை எழுச்சிகளின் போக்குகளைப் பசிபிக் கடலிலுள்ள தீவுகளுடன் ஒப்பு நோக்கிக் கலம் செலுத்துவதற்குத் துணைபுரியும் வழித்தடங்களை, மார்நுல் தீவுகளின் (வட பசிபிக்கில் கரோலின் தீவுகளுக்குக் கிழக்கில் உள்ள பவளப்பாறைத் தீவுக் கூட்டங்கள்) வாழ்ந்த மக்கள் அக் காலத்தில் குறித்து வைத்திருக்கின்றனர்.

இவ்வாறு வழித்தடங்களைக் காட்டுகின்ற குறிப்புகள் நிலப்படம் வரையும் கோட்பாட்டில் மிகவும் எளிமையான முறை என்றபோதிலும், நிலப்படம் தொகுப்பது என்ற கலை வெகுவாக முன்னேற்றமடைந்ததும் அது நுட்பமான வடிவங்களைப் பெறலாயிற்று.

ரோமானியப் பேரரசு முழுமைக்குமான சாலைகளைக் குறிக்கும் நிலப்படம் கி.பி. 280 வாக்கில் வரையப் பெற்றது. அது பின்னர் பதின்மூன்றாம் நூற்றாண்டைச் சேர்ந்த ஒரு நூலில் இடம்பெற்று இன்றும் நிலைத்திருக்கின்றது.

நாடு பிடிக்கும் ஸ்பானிய வீரரான **ஹெர் மாண்டோ கோர்டன்** *(1485-1547)*, அவர் மெக்சிகோவை வெற்றி கண்டதற்கு முந்திய காலத்தின்போது துணியில் வரையப் பெற்றிருந்த பழைய நிலப்படங்களின் துணை கொண்டுதான் *1520* வாக்கில் மெக்சிகோவிற்குள் நுழைந்தார்.

ஜப்பானின் மிகப்பெரிய ஹோன்ஷூ தீவிலிருக்கும் எடோவிலிருந்து (இது டோக்கியோவின் பழைய பெயராகும்), கியோட்டா வரை செல்லும் தொகைதோ என்ற நெடுஞ்சாலையைக் காட்டும் ஓவிய நிலப்படம், *1651*-ம் ஆண்டு மேற் கொள்ளப்பட்ட ஒரு சர்வேயிலிருந்து வரையப் பெற்றது. இப்படம் ஜப்பானிய வரலாற்றில் எகோ காலத்தில் எங்கும் பயன்பட்டு வந்தது.

மெசபடோமியா, எகிப்து என்ற பண்டை நாகரிகங்களில் நிலப்படம் வரைவது என்பது கி.மு.2000 வாக்கிலேயே நிலை பெற்றிருந்த தொழிலாக விளங்கிற்று.

சீனாவில் மக்களுக்குத் தானியங்களை வழங்கவும், வரி தண்டுவதற்கும் வசதியாக இருக்கும் பொருட்டு, மாவட்ட வாரியாகப் பதின்மூன்றாம் நூற்றாண்டு வாக்கிலேயே நிலப்படங்களை வரைந்து கொண்டிருந்தனர்.

பாபிலோனியரின் உலகப்படம் கி.மு.7ம் நூற்றாண்டில் மண் தகட்டில் வரையப் பெற்றிருந்தது. அது மண்ணுலகக் கடலினால் சூழப்பட்ட வட்டத்தட்டாக உலகத்தைக் காட்டுகின்றது.

பண்டைக் கிரேக்கர்கள் அறிவியற் கொள்கைகளின் அடிப்படையில் நிலநூலை வகுத்து வந்தனர்.

தாலமி (கி.பி.87-150) நிலப்படம் வரையும் முறைகள் பற்றி எழுதியிருக்கும் ஆராய்ச்சி நூலானது, அந்தக் காலத்தில் நிலப்படம் வரைவது குறித்த மிகு புகழ்பெற்ற நூலாக விளங்கியது. அந்நூல் 'நில நூல்' என்கிற பொருளைத் தரும் 'ஜாக்ரஃபி' என்று அழைக்கப்பட்டது.

நிலவியல் என்ற அறிவியல் சார்ந்த துறைக்கு முறையான வழிமுறைகளை வகுத்துக் கொடுத்த முன்னோடியான தாலமி பற்றி அறிந்து கொள்வது சாரச் சிறந்ததாகும்.

கிளாடியஸ் தாலமியஸ் என்ற தாலமி புகழ்வாய்ந்த வானவியலார், நில நூலார், கணித வல்லுநர், இசையியல் ஆராய்ச்சியாளர் என்று மாபெரும் சிறப்புகளைப் பெற்று விளங்குகின்றார்.

தற்கால 'நிலநூலின் தந்தை' என்ற சிறப்பை மறுப்பதற்கு இடமின்றிப் பெற்றிருக்கும் தாலமியின் வாழ்க்கையைப் பற்றி நாம் அறிந்திருப்பது மிகச் சிலவேயாகும். அவர் ஒரு கிரேக்க எகிப்தியரோ, எகிப்திய கிரேக்கரோ நமக்குத் தெரியாது.

அலெக்சாந்திரிய எகிப்தில் தாலமி என்பது பொதுவான பெயராக இருந்தது.

தாலமி என்ற பெயர் மகா அலெக்சாந்தரின் (கி.மு. 356-323) நெருங்கிய நண்பர் ஒருவருடையதாகும்.

மற்றொரு தாலமி அலெக்சாந்தர் செத்ததும், தன்னை எகிப்தின் மன்னன் என்று அறிவித்து எகிப்தில் தாலமி குடியைத் தோற்றுவித்தார். தாலமி குடியினர் எகிப்தை மூன்று நூற்றாண்டுக் காலம் (கி.மு.304-30) ஆட்சி புரிந்தனர்.

இந்த தாலமியரனைவரும் வேந்தர்; ஆனால் நமது தாலமியோ அறிவியல் வித்தகர்.

தாலமி கிரேக்க நகரமான 'தாலமைஸ் ஹெர்மை' என்ற நகரத்தில் பிறந்ததாகப் பைசாந்தியத்தைச் சேர்ந்த மெலிட்டெனியோட்டா குறிப்பிடுகின்றார்.

தாலமி தனது பெரும் பணியை கி.பி.127-ம் ஆண்டிற்கும், 145-ம் ஆண்டிற்கும் இடைப்பட்ட காலத்தே அலெக்சாந்திரியாவில் (மத்திய தரைக்கடலின் கரையிலுள்ள எகிப்திய நகரம்; மகா அலெக்சாந்தரால் தோற்றுவிக்கப் பெற்றது) செய்தார்.

அவர் கி.பி.151-ம் ஆண்டு வரையிலும் நன்கு செயலோடு வாழ்ந்திருக்கலாம். தாலமி எப்போது இறந்தார் என்பதும் நமக்குத் தெரியவில்லை. எனினும் அவர் இறந்தபோது அவருக்கு 78 வயது என்று அரபு நூல்கள் கூறுகின்றன.

சோதிட நூல்

தாலமி சோதிடக் கலைபற்றி ஒரு நூல் எழுதியிருக்கின்றார். அந்நூல் சோதிடக் கலையின் உட்பொருளையும், சிறப்பையும். மனித இனம் அடுத்த நூற்றாண்டுகளிலும் மதிக்குமாறு எழுதப்பட்டிருந்தது.

எனினும் தாலமி மீது மிதமிஞ்சி ஏற்றப்பட்டிருந்த புகழைக் குறைக்குமாறு, அவர் செய்த இரு பெரும் பிழைகள் அமைந்துவிட்டன. ஆனால் தவறான அவ்விரு கொள்கைகளும், அவரது காலத்தில் ஒத்துக்கொள்ளப்பட்டிருந்தன. அவர் அக்கொள்கைகள் இரண்டையும் உருப்படுத்தித் தனது நூலில் எழுதி வைத்திருந்தார்.

அப்பிழைகளில் ஒன்று: பிரபஞ்சத்தின் நடுமையமாக இருப்பது பூமி என்ற தவறான கொள்கையாகும். இதைப் 'பூ மையக் கொள்கை' அல்லது 'தாலமி கொள்கை' என்றனர்.

மற்றொரு பிழை: இம்மண்ணுலகில் நிலப்பரப்பே மிகுதி என்ற மற்றொரு பிழையான கொள்கை. அதாவது நமது உலகில் நீர்ப்பரப்பைக் காட்டிலும் நிலப்பரப்பே மிகுதி என்ற தவறான கொள்கை.

தாலமி ஒரு தீர்க்கதரிசியைப் போன்று பல துறைகளில் கருத்துக் கூறிவந்தார். அவர் மெய்யாகவே அறிவியல் புத்துணர்ச்சியின் தூதுவராக விளங்கினார். அவர் ஆய்ந்துணர்ந்து உண்மை காணும் அறிவியல் முறையின் முன்னோடியாக விளங்கினார்.

சான்றாக, திரிகோணமிதிக் கணக்கில் அவர் போட்டிருந்த கார்டு வாய்ப்பாடுகள் துல்லியமாக இருந்தன. அவர் தனது கோள ஜியோமிதிக் கணக்கினால், சூரிய மணி காட்டியை உருவாக்குவதிலிருந்த சிக்கல்களைத் தீர்ப்பதற்கு உதவினார். இது மிகவும் முக்கியமாகும். ஏனெனில் மணிப் பொறிகள் வருமுன்னர் நேரம் அறிவதற்குரிய மணி காட்டிகளே பெருந்துணை புரிந்தன.

அவர் இயற்பியலில் தொட்டு ஆராய்ந்து, பயனுள்ள புதிய விஷயங்களை வகைப்படுத்தாத இயற்பியல் துறை எதுவுமே இல்லை எனலாம். நிலநூல், வானநூல், ஒளியியல், இசையியல், சோதிட நூல் ஆகியவற்றைப் பற்றியெல்லாம் தாலமி விளக்கி விவரித்துரைத்திருக்கின்றார்.

"நான் ஒருநாள் உயிர் வாழ்வதற்காகப் பிறந்திருக்கின்றேன், என்பதைச் செத்து மடியக்கூடிய மனிதனான நான் அறிவேன். ஆனால் கூட்டம் கூட்டமாக இருக்கின்ற உடுக்கள் (நட்சத்திரங்கள்) தமது வட்டப் பாதையில் செல்வதை என் கண்கள் பின்பற்றிச் செல்லும்போது, என் கால்கள் தரையைத் தொடுவதில்லை. நான் வானுலகத்தேகி இறைவர்கள் உண்ணும் அமுதத்தை, (இறைத் தலைவனான) ஜீயசுடன் அமர்ந்து உண்ணுகின்றேன்" என்று தாலமி பெருமிதத்தோடு ஓரிடத்தில் குறிப்பிடுகின்றார்.

தாலமி சோதிடக் கலைபற்றி எழுதிய நூல்களும் ஓராயிரம் ஆண்டுகாலம் சோதிடக்கலையின் தலையாய பாட நூலாக இருந்தது. ஆனால் எதிர்காலத்தைப் பற்றிக் கேட்கப்படும் கேள்விகளுக்குக் கிரக நிலைகளை வைத்து வருவதுரைக்கும் முறையைத் தாலமி புறக்கணித்திருந்தமையால், அது சோதிடர்களுக்கு முற்றிலும் பயன்படவில்லை.

வான நூல்

தாலமியின் வானவியல் ஆராய்ச்சியானது அவர் எழுதியுள்ள 'கணிதத் தொகுதி' என்ற நூலில் பெரிதும் அடங்கியுள்ளது. அந்நூல், பிற்காலத்தில் 'மாபெரும் வானவியலார்' என்ற பெயரில் வழங்குவதாயிற்று. இந்நூல் அரபு வானவியலாரிடையே மிகுந்த செல்வாக்குப் பெற்று விளங்கியது.

அராபியர் அந்நூலை 'மெஜிஸ்டி' என்ற பெருஞ்சிறப்பான பெயரால் அழைத்தனர். பின்னர் அதனுடன் 'அல்' என்ற அடைமொழியை முன்வைத்து 'அல் மஜஸ்டி' என்ற அழைத்தனர். அது இன்றும் அப்பெயரால் வழங்கி வருகின்றது. ('அல் மஜஸ்டி'- மாபெருந் தொகை நூல்.)

நிலநூலார்

தாலமி நிலநூலார் என்ற முறையில், 'நிலநூல் வழிகாட்டி' என்னும் நூலை எழுதியமையால் பெரும் புகழுக்குரியவரானார். இந்நூல் எட்டுத் தொகுதிகளைக் கொண்டது. அதில் நிலப்படம் எவ்வாறு வரைவது என்று விளக்கம் தரப்பட்டுள்ளது.

ஐரோப்பா, ஆப்பிரிக்கா, ஆசியா ஆகிய பகுதிகளிலுள்ள நாடுகள் தீர்க்கரேகை, அட்சரேகைகள் குறிக்கப்பெற்று, அங்குள்ள இடங்களின் பட்டியல்களுடன் அந்நூலில் கொடுக்கப்பட்டுள்ளன.

இந் 'நிலநூல்' பல பிழைகளைக் கொண்டதாக இருந்த போதிலும், நிலப்படங் களுக்கும், விளக்கவுரைகளுக்குமிடையே முரண்பாடுகள் மலிந்திருந்தபோதிலும், மொத்தத்தில், அது'நல்ல நிலநூல்' என்றுதான் மதித்துப் போற்றப்படுகின்றது.

இந்நூலில் பருவகாலங்கள், இயற்கை விளைபொருள்கள், நாடுகள் அல்லது அவற்றில் வாழும் மக்களிடையே காணப்படும் புதுமையான பழக்கவழக்கங்கள் ஆகியன எதுவும் காணப்படவில்லை.

தாலமி ஆறுகளையும், மலைத் தொடர்களையும் போன்றவற்றை நிலநூலுக்கு முக்கியமானவை என்று கருதாமல் விட்டுவிட்டார். அவர் அவற்றைச் சிறிதும் பயன் படுத்திக் கொள்ளவில்லை.

அந்நூலில் இத்தனை பிழைகள் மலிந்திருந்தபோதிலும், வரலாற்று நோக்கில், இது மிகவும் முக்கியமான ஒன்றாக விளங்குகின்றது.

மேலே கூறிய அல்-மஜஸ்டி என்ற நூலைப் போலவே, இந்நூலும் பிற்காலத் தலைமுறையினரைப் பெரிதும் ஆட்கொண்டு, அவர்களுக்கு வழிகாட்டியாக விளங்கி வருகின்றது. இதற்குச் சான்றாகக் கொலம்பசின் அசைக்க முடியாத நம்பிக்கையைக் குறிப்பிடலாம். தாலமி தனது நிலநூலில், ஆசியாவை அது இருக்கும் இடத்தைவிட்டு எட்டத்தில் குறித்திருந்தார். எனவே மேற்குப் பக்கமாகக் கடலில் சென்றால், ஆசியாவை அடைந்து விடலாம் என்று கொலம்பஸ் உறுதியாக நம்பினார்.

இந்துமாக் கடல் தென் கண்டம் என்ற ஒரு நிலப் பரப்பினால் சூழப்பட்டிருக்கின்றது என்று தாலமியைப் போன்று மக்கள் பிற்காலத்திலும் தவறாக நம்பி இருந்தனர். இந்நிலை *1775*ம் ஆண்டு வரையிலும் இருந்து வந்தது. காப்டன் **ஜேம்ஸ் குக்** *(1728-1779)*, *1775*ம் ஆண்டு ஜூலை மாதம் பூமியின் தென் பாதியில் இருந்து கடலில் திரும்பி வந்தபோதுதான், தாலமியின் கருத்து தவறானது என்று மெய்ப்பிக்கப்பட்டது.

இருப்பினும், தாலமி இறந்து இரண்டாயிரம் ஆண்டுகள் ஆன பின்னரும், அவரது செல்வாக்கு இன்றும் வலுவாக நம்மைப் பற்றிக் கொண்டிருப்பதுதான் மாபெரும் சிறப்பாகும்.

இன்றைய நிலப்படக் கலையின் அமைப்பு முறையும், அக்கலையில் வழங்கி வரும் சொற்களும், தாலமியினால் ஆக்கப்பட்டவையாகவே இன்றும் பயின்று வருகின்றன. அவர் உருப்படுத்திச் சீர் செய்த இணைப்படைக் கோட்டு முறைதான் நிலப்பட அமைப்பு முறை முழுமைக்கும் இன்றும் அடிப்படையாக வேர்விட்டு நிற்கின்றது.

தீர்க்கரேகை, அட்சரேகை என்று நாம் இன்று கூறுகின்ற நீள்கோடு, இடைகோடு என்பவற்றைப் பலர் அறியச் செய்தவர் தாலமியாவார். அவரே அவற்றைக் கண்டு பிடித்தவராகவும் இருக்கலாம்.

இக்கோடுகளைக் குறிக்கும் சொற்கள், அக்காலத்தில் அறியப்பட்டிருந்த உலகத்தின் 'அகலம்', 'நீளம்' என்ற ஆதார சுருதியாகத் தாலமிக்கு இருந்தன என்று தோன்றுகின்றது.

தாலமி தமது 'நில நூலில்' எண்ணாயிரம் இடங்களுக்குத் தீர்க்க ரேகைகளையும், அட்ச ரேகைகளையும் குறித்திருக்கின்றார்.

ஒரு நிலப்படத்தின் மேற்பகுதி வடக்கு என்றும், வலப்பக்கம் கிழக்கு என்றும் திக்கு அமைத்தமுறைமையைத் தாலமிதான் உண்டாக்கினார். இன்று அது நமக்குச் சொல்லாமலே புரியும் அளவிற்கு இயல்பாகி விட்டது.

அக்காலத்தில் நன்கு அறியப்பட்ட இடங்களெல்லாம் மண்ணுலகின் வடபகுதியில் இருந்தன: தட்டையான நிலப்படத்தில் வரைவதற்கு வசதியாக இருக்க வேண்டுமாயின் படத்தின் மேலே வலக்கை ஓரத்தில் கிழக்குப்பகுதி அமைவதுதான் நல்லது என்று கருதப்பட்டமையாலும் நிலப்படத்திற்கு இவ்வாறு திக்குகள் குறிக்கப்பட்டன.

தாலமி தனது உலகப் படத்தை இருபத்தாறு பகுதிகளாகக் குறித்தார். மக்கள் மிகுதியாக வாழ்ந்த இடங்களைப் பற்றி மிகுந்த விவரங்களைத் தர வேண்டும் என்பதற்காக அவற்றை அளவு மீறிப் பெரிதாகக் குறித்தார். அவர் நிலவுலகம் முழுவதையும் நிலப்படத்தில் குறிப்பது நிலநூல் *(Geography)*, குறிப்பிட்ட இடங்களை விரிவாகக் குறிப்பது வட்டார அல்லது மாவட்டப் படம் *(Ehorography)* என்று இன்று அறிஞர்கள் பிரித்துக் கூறுகின்ற முறையைத் தாலமிதான் உருவாக்கினார்.

அவர் **ஹிப்பார்க்ஸ்** என்ற (கி.மு. இரண்டாம் நூற்றாண்டில் வாழ்ந்த) கிரேக்க வானநூலாரைப் பின்பற்றி, வட்டத்தையும், கோளத்தையும் 360 பாகைகளாகப் பிரித்தார். பாகை ஒவ்வொன்றையும் 'நிமிடங்கள்' என்றும், அந்நிமிடங்கள் ஒவ்வொன்றையும் 'விநாடிகள்' என்றும் தாலமி பிரித்தார்.

தாலமியிடம் இருந்த பெரிய குறைபாடு என்னவெனில் மெய்யான செய்திகளும், தகவல்களும் போதிய அளவில் அவரது நூல்களில் இல்லாதிருந்தமையேயாம்.

உலகெங்கிலும் இருந்த தகுதி சான்ற நோக்கர்கள் உலகைப் பல்வேறு கோணங்களில் இருந்து நோக்கிய பிறகு, அவர்கள் சேகரித்து அளித்த தகவல்களை வைத்துத்தான், நீண்ட காலப் போக்கின் பின் உலகப்படத்தைத் தொகுக்க முடிந்தது. எனவே தாலமி தனக்குத் தெரிந்த சுருக்கமான தகவல்களை வைத்துக் கொண்டு செயல்பட்டமையால், சில பெருந் தவறுகள் அவரது நூல்களில் காணப்படுவது வியப்பிற்குரியதன்று.

அவரிடம் போதிய தகவல்கள் இல்லாமற் போனமையினால்தான், வரலாற்றின் மிகப்பெரிய தப்புக் கணக்கு ஒன்றை அவர் போட நேர்ந்தது எனலாம்.

எரட்டோஸ்தனிஸ் உலகின் சுற்றளவை மிகத் துல்லியமாக அளந்திருந்தார். (எரட்டோஸ்தனிஸ் காண்க) தாலமி அதை ஏற்காதது, வியப்பை உண்டாக்குகின்றது. இது தாலமியின் மிகப் பெரிய தப்புக் கணக்காகும்.

இம் மண்ணுலகைச் சுற்றி வளைத்து வரும் ஒவ்வொரு பாகையும் 70 மைல் என்பதற்கு மாறாக, 50 மைல் என்று தாலமி கணித்து விட்டார். அது மட்டுமன்று.

போசிடோனியஸ் (சுமார் கி.மு. 135-சுமார் கி.மு.51) என்ற கிரேக்கக் கணித நூல் வல்லுநரையும், ரோமானிய வரலாற்று நிலநூல் எழுத்தாளரான **ஸ்திராபோ**வையும் (கி.மு.63-கி.பி. 24) தாலமி பின்பற்றி உலகின் சுற்றளவு 18,000 மைல் என்று தவறாகக் கூறிவிட்டார். இந் நிலவுலகம் கோள வடிவானது என்பதை உறுதிப்படுத்திய செய்திகள் அனைத்தையும் தாலமி பயன்படுத்திக் கொண்டு, அதில் தீர்க்கரேகை, அட்சரேகைகளை அமைத்து, அதன் மூலம் உலகம் பற்றிய அறிவைப் பெருகச் செய்து ஐரோப்பிய மக்களின் உலகத் தேட்டப் பயணத்திற்கு வழி வகுத்துக் கொடுத்தார்.

பதினேழாம் நூற்றாண்டு

உலக வரலாற்றின் புத்தாக்கக் கால கட்டங்களில் இந்தப் பதினேழாம் நூற்றாண்டு மிகுந்த முக்கியத்துவம் வாய்ந்ததாகும்.

இக்கால கட்டத்தில் கலைகளிலும், அறிவியல் துறைகளிலும், அரசியல் சித்தாந்த மேம்பாடுகளிலும், உலகம் பற்றிய மனிதனின் நோக்கிலும் புதுமைகள் மலர்ந்து பதினெட்டாம் நூற்றாண்டை மனிதகுல வரலாற்றின் பெரும் வேகக் காலகட்டமாக்கியது.

கொந்தளிப்பான மாறுதல் நிகழ்ந்து வந்த உலகத்தில் தெள்ளத் தெளியத் தெரிந்த குழப்பமான சூழலின் நடுவில், அதன் கோலம் அல்லது வடிவத்தைக் கண்டுபிடிக்க மனிதன் எடுத்துக் கொண்ட முயற்சியானது அறிவியல் கலைகளில் பெரிய தாக்கத்தை உண்டாக்கியது.

மனிதன் தனது குருதி ஓட்டத்திலிருந்து ஞாயிற்றுக் குடும்பத்தின் கோளங்கள் வரையிலும், பல்வேறு துறைகளில் இம்மண்ணுலகின் கூறுகளை அறிந்து கொள்வதற்காக, இவ்வாறு மனிதன் புதிதாக மூழ்கி இருந்தமையால், பொருள்களின் இயக்கம் குறித்த விஞ்ஞானமாகிய டைனாமிக்ஸ், நியூட்டனும் மௌண்ட்ஸ் லிவினிட்சும் கண்டுபிடித்த கால்குலஸ், உடற்கூறு பற்றிய புத்தறிவு, மின்சாரம் முதலியனவும் நியூட்டனும், கலீலியோவும் கண்டறிந்தனவுமான சாதனைகளை நிகழ்த்தினர்.

கலைத்துறையில் புதிய ஓவியக் கலைப்பாணியை மனிதன் உண்டாக்கினான். டச்சு ஓவியரான **நெம்பிராண்டு** (1606-1669), தத்ரூபமான முறையில் மனித உருவங்களை உயிர்க்களையுடன் தீட்டுவதில் பெயர் பெற்று விளங்கிய ஸ்பானிய ஓவியரான **பெலாஸ்கத்** (1599-1660) டச்சு ஓவியரான **ரூபன்ஸ்** (சர் பீட்டர் பால் (1577-1640), மற்றொரு டச்சு ஓவியரான **வேண்டைக்** (1599-1641) முதலியோரும், கட்டடக் கலை வல்லுநரும் ஓவியரும், சிற்பியுமான இத்தாலியராகிய **பெர்னினி** (1598-1680), இலண்டனின் புனித பால் கோயிலையும் அந்நகரிலேற்பட்ட பெருந்தீ நாசத்தின் பின், ஐம்பதுக்கு மேற்பட்ட மாதா கோயில்களையும் வடிவமைத்துக்கட்டிய **சர் கிறிஸ்தபர் ரென்** (1632-1723) முதலியோரும் ஒரு புதிய யுகத்தைத் தோற்றுவித்துக் கொண்டிருந்தனர்.

இலக்கியத் துறையில் **வில்லியம் ஷேக்ஸ்பியர்** (1564-16916), **ஜான் மில்டன்** (1608-1674), பிரஞ்சு இன்பியல் நாடக ஆசிரியரான (ஜீன்-பாப்டிஸ்டி போக்குவலின் என்ற இயற்பெயரையுடைய) **மோலிபர்** (1622-1673), பிரெஞ்சுத் துன்பியல் நாடக ஆசிரியரான **ஜீன்-பாப்டிஸ்டி ராசின்** (1639-1699) முதலானோர் புதிய இலக்கிய வடிவங்களை உண்டாக்கினர்.

இசையும், நாடகமும், பாலே, துப்பரா என்ற புதிய வடிவங்களில் தோன்றின.

அரசியல் குழப்பமும், சமயப் பொறையற்ற கொடுஞ் செயல்களும், செல்வ வளங்களைப் பெருக்க வேண்டுமென்ற பேராவலுடன் சேர்ந்து கொண்டமையால், ஐரோப்பிய நாடுகளில் பல, புது உலகான அமெரிக்காவில் தாமும் காலூன்ற வேண்டுமென்று இந்தப் பதினேழில்தான் முயன்றன.

ஐரோப்பிய நாடுகள் திரை கடலோடித் திரண்ட செல்வம் சேர்க்க முயன்ற இக்கால கட்டத்தை அறிந்து கொள்வதென்பது, இந்திய வரலாற்றில் பதினெட்டில் ஏற்பட்ட மாறுதல்களை விளங்கிக் கொள்வதற்குப் பெரிதும் உதவியாக இருக்கும்.

தாலமியின் நில நூல் பற்றிய கோட்பாடுகள் உலகெங்கும் பரவின என்பதுடன் ஐரோப்பிய நாடுகள் "அறிந்திருந்த உலகத்திற்கு" அப்பாலிருந்த உலகத்தைத் தேடிச் செல்லும் தூண்டுதலை உண்டாக்கின.

ஜூலியஸ் சீசர் (கி.மு.100-44) கி. மு. 45-ஆம் ஆண்டில் கொண்டு வந்த காலண்டரை பதின்மூன்றாம் கிரிஹோரி என்ற பாப்பரசர் 1582-ஆம் ஆண்டில் திருத்தி அமைத்துக் கொண்டு வந்தார்.

ஐரோப்பிய அறிஞர்கள் அரபு, கிரேக்க மொழிகளில் எழுதப்பட்ட வான நூலை அறிந்து கொண்டனர்.

நுட்பமான கருவிகளின் தேவைகள் பிற துறைகளிலும் உணரப்பட்டன. வலிமை வாய்ந்த பாதுகாப்பிற்காக பீரங்கிக் கலையில் சீர்த்திருத்தங்கள் செய்யப்பட வேண்டுமென்பது தெளிவானது. கோட்டைகளும் பீரங்கிகளும் மிகுந்த நுட்பத் திறத்துடன் வடிவமைக்கப்பட்டன.

இதற்கிடையே ஆங்கிலேயர்கள் பித்தளையைத் தகடுகளாக அடிக்க அறிந்து கொண்டமையால் சிறந்த கருவிகள் உட்படப் பலவகையான புதுப்பொருள்கள் ஆக்கப்படலாயின.

ஐரோப்பாவிலும் இங்கிலாந்திலும் நிலப்பிரபுத்துவ முறை சீரழிந்து போனமையால், வேளாண்மையிலும் நில உடமை பற்றிய பழைய ஏற்பாடுகளிலும் மாறுதல்கள் உண்டாயின.

தனிப்பட்ட மனிதரின் முதலாளித்துவ முறை எங்கும் பரவிற்று. பதினேழாம் நூற்றாண்டின் தொடக்கத்தில் பரம்பரையாக இருந்து வந்த நிலப்பிரபுத்துவ முறையானது, இங்கிலாந்து, பிரான்சு, நெதர்லாந்து ஆகிய நாடுகளிலிருந்து கிட்டத்தட்ட மறைந்துவிட்டது எனலாம்.

இங்கிலாந்திற்கும் நெதர்லாந்திற்குமிடையே கம்பளி வாணிகம் பெருகிய காரணத்தினால், பயிர்செய் நிலங்களை மேலும் மேலும் மேய்ச்சல் வெளிகளாக மாற்றினர். ஸ்பெயினுக்கும் நெதர்லாந்துக்குமிடையே மூண்ட போரினால் உண்டான மாறுதல்களின் காரணமாக ஏராளமான நிலப்பரப்பு பொதுமக்களுக்குக் கிடைத்தது.

ஐரோப்பாவில் இவ்வாறு தோன்றிய மனித அறிவு வளர்ச்சியின் பல்வேறு மாறுதல்கள், உலகெங்கிலும் சிறுகச் சிறுகப் பெரிய, விரிந்த மாற்றங்களை உண்டாக்கப் போகின்றன என்பதை அந்நாளில் எவரும் அறிந்திருக்கவில்லை.

உணவுப் பண்டங்களுக்கும் பிற ஆடம்பரப் பொருள்களுக்கும் இந்தியாவையும் தென் கிழக்காசிய நாடுகளையும் சீனத்தையும் எதிர்பார்த்து நின்ற ஐரோப்பிய மக்கள் மிகக் குறுகிய காலத்திற்குள் உலகமே தம்மை எதிர்பார்த்து நிற்குமாறு செய்து விட்டனர் என்பதைத்தான், அவர்களின் பயன்படு அறிவியலும் கலை இயல் வளர்ச்சிகளும் நமக்குக் காட்டுகின்றன.

உலகை முதலில் அளந்த எரட்டோஸ்தனிஸ் (கி.மு. 275 - 194)

பண்டை நிலநூல் அறிஞர்களிலேயே மிகப் பெரிய மேதை என்று கருதத்தக்க எரட்டோஸ்தனிஸைப் பற்றி நாம் பெரிதும் பிறர் கூற்றுகளிலிருந்தும் நன்றிக் கடன் பட்டவர்களே அவரைத் தூற்றியுள்ளவற்றிலிருந்தும் அறிகின்றோம்.

ஜூலியஸ் சீசர் அவரது நில நூலைப் பெரிதும் நம்பினார் என்று தோன்றுகின்றது. மேற்கத்திய உலகிலேயே மிகப்பெரியதான அலெக்சாந்திரிய (எகிப்து) நூலகத்தில் எரட்டோஸ்தனிஸ் இரண்டாவது நூலகராக இருந்தார்.

நில நூலாரிடையே விளங்கிய கணித வல்லுநரான எரட்டோஸ்தனிஸ் பூமியின் சுற்றளவை அளந்து கணிக்கும் முறை ஒன்றை உருவாக்கினார். அதே முறைதான் இன்றும் பயனில் உள்ளது.

ஜூன் மாதம் 21 அன்று சையன் (தற்காலத்து அகவான்) என்ற நகரிலுள்ள ஒரு கிணற்றுக்குள் நண்பகல் வேளையில் நிழல் விழுவது இல்லை: அது உச்சியில் நிற்கும் என்று பயணிகள் வழியாக எரட்டோஸ்தனிஸ் கேள்விப்பட்டிருந்தார். அலெக்சாந்திரியா விலிருந்து (இது மத்திய தரைக் கடலிலுள்ள பண்டைய எகிப்தியத் தலை நகராகும்) எப்போது நிழல் விழும் என்பதை அவர் அறிவார். அவர் தாம் அறிந்து கொண்ட உண்மைகளிலிருந்து சையன் அலெக்சாந்திரியாவிற்குத் தெற்கில் உள்ளது என்று உணர்ந்தார்.

அசுவானில் நிழல் விழாத அதே வேளையில், அலெக்சாந்திரியாவில் சூரியனின் நிழல் நீளத்தை அளந்து எடுத்துக் கொண்டால் அதை வைத்துப் பூமியின் சுற்றளவைக் கணித்து விடலாம் என்று அனுமானித்தார்.

அவர் ஜூன் 21 அன்று நண்பகலில் அலெக்சாந்திரியாவில் நாற்பட்டைத் தூண் ஒன்றின் நிழலை அளந்து எடுத்துக் கொண்டார். அவர் மிக எளிய ஜியோமிதிக் கணக்குப்படி சூரியன் அலெக்சாந்திரியாவில் தலைக்குமேலே 7டிகிரி 14 கோடி என்று கணித்துக் கொண்டார். இந்த அளவானது ஒரு முழு வட்டத்தின் 360 டிகிரியில் ஐம்பதில் ஒரு பாகமாகும். இந்த அளவை குறிப்பிடத்தக்க விதத்தில் மிகத் துல்லியமாக இருந்தது. ஏனென்றால் அசுவான் அலெக்சாந்திரியா ஆகியவற்றின் தீர்க்கரேகையின் வித்தியாசம், தமது தற்காலத்து அளவின்படி 7டிகிரி 14 நொடியாகும்.

எனவே பூமியின் சுற்றளவு சையனுக்கும், அலெக்சாந்திரியாவிற்கும் இடையிலுள்ள தொலைவைப் போன்று ஐம்பது மடங்கு ஆகும். ஆனால் அந்தத் தொலைவு எவ்வளவு?

ஒட்டகங்கள் இவ்விரு ஊர்களுக்குமிடையிலுள்ள தொலைவைக் கடக்க ஐம்பது நாட்களாகும் என்பதை எரட்டோஸ்தனிஸ் பயணிகளிடமிருந்து அறிந்திருந்தார். ஓர் ஒட்டகம் ஒரு நாளில் 100 ஸ்டேடியா செல்லும். எனவே சையனிலிருந்து அலெக்சாந்திரியாவிற்கு உள்ள தொலைவு 5,000 ஸ்டேடியா (50 X 100) ஆகும். அவர் அதன்பிறகு பூமியின் சுற்றளவு 250,000 ஸ்டேடியா (50 X 5000) என்று கணித்து விட்டார்.

ஸ்டேடியா என்பது 600 கிரேக்க அடி என்பது பண்டைக் கணக்கு, ஸ்டேடியாவைத் தற்கால அளவுகளுக்கு எவ்வாறு மாற்றிக்கொள்வது என்பது நிச்சயமாகத் தெரியவில்லை. எனினும் கிரேக்க ஸ்டேடியம் (ஸ்டேடியா என்பது பன்மையைக் குறிக்கும்) சுமார் 607 (ஆங்கிலக் கணக்கு) அடி என்று கணிக்கின்றனர். 'ஸ்டேடியம்' என்கிற கிரேக்கச் சொல், 607 அடி தொலைவுகளுடன் கூடிய ஓட்டப்பாதை

என்பதைக் குறிப்பது. இதிலிருந்துதான் ஓட்டப் பந்தயமும், பிற விளையாட்டுகளும் நடக்கின்ற, ஆட்ட அரங்கை நாம் 'ஸ்டேடியம்' என்கின்றோம்.

எரட்டோஸ்தனிஸ் இந்தக் கணக்கை வைத்து இம் மண்ணுலகின் சுற்றளவு 28,700 மைல் என்று கணித்து விட்டார். இது பூமியின் மெய்யான அளவை விட 15 விழுக்காடு அதிகமாகும்.

நிலவுலகின் அளவை முதன்முதலில் கணக்கிட்டுக் கணித்தவர் என்று எரட்டோஸ்தனிஸ் பெருமை பெற்றிருந்ததோடு, அவருக்கு மற்றொரு சிறப்பும் உண்டு.

பல்வேறு நாடுகளில் நடைபெற்ற நிகழ்ச்சிகளின் பட்டியலை வைத்துக் கொண்டு ஒரு நிலையான விதியைப் பயன்படுத்திக் காலங்களை நிர்ணயிக்கும் ஆராய்ச்சியை முதன்முதலில் முறையாக மேற்கொண்டவர் எரட்டோஸ்தனிஸ் ஆவார். அவர் இவ்வாறு காலத்தைக் கணிக்க ஒலிம்பிக் நடந்த ஆண்டுகளை வைத்துக் கணக்கிடும் முறையையும் கைக்கொண்டார். அவர் இம்முறையை வைத்துக் கி.மு. 776-ம் ஆண்டு வரையிலும் பின்னோக்கிச் சென்று காலங்கணித்தார். அவர் கிரேக்க வரலாற்றின் தொன்மையான நிகழ்ச்சியாகிய திராய் நகரப் போரின் காலத்தைக் குறிக்கவும் முயன்றார்.

முதல் ஒலிம்பிக்கிற்கு 408 ஆண்டுகளுக்கு முன்னர் திராய் நகரம் விழுந்தது என்று எரட்டோஸ்தனிஸ் கணித்தார். அதாவது திராய் நகர வீழ்ச்சி கிமு. 1184 என்பது அவரது கணிப்பாகும்.

இக்காரணம் பற்றி எரட்டோஸ்தனிஸ் 'காலக் கணிப்புத் தந்தை' என்று மதிக்கப் படுகின்றார்.

பண்டை வாணிபமும் வாணிபப் பண்டங்களும்

பண்டைக் காலத்தில் கடல்வழியாகவும். நிலவழியாகவும் பன்னாடுகளிடையே வாணிபம் நடந்தது. இவ்வாணிப வழிகளில் சில கடல்வழியாகவும், வேறு சில கடலிலும் நிலத்திலும், இன்னுஞ்சில பாலைவனச்சோலைகளையும் பின்பற்றி நிலவழியிலும் அக்காலத்தில் சென்றன.

நிலவழியாகச் செல்பவர்களுக்குத் தண்ணீர் மிகவும் இன்றியமையாததாகும். கடலில் நெடுந்தொலைவு பயணம் செய்வதற்குப் பருவக்காற்றுகளின் தூண்டுதல்கள் சாத்தியமாயிருந்தன. அராபியர் இக்காற்றுகளின் தூண்டுதல் ஆற்றலை அறிந்து பன்னெடுங்காலத்திற்கு முன்னரே சேர நாட்டிற்குச் சரக்குகளுடன் வந்து, தமிழகத்துச் சரக்குகளை மேலைச் சந்தையில் விற்பதற்காக ஏற்றிச் சென்றனர் என்று வரலாறு கூறுகின்றது.

அவர்களைப் போன்றே பண்டைத் தமிழரும் கி.மு. இரண்டாம் நூற்றாண்டுக்கு முன்னரே வாணிபக் காற்றுகள் எனப்படும் பருவக் காற்றுகளை நன்கறிந்து, அக்காற்றுகளின் தூண்டுதலால், நாவாய்களைச் செலுத்தினர் என்பது சங்க இலக்கியங்களில் இருந்து தெரிகின்றது. அதை,

'நளியிரு முந்நீர் நாவா யோட்டி
வளிதொழி லாண்ட உரவோன் மருக'

-என்ற புறப் பாடலிலிருந்து அறியலாம்.

கரிகாற் சோழனின் (கி.மு. 129-90) முன்னோனொருவன் காற்றைத் துணையாகக் கொண்டு கடலில் கலம் செலுத்தியதைச் சங்கச் சான்றோரான வெண்ணிக் குயத்தியார் மேற்காட்டிய பாடலில் குறிப்பிடுவது உணரத் தக்கதாகும்.

சோழ மன்னன், அராபியர், ரோமானியர் ஆகியோருக்கு முன்னரே, அவர்களிடமிருந்து பருவக் காற்றுகளின் தூண்டுதல் ஆற்றலை உணர்ந்த எகிப்திய மாலுமியான **ஹிப்பாலஸுக்கும்** (கி.பி.47) பல நூற்றாண்டுகளுக்கு முன்னரே பருவக் காற்றுகளின் துணைகொண்டு மேலை நாடுகளுடனும், கீழை நாடுகளுடனும் வாணிபம் செய்திருக்கின்றனர் என்பது குறிப்பிடத்தக்கதாகும்.

பண்டைக் காலத்தில் ஜாவா முதலிய கிழக்கிந்தியத் தீவுகள் ஒரே நிலப்பரப்பாக இருந்தன. அன்று ஜாவாவிற்குச் 'சாவகம்' என்று பெயர். பஃறுளியாற்றங்கரையிலிருந்த மதுரையிலிருந்து கடல் கொண்ட தென்னகத்தை அண்ட நெடியோன் என்னும் பாண்டிய மன்னன் மரக்கலத்தில் சாவக நாட்டிற்குச் சென்று அந்நாட்டின் துறைமுகமான சாலியூர் என்பதை வென்றான் என்பதையும் மதுரைக் காஞ்சியில் வரும் பாடலால் அறிகிறோம்.

> ''பொன்மலிந்த விழுப்பண்டம்
> நாடார நன்கிழிதரும்
> ஆடியற்பெரு நாவாய்
> மழைமுற்றிய மலைபுரையத்
> துறை முற்றிய துளங்கிருக்கை
> தெள்கடற் குண்டகழிச்
> சீர்சான்ற உயர் நெல்லின்
> ஊர் கொண்ட உயர்கொற்றவ.''

இது குறித்துப் புலவர் குழந்தை தமது 'கொங்கு நாடு' என்ற நூலில் விளக்குகின்றார்.

''பொன்மலிந்த விழுப்பண்டம் நாடு ஆர விலை மிக்க சிறந்த பொருள்களை நாட்டிலுள்ளோர் நுகரும்படி நன்கு இழிதரும் - அவ் வாணிபப் பொருள்கள் கரையிறங்கும். ஆடியில் பெருநாவாய் - கொடியாடும் இயல்பினையுடைய பெரிய மரக்கலம்; மழை முற்றிய மலை புரைய - முகில் சூழ்ந்த மலை போல் துறை முற்றிய மலை புரைய - முகில் சூழ்ந்த மலை போல; துறை முற்றிய துலங்கு இருக்கை - கடல் சூழ்ந்த அசைகின்ற இருப்பினையும்; தெள்கடல் குண்டு அகழி - தெளிந்த கடலாகிய ஆழமான அகழியை உடைய, சீர்சான்ற உயர் நெல்லின் ஊர் கொண்ட உயர் கொற்றவ - சிறப்பமைந்த உயர்ந்த சாலியூரைக் கொண்ட உயரிய வெற்றியை உடையவனே;பெரிய மரக் கலங்கள் தங்கும் துறையினையும், ஆழமான கடலாகிய அகழியினையுமுடைய சாலியூர் என்க; நெல்லின் ஊர் - சாலியூர்; சாலி-நெல்.''

பருவக் காற்றுகள் ஆறுமாத இடைவெளியில் கடல்வழிகள் மீது மாறிமாறி இரு திக்குகளிலும் வீசுவதால் அவை வாணிபத்திற்கு மிகவும் பயனுடையனவாயிருந்தன.

பண்டைக் காலத்தில் இந்தியா, கிழக்கத்தி நாடுகள் சீனம் ஆகிய நாடுகள் ஒன்றுடனொன்றும், அவை அரபுகளுடனும், கிரேக்க, ரோமானியருடனும் கிறிஸ்துவிற்கு முந்திய காலத்திலிருந்தே வாணிபம் செய்து வந்திருக்கின்றன. உலகந் தழுவிக்கடலிலும், 'பட்டுச்சாலை' என்று அழைக்கப்பட்ட நீண்டசாலை வழியாகவும் (இது சீனத்தின் கிழக்கிலிருந்து மேற்கே சென்ற பெரு வழியாகும்), ஆறுகள், மலைகள்,

பாலைவனங்களைக் கடந்தும் இந்நாடுகளிடையே வாணிபம் நடந்து வந்திருக்கின்றது.

இந்த வாணிபப் பெருக்கத்திற்கு ரோமானியப் பேரரசு பெரிய அளவில் துணை புரிந்திருக்கின்றது என்பது வரலாற்று அறிஞர்கள் துணிபு ஆகும். இந்த வாணிபச் செழிப்பு கி.மு. 29 முதல் கி.பி. 641 வரை திட்டத்திட்ட ஏழு நூற்றாண்டுகள் இருந்தது என்று ஜே.இன்னிஸ் மில்லர் 'ரோமப் பேரரசின் மணச் சரக்கு வாணிபம்' என்ற நூலில் விவரித்துரைக்கின்றார்.

கீழை நாடுகளான சீனம், இந்தோனேஷியா எனப்படும் சாவகம், தமிழ்நாடு ஆகியவற்றின் பல்வெறுபட்ட வேளாண் பொருட்கள், கிரேக்க, ரோமானிய நாகரிகங்களில் தலையாய இடம்பெற்று, அந்நாடுகளிலிருந்து கீழைத் தேசங்களும் பொன்னும், பொருளும், மதுத்தேறலும், உலோகங்களும் வந்திறங்கின. இத்தொடர்புகள் வெறும் வாணிபம் பற்றியதாக மட்டுமன்றிப் பண்பாட்டுப் பரிமாற்றமாகவும் திகழ்ந்தது.

பண்டைய உலகத்தில் கிரேக்கர்கள் நிலநூல் அறிந்த வல்லோராயிருந்தனர். அவர்களே தலைசிறந்த வணிகராகவும் விளங்கினர். மெய்ப் பொருளறிவில் அவர்கள் பகுத்தறிவுவாதிகளாகயிருந்தனர். பண்டைக் கிரேக்கத் தேட்டக்காரர்களின் அனுபவத்தையெல்லாம் ஒன்று திரட்டித் தாலமி (கி.மு. இரண்டாம் நூற்றாண்டில் அலைக்சாந்திரியாவில் வாழ்ந்த வானவியலார், கணித வல்லுநர், நில நூலறிஞர்) உலகின் நிலப்படத்தையும் வேறு பல பகுதிகளில் நிலப்படத்தையும் தொகுத்தார்.

நிலநூல் என்பது உலகின் மேற்பரப்பையும், அதன் மீது அமைந்துள்ள மலைகள், ஆறுகள், போக்குவரத்துத் தொடர்புகள், நகரங்கள், துறைமுகங்கள் உட்பட மனித இனத்துக்கு அக்கறையூட்டக்கூடிய அனைத்தையும் துல்லியமாக விவரிக்கும் ஓர் அறிவியல் துறையாகும். வானநூல் மற்றும் கணிதத்தின் துணைகொண்டு வானத்திலுள்ள மண்டலங்களுக்கும், மண்ணுலகிலுள்ள மண்டலங்களுக்குமிடையிலுள்ள உறவை ஆராய்ந்து கண்டறிந்த உண்மைகளை நிலப்படங்களாகவும், வரைபடங்களாகவும் ஆக்கித் தருகின்றனர்.

வணிகர்கள் இவற்றின் துணைகொண்டு நம்பகமான முறையில் தமது முயற்சிகளில் துணிந்து ஈடுபட முடியும். அவர்கள் அப்பயணங்களிலிருந்து திரும்பி வந்ததும், முந்திய பயணங்களில் கண்ட, நிகழ்ந்தவற்றை ஒழுங்குபடுத்தித் தெளிவு காண்கின்றனர்.

நிலநூலும், வாணிபமும் ஒன்றையொன்று சார்ந்து நிற்பதைத் தாலமி கண்டு உணர்ந்தார்.

பண்டை உலகில் பலவகைப்பட்ட நிலநூல் முறைகள் இருந்தன. புத்திடத் தேட்டக் குறிக்கோள்களும், அதாவது புதிய இடங்களை வென்று திரும்புதல், குடியேற்றங்களை அமைத்தல், நட்பு நாடுகளைத் தேடிக் காணுதல், வாணிபம் உட்பட இக்குறிக்கோள்களும் பல்வேறுபட்டிருந்தன. இவற்றோடு உலகத்தை அறிந்து கொள்ள வேண்டுமென்று கிரேக்கர்களிடம் இருந்து வந்த அறிவு வேட்கையையும் சேர்த்துக் கொள்ளலாம். அந்த அறிவு வேட்கை சமயத் தொடர்புடையதாகவோ, வீர தீர சாகசமாகவோ, அரசியல் ஆட்சி செய்ய வேண்டும் என்பதற்காக முனைந்ததாகவோ இருக்கவில்லை.

இந் நிலநூல் முறைகளில் இரண்டைக் குறிப்பிடலாம். முதலாவதாகச் சீனர் செய்த முயற்சியைக் குறிப்பிடலாம். அவர்கள் பண்டை ஹன் மன்னர்களின் ஆட்சியில் தமக்கு ஆதரவாக டாயூச்சியுடன் நட்புறவு கொள்ள வேண்டுமென்று முதலிலும், பின்னர் பாமிர்

மலைத் தொடரின் மேற்குச் சரிவுப் பகுதிகளுடன் வாணிபம் செய்யும் நோக்கத்துடனும் வழித் தடங்களைத் தொகுத்ததைத் கூறலாம். சீனர்கள் தமது நிலப்படங்களில் தோராயமாக இடங்களைக் குறித்துக் கொண்டனர். ஆனால் கிரேக்கரைப் போன்று தீர்க்கரேகை, அட்சரேகை பிரித்து இடங்களைக் குறிக்கும் அளவுக்குப் போய்விடவில்லை.

மற்றொன்று மத்திய தரைக்கடல் முறையாகும். இது முழுக்க முழுக்கக் கிரேக்கரே கொள்கைமுறையிலும், செயல்முறையிலும் உண்டாக்கிய முறையாகும். இருப்பினும் அவர்கள் அயல்நாடுகளின் அளவை முறைகளையும், பிறர் சென்ற தேட்டப் பயணங்களின் முடிவுகளையும், தமது நிலநூல் முறையில் இணைத்துக் கொண்டனர்.

கிரேக்கர்கள் கடலோடிகள் என்பதால், அவர்கள் நிலநூலைக் கொள்கையளவிலும், செயல் முறையிலும் கைக்கொள்ளக் கூடிய மனப்போக்கும், மனநிலையும் உடையவர் களாயிருந்தமையால், அவர்கள் கையில் நிலநூல் துறை முன்னேற்றம் கண்டது. கிரேக்கத்தின் வட பகுதியில் படையெடுப்புகள் நிகழ்ந்ததாலும், பின்னர் வேளாண்மையில் இன்னல்கள் ஏற்படவே வேறு இடங்களில் குடியேறும் தூண்டுதல் பிறந்ததாலும், குடியேற்றம் என்பது வாணிபமாகாது என்ற போதும், மேற்சொன்னவற்றினால் ஏற்பட்ட விளைவுகள் வாணிபமாகத்தான் மாறியது.

கிரேக்கரின் குடிப்பெயர்ச்சி ஏறத்தாழ கி.மு.750-ஆம் ஆண்டில் தொடங்கியது. பாபிலோனியப் பேரரசு கி.மு. 559-ஆம் ஆண்டில் முடிவுற்றதற்கு முன்னரே ஏராளமான கிரேக்கர்கள், பின்னர் ‘ஆசியா மைனர்’ என்று அழைக்கப்பட்ட பகுதியிலும், கருங்கடலைக் சுற்றியும் குடியேறிவிட்டனர். பண்டைத் தமிழ் இலக்கியங்களில் ***‘யவனர்’*** எனப்பட்டோர் இங்கு குடியேறிய அயோனியக் கிரேக்கரேயாவர்.

கிரேக்கர்கள் நிலவழியாகவும் கடலிலும் புகழ்பெற்ற பல பயணங்களில் இறங்கினர். அவர்கள் கி.மு. 600-இல் மேற்காப்பிரிக்கக் கரையை அடைந்தனர்; பித்தியஸ் என்ற கிரேக்கர் கி.மு. 350-ல் ஸ்காண்டிநேவியாவை எட்டினார்; ஸ்கைலாக்சும், நியர்க்கசும் சிந்துவெளியில் சுற்றித் திரிந்தனர். இவ்வாறு கிரேக்கர்கள் உலகின் பல பகுதிகளைக் கிறிஸ்துவிற்கு முன்னரே தேடிக் கண்டடைந்தனர். அவர்கள் புத்திடத் தேட்டமே கீழையுலகிற்கும் மேலையுலகிற்குமிடையே வாணிபத் தொடர்பை உண்டாக்கியது.

வானநூல், கணிதம் முதலியவற்றின் துணைகொண்டு உருப்பெற்ற கணிதநூல் மேலையுலகினரை இவ்வாறு உலகின் பகுதிகளை எட்டச்செய்த காரணத்தினால், அதன் விளைவுகள் ரோமானியரின் தலைநகரமான ரோமின் அன்றாட வாழ்க்கையில் பிரதிபலிக்கலாயின. அவர்கள் உண்ட உணவிலும், உடுத்த உடையிலும், தனிப்பட்ட, மற்றும் பொது சுகாதாரத்திலும் புலவர்களின் பாடல்களிலும் இப்பயணங்களினால் விளைந்த பலன்கள் பிரதிபலித்தன.

ரோம் நகரத்திலிருந்த ‘மணக்காரச் சரக்குப் பகுதி’ நன்கறியப்பட்ட ஓர் இடமாக விளங்கியது. இத்தனைக்கும் ரோமானியர் புத்திடம் தேடிகளோ, வணிகரோ அல்லர். அவர்களின் போர்த்திறன் ரோமானியப் பேரரசை உண்டாக்கியது. அவர்களின் ஆட்சித்திறன் அதைப் பாதுகாத்தது.

ரோம் நகரம் இத்தாலியைக் காத்து நிற்கும் கோட்டையாகியது: பேரரசின் எல்லைகள் விரிந்து நீண்டன. பன்னாட்டு வாணிபம் தொடர்வதற்குரிய நிலைமைகள் கனிந்தன. ரோமானியப் பேரரசர்கள் தமது நற்பணிகளினால் நம்பிக்கையை, பாதுகாப்பை.

நல்லெண்ணத்தை உண்டாக்கினர். எனினும் இப் பேரரசின் செல்வச் செழிப்பே அதன் வீழ்ச்சிக்குக் காரணமாகியது.

ரோமானியர் ஒழுக்கம் குன்றியதால், அது வீழ்ச்சியடையவில்லை எனலாம்: ரோமானிய நாகரிகம் பரவியதாலும், வடக்கிலும், கிழக்கிலும் ரோமின் செல்வத்தையும் அதன் தொழில் நுட்பங்களையும் பற்றிய செய்திகள் பரவியதாலும் அதன் அந்த வீழ்ச்சி பெரிதும் ஏற்பட்டது என்று ஒரு கருத்துள்ளது.

ஏனெனில் ரோமானியப் படைகளில் பணியாற்றிய கோத்து, ஆலன், ஹன் முதலான நாகரிக முதிர்ச்சியற்ற மக்கள் ரோம் நகரத்தின் ஆடம்பர வாழ்க்கையையும், அதன் பிறகு கான்ஸ்டாண்டி நோபிளில் ரோமப் பேரரசு நடத்திய சொகுசான வாழ்க்கையையும் அறிந்திருந்தனர். அந்த ஆடம்பர வாழ்க்கைக்கு ஆசைப்பட்டுத்தான் நாகரிக முதிர்ச்சியற்ற இம்மக்கள் ரோமானியப் பேரரசை வீழ்த்தினர்.

முதலில் ரோம் நகரத்திலிருந்தும், பின்னர் கான்ஸ்டாண்டி நோபிளிலிருந்தும் மேற்கு மாகாணங்களில் பரவிய ரோமானியப் பண்பாட்டுச் செல்வாக்குகளின் காரணமாக, அங்கு வாழ்ந்த மக்கள் சம்பாரப் பொருள்கள் என்றும் மணக்காரச் சரக்குகள் என்றும் அறியப்பட்ட கீழைத் தேசங்களின் பண்டங்களை அறிந்து கொண்டனர். அதனால் அம்மக்கள் வரலாற்று இடைக்காலத்தையும், தற்காலத்தையும் சேர்ந்த போக்குவரத்து முறைகளைப் பயன்படுத்துவதற்கு ஆயத்தமானார்கள். அம்மக்களும் வாணிபத்தில் ஈடுபடலாயினர்.

ரோமானியக் கல்வியறிவும், ரோமானியச் சட்டமும் அவர்கள் புரிந்த அயல் நாட்டு வாணிபமும் சேர்ந்து இம்மக்கள் ரோமானியப் பேரரசில் வாழ்ந்த மக்களைப் போன்று சொகுசாக வாழ வேண்டுமென்ற ஆவலைக் கொண்டனர்.

ரோமானியப் பேரரசு மணக்காரச் சரக்கு வாணிபத்தில் ஆற்றிய பங்கு மேற்கத்தி நாகரிகத்திலும் இடம் பெற்றது. அந்தப் போக்கு கொஞ்ச நஞ்சமன்று.

அந்தச் செல்வாக்குகள் ஐரோப்பாவுடன் மட்டும் அடங்கி விடவில்லை. ரோமானியர் கீழையுலகுடன் நன்முறையில் நடத்திய வாணிபத்தின், நட்புறவான ஒத்துழைப்பின், பொதுமை நோக்கின் அடிப்படையில் உண்டாக்கிக் கொண்ட உறவுகள் குறிப்பிடத்தக்கனவாகும்.

சிலப்பதிகாரத்தில் வரும் இந்திர விழாக் காட்சியை **இளங்கோவடிகள்** விவரித் திருக்கும் பகுதியிலிருந்து மேற்சொன்ன கருத்தின் ஆழத்தை உணரமுடியும்.

புகார் நகரில் யவனர்கள் செல்வச் செழிப்புடன் வாழ்ந்தனர் என்பதையும், துறைமுகப் பகுதியில் வெகு தொலைவிலுள்ள நாடுகளிலிருந்து வந்த அயல்நாட்டுக் கடலோடிகள் திரிந்தனர் என்பதையும், அப்பட்டினத்தின் வாழ்க்கையில் அவர்கள் இரண்டறக் கலந்திருந்தனர் என்பதையும் நோக்கும் போது ரோமானியரின் நட்பு, பொதுமை நோக்கு ஆகியவற்றை நன்குணர முடிகின்றது.

இத்தனை சிறப்பு வாய்ந்த இந்தப் பேரரசிற்கும், அதற்கு முன்னர் கிரேக்க நாட்டிற் கும் நமது நாட்டிலிருந்து சென்ற பண்டங்களும், நாம் அங்கிருந்து பெற்ற பண்டங்களும் கீழே விவரிக்கப்படுகின்றன. தமிழ்நாட்டிலிருந்து தங்கம், வெள்ளி, இரும்பு, வைரம், முத்து, சங்கு, சங்கு வளை. யானைத் தந்தம், மயில். மயில்தோகை, ஆமையோடு, கிளி, குரங்கு, மாடு, தோல், ஆட்டுரோமம், ஆடைவகை, மிளகு (கறி), ஏலம், கிராம்பு, சாதிக்காய், சாதிப்பத்திரி, இஞ்சி, திப்பிலி, அரிசி. கம்பு, சோளம், வெல்லப் பாகு, கருப்புக்கட்டி சேர்த்துத் தயாரித்த தீம்புளி, பாக்கு, நல்லெண்ணெய், தேங்காய் எண்ணெய்,

சந்தனக் கட்டை, அகில் கட்டை என்று பெரிய பட்டியல் நீண்டு சென்றபோதிலும், குறிப்பிட்ட சில பண்டங்களைப் பற்றிய செய்திகள் கீழே தரப்படுகின்றன.

அகில்

அகில் இந்தோ, மலேயா, சீனம் ஆகிய நாடுகளில் விளைகின்ற காட்டு மரவகைகளைச் சேர்ந்ததாகும். தென்கிழக்காசியாவில் கம்போடியா, தனசரிம், மலாய்த் தீவக்குறை, போர்னியோ, பிலிபைன் தீவுகள், மொருக்கன் என்ற இடங்களில் இந்த மரவகை பரவியிருந்தது.

மலாய்த் தீவக்குறையிலும், கம்போடியாவிலும் கிடைத்த இம் மரவகைகள் சிறந்தவை என்பதும், தென்கிழக்காசியாவிலிருந்து பெறப்படும் மணச்சரக்குகளில் இவை மிகவும் விலைமதிப்புடையவை என்பதும் சீனப் பொருளியல் மற்றும் நிலநூல் வல்லுநரான **சௌ சி ஊ-ஃபெய்** (1178) எழுதிய லிங்குவான் மாவட்டத்திலிருந்து பெறப்பட்ட 'பதில்கள்' என்ற நூலிலிருந்தும், ஜூ-குவா எழுதிய 'காட்டுமிராண்டி மக்கள் பற்றிய ஒரு வருணனை' (1225) என்ற நூலிலிருந்து அறிகின்றோம்.

இபின் பதூதா தனது பயணங்களை விவரித்து (சுமார் 1340) எழுதுகையில் மலேய, கம்போடிய அகில் வகைகளின் உயர்ந்த தரத்தைப் பற்றி விரிவாகக் குறிப்பிட்டிருக்கின்றார்.

இபின் - சினா (980-1037) என்ற பொக்காரோ நகரத்துப் புகழ்பெற்ற மருத்துவரான அவி சென்னா சுமத்திராவில் விளையும் அகில் கட்டையே சிறந்தது என்கின்றார்.

அகில் கட்டையில் செய்த தேர்

அகிற் கட்டைகள் பண்டைக் கிரேக்க, ரோமானிய நாகரிகக் காலகட்டங்களில் நறுமணப் புகையாகவும், மணச்சரக்காகவும். ஒப்பனைப் பொருளாகவும். மருந்தாகவும், பிற்காலத்தில் மர இருக்கைகளாகவும் பயன்பட்டு வந்திருக்கின்றன.

'மனிதன் அகில் என்று உரைக்கின்ற மரம் சொர்க்கத்திலிருந்து வந்ததாகும்' என்று சீனாவிற்குச் சுமார் 1360-ல் சென்ற சர்.ஜான் மாண்டவில் எழுதி வைத்திருக்கின்றார். ''மாபெரும் கான் ஆகிய சீனப் பேரரசர் ஏறிச்செல்லும் தேரில் அமைந்திருந்த பெட்டி இவ்வகை அகிற் கட்டையால் செய்யப்பட்டிருக்கின்றது. அவ்வகை மரத்தினால் அது செய்யப்பட்டிருந்தமையால் அப்பெட்டியில் இனிய நறுமணம் கமழ்கின்றது' என்று அவர் கூறுகின்றார்.

போர்த்துக்கீசர் பின்னாளில் இந்த அகிற்கட்டையிலிருந்து விலைமதிப்பற்ற செப மாலைகளையும் அவற்றைப் போன்ற பிற பொருள்களையும் செய்தனர்.

நோய்ப்பட்டு மணக்கும் அகில்

அகில் என்னும் இந்த மணச்சரக்கில், இம்மரம் நோய்ப்பட்டதும் உண்டாகும் நறுமணக் கட்டை விளைகின்றது. இம் மரம் நோய்ப்பட்ட நிலையைக் கண்டதும், அதை அப்படியே நசிக்கும்படி விடுகின்றனர். தனிச் சிறப்பு வாய்ந்த மணம் தருவன அல்லது புதுமையான வடிவுள்ள மரத் துண்டுகளைத் தேர்ந்தெடுக்கின்றனர்.

மரத்தின் மென்மையான மேற்புறத்தை நீக்கியதும் கருப்பானதும், மணம் நிறைந்ததுமான வைரம் பாய்ந்த மரம் வெளிப்படுகின்றது. காடுகளில் வாழும் மக்களும் வணிகர்களும் இது குறித்து இரகசியமாக வைத்துக் கொண்டமையால், இதன்

வாணிபம் பற்றியும், இம்மரத்தின் தாவரவியல் உண்மைகள் பற்றியும் ஒரு மர்மத்தை உண்டாக்கி வைத்து விட்டனர். மலாய் மொழி உலகின் சிறப்பான மொழிகளில் ஒன்றாக இருந்த போதும், அதற்கு வரிவடிவம் இல்லாது போயினமையால், இம் மர்மம் மறைபொருளாகி விட்டது.

சீனர் கி.மு. முதலாம் நூற்றாண்டில் பயன்படுத்தியதைப் போன்ற சீனமொழி வரிவடிவம் அவர்களது மொழியில் இன்னும் இருக்கின்றது. அவர்கள் சீன மொழியில் அகிலை சென் ஸியாங் அல்லது 'மயக்கும் நறுமணம்' என்று அம்மரத்தின் தன்மையை வைத்து அழைத்தனர்.

மலாய் மொழியில் அகிலின் தலையாய பெயர் காயு கரு - கருமரம் ஆகும். இது சம்ஸ்கிருதத்திலுள்ள 'அகரு' என்ற சொல்லிலிருந்து பிறந்தது என்று இன்னிஸ் கூறுகின்றார். இச்சொல்லுக்கு 'மென்மையில்லாதது' என்று பொருள். எனவே அது 'மிதக்காத மரம்' என்பதைக் குறிக்கின்றது.

அகில் என்பது பிராகிருத மொழி வடிவம் என்றும் அவர் கூறுகின்றார். இச்சொல் முதல், இரண்டாம் நூற்றாண்டுகளின் தமிழ்ப் பாடல்களில் பயின்று வருகின்றது.

அகில் மரத்திற்குப் பண்டை இலக்கியத்தில் 'அகல்லோசம்' என்ற பெயருடன், கிரேக்கத்திலும், இலத்தீனத்திலும் இரண்டாவது பெயர் ஒன்றும்-அலோ-உள்ளது.

பிளினி 'தரும்' என்றொரு மணச்சரக்கைக் குறிப்பிடுகின்றார். அது கருவாப்பட்டை வாணிபத்துடன் தொடர்புடையது. கிழக்காப்பிரிக்காவிலிருந்து ரோமானியப் பேரரசில் இறக்குமதியானது. மரம் என்ற பொருளைத் தரும் ''தரு'' சமஸ்கிருதச் சொல்லிலிருந்து அதாவது ''அதி சிறந்த மரம்'' என்று அர்த்தம் கொடுக்கின்ற இச் சொல் பிறந்திருக்கலாம்.

தென்கிழக்காசியாவில் ஒரு சம்ஸ்கிருதச் சொல் காணப்படுவதற்குக் காரணம், வாணிபத்தினால் உண்டான பொதுவான செல்வாக்கேயாகும். **பர்க்கில்** (*Burkill*) கூறுவதைப் போன்று தென் கிழக்காசியாவிற்கும் இந்தியாவிற்குமிடையே நடந்த வாணிபத்தினால் தான், தென்கிழக்காசியாவில் இப்படிப்பட்ட பண்டங்களைப் புதிதாக இந்தியர்கள் கண்டுபிடிக்க நேர்ந்ததேயன்றி, தன்னாட்டுத் தேவையினால் அன்று.

இந்திய அகில்

இந்திய அகில் மரம் பூடான் பகுதியிலுள்ள வடகிழக்கு இந்தியாவைத் தாயாகமாகக் கொண்டதாகும். அது இந்தியாவின் வேறு எந்தப் பகுதியிலும் வளர்ந்ததாக **வாட்** (*Watt*) குறிப்பிடவில்லை. பர்க்கில் இந்தக் கருத்தை உறுதிப்படுத்தியிருக்கின்றார். சிறுதரமான அகில் இனங்கள் இந்தியாவில் வளர்ந்தன என்பதை ஒப்புக் கொள்வதாயின் இந்திய அகில் இனத்தின் விரிந்த வகை தென் இந்தியாவிலும், இலங்கையிலும் பரவியிருந்தது என்று கொள்ளலாம் என்று பர்க்கில் கூறுகின்றார். (*I.H.Burkill* எழுதிய *A Dictionary of the Economic Products of the Malay Peinsula*)

இக் கருத்திற்கிணங்கப் பண்டைத் தமிழ் இலக்கியம் ஆதாரமாக விளங்குகிறது. கலித்தொகை நறுமணம் மிக்க அகிலை 'நறை அகில்' என்று கூறுகின்றது. அகில் மலைகளில் வளர்வது என்று அது உரைக்கின்றது. அகிலை நறுமணத்திற்காக எரித்தனர் என்பது தெரிகிறது. சந்தனமும், அகிலும் மேற்கு மலைகளிலிருந்து சோழ நாட்டுச் சந்தைகளில் விற்பனைக்கு வந்தன என்று பட்டினப்பாலை பகருகின்றது.

மாதவி நறுமண எண்ணெயைக் கூந்தலில் தடவிக் குளித்த பின்னர், கூந்தலின் ஈரத்தை அகிற் புகையில் உலர்த்தினாள் என்று சிலப்பதிகாரம் செப்புகின்றது. இந் நூல் தமிழ் இலக்கியத்தின் பண்டைக் காலத்தைச் சேர்ந்ததாகும். அதன் காலம் கி.பி. மூன்றாம் நூற்றாண்டு என்று கணித்ததை அறிஞர்கள் ஏற்றுக் கொண்டுள்ளனர்.

பண்டைத் தமிழ் நூல்களில் அகிலைப் பற்றி மேலும் பல குறிப்புகள் உள்ளன. அவற்றில் அகில், சந்தனத்தோடு சேர்த்துக் கூறப்படுவது வழக்கமாக உள்ளது. இன்னிஸ் மில்லர் அகில் என்பது பிராகிருத மொழிச்சொல் என்கின்றார். அதிலிருந்து பெறப்பட்ட சம்ஸ்கிருதச் சொல்லான அகாரு ஏபிரேய மொழியில் 'அகலோ சோன்' எனவும் வழங்குகின்றது என்றுஅவர் உரைக்கின்றார்.

அகிற் கட்டைகள் மேற்கு நோக்கி ஏற்றுமதி செய்யப்பட்டது பற்றிப் 'பெரிப்ளூஸ்' என்ற நூலில் குறிப்புக் காணப்படாமையால், அது தென்கிழக்காசியா வழியாக இந்துமாக் கடலில் கருவாப் பட்டைத் தடம் என்கின்ற கடல் வழியில் கருப்பு யவனர் அல்லது மடகாஸ்காருக்கு நேரடியாக அகிற் கட்டைகள் சென்றிருக்கலாம் என்று கருத இடமிருக்கின்றது.

கங்கை வெளியில் வாழ்ந்த நாகரிக மக்களினம்-இச் சமூகங்கள் கி.மு. முதல் ஆயிரமாண்டுக் காலத்தின் தொடக்கத்தில் உண்டாகியிருக்கலாம்-அகிலை மணப் பொருளாகவும் மருந்துச் சரக்காகவும் பயன்படுத்தியது என்பது தெரிய வந்திருக்கின்றது. எனவே அகில் அங்கிருந்து நில வழியாகப் பாபிலோனுக்கும், கிழக்கு மத்திய தரைக் கடல் பகுதிக்கும் (லெவண்ட்) சென்றிருக்கலாம்.

இந்திய மருத்துவம் பற்றிய 'சுஸ்ருத சம்ஹிதா' என்ற பண்டைய மருத்துவ நூல் கி.பி. இரண்டாம் நூற்றாண்டில் வாழ்ந்த அறுவை மருத்துவரான சுஸ்ருதரினால் எழுதப்பட்டதாகும். அவர் அகில் நறுமணப் புகை தரும் என்று குறிப்பிட்டு, அப்புகையைக் கொண்டு மேனிக்கு மணமூட்டலாம் என்றும் கூறுகின்றார்: அறுவை செய்த பின் ஏற்படும் காயங்களின் நோவை ஆற்றும் மருந்தாகவும் அவர் அகிலைக் கூறுகின்றார்.

கிரேக்க மருத்துவரும் உடற்கூறு, நோய்க்கூறு வல்லுநருமான **காலன்** (கி.பி. 130-200) காலத்திலிருந்து, ஏஜியன் கடலிலுள்ள பண்டைக் கிரேக்க நகரான ஏஜினோவின் பௌலஸ் என்ற மருத்துவர் காலம் வரையிலும், கிரேக்க மருத்துவர்களனைவரும் அகிலை மருத்துக்காகப் பயன்படுத்தி வந்திருக்கின்றனர். அவர்களில் கடைசி மருத்துவரான பௌலஸ் அகிலைப் பற்றிக் கூறியிருப்பது: ''(இது) மணத்தில் தையின் என்ற மரத்தைப் போன்ற ஓர் இந்திய மரமாகும்: அது மூச்சிற்கு மணமுண்டாக்குகின்றது.''

இந்தியாவுடன் நடந்து வந்த தென்கிழக்காசிய வாணிபம் வரலாற்றுக் காலத்திற்கு முன்பிருந்தே நீடித்திருக்கலாம் என்று பேராசிரியர் ஹால் எழுதுகின்றார். இரு தரப்பையும் சேர்ந்த வணிகர்கள் ஒருவர் மற்றவர் துறைமுகங்களுக்குச் சென்று வந்தனர். இந்தியர்கள் தென்கிழக்காசியாவிலும், இந்தோனேசியர் வங்கத்திலும், சோழ மண்டலக் கரையிலும் பண்டக சாலைகளை நிறுவி இருக்கலாம். இது இந்தியாவின் பண்பாட்டுச் செல்வாக்குக்குத் தென் கிழக்காசியாவில் அறிமுகமானதற்கு முன்னரே நிகழ்ந்திருக்கலாம். முதற்கண் வாணிப உறவுகளும், இரண்டாவதாக இந்தியப் பண்பாட்டு இறக்குமதியும் ஏற்பட்டிருக்கும் என்று எளிதில் ஊகிக்கலாம் என்று அவர் மேலும் கூறுகிறார். இதற்கு முற்றிலும் இந்தியரின் முன்னூக்கமே காரணமாகும். *(D.G.E.Hall எழுதிய தென் கிழக்காசிய வரலாறு.)*

அகில் மரம் பற்றி மேலும் சில செய்திகள்

அகில் மரம் 60-70 அடி உயரம் வரை வளரக் கூடிய பெரிய மரமாகும். அதன் சுற்றளவு 5-8 அடி இருக்கும். இம்மரம் பெரிதும் அசாமிலுள்ள காசி, காரோ, மற்றும் நாகர் மலைக்காடுகளில் விளைகின்றது. அகில் பர்மாவிலும் உண்டு. அகில் மரப்பட்டையிலுள்ள நாரிலிருந்து காகிதம் செய்கின்றனர்.

அகில் மரத்திலிருந்து பிசின் வடிவதில்லை. ஆயினும் சற்று முதிர்ந்த மரத்திற்குள்ளே ஆங்காங்கு சில இடங்கள் கறுப்பாயிருக்கும். அதில் ஒருவித எண்ணெய்ப் பிசின் இருக்கின்றது. அதுவே அகில், அகில் பற்றியிருக்கும் மரம் நோயுற்றது போலத் தோன்றும். இந்தப் பிசின் கிளைகள் கவைக்கும் இடத்தில் சாதாரணமாக உண்டாகும்.

ஒருவிதக் காளான் இம்மரத்தில் பற்றிக் கொண்டு வளர்வதால்தான் இது உண்டாகின்றது. நல்ல மரங்களில் காளான் பற்றியிருக்கும் மரத்துண்டை எடுத்து, முளை போல் சீவி நன்கு மரத்தினுள்ளே செல்லும்படி அடித்தால், அவ்வாறு அடித்த மரத்திலும் காளான் பரவும். இந்தக் காளான் பரவுவதால் அகில் அந்த மரத்திலும் உண்டாகின்றது.

அகில் சிறுசிறு துண்டுகளாக விற்கின்றது. அதைச் சந்தனக் கட்டையைப் போன்று நெருப்பில் போட்டால் நல்ல சந்தனம் அல்லது அம்பர் போன்ற மணம் உண்டாகும். கோடிக்கணக்கான ஆண்டுகளுக்கு முன்னர் உயிருடனிருந்த மரங்களிலிருந்துச் சிந்திய பிசின் நிலத்தில் புதைந்து, புவியின் மேற்பரப்பில் ஏற்பட்ட மாறுதல்களினால் இறுகி, மஞ்சள் பழுப்பு நிறமுள்ள ஒரு பொருளாக மாறுகிறது. இதுவே அம்பர் எனப்படும். அது தற்காலத்தில் (ஜெர்மனிக்கு வடக்கிலும், எஸ்தோனியா, லாட்வியா, லிதுவேனியா ஆகியவற்றுக்கு மேற்கிலும், வட கடலில் இணையும்) பால்டிக் கடலோரத்தில் கிடைக்கின்றது. அம்பர், நகைகள் போன்ற அலங்காரப் பொருள்கள் செய்யப்பயன்பட்டு வந்திருக்கின்றது.

அகில் நிரம்பியுள்ள மரத்துண்டு நீரில் மிதக்காது, அதனுள் அமிழ்ந்து எழும். இதை வைத்து அகிலின் தரத்தை அறியலாம். அகிலிலிருந்து ஒரு தைலம் இறக்குகின்றனர். அதற்கு அகர் அத்தர் என்று பெயர். இத்தைலத்தைத் தனியே வாசனைப் பண்டமாகப் பயன்படுத்துவதுமன்றி, மற்ற உயர்ந்த வாசனைச் சரக்குகளில் கலப்பதற்கும், அவற்றின் மணம் போகாமல் வைப்பதற்கும் இத்தைலத்தைப் பயன்படுத்துகின்றனர். அகில் தூளைத் துணிகளில் தூவி வைத்தால் பூச்சி பிடிக்காது. இது ஊதுவத்தி செய்யவும் பயன்படுகின்றது.

கருவாப் பட்டை

கருவாப் பட்டையில் 'கேசியா' என்பது சீனாவில் விளையக் கூடியது. அது மலேயாவில் விளைகின்ற கருவாப் பட்டையிலிருந்து வேறானது. 'கருவாப்பட்டைக் கிளை' என்ற பொருளைத் தரும் 'குவெய்-ஷி' என்ற சீன மொழிச் சொல்லிலிருந்து 'கேசியா' என்ற பெயர் பிறந்தது. கேசியா என்ற சீனக் கருவாப்பட்டை மரமும், கருவாப் பட்டையும் தென் சீனத்தைத் தாயகமாகக் கொண்டனவாகும். அது (இஞ்சியுடன் சேர்ந்து) உடலுக்கு வலிமை தரக்கூடியது என்றும், மருந்துகளிலெல்லாம் சிறந்த மருந்தை அளிக்கவல்லது என்றும் கூறப்பட்டுள்ளது.

'கேசியா' என்ற இப்பெயர் அசாமிய மலைகளில் வாழும் 'காசி' என்ற நாக மக்களுடன் தொடர்பு கொண்டதாகவும் இருக்கலாம்.

கேசியா சீனாவின் சேகியாங்கு, ஹியூப்பே, ஹைனான் தீவுடன், கவாங்குதுங்கு, கிவைச் சோவ், ஷென்ஸி, சேச்கவான், யுன்னான் (இது கிழக்கு இமயமலையின் எல்லையாக உள்ளது.) ஆகிய மாநிலங்கள் உட்படப் பெரும்பரப்பில் விளைகின்றது. இது சராசரி அளவுள்ள காட்டுமரம்: இதையே வளர்க்கும்போது சிறிதாக வளர்கின்றது.

இதன் கிளைகளிலிருந்தும், நுனிக் குருத்துகளிலிருந்தும் உரிக்கப்படும் பட்டையை வெயிலில் உலர்த்தி இடையரின் புல்லாங்குழல் போன்று உருண்டையாகச் சுற்றுவார்கள். கிரேக்கர்கள் இப்பெயர் கொண்டுதான் இந்தச் சீனக் கருவாப்பட்டையை அழைத்தனர்.

கருவாப்பட்டையைத் தேனுடன் கலந்து இடித்து ஒரு விதத் தைலம் எடுத்தனர். பட்டையை விலைமதிப்பு வாய்ந்த களிம்புகளுடன் சேர்த்தனர். பொடி செய்து மதுவிலிட்டு அருந்தலாம் என்றெல்லாம் கிரேக்க மருத்துவர்கள் இதனைப் பற்றி எழுதி வைத்துள்ளனர்.

சீனப்பட்டை - கேசியா - மிகத் தொன்மையான மணச்சரக்கு என்று சீனர் கருதினர். பண்டைச் சீன நூல்களில், பட்டை ஒரு மூலிகையாகச் சுமார் கி.மு. 27800ஆம் ஆண்டிலேயே சேர்க்கப்பட்டது என்று அறிஞர்கள் எழுதி வைத்துள்ளனர்.

சீனப்பட்டை வரலாற்றுக் காலத்தில் எத்தகைய முக்கியத்துவம் பெற்றிருந்தது என்பதைச் சீன் குடியின் மூத்த பேரரசரான **ஷீ ஹுவாங்குதி** கி.மு. 216ஆம் ஆண்டு நான் யூ என்ற இடத்தை வென்று அதற்கு சேசியாத் தோப்பு என்று பெயரிட்டதிலிருந்து தெரிந்து கொள்ளலாம். சீன மொழியில் ‘குவெய் லின்’ என்றால் ‘கருவாய் பட்டைத் தோப்பு’ என்று பொருள். அம்மாநிலம் அதே பெயரைத் தாங்கி இன்றும் இருந்து வருகின்றது. இதிலிருந்து கி.மு. மூன்றாம் நூற்றாண்டிலேயே சீனப் பட்டை-கேசியா-இப்பகுதியில் தலையாய விளைபொருளாயிருந்தது என்பதை உணரலாம்.

சீனப்பட்டையும், பிற கருவாப்பட்டையும் கி.மு. நான்காம் நூற்றாண்டிலேயே மத்திய தரைக் கடல் பகுதியின் நன்கறியப்பட்டிருந்தன என்று கிரேக்க அரிஸ்டாட்டிலிய மெய்ப்பொருளறிஞரும், இயற்கை விஞ்ஞானியுமான தியோஃபிரேஸ்டஸ் (கி.மு.287) என்பாரும், ரோமானிய இயற்கை விஞ்ஞானியும், எழுத்தாளருமான பிளினி (கி.பி. 23-79) என்பாரும் மிகவும் விரிவாக நீண்ட அளவில் எழுதி வைத்திருக்கின்றனர்.

சீனப்பட்டை மரம் நினைவு தெரிந்த காலத்திற்கு முன்னரே பயிரிடப்பட்டு வந்த போதிலும், அதன் தாயகம் சீனம் அல்லவென்பதும், அது இந்தோசீனத்து மரம் என்பதும், அறிஞர் சிலர் கருத்தாகும். கருவாப்பட்டை இந்தோ சீனத்தின் காடுகளில் வளர்ந்து கிடந்தது.

சீனக் கேசியாவும், தென்கிழக்காசியாவின் இந்தோனேசியக் கருவாப்பட்டையும் தோணிகளில் ஏற்றப்பட்டு, ஆப்பிரிக்காவின் தென்கோடியிலுள்ள மடகாஸ்கர் தீவை அடைந்தன. இந்நெடும் பயணம் இரு வழிகளிலும் நடந்து முடிய ஐந்தாண்டுகள் பிடித்தன என்று பிளினி கூறுகின்றார். இந்த வழியிலிருந்துதான் பட்டை ரோமப் பேரரசின் காலத்தில் மத்திய தரைக் கடலை அடைந்தது. இதற்குக் கருவாப் பட்டைத் தடம் என்று பெயர்.

அலெக்சாந்தர் கருவாப் பட்டை பற்றி அறிந்திருக்கவில்லை என்பது குறிப்பிடத் தக்கது.

இந்தியாவும் கருவாப் பட்டையும்

கிரேக்கத்தின் மதுக் கடவுளான டயோனிசஸ் பிறந்த இடத்திலிருந்து கருவாப்பட்டை வந்தது என்று **ஹீரோடாட்டஸ்** கூறுகின்றார். அது பெரிதும் இந்தியாவையே குறிக்கின்றது

எனினும் இந்தியாவிற்கு அடுத்தே இருந்த நாடுகளும் அதில் அடங்கும். இது தான் கிட்டத்தட்ட உண்மையாக இருக்க வேண்டும். ஏனெனில் பண்டைக் கிரேக்க நாகரிகக் காலத்தில் நடந்த கருவாப்பட்டை வாணிபத்தில் இந்தியாவின் பங்கு மிகப் பெரிதாகும். அடிப்படையில் இது கருவா இலை-மாலபத்திரம்-வாணிபமாகத்தானிருந்தது. சேர நாட்டிலிருந்து சிறிதளவு பட்டை மேற்கு நாட்டிற்குக் கப்பலேறியிருக்கலாமெனினும், அது தரத்தில் குறைந்தும், அளவில் சுருக்கமாகவும் இருந்தது.

ஏறத்தாழ கி.பி. 300ஆம் ஆண்டிற்குப் பிறகு சீனத்திலிருந்து வந்த பட்டையுடன் கலப்படம் செய்து இலங்கையிலிருந்து சிறிதளவு மேலை நாட்டிற்குச் சென்றிருக்கலாம். அது பாரசீக வளைகுடா வழியாக அல்லது அடுலிஸ் என்ற இடத்தின் வழியே அங்கு சென்றிருக்க வேண்டும்.

தாலமி இலங்கையைப் பற்றிச் சொல்லியுள்ள குறிப்புகளில் கருவாப்பட்டை காணப்படவில்லை. இருப்பினும் இந்தியாவில் கருவாப் பட்டை அறியப்பட்டிருந்தது. 'தரு கந்த' (மணக்கும் மரம்) என்று கருவா மரம் அழைக்கப்பட்டது.

இந்தியாவையும், இலங்கையையும் தாயகமாகக் கொண்ட இருவகைக் கருவா மரங்கள் உள்ளன. அவை சட்லஜ் ஆற்றிலிருந்து அசாம் (உட்பட) வரையிலுள்ள இமயத்தின் தென் சரிவுகளிலும், இந்தியாவின் தென் மேற்குப் பாதி, மற்றும் இலங்கையின் மேற்குப் பகுதி ஆகிய இடங்களிலும் விளைகின்றன.

இலங்கையின் மேற்சொன்ன பகுதியில் மட்டும் மூன்று வகைக் கருவா மரங்கள் உள்ளன. இன்று இந்தியாவிலும், இலங்கையிலும் பயிராகும் கருவா மரங்கள் ரோமானியப் பேரரசு இருந்த காலத்தில் பயிராகவில்லை என்று தோன்றுகிறது.

கிரேக்கர் இலங்கையைப் பற்றி அறிந்ததற்கு முன்னரே கி.பி. இரண்டாம் நூற்றாண்டு வாக்கில் அராபியர்கள் இலங்கையுடன் வாணிபத்தை வளர்த்துக் கொண்டிருந்தனர் என்று நம்புவதற்கு இடமிருக்கிறது. பாரசீக நூல்களில் கருவாப்பட்டை 'தார்ச்சினி' அல்லது 'சினக்கட்டை' என்று பல இடங்களில் குறிக்கப்பட்டுள்ளது என்று அறிஞர்கள் கூறுகின்றனர். 'தார்ச்சினி' என்பது இந்தியப் பெயர் என்றும் தோன்றுகின்றது. பட்டையை இந்தி மொழியில் தால்சினி என்கின்றனர்.

கிராம்பு

கிராம்பு என்பது இருபதடி உயரம் வளரக் கூடிய பசுமையான மரவகையைச் சேர்ந்த ஒரு மரத்தின் மொட்டவிழாத பூவைப்பறித்து வெயிலில் உலர்த்திப் பெறுகின்ற மணச்சரக்கு ஆகும். இப்பூக்கள் சிறு கிளைகளின் நுனியில் பூக்கின்றன. பூக்களை மொட்டு விரிவடையு முன்னரே பறித்து வெயிலில் உலர வைக்கின்றனர். இதனால் அப்பூக்களின் மணம் மொக்குகளினுள் மூடிக் காக்கப்படுகின்றது. இம்மரத்தின் மொட்டுக்களும், இலைகளும் மிகுந்த மணமுள்ளவையாகும். பண்டைக் காலத்தில் கிராம்புடன் சேர்த்து இம்மரத்தின் கட்டைகளும் ஏற்றுமதியாகின.

இம்மரத்தின் இலையைக் கையில் வைத்து நசுக்கினால் பொடிபடக் கூடியது. இலையில் சின்னஞ்சிறு எண்ணெய்ச் சுரப்பிகள் இருப்பதைக் காணலாம். அச்சுரப்பிகள் மொக்குகளிலும் காணப்படுகின்றன.

கிராம்பு மரம் இன்று வெப்ப மண்டலப் பகுதிகளெங்கிலும் பயிரிடப்பட்டு வந்த போதிலும், குறிப்பாக அது ஆப்பிரிக்காவின் கிழக்குக்கரையோரத்திலுள்ள ஜான்சிபார் தீவில்தான் அதிகம் விளைகின்றது.

இருப்பினும் கிழக்கு இந்தோனேசியாவிலுள்ள ஜிலோலோ தீவின் மேற்குக் கரையருகிலுள்ள தெர்னேட்டு, திடோர், முதிர், மச்சியன், பச்சியன் என்ற ஐந்து சிறு தீவுகளில்தான் கிராம்பு மரங்கள் இருந்தன. இவற்றுள் தலையாயது நிலநடுக் கோட்டிலுள்ள மொலுக்கஸ் தீவு ஆகும்.

கிராம்பு மரம் ஜிலோலோ தீவில்தான் தோன்றியிருக்கக் கூடும். ஆனால் இத்தீவின் பரப்பளவு காரணமாக, இம்மரத்திற்குப் போதிய சூரிய வெளிச்சம், வெப்பம், காற்றின் ஈரப்பசை, கடற்காற்று முதலியன சமமான அளவில் கிடைக்காமையால், இது பிற சிறு தீவுகளில் வளர்ந்தோங்கி இருக்கலாம். அத்தீவுகளில் கிராம்பு மரங்கள் வளர்வதற்குரிய சூழல்கள் வெகுவாக அமைந்திருந்தன.

பண்டை இந்தோனேசிய வாணிபம் இருவழிகளில் நடந்தது என்பதைப் பல பொருள்களுக்கு வழங்கி வரும் பெயர்களிலிருந்து உய்த்துணர முடிகின்றது. மலாய்த் தீவுக் குறையிலும், சுமத்திராவிலும் மலாய் மொழி வழங்கி வருகின்றது. இத்தீவுக் கூட்டத்தின் கரையோர வாணிப மாவட்டங்கள் முழுமையிலும் பண்டைக் காலத்திலிருந்தே கிராம்பிற்கு இரண்டு பெயர்கள் இருந்து வருகின்றன. அவற்றிலிருந்து இப்பண்டத்தின் வாணிப வரலாற்றைத் தெரிந்து கொள்ள முடிகின்றது.

கிராம்பு 'சிங்கே' என்ற பெயரில் அழைக்கப்படுவது அதன் ஒரு பெயராகும்: இது சீன மொழியிலிருந்து வந்திருக்கலாம்.

மற்றொரு பெயர் 'லவங்க'. கற்பூரத்தைப் போன்று இச்சொல்லும் மலாய் மொழியிலிருந்து (கற்பூரம் மலாய் மொழியில் 'கப்போர்' என்று வழங்குகின்றது என்பது குறிப்பிடத்தக்கதாகும்.) வந்ததாகும். இச் சொல்லிலிருந்துதான் கற்பூரம் என்ற சொல் சமஸ்கிருதத்திற்குச் சென்றிருக்கவேண்டும். எனவே லவங்கம் மலாய் மொழிச் சொல்லாகும் என்று **ஜே.இன்னிஸ் மில்லர்** கூறுகின்றார்.

இந்தோனேசியாவிலிருந்து சென்ற இரண்டு வாணிப வழிகளில் ஒன்று, பிலிப் பைன்ஸ் வழியாகச் சீனத்திற்குச் சென்றது. இன்னொரு வழி மலாய்த் தீவக் குறையின் மேற்குக் கரை வழியாக இந்தியாவிற்கும் இலங்கைக்கும் சென்றது.

ஜாவிலிருந்து தென் இந்துமாக் கடலின் குறுக்கே மடகாஸ்கரின் வழியே கிழக்கு ஐரோப்பாவிற்கும் நேரடியாக ஒரு வழி சென்றது. அவ்வழியே தென் கிழக்குப் பகுதிகளான சுமத்திரா, ஜாவா ஆகிய தீவுகளின் மணக்காரச் சுரக்குகளும், கருவாப்பட்டையும் கப்பலேறி 4,200 மைல் தொலைவிற்குச் சென்றன என்றும் தோன்றுகின்றது.

ஐரோப்பியருக்கு முன்னரே சீன-இந்திய வாணிபம்

ஐரோப்பிய மக்கள் இன்று இந்தோனேசியாவின் ஒரு பகுதியாயிருக்கும் மொலுக்கத்தீவுகளைச் சேர்ந்த மணக்காரச் சரக்கு வாணிப மையமான அம்பாய்னா தீவையும், இந்தியாவையும் அறிந்து கொண்டதற்குப் பன்னெடுங்காலத்திற்கு முன்னரே, சீனர் மேற்சொன்ன இரு நாடுகளுடனும் வாணிபம் செய்து வந்தனர் என்பது சீன வாணிபம் பற்றிய வரலாற்று நூலிலிருந்து நன்கு நிலை நாட்டப்பட்டுள்ளது என்று அறிஞர்கள் கூறுகின்றனர். எனவே கீழை நாடுகள் இரண்டும் முதலில் தமக்குள் கடல் கடந்து முதன்முதலில் வாணிபத்திலீடுபட்டிருந்தன என்பது இதனால் அறியப்படுகின்றது.

அராபியரும் இந்தியாவுடன் நேரடி வாணிபத் தொடர்பு கொண்டிருந்தனர். அவர்கள் அதன் பிறகுதான் மலாய்த் தீவுகளுடன் வாணிபம் செய்தனர்.

இதன் விளைவாகப் பன்னெடுங் காலத்திற்கு முன்னரே இந்தியர், எகிப்தியர், எத்தியோப்பியர், அராபியர் முதலானோர் பல்வேறுபட்ட பண்டங்களைப் பற்றி அறிந்து கொள்ள நேர்ந்தது. மேலும் அப்பண்டங்கள் எங்கு விளைந்தனவோ அந்நாட்டின் பெயரால் குறிக்கப் பெறாமல், அவற்றில் வாணிபம் செய்யும் நாட்டினரின் நாடுகளில் விளைந்தனவாகவே அப்பண்டங்கள் பெயர் பெற்றன என்பது குறிப்பிடத்தக்கதாகும்.

கிராம்பு பற்றிமேலும் சில செய்திகள்

கிழக்கிந்தியக் கம்பெனி கிராம்பை அதன் தாயகமான இந்தோனேசியாவிலிருந்து குற்றாலத்திலிருந்த கம்பெனியின் தோட்டத்திற்கு 1800 வாக்கில் கொண்டு வந்தது. அன்று நட்ட கிராம்பு மரங்களில், இன்னும் நாலைந்து மரங்கள் உயிருடனிருந்து, அவற்றின் இன்றைய உரிமையாளர்களுக்கு (1988) ஏராளமான ஆதாயத்தைக் கொடுத்து வருகின்றன.

கிழக்கிந்தியக் கம்பெனி கிராம்பு பயிரிட்டுக் கண்ட வெற்றியினால் உந்தப்பட்டு, 1850-ம் ஆண்டிற்குப் பிறகு மேற்குத் தொடர்ச்சி மலையின் சரிவான நீலகிரியிலும், திருவிதாங்கூர்ச் சமஸ்தானத்திலும் கிராம்பு மரத்தைப் பயிர் செய்தது.

இன்று (1988) நீலகிரி, திருநெல்வேலி, கன்னியாகுமரி, இராமநாதபுரம் முதலிய தமிழ் மாவட்டங்களில் கிராம்பு மரங்கள் பயிர் செய்யப்படுகின்றன.

கேரளத்தில் திருவனந்தபுரம், கொல்லம், கோட்டயம், கர்நாடகத்தின் தென் கன்னடத்திலும் கிராம்பு மரங்கள் பயிர் செய்யப்படுகின்றன.

வெப்ப வலயத் தாவரமான கிராம்புக்கு வெப்பமும், ஈரப்பசையுமுள்ள பருவ நிலையும் வேண்டப்படுகின்றது. ஓராண்டில் 150 முதல் 250 சென்டி மீட்டர் மழை பெய்ய வேண்டும். அதை 700 முதல் 500 மீட்டர் உயரத்திலும் பயிர் செய்ய வேண்டும். குமரி மாவட்டத்தில் கடல் மட்டத்திலேயே கிராம்பு செழித்து வளர்கின்றது. எனவே, அம் மாவட்டம் கிராம்புமரம் வளர்வதற்கு மிகவும் உகந்ததாயிருக்கின்றது.

கிராம்பு மரம் கோபுர வடிவிலான நிலைப் பசுமைத் தாவரமாகும். இது மரமாக வளர்வதற்கு முப்பதாண்டுக் காலமாகின்றது. அது வளர்ந்து 10 முதல் 12 மீட்டர் உயரத்தை எட்டுகின்றது. இம்மரம் நட்டுவித்த எட்டாண்டிலிருந்து பலன் கொடுக்கின்றது. எனினும் பதினைந்து ஆண்டுகளுக்குப் பிறகுதான் முற்றிலும் பலன் தருகின்றது.

உகந்த பருவ நிலையில் நன்கு கவனித்து வளர்க்கப்பட்ட கிராம்பு மரமாயின் அது முற்றிலும் வளர்ந்த நிலையில், ஆண்டுதோறும் 4 முதல் 8 கிலோ கிராம் உயர்ந்த கிராம்பைத் தரும். ஒரு மரம் ஆண்டுதோறும் சராசரியாக இரண்டு கிலோகிராம் பூவைக் கொடுக்கும்.

கிராம்பு மரம் வயது ஆக ஆகத்தான், அது ஆண்டுதோறும் தருகின்ற பூவின் அளவு அதிகரித்துக் கொண்டே செல்கின்றது என்பது மிகவும் புதுமையாகும்.

கிராம்பு மரத்திற்கு இதுதான் வயது என்று வரம்பு எதுவும் இல்லை. இந்தோனேசியாவில் ‘தெர்னேட்டித் தீவு என்ற இடத்தில் 300 வயதான ஒரு கிராம்பு மரம் இருக்கின்றது. அது 1976ஆம் ஆண்டில் சுமார் 200 கிலோ உயர்ந்த தரக் கிராம்பைக் கொடுத்திருக்கின்றது.

குற்றால மலையில் கிழக்கிந்தியக் கம்பெனி நட்டிருந்த மரங்களில் சில இன்னும்

உயிருடனிருக்கின்றன. அம்மரங்கள் ஒவ்வொன்றிலிருந்தும் இப்போது (1987 டிசம்பர்) ஏறத்தாழ 40 கிலோ கிராம் காய்ந்த கிராம்பு கிடைத்து வருகின்றது.

கிராம்பு மரங்கள் சமவெளியில் செப்டம்பர் - அக்டோபரிலும், மலைமேல் டிசம்பர் - பிப்ரவரியிலும் பூக்கின்றன.

கிராம்பின் மொத்த விலை சென்னையில் 1987 நவம்பரில் கிலோகிராமிற்கு ரூ.200 ஆகயிருந்தது.

இஞ்சி

இஞ்சி பண்டைக் காலத்திலிருந்து, இன்றைக் காலம் வரையிலும் ஒரு முக்கியமான பொருளாகவும், எங்கும் பயன்படும் பண்டமாகவும் இருந்து வருகின்றது. இஞ்சி தென் கிழக்காசியா, சீனம், இந்தியா ஆகிய நாடுகளில் நெடுங்காலமாகவே அறியப்பட்டு வந்துள்ள விளைபயிராகும். அதனால் இஞ்சியின் தாயகம் எது என்பது அறியப்படுவதற்குக் கடினமானதாயிருக்கிறது.

அதன் தாயகம் கிழக்கு ஜாவாவாக இருக்கலாம் என்று பர்க்கில் கருதுகின்றார். ஏனெனில் அங்குள்ள வறண்ட காற்றில் அது தாராளமாகச் செழித்து வளர்ந்து மண்டுகின்றது.

கி.பி. ஏழாம் நூற்றாண்டுக்கு முன்னரே இஞ்சியை உலர்த்திப் பெற்ற சுக்கு மத்திய தரைக்கடல் நாடுகளுக்கு ஏற்றுமதி செய்யப்பட்டு வந்திருக்கின்றது.

விற்பனைக்காகப் பயிர் செய்யப்படும் இஞ்சியில் பலவகைகள் உள்ளன. பிற வகைகள் ஜாவா, சுமத்திரா மலாய்த் தீவக்குறை, தாய்லாந்து ஆகிய பகுதிகளில் கண்ட மேனிக்கு வளர்ந்து கிடக்கின்றன.

சீனத்தில் இஞ்சி பயிர் செய்யப்பட்ட போதிலும், சங் அரசகுடியின் (கி.பி.960-1279) காலத்திலிருந்து மலாய்த் தீவக்குறையின் பெருநிலம் உட்பட, சோன்லா அல்லது கம்போடியாவிலிருந்தும் சீனத்தில் இஞ்சி இறக்குமதி செய்யப்பட்டிருந்தது.

இஞ்சிச் செடி ஆண்டுதோறும் மடிந்துவிடக் கூடியது. இஞ்சி பன்னெடுங் கால மாகவே பயிர் செய்யப்பட்டு வருவதால் அதன் வித்து மலட்டுத்தன்மையுள்ளதாகி விட்டது; அதனால் இஞ்சி வேர்களை நறுக்கி நடுகின்றனர். இஞ்சியின் வேர் காரமும் மணமும் நிறைந்தது. இஞ்சிச் செடியில் பூக்களும், தண்டுகளும் உலர்ந்த பிறகு, அதன் வேர்களைப் பிடுங்கிக் கழுவியும், வேக வைத்தும் உலர்த்திச் சுக்காக்குகின்றனர்.

கன்பூசியசும் இஞ்சியும்

சீன மெய்ப்பொருள் அறிஞரும், பேராசானுமான கன்பூசியஸ் (கி.மு. 557-479) இஞ்சியில்லாமல் உணவு கொள்வதில்லையென்று செவி வழிச் செய்திகள் கூறுகின்றன.

இஞ்சியின் பல்வேறு பெயர்கள்

இஞ்சி என்ற சொல் திராவிட மொழியிலிருந்து பிறந்தது என்று அறிஞர் கருதுவர். இஞ்சி சம்ஸ்கிருதத்தில் 'சிருங்க வேரா' என்று அழைக்கப்படுகின்றது. இதற்கு கொம்புளது என்று பொருள். பாளி மொழியில் 'சிங்கி வேர்' என்று கூறப்படுகின்றது. மலையாளத்தில் இஞ்சி வேர் என்கின்றனர்.

சந்தனம்

சந்தன மரம் என்றும் பசுமையாக இருக்கும் ஒட்டுணி வகையைச் சேர்ந்தது. இது தன்னைச் சுற்றியுள்ள பல மரங்களின் வேர்களிலிருந்து அவற்றின் சாரத்தை உறிஞ்சி வளரக்கூடியதாகும். இதன் நடுப்பகுதியும் வேர்களும் மணம் நிறைந்தவையாகும்.

சீனர் சந்தனத்திற்குப் பல பெயர்களை இட்டுள்ளனர். மஞ்சள் சந்தனம் (மஞ்சள் நிறமுடைய இவ்வகைச் சந்தன மரம் தலையாய வகையாகும்): செம்பழுப்புச் சந்தன மரம், வெளிர் நிறச் சந்தனமரம், எளிதில் ஒடியும் சந்தன மரம், புள்ளி விழுந்த சந்தன மரம் என்று அவற்றின் தன்மைக்கேற்பச் சீனர் அதற்குப் பல பெயர்களைத் தந்துள்ளனர். ஆனால் அவையனைத்தும் ஸி யிங்கு அல்லது நறுமணம் தருவனவாகும்.

கரடு முரடான கற்பாங்கான தரையும், உலர்ந்த பகுதியும் அங்கு விளையும் சந்தனத்தின் மணத்தை மிகவும் சிறக்கச் செய்கின்றன. அதனால்தான் இந்தோனேசியாவில் விளையும் சந்தனம் மிகுந்த மணமாக இருக்கின்றது: அங்கு வறண்ட பருவநிலை இருப்பதால், மேற்கே இருந்து கிழக்கே செல்ல செல்லச் சந்தனத்தின் மணம் அதற்கேற்ப அமைகின்றது.

சந்தன மரம் மூன்று பகுதியில் காணப்படுகின்றது. கிழக்கு ஜாவாவிலிருந்து தைமோர் வரையிலுள்ள கிழக்கு இந்தோனேசியாவிலும், வட, மற்றும் கிழக்கு இந்தோனேசியாவிலும், தென் இந்தியாவிலும் சந்தனமரம் விளைகின்றது. முதலில் கூறப்பட்ட இருபகுதிகளிலும் வளரும். சந்தன மரங்களிலிருந்து, மூன்றாவதாகக் கூறப்பட்ட தென்னிந்தியச் சந்தனமரம் இயற்கைக்கு மாறான வழியில் வேறுபட்டு இருப்பதால், மலேசியாவிலிருந்துதான் சந்தன மரம் அங்கு அறிமுகப்படுத்தப்பட்டது என்ற நம்பிக்கையைத் தூண்டுவதாக இருக்கின்றது.

ஜாவாவிலிருந்தும், அதற்குக் கிழக்கிலுள்ள தீவுகளிலிருந்தும் சந்தனம் சீனாவிற்குச் சென்றது என்று தென் கிழக்காசியாவில் கிடைக்கும் சான்றுகள் கூறுவதைச் சீனச் சான்றுகள் உறுதிப்படுத்துகின்றன.

இலங்கையிலும் கிழக்கிலுள்ள 'உள்நாட்டிலிருந்து' சந்தனத்தை இறக்குமதி செய்தது என்றும் வரலாற்றாசிரியர் கூறுகின்றனர்.

தென்னிந்தியாவில் விளையும் சந்தனம் வெள்ளையாக இருக்கும்.

மேற்குலக இலக்கியத்தில் சந்தனம் பற்றிய மிகத் தொன்மையான வரலாற்றுக் குறிப்பு விவிலிய நூலின் பழைய ஏற்பாட்டில் காணப்படுகின்றது. மன்னன் சாலமனும், உதிரமும் ஓஃபிர் என்ற இடத்திற்கும், தர்ஷிஷ் என்ற இடத்திற்கும் அனுப்பி வைத்த கப்பல்கள், அங்கிருந்து சாலமனின் அரண்மனையிலும், அவர் நிறுவிய கோயிலிலும் பயன்படுத்துவதற்காகச் சந்தனக் கட்டைகளைக் கொண்டு சென்றன என்று அதில் குறிக்கப் பெற்றுள்ளது. அவற்றில் சிறந்த சந்தனக் கட்டைகள் தென்கிழக்காசியாவிலிருந்து சென்றன.

இந்தோனேசியத் தீவுக் கூட்டத்திலுள்ள தைமோரின் மேற்கே இருக்கும் 'சோயம்மா' என்ற தீவிற்குச் சந்தனத்தீவு' என்று பெயர். இந்தியா பண்டைக் காலத்தில் இந்தோனேசியாவுடன் கொண்டிருந்த வாணிபத் தொடர்பின் காரணமாகச் சந்தன மரம் இந்தியாவில் பயிரிடப்பட்டது என்று பி. வீட்லி என்பவர் தனது 'சங் சா' குடியின் கடல் வாணிபத் தொடர்புடைய சில பண்டங்கள் பற்றிய 'நில நூல் குறிப்புகள்' என்ற நூலில் கூறுகின்றார்.

இந்தியச் சந்தன மரம்

சத்தன மரம் கிழக்கு இந்தோனேசியாவில் தோன்றியதாகும். அது தென்னிந்தியாவின் வறண்ட பகுதிகளிலும் விளைகின்றது. வட இந்தியாவிலும் சந்தனமரம் பயிரிடப் படுகின்றது.

பண்டைத் தமிழ்ப் பாடல்களில் அகிலோடு சேர்த்துச் சந்தனமும் கூறப்பட்டுள்ளது. சந்தனமும் அகிலும் மேற்கேயுள்ள மலைகளிலிருந்து வருகின்றன என்று அவை பகருகின்றன.

சங்க காலத் 'தமிழ்ப் பெண்கள் நறுமணமிக்க சந்தனப் பொடியைப் பயன்படுத்தினர். புகாரில் நடந்த இந்திர விழாவில் தெருக்களெங்கும் பட்டும், பவளமும், முத்தும், சந்தனமும் நிறைந்து கிடந்தன என்று சிலப்பதிகாரம் செப்புகின்றது.

சந்தனக் கட்டைகள் இறந்தோரை எரியூட்டுவதற்கு இந்தோனேசியாவிலும், தமிழ் நாட்டிலும் பயன்பட்டன. கோயில்களின் கதவுகள் சந்தனத்தினால் செய்யப்பட்டிருந்தன. சோமநாதபுரத்துக் கோயிலின் கதவுகளைப் போன்று இஸ்ரேலில் சாலமன் கோயிற் கதவுகளும் சந்தனத்தால் செய்யப் பெற்றிருந்தன.

சந்தனம் இராமாயணத்திலும், மகாபாரதத்திலும் குறிப்பிடப்பட்டுள்ளது.

சந்தனம் சேர நாட்டிலிருந்தும் இந்தோனேசியாவிலிருந்தும் இலங்கைக்கு வந்தது. அங்கிருந்து மேலையுலகிற்குக் கப்பலேறியது.

சந்தன மரம் பற்றி மேலும் சில செய்திகள்

சந்தனமரம் இரட்டை இலைத் தாவரக் குடும்பத்தைச் சேர்ந்தது. இக் குடும்பத்தில் 26 சாதிகளும் 250 இனங்களும் உண்டு. சந்தனமரம் வேர் ஒட்டுணி மரமாகும். இதன் இலைகள் எதிர் ஒழுங்கானவை.

சந்தனமரம் நிலைப்பசுமையான இலையுதிரா மரமாகும். இது சுமார் அறுபது முதல் நூறு ஆண்டுகளில் முழுவளர்ச்சியடையும். அந்நிலையில் மரத்தின் வைரத்தின் அளவு சுமார் ஓரடி விட்டம் இருக்கும். கடல் மட்டத்திற்கு ஆயிரம் அடிக்கு மேற்பட்ட உயரமான இடத்திலும், இருபதிலிருந்து முப்பதங்குல அளவு மழை பெய்கின்ற இடத்திலும் சந்தன மரத்தைத் தோட்டங்களில் வளர்க்கலாம். சந்தன மரம் தரை மட்டத்திலிருந்து நெடிதுயர்ந்து வளரக் கூடிய மரம்.

தென்னிந்தியாவில் மைசூர், குடகு, கோயமுத்தூர், சேலம், வேலூர் ஆகிய பகுதிகளில் மட்டும் சந்தனமரம் வளர்கிறது.

இந்திய மரங்களில் இதுவே மிகவும் விலையுயர்ந்தது என்று கூறலாம். இது எடை போட்டு நிறுத்து விற்கப்படுகின்றது. இதன் மதிப்பு இப்போது அதிகமாக இருப்பதால், தமிழ்நாட்டுக் காடுகளிலிருந்து இவற்றைத் திருடி விற்கின்ற கூட்டங்கள் உள்ளன என்பதை அடிக்கடி பத்திரிகையில் இருந்து நாம் தெரிந்து கொள்கிறோம்.

போதிய அளவுள்ள உயரத்தில், சந்தனமரத்தின் எல்லாப் பகுதிகளும் பயன்படுகின்றன. அவற்றுள் சந்தன மர வேர்களின் வயிரமே மிகச் சிறந்ததாகும். சித்திர வேலைப்பாடுகளுக்கு இது மிகவும் ஏற்றதாகும்.

சிறு பெட்டிகள், கைத்தடிகள், பேனாக் கட்டைகள் போன்ற வேலைப்பாடமைந்த பொருள்கள் சந்தனக் கட்டையிலிருந்து செய்யப்படுகின்றன.

மஞ்சள்

மஞ்சள் இஞ்சிக் குடும்பத்தைச் சேர்ந்த செடி இனமாகும். இச்செடியின் தண்டிலுள்ள முளையில் இருந்து கிளைத்து மண்ணுக்குள் செல்லும் நீண்டவேர்கள் மருந்தாகப் பயன்படுத்தப் படுகின்றன. மஞ்சள் செடியின் வேரை உலர வைத்து அவித்தபின் விற்பனை செய்கின்றனர்.

மஞ்சள் செடியில் ஐந்து வகைகள் உள்ளன. இவையனைத்தும் தென்கிழக் காசியாவைத் தாயகமாகக் கொண்டவையாகும்.

மஞ்சள் செடி வேறெந்த நாட்டைத் தாயகமாகக் கொண்டது என்பது நமக்குப் புலப்படவில்லை.

மஞ்சள் செடி பன்னெடுங் காலமாகவே பயிர் செய்யப்பட்டு வருவதால், பூக்கும் இயல்பை இழந்துவிட்டது என்று பர்க்கில் கூறுகின்றார்.

எல்லாவகை மஞ்சள் கிழங்கிலும் நிறப் பொருள் உள்ளது. அது வண்ணம் பெறப் பயன்படுகின்றது. அதிலுள்ள மணக்கார எண்ணெய், உணவுப் பொருள், ஒப்பனைப் பொருள், தைலங்கள், புத்துணர்ச்சி தரும் மருந்துகள் முதலியவற்றில் பயன்படுகின்றது.

எனவே மஞ்சள் வண்ணம் தரவும், உணவில் சுவை கூட்டவும் பெரிதும் மக்களால் விரும்பப்பட்டதால், இந்தியாவிலும் சீனத்திலும் தொன்னெடுங் காலத்திற்கு முன்னரே அது பயிர் செய்யப்பட்டு வருகின்றது.

பாரசீகத்தில் - இன்றைய ஈரான் - வாழ்ந்த சூரிய வழிபாட்டுக் கூட்டத்தார், மிகப் பெரிய அளவில் மஞ்சளை விரும்பிக் கேட்டமையால், அது மேற்கு உலகில் பயன் படுத்தப்படுவதாயிற்று.

மஞ்சள் ஏறத்தாழக் கி.மு. 600ஆம் ஆண்டு வாக்கிலேயே அசிரிய மருந்துச் சரக்குகளில் வண்ணம்தரும் கூட்டுப் பொருளாகச் சேர்க்கப்பட்டு வந்திருக்கின்றது.

மஞ்சள் மிகப் பழங்காலத்திலிருந்தே தென்கிழக்காசியாவிலிருந்து சீனத்திற்குச் சென்றிருக்கின்றது. சீனர் மஞ்சளை யூ-கின், அதாவது 'பொன் கிழங்குச் செடி என்று அழைத்தனர்.

மஞ்சள் இந்தியாவிலும் மிகத் தொன்மையான காலத்திலிருந்து பயிர் செய்யப்பட்டு, அயல் நாடுகளுக்குக் கப்பலேறி இருக்கின்றது.

மலாய் மொழியில் மஞ்சளைத் 'தேமு-குனிங்கு' என்று சொல்கின்றனர். 'தேமு' என்றால் காட்டு இஞ்சியையும், 'குனிங்கு' என்றால் மஞ்சள் நிறத்தையும் குறிக்கும்.

பண்டைக் கிரேக்க, ரோமானிய நாகரிக காலங்களில் மஞ்சள் பெரிதும் இந்தியாவிலிருந்துதான் மத்திய தரைக்கடல் பகுதிக்குள் இறக்கப்பட்டது.

இந்தியர் தென்கிழக்காசிய நாடுகளுடன் கொண்டிருந்த வாணிபத் தொடர்பின் காரணமாகத் தொன்னெடுங்காலத்திற்கு முன்னரே, இங்கிருந்து அவர்கள் மஞ்சள் கிழங்கைக் கொண்டுவந்து நமது நாட்டில் பயிர் செய்திருக்கலாம். ஏனெனில் மஞ்சள் செடி தென்கிழக்காசியாவைத் தாயகமாகக் கொண்ட தாவரமாகும்.

ஏலக்காய்

ஏலம் தென்மேற்கு இந்தியாவில் கேரளத்திலும் தமிழ்நாட்டிலும் வளர்கின்ற

செடியாகும். தமிழ்நாடே இதன் தாயகமாகும். இது இஞ்சிக் குடும்பத்தின் மற்றோர் இனத்தைச் சேர்ந்த செடியாகும். வாழை, மஞ்சள், இஞ்சி, அரத்தை முதலியவை ஒரே குடும்பமாகும்.

கிரேக்கரும் ரோமரும் அறிந்திருந்த மணக்காரச் சரக்குகளின் பெயர்களில் அடங்கியுள்ள ஏலமும் இன்று அப்பழைய பெயர்களையே தாங்கியிருப்பினும் (கார்டமம், அமோமம்), அவை இந்நாளைய ஏலம் அன்று என்று இன்னிஸ் மில்லர் கூறுகின்றார்.

'அமோமம்' என்ற ஏலவகை நேபாளத்திலும், வங்கத்திலும் விளைந்தது. அமோமம் இலைகள் செழித்தும், உயர்ந்தும் வளரக் கூடிய செடியாகும். பூக்கும் தண்டு குட்டையாயிருக்கும். அதன் வேர் மணந்தரக் கூடியது. இதன் வித்துகள் உறைக்குள் இருக்கும். இவ்வித்துகள் ஏல அரிசி போன்றிருப்பதால் பண்டைக் கிரேக்கரும், ரோமரும் இஞ்சிக் குடும்பத்தைச் சேர்ந்த இதனையும் ஏலம் என்று கூறிவிட்டனர். அதனால் அவர்கள் ஏலத்தையும், அமோமையும் ஏலம் என்றே அழைக்கலாயினர். எனவே இது ''நேபாள ஏலம்'' என்றே கருதப் பட்டது.

தமிழ்நாட்டிலும், கேரளத்திலும் விளைகின்ற ஏலக்காய், தென்கிழக்காசியாவிலும், வட இந்தியாவிலும் விளைந்த அமோமைப் போன்று, ஆண்டு முழுவதும் செழித்திருக்கும் இலைகள் செறிந்த, உயரமான தண்டும், குட்டையான தண்டில் பூக்கக் கூடியதுமான செடியாகும்.

இச்செடி பூத்ததும், மிளகு போன்ற கருப்பான வித்துகளை உள்ளே கொண்ட காய்கள் கொத்தாகக் காய்க்கின்றன. இவை ஏலரிசி எனப்படும்.

தமிழ்நாட்டு ஏலம் அமோமைவிட இனிப்பாய் இருக்கும். பெரிப்ளூஸ் நூலில் ஏலக்காய் பற்றிய குறிப்புக் காணப்படவில்லை. என்றாலும் அது ஜஸ்டினியக் களஞ்சியத்தில் இடம் பெற்றிருக்கின்றது.

ஏலக்காய் வாணிபம் முதலில் முக்கியத்துவமில்லாததாகத்தான் இருந்தது என்று தோன்றுகின்றது.

பிளினி ஏலக்காய் பற்றிக் கூறியிருப்பதாவது:

''ஏலக்காயில் நான்கு வகைகள் உள்ளன. அவற்றுள் மிகக் சிறந்த ஏலக்காய் நீண்ட கோள வடிவில் இருக்கும். அதை உடைப்பது கடினம்.''

தென்னாட்டு ஏலக்காய் உருண்டிராமல் கோண வடிவில் இருக்கும். பிளினி ஏல அரிசியை 'ஒரு வகையான மிளகு' என்று கூறுகின்றார். போர்த்துக்கீசரும் பதினைந்தாம் நூற்றாண்டில் ஏலத்தைக் 'கருப்பு மிளகு' என்று தான் கூறினர்.

ஏலக்காய் மலபாரில் விளையக் கூடியது என்பதை முதன் முதலில் கூறிய ஐரோப்பியர், உலகைக் கடலில் சுற்றி வந்த பெர்னாந்து மெகலனின் (கி.பி.1480 - 1521) மைத்துனரான பார்வோசா ஆவார். அவர் 1514 வாக்கில் கேரளத்திற்கு வந்திருந்தார்.

ஏலச் செடியை அது வளர்ந்த இடத்திலேயே நேரடியாக ஆராய்ந்த முதல் ஐரோப்பியர் கிரேசியா தெ ஓர்ட்டா என்பவர் இவர் 1563 வாக்கில் ஏலச் செடியை ஆராய்ந்தார்.

மிளகு

ரோமானியப் பேரரசு (கி.மு. 29-கி.பி. 641) இந்தியாவுடன் நடத்தி வந்த வாணிபத்தில் மிளகு மிக முக்கியமான பண்டமாயிருந்தது.

கருப்பு மிளகு தென்கிழக்காசியாவில் விளைந்தது என்பதற்கும், அது பண்டைக் காலத்திலிருந்தே மலேயாவில் பயிர் செய்யப்பட்டது என்பதற்கும் சான்றுகள் இருப்பினும் இந்தியாவில் விளைந்த மிளகின் அளவுடன் ஒப்பிடுகையில், மேற்சொன்ன நாடுகளில் வாணிபத்திற்கு வேண்டிய அளவில் மிளகு விளையவில்லை என்பது புலனாகின்றது.

மிளகில் நீண்ட மிளகு என்றொரு வகை கேரளத்திலிருந்து வங்கம் வரையிலுள்ள வட்இந்தியப் பகுதிகளில் விளைந்தது. இது தென்னிந்தியாவிலும் விளைகின்றது.

இதில் நீண்ட மிளகிலிருந்து வேறுபட்ட குறுமிளகானது கொடியாக விளைகின்றது. மிளகுக் கொடி கேரளத்தில் பன்னெடுங்காலமாகவே பயிர் செய்யப்பட்டு வருகின்றது.

நீள் மிளகுக் கொத்து ஒன்றரை அங்குல நீளம் இருக்கும்: அதில் வித்துகள் நெருக்கமாக இருக்கும். அக்கொத்தின் நுனி சுருங்கி முனையாக இருக்கும். இதைப் பழுக்கு முன்னர் பறித்து வெயிலில் உலர்த்துவர்.

குறுமிளகின் கொடியில் நீளமான கொத்துகள் விளைகின்றன. இக்கொத்திலுள்ள காய்கள் முதலில் பச்சையாகவும், பழுத்தவுடன் சிவப்பு நிறமாகவும் காணப்பெறும்.

கருப்புமிளகின் - குறுமிளகின் - விளைந்தகொத்து நான்கு அங்குல நீளமிருக்கும். அதில் ஐம்பது மிளகுக் காய்கள் இருக்கும். பழுக்காத மிளகுக் கொத்துகளைப் பறித்து வெயிலில் காய வைத்து விற்பனைக்கு அனுப்புகின்றனர்.

வெள்ளைமிளகு என்பது குறு மிளகின் மேல் தொலியை நீக்கி உலர்த்திய சரக்காகும்.

நீள் மிளகும் குறு மிளகும் ஏலக்காயைவிடக் காரமாக இருக்கும். குறு மிளகில் அலெக்சாந்திரியக் கடுகு, சூரைக்காய் விதை முதலியன கலப்படம் செய்யப்பட்டன என்று பிளினி கூறுகின்றார்.

பண்டை எகிப்திய, எபிரேய இலக்கியங்களில் மிளகு பற்றிய குறிப்பு எதுவும் காணப்படவில்லை. இதர மணக்காரச் சரக்குகள் அவற்றில் கூறப்பட்டுள்ளன. மிளகின் மணமானது, மணப் பொருளாக அல்லது நறுமணப் புகையாகப் பயன்படுத்துவதற்கு ஏற்றதாக இல்லாதிருந்தமை அல்லது எகிப்திய, எபிரேய மருந்துச் சரக்குகளில் மிளகு பயன்படுத்தப்படாமை, இதற்குக் காரணமாக இருக்கலாம்.

பாபிலோனியாவில் (இது தென்மேற்கு ஆசியாவில் தைகிரிஸ், யூஃபிரிட்டிஷ் ஆற்று வெளியில் சுமார் கி.மு. 2700 முதல் 558 வரை செழித்தோங்கி இருந்த நாகரிகம்) மிளகு பெரிதும் விரும்பப்பட்டது என்பது தெரிகின்றது. ஏனெனில் அரிசி அங்கு முக்கிய உணவாக இருந்தது. அரிசி உணவுக்காரர்களுக்கு மிளகு முக்கிய பண்டமாக இருந்தது.

இராமாயணத்தில் மிளகு பற்றிய குறிப்பைக் காணலாம்.

மருத்துவத்தின் தந்தை என்று மேற்குலகம் கொண்டாடும் ஹிப்போகிரேட்ஸ் (சுமார் கி.மு. 400), நகைச்சுவை நாடக ஆசிரியரான ஆண்டிஃபேன்ஸ், அரிஸ்டாடில் முதலான கி.மு. 5-ம் நூற்றாண்டின் அறிஞர்களெல்லாம் மிளகைப் பற்றிக்

குறிப்பிட்டுள்ளார். நீள் மிளகும் குறு மிளகும் அக்காலத்தில் ஏதன்ஸ் நகர மக்களால் நன்கு அறியப்பட்டிருந்தன.

மிளகைத் தேனுடன் கலந்து அருந்தினால், பெண்களுக்கு வரும் சிலவகை நோய்கள் குணமாகும் என்று ஹிப்போக்கிரேட்ஸ் கூறுகின்றார். சிலவகைக் காய்ச்சலைக் குணப்படுத்தும் பண்டுவத்திலும் மிளகு சேர்க்கப்பட்டிருந்தது.

ரோமானியப் பேரரசின் (கி.மு. 29-கி.பி. 641) ஆட்சிக் காலத்தை இரு பகுதிகளாகப் பிரிக்கலாம். பேரரசு அமைந்த காலத்திலிருந்து கி.பி. முதல் நூற்றாண்டின் நடுப்பகுதி வரையிலுள்ள காலகட்டம் அதன் முதற் பகுதியாகும். அடுத்தது அதற்குப் பிந்திய ஐந்து நூற்றாண்டுக் காலமாகும்.

முதற் காலகட்டத்தில் மிளகு அக்காலத்தைச் சேர்ந்த எழுத்தாளர், வரலாற்று ஆசிரியர்கள், புலவர், மருத்துவர் முதலிய அனைவருக்கும் நன்கு தெரிந்திருந்த பொருளாக இருந்த போதிலும், மிளகு மிகவும் விலையுயர்நத ஆடம்பரப் பொருளாகவே இருந்து வந்தது.

இரண்டாவது காலகட்டத்தில் டயோஸ்கோரைட்ஸ், பிளினி முதலியோர் மிளகைப் பற்றித் தெளிவாக அறிந்திராவிடினும் குறுமிளகு, நீள்மிளகு, வெண்மிளகு, என்று மிளகில் மூன்று வகைகள் இருந்தன என்பதை ரோமானியர் அறிந்திருந்தனர்.

இக் காலகட்டத்தில் தென்னிந்தியாவுடன் ரோமானியத் தொடர்பை ரோமானியப் பேரரசு ஏற்படுத்திக் கொண்டு விட்டது. சோமாலியாவிலிருந்து கருவா பட்டையையும், தமிழ்நாட்டிலிருந்து மிளகு, கருவா பட்டை இலை முதலியவற்றையும் ஏற்றிக் கொண்டு வருவதற்காக எகிப்தியத் துறைமுகங்களில் இருந்து மிகப்பெரிய இரண்டு மரக்கலங்கள் புறப்பட்டன என்று பெரிப்ளூஸ் குறித்து வைத்திருக்கின்றது.

மிளகை முழுமையாகவோ, பொடித்தோ, கருமிளகையோ, வெண்மிளகையோ, எல்லா வகையான பாக முறைகளிலும் ரோமானியர் பயன்படுத்தினர் என்று சமையற் கலைஞரான ஏப்பிஷியஸ் கூறுகின்றார். ரோமானியரின் உணவு மேசையில் மிளகுக்கென்றே வெள்ளியால் செய்த ஏனம் ஒன்று இருந்தது.

தாலமி மிளகைப் பற்றி ஏதும் கூறவில்லை என்பது புதுமையாயிருக்கின்றது. மிளகு அன்றாட வாழ்க்கையில் மிகவும் சாதாரணமான பொருளாக இருந்தமை அதற்குக் காரணமாக இருக்கலாம்.

கிரேக்க மருத்துவர்களின் நூல்களில் மூவகை மிளகு பற்றிய குறிப்புகள் காணப்படுகின்றன. இம் மருத்துவ நூல்கள் மக்களின் அக்காலத்துப் பழக்க வழக்கங்களை அறிந்துகொள்ள உதவுகின்றன.

ரோமானியப் பேரரசு கி.பி. 641-ல் வீழ்ச்சியடைந்த பிறகு மிளகு வாணிபம் அரபுகளின் கைக்குப் போய்விட்டது.

மிளகுக்கென்று ரோமானியர் இந்தியாவுக்குக் கண்ட கடல் வழி

ரோமானியப் பேரரசு ஐரோப்பியப் பொருளாதாரத்தில் ஒன்றையடுத்து ஒன்றாக இரண்டு முக்கிய மாறுதல்களைக் கொண்டு வந்தது.

தமிழ்நாட்டிலிருந்து மிளகைக் கொள்முதல் செய்யும் தலையாய நோக்கத்துடன் அதற்கு நேரடியாகக் கடல் வழி ஒன்றைத் திறந்தது, அவற்றுள் முதல் மாறுதலாகும்.

மணக்காரச் சரக்குகளை - சாம்பாரப் பொருள்களை - குறிப்பாகக் குறுமிளகை, உணவின் சுவைப் பண்டமாக ரோமானியப் பேரரசு பயன்படுத்தியது முக்கியமான இரண்டாவது காரணமாகும். இந்தப் புதிய இரண்டாவது கால கட்டத்தின் பிரதிநிதியாக விளங்கியவர் சமையற் கலைஞரான ஏப்பிஷியஸ் ஆவார்.

அவர் 'சமையற் கலை' என்ற பெயரில் பத்து நூல்கள் எழுதியிருக்கின்றார். உணவுக் கலை விரும்பிகளுக்கு இன்றியமையாதவையாக அந்நூல்கள் இன்னும் விளங்குகின்றன.

ரோமானியப் பேரரசு 84 வகையான மணக்காரச் சரக்குகளை-சம்பாரப் பொருள்களை இந்தியாவிலிருந்தும் ஆசிய, ஐரோப்பிய நாடுகளிலிருந்தும், எகிப்து, லிபியா போன்ற ஆப்பிரிக்க நாடுகளிலிருந்தும் இறக்குமதி செய்தது.

முத்துக்கள்

உண் பொருள்கள் பற்றிய விவரங்களே பெரிதும் மேலே தரப்பட்டுள்ளன. இங்கு ஆடம்பரப் பொருளான முத்தைப் பற்றியும் கூறுவோம்.

ஐரோப்பியக் கடல்களில் மட்டமான முத்துகள் கிடைத்த போதிலும் பாபிலோன், எகிப்து, கிரேக்கம், ரோம், மற்றும் சீனத்தில் வாழ்ந்த மக்கள், பாரசீக வளைகுடாவிலும், மன்னார் வளைகுடாவிலும் கிடைத்த கீழை நாட்டு முத்துகளையே விலை மதிப்புள்ளவையாக மதித்தனர். இந் நூற்றாண்டின் (20) தொடக்கம் வரையிலும் இலங்கை, இந்தியா என்று இருபக்கத்திலுமிருந்து மன்னார் வளைகுடாவில்தான் முத்துக்கள் எடுக்கப்பட்டன.

பாண்டியரும் முத்தும்

பண்டைக் காலத்தில் முத்துக் குளிப்பதும், முத்து வாணிபமும் முதலில் கொற்கையிலும், பின்னர் மதுரையிலும் இருந்து ஆண்டு வந்த பாண்டிய வேந்தர்களின் கைகளில் இருந்து வந்தன. இந்நிலை கிறிஸ்தவ சகாப்தத்தின் முதல் நூற்றாண்டின் தொடக்கம் வரையிலும் நீடித்தது.

சோழரும் முத்தும்

சோழவேந்தர்கள் பாக் நீரிணையில் முத்துக் குளிப்பதற்கென்று கி.பி. முதல் நூற்றாண்டின் தொடக்கத்தில் இறங்கியபோது, மேற்கூறிய நிலைமை மாறியது. சோழர்கள் அக்காலத்தில் இலங்கையை வென்றனர்.

பாண்டியர்கள் நெடுஞ்செழியனின் தலைமையில் தமது அரசுரிமையை மீண்டும் நிலைநிறுத்திய நேரத்தில் சோழர்கள் ஏற்கனவே பாக் நீரிணையில் முத்தெடுத்து வந்தமையால், பாண்டியர்க்கு முத்தெடுப்பதில் இருந்து வந்த தனியுரிமை மறைந்தது. எனினும் பாண்டியர் துறைமுகங்களில் இருந்துதான் மத்தியதரைக்கடல் வரை-கிரேக்கம், ரோம்-ஏராளமாக முத்துகள் ஏற்றப்பட்டன.

முத்தின் கதை

தமிழர்கள் சிப்பிக்குள் முத்து இருப்பதை எப்போது அறிந்தனர்? அது

விலைமதிப்பான பொருள் என்பதை எப்போது கண்டனர்? கடலுள் மூழ்கி முத்தெடுப்பதை முதன்முதலில் எப்போது செய்தனர்?

இவ் வினாக்களுக்குரிய விடைகள் நமக்குப் புலனாகவில்லை.

முத்து எப்படி எடுக்கப்பட்டது என்பது சுமார் கி.பி. 1200 வரையிலும் அயல் நாட்டினருக்குத் தெரியாமலே இருந்தது. அயல் நாட்டினர் பல்வேறு கால கட்டங்களில் அப்போதைக்கப்போது பல்வேறு நாடுகளில் இருந்து நமது நாட்டிற்கு வந்தனர். அவர்கள் நம் நாட்டவரின் பழக்கவழக்கங்களைப் பற்றி எழுதி வைத்துள்ளனர். அவர்களில் பலர் முத்துக்களையும், முத்துக் குளிப்பதையும் பற்றி எழுதி வைத்துள்ளனரேயன்றி, எவ்வாறு முத்து எடுக்கப்பட்டது என்ற குறிப்பைத் தரவில்லை.

சந்திரகுப்த மௌரியரின் அவையிலிருந்த கிரேக்கத் தூதுவர் **மெகஸ்தனிசும்**, கி.மு. முதல் நூற்றாண்டைச் சேர்ந்த ரோமானிய எழுத்தாளரான **ஏலியனும்** உண்மையறியாது, கற்பித்துக் கூறியுள்ளனர். பண்டைத் தமிழ் இலக்கியங்களிலும் சிப்பிக்குள் முத்துப் பிறக்கின்றது என்பதைத் தவிர வேறு விளக்கம் எதுவும் காணப்படவில்லை.

பதின்மூன்றாம் நூற்றாண்டைச் சேர்ந்த சீனப் பயணியான **சௌ ஜி குவா**, வெனிஷ் நகரத்து நாடோடியான **மார்க்கோ போலோ** (கி.பி. 1254-1324) ஆகிய இருவரும் கடலினுள் மூழ்கி முத்து எடுக்கப்பட்டதாக முதன்முதலில் கண்டறிந்து கூறினர்.

மார்க்கோ போலோ கூறியதைப்போன்றுதான் பண்டைக் காலத்திலும் முத்து எடுக்கப்பட்டிருத்தல் வேண்டும். அவர் மன்னார் வளைகுடாவில் முத்து எடுக்கப்பட்டதை உயிர் களையுடன் விவரிக்கிறார்.

முத்துக் குளிப்பவரின் காலில் கல் கட்டியிருப்பது, அவர்கள் சிப்பிகளை வாரி வைப்பதற்காகக் கூடைகளுடன் மூழ்குவது, சுறாக்களிடமிருந்து தப்புவதற்காகக் கடல் கட்டி என்ற தாயத்துகளை அவர்கள் அணிதல் ஆகியவற்றைப் போலோ வருணிக்கின்றார். இன்றும் இப்படித்தான் தமிழ்நாட்டில் முத்துக் குளிக்கின்றனர்.

இலங்கையில் முத்துக் குளித்ததற்கு இரண்டு அல்லது மூன்றாண்டுகளுக்குப் பின்னர் தமிழ்நாட்டுக் கரையில் முத்துச் சிலாபம் எடுப்பது வழக்கமாக இருந்தது.

அதேபோல் இலங்கையிலும் இந்தியாவில் முத்து சிலாபம் எடுத்த பின்னர் அதே கால இடைவெளியில் முத்துக் குளிப்பது வழக்கமாகும்.

தெற்கு மன்னார் வளைகுடாவினுள் ஓடும் வலுவான நீரோட்டங்கள் இதற்கு காரணமாக இருக்கலாம். இலங்கைக் கரையருகே இந் நீரோட்டங்கள் ஓடுவதால், அங்கு முத்துச் சிப்பிகள் உண்டாவது தடைபடுகின்றது. எதிர்க்கரையில் நீரோட்டங்கள் இல்லா திருப்பதால் அங்கு முத்துகள் ஏராளமாக விளைகின்றன.

கடல் நீரோட்டங்கள் திசை மாறும். அவை இந்தியக் கரையோரங்களில் வலுவாக ஓடுகையில் இலங்கைக் கரையோரங்களில் சிப்பிகள் பல்குகின்றன.

தமிழ்நாட்டில் முத்தும், சங்கும் குளிக்கும் வரலாறு பண்டைக் காலந்தொட்டு, இந்தக் காலம் வரையிலும் நமக்குக் கிடைத்துள்ளது. ஆனால் கி.பி. 400 முதல் கி.பி. 1000 வரையிலுள்ள காலத்தைப் பற்றிய செய்திகள் நமக்குக் கிடைத்தில.

தமிழ்நாட்டுக் கடற்கரையில் சங்கும், முத்தும் குளிக்கப்பட்டன என்பதைப் பெரிப்ளூஸ் ஆசிரியர், பிளினி, தாலமி முதலானோர் குறித்துள்ளனர். அவர்கள் முத்துக்

குளிக்கும் இடம் 'கோல்கிக் வளைகுடா' என்று கூறியுள்ளனர். கோலகிக் என்பது மன்னார் வளைகுடா ஆகும்.

முத்துக்குளிக்கக் குற்றவாளிகள்

கி.பி. 60-ம் ஆண்டைச் சேர்ந்த பெரிப்ளூஸ் என்ற நூலின் ஆசிரியர் கருத்துப்படி, பாண்டிய மன்னர் தண்டனை பெற்ற குற்றவாளிகளை முத்துக் குளிக்கப் பயன்படுத்தினர் என்று அறிகின்றோம்.

முத்தும் கொற்கையும்

பாண்டிய நாட்டில் முத்துக் குளிக்கப்பட்ட இடமான 'கோநகர்' என்னும் கொற்கையைத் தாலமி 'கொர்கை' என்றும், பெரிப்ளூஸ் ஆசிரியர் 'கோர்ஜி' என்றும் குறிப்பிடுகின்றனர். கொற்கை எங்கே இருந்தது என்பது குறித்து அறிஞரிடையே கருத்து வேறுபாடு இருந்தது.

அது இராமனாதபுரத்துக் கடற்கரையில் இருக்கும் கீழக்கரை என்று லாசன் என்பவர் அடையாளம் காட்டினார். ஆனால் இது வெறும் ஊகம் என்று வேறு அறிஞர் பலர் கருதுகின்றனர். கோல்ஜி என்பதும் பாண்டியர் குடியின் இளவரசர் வாழ்கின்ற கோநகரமாகிய கொற்கையைத்தான் குறிக்கும் என்று **டாக்டர் கால்டுவெல்** சரியாக இனங் கண்டிருக்கின்றார். சாத்தான்குளம் அ.இராகவன் அவர்களும் தம் ஆராய்ச்சித் திறத்தால் அதை நிறுவியிருக்கின்றார்.

பாண்டியர் காலத்தில் சிறப்புமிக்கோர் இருந்த கொற்கை இன்று சிற்றூரா யிருக்கின்றது. நெல்லை மாவட்டத்தில் தாமிரவருணி ஆற்றின் முகத்துவாரத்திலிருந்து சுமார் ஐந்து மைலுக்கப்பால் உள்நாட்டில் இருக்கின்றது.

கொல்கை என்பது புணரியல் விதிப்படி கொற்கை என்றாகியதை கால்டுவெல் எடுத்துக்காட்டுகின்றார். கொற்கை மலையாள மொழியில் இன்றும் கொல்கை என்றே வழங்கி வருகின்றது.

கொற்கை பாண்டியர் குடியின் பிறப்பிடம் என்று கருதப்படுகின்றது. பாண்டியர் இங்கிருந்து தமது தலைநகரத்தை மதுரைக்கு மாற்றினர். பாண்டியர் தம்மைக் 'கொற்கை வேந்தர்' என்று அழைத்துக் கொள்வது கவனிக்கத்தக்கதாகும்.

சங்க இலக்கியத்தில் முத்துக் குளிப்பு

கிறித்தவ அப்தத்தின் முதல் மூன்று நூற்றாண்டுகளைச் சேர்ந்த சங்கச் சான்றோர்களின் பாடல்களில் கொற்கையில் முத்துக் குளிக்கப்படுவது குறித்தும், அங்கு முத்து வாணிபம் நடைபெறுவது குறித்தும் குறிப்புகள் காணப்படுகின்றன. அங்கு பரதவர் என்று அழைக்கப்பட்ட மக்கள் முத்துக் குளித்தார்கள் என்று பாடல்கள் இயம்புகின்றன.

பரதவர் வீரஞ் செறிந்தவர் என்றும், அவர்களிடம் விலைமதிப்பற்ற சங்கும் முத்தும் இருந்தனவென்றும் அவர்கள் கடலுக்குள் மூழ்கி அவற்றை எடுத்தனர் என்றும் பத்துப்பாட்டில் ஒன்றான 'மதுரைக் காஞ்சி' பகருகின்றது.

கி.பி. இரண்டாம் நூற்றாண்டின் தொடக்கத்தில் பாண்டிய நாட்டை ஆண்ட நெடுஞ்செழியன் போர்க்குணம் படைத்த பரதவரை ஒடுக்கி, முத்துக்குளிக்கும் பகுதிகளில் தமது ஆட்சியை விரித்தார்.

சோழநாட்டு முத்துகள்

சோழரும் பாக் நீரிணையில் முத்துக்குளித்தனர். சோழ நாட்டின் 'அர்காரு' என்ற இடத்தில் முத்துகள் விற்கப்பட்டன என்று பெரிப்ளூஸ் ஆசிரியர் கூறுகின்றார். அர்காரு என்பது சோழரின் பண்டைத் தலைநகரான உறையூரைக் குறிக்கும்.

கரிகாற் சோழன் முதல் நூற்றாண்டில் இலங்கையை வெற்றி கொண்டதால், இலங்கைக் கடல்களிலிருந்து முத்துகளைப் பெற்றிருக்கக் கூடும். சோழ நாட்டில் குளிக்கப்பெற்ற முத்துகள் அதன் தலைநகரான உறையூரில் வைத்து மட்டுமே விற்கப்பட்டன.

தமிழ்நாட்டு வாணிபச் சந்தைகள்

தமிழ்நாட்டில் கொற்கை, மதுரை, உறையூர், பூம்புகார், நெல்கிந்தா (கோட்டயம்) முதலியன தலையாய வாணிபச் சந்தைகளாக விளங்கின. இவற்றுள் பூம்புகார், உறையூர் சோழ நாட்டிலும்; கொற்கை, மதுரை பாண்டிய நாட்டிலும்; நெல்கிந்தா, முசிறி சேர நாட்டிலும் இருந்தன. இங்கு அயல்நாட்டு வாணிபமும், ஏற்றுமதியும் பேரளவில் நடந்தன.

உறையூரில் முத்து வாணிபம் நடந்தது என்பதைப் பெரிப்ளூஸ் குறிக்கின்றது. அங்கு பாக் வளைகுடாவில் எடுத்த முத்துகள் விற்கப்பட்டன. கி.பி. இரண்டாம் நூற்றாண்டின் தொடக்கம் வரையிலும் சோழரின் தலைநகராகவும், துறைமுகமாகவும் இருந்து வந்த காவிரிப்பூம்பட்டினத்தில் ஏராளமான அளவில் முத்துக்கள் இருந்தன என்ற செய்தியைப் பட்டினப்பாலை கூறுகின்றது.

பாண்டி நாட்டு முத்து அணிகளையும், முத்து வாணிபத்தையும் பற்றி இலக்கியங்கள் பேசுகையில் முத்துகள் கொற்கைக் கரையிலிருந்து எடுக்கப் பெற்றவை என்பதைக் குறிக்கின்றன. சிலப்பதிகாரம், 'கொற்கையம் பெருந்துறை முத்தொடு

பூண்டு', என்று பாண்டிய மன்னன் அணிந்திருந்த முத்து நகைகளைக் குறிக்கும்போது, அவை கொற்கைக் கரையிலிருந்து எடுத்து வந்தவை என்கின்றது.

கரிகாற் சோழனைப் பாட்டுடைத் தலைவனாக வைத்துப் பாடப்பெற்ற பட்டினப்பாலையானது, காவிரிப்பூம்பட்டினத்தில் குவிந்து கிடந்த முத்துகளை 'தென்கடல் முத்து' என்று சிறப்பிக்கின்றது.

முத்தின் பயன்

பண்டைத் தமிழர்கள், சிலம்பினுள் முத்துக்களை வைத்துப் பெண்டிர் நடக்கையில், அவை உண்டாக்கும் இனிய ஒலி கேட்டு மகிழ்ந்தனர். முத்தைக் கொண்டு முத்துமாலை செய்து அணிந்தனர். ஏழையரும் செல்வரும் இந்த அணியைப் பெரிதும் விரும்பினர்.

மன்னர் முத்துமாலையை வெற்றிச் சின்னமாக அணிந்தனர். புலவர்களுக்கு முத்து மாலையைப் பரிசாக அளித்தனர். இம்முத்து மாலைகள் பொன், வெள்ளிச் சரடுகளில் கோக்கப்பட்டன. பட்டு நூலிலும் கோத்தனர். அரண்மனையிலும், செல்வந்தர் வீடுகளிலும் முத்துமாலைகள் கட்டித் தொங்கவிடப்பட்டிருந்தன.

முத்து ஏற்றுமதியான நாடுகள்

தொடக்க நிலையில் முத்துக்கள் பெரிதும் கிரேக்கம், ரோம், எகிப்து, சீனம் முதலிய நாடுகளுக்குக் கப்பலேறின.

பண்டைப் பாரசீகம் கி.மு. நான்காம் நூற்றாண்டுவாக்கிலேயே முத்தை மிகப் பெரிய பொருளாகக் கருதி வந்தது. பாபிலோனியரும் (சுமார் கி.மு.2700 - 538), அசிரியரும் (கி.மு.7-ம் நூற்றாண்டு) முத்து நகைகளை அணிந்தனர்.

அலெக்சாந்தர் கி.மு.323-ம் ஆண்டு இறந்த பிறகு அவரின் படைத்தலைவர்கள் அமைத்த அரச குடியினரிடையே முத்து செல்வாக்குப் பெற்று விளங்கியது.

கிளியோபாத்திரா (கி.மு. 691-130) முத்துகளைப் பெரிதும் விரும்பினாள்.

மத்திய தரைக்கடலின் கரை மீதுள்ள எகிப்திய நகரமான அலெக்சாந்திரியா (இது அலெக்சாந்தரினால் நிறுவப்பட்ட நகரமாகும். எகிப்தில் இது கிரேக்கரின் தலைநகரமாயிருந்தது. இங்கு புகழ் பெற்ற நூலகம் இருந்தது. நில நூல், வான நூல் வல்லுநரான தாலமி இங்குதான் வாழ்ந்தார்.) சரணடைந்த பிறகு முத்து ரோமில் சாதாரணமாகப் பயன்படுத்தப்பட்டது. எனினும் அவை முதலில் சில்லா (சுமார் கி.மு.78) காலத்தில்தான் பயன்படுத்தப்பட்டன. மகா பாம்பி (ரோமானியப் படைத் தலைவர் கி.மு. 106-48) முத்துக்களைப் பேரளவில் இத்தாலிக்குக் கொண்டுவந்த பிறகு, அவை மிகுந்த செல்வாக்குப் பெற்றன. ரோமானியக் குடியரசு அலெக் சாந்திரியாவிலிருந்து அகஸ்டஸ் தாலமிகளின் செல்வங்களை கொண்டுவந்த பிறகு, முத்துக்கள் மிகவும் சாதாரணமாயின. பிளினி இவ்வாறு தனது ஒன்பதாவது நூலின் 59 ஆவது அத்தியாயத்தில் குறிப்பிட்டிருக்கின்றார்.

ரோமானியர் இதற்கு முன்னரே 'சாரக்சின் இசிதோர்' (கி.மு.284) மூலமாகப் பாரசீக வளைகுடா முத்துக்களைப் பற்றிய விவரங்களையும், அவற்றின் அரிய மதிப்பையும் தெரிந்து வைத்திருந்தனர்.

'ஹிப்பாலஸ்' என்ற எகிப்தியக் கடலோடி ரோமானியருக்காகப் பருவக்காற்றுகளின் பயனைக் கண்டறிந்தமையால், இந்தியாவுடன் நேரடியாகத் தொடர்பு கொள்ள வழி பிறந்தது. ஹிப்பாலஸ் தென்மேற்குப் பருவக்காற்றைக் கண்டுபிடித்தமையால், அக் காற்றுக்கு 'ஹிப்பாலஸ் காற்று' என்றே பெயரிட்டனர்.

பருவக்காற்றின் துணைகொண்டு இந்தியாவிற்குக் கடல்வழியில் ரோமானியப் பேரரசு நேரடியாக வாணிபத் தொடர்பு கொண்டதும், முத்துக்களைக் கிரேக்க, ரோமானிய மங்கையர் பெரிதும் விரும்பினர்.

ரோமானியர் முத்தை 'மதுனியோ' என்று முதலில் அழைத்தனர். தனித்தன்மை வாய்ந்த மணி என்பது அதன் பொருள். ஏனெனில் ஒரு முத்தைப் போன்று மற்றொரு முத்து வெண்மையிலோ, அளவிலோ, உருட்டிலோ, பளபளப்பிலோ, எடையிலோ ஒன்றாக இருப்பதில்லை.

ரோமானிய மங்கையர் முத்துத் தொங்கட்டான் அணிந்தனர்: சிலர் செருப்பிலும் முத்தை பதித்துக் கொண்டனர். செருப்பின் மேற்புறத்தில் மட்டுமன்றி, அடிப்புறத்திலும் முத்தைப் பதித்து, முத்தின மீதே நடந்தனர். பெரிதும் தங்கத்தைக் கொடுத்தே முத்துக்கள் வாங்கப்பட்டன என்று பிளினி கூறுகிறார்.

முத்துக்கு எதிர்ப்பு

அறநெறிக் கோட்பாட்டாளரான யூதத் தத்துவ ஞானியும், அலெக்சாந்திரியாவைச் சேர்ந்தவருமான ஃபிலோன் என்பவரும், புனித பாலும் பெண்களும், மங்கையரும் முத்துக்கள் அணிவதைக் குறித்து மனம் வருந்தினர். பிளினிக்குப் பொறுக்க முடியாத ஆத்திரமே வந்தது. ''இந்த ஆடம்பரப் பொருளுக்காகப் பெருஞ்செலவு செய்ய வேண்டியிருக்கின்றது: இதைக் கொண்டு வருவதற்காகக் கடல்களைத் தாண்டி வெகுதொலைவு சென்று வர வேண்டியிருக்கின்றது. ரோமானியச் செல்வத்தையெல்லாம் முத்து இறக்குமதி கொண்டு செல்கின்றது'' என்று பிளினி குமுறுகிறார்.

ஜுலியஸ் சீசரினால் வாரிசாகத் தேர்ந்தெடுக்கப்பட்டதனால் கையஸ் ஆக்டேவினஸ் என்ற இயற்பெயரையுடையவராயிருந்து, கைஸ் ஜுலியஸ் சீசர் ஆக்டேவினஸ் என்று பெயர் மாற்றி, ரோமின் முதற் பேரரசராக கி.மு. 27ஆம் ஆண்டின் அரியணை ஏறியதும் அகஸ்டஸ்க் என்று பெயர் சூட்டிக் கொண்ட ரோமானியப் பேரரசர், எகிப்தின் மன்னர்களான தாலமிகளிடமிருந்து ஏராளமான முத்துக்களை அள்ளிக் கொண்டு வந்தார் என்பதிலிருந்து எகிப்தில் முத்து மிகவும் விரும்பி வாங்கப்பட்டது என்பது தெரிகின்றது.

கிளியோபாத்திராவின் முத்துக்கள் வரலாற்றுப் புகழ் பெற்றவையாகும். அவர் காதுகளில் அணிந்திருந்த முத்துத் தொங்கல்களின் மதிப்பு *1, 51, 458* பவுன் என்கின்றனர். அவள் விலையுயர்ந்த முத்துகளை மதுத் தேறலில் கரைத்து அருந்தினாள் என்பதும் உலகறிந்த செய்தியாகும்.

இந்திய - ரோமானிய வாணிபத்தின் அளவு

''ரோம் இந்தியப் பண்டங்களின் இறக்குமதிக்கென்று ஓராண்டில் 55 மில்லியன்

சாஸ்டர்சஸ் (ஏறத்தாழ ஒரு மில்லியன் பவுன்) செலவிடுகின்றது. அப்பண்டங்கள் வாங்கிய விலையை விட நூறு மடங்குக்கும் அதிகமான விலைக்குப் போகின்றன'' என்று பிளினி கூறுகின்றார்.

முதற் பேரரசரான அகஸ்டசின் ஆட்சிக் காலத்தில், அதற்கு முன்னர் எக்காலத்திலும் இல்லாதவாறு ஏராளமான முத்துக்கள் செலவாயின. ரோமில் செல்வச் செழிப்பும், சுகபோக வாழ்க்கையும் பெருத்ததே இதற்குக் காரணமாகும். தமிழ் நாட்டிலும், இலங்கையிலும் ரோமன் பொற்காசுகள் கிடைத்ததிலிருந்து இது தெளிவாகின்றது.

கோவை மாவட்டத்தில்தான் ஏராளமான பொற்காசுகள் கிடைத்தன. கொங்கு நாடு, சோழர் ஆட்சியில் மாணிக்கக் கற்கள் தோண்டியெடுக்கப்பட்ட இடமாக இருந்தது. அங்கு அகஸ்டஸ் (கி.பி.14); டைடீரியஸ் (கி.பி.37); கிளாடியஸ் (கி.பி.54) நீரோ (கி.பி.61-62); டாமிதியன் (கி.பி.96); ஹட்ரியன் (கி.பி.138); அண்டோனியஸ் பயஸ் (கி.பி.161); மார்க்கஸ் அரேலியஸ் (கி.பி.180); டயக்கிளிடியன் (கி.பி.305); மகா கான்ஸ்டன்டைன் (கி.பி.331); தியோடோசியஸ் (கி.பி.395); மற்றும் அர்க்கேடியஸ் (கி.பி.400) ஆகிய மன்னர்களின் பொற்காசுகள் தென்னாடெங்கும் கண்டெடுக்கப்பட்டன.

கிரேக்கம் மத்திய தரைக்கடலில் வலிமை வாய்ந்ததாக விளங்கியபோது, தமிழகம் அதனுடன் நேரடியாக வாணிபம் செய்யவில்லை என்று தெரிகிறது. எகிப்தின் வழியே தமிழ்நாட்டுப் பண்டங்கள் கிரேக்கத்தை எட்டின.

முத்தும் காஞ்சியும்

காஞ்சியிலும் முத்து மற்றும் மாணிக்கக் கற்களை வாணிபம் செய்தவர்கள் இருந்தனர். காஞ்சி பிற்காலத்தில் மிகவும் வளர்ந்தது என்று தெரிகின்றது.

பூம்புகார் மிகச் செழிப்பான வாணிப நகராக இருந்தவரையிலும் காஞ்சிபுரம் வாணிபத்தில் சிறந்தோங்கவில்லை. இருப்பினும் இப்பெருநகரில் பெரிய வணிகரும், கைதேர்ந்த கைவினைஞரும் இருந்தனர். அங்கு சங்கறுப்பவர்களும், முத்துமாலை செய்பவர்களும் இருந்தனர் என்று 'மணிமேகலை' கூறுகின்றது. புகாரைக் கடல் கொண்ட பிறகு சோழ வேந்தர் அங்கு சென்றார் என்றும் 'மணிமேகலை' கூறுகின்றது. இதற்கு வரலாற்று ஆதாரங்கள் இல்லை.

காஞ்சிக்கும் சீனத்திற்கும் வாணிப உறவுகள் இருந்தன.

காஞ்சியும் சீனமும்

'பான்கூ' என்ற சீன எழுத்தாளர் கி.பி. முதல் நூற்றாண்டைச் சேர்ந்தவர். அவர் எழுதியுள்ள 'செலியோன் லான் சென்' என்ற சீன நூலில் இவ்வாறு கூறுகின்றார்:

''ஜெனம (மேல அன்னம்) என்ற இடத்திலிருந்து பன்னிரண்டு மாதங்கள் பயணம் செய்த பிறகு- ''ஹூனாங்கு-சே'' அரசை அடையலாம்; அது பரந்து விரிந்த நாடு; அங்கு புதுமையான பொருள்கள் நிறைந்துள்ளன. பேரரசர் ஊ(கி.மு.140-86) காலத்திலிருந்து அம்மக்கள் திறை செலுத்தி வருகின்றனர். ஆட்களைத் திரட்டிக் கொண்டு ஒளி சிந்தும் முத்துக்கள், கண்ணாடிகள், அரிய கற்கள் மற்றும் புதுமையான பல பொருள்களைத் தங்கம், பட்டு ஆகிய பண்டங்களைக் கொடுத்துப் பண்ட மாற்றமாக வாங்குகின்றனர். பெரிய முத்து ஏழங்குல நீளமாயிருக்கும்.''

ஏழங்குல நீளமுள்ள முத்து எங்கும் கண்டதாகத் தெரியவில்லை. எனவே இது இயற்கைக்கு முரணாக உள்ளது.

''ஹூனாங்கு-சே'' என்பது பல்வேறு ஆசிரியர்களால் பல்வேறு பெயர்கள் அடையாளம் காணப்பட்ட போதிலும் அது காஞ்சியைக் குறிப்பதாகத்தானிருக்க வேண்டும்.

சீனத்திற்கும் காஞ்சிக்கும் கி.மு. இரண்டாம் நூற்றாண்டிலிருந்து உறவு இருந்து வந்தது என்று கி.பி.12-ஆம் நூற்றாண்டில் வாழ்ந்த ''மா தாவன்லின்'' என்ற சீன ஆசிரியர் கூறுகின்றார்.

''ஹூனாங்கு-சே (இது 'காஞ்சி' என்பது ஃபெரண்டு என்பவர் கருத்தாகும்) ஹன் அரச குடியின் ஆட்சிக்காலத்தில் முதன்முறையாகச் சில தூதுவர்களை அனுப்பியது. சீனப் பேரரசர் ஔட்டி (இவர் காலம் கி.மு.140-85 என்று நீலகண்ட சாஸ்திரி கூறுகின்றார்) காலத்திலிருந்து தொடர்ந்து தூதுவர் (சீனத்திற்கு) வந்து சிறப்பிக்கின்றனர். அந்த அரசு அழகான முத்துகளையும், நேர்த்தியான கற்களையும், மேலும் பல புதுமையான பொருள்களையும் அனுப்பி வைக்கின்றது.

மேற்கூறிய இரண்டு குறிப்புகளில் இருந்து சீனம் கி.மு.இரண்டு மற்றும் முதல் நூற்றாண்டுகளில் இருந்தே முத்துக்களைப் பற்றி அறிந்தும், அவற்றைத் தமிழ் நாட்டிலிருந்து இறக்குமதி செய்தும் வந்தது என்பதும் தெரிகின்றன.

அத்துடன் காஞ்சி சீனத்துடன் அரசியல் உறவு கொண்டிருந்தது என்பதும் தெரிகின்றது. ஏனெனில் காஞ்சியிலிருந்து சீனத்திற்குத் தூதுக்குழு சென்றதாக மா தவான்லின் கூறுகிறார்.

இந்தியாவும் ரோமும் தூதுவர் உறவுகளை வைத்துக் கொண்டிருந்தன.

அகஸ்டசின் ஆட்சிக் காலத்தில் இந்தியாவிற்கும், ரோமுக்குமிடையே புதிதாகத் தூதுவர்கள் மாற்றிக் கொள்ளப்பட்டனர்.

தமிழகத்திலிருந்து சென்ற தூதுக்குழு முத்துக்கள், அரிய கற்கள் முதலியவற்றை ரோமானியப் பேரரசருக்கு அளித்தது.

அகஸ்டஸ் கி.மு.25-ஆம் ஆண்டிற்கும் 11-ஆம் ஆண்டிற்கும் இடைப்பட்ட காலத்தில் வடமேற்கு இந்தியா, மேற்கு இந்தியா மற்றும் சேர, பாண்டிய, மன்னர்களிடமிருந்து தூதுக்குழுக்களை வரவேற்ற பிறகு ரோமிற்கும் இந்தியாவுக்கும் இடையே வாணியம் சிறப்பாக நடக்கலாயிற்று.

பண்டை வாணிப வழிகள்

தாலமி காட்டுகின்ற பண்டை உலகத்தின் நிலப் படத்தில் சுட்டப் பெற்றுள்ள வாணிப வழிகள் சீனத்திலிருந்து அட்லாண்டிக் கடல் பகுதிவரை நீள்கின்றன. இவ்வழிகள் சீன, ரோமானியப் பேரரசுகளில் போய் முடிகின்றன.

ஆனால் ரோமை நோக்கித்தான் பண்டங்கள் பெரிதும் சென்றன என்று தோன்றுகின்றது. ஆனால் வாணிபமென்பது தொடர்ந்து நீடிக்க வேண்டுமாயின், அது இருவழிகளில் பரஸ்பரமான முறையில் நடத்தல் வேண்டும்.

மேற்சொன்ற வாணிக வழிகள் பல்வேறுபட்ட பகுதிகளாய் இருந்தன. அவற்றுள்

பண்டங்கள் விளையும் இடைநிலைப் பகுதிகளும், அவற்றின் சேகர மையங்களும் இருந்தன.

இதற்கு இந்தியாவும், தென் அரேபியாவும் மிகச் சிறந்த சான்றுகளாகும். இவை இரண்டும் தயாரிப்பில் தலையாய இடம் பெற்றிருந்தன. பண்டங்கள் கிடைக்கின்ற இடங்களும், அவற்றை அனுப்பிவைக்கப்பட வேண்டிய இடங்களுக்கும் ஏற்ப, பல்வேறு வழிகளில் இருந்தும் வருகின்ற சரக்குகளை இறக்கி வைத்துப் பிரித்து அனுப்புவதற்கு வசதியான வகையில், பல வழிகளும் சந்திக்கும் இடங்களாக இவ்விரு நாடுகளும் இருந்தன. இவ்வாணிபத்தில் வெற்றி ஏற்பட்டதற்கு முன்னர் இவ்வாறுதான் நடந்துள்ளது. நேரடியான வாணிபம் நடக்கவில்லை.

சீனம், இந்தோனேசியா, இந்தியா, மேற்காசியா, கிழக்காப்பிரிக்கா ஆகிய இடங்களில் இருந்து மத்திய தரை கடல் பகுதிக்கும் சென்ற வாணிப வழிகள் மூன்று பிரிவுகளில் அடங்கும்.

கருங்கடல் (இன்று சோவியத்து யூனியன், ஆசியா மைனர், பால்கன் தீவக்குறை ஆகியவற்றால் சூழப்பட்ட கடல்: இதன் பரப்பு 461000 சதுர கி.மீ. 175 960 சதுர மைல். பண்டைக் காலத்தில் இது 'யூக்சைன் கடல்' என்று அழைக்கப்பட்டது) வழியாக ரோமானியப் பேரரசின் தலைநகராயிருந்த பைசாந்தியத்தையும், கருங்கடலுக்கும் மத்திய தரைக் கடலுக்கும் இடைப்பட்ட ஆசியாமைனர் என்ற மேற்காசியப் பகுதிகளையும் வந்து எட்டிய வடபால் வழிகள்:

ஜோர்தானிலிருக்கும் மீட்நாரையும், சிரியாவின் நகரங்களையும் அடைய யுஃபிரட்டிங் ஆற்றைக் கடந்து வந்த நடுவழிகள்:

நறுமணப் புகைச்சாலை, செங்கடல், நைல் ஆறு ஆகியவற்றைக் கடந்து எகிப்தை அடைந்த தென்பால் வழிகள் ஆகிய மூன்றுமாகும்.

இவ்வழிகள் ஒன்றன்மீது மற்றொன்று குறுக்கே செல்வதுண்டு: சான்றாகக் கிழக்குப் பகுதியிலிருந்து மேற்கே சென்ற பட்டுச் சாலையிலிருந்து (சில்க் ரோடு) ஒரு வணிகர் கிழக்கே சென்று, தார்சஸ் (இது இன்று தென் கிழக்குத் துருக்கியிலுள்ள பண்டை நகரமாகும். புனிதபால் இங்கே பிறந்தார்) வழியாக ஆசியா மைனரிலிருந்த பண்டை நகரமான எஃபிசஸ், ஏஜியன் கடலிலுள்ள துருக்கிப்பட்டினமான ஸ்மிர்னாவிற்குச் செல்லலாம்.

செங்கடல் வழியாக வந்த மணக்காரச் சரக்குகள் பீட்ராவிலிருந்து சிரியாவிற்குள் (சிரியா மத்திய தரைக்கடலின் கிழக்குக் கரையில் அமைந்துள்ள பண்டைநாடு) நுழைவாயிலும், அல்லது (பாலஸ்தீனத்தில் ரோமானியரின் ஆட்சியிலிருந்த தென் பகுதியான ஜூடியாவிலுள்ள காசா என்னுமிடத்திலும் இறக்குமதித் தீர்வை செலுத்தலாம்.

இன்னும் விரிந்த முறையில் கூறுவதாயின் மேற்கில் இவ்வழிகள் முடிந்த இடம் பைசாந்தியம், புரோட்டோ (இது சிரியாவின் பண்டைத் தலைநகரம்: இன்று தென் துருக்கியில் உள்ளது) பீட்ரா, அலெக்சாந்திரியா முதலியனவாகும். கிழக்கில் முடியும் இடங்கள் கட்டிகரா, லோயங்கு ஆகியனவாகும்.

வாணிப வழிகளில் சில கடல் வழியாகவும், வேறு சில கடலிலும், நிலத்திலும் செல்வனவாகவும், இன்னுஞ் சில ஆறுகளையும், பாலைவனச் சோலைகளையும் பின்பற்றி நிலவழியிலும் அக்காலத்தில் சென்றன.

நில வழியாகச் செல்பவர்களுக்குத் தண்ணீர் மிகவும் இன்றியமையாததாகும்.

கடலில் நெடுந்தொலைவு செல்வதற்குப் பருவக் காற்றுகள் தூண்டுதல் சக்தியாக இருந்தன.

நில வழியாகச் சரக்குகளைக் கொண்டு செல்வதற்கு இரட்டைத் திமில்களை கொண்ட பாக்டிரியன் ஒட்டகங்கள் துணை புரிந்தன. இவை தென் ஆசியாவில் வாழக்கூடிய விலங்கினமாகும். அராபிய ஒட்டகத்தை விடக் குட்டையாகவும், அடர்ந்த மயிருள்ளதாகவும் இருக்கும். பொதி விலங்குகளாக ஒற்றைத் திமிலுடைய அராபிய ஒட்டகம், யானை, குதிரை, கோவேறு கழுதை, எருது,யாக், கழுதை மற்றும் மனிதச் சுமைகூலிகள் ஈடுபடுத்தப்பட்டன.

பருவக் காற்றுகள் ஆறுமாத இடைவெளியில் கடல் வழிகள் மீது மாறிமாறி இரு திக்குகளிலும் வீசுவதால், அவை வாணிபத்திற்கு மிகவும் பயனுள்ளவையாயிருந்தன. அதனால் அவை வாணிபக் காற்றுகள் என்றழைக்கப்பட்டன.

இவ்வாறு நாகரிக உலகின் செல்வச் செழுமைக்குக் காரணமாயிருந்த ரோமானியப் பேரரசு கி.பி.641-ஆம் ஆண்டு முற்றுப் பெற்றதும், மேலையுலகிற்கும், கீழையுலகிற்கும் இடையே ஒரு திரை விழுந்துவிட்டது.

ரோமானியப் பேரரசரான ஹெராக்கிஸியஸ் (கி.பி.610-641) ஆட்சியின் கடைசிக் காலத்தில், மிகப்பெரிய அரபுப் படையெழுச்சி ஏற்பட்டது. முகமது நபியினால் ஏறத்தாழக் கி.பி.612-ஆம் ஆண்டில் நிறுவப்பெற்ற இஸ்லாத்தைத் தழுவி ஒன்றுபட்ட அரபுகள் அண்மைக் கிழக்கில் பைசாந்தியம் என்ற ரோமானியப் பேரரசையும், மத்திய தரைக் கடற்பகுதியைச் சுற்றிலும் படை கொண்டு தாக்கினார்.

அரபுகள் 636 இல் சிரியாவையும், 638 இல் பாலஸ்தீனத்தையும், 641 இல் பாரசீகம், எகிப்து ஆகிய நாடுகளையும் கைப்பற்றினர். ஆனால் பைசாந்தியப் படையினர் தமது இரகசியமான 'கிரேக்க நெருப்பு' என்ற தீவீச்சுப் படைக்கருவியைக் கொண்டு அராபியரை 650-ஆம் ஆண்டு தாக்கியதற்குப் பிறகு, அவர்களால் கான்ஸ்டாண்டிநோபிளை கடல்வழியிலும், நிலவழியிலும் கைப்பற்ற முடியாமற் போய்விட்டது.

ஆனால் ஹெராக்கினியஸ் 641இல் இறந்த பிறகு, பைசாந்தியம் என்ற ரோமானியப் பேரரசு பரப்பளவில் மிகவும் சுருங்கி, அதனுள் ஆசியா மைனர், கிரேக்கம், ஆப்பிரிக்காவின் சில பகுதிகள், சிசிலி, தென் இத்தாலி என்று வலுவிழந்து போய்விட்டது.

பிளினி (கி.பி.23-79)

ரோமானிய இயற்கை ஆய்வியலார் அனைவரிலும் மிகப் புகழ் பெற்றவர் பிளினி எனப்படும் மூத்த பிளினியாகத்தான் இருக்க வேண்டும். அவர் சிறுவனாயிருந்த காலத்தில் ரோமிற்குப் படிக்கச் சென்று மிகச் சிறந்த கல்வியை அங்கு பெற்றார். அதன் பிறகே வழக்குரைஞரானார்; போர்ப்படையில் சேர்ந்தார். அவர் படைத் தளபதியாகக் களம் பல கண்டு, குதிரைப்படையை நடத்திச் செல்வது குறித்தும், ஜெர்மானியர்களுக்கும் ரோமானியர்களுக்குமிடையே நடந்த போர் வரலாறு குறித்தும் நூல்கள் எழுதினார். ஆனால் அவர் போர்க் குணம் படைத்தவரல்லர். விரைவிலேயே படையிலிருந்து விலகி அரசின் பிற துறைகளில் பணியாற்றினார். அக்காலத்தில் அவர் பரந்த அளவில் பல இடங்களுக்குச் சென்றார். அவர் அப்பயணங்களின்போது ஆழ்ந்த முறையில் ஆராய்ச்சி செய்யவும் எழுதவும் தொடங்கினார்.

இயற்கை வரலாறு

அவர் ''இயற்கை வரலாறு'' என்ற கலைக்களஞ்சியத்தின் ஆசிரியராவார்; அவர் இந்நூலில் தனது காலத்து அறிவு முழுவதையும் தொகையாக்கித் தந்தார். அவர் இந்த மாபெரும் பணியில் ஈடுபட்டு உழைத்தார்; அதற்கென அவர் பொறுமையாகச் சுமார் 146 ரோமானிய ஆசிரியர்களின் நூல்களையும் 326 கிரேக்க ஆசிரியர்களின் நூல்களையும் பிற நூல்கள் பலவற்றையும் ஆராய்ந்தார். அவர் இவ்வாறு முயன்று உழைத்து ஆற்றிய பயனுள்ள பெரும் பணி காரணமாக, ஏராளமான செய்திகள் பாதுகாக்கப்பட்டன. பிளினியின் அச்செய்திகள் அடங்கிய மூலநூல்கள் நமக்குக் கிடைக்காதொழிந்துவிட்டன.

அரிஸ்டாட்டலிடமிருந்த புதியது காணும் பேரார்வம் பிளினியிடம் இல்லாதிருந்தது ஒரு குறையாகும். ஆனால் அவர் ஒரேயொரு முறை நேரடியாக ஓர் இயற்கை நிகழ்ச்சியை அறிய வேண்டுமென்று புறப்பட்டுச் சென்று அந்த முயற்சியின் காரணமாக உயிரிழந்தார் என்பது விதிவசமேயாகும். அந்நிகழ்ச்சி கி.பி.79-ஆம் ஆண்டில் நடந்தது. அப்போது அவர் நேப்பிள்ஸ் வளைகுடாவில் ரோமானியக் கப்பற் படையில் இருந்தார். அக்காலகட்டத்தில் நேப்பிள்சிற்கு அருகிலுள்ள வெசூவியஸ் எரிமலை (இதன் உயரம் 3,858 அடி; இது கி.பி.79-ஆம் ஆண்டில் வெடித்தபோது மாம்பீ நகரம் முற்றும் அழிந்தது. பின்னர் 1946-ஆம் ஆண்டிலும் இவ்வெரிமலை வெடித்தது.) வெடிக்கலாயிற்று.

ஒரு மலையிலிருந்து புதுமையான மேகம் ஒன்று வானில் எழும்பியதை, ஆகஸ்டு மாதத்தில் ஒரு நாள் பிளினியின் மனைவி கண்டார். ஆனால் அது எந்த மலையிலிருந்து எழும்புகின்றது என்பது தெரியவில்லை. அது செங்குத்தாக எழும்பிற்று. அதன் உச்சியிலிருந்து பல கிளைகள் பிரிந்தன; அது பைன் மரம் போன்று இருந்தது என அதைக் கண்ட ஒருவர் கூறினார். இப்புகைத் தூண் சில வேளைகளில் ஒளியுடனும் சில வேளைகளில் கருத்து இருண்டும், கங்கின் அளவையும் அதிலுள்ள சாம்பலின் அளவையும் பொறுத்துக் கண்ணுக்குத் தெரிந்தது.

இக்காட்சியை மிக அருகிலிருந்து காண வேண்டும் என்பதற்காக உடனே ஒரு சிறு படகை ஆயத்தப்படுத்துமாறு பிளினி சொன்னார். நேப்பிள்ஸ் வளைகுடாவிற்கு அருகில் வாழும் அவருடைய நண்பரில் சிலருக்கு ஆபத்து என்ற செய்தி அவர் படகில் ஏறிக் கிளம்பு முன்னர் வந்துவிட்டது. எனவே அவர் சகாக்களைக் காப்பாற்றுவதென்று முடிவு செய்தார்.

அவர் கரையை நெருங்கியபோது அவர் படகின் மீது சாம்பல்கள் வந்து விழுந்தன; அவற்றையடுத்து எரிமலைக் கற்களும், கனன்று எரிந்த பாறைகளும் வந்து விழுந்தன; தண்ணீரின் ஆழம் குறைவாயிருந்து படகு தலை தட்டிவிடும் ஆபத்து ஏற்பட்டது; அல்லது மலைச்சரிவிலிருந்து உருண்டு விழுந்த பெரும் பாறைகளில் படகு மோதி உடையக் கூடிய

நிலைமை ஏற்பட்டது.அவருக்கு வழிகாட்ட வந்தவர் திரும்பிவிடலாம் என்று கருதினார். ஆனால் பிளினி அதை ஏற்கவில்லை. 'துணிந்தவருக்குத் துக்கமில்லை' என்று அவர் சொல்லிவிட்டுத் தனது நண்பரின் வீட்டை நோக்கிச் சென்றார்.

பிளினி அங்கே சென்றபோது, அவரின் நண்பருக்கு எரிமலையினால் நேரடியாக ஆபத்து இல்லையென்ற நிலையிருந்தும், அவர் தனது படகுகளில் சாமான்களை ஏற்றிக்கொண்டு வீட்டைவிட்டு ஓடுவதற்கு ஆயத்தமாகிக் கொண்டிருந்தார். ஆனால் காற்று கரைப்பக்கமாக வீசிற்று. அதனால் அவர்களால் கிளம்ப முடியவில்லை. எனவே இரவை நண்பரின் வீட்டில் கழிப்பதையன்றி வேறு வழி பிளினிக்கு இல்லை.

அஞ்சி நடுங்கிக் கொண்டிருந்த மற்றவர்களுக்கு முன்மாதிரியாக விளங்க வேண்டுமென்பதற்காகப் பிளினி குளித்தார்; இரவுச் சாப்பாட்டை மகிழ்ச்சியுடன் உண்டார்; உடனே படுக்கச் சென்றுவிட்டார். அவர் ஆழ்ந்த மூச்சுவிட்டு உறங்கியதை, அவருடைய வேலையாட்கள் கேட்டனர். ஆனால் அவர் படுத்திருந்த இடத்திற்குச் செல்லும் வழியிலிருந்த முற்றத்தில் எரிமலைச் சாம்பலும் கற்களும் வந்து விழுந்து நிரம்பின. எனவே அவரை உறக்கத்திலிருந்து எழுப்புவது என்று முடிவெடுத்தனர். உடனே எழுப்பினால்தான் அவர் உயிர்பிழைத்து ஓட முடியும் என்ற நிலை.

அவர் எழுப்பப்பட்டதும் வீட்டிலிருந்த மற்றவர்களுடன் சேர்ந்து கொண்டார். அவர்களெல்லாம் படுக்கவே இல்லை. எல்லோரும் வீட்டிற்குள்ளிருப்பதா அல்லது வயல்களுக்குள் இறங்கிவிடுவதா என்பது குறித்துப் பிளினி ஆலோசித்தார். ஏனெனில் வீட்டுச் சுவர்களெல்லாம் இப்போது ஆடின. வயல் வெளிக்குச் சென்றால் அங்கு எரிமலைச் சாம்பலும் கங்குகளும் அவர்களை மூடிவிடும் ஆபத்து இருந்தது.

கடைசியில் அவர்கள் தலையணைகளைத் தலையில் கட்டிக்கொண்டு, எரிமலையிலிருந்து விழுந்த கற்களிலிருந்து தலையைப் பாதுகாக்கும் நோக்கத்தோடு வீட்டைவிட்டு வெளியேறினர்.

அது பகற் பொழுதுதான். ஆனால் எரிமலையிலிருந்து கிளம்பிய புகை சூரியனை மறைத்து விட்டது. அதனால் அவர்கள் தீவட்டிகளைக் கொளுத்திக் கொண்டு காற்று திசைமாறிவிட்டதா என்பதை அறிவதற்காகக் கடற்கரையை நோக்கிச் சென்றனர். இல்லை, காற்று அப்படியேதான் வீசிக் கொண்டிருந்தது. அலைகள் உயர்ந்து எழும்பின. எனவே படகில் தப்பித்து ஓட வழியில்லை.

பிளினி கூட்டத்தாரைச் சமாதானப்படுத்த முயன்றவாறே படகின் பாயை விரிக்கக் கட்டளையிட்டார்; சுற்றிலுமிருந்த பயங்கரத்தைப் பொருட்படுத்தாமல், பிளினி உறங்க முயன்றார். அவர் படுத்ததற்குச் சற்று நேரங்கழித்துக் கொஞ்சம் தண்ணீர் தருமாறு கேட்டார். திடீரென்று நெருப்பும், ஆவியும் பெரிய அளவில் வெளிவந்தன. கூட்டத்தினர் அச்சத்தினாலும், திகிலினாலும் கலைந்து ஓடினர்.

பிளினி வேலைக்காரர் இருவரின் உதவியுடன் எழுந்து மற்றவர்களுடன் ஓடிச் செல்ல முயன்றார். ஆனால் திடீரென்று மல்லாக்க விழுந்து உயிர் விட்டார்.

தானே நேரடியாகக் கண்டு ஆராய வேண்டுமென்ற ஆர்வமுடையவராகவும், நண்பர்களின் நன்மைக்காகத் துணிந்து நின்றவராகவும் இருந்து, அதனால் பிளினி உயிரிழந்த போதிலும், பாம்பீயில் காட்டிய உணர்ச்சி வேகத்தை ''இயற்கை வரலாறு'' எழுதியபோது காட்டவில்லை. அவர் அப்பணியில் சில வேலைகளில் சுதந்திரமானதும், நுணுக்கமாக ஆராய்ந்து பார்ப்பதுமான கண்ணோட்டத்துடன் நடந்து கொண்டார்;

ஆனால் வேறுசில ஆசிரியர்கள் எழுதியவற்றை ஆராய்ந்து அறிவதற்கு முயலாது அப்படியே திருப்பி எழுதி வைத்துவிட்டார்.

பிளினியை அறிவியலார் என்பதை விடக் கலைக்களஞ்சியத் தொகுப்பாசிரியர் எனலாம். அவர் அறிவைச் சேகரித்துத் தந்தார். அறிவை ஆக்கிக் காட்டவில்லை.

அவர் தொகுத்த களஞ்சியத்தில் பிழைகளும் கட்டுக் கதைகளும் மலிந்து கிடந்த போதிலும், பிளினியின் காலத்தில் இயற்கை வரலாறு எந்நிலையில் இருந்தது என்பதை அது தெளிவாகப் படம் பிடித்துக் காட்டுகிறது. அந்நூலில் ஒற்றைக் கொம்புள்ள குதிரை, ஒரு கப்பலின் அடிப்பாகத்தை உறிஞ்சியெடுத்து அதை நிறுத்திவிடும் மீன் முதலியன குறிப்பிடப்பட்டுள்ளன.

பிளினி இயற்கையைப் பொறுத்தமட்டில் தனிநல மனப்போக்குள்ள ரோமானியராகவே இருந்தார். ரோமானிய ஆளும் வர்க்கத்தினரிடையே நிலவிய, 'வருவது வரட்டும், வந்ததை ஏற்றுக் கொள்வோம்' என்ற விதிவச நம்பிக்கைக் கொண்ட ஸ்டோயிசத் தத்துவம்தான் அதற்குக் காரணமாகும். ஒருவர் இத்தத்துவப்படி தனது கடமையைச் செய்ய வேண்டும்: அதன் பலன் எதுவாயினும் ஏற்றுக்கொள்ள வேண்டும் என்பது அக்கோட்பாடாகும்.

வெற்றி கண்ட படைத் தலைவர்களுக்கும், பணக்கார செனட்டர்களுக்கும், வணிகர்களுக்கும் இத்தத்துவம் போதுமானதாக இருக்கும். அவர்களுக்கு எப்போதும் நல்லதே வந்து கொண்டிருந்தது.

ஆனால் விவசாயி, அடிமைகள், வெற்றி கொள்ளப்பட்ட மக்கள், வேலைக்காரர்கள், மாலுமிகள் ஆகிய ஏனைய மக்களுக்கு இந்தத் தத்துவம் போதாது. அந்தத் தத்துவம் எந்த வினாவிற்கும் விடை தருவதில்லை; நம்பிக்கையும் கொடுப்பதில்லை.

அரிஸ்டாட்டில் (கி.மு.384-322)

வெற்றிகரமான வணிகரும், கிரேக்க மெய்ப்பொருள் அறிஞருமான தேல்ஸ் (கி.மு.640-546) கிரேக்கத்தில் பொது அறிவியல் விதிகளைத் தேடிச் செல்வதற்கு அறிவியலாரை ஆயத்தப்படுத்திய பெருமையை உடையவர். அவருடைய மாணாக்கரான அனாக்சிமேண்டர்(கி.மு. 611-கி.மு. 547) மிகச் சிறந்த நிலநூல் வல்லுநராகி, முதல் நிலப்படத்தை வரைந்தார்; **பித்தகோரஸ்** (கி.மு.6 ஆம் நூற்றாண்டு) மெய்ப் பொருளியலிலும், கணிதத்திலும் சிறந்து விளங்கினார். பொருள்கள் அனைத்தும் பிரிக்க முடியாத ''அணுக்களால்'' ஆனவை என்று முதன்முதலில் ''அணுக்'' கொள்கையைக் கூறிய கிரேக்க மெய்ப்பொருள் அறிஞரான **டெமாக்ரிட்டஸ்** (கி.மு.460-362); மருத்துவத்தைக் கற்பித்து வந்தவரும், அறிவியல் துறை சார்ந்த விஷயங்களைப் பகுத்தறியும் நோக்குடனும், உண்மையை அறியும் பேரார்வத்துடனும் அணுக வேண்டுமென்று கூறிவந்த ''மருத்துவத் தந்தை'' எனப்படும் **ஹிப்போக்கிரேட்ஸ்** (கி.மு.460-377); மனித விளைவுகளை நுணுகி ஆய்ந்த **சாக்ரட்டீஸ்** (கி.மு.470-399), **பிளாட்டோ** (கி.மு. 427-347) முதலிய மாபெரும் அறிஞர்கள், சிந்தனையாளர்கள், அறிவியலார் வழியில் வாழையடி வாழையென வந்த கிரேக்க மெய்ப்பொருளாளர் வரிசையில் பல்துறை போகிய பேரறிவாளரான அரிஸ்டாட்டிலும் அடங்குவார்.

அரிஸ்டாட்டில் தன்னைச் சுற்றியுள்ள உலகத்தை அறிந்துகொள்ள வேண்டுமென் பதில் எப்போதும் ஈடுபட்டிருந்தவர்; தன் தலைக்குமேலே விண்ணில் தெரியும் உடுக்

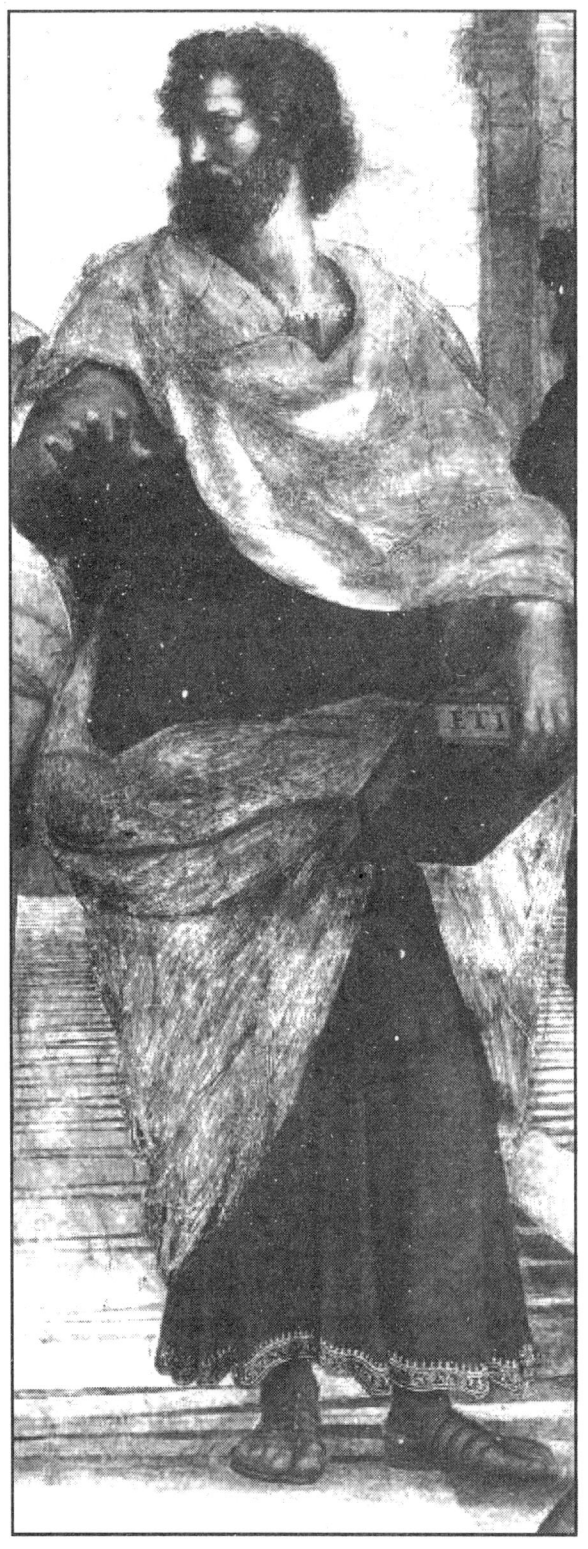

களிலிருந்து, காலடியிலுள்ள கடல்களில் வாழும் உயிரினங்கள் வரையிலும் அனைத்தையும் தன் அறிவுக்கண்கொண்டு நோக்கி மெய்யறிவைப் பெற முயன்றுள்ளார்.

பல நூற்றாண்டுகளுக்குப் பின்னும், அவரின் சிந்தனைகளும், எண்ணங்களும் இன்றளவும் நமக்குக் கிடைக்கின்றன என்ற போதிலும், அவரது தனி வாழ்க்கை பற்றிய விவரங்கள் நமக்குக் கிடைத்ததில், அவரைச் சுற்றிலும் பலவிதமான கட்டுக் கதைகள்தாம் நிரம்ப எழுந்துள்ளன. எனினும் மனித இனத்தின் சிந்தனையில் இவரைப் போன்று ஆழ்ந்த அல்லது மிக நீண்ட விளைவை உண்டாக்கியோர் வெகு சிலரேயாவர்.

அவர் கி.மு.*384* ஆம் ஆண்டு மாசிடோனிய நாட்டின் (இது கிரேக்கத்தின் வடக்கே ஒரு குடியரசாக இருந்தது. அது அரிஸ்டாட்டில் வாழ்ந்த காலம். இப்போது கிரேக்கம், பல்கேரியா, யூகோஸ்லாவியா ஆகிய நாடுகளில் பிரிந்து கிடக்கிறது.) ஸ்டேஜிரா என்ற நகரத்தில் பிறந்தார். அங்கு அவர் தந்தை இரண்டாம் அமிண்டாஸ் மன்னரின் மருத்துவராகப் பணி புரிந்து வந்தார். அரிஸ்டாட்டில் குமரப் பருவத்தில் இருந்தபோதே, அவர் தந்தை, அவரை ஏதன்சிற்குக் கல்வி கற்க அனுப்பி வைத்தார். அரிஸ்டாட்டில் அங்கு பிளாட்டோவினால் பெரிதும் கவரப்பட்டார். பிளாட்டோ இறந்ததும், தந்தையின் வழியில் அரச மருத்துவராக விரும்பாமல் ஒரு நகரத்தில் அரிஸ்டாட்டில் குடியேறினார்.

அவர் இங்கு தமது தீவிரமான அறிவுத்தேட்ட நோக்கைப் பல துறைகளில் செலுத்தினார்; அதன் காரணமாக அவருக்குக் கடல்வாழ் உயிரினங்கள் குறித்தும், பன்னாட்டு அறிவியல் பற்றியும் மிகுந்த ஆர்வம் ஏற்பட்டது.

அவர் கரை நெடுகிலும் மாதிரிகளைத் தேடியெடுத்துக் கடல்வாழ் உயிரின ஆராய்ச்சிகளைச் செய்யலானார். அங்கு வாழ்ந்த மக்கள் கிரேக்க உலகத்துக்கு மிக அருகில் இருந்தனர். அவர்களுக்குப் பிரஷியர்களிடமிருந்து அடிக்கடி ஆபத்து ஏற்பட்டது. எனவே

அவர்கள் மிகுந்த நாட்டுப் பற்றுள்ளோ ராயிருந்தனர். எனவே அவர் சில ஆண்டுகளுக்குப் பிறகு லெஸ்போன் தீவிலிருந்த மைட்டிலின் நகரத்தில் குடியேறிய பிறகு அவருக்கு அகண்ட கிரேக்கக் கோட்பாட்டுப்பற்று மிகுந்து விட்டது. இதே கோட்பாட்டின் மீது மாசிடோனியா மன்னனான பிலிப்பிற்கும் மிகுந்த ஈடுபாடு உண்டு.

பிலிப்பு மாசிடோனியா மன்னராக முடிசூட்டிக் கொண்டதும், இதுவரை கிரேக்க அரசியல் ஆதிக்கத்திற்கு வெளியில் இருந்து வந்த மாசிடோனியா மீது, தன் எதிரிகள் பல பக்கங்களிலுமிருந்து வந்து சூழ்ந்து கொண்டனர். நாட்டைப் பாதுகாப்பதற்கு வழிவகை ஏதுமில்லையென்றே கூறலாம்.

அரிஸ்டாட்டிலை விட இரண்டு வயது இளையவரான மாசிடோனியா மன்னர் பிலிப்பு இந்நிலைமையைச் சட்டென்று மாற்றிவிட்டார். அவர் படையை வலுப்படுத்தினார். ஒழுங்குக் கட்டுப்பாட்டை படையினரிடையில் உண்டாக்கினார். அதன்பிறகு வெற்றிப் பயணத்தைத் தொடங்கி வெகுவிரைவிலேயே கிரேக்க உலகின் தலைவராகிவிட்டார்.

அதே நேரத்தில் பிலிப்பு தன் மகன் அலெக்சாந்தருக்கு ஓர் ஆசானைத் தேடிக் கொண்டிருந்தார். இறுதியில் அரிஸ்டாட்டிலை ஆசானாகத் தேர்ந்தெடுத்தார். அவர் அரிஸ் டாட்டிலை ஏன் தேர்ந்தெடுத்தார் என்பது புலனாகவில்லை; ஏனெனில் அரிஸ்டாட்டில் அறிவாளி என்று பெயரை அப்போது பெற்றிருக்கவில்லை. அரிஸ்டாட்டிலின் குடும்பம் மாசிடோனிய அரசவைக்கு நெடுங்காலம் பணிபுரிந்து வந்திருப்பதையும், அவர் ஏதன்சில் மிகச்சிறந்த கல்வி கற்றிருந்ததையும், அவருக்கு அகண்ட கிரேக்கக் கோட்பாட்டில் பற்று இருந்ததையும் கருதிப் பிலிப்பு அவரைத் தன் மகனுக்கு ஆசானாகத் தேர்ந்தெடுத்திருக்கலாம்.

அரிஸ்டாட்டிலும், பிலிப்பும் இருதுருவம் போன்றவர்களாயிருந்தும், முன்னவரைப் பின்னவர், தன் மகனுக்கு ஆசானாகத் தேர்ந்தெடுத்தது புதுமையேயாகும். பிலிப்பு கிரேக்கம் முழுவதையும் வென்று அகண்ட கிரேக்கத்தை உருவாக்க வேண்டுமென்ற தன் கனவை நிறைவேற்றும் முயற்சியில் பல்வேறு சூழ்ச்சியினால் விளையப்போகும் கஷ்டத்தைக் கிரேக்க நகர அரசுகள் உணர்ந்திருந்தன. இப்படிப்பட்ட வேளையில், பிலிப்பின் மகளுடைய திருமண விழா நடந்து கொண்டிருந்த நேரத்தில் ஓர் இளம் பிரபு பிலிப்பைக் கொன்று விட்டார்.

புதிதாக அரியணை ஏறிய மன்னவர் அலெக்சாந்தர் அரிஸ்டாட்டிலிடம் பல ஆண்டுகள் பயின்றவர். எனினும் அவர் தந்தையைப் போன்ற மறக்குணம் கொண்ட மாவீரர்; தத்துவஞானி அல்லர். அவர் மாசிடோனியப்படைகளின் தலைமையை ஏற்றதுமே தந்தை பிலிப்பின் திட்டங்களை நிறைவேற்ற முற்பட்டார்.

அவருக்கும் அரிஸ்டாட்டிலுக்குமிடையில் கருத்து வேறுபாடு ஏற்பட்டிருக்க வேண்டும்; அல்லது ஆக்கிரமிப்பு வெறிகொண்ட இள மன்னனுக்கு இனிமேலும் ஆசானாயிருப்பதில் தனக்கு எதிர்காலம் இல்லையென்று அரிஸ்டாட்டில் கருதியதாலோ என்னவோ, அவர் ஏதன்சிற்குத் திரும்பிச் சென்று புகழ் பெற்ற லைசியம் என்ற தோப்புப் பள்ளியைத் தொடங்கி அங்கு தமக்குப் பிடித்தமான ஒரு மூலையில் இங்குமங்கும் நடந்தவாறே தனது மாணாக்கர்களுக்குக் கற்பித்தார்.

அலெக்சாந்தரின் செல்வாக்குப் பிடிதளர்ந்ததும் ஏதன்சுக்காரர்கள் மாசிடோனியர் களைத் துன்புறுத்தி, அடக்கி வைத்திருந்த தமது வன்மத்தைத் தீர்த்துக்கொண்டனர்.

அரிஸ்டாட்டில் தனது மாகாணப் பற்றுக் காரணமாக ஸ்டேஜிரா குடியுரிமையைக் கை விடாதிருந்ததால் ஏதன்சுக்காரர்கள் அவரையும் பழி வாங்கலாமென்றனர். அவர் இனப் பற்றில்லாதவரென்றும் அவர்மீது குற்றம் சாட்டினர். ஆனால் வழக்கு விசாரணை தொடங்கு முன்னரே ஏதன்சிற்கு வடக்கே சுமார் முப்பது மைல் தொலைவிலுள்ள யூபியா என்ற தீவிற்கு ஓடிப்போய் அதே ஆண்டில் (கி.மு.322) அத்தீவிலேயே இறந்துவிட்டார்.

அவரது புற வாழ்க்கை அமைதியாகவும் கல்வி கேள்விகளினாலும் கலந்திருந் தமையால் வரலாற்று ஆசிரியர்கள் அவரைப் பற்றி எழுதி வைக்க ஏதுமில்லை; ஆனால் அவர் அகமோ எப்போதும் விடாமல் அறிவுத் தேட்டத்திலேயே முனைந்திருந்தது.

அவரிடம் வானவியல் ஆராய்ச்சிக்கு வேண்டிய தகுந்த கருவிகள் இல்லாதிருந்தன; எனவே அவர் தன்னை அறியாமல் தனது ஐயப்பாடுகளை எல்லாம் நுணுகி ஆராயாது விட்டுவிட்டார்; தனக்கு முந்திய சிந்தனையாளரின் இரண்டு ஊகக் கருத்துகளை ஏற்றுக் கொண்டுள்ளார்.

ஒன்று பொருள் அனைத்தும் தொடர்ச்சியானது என்பது; மற்றொன்று: பிரபஞ்ச மானது மண்ணுலக இயக்க விதிகளுக்கு மாறான வகையில் செயல்படுகின்றது என்பதுமாகும். இந்த வலுவற்ற அடிப்படையின் மீது நடுமையத்தில் அமைந்த கோள உலகைச் சுற்றி மூலப்பொருள்களின் வளையங்கள் அமைந்துள்ள ஒரு பிரபஞ்சத்தை அரிஸ்டாட்டில் கட்டிக்கொண்டார். அறிவியல் கோட்பாடுகள் அனைத்தையும் பற்றி உசாவி ஆழ்ந்து ஆராய வேண்டும் என்று அவர் மனிதர்களை வற்புறுத்தி வந்தபோதிலும், பிரபஞ்சம் பற்றிய அவரது மேற்சொன்ன கோட்பாடு கிட்டத்தட்ட 2,000 ஆண்டுகளுக்கு மேலாகக் கேள்விக்கு இடமில்லாததாக இருந்து வந்ததுடன், தங்கு தடையற்ற ஆராய்ச்சிக்கும், சிந்தனைக்கும் பெரிய தடைக்கல்லாக இருந்து வந்துள்ளது.

துரதிருஷ்டவசமான இந்நிலைமை நீடித்ததற்கு விசித்திரமான இரண்டு காரணங்கள் இருந்தன. ஒன்று: அவருக்கிருந்த மாபெரும் புகழ்; அவர் எக்காலத்தும் சிறந்த அறிவாளியாக இருந்தமையால், எந்தத் துறையை எடுத்துக் கொண்டாலும், அதில் அவர் தலைசிறந்த வல்லுநராகக் கருதப்பட்டமையாகும். மற்றொன்று அவரது கருத்துகளை இறுதியாகக் கிறித்துவத் திருச்சபை ஆதரிக்கத் தொடங்கியதாகும். அழிக்க முடியாததெனினும், ஓர் எல்லைக்குள் அடங்கியதே பிரபஞ்சமாகும் என்ற அவரது கோட்பாடு, சமயத் தத்துவவாதிகள் ஏற்கக் கூடியதாக இருந்தமையால் அவரைக் குறை கூறுபவர் எவராயினும் அவரை மதவாதிகள் அடக்கி வந்தனர்.

அவர் உயிரியல் துறையில் நேரடியாகக் கண்ணால் கண்டு ஆராய்ச்சி புரிந்தார்; அதில் அவர் தன் கவனம் முழுமையும் செலுத்தினார். அவர் தனது மாதிரிகளை நுணுகி ஆராய்ந்தார்; ஒவ்வொரு ஆராய்ச்சிக் கொள்கையிலும் வெறும் ஊகத்திற்கு இடம் தராமல், அதற்கு விரிவான சான்று தேடினார். அவரின் எண்ணற்ற பல சாதனைகளில் பெரிய விலங்கினங்களின் வாழ்க்கை முறை பற்றியும், இனப்பெருக்கம் குறித்தும் விவரித்திருக்கும் செய்திகள் குறிப்பிடத்தக்கனவாகும்.

அவர் கோழிக் கருவையும், கடலுயிர்களின் வளர்ச்சியையும் நோக்கி ஆராய்ந் திருக்கிறார். அவர் சில விலங்குகளை அறுத்து அவற்றின் உணவுச் செரிமான உறுப்புகளை ஆராய்ந்தார். இருதயம், இரத்த ஓட்டம் முதலியவற்றின் முக்கியத்துவத்தை உணர்ந்திருந்தார். அவரையடுத்து வந்த மாபெரும் இயற்கை ஆராய்ச்சியாளரைப் போன்றே அரிஸ்டாட்டிலும் தான் கண்டவற்றிலிருந்து பொதுவான முடிவுகளை மேற்கொண்டார்.

அவர் இப்பணிகளைச் செய்ததில் அவருக்குத் தடங்கல்கள் இருந்தன; ஏனெனில் அவர் தனக்கு முன்பு வாழ்ந்த உயிரியலாரைக் காட்டிலும் ஏராளமான மாதிரிகளைச் சேகரித்து வைத்தபோதிலும், முக்கியமான எந்த அடிப்படை உண்மைகளையும் நிறுவுவதற்குப் போதியன அவரிடம் இல்லாதிருந்தன. அதைக் கண்டு நிறுவ இன்னும் பல நூற்றாண்டுகளாக வேண்டும். ஒரு மனிதன் தன் வாணாளில் அதை நிறைவேற்றிவிட முடியாது.

எனவே அரிஸ்டாட்டிலை இன்று அவரது மெய்ப்பொருள் கோட்பாடுகளுக்காகப் படிக்கின்றோமேயன்றி, அவரது அறிவியல் கொள்கைகளுக்காக அன்று. ஏனெனில் அவரது காலத்தில் இயல்பு கடந்த கருத்துக்களாயிருந்த போதிலும் அவருக்குப் பிறகு அவை காலத்திற் கொவ்வாதவையாகிவிட்டன. அறிவியலாளருக்கு இந்தக் கதி ஏற்படுவதுண்டு.

அரிஸ்டாட்டில் தனக்குக் குறுக்கே நின்ற இடையூறுகளையும், தடங்கல்களையும் தாண்டித் தனிச் சிறப்பு வாய்ந்த சில முடிவுகளைக் கண்டிருக்கிறார்.

ஓர் உயிர் வடிவம் மற்றொன்றிலிருந்து பரிணாமமடையும் என்பதை அவர் உணர்ந்திருக்கவே இல்லை. இந்த உண்மையைக் கண்டுபிடிப்பதற்கு மனிதன் பல நூற்றாண்டுகள் காத்திருக்க வேண்டிவந்தது; எனினும் அவர் சிலவகை வடிவங்களை வரையறுத்துக் கோடு போட்டுவிடமுடியாது என்பதை ஆய்ந்துணர்ந்துவிட்டமையால் பரிணாமக் கொள்கையை நெருங்கி வந்து விட்டார் எனலாம்.

உயிர்கள் அனைத்தையும் வகைப்படுத்திவிட முடியும் என்பதையும் கண்டார். இந்த வகையில் மனிதனை உச்சியில் வைத்து, அவனுக்குக் கீழே பாலூட்டிகளையும், அடிமட்டத்தில் தாவரங்களையும் வைத்து அவர் வரிசைப்படுத்தினார்; இக்கோட்பாடு பின்னர் உயிரின ஏணி என்று பெயர் பெற்றது. அவர் இவ்வாறு வரிசைப்படுத்தியமை நுணுக்கமான ஆராய்ச்சிக்கு முன்னால் நிற்க முடியாது என்ற போதிலும், இது பண்டைக் காலத்தில் வாழ்ந்த ஒரு விற்பன்னரின் மாபெரும் சாதனையேயாகும்.

வரலாற்று இடைக்காலத்தில் கிறித்துவத் திருச்சபை அவரது கோட்பாடுகளுக்குக் கூறிவந்த விளக்கங்கள்தாம் முடிந்த முடிவாக கொள்ளப்பட்டன. குறிப்பாக வானவியலைப் பொறுத்தவரையில் அவருக்கிருந்த செல்வாக்கு, அதைத் திருச்சபை ஏற்றுக் கொண்டமை இரண்டும் சேர்ந்து, சிறந்தனவும், செயல்முறையில் சாத்தியமானவையுமான கொள்கைகளைக் குறித்து ஆராய்ச்சியில் ஈடுபடுவதற்குப் பெரிய தடங்கல்களாயிருந்தன; துணிந்து ஆராய்ச்சியில் ஈடுபட்டவர்கள் இழிவுபடுத்தப்பட்டனர். குறை கூறப்பட்டனர். சில வேளைகளில் சிறைகளில் அடைக்கப்பட்டனர் அல்லது கொல்லப்பட்டனர்.

அரிஸ்டாட்டில் தனது ஆராய்ச்சியினால் உண்டான இவ்விளைவுகளைக் காண நேர்ந்திருக்குமாயின், உள்ளம் நடுங்கியிருப்பார். உண்மையே அனைத்திலும் உயர்ந்தது என்று விரும்பிய ஒருவர் சத்தியத் தேட்டத்தின் குறுக்கே நின்ற மாபெரும் தடைக்கற்களில் ஒன்றாகி விட்டார்.

மனித இனம் அவரது அறிவாதிக்கத்திலிருந்து தளையறுத்து விடுதலை பெற்றதுமே, அவர் ஓர் அறிவியலார் என்று பெற்றிருந்த புகழும், பெருமையும் கீழே விழுந்து நொறுங்கி விட்டன. மனிதன் அவரது பிரபஞ்சக் கோட்பாட்டைப் பார்த்துச் சிரித்தான். ஆனால் அவன் அவற்றை ஏற்க வேண்டிய கட்டாயத்தில் நெடுங்காலம் இருக்க நேர்ந்தது. அவர்கள் அவரின் அறிவியல் ஆராய்ச்சி அனைத்தையும் கண்டு சிரித்தனர். எனினும் உயிரியல் ஆராய்ச்சியானது தனித்துறை என்ற நிலைமை

உண்டானதும், இயற்கை ஆராய்ச்சியாளர்கள், பன்னெடுங்காலமாக மறக்கப்பட்டுக் கிடந்த அரிஸ்டாட்டில் நூல்களைத் தேடினர்; அவற்றில் கண்டவை அவர்களை வியப்படையச் செய்தன. சார்லஸ் டார்வின் அவரை மாபெரும் மனிதர் என்று அழைத்தார்.

ஆனால் அரிஸ்டாட்டில் இறந்த பிறகு இயற்கை வரலாற்றுத் துறை மீது இருந்த ஆர்வம் குன்றியது. அரிஸ்டாட்டிலின் மாணாக்கரில் ஒருவரான தியோஃபிரேஸ்டஸ் (கி.மு.?-287) தாவரவியல் ஆராய்ச்சியில் ஈடுபட்டார். அவர் அத்துறையில் தனது ஆசானைப் போன்று முனைந்து ஆர்வத்துடன் ஈடுபட்டார்.

யூக்ளிடின் (கி.மு.3 ஆம் நூற்றாண்டு) காலத்தவரான **ஹீரோஃபிலஸ்** என்பவர் மாணவர்கள் முன்னிலையில் மனித உடலை அறுத்து உயிர்க் கூறு பற்றி ஆராய்ச்சியை நடத்தினார். **ஏராசிஸடடஸ்** என்பவர் ஹீரோஃபிலசைப்பின் பற்றி நரம்பு மண்டலம் பற்றிய அறிவை மேலும் பெருக்கினார். **கிரோட்டுவஸ்** என்றவர் மூலிகைச் செடிகளைக் காட்டும் படங்களை முறைப்படி வரைந்து, அத்துறையில் ஈடுபட்டிருந்தார்.

கிரேக்கருக்குப் பிறகு ரோமானியரின் ஆதிக்கம் மேலோங்கியது. ரோமானிய விற்பன்னர்கள் கிரேக்க மொழியைக் கற்றுக் கிரேக்க நூல்களை ஆராய்ந்தனர். எனினும் கிரேக்கர்கள் தம்மை வெற்றி கொண்ட ரோமானியர்களை அறிவுத் துறையில் மிஞ்சியே நின்றனர்.

ரோமானியரில் பணக்காரர்கள் தமது பிள்ளைகளுக்குக் கிரேக்க ஆசிரியர்களைக் கொண்டு கல்வி கற்பித்தனர். ஆனால் ரோமானியர்கள் கிரேக்க அறிவியலின் எல்லைகளை விரிக்கவோ, கிரேக்கர்களே அப்பணியை மேற்கொள்ளுமாறு தூண்டவோ இல்லை.

நிக்கலஸ் கோப்பர்னிக்கஸ் (கி.பி. 1473 - 1543)

ஐரோப்பாவில் பதினைந்து, பதினாறாம் நூற்றாண்டுகளில் மீண்டும் ஒளி பிறக்கத் தொடங்கியது. இதற்கு முந்திய ஆண்டுகளில் நிகழ்ந்திருந்த அறிவியல் அரிதுயிலிலிருந்து அக்கண்டம் விழித்தெழத் தொடங்கியது. தனி மனிதக் கணக்குப்படி பார்த்தால் அக் காலம் நீண்டதாக இருக்கலாம். எனினும், மனித வரலாற்றின் ஆயிரக்கணக்கான கால கட்டத்துடன் ஒப்பிடுகையில் அது மிகமிகச் சிறு கால அளவேயாகும்.

மனிதன் திடீரென்று பூத உலகம் பற்றிய அறிவை விரிக்கத் தொடங்கினான்; இயற்பியல், வானவியல், உயிரியல் முதலிய துறைகளில் புது ஆர்வங் காட்டலானான். பழைய மரபுகள் வலுவாக நின்ற போதிலும், உளுத்துப் போயிருந்தமையால் அதன் மீது அடிமேல் அடியாக அடிக்கத் துவங்கியதும் அதில் விரிசல் காணத் தொடங்கி விட்டது. மனித இனம் அறிவைத் திரட்டவும், பழைய மரபுகளைத் தூக்கி எறியவும் துணிவு கொண்டது.

புதிய விழிப்புணர்ச்சியினால் ஊக்குதல் பெற்ற மனிதர்கள், தம்மைச் சுற்றியிருந்த உலகத்தை மீண்டும் மீண்டும் நோக்கத் தொடங்கினர். அவர்களில் முதன்மையான இடம் பெற்றவர் ஓவியர்கள் ஆவர்.

ஓவியர்களில் சிலர் குறிப்பிடத்தக்க வகையில் மிகவும் துல்லியமான நோக்கர்கள் என்பதைச் **சாண்டிரோ போட்டி செல்லி** (கி.பி. 1444-1510) என்ற மறுமலர்ச்சி இயக்க காலத்து இத்தாலிய ஓவியர் போன்றோரின் செடிகளைக் காட்டும் சித்திரங்கள்

உணர்த்தின. அவர்களுள் மிகவும் குறிப்பிடத்தக்கவர் இத்தாலிய ஓவியரும், சிற்பியும், கட்டடக் கலை வல்லுநரும், விஞ்ஞானியும், இசைவாணரும், இயற்கைத் தத்துவ ஞானியுமான **லியோனார்டோ டா வின்சி** *(கி.பி.1452-1519)* ஆவார்.

கிறித்தவத் திருச்சபையின் அதிகாரிகளில் சிலரைக்கூட ஐரோப்பாவையே கலக்கி வந்த ஆராய்ச்சிப் புத்துணர்ச்சி அடித்துச் செல்லலாயிற்று.

குசாலைச் சேர்ந்த **நிக்கலஸ்** ஒரு கார்டினலாகவும் (கார்டினல் என்பது போப் தனது ஆட்சிக் குழுவிற்கு நியமிக்கும் எழுபது ரோமன் கத்தோலிக்க அதிகாரிகளில் ஒருவர் ஆவார். இந்தக் குழுதான் தன்னிலிருந்து ஒருவரை அடுத்த போப்பாகத் தேர்ந்தெடுக்கும்) ஒரு தத்துவஞானியாகவும் இருந்தார். வளருஞ் செடிகள் எடை அதிகரிப்பது குறித்துத் தாவரவியலில் வெற்றிகரமான சோதனையை அவர் நிகழ்த்தியிருந்தார். அத்துடன் அரிஸ்டாட்டிலின் பிழையான பிரபஞ்சக் கொள்கைக்கும் பலத்த அடியைக் கொடுத்தார்.

அரிஸ்டாட்டில் வாதிட்டதைப் போன்று பிரபஞ்சம் கோளவடிவானதாக, இருக் குமாயின் அந்தக் கோளத்திற்கு வெளியே ஏதேனும் இருந்தாக வேண்டும். அவ்வாறு இல்லாமல் இருக்க முடியாதாகையால், பிரபஞ்சம் என்பது எல்லையற்றதாகத்தான் இருக்க வேண்டும். அப்படியானால் இம்மண்ணுலகம் பிரபஞ்சத்தின் நடுமையமாக இருக்க முடியாது. துரதிருஷ்டவசமாக நிக்கலசிற்கு வானவியலில் போதிய அறிவு இல்லை. இருந்திருந்தால் மேற்கூறியதற்கப்பாலும் சென்று தன் கருத்தைச் சரி என்று மெய்ப்பித்திருப்பார்.

அதன் விளைவாக அவரது கருத்துப் பரவலாக எங்கும் சுற்றிவரவில்லை. சுற்றி யிருந்தவர்கள் மட்டுமே அதைப் பற்றி அறிந்திருந்தனர். ஆனால் அவர் *1466* ஆம் ஆண்டு இறப்பதற்கு முன்னர், அந்த உண்மையைக் கண்டுபிடித்து விட்டார். அதற்குச் சுமார் ஒன்பதாண்டுகளுக்குப் பிறகு கோப்பர்னிக்கஸ் வந்துதான் இந்த உண்மையை மெய்ப்படுத்திக் காட்டப்போகிறார்.

நிக்கலஸ் கோப்பர்னிக்கஸ் என்ற வெற்றிகரமான வியாபாரி, சிறிது காலம் தென்போலந்தில் விஸ்துலா ஆற்றின் கரைமீதுள்ள கிராக்கூ என்ற ஊரிலும் பின்னர் அதே ஆற்றின் கரையிலுள்ள தோரூனி என்ற ஊரிலும் வாழ்ந்தார். அவர் அங்கு ஒரு பணக்காரக் குடும்பத்தில் பெண் கொண்டார். அப்பெண்மணி நான்கு மக்களை ஈன்றார். எல்லாரிலும் இளையவனுக்குத் தன் பெயரையே நிக்கலஸ் கோப்பர்னிக்கஸ் என்று வைத்தார். அச் சிறுவன் *1473* ஆம் ஆண்டு பிறந்தான். அவனுக்குப் பத்து வயதான போது தந்தை இறந்தார். எனவே சிறுவனைத் தாய் மாமனான லூக்காஸ் வாசன்ரோடு தத்து எடுத்துக் கொண்டார்.

அவர் கிறித்துவத் திருச்சபையில் செல்வாக்கு மிக்கவராகையால் விரைவிலேயே பிரஷியாவின் நான்கு திருச்சபைப் பங்குகளில் ஒன்றான எர்ம்லாண்டு என்ற பங்கின் பிஷப்பானார். அவர் மிகவும் மதிக் கூர்மை வாய்ந்தவர். தன் வளர்ப்பு மகன் சிறந்த கல்வி பெற வேண்டுமென்று, ஐரோப்பாவின் தலைசிறந்த அறிவியல் மையங்களில் ஒன்றாக விளங்கிய கிராக்கூ நகருக்கு அவனைப் படிக்க அனுப்பி வைத்தார். தன் மருமகன் தன்னைப் பின்பற்றித் திருச்சபை ஊழியத்தில் ஈடுபட வேண்டும் என்று வாசன் ரோடு கருதினார். ஆனால் கோப்பர்னிக்கசிற்கு வேறு எண்ணங்கள் இருந்தன.

கிராக்கூ நகரம் அக்காலத்தில் வானவியலில் பெயர் பெற்ற ஒரு கல்லூரியைக்

கொண்டிருந்தது. கோப்பர்னிக்கஸ் சமயவியலார் நடத்திய வகுப்புகளைவிட, வானியலார் நடத்திய வகுப்புக்குத்தான் அடிக்கடி சென்றார்.

அவர் கிராக்கூவில் படிப்பை முடித்ததும், வாசன்ரோடு அவரைத் திருச்சபைச் சட்டங்களைக் கற்பதற்காக வட இத்தாலியிலுள்ள பொலோன்யா நகரத்திற்கு அனுப்பி வைத்தார். இக்கல்வி எதிர்காலத் திருச்சபை ஊழியருக்குப் பயனுள்ள கருவியாக இருக்குமென்று அவர் கருதினார். கோப்பர்னிக்கஸ் அங்கு கல்வி கற்றபோது ஒரு கோயிலில் பணிபுரியுமாறு ஏற்பாடு செய்தார். இவ்வாறு கோபர்னிக்கசின் எதிர்கால வாழ்க்கை நிலைப்படுத்தப்பட்டுவிட்டது. ஏனெனில் அவருக்குப் படிப்பும், பதவியும் ஒரு சேரக் கிடைத்து விட்டன.

ஆனால் அவர் வீடு திரும்புவதற்கு அவசரப்படாமல் ரோம் நகரத்திற்குச் சென்று ஓராண்டுக்காலம் இருந்தார். அதன் பிறகு வடகிழக்கு இத்தாலியிலுள்ள படுவா என்ற நகரத்திற்குச் சென்று மீண்டும் திருச்சபைச் சட்டம் பயின்று அதில் டாக்டர் பட்டம் பெற்றார். அத்துடன் மருத்துவத்திலும் பாடம் கேட்டார். இந்தச் செலவையெல்லாம் அவரது குடும்பம் தாங்கிக் கொண்டது.

இனிமேலும் திருச்சபைப் பணியை ஏற்பதை மேலும் தள்ளிப்போட அவரால் முடியாது. எனவே அவர்தன் தாய்மாமனிடம் திரும்பிச் சென்றார். கோப்பர்னிக்கஸ் இப்போது சமயவியல் அறிஞர் என்பதைவிட விஞ்ஞானியாகவே விளங்கியதால் தனது மாமனின் தனிமுறை மருத்துவராகவும் உதவியாளராயும் பணிபுரிந்து கொண்டு பிஷப்பின் இல்லத்திலேயே தங்கிவிட்டார்.

கோப்பர்னிக்கசிற்கு இப்பணி மிகவும் அதிகமாக இருந்தபோதிலும், அவரைப் பல்லாண்டுகளாக வருத்திக்கொண்டிருக்கும் ஒரு வினாவிற்கு விடை காண்பதற்கும் நேரம் இருந்தது. அதாவது பிரபஞ்சத்தில் கண்ணால் காணக்கூடிய பல இயற்கை நிகழ்ச்சிகளுக்கு அரிஸ்டாட்டில் கொள்கையினால் சரியான விளக்கத்தை ஏன் தரமுடியவில்லை? வாசன்ரோடு இறந்து விட்டமையால், அவரது ஆராய்ச்சி சிறிதுகாலம் தடைபட்டது. தாய்மாமனின் பாதுகாப்பு இல்லாமற் போய்விட்டபடியால், கோப்பர்னிக்கஸ் ரோமில் இருந்த காலத்தில் ஃபிரூவன்பர்க் என்னுமிடத்தில் இருந்த கதீட்ரலில் ஒப்புக் கொண்டிருந்த பணிக்கு மீண்டும் திரும்பி விட்டார்.

அவரது நேரத்தில் பெரும்பகுதி கதீட்ரல் நிர்வாகத்தில் கழிந்தது எனினும், பிரபஞ்சம் பற்றிய சரியான கொள்கையைத்தேடி நடத்திய தேட்டையை மட்டும் அவர் நிறுத்தவில்லை. நேரடியாக நோக்கி ஆராய்பவர் என்ற முறையில், அவரைத் திறமை மிக்கவர் என்று கூற முடியாது. பண்டைய உலகத்து வானியலாளரைப் போன்று இவர் சிறந்தவருமல்லர். ஆனால் அவர் எதை ஆராய்கின்றாரோ அதை மிகுந்த கூர்மையோடும், கற்பனைத் திறனோடும், வழிவழிச் சிந்தனைகளின் தடங்கலின்றி உன்னிப்பாக ஆராய்ச்சியில் ஈடுபட்டார்.

பிரபஞ்சத்தின் செயல்பாடுகளுக்கு அரிஸ்டாட்டிலின் கொள்கைககளால் விளக்கம் தரமுடியவில்லை என்றால், அதைப் பெறுவதற்கு ஏதேனும் செய்தாக வேண்டும். இந்தக் கருத்தை மனத்திற் கொண்டு, அவர் ஏற்கனவே கோள்களின் இயக்கம் பற்றிக் கண்டறிந்து குறித்து வைத்தவற்றையும் தனக்கு முன்பிருந்தவர்கள் குறித்து வைத்துச் சென்ற ஆவணங்களையும், உண்மையைக் கண்டறியும் மிக நீண்டதும், இன்னல் தருவதுமான தேட்டத்தில் ஈடுபட்டு, மீண்டும் மீண்டும் ஆராய்ந்து வந்தார்.

அவர் இவ்வாறு பல ஆண்டுகள் முயன்று உழைத்து ஆராய்ந்த பிறகு, மண்ணுலகமானது பிரபஞ்சத்தின் நடுமையமாக இருக்க முடியாது என்று இறுதியாக முடிவு செய்தார். அவர் ஆய்ந்துணர்ந்து அறிந்து கொண்டது இதுவேயாகும்.

சூரியன் நடுமையமாக இருக்கின்றது. நிலவுலகம் தனது அச்சில் ஒவ்வொரு நாளும் ஒருமுறை சுற்றுகின்றது; வெள்ளிக் கோள் பூமியின் கோள்வழிப் பாதைக்குள்ளிருந்து சூரியனைச் சுற்றிவருகின்றது; பிறகோள்கள் அதற்கு வெளியே இருந்து சுழன்று வருகின்றன. ‘நிலையான’ நட்சத்திரங்கள்-நட்சத்திரங்கள் ஒரே நிலையில் இருக்கின்றன என்று அவர் இன்னும் நம்பி வந்தார்-வெகு தொலைவில் இருக்கின்றன.

இதன் சாரத்தை வைத்துப்பார்க்கும்போது, இது ஒன்றும் சிக்கலான கொள்கை அன்று. அதில் அரிஸ்டாட்டிலின் பல கருத்துக்கள் அடங்கி இருந்தன. எனவே அவர் அவற்றை இப்போது கண்டுபிடித்துப் பரபரப்பை உண்டாக்கவில்லை என்பது தெளிவு. ஆனால் கோப்பர்னிக்கசின் காலத்தில், அவர் செய்த இக்கண்டுபிடிப்பு மனிதனின் விஞ்ஞான, தத்துவஞான, மற்றும் சமயக் கோட்பாடுகளில் வேரூன்றத் தொடங்கிவிட்டது.

அதைவிட முக்கியமானது என்னவென்றால், மனிதன் தனது மேன்மையிலும், முக்கியத்துவத்திலும் வைத்திருந்த எண்ணம் தகர்ந்து விட்டது ஆகும். பூமி நடுமையத்தில் இல்லையென்றால், மனிதனும் அங்கே இல்லையே. கோப்பர்னிக்கஸ் தன்னந்தனியாக இரவில் வானத்தில் நட்சத்திரங்களை நோக்கி ஆராய்ந்து கொண்டிருக்கையில் இக்கண்டுபிடிப்புகள் அவரையே அதிர்ச்சி அடையச் செய்திருக்கும் எனலாம். அவர் சிறுபிள்ளையாகத் தன் மாமனின் அரண்மனையில் வாழ்ந்து வந்த காலத்திலிருந்து ஏத்தித்தொழுத இறைவன் இருண்ட இந்த வானவெளியில் எங்கோ இருக்கிறான். அவரது மாமன் கடவுளை எங்கே வைத்தாரோ அவர் அங்கே இல்லையென்றால், வேறு எங்கே இருப்பார்?

கோப்பர்னிக்கஸ் தனது கொள்கையின் சுருக்கத்தை எழுதி, அதை நூலாக வெளி யிடாமல் தனது நண்பர்களிடையே சுற்றுக்கு விட்டார். இந்த வழியில் அவரது கருத்துகள் பலரிடையே பரவினவெனினும் எவரும் அவற்றை ஆழ்ந்து நோக்கவில்லை. அக்கொள்கை கேலிக்குரியதாக இருந்தது.

கத்தோலிக்க சமயத்தின் மரபைத் தாக்குகின்ற இந்தக் கொள்கையை வரவேற்க வேண்டிய **மார்ட்டின் லூதர்** *(1483-1546)* கூட, கோர்ப்பனிக்கஸ் ஒரு முட்டாள்; வானவியலைத் தலைகீழாகக் கவிழ்க்க முயலுகின்றார் என்று எடுத்தெறிந்து கூறிவிட்டார்.

கோப்பர்னிக்கஸ் சிறுவயதில் அறிந்திருந்த ஆட்களெல்லாம் ஒதுங்கிக்கொண்டே வரவும், அவர் கிட்டத்தட்டத் தனிமை வாழ்க்கை வாழ்ந்தார். இருப்பினும் அவர் எழுதி வைத்த ஆராய்ச்சித் தொகுப்பு மேலும் மேலும் பெரிதாகிக் கொண்டே வந்தது. அவரது பிரபஞ்சக் கொள்கை முற்றிலும் அடங்கியிருந்த அக் கையெழுத்துப் படியை அச்சேற்றி

வெளியிடும் எண்ணமேயின்றி அவர் அதைத் திருத்தவும், புதிதாகச் சேர்க்கவும் செய்து கொண்டேயிருந்தார். இது ஒரு புதுமையான சூழ்நிலையாகும். மனித இன வரலாற்றில் மிகுந்த பரபரப்பையுண்டாக்கித் திடுக்கிடவைக்கும் உண்மைகளைக் கண்டுபிடித்த ஒருவரே அவற்றை அடக்கி வைக்க வேண்டியிருந்த சூழ்நிலை விசித்திரமானதுதானே?

தனது வாழ்க்கைப் பணி தான் விரும்பியவாறு அமைந்த பிறகுதான் அதை வெளிப்படுத்துவது என்று முழு நிறைவை எதிர்பார்க்கும் மனிதர்களில் ஒருவகையாக இருந்தது அதற்குக் காரணமாக இருக்கலாம். அல்லது கிறித்துவத் திருச்சபையின் கேலிக்கோ சீற்றத்திற்கோ ஆளாக நேரிடலாம் என்று அவர் அஞ்சியிருக்கலாம். எது எப்படியிருந்தபோதிலும் சரி; கையெழுத்துப்படி அவரிடமே இருந்தது.

அவரை விட்டன்பர்க் (இது கிழக்கு ஜெர்மனியிலுள்ள எல்பி ஆற்றின் கரை யிலுள்ள நகர்; புரட்டாஸ்டண்டு இயக்கம் 1511 ஆம் ஆண்டு இங்கிருந்துதான் தோன்றியது.) பல்கலைக்கழகத்தைச் சேர்ந்த பேராசிரியரான ரொட்டிக்கஸ் என்பவர் காணவந்தார். அவர் கோப்பர்னிக்கசிற்கு மரியாதை செலுத்தும் வகையில் பல பரிசுகளைக் கொண்டு வந்திருந்தார். அவற்றுள் கி.மு.800 ஆம் ஆண்டில் வாழ்ந்த கிரேக்கக் கணித வல்லுனரின் நூல் ஒன்றும் இருந்தது. அவர் சிறுகச் சிறுக கோர்ப்பனிக்கசின் நம்பிக்கைக்குரியவராகி, அவரது கையெழுத்துப் படியை படித்துப் பார்த்துவிட்டார். அது அவரை மிகவும் கவர்ந்துவிட்டதால் அதன் சுருக்கத்தைப் பவேரியாவிலுள்ள நியூரம்பர்க்கில் இருந்த தன் நண்பருக்கு அனுப்பி வைத்தார்.

இந்தச் சுருக்கம் கோப்பர்னிக்கசின் ஒப்புதலுடன் பின்னர் அச்சிட்டு 'முதல் கணிப்பு' என்ற பெயரில் நூலாக வெளிவந்தது. அதில் பூமியின் பல்வேறு இயக்கங்கள் பற்றிய செய்திகள் மட்டும் அச்சிடப்பட்டிருந்தன.

அதன்பிறகு, கோப்பர்னிக்கஸ் தனது பழைய முடிவை ஒரேயடியாக மாற்றிக் கையெழுத்துப்படி முழுவதையும் அச்சிடக் கொடுத்து விட்டார். அது ரெட்டிக்கசை அடைந்தது. அவர் அதன் பதிப்பாசிரியராக இருக்கத்தான் கருதினார். ஆனால் அவருக்கு லீப்சிக் நகரத்தில் பணி கிடைத்தமையால், அப்பொறுப்பை ஆந்திரியாஸ் ஓசியாண்டர் என்ற ஒருவரிடம் ஒப்படைத்தார்.

கோப்பர்னிக்கஸ் இப்போது வயது முதிர்ந்து, தனது இறுதிக் காலத்தை நெருங்கிக் கொண்டிருந்தார். அவருக்கு 1542 ஆம் ஆண்டு திடீரென்று மாரடைப்பு வந்து முற்றிலும் செயலிழந்து சாவை நெருங்கிவிட்டார். ஆனால் அவர் அந்தக் குளிர்காலம் நெருங்கி விட்டார். ஆனால் அவர் அந்த குளிர்காலம் வரையிலும் பிழைத்துக் கிடந்தார். அப்போது அவரது நூல் பக்கம் பக்கமாக அச்சாகிக்கொண்டிருந்தது. மெல்லமெல்ல உறைபனி உருகிக் குளிர் மறைந்து இளவேனில் வெதுவெதுப்பான காற்றை வீசச் செய்தது; மலர்கள் பூத்துக் குலுங்கின. அவரைச் சுற்றிலும் உயிரோட்டம் சுழன்று கொண்டிருந்த வேளையில் அவரிடமிருந்து உயிர் ஊசலாடியது. மே 1543 வாக்கில் வரலாற்றின் வலுமிக்க அறிவாளிகளில் ஒருவரான அவரிடம் எஞ்சி நின்றது சிறிதேயாகும்.

மே மாதம் 24 அன்று அவர் எழுதிய நூலின் ஓர் அச்சுப்படி நியூரம்பர்க்கிலிருந்து வந்து சேர்ந்தது. அரிஸ்டாட்டிலின் கோட்பாட்டின் அடிப்படையையே தகர்க்கப்போகும் மாபெரும் பிரபஞ்சக் கொள்கையைத் தாங்கிய நூல் அச்சாகிக் கட்டடம் கட்டி வந்த நூலகம் விரும்புகின்றதோ அதை அடைவதற்கு ஆயத்தமாக வந்து நின்றது.

அவர் கையில் புத்தகத்தைக் கொடுத்தார்கள். அவர் அதைத் தன் கையில் வாங்கு கின்றோம் என்ற ஸ்மரணையேயின்றி மிகவும் நோய்வாய்ப்பட்டிருந்தார். அன்றே அவர் இறந்தார்.

அவர் அவ்வாறு தனது நூலைப் புரட்டிப் பார்க்காது இறந்தது துரதிருஷ்ட வசமேயாகும். ஏனெனில் அதன் பதிப்பாசிரியரான ஓசியாண்டர் தன் பணியைச் சரியாகச் செய்யவில்லை. நூல் கோப்பர்னிக்கஸின் அனுமதியின்றிப் பல மாறுதல்கள் செய்து அச்சிடப்பட்டிருந்தது. இதைவிட மோசம் என்னவென்றால் கோப்பர்னிக்கசிற்குத் தெரியாமலேயே ஓசியாண்டர் அந்நூலுக்கு இரண்டாவது முன்னுரையொன்றை எழுதிவிட்டார்.

உலகை அன்று உலுக்கிய மாபெரும் கண்டுபிடிப்பு இவ்வாறு சிதைக்கப்பட்டாலும் கோப்பர்னிக்கசின் மூலச் சிந்தனையே இறுதியில் வெற்றி கண்டது.

குமரிக் கண்டம் அல்லது லெமூரியா கதையா? கற்பனையா? சிந்திக்க வைக்கும் செய்திகள்

உலக மாக்கடலில் ஒன்றாகிய அட்லாண்டிக்கின் ஜிப்ரால்டருக்கு மேற்கு ஒரு பெருந்தீவு அல்லது கண்டம் இருந்ததென்று, **பிளாட்டோ** (கி.மு.427-347) என்ற தத்துவஞானி தமக்கு முன்னோர் குறிப்பிட்டிருந்ததைக் கூறி வைத்தமையால், அந்த அட்லாண்டிக் பற்றி, அது கதையா? கற்பனையா? அல்லது மெய்யாகவே இருந்ததா என்று அதைச் சுற்றி எண்ணற்ற பல நூல்கள் பிறந்துள்ளன. எனினும் அது இன்னும் விடை காணாத ஒரு புதிராகவே இருந்து வருகின்றது.

சங்க நூல்களிலும், களவியல் என்னும் இறையனார் அகப்பொருளுக்கு சங்கச் சான்றோரான **நக்கீரர்** எழுதியதாகக் கூறப்படும் உரையிலும், சிலப்பதிகாரத்திற்கு உரையெழுதிய அடியார்க்கு **நல்லார்** (கி.பி.13-ஆம்) நூற்றாண்டு உரைக்குறிப்பிலும், பழந்தமிழ் நாடான குமரிக் கண்டம் ஒன்று இருந்தது எனவும் அங்கு முதலிரு சங்கங்கள் தென் மதுரையிலும், கபாடபுரத்திலும் இருந்தன எனவும் குறிக்கப்பெற்றுள்ளன.

குமரி நாடு - ஆறும் மலைகளும்

''.....தமிழ்நாட்டின் தெற்கெல்லையான தென் பெருங்கடல், நிலமாக இருந்த காலமும் உண்டு. பன்முறை ஏற்பட்ட கடல்கோளால் அப்பெருநிலபரப்பு கடலுள் மூழ்கியது. அந்நிலப்பரப்பு இன்றுள்ள தென் கடற்கரையில் தெற்கில், ஆயிரத்தைநூறு கல்லுக்கு மேல்பரவியிருந்தது. ஆப்பிரிக்காவின் தென் கீழ்ப் பக்கமுள்ள மடகாஸ்கர் தீவையும், சாவா முதலிய கிழக்கிந்தியத் தீவுகளையும் அது தன்னுள்ளடக்கியதாக இருந்தது. இலங்கை அன்று தனித்தீவாக இல்லை.

''அப்பெரு நிலப்பரப்பு-குமரிமலை, பனிமலை, மணிமலை, பன்மலைத் தொடர் முதலிய பல உயர்ந்தோங்கிய மலைகளும் குமரியாறு, பஃறுளியாறு முதலிய வற்றாத பல பேராறுகளும் வளஞ்செய்ய 'நீர் மலிவான்' என நீர்வளமும் நிலவளமும், பிற வளங்களுமுடையதாய், மக்கள் நல் வாழ்வுக்கேற்ற நன்னாடாக விளங்கியது.

''இன்றுள்ள குமரி முனைக்கு இருநூறு கல் தொலைவில் தெற்கில் குமரி மலையில் தோன்றிக் கிழக்கு நோக்கிப் பாய்ந்தது குமரியாறு. குமரியாற்றுக்குச் சுமார் எழுநூறு கல் தெற்கில் பன்மலைத் தொடரில் தொன்றிப் பஃறுளியாறு என்னும் பேராறு

பாய்ந்தது. அது பன்மலைத் தொடரில் தோன்றிய பல சிறு அருவிகள் பெருகி ஆறுகளாக ஒன்று கூடிய பேராறு ஆகும்.

'' பல்+துளி என்பது பஃறுளி 'துளி' = என்பது சிற்றாறுகளைக் குறிக்கும். துளி சிறிது என்னும் பொருட்டு... இவ்விரு பேராறுகட்கும் இடைப்பட்ட நிலப்பரப்பு 'பெருவளநாடு' எனப்படும். இதன் பெயரே மிக்க வளம் பொருந்திய நாடு என்பதற்குச் சான்றாகும்.

''பஃறுளி என்னும் ஆற்றுக்கும், குமரி என்னும் ஆற்றுக்கும் இடையே எழு நூற்றுக்காதவாறும், இவற்றின் நீர்மலிவான் என மலிந்த ஏழ்தெங்க நாடும், ஏழ் மதுரை நாடும், ஏழ் முன்பாலை நாடும், ஏழ் பின்பாலை நாடும், ஏழ் குன்றநாடும், ஏழ் கணகரை நாடும், ஏழ் குறும்பனைநாடும் என்னும் இந்த நாற்பத்தொன்பது நாடும், குமரி, கொல்லம் முதலிய பன்மலை நாடும், காடும், நதியும், பதியும் தடநீர்க் குமரி வட பெருங்கோட்டின் ககாறும் கடல் கொண்டொழிதலான்'' என்று அடியார்க்கு நல்லார் தமது சிலப்பதிகார உரையில் குமரி நாட்டையும், அதன் அமைப்பையும் விவரிக்கின்றனர்.

இதற்குச் சற்று விரிவாக விளக்கம் தரும் வகையில் புலவர் குழந்தை அவர்கள் தமது ''கொங்கு நாடு'' என்னும் நூலில் கூறுகின்றார்.

''...அப்பெரு வளநாடு ஏழேழு நாற்பத்தொன்பது உள் நாடுகளாகப் பிரிவு பட்டிருந்ததென்பதும், அதையடுத்து, அதன் வடமேற்கில் குமரி, கொல்லம் முதலிய பல மலை நாடுகள் இருந்தன என்பதும் பெறப்படுகின்றது. 'தடநீர்க்குமரி' என்பதால் அக்குமரி மலை மேற்குமலைத் தொடர்போல மிக்க நீர்வளம் பொருந்தியதென்பதும் விளங்குகின்றது. குமரிமலை, பன்மலைத் தொடர் முதலாக அப்பெருவள நாட்டின் மேற்கில் இருந்த மலைகளெல்லாம், மேற்கு மலைத் தொடரின் தொடர்ச்சியேயாகும். நீலகிரியின் மீதுள்ள நீலகிரி மாவட்டம் போன்றவையே குமரி, கொல்லம் முதலிய அம்மலை நாடுகள் மலையாள நாட்டிலுள்ள கொல்லம் என்பது நினைவு கூரத்தக்கது. 'நதியும் பதியும்' என்பதால் குமரி, பஃறுளியல்லாத வேறு பல ஆறுகளும் அப்பெருவள நாட்டில் பாய்ந்தன என்பது பெறப்படுகின்றது.

''தெங்கு-தென்னை மரம் மிகுதியாக இருந்தமையால் தெங்க நாடு எனவும், பனை மிகுதியாக இருந்தமையால் பனை நாடு எனவும் அந்நாடுகள் பெயர் பெற்றன என்க. மதுரை என்பது பஃறுளியாற்றின் கரையிலிருந்த அப்பெருவள நாட்டின் தலைநகரம். அம் மதுரையைச் சூழ்ந்திருந்த நாடுகள் அப்பெயர் பெற்றன.குன்ற நாடு - மேற்குமலை அடுத்திருந்த நாடுகள்; குணகரை நாடு- கிழக்குக் கரையை, அடுத்திருந்த நாடுகள், குணக்கு-கிழக்கு.

''முதுவேனிற் காலக் கடுவெயிலால் முல்லை நிலமும், குறிஞ்சி நிலமும் வறண்டு வளம் பிரிந்த நிலையே பாலை எனப்படும். அப்பெருவள நாடு நில நடுக்கக் கோட்டுப் பகுதியில் அமைந்திருந்தமையால் ஞாயிற்றின் தென் வடச்செலவால் முன்னரும், பின்னரும் பாலை நிலையை அடைந்தமையால் அந்நாடுகள் முறையே முன் பாலை நாடு, பின் பாலை நாடு எனப்பெயர் பெற்றன போலும். முன், பின் என்பன காலங் குறித்து நின்றன. பாலை மரத்தால் பெயர் பெற்று ஏதாவது குறிப்பிட்ட இடத்திற்கு முன்னும், பின்னும் இருந்தமையால் முன் பாலை, பின் பாலை எனப்பெற்றன வென்னுமாம். இங்கு முன் பின் என்பன இடங் குறிக்கும்.

'பஃறுளியாற்றின் தென் பால், தென் கடல் வரை ஏறத்தாழ ஐநூறு கல் பரப்புடைய நிலம் இருந்தது. அது தென் பாலி நாடு எனப்படும், பஃறுளியாற்றின் தென்பால் இருந்தமையால் அது அப்பெயர் பெற்றது. அஃதும் பல உள்நாடுகளாகப் பிரிக்கப்பட்டிருக்கலாம்.

நெடியோன்

பஃறுளியாற்றைக் கடல் கொள்ளா முன்னர், அப்பெருவள நாட்டினை ஆண்டு வந்த நெடியோன் வழிவந்த முதுகுடுமிப் பெருவழுதி என்னும் மன்னனைப் பற்றி **நெட்டிமையார்** என்ற புலவர் புறநானூற்றில் பாடியிருக்கின்றார். பிசிராந்தையாரும் புறம் 67 ஆம் பாட்டில் கூறும் கூற்றையும் வைத்துப் பார்க்குங்கால், ''முதுகுடுமிப் பெருவழுதியும் கடல் கொள்ளாமுன் அங்கிருந்து ஆண்டவனேயாவான்'' என்றும் புலவர் குழந்தை கூறுகின்றார். பஃறுளியாறும், குமரியாறும் இருந்தமையை நெட்டிமையாரும், பிசிராந்தையாரும் பாடிய புறப்பாடல்கள் எடுத்துரைக்கின்றன என்றும், அப்பாடல்கள் அதற்கு நேர்முகச் சான்றுகளாகின்றன என்றும் புலவர் குழந்தை யவர்கள் கூறுகின்றார்கள்.

நெடியோன், மாகீர்த்தி, வடிம்பலம்ப நின்ற பாண்டியன் என்று பலவாறாகச் சிறப்பிக்கப்படும் இப்பாண்டிய மன்னன் பஃறுளியாற்றை வெட்டி வேளாண்மைக்கு நீர் தந்தான் என்றும் செய்திகள் உள்ளன.

வடிம்பலம்ப நின்ற நெடியோன் என்னும் பாண்டிய மன்னன் பஃறுளி யாற்றுக்கும், குமரியாற்றுக்கும் இடைப்பட்ட பெருவள நாட்டை ஆண்டவன் என்பதுடன், கடல்வழியாகப் பல நாடுகளுக்குச் சென்றவன் என்ற சிறப்பும் அவனுக்குச் கூறப்படுகின்றது. அவன் இவ்வாறு கடல் கடந்து சென்ற நாடுகளின் கடல்களில் நின்று அக்கடலலைகள் தன் காலை அலம்ப நின்றமையால் வடிம்பலம்ப நின்ற நெடியோன் என்று பெயர் பெற்றதாகக் கூறுகின்றனர். அவ்வேந்தன் தன் திருவடியைக் கல்லில் பொறித்துக் கடலலை அலம்பக் கடற்கரையில் நிறுவியதால் அப்பெயர் பெற்றான் எனவும் ஒரு கருத்து உள்ளது.

செங்கோன்

நெடியோனின் பெருவள நாட்டை ஆண்ட மற்றொரு வேந்தனின் பெயர் செங்கோன். இம்மன்னன் தரைவழியாகப் பல நாடுகளைச் சென்று கண்டவன் என்னுஞ் சிறப்புற்றுள்ளான். அவன் அக்காலத்தில் நாடு பல கண்டதை விவரிக்கும் 'செங்கோன் தரை நூல்' ஒன்று இருந்தது எனவும், அதைத் தனியூர் சேந்தன் என்ற புலவர் பாடினார் எனவும், அந்நூல் இன்று நமக்குக் கிடைக்கவில்லை எனவும் கூறுவர்.

''பஃறுளியாற்றின் கரையிருந்த மதுரை என்பது அந்நாட்டின் தலைநகரமாகும். மதுரம் - இனிமை; மதுரை-இனியநகர், மக்கள் வாழ்வதுக்கேற்ற இனிய நகர்; அழகான பெயர்: மதுரா என்றும் வடசொல் மதுரை என ஆவீறு ஐயீறான வடமொழி ஆக்கமன்று *(நன்னூல் 147)''* என்று புலவர் குழந்தை தொன் மதுரைக்கு விளக்கம் தருகிறார்.

''அம் மாபெரும் நிலப்பரப்பை மேனாட்டு ஆராய்ச்சி அறிஞர்கள் லெமூரியாக் கண்டம் என்றனர். அது, அந்நிலப்பரப்பில் வாழ்ந்த லெமூர்-மக்கட்கும்

குரங்கிற்குமிடைப்பட்ட ஒருவகை உயிரின் பெயர் கொண்டு இடப்பட்ட பெயராகும். தமிழர் அதைக் குமரிக்கண்டம் என்கின்றனர். இது, பழைய குமரியாற்றின் நினைவாகக் குமரி முனை என்று பெயரிடப் பட்டது போன்ற இடப் பெயராகும்'' என்று புலவர் குழந்தை போன்ற பல தமிழறிஞர்கள் கருதுகின்றனர்.

மாற்றுக் கருத்துக்கள்

எனினும் லெமூரியா என்றும், குமரிநாடு என்றும், குமரிக் கண்டம் என்றும், பலவாறாக அழைக்கப்படும் இந்நிலப்பரப்பைப் பற்றிப் பல்வேறு வகையான கருத்துகளும் கொள்கைகளும் உள்ளன. அவற்றையும் அறிந்துகொள்வது நடுநிலையாளர் கடமையாகும்.

மனிதன், புனை கதை, மந்திர வித்தை

இத்தலைப்பில் ஒரு கலைக்களஞ்சியம், ''புராணம், சமயம், புலனறிவிற் கப்பாற்பட்டன'' என்று இத்துறைகளுக்கு விளக்கம் தரும் நூற்தொகுதி 1983-ஆம் ஆண்டு நியூயார்க்கில் வெளியிடப்பட்டுள்ளது. அதனை மார்ஷல் காவண்டிஷ் என்ற நிறுவனம் வெளியிட்டிருக்கின்றது. அதில் 'லெமூரியா' என்ற தலைப்பில் காணப்படும் செய்திகள்:

உயிரியல், இனப் பாகுபாட்டியல், மற்றும் பகுப்பாய்வுகள் பத்தொன்பதாம் நூற்றாண்டின் நடுவில் நடந்த காலையில் சில விசித்திரமான தற்செயல் பொருத்தங்களை அறிவியலார் காண நேர்ந்தது. அப்போதுதான் லெமூரியா என்ற கருத்து முதன்முதலில் எழுந்தது.

கடலில் பல்லாயிரக்கணக்கான மைல் தொலைவிற்குப் பிரிக்கப்பட்டுள்ள கண்டங்களின் விலங்கின, மற்றும் செடியின வாழ்க்கையும், ஏன் நிலவியல் அமைப்புகளும் கூட, குறிப்பிடத்தக்க விதத்தில் மிகவும் ஒத்திருக்கின்றன என்பதை அறிவியலாளர் அப்போது கண்டறிந்தனர்.

உயிரியலாரும், பிரிட்டனின் இராயல் சொசைட்டி உறுப்பினருமான பி.எல்.ஸ்கிலேட்டர்தான், லெமூரியா என்ற பெயரை முதன்முதலில் சூட்டினார். அவர் கடல் கொண்ட ஒரு கண்டம் இருந்தது என்ற தனது கருத்தைக் கூறும்போது, அதற்கு லெமூரியா என்ற பெயரைத் தந்து இவ்வாறு குறிப்பிட்டார்:

''.......இரு நாடுகளிலும் காணப்படும் விலங்கினங்களும் செடியினங்களும் ஒரே மாதிரியாக இருந்தனவெனில் அவை தற்போது அல்லது அண்மைக் காலத்திற்கு முன் வரையில் நில வழித் தொடர்பு கொண்டவையாக இருக்க வேண்டும்.''

லெமூர் என்ற குரங்கிலிருந்து லெமூரியா என்ற பெயர் வைக்கப்பட்டது. (சிறு பாலூட்டிகளான இவை குரங்குகளுடன் உறவுடையனவாகும். இவற்றுக்குக் கண்கள் பெரிதாகவும், மூக்குக் கூர்மையாயும் இருக்கும். உடம்பில் மென்மையான மயிர் மூடியிருக்கும். இக்குரங்கினம் பெரிதும் ஆப்பிரிக்கக் கண்டத்தின் தென் கிழக்குக் கரைக்கப்பால் இந்துமாக் கடலிலிருக்கும் மடகாஸ்கர் தீவில் உள்ளன. இவை இரவில் நடமாடக் கூடிய விலங்கினமாகும்; எனவே இவற்றை இரவில்தான் காணமுடியும்.)

லெமூர் என்ற குரங்கும், அதனுடன் தொடர்புடைய குரங்கும் நிலவுலகின் வடகோளம் முழுமையிலும் மிகப் பண்டைக் காலத்தில் வாழ்ந்திருக்கக் கூடுமெனினும் அவை இன்று ஆப்பிரிக்கா, தென்னிந்தியா, மலேயா முதலிய நாடுகளையே

வாழ்விடமாகக் கொண்டுள்ளன. எனவே, லெமூரியா என்ற நிலப்பரப்பு ஆசியாவின் தென்கரைக்குக் குறுக்கே மலேயத் தீவுக் கூட்டங்களிலிருந்து மடகாஸ்கர் தீவு வரை நீண்டு இருந்திருக்கலாம்.

மேலும் இந்துமாக் கடலின் எதிர்த்திக்குகளிலுள்ள நாடுகளில் வாழும் விலங்குகள், மற்றும் செடியினங்கள் ஆகியவற்றுக்கிடையே ஒற்றுமைகள் உள்ளன. சான்றாகத் தென்னாப்பிரிக்காவின் நேட்டாலில் கண்டுபிடிக்கப்பட்ட 35 வகையான புதையுயிர்த் தடங்களும், தென்னிந்தியாவில் கண்டுபிடிக்கப்பட்ட 22 புதையுயிர்த் தடங்களும் *(Fossils)* ஒத்திருக்கின்றன.

லெமூரியா பத்தொன்பதாம் நூற்றாண்டில் குறிப்பிட்டத்தக்க ஆராய்ச்சியாளர் பலரின் கவனத்திற்குட்பட்டது. மாபெரும் பரிணாம வளர்ச்சியியல் அறிஞரான தாமஸ் ஹக்ஸ்லி *(1825-1895)*, இந்துமாக்கடலில் (அதாவது மில்லியன் ஆண்டுகளுக்கு முன்னர் பாலூட்டிகள் தோன்றி வளர்ந்த 'செனாசாபிக்' என்ற காலகட்டத்தின் மூன்றாவது யுகமான) 'மயேசென்' யுகத்தில் ஒரு கண்டம் இருந்தது என்பதை ஏற்றுக்கொண்டார்.

இயற்கை ஆராய்ச்சியாளரான ஆல்ஃபிடு ரசல் வாலஸ் *(1823-1913)* இவ்வாறு கூறினார்: ஸ்கிலேட்டரின் ''லெமூரியா ஐயத்துக்கிடமின்றி நிச்சயமாக இருந்திருக்கக் கூடியது என்று கருதுவதற்குரியதாகும்.''

ஜெர்மன் உயிரியலாரான ஏனஸ்ட் ஹென்றிக் ஹெகலும் *(1834-1919)* இதை ஒப்புக் கொண்டார்.

''லெமூரியா மனித இனத்தின் தொட்டிலாக இருக்கலாம்: (சிம்பன்சி, உராங்குட்டான், கொரில்லா, கப்பன் போன்ற) ஆந்திரப்பாய்டு மனிதக் குரங்குகளிலிருந்து, மனிதர் முதலில் இங்கு (லெமூரியாவில்) உண்டாகியிருக்கலாம்'' என்பதை ஹெக்கல்தான் முதலில் கூறினார்.

மனித இனம் அலையலையாக நில உலகெங்கும் சிதறிப் பரவியது என்ற தற்காலக் கொள்கையுடன், இது பொருந்துவதாக இருக்கிறது. இதை வைத்துக் கொண்டு லெமூரியாதான் ஏதேன் தோட்டம் என்று முடிவெடுப்பது மிகவும் எளிது.

மேடம் பிளாவட்ஸ்கி

மேடம் பிளாவட்ஸ்கி (இவர் பெயர் எலினா பெத்ரோவ்னா பிளாவட்ஸ்கி; பிறந்தபோது இடப்பட்ட பெயர் ஹெலினாஹாஹன். இரஷியப் பிரபுக் குடியைச் சேர்ந்த இவரது காலம் *1831-1891*; இவர் பிரம்மஞான சங்கத்தைத் தோற்றுவித்தவர். இதன் தலைமையகம் சென்னை, அடையாற்றில் உள்ளது) லெமூரியாக் கண்டம் பற்றிப் பலர் கூறிய கருத்துக்களை எடுத்துக்கொண்டு, தனது மனித ஞானக் கோட்பாடுகளுடன் இணைக்கின்றார். அவர் *1888*-ஆம் ஆண்டு எழுதிய 'இரகசியக் கோட்பாடு'' என்ற நூலில் இது பற்றித் தனது கருத்தை வெளியிட்டிருக்கின்றார். பல்வேறு மக்களினத்தவரின் பண்பாடுகள், வாழ்க்கை முறை ஆகியன பற்றிய மறைபொருள் கோட்பாடு ஒன்றை மேடம் பிளாவட்ஸ்கி கூறி வந்தார். அந்த மறைபொருள் இனவியல் கோட்பாடானது ஸ்கிலேட்டரும், பிற விஞ்ஞானியரும் வெளியிட்டுள்ள உலகக் கோட்பாடு களுடன் பொருந்துகின்றது என்று மேடம் பிளாவட்ஸ்கி கூறினார்.

உலகில் ஐந்து இனங்கள் வாழ்ந்தன என்பது அவரது மறைபொருள் இனவியல் கொள்கையாகும்.

முதல் இனம் மிகவும் மர்மமான 'அழியாத புனித நாடு' ஒன்றில் வாழ்ந்தது; இரண்டாவது இனம் வடகாற்று வீசுகின்ற மலைகளுக்கப்பால், என்றென்றும் பகலொளியும் நிலைத்து நிற்கின்ற இனிய இளவேனிற் காலமும் நிலவுகின்ற வட புலத்தில் வாழ்ந்தது. இந்த நித்திய இளவேனில் நாடு ஆசியாவிற்கு வடக்கே அமைந்திருந்தது.

மூன்றாவது இனத்தார் லெமூரியாவிலும், நான்காவது இனத்தார் பசிபிக்கினுள் அமிழ்ந்து போன அட்லாண்டிக்கிலும் வாழ்ந்தனர். ஐந்தாவது இனத்தார் அமெரிக்காவில் வாழ்ந்தனர்.

இன்று உலகில் வாழ்ந்து வருவது ஆறாவது இனமாகும். இந்த இனம் அதி மனிதனாகும் வகையில் வெகு வேகமாக வளர்ந்து வருகின்றது.

லெமூரியா பசிபிக் பெருங்கடலின் (பசிபிக் என்றால் அமைதியான என்பது பொருள். போர்த்துக்கீசக் கடலோடியான **மகல்லன்** *(1480-1521)* இப் பெருங்கடலின் கொந்தளிப்பற்ற அமைதியைப் பார்த்துவிட்டு அதற்குப் பசிபிக் என்ற பெயரைச் சூட்டினார். இக் கடல் ஆசியக் கண்டத்திற்கும், அமெரிக்கக் கண்டத்திற்கும் இடையில் உள்ளது; இதன் பரப்பளவு *165.2* மில்லியன் சதுர மைல்) குறுக்கே பரந்து கிடந்தது என்பது பிளாவட்ஸ்கியின் கருத்தாகும். தென் பசிபிக் கடல் தீவுகளனைத்தும் அக் கண்டத்தில் அடங்கியிருந்தன என்று அவர் கூறினார்.

பசிபிக்கில் லெமூரியா?

பதினேழு, பதினெட்டாம் நூற்றாண்டுகளில் ரோசிக் குரூஷன் என்றோர் இரகசியச் சங்கத்தினர் ஐரோப்பாவில் (அதி மனித) இருந்தனர். இச்சங்கத்தை தோற்றுவித்தவர் என்று கருதப்படும் கிறிஸ்தியன் ரோமன் குரூவஸ் என்பவரின் பேரால் இச் சங்கம் அழைக்கப்படுகிறது. இச்சங்கம் இப்போது அமெரிக்காவில் செயல்பட்டு வருகிறது. இச்சங்கத்தினர் தமக்கு மறைஞான ஆற்றல் உண்டு என்று கூறிக் கொள்கின்றனர்; இவர்களின் சமயச் சின்னம் நடுமையத்தில் ரோஜா மலர் வைக்கப்பட்ட சிலுவையாகும்.

இச்சங்கம் **டபிள்யூ.எஸ்.செர்வ்** என்பவர் எழுதிய 'லெமூரியா' என்ற நூலை முதன்முதலில் *1931*-ஆம் ஆண்டு வெளியிட்டது. இந்நூலின் *1954* ஜூலை ஆறாம் பதிப்பிலிருந்து கீழ்க்காணும் செய்திகள் தரப்படுகின்றன.

இந்நூலின் ஆசிரியர் கருத்துப்படி லெமூரியா பசிபிக் கடலில் இருந்து அழிந்தது. அது பசிபிக்கில் வடஅமெரிக்காவின் நடுக்கிழக்குப் பகுதியிலிருந்து, தென்அமெரிக்கா வின் வடகிழக்குப்பகுதி தொடங்கி (பசிபிக்கிலுள்ள மெலனேசியா மைக்கிரனேசியா' ஜப்பான் திவுகள் சில வேளைகளில் நியூசிலாந்து, ஆஸ்திரேலியா. மலாய்த் தீவுக் கூட்டங்கள் முதலியவற்றை உள்ளடக்கிய) ஓசியானியா எனப்படும் பகுதி வரையிலும் நீண்டு கிடந்த பெருநிலப் பரப்பாகும்.

அவர் இப்பகுதியை மனுக்குலத்தின் தொட்டில் என்றும் ஏதேன் தோட்டம் என்றும் கூறுகின்றார். இக்கண்டத்தின் செடியினங்கள் வெப்பமண்டலத்தில் வளர்வன என்கிறார்.

பேருயிர்கள்

இங்கு வாழ்ந்த உயிரினங்களனைத்தும் உருவில் பெரியனவாயிருந்தன. சிறு பூச்சிகள்கூட மிகப்பெரியனவாயிருந்தன. இன்று நாம் காணுகின்ற எறும்பு, அங்கு குறைந்தது இரண்டங்குல நீளமிருந்தது; கரப்பான் பூச்சியோ ஐந்தங்குல நீளம்; அவை வெகு தொலைவு பறக்கும் திறன் பெற்றிருந்தன. இதர உயிரினங்களும் இந்த அளவிற்கு ஏற்றவாறு பெரியனவாயிருந்தன.

இவற்றுள் மிகப்பெரியன டயனோசாரஸ் என்ற பெரும் பல்லி இனத்தைச் சேர்ந்த விலங்கினமாகும். அவை நூறடி நீளம் வளர்ந்தன. இன்னுஞ்சில இதைவிட அதிக நீளமாயிருந்தன என்று வேறு சிலர் கூறுவதாக செர்வ் குறிப்பிடுகின்றார். இப்பெரும் பல்லிகள் பிற உயிரினங்களை அழித்தன; தாவரங்களை நாசம் செய்தன.

அங்கு ஏராளமான பறவை இனங்களும் பெருகியிருந்தன. பாம்புகளும் காணப்பட்டன. இங்கு வாழ்ந்த பல்வேறு உயிரினங்களில் ஏராளமான எண்ணிக்கையில் இருந்தவை, லெமூர் என்ற குரங்குகளாகும்.

இக்குரங்குகள் பல்வேறு அளவில் உருவங் கொண்டிருந்தன. இக்கண்டத்தின் வெப்ப மண்டலப் பகுதியில் வாழ்ந்த லெமூர்கள் மனிதனைப் போன்று ஐந்தடி உயரமிருந்தன. இவற்றின் வால்கள் நீளமானவை. அவற்றின் கால்களும் கால்விரல்களும், கை விரல்களும் நன்கு உருண்டு திரண்டிருந்தன. தலைகள் நல்ல வளர்ச்சி பெற்றிருந்தன. இந்த விலங்கின உலகம் லெமூராய்டியா என்றழைக்கப்பட்டது.

இந்த லெமூர் குரங்கின் தொன்மைக்கால எலும்புக்கூடுகளைப் பார்த்து அதிசயப் பட்டு அவை அங்கு வாழ்ந்த மனிதர்களின் எலும்புக் கூடுகள் என்று ஆராய்ச்சியாளர் தவறான முடிவுக்கு வந்துவிட்டதாக இந்நூலாசிரியர் மேலும் கூறுகின்றார். அதனால்தான்! லெமூரியர் வளர்ச்சியடையாத மனித இனத்தின் கடைநிலை இனம் என்று கருதி விட்டனராம். இக்கருத்துக்களை அடிப்படையாக வைத்து லெமூரியாவைப் பற்றிப் பலநூல்கள் எழுதப்பட்டுள்ளன.

''ஆனால் லெமூரியர் உடலமைப்பிலும், அறிவியல் திறனிலும் நன்கு வளர்ச்சி யடைந்திருந்தனரெனினும் அதே கண்டத்தில் மனிதக்குரங்கு போன்ற உயிரினங்களும் வாழ்ந்திருந்தன. லெமூரியர் நாகரிக முதிர்ச்சியடையாத பழங்குடியினர் என்றும் கூற முடியாது. ஏனெனில் அவர்கள் லெமூரியாக்கண்டம் எழும்பியதற்குப் பல்லாயிரம், ஏன் பில்லியன் ஆண்டுக்கு முன்னரே நாகரிக முதிர்ச்சியடைந்திருந்தனர்'' என்று செர்வ் கூறுகின்றார்.

இக்கண்டம் பண்டை நூல்களில் 'மூ' என்ற பெயரால் குறிக்கப்பட்டது என்பர்.

''இக்கண்டத்தில் வாழ்ந்த மக்கள் இன்றுள்ள சராசரி மனிதனை விடச் சற்று அதிகமாகவே உயரத்திலும், எடையிலும் இருந்தனர். உயரம் ஆறடிக்கு மேலும், எடை 160 முதல் 200 இராத்தல் (69.57 கிலோ கிராம் முதல், 86.95 கிலோ கிராம்) வரையிலும் இருந்தன. அவர்களின் தோற்றம் புதுமையாயிருந்தது. அவர்களிடம் பல்வேறு புதிய அம்சங்கள் காணப்பட்டன.

''அவர்கள் புலாலை அதிகமாக உண்பதில்லை என்பதை முதற்கண் கூறவேண்டும். அவர்கள் மிகப்பெரிய விலங்குகள் அல்லது காட்டு விலங்குகளின் ஊனை உண்பதில்லை. சிறு விலங்குகளையும், மீனையும் உண்டனர். பெரிதும் காய்கனிகளையே உண்டனர். அவர்கள் நாம் இன்று கோதுமை அல்லது மக்காச் சோளத்திலிருந்து தமது உணவை ஆக்கிக் கொள்வது போன்று பலவகையான காய்கறி உணவுகளைச் சமைத்துண்ண அறிந்திருந்தனர்.

வேட்டையாடுவதில்லை

அவர்களின் உணவுப்பழக்கம் இவ்வாறு இருந்தமையால், அவர்கள் பெரிய அல்லது காட்டு விலங்குகளை வேட்டையாடும் வழிமுறை எதனையும் கண்டுபிடிக்கவில்லை. அவர்கள் வேட்டைக்காரர்களாக இல்லாதிருந்தமையால்தான், நாட்டின் காட்டுப் பகுதிகளுக்குள் சென்றதில்லை. எனவே அவர்கள் புதிய நாகரிகங்களை உண்டாக்கவோ, புது இடங்களைக் கண்டுபிடிக்கவோ முனையவில்லை. ஆதலால் அவர்கள் தாமறிந்த இடங்களைவிட்டுத் தொலைவும் செல்வதில்லை; தமது பழைய குடியிருப்புகளின் அருகிலேயே புதிய குடியிருப்புகளை அமைத்தனர்.

நெருப்பு

இம்மக்கள் கல் அல்லது கனிப்பொருள்களின் துணை கொண்டு வீடுகள் அல்லது அடைப்புகளுக்குள் நெருப்பை உண்டாக்கக் கற்றிருந்தனர்.

வீடுகள்

வீடுகளும், இதர கட்டடங்களும் நீள் சதுர வடிவில் கட்டப்பட்டன. சுவர்கள் சுமார் பத்துப் பதினோரு அடிகளையும் பரப்பி, மண்ணைக் குழைத்துப் பூசிக் கூரை அமைத்தனர். இக்கூரைகள் சுவர்களுக்கு வெளியே நான்கு முதல் ஆறு அடிகள் நீட்டிக் கொண்டிருந்தமையால், கட்டடத்தைச் சுற்றி நிழல் இருந்தது. அதனால் உட்பகுதியில் வெப்பம் தெரியாமல் குளிர்ச்சியாக இருந்தது.

வெப்பம் மிகுதி

லெமூரியாக் கண்டத்தில் வெப்பம் மிகுதி; சூரியன் மிகவும் ஒளியுடன் வீசியது; நிலத்தினடியிலிருந்து எரிமலை நெருப்பு வெளிவந்தமையால் பல இடங்களில் நெருப்பு எரிந்தது.

சமவெளிகளில் ஆங்காங்கே பல சிறு குன்றுகள் இருந்தன. அவற்றிலிருந்து ஓடி வந்த சிற்றாறுகளினால் குளிர்ச்சி ஏற்பட்டது. ஆண்டு முழுவதும் மழை பெய்து கொண் டிருந்ததாலும் வாழ்வதற்கு வசதியாக இருந்தது.

''மக்களின் தலையாய தொழில் வேளாண்மையாகும். மட்பாண்டம், நகைகள் முதலியன செய்தலும் பெரிய கைவினைத் தொழில்களாக விளங்கின. இவை லெமூரிய மக்களிடையே பண்டமாற்றுப் பொருள்களாக இருந்தன.

கட்டட வேலைக்கு மரம்

மரம் கட்டுமான வேலைக்குப் பெரிதும் பயன்பட்டது. அவர்கள் பெரிய

கட்டடங்கள் சிலவற்றையும் கட்டியுள்ளனர். அவை கோயில்களாக அல்லது வழிபாட்டிடங்களாக இருந்திருக்க வேண்டும். கட்டடங்களின் கூரைகள் உருண்டையான குவி மாடங்களாக இருந்தன.

வீதிகள், சாலைகள்

அவர்கள் வீடுகளை அடுத்தடுத்துக் கட்டி, நெருக்கடிகளை உண்டாக்கவில்லை. எனினும் வீடுகள், கோயில்கள், தொழில் பகுதிகள் என்று தனித்தனியே கட்டடங்களைக் கட்டினர். அவற்றை இணைக்கும் வகையில் மரஞ்செடி கொடிகளை அகற்றிவிட்டுச் சாலைகளும் நெடுஞ்சாலைகளும் அமைத்தனர்.

போக்கு வரவு

''நாட்டில் ஓடிய பல்வேறு ஆறுகளின் வழியே, சிறு படகுகளில் போக்குவரவு நடைபெற்றது. ஏனெனில் மக்களின் ஊர்களனைத்தும் ஆற்றங்கரைகளில் அமைக்கப் பட்டன. எனினும் பல விலங்குகளைக் கொண்டு சக்கரமில்லாத சறுக்கு வண்டிகளை இழுக்கச் செய்தனர். மிக உயரமான ஒட்டகம் போன்ற விலங்குகளைப் பொதி சுமக்கப் பயன்படுத்தினர்.

தங்கம் வெள்ளி

தங்கமும் வெள்ளியும் விலையுயர்ந்த பிற உலோகங்களைப் போன்று ஏராளமாக இருந்தன. இவையனைத்தும் அணிகலன்களாகப் பயன்படுத்தப்பட்டனவேயன்றி, ஒருவர் மற்றொருவரிடம் கொடுத்து வாங்கும் பண்டங்களாக இருக்கவில்லை. -இவ்வாறு செர்வ் 'தனது' லெமூரியாவை விவரிக்கின்றார்.

லெமூரியா கற்பனை

''பொதுவாக வழங்கி வரும் தவறான கருத்துக்கள் பற்றிய அகராதி'' என்று **பிலிப்பு வார்டு** என்பவர் ஆங்கிலத்தில் தொகுத்துள்ள இரண்டு தொகுதிகளில் முதல் தொகுதியில் லெமூரியா பற்றிய குறிப்புக் காணப்படுகிறது. இந்நூலின் முதற் பதிப்பு 1978 ஆம் ஆண்டு ஆலியாண்டர் அச்சகத்திலிருந்து வெளியிடப்பட்டது.

அந் நூலில் லெமூரியா பற்றிக் கூறப்படுவது:

''லெமூரியா என்பது லெமூர் என்ற குரங்கினம் நிலவுலகில் பரவியிருந்தமை ஏன் என்பதை விளக்குவதற்காகப் பத்தொன்பதாம் நூற்றாண்டில் **பி.எல்.ஸ்கிலேட்டர்** என்ற விலங்கியல் ஆராய்ச்சியாளர் கண்டுபிடித்த கற்பனையான நிலப்பரப்பேயாகும். அந் நிலப்பரப்பு இந்துமாக் கடலில் இருந்ததாக அவர் கூறினார்.''

லெமூரியாவின் காலம்

பன்மொழிப் புலவர் **கா.அப்பாதுரையார்** தமது 'குமரிக் கண்டம்' என்னும் நூலில் (முதற் பதிப்பு 1941: கழகப் பதிப்பு 1961) லெமூரியாவின் காலம் இன்னதென்று குறிக்கின்றார்.

இலமூரியாக் கண்டம் 200,000 ஆண்டுகளுக்கு முன், 50,000 ஆண்டுகட்கு முன் வரை இருந்ததென்றும் 50,000 ஆண்டுகட்கு முன் பெரும்பாலும் அழிந்தது......

அதில் மீதியாகித் தமிழ்நாட்டுடன் ஒட்டிக் கிடந்த பகுதியே குமரி நாடாயிருக்க வேண்டும்.

இலமூரியாவை விழுங்கச் சுவை கண்ட கடல் இதனையும் சிறிது சிறிதாக விழுங்கியிருக்க வேண்டும்.

கன்னியா குமரியில் பஃறுளியாறு

'தென் குமரியின் புதைந்த வரலாறு' என்று எஸ்.பத்மநாபன் என்பவர் 1972 ஆம் ஆண்டு ஒரு சிறு நூலை வெளியிட்டுள்ளார். அதற்கு **கே.ஏ.நீலகண்ட சாஸ்திரி** முன்னுரை தந்திருக்கின்றார்.

மேலே கா.அப்பாதுரையார் கூறிய கருத்தையே, இந்நூலின் ஆசிரியரான பத்மநாபனும் சற்று விரிவாக விளக்குகின்றார்:

''(சிலப்பதிகார உரையில்) அடியார்க்கு நல்லார் குறிப்பிடும் (குமரிக் கண்டத்து) நாடுகளில் தெங்கநாடும், குறும்பனைநாடும் இன்று குமரி மாவுட்டம் என்று அழைக்கப்படும் பகுதியில் இருந்து வந்தன என்றும், இன்றைய தேங்காப் பட்டினமும், குறும்பனையும். அவ்விரு நாடுகளின் தலைநகரங்களாகத் திகழ்ந்தன என்றும் அறியப்படுகின்றது.

''திருநந்திக் கரைமாலிருந்த அடிகள் முன்...'' என்று தொடங்கும் ஆய்குல மன்னனான விக்கிரமாதித்திய வரகுணன் காலத்தியச் செப்பேடு (திருவிதாங்கூர் தொல் பொருளியல் வரிசை) ஒன்று தெங்க நாட்டைப் பற்றிக் குறிப்பிட்டிருக்கின்றது.

பஃறுளி-பறளி

''கடல் கொண்ட குமரிக் கண்டத்தில் ஓடிய பஃறுளியாறு பறளியாறாகி இன்று பழையாறு என்றழைக்கப்படுகின்றது. இப்பழம்பெரும் நதி, குமரிமாவட்டத்தை ஒரு நெற்களஞ்சியமாக்கி, உள்நாட்டுக் காவிரியாகத் திகழ்கின்றது. திராவிட மொழிகளின் ஒப்பிலக்கணத்தை எழுதிய டாக்டர் **கால்டுவெல்** *(1814-1891)* இப் பகுதியை அந்த

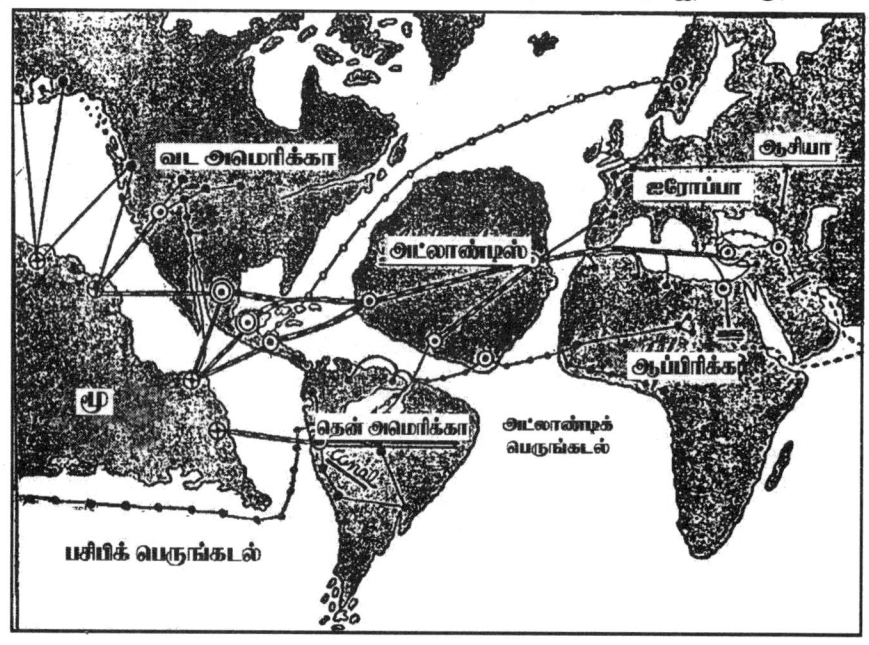

ஆற்றின் பெயரால் பறளிநாடு (*Country of Paralia*) என்று குறிப்பிடுகின்றார்.

''இந்த ஆற்றில் கட்டப்பட்டிருக்கும் முதல் அணையான தலையணையில் 'தத்தி விழும் பறளியாற்றணை' என்றுதான் செதுக்கப்பட்டுள்ளது. கி.பி.1745 வரை இந் நதி பறளியாறு என்றே அழைக்கப்பட்டு வந்ததாக நில வருமான ஏடு குறிக்கின்றது. (பூதப்பாண்டி வடக்கே பறளியாற்றில் சாரக்காலணையில் நின்னும், உயர்த்தி அணை கட்டி அவிடே நின்னும் புத்தனாயிட்டு ஆறு வெட்டிக் கன்னியாகுமரி வரைக்கும் ஆற்று வெள்ளம் கொண்டுவிட்டு. (*Land Revenue Manual Voll IV Page 98*)

''காட்டுப் புதூர் அணைக்குச் சாரக்கால் அணை என்றோர் பெயருண்டு. (சேர நாடும் செந்தமிழும்-வித்துவான் செ.சதாசிவன், பக்.101)

''நாஞ்சில் நாட்டில் பயிர்த் தொழில் பெருக்கப் பறளியாற்றில் பல அணைகள் கட்டிக் கால்வாய்கள் வகுத்தனர். கொல்லம் ஆண்டு 920-ல் (கி.பி.1745) பூதப்பாண்டி அருகில் காட்டுப்புத்தூரில் கட்டப்பட்ட அணையிலிருந்து பிரியும் இது புத்தனாறு என்றழைக்கப்பட்டதால், தாய்நதியான பறளியாறு பழையாறு என வழங்கப்படுவதாயிற்று. மலையாள மொழியில் 'புத்தன்' என்றால் புதியது என்று பொருள்.''

தொல்காப்பியமும் குமரியும்

''அதங்கோடு இன்று குமரி மாவட்டத்திலுள்ள ஒரு சிற்றூர். (தொல்காப்பியத்தை அரங்கேற்றியவர் பெயர் அதங்கோட்டு ஆசான்.)

''குமரிமாவட்டத்தில் சிலம்பம், ஜோதிடம், வைத்தியம் போன்ற துறைகளில் தேர்ச்சி பெற்றவர்களை 'ஆசான்' என்றே இன்றைக்கும் அழைக்கின்றனர்.

''தொல்காப்பியத்தில் குறிப்பிடப்படுவதைப் போன்று ஆண்டுக் கணக்கு ஆவணி மாதத்தில் தொடங்கும் முறையைக் குமரி மாவட்டத்தில் இன்றும் காணலாம்.''

தொல்காப்பியம் கடல்கோளுக்குத் தப்பியது ஏன்?

''கடல்கோளுக்கு இரையான குமரிக்கண்டத்தில் எஞ்சிய பகுதியானது குமரி மாவட்டப் பகுதியைச் சேர்ந்ததாக இருந்ததால்தான் இடைச் சங்கத்தில் தோன்றிய நூற்களெல்லாம் அழிந்து போகத் தொல்காப்பியரது நூல் மட்டும் பிழைத்தது என்று கொள்ளுவதே பொருந்தும்.''

தென்மதுரையும் முதலிரு சங்கங்களும்

பன்மொழி புலவர் **இரா.மதிவாணன்** அவர்கள் ''இலமூரியா முதல் அரப்பா வரை'' என்ற பெயரில் 1977 மார்ச்சில் வெளியிட்டுள்ள சேகர் பதிப்பக நூலில் காணப்படும் செய்திகள்;

காலம்

''ஐந்து கோடி முதல் ஐந்து இலக்கம் ஆண்டு வரையுள்ள காலம் முந்து லெமூரியா காலம் எனவும், ஐந்து இலக்கம் முதல் 10,000 ஆண்டு வரையுள்ள காலம் இலெமூரியா காலம் என்றும் ஒரு மதிப்பீடாகப் பிரிக்கப்பட்டுள்ளது. எஞ்சிய காலம் குமரி நாட்டில் நாகரிகம் மலர்ந்து சிந்துவெளியில் பரவிய காலமாகக் கொள்ளப்பட்டது.''

இரா.மதிவாணன் அவர்கள் சிலப்பதிகார உரையாசிரியரான அடியார்க்கு நல்லார் தரும் விளக்கத்தின் அடிப்படையில், இருந்த நிலப் பகுதிகள் என்று இந்நூலில் ஒரு நிலப் படத்தையும் வகுத்திருக்கின்றார். அதில் ஏழ் தெங்க நாடு, ஏழ் குணகரை நாடு, ஏழ் குறும்பனை நாடு, ஏற் பின்பாலை நாடு, ஏழ் முன்பாலை நாடு, ஏழ் மதுரை நாடு ஏழ் குன்றநாடு, தென்பாலி, கொல்லம் நாவலந்தண்பொழில் என்று பத்து நாடுகள் தரப்பட்டுள்ளன. பன்மலை, குமரிமலை என முறையே தெற்கிலும் வடக்கிலுமாக இரு மலைகளும், வடக்கே குமரியாறும், தெற்கே பஃறுளியாறும், ஏற்குணகரை நாட்டின் தென்கிழக்குக் கோடியில் பாயும் பஃறுளியாற்றின் கரை மீது தென் மதுரை நகரமும் குறிக்கப் பெற்றுள்ளன. இது அளவு காட்டும் நிலப்படமாக அமையவில்லை.

தென் மதுரை - முதற் தமிழ்ச் சங்கம்;

இரா.மதிவாணன் கூறும் பிற செய்திகள்: பாண்டியன் பஃறுளியாற்றங் கரையிலிருந்த மதுரை என்னுந் தலைநகரில் முதல் தமிழ்க் கழகம் (தமிழ்ச் சங்கம்) நிறுவினான். *(கி.மு.10,000-கி.மு.5,000).*

இந்தச் சங்கத்தில் அகத்தியனார், திரிபுரமெரித்த விரிசடைக் கடவுள், முரஞ்சியூர் முடி நாகராயர், நீதியின் கிழவன் என்று ஐநூற்று நாற்பத்தொன்பது புலவர்கள் இருந்தனர். அவர்களால் பாடப்பெற்ற நூல்கள் எத்தனையோ? பரிபாடல், முதுநாரை, முது குருகு, களரியாவரை முதலியன இப்புலவர்களால் இயற்றப்பெற்றன.

இச் சங்கம் 4,440 ஆண்டுகள் இருந்தது என்கின்றனர். இச் சங்கத்தைப் புரந்த பாண்டிய மன்னர் காய்சின வழுதி முதல் கடுங்கோன் ஈறாக எண்பத்தொன்பதின்மர். அவர்கள் சங்கமிருந்த தமிழாய்ந்தது, கடல் கொள்ளப்பட்ட மதுரை என்று இறையனார் அகப் பொருளை கூறுகின்றது.

இடைச் சங்கம்

கபாடபுரத்திலிருந்த இடைச் சங்கமும் கடல் கோளால் மூழ்கியதால், பாண்டியன் தன் தலைநகரை மணவூருக்கு மாற்றி கடலடுத்த தமிழ்ச் சங்கத்தை நிறுவிக் கொண்டான் என்பர்.

நில நடுப்பகுதி வாழ் மக்கள் பற்றிய விடுபடாத புதிர்

அலெக்சாந்தர் கோண்ட்ரசோவ் என்பவர் பல்துறை வல்லுநர். அவர் கணிதப் பகுப்பாய்வாளராக வாழ்க்கையைத் தொடங்கினாரெனினும், படித்தறிய முடியாதிருக்கும் பண்டை எழுத்துக்களை ஆராய்ந்து படிக்கும் தனித்துறையை மேற்கொண்டார். அவர் இத்துறையில் பல ஆராய்ச்சிக் கட்டுரைகளை எழுதி வெளியிட்டிருக்கின்றார்.

இவர் குறிப்பாக, ஆதிப் பழைய இந்திய, ஆதிப் பழைய விவிலிய (புரேட்டா என்ற கிரேக்க மொழி மூன்னிடைச் சொல்லுக்கு ''காலமுதலில்,'' ''ஆதி முதலில்,'' தொல் பழங்காலத்தில் என்று பொருளாகும். எனவே 'புரேட்டோ இந்திய' என்றால், ''ஆதிப் பழைய இந்தியா'' அல்லது ''ஆதி முதல் இந்தியா'' என்று பொருளாகும். வசதி கருதிப் 'புரேட்டோ இந்திய'' ''புரேட்டோ திராவிட' என்றே இனி வழங்கி வருவோம்.) எழுத்துக்களைப் படிப்பதில் இவர் பெரிதும் முனைந்திருக்கின்றார்.

தென் பசிபிக்கில் சிலி என்ற தென்னமெரிக்க நாட்டுக்குச் சொந்தமான ஈஸ்தர் தீவு எனப்படும் ரப்பா நூயி என்ற தீவுகளில் காணப்படும் மரத்தட்டு எழுத்துகளைப் படித்தறியும் ஆராய்ச்சியிலும் இவர் ஈடுபட்டதுண்டு.

அத்துடன் இவர் பல நூல்களையும் மொழி பெயர்த்திருக்கின்றார். அவர் யோகம் பற்றிய சமஸ்கிருத நூல்களை இரஷியனில் மொழிபெயர்த்து, அவற்றுக்கு விளக்க உரையும் எழுதி இருக்கின்றார்.

இவர் சோவியத்து யூனியனுக்கும், அதற்கப்பாலும் நன்கு அறியப்பட்டுள்ள பொது அறிவியல் நூல்களையும் எழுதியிருக்கின்றார். பொது மக்களுக்கென்று இவர் இது வரையிலும் நூற்றுக்கணக்கான அறிவியல் கட்டுரைகளையும், பதினேழு அறிவியல் நூல்களையும் எழுதியிருக்கின்றார்.

அவர் ''மூன்று பெருங்கடல்களின் புதிர்கள்'' என்ற தலைப்பில் எழுதியிருக்கும் நூலின் இரண்டாவது பகுதியான 'நில நடுக்கோட்டு மக்களினத்தாரின் புதிர்' என்ற கட்டுரையில் இருந்து கீழ்காணும் செய்திகள் தொகுத்துத் தரப்பட்டுள்ளன. அவர் கூறியுள்ள கருத்துகள் அறிவுக்குப் பொருந்துவனவாகவும் சிந்தனைக்குரியனவாகவும் இருப்பதால், கிட்டதட்ட அக்கட்டுரை முழுவதுமே இங்கு தமிழில் தரப்பட்டுள்ளது எனலாம்.

நில நடுக்கோட்டு இனத்தாரிடையே ஒற்றுமைகள்

மெலனேசியா என்பது தென் பசிபிக்கில் அட்மிரால்டி தீவிலிருந்து, பிஜித் தீவுகள்வரை விரிந்திருக்கும் தீவுகளைக் குறிக்கும். கிரேக்க மொழியில் 'மெலஸ்' என்றால் கறுப்பு-நெசோஸ் என்றால் தீவுகள்; எனவே கறுப்புத் தீவுகள் என்று பொருள்படும். கடலில் இருந்து பார்க்கும்போது, அவை கருப்பாய்த் தோன்றியமையால் இப் பெயர் பெற்றன போலும்.

இத் தீவுக் கூட்டத்திலுள்ள சாலமோன் தீவுகளும் (இவை நியூகினிக்கு கிழக்கே உள்ளன) ஆப்பிரிக்காக் கண்டமும் ஆயிரக்கணக்கான மைல்களுக்கப்பால் தனியே பிரிந்து கிடந்தபோதிலும், இவ்விரு இடங்களிலும் வாழ்கின்ற மக்கள் ஒரே மாதிரியான தோற்றமுள்ளவர்களாயிருக்கின்றனர். மானுடவியலில் தேர்ந்த முதிர்ச்சி பெற்றவர்களால் கூட அம்மக்களிடையே வேறுபாடு காண முடிவதில்லை.

ஆப்பிரிக்காவின் வெப்ப மண்டலப் பகுதி முழுவதிலும், நீகிராய்டு அல்லது நில நடுப்பகுதி மக்கள் வாழ்கின்றனர். இவ்வினத்து மக்கள் இந்துமாக் கடலின் மறுகோடியில், வெகு தொலைவிற்கப்பால், ஆஸ்திரேலியாக் கண்டத்தில் மவாய்த் தீவக்குறையில் காடுகளில் காணப்படுகின்றனர். இம் மக்கள் இவ்வாறு பரந்த நிலப்பரப்பில் எவ்வாறு சிதறுண்டனர்?

மடகாஸ்கர் தீவின் பண்டைய மக்கள், தமக்கு மிக அருகிலுள்ள ஆப்பிரிக்காவின் கீழ்க் கரையில் வாழ்கின்றவர்களை விட, மெலனேசியாவில் வாழும் மக்களுடன் ஏன் பெரிதும் ஒத்திருக்கின்றனர்?

மடகாஸ்கர் தீவில் இன்று வாழும் மக்களின் மொழியான மளகாசி, ஆப்பிரிக்கக் கண்டத்தில் வாழும் மக்கள் பேசுகின்ற மொழிகளைவிட, ஈஸ்தர் தீவில் இருக்கின்ற மக்களின் மொழியோடு ஏன் உறவு கொண்டிருக்கின்றது?

மடகாஸ்கர் தீவின் உயிரினமும், செடியினமும் ஆப்பிரிக்காவில் உள்ளவற்றைவிட, இந்தியாவில் காணப்படுவற்றுடன் ஒத்திருப்பானேன்? நில நடுக்கோட்டில் வாழும் இனத்தின் பெரும் பிரிவு ஒவ்வொன்றிலும், குள்ளர் கிளை ஒன்று இருப்பதேன்?

ஆப்பிரிக்காவிலும் குள்ளமான பிக்மி இனத்தவர் உள்ளனர். மலாய்த் தீவக்குறையிலுள்ள கருநிறத்தவரான குள்ளர்கள், பிலிப்பைனில் காணப்படும் குள்ளர்கள், நியூகினியின் மலைப்பகுதிகளில் வாழும் குள்ளர்கள், கடைசியாக இந்துமாக் கடலிலுள்ள அந்தமான் தீவுகளில் வாழும் குள்ளர்கள் அனைவரும் இன்றும் பழைய கற்காலத்திலேயே இருந்து வருகின்றனர். ஒரு காலத்தில் ஆப்பிரிக்கா, தென்னாசியா, ஓசியானியா ஆகிய பகுதிகளில் வாழ்ந்த மிகப்பெரிய குள்ளர் இனத்தின் மிச்சம் மீதியினராக இக்குள்ளர் இருப்பார்களோ?

ஆப்பிரிக்காவிலும் ஓசியானியாவிலும் வாழ்கின்ற நீகிராய்டுகள், இந்துமாக் கடலின் மிகப் பரந்த நீர்ப் பரப்பினால் பிரிக்கப்பட்டுள்ளனர். ஆப்பிரிக்காவிற்கும் ஓசியானியாவிற்கு இடைப்பட்ட மிகப் பரந்த நிலப்பரப்பாகிய ஆசியக் கண்டம் வேறு இருபெரும் இனத்தவரான ஐரோப்பியரும், மங்கோலாய்டுகளும் வாழ்கின்ற இடமாக விளங்குகின்றது. இவை நிலநடுப் பகுதியில் சில இடங்களில் இருக்கின்றன என்பது மெய்யாகும். நடு இந்தியாவில் ''முண்டா'' என்ற மக்கள் வாழ்கின்றனர்.

நீகிராய்டு இனத்தைச் சேர்ந்த இம் மக்கள், உள்நாட்டில் மிகப் பழைய குடியினராக உள்ளனர்.

தென்னிந்தியாவில் கருப்பு நிறத்தவரான திராவிடர் வாழ்கின்றனர்; அவர்கள் மூலம் எதுவென்பது இன்னும் விஞ்ஞானத்தினால் விடுவிக்கப்பட முடியாத புதிராகவே உள்ளது.

தமிழகம்

இருப்பினும் தனித்தன்மை வாய்ந்த பண்பாட்டைக் கொண்ட திராவிட மக்களில் ஒரு பிரிவினரான தமிழரைப் பற்றித்தான் மிகப் பெரிய சர்ச்சை இருந்து வருகின்றது.

ஆராய்ச்சியாளர்கள் தமிழரின் தாயகம் என்று பல நாடுகளை, ஏன் பல கண்டங்களைக் கூறுகின்றனர். தமிழர் அல்லது சரியாகச் சொல்வதானால் அவர்தம் ஆராய்ச்சியாளர்கள், தமிழகம் என்பது மிகப் பழைய காலத்தில், நில நடுக் கோட்டினருகே முதன்முதலில் எழுந்த நிலப்பரப்புகளுள் ஒன்றான, மாபெரும் நாவலந் தீவின் தென்பகுதியில் இருந்தது என்பர்; கடலினுள் மூழ்கிவிட்ட அந்தப் பெரு நிலப்பரப்பான லெமூரியாக் கண்டம் நாகரிகத்தின் தொட்டில் என்று கருதப்படுகின்றது; இந்த லெமூரியா கடலுள் ஆழ்ந்த அப்பகுதியில் அடங்கியிருந்தது.

இப்போது இந்துமாக் கடலுக்குள் மூழ்கிக் கிடக்கும் கோண்டுவானாலாந்து என்ற பரந்த கண்டத்தின் வட பகுதி லெமூரியா அல்லது குமரி நாடு என்று தமிழ் ஆராய்ச்சியாளர் நம்புகின்றனர்.

கடலினுள் ருதா, தைத்தியா என்ற நாடுகள் மூழ்கிவிட்டதாக இந்தியாவில் வழங்கும் பிற கதைகள் கூறுகின்றன.

இந்தியாவையும், ஆப்பிரிக்காவையும் ஒரு பெரிய நிலப்பரப்புப் பாலமாக இணைத்திருந்தது என்ற கருத்தை நிலவியல் வல்லுநர் கூறுகின்றனர். நீண்டும்

உயர்ந்தும் இருக்கின்ற கிழக்கு, மேற்குத் தொடர்ச்சி மலைகள், இந்தியாவைக் கடலிலிருந்து பிரிக்கும் மலைத்தொடர்கள் ஆகிய இவற்றிலிருந்து ஒரு காலத்தில் இங்கு பெரிய அளவில் நிலப்பரப்புக் கடலினுள் சரிந்து முழ்கியது என்பதை அறிய முடிகின்றது.

எரிமலைக் குழம்பு கடலுக்கடியில் சுமார் ஒரு கிலோ மீட்டர் ஆழம் வரை செல்லுகின்றது. கடற்படுகை ஒரு காலத்தில் நிலப் பரப்பாக இருந்திருக்கலாம்; நிலப் பரப்பு இந்துமாக்கடலுக்கடியில் இம்மலைகளுக்கு மேற்கே மூழ்கிய போது, இம்மலைத் தொடர்கள் மேலெழும்பி இருக்கலாம்.

பரந்த இந்தியத் துணைக் கண்டம் முழுவதும், ஒரு காலத்தில் அதன் மேற்குப் பகுதி கடலினுள் மூழ்கியது போக எஞ்சிய தட்டையான நிலப்பரப்பாகும் என்றும், இலங்கைத் தீவு இத்துணைக் கண்டத்தின் ஒருபகுதி என்றும், நிலவியலாராய்ச்சியாளர் பலர் கருத்துக் கூறுகின்றனர்.

கடலினுள் காடு

பம்பாய்ப் பகுதியில் கடலுக்கடியில் ஒரு காடு உள்ளது. பல காலத்திற்கு முன்னர் நிலப்பரப்புக் கடலுக்கடியில் மூழ்கியது என்ற கொள்கைக்கு வலுவூட்டும் கனமான சான்றாக அதன் கரையோரத்தின் தோற்றம் உள்ளது.

தென்னிந்தியாவின் கிழக்கிலும், மேற்கிலும், கரையோரங்களில் நிலச்சரிவுகள் நிகழ்ந்ததைக் காட்டும் தடங்கள் உள்ளன.

புகழ் பெற்ற (கிரேக்க வானவியல், நிலவியல் வல்லுநரான) தாலமி உட்படப் பண்டைக் காலத்து நில நூலாசிரியர் பலர், எல்லாப் பக்கங்களிலும் நிலத்தினால் சூழப் பெற்ற மிகப் பெரிய ஏரி இந்துமாக்கடல் என்று நம்பினர். பண்டைக் காலத்து நிலப்படங்களில் காட்டப் பெறும் நிலப்பரப்பு இப்போது இந்துமாக்கடலின் அடியில் கிடக்கின்றதா?

மக்கள் இடப் பெயர்ச்சி

உலகெங்கிலும் மக்களின் இடப்பெயர்ச்சி பல்லாயிரம் ஆண்டுகளாக-அது பல நூறாயிரம் ஆண்டுகளாகவும் இருக்கலாம்-நடந்திருக்கின்றது. இக் காலகட்டத்தில் நிலம் நீரினுள் மூழ்கியிருந்ததால் அல்லது அதற்கு மாறாக நிலப்பரப்பு நீரினுள்ளிருந்து மேலே எழும்புதல் போன்ற மிகப் பெரிய நிலவியல் மாறுதல்கள் நிகழ்ந்திருக்கலாம் என்பது இயற்கை.

இந்தியாவிற்கும் ஆப்பிரிக்காவுக்குமிடையே ஏன் ஆப்பிரிக்காவுக்கும் ஆஸ்திரேலியாவிற்குமிடையே ஒரு காலத்தில் பெரிய நிலப்பரப்பு இருந்தது என்று நாம் வைத்துக் கொண்டால், நில நடுப்பகுதி இனத்தவர் பரவியமை பற்றிய புதிர்களுக்குத் தர்க்க ரீதியான அடிப்படையில் ஏற்கக் கூடியவாறு நம்மால் விளக்கம் காண முடியலாம்.

தென்கிழக்காசியாவின் கரையோரப் பகுதி முழுமையும் சிறுகச் சிறுகக் கடலினுள் மூழ்கி வருகின்றது என்பதைத் தற்காலத்தில் பெறப்படும் நிலவியல் சான்றுகள் காட்டுகின்றன. இவ்வாறு நிலம் நீரினுள் சரியும் செயல், ஒரு காலத்தில் மிக வேகமாகவும், பரந்த அளவிலும் நேர்ந்திருக்கக் கூடும்.

கோண்டுவானாலாந்தும் லெமூரியாவும்

தென்னமெரிக்கா, ஆப்பிரிக்கா, இந்தியா, ஆஸ்திரேலியா, அண்டார்டிக்கா (தென் துருவக் கண்டம்) முதலியன அடங்கிய மிகப் பெரியதொரு கண்டம் பலநூறு மில்லியன் ஆண்டுகளுக்கு முன்னர் பூமியின் தென் பகுதியில் இருந்தது என்று நிலவியல் ஆராய்ச்சியாளர் நம்புகின்றனர்.

கோண்டுவானாலாந்தின் பல்வேறு பகுதிகளைச் சேர்ந்த செடியின, உயிரின, புதையுயிர்த்தடங்களை ஒப்பிடுகையில், பளிச்சென்று தெளிவாகத் தெரியும் ஒற்றுமைகளை அவற்றிடையே காண முடிகின்றது. இந்த ஒற்றுமை புதையுயிர்த்தடங்களில் மட்டும் காணப்படவில்லை.

வெதுவெதுப்பைப் பெரிதும் விரும்புகின்ற அதே மண்புழுக்கள், தென் ஆஸ்திரேலியாவின் பல பகுதிகளிலும் இந்தியாவிலும், இலங்கையிலும் உள்ளன. மண் புழுக்கள் தமது சக்தியைக் கொண்டு இந்துமாக் கடலைத் தாண்டி, ஒரு காலத்தில் நிலத்தால் பிணைக்கப்பட்டிருந்த ஆஸ்திரேலியாவிற்கோ, இந்தியாவிற்கோ சென்றிருக்க முடியாது. அல்லது இவ்விரு நிலப்பரப்புகளும் ஒரே நிலப்பரப்பாயிருந்து பின்னர் பல்லாயிரக்கணக்கான கிலோமீட்டர்ப் பரப்புள்ள கடலால் பிரிக்கப்பட்டிருக்க வேண்டும்.

மார்சுபியல் அல்லது குட்டி தூக்கும் பை கொண்ட பாலூட்டி போன்ற அடி நிலைப் பாலுட்டி விலங்கினங்கள் ஆஸ்திரேலியாவிலும் அமெரிக்காவிலும் காணப்படுகின்றன.

எனவே இவ்விரு கண்டங்களும் ஒரு காலத்தில் ஒரே கண்டமாக இருந்திருக்க வேண்டும். அல்லது ஒரு நிலப் பாலத்தால் இணைக்கப்பட்டிருக்க வேண்டும் என்பதை இது காட்டுகின்றது.

இதைப்போன்ற ஒற்றுமையுள்ள பல விஷயங்கள் இருக்கின்றன: தென்னமெரிக்கா, ஆஸ்திரேலியா, இந்தியா, ஆப்பிரிக்கா, அண்டார்டிக்கா ஆகியனவும், ஒரு காலத்தில்

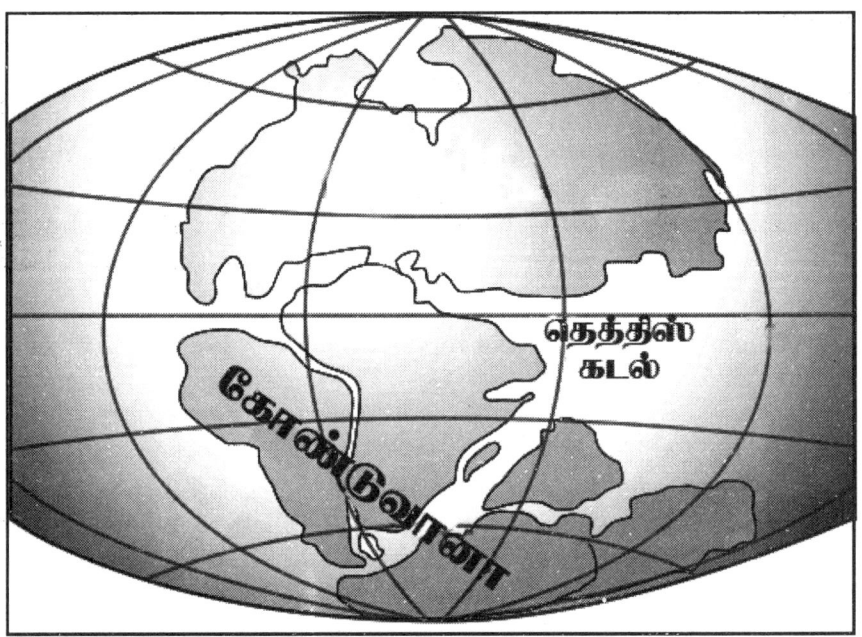

கோண்டுவானாலாந்தில் அடங்கியிருந்தன என்பது நிலவியல், உயிரியல், தொல் மானுடவியல் அறிஞர்களின் கருத்தாகி வருகின்றது.

இதைவிடப் பெரியது என்றவென்றால் கோண்டுவானாலாந்து 3,000 மில்லியன் ஆண்டுக் காலம் நிலத்திலிருந்த பிறகு, 150 மில்லியன் ஆண்டுக்கும் 180 மில்லியன் ஆண்டுக்கும் இடைப்பட்ட காலத்தில், உடையத் தொடங்கியது என்பதை மேற்சொன்ன அறிவியல் துறைகள் சேகரித்திருக்கும் தகவல்களிலிருந்து தெரிகின்றது.

இருப்பினும் இந்தப் பண்டைக் கண்டம் அல்லது தொல்பண்டைக் கண்டம் பற்றிய வரலாற்று விஷயங்கள் இன்னும் தெளிவின்றித்தான் இருக்கின்றன. அவற்றில் ஒன்று: இந்து மாக்கடல் - அல்லது அதன் சில பகுதிகளேனும்-கோண்டுவானாலாந்தில் அடங்கியிருந்தனா அல்லது அவை இரண்டும் எப்போதும் தனித்தே இருந்தனவா என்பது இன்னும் நிச்சயமாகத் தெரியவில்லை.

எனவே பழைய வினாவே இந்த இடத்தில் மீண்டும் எழுகின்றது: எவ்வகையான மேற்புரணி - அது கடலின் அடியில் இருந்ததா அல்லது கண்டத்தின் மேற்பரப்பிலிருந்ததா - முதலில் தோன்றியது?

நிலவியலாளருக்கும் கடலியல் ஆராய்ச்சியாளருக்கு மிடையே, பசிபிக்கின் தோற்றம் குறித்து எழுந்ததைவிட மிகவும் காரசாரமான வாக்குவாதம், கோண்டுவானாலாந்து, இந்துமாக் கடல், ஆகியவற்றின் தோற்றம் பற்றி எழுந்திருக்கின்றது.

கண்டங்கள் மிதந்து பிரிந்து செல்கின்றன என்ற ஊகக் கருத்தின் மையத்தைச் சுற்றியே இவ்விரு சாரரும் தத்தம் கொள்கையைக் கூறுகின்றனர்.

கண்டங்கள் மிதந்து பிரிந்து செல்கின்றன என்ற கருத்தைப் புகழ் வாய்ந்த ஜெர்மன் விஞ்ஞானியும், நில இயற்பியலாரும், வானியல் ஆராய்ச்சியாளரும், துருவப் பயணியும், பருவவியல் ஆராய்ச்சியாளரும் என்று பல்துறை வல்லுநராக விளங்கிய **ஆல்ஃபிரடு வேஜனர்**தான் முதன்முதலில் கூறினார். இவர் கூறியதைப் போன்ற கருத்துகளைச் சுமார் ஐம்பது ஆண்டுகளுக்கு முன்னர் இரஷிய அறிஞரான **ஒய்.பைக்கனோவ்** கூறினார். ஆனால் ஆழ்ந்த கற்றறிவாளரும், நடைமுறை ஆராய்ச்சி பற்றிய நடப்புச் செய்திகளை நன்கறிந்தவருமான வேஜனர் தமது கருத்தைச் சிறந்த முறையிலும், விரிவாகவும் அனைவரும் ஏற்கும்படியாகவும் எடுத்துரைத்தார்.

வேஜனரின், ''கண்டங்கள் கடற் படுகைகளின் தோற்றம்'' என்ற நூல் மிகப் பெரிய விவாதப் புயலைக் கிளப்பியது. இன்றும் அவர் கூறிய கண்டங்களின் இடப்பெயர்ச்சிக் கொள்கை விவாதிக்கப்பட்டு வருகின்றது. உலகின் நிலப்பரப்பு முழுவதும் ஒரு காலத்தில் ஒரே கண்டமாக இருந்தது என்பது வேஜனரின் கருத்தாகும். அதன்பிறகு சூரிய, சந்திர ஈர்ப்பு விசைகள், பூமிக்குள் மிகுந்த ஆழத்தில் நிகழ்ந்த செயல்கள் முதலியன, ஒரே கண்டமாக இருந்த நிலவுலகை இரு பெருந் தொல்பெருங் கண்டங்களாகப் பிரித்தன; ஐரோப்பா, வடஅமெரிக்கா, ஆசியாவின் பெரும்பகுதி அடங்கிய வடகோளார்த்தம்; கோண்டுவானாலந்து அமைந்த தென் கோளார்த்தம்; இருப்பினும் இன்றுள்ள அறிவியலாரில் பலர் ஆல்ஃபிரடு வேஜனரின் முக்கியமான கொள்கையை, அதாவது நிலவுலகின் உட்கருவைச் சுற்றியுள்ள திரையின் மேலும் கீழும் கண்டங்கள் நகர்கின்றன என்பதுடன் பக்கவாட்டில் நகர்கின்றன, அதன் மேலே நகர்கின்றன என்ற கொள்கையை ஏற்கின்றனர். வேனஜரின் காலத்தில் போல இன்னும் இக் கொள்கையை அறிவியலார் அனைவரும் ஏற்கவில்லை.

உலகின் பண்டைப் புதிர்களும் கண்டங்களின் பெயர்ச்சிக் கொள்கையும்

உலக நிலப்பரப்பின் கோலமும் கட்டமைப்பும் நாம் இன்று காண்பது போலவே என்றென்றும் இருந்து வருகின்றன என்றுதான் அற்ப ஆயுளையுடைய மனிதன் பல காலம் எண்ணி வந்தான்.

ஆனால் மண்ணுலகின் கோலமும், கட்டமைப்பும் இன்று போல் என்றும் இப்படி மாறாமல் நிலையாக இருந்து வந்ததில்லை என்று முதன்முதலில் கூறத்துணிந்த மனிதன் கற்பனைத் திறத்திலும், அறிவு வன்மையிலும் வெல்லப்பட முடியாதவனாகத்தான் இருந்திருக்க வேண்டும்.

அப்படிப்பட்ட அறிவாற்றல் மிக்க மனிதராக 17 ஆம் நூற்றாண்டில் விளங்கியவர் **ஃபிரான்சிஸ் பேக்கன் (1561-1626)** என்ற ஆங்கில மெய்ப்பொருளறிஞராவார். அவர் ஆப்பிரிக்காவின் திருகு வெட்டு வடிவான மேற்குக் கரையையும், தென் அமெரிக்காவின் கிழக்குக் கரையையும் ஒப்பு நோக்கி அவையிரண்டும் ஒன்றோடொன்று ஒட்டிப் பொருந்தியதைக் கண்டார்.

அந்தோணியோ ஸ்னைடர் என்ற பிரஞ்சு விஞ்ஞானி 1858 ஆம் ஆண்டு மண்ணியல் பற்றிய புதிய கொள்கை ஒன்றைக் கூறினார். அமெரிக்க, ஐரோப்பிய நிலக்கரிச் சுரங்கங்களில் காணப்படும் புதையுயிர்த் தடங்கள் ஒன்றுபோல் இருப்பதை அவர் எடுத்துக்காட்டி, மண்ணுலகின் நிலப்பரப்பு ஒரு பொதுவான சுற்றுச் சூழலிலிருந்து பரிணாம வளர்ச்சி பெற்றது என்று அவர் தன் கொள்கையைக் கூறினார்.

எனினும், இக்கொள்கையையும், இது பற்றிய பிற கொள்கைகளையும் ஜெர்மன் வானிலை ஆராய்ச்சியாளரான ஆல்ஃபிரடு வேஜனர்தான் 1915 ஆம் ஆண்டில் ஒருங்கிணைத்துக் கண்டங்களின் பெயர்ச்சி (Continental Drift Theory) என்ற கொள்கையைப் புதிதாகக் கூறினார்.

அதாவது, பன்னெடுங்காலத்திற்கு முன்னர் கண்டங்களனைத்தும் ஒன்று சேர்ந்த மொத்த நிலப்பரப்பாயிருந்தன; எனினும் பல நூறு மில்லியன் ஆண்டுகளாக அப்படியே இருந்து வந்த பின்னர், அவை எப்படியோ உடைந்து தனித்து இடம் பெயர்ந்துவிட்டன என்பது அக்கொள்கையாகும். அதை நாம் மேலே கூறியவாறு கண்டங்களின் பெயர்ச்சிக் கொள்கை என்று அழைக்கின்றனர்.

வேஜனரின் இக் கொள்கையின் சாரமானது மண்ணுலகம் பற்றிய புதிரான தற்செயல் பொருத்தங்கள் பலவற்றுக்கு விளக்கம் தருவதாக அமைந்தது.

ஒன்றையொன்று ஒத்த பாறை அமைப்பும் கட்டமைப்புக்களும்;

பெரிய கடல்களினால் பிரிக்கப்பட்டுக் கிடக்கும் கண்டங்களில் காணப்படும் புதையுயிர்த் தடங்கள் மேற்சொன்ன பாறை அமைப்புக்களைப் போலவே ஒத்திருந்தமை, ஆகியவற்றைக் குறிப்பிடலாம்.

பண்டைக் காலத்தில் நிலவிய பருவ நிலை வேறுபாடுகள் பற்றிய புதிர்கள், தற்காலத்துப் பாலைவனங்களில் எக்காலத்திலோ மறைந்துபோன உறைபனிகள் பாறைகளை வடுபடுத்தி இருப்பது போன்ற மர்மங்களுக்கு விடை காண்பதற்கு அவரது கொள்கை உதவியது.

வேஜனரின் கொள்கை எளிதில் ஏற்கத்தக்கதாக இருந்த போதிலும், திண்ணிய கண்டங்கள் கடலில் மிதந்து இடம் பெயர்வது சாத்தியமாகுமா? அப்படி அவை மிதந்து

செல்லுமாயின் அவற்றை அவ்வாறு இயக்கும் சக்தி எது என்பன போன்ற வினாக்களுக்கு இன்னும் விடை கிடைக்கவில்லை.

உலகின் மேற்புறணியாகிய கண்டங்களும் கடற்படுகைகளும் நகர முடியாதவாறு நங்கூரமிட்டு நிறுத்தி வைக்கப்படவில்லை. அவை பூமிக்கடியில் ஓரளவு உருகிய நிலையிலுள்ள பாறைக் குழம்பின் கீழ்மட்டப் படுகை மீது "மிதந்து கொண்டிருக்கின்றன." அரைகுறையாகப் பாறை உருகியுள்ள அந்தப் பகுதியை அறிவியலார் ஆஸ்தினோஸ்பியர் என்று அழைக்கின்றனர். அவ்வாறு அரைகுறையாக உருகி நிற்கும் பாறைக் குழம்பு அழுத்தங்களுக்கு உட்படுவதால், முற்றிலும் உருகாமல் இருக்கின்றது.

உருகிய நிலையிலுள்ள பாறைக் குழம்பானது கடற்படுகையிலுள்ள மலைத் தொடர்கள், பள்ளங்களான அகழிகள் முதலியவற்றைத் தொடர்ந்து விரிவடையச் செய்கின்றது. அவை அவ்வாறு விரிவடைவதால் நிலப்பரப்பை உந்தித் தள்ளுகின்றன; அந்த விசையானது நிலப்பரப்பை நகர்ந்து இடம் பெயருமாறு செய்கின்றது.

இந்த இடப்பெயர்வு ஆஸ்தினோஸ்பியர் என்ற வலுக்குறைந்த பூமியின் உள்மண்டலத்தினுள் நிகழ்கின்றது. அந்தப் பெயர்ச்சி மிகமிக நுண்ணிய அளவில் மெதுவாக நிகழ்கின்றது.

அறிவியலார் இவ்வாறு ஆயிரத்துத் தொள்ளாயிரத்து ஐம்பது, அறுபதாம் ஆண்டு களில் விளக்கம் தந்தனர்.

அவர்கள் அளித்த இவ்விளக்கத்தையும், நிலவியல் கோலங்களையும் வைத்துக் கொண்டு கண்டங்கள் பற்றிய புதிர்களுக்கு விளக்கம் காண முனைகின்றனர்.

சுமார் 200 மில்லியன் ஆண்டுகள் வரையிலும் பேயிண்ட்ஜியா (Pangaea) என்ற பெருங்கண்டம் ஒன்று இருந்தது என்ற ஊகக் கருத்தை அறிவியலார் எடுத்துரைக் கின்றனர்.

இந்தப் பேயிண்ட்ஜியா பின்னர் லாரேசியா (Laurasia), கோண்டுவானாலாந்து (Gondwanaland) என்று இரண்டாகப் பிரிந்தது. அவையிரண்டும் நாம் இன்று காணுகின்ற கண்டங்களாக மீண்டும் பிளவுபட்டன.

ஆப்பிரிக்காவின் 'பெரும்பாறை வெடிப்புப் பள்ளத்தாக்குப்' போன்ற (Great Rift Valley of Africa) நிலப்பரப்பு பரந்த அளவில் வெடித்துப் பிளந்து போனதைப் பார்க்கும் போது, மேற்சொன்ன ஊகக் கொள்கை நமக்குத் தெளிவாகப் புலனாகின்றது. ஆனால் தனிக்கண்டம் ஏன் உடைந்தது என்பது இன்னும் புலனாகாமலிருக்கிறது.

பேயிண்ட்ஜியா: ஏறத்தாழ 200 மில்லியன் ஆண்டுகளுக்கு முன்னர் பூமியின் நிலப்பரப்பு பேயிண்ட்ஜியா என்று இன்று பெயர் சூட்டப்பட்டுள்ள ஒரே கண்டமாக இருந்தது என்று அறிவியலார் கூறுகின்றனர். கிரேக்க மொழியிலிருந்து பெறப்பட்ட பேயிண்ட்ஜியா என்ற இச்சொல்லுக்கு "அனைத்துலகு" என்று பெயராகும்.

பேயிண்ட்ஜியா இவ்வாறு ஒரேயொரு நிலப்பரப்பாக இருந்தபோது அந்த மாக்கண்டம் பிளவுப்பட்டது. அதுவே படிப்படியாக இன்றுள்ள உலக வடிவத்தை பெறத் தொடங்கியது. இவையனைத்தும் ஒரே காலத்தில் நிகழவில்லை. கடலுக்கடியில் உண்டாகும் சக்திகள் நிலப்பரப்பை மிதந்து மெல்ல இடம் பெயருமாறு செய்கின்றன.

லாரேசியா, கோண்டுவானாலாந்தும் பேயிண்ட்ஜியா முன்னர் கூறியவாறு ஏறத்தாழ 180 மில்லியன் ஆண்டுகளுக்கு முன்னர், லாரேசியா, கோண்டுவானாலாந்து என்று இரண்டு கண்டங்களாகப் பிளந்து பிரிந்தது. அவற்றைத் தேத்திஸ் என்ற கடல் பிரித்தது.

லாரேசியாவில் வட அமெரிக்கா, ஐரோப்பா, ஆசியா ஆகியனவும்; கோண்டுவானாலாந்தில் தென்னமெரிக்கா, ஆப்பிரிக்கா, ஆஸ்திரேலியா, அண்டார்டிக்கா முதலியவையும் அடங்கியிருந்தன.

இன்றைக்கு உலகம் இடம் பெயர்ந்து நகர்ந்து செல்வது நீடிக்குமாயின் - அந்தப் பெயர்ச்சி ஓராண்டில் சில மில்லிமீட்டர்களுக்கு அதிகமாகச் செல்வதில்லை- நமது உலகமானது 50 மில்லியன் ஆண்டுகளுக்குப்பிறகு இன்று போல் தோற்றமளிக்காது.

அப்போது அட்லாண்டிக் மாக்கடல் விரிந்து விடும்; ஆப்பிரிக்காவின் கிழக்குப் பகுதியில் மிகப் பெரிய பிளவு உண்டாகும். ஆஸ்திரேலியா, ஆசியாவை நோக்கி நகரத் தொடங்கும். என்றெல்லாம் அறிவியலார் வருவதுரைக்கின்றனர்.

அலெக்சாண்டர் கோண்ட்ரச்சோவ் இங்கு விளக்கிவரும் லெமூரியா பற்றிய ஊகக் கருத்தைத் தெளிந்து தேர்வதற்குக் கண்டங்களின் பெயர்ச்சி பற்றிய கொள்கை பயன்படும்.

வேஜனரின் இக்கொள்கை அறிவியல் புரட்சிகளில் ஒன்றென மதித்துப் போற்றப் படுகின்றது. அவர் செய்த இப்புரட்சி வெறும் ஏட்டளவில்தான் முதலில் இருந்து வந்தது: ஆனால் ஆயிரத்துத் தொள்ளாயிரத்து இருபதுகளிலும், முப்பதுகளிலும் அது மெய்யாகவே அறிவியலில் ஒரு புரட்சியைத் தோற்றுவித்து விட்டது.

எனவே, வேஜனரைப் பிரஞ்சு வேதியியலாரான **அண்டாயின் லாரண்ட் லாவோசியர்** (1743-1794) என்பவருடனும் உயிர்களின் பரிணாம வளர்ச்சிக் கொள்கையின் தந்தையாகிய **சார்லஸ் டார்வின்** (1809 - 1882) என்பவருடனும் வைத்து அறிவியல் உலகம் மதிக்கின்றது.

வேஜனர் நிலவியலராகப் பயிற்சி பெற்றவரல்லர்; நிலவியல் துறையைச் சார்ந்தவருமல்லர். அவர் வானியலாராகவும், வானிலை ஆராய்ச்சியாளராகவும் விளங்கியவராவார்.

எனினும் அவர் நிலவியல் - மண்ணியல் துறையில் செய்த புரட்சியின் காரணமாக ''இடப்பெயர்ச்சிக் கொள்கை நியூட்டன்'' என்று சிறப்பிக்கப் பெறுகின்றார்.

வேஜனர் இக்கொள்கையை வெளியிட்ட நேரத்தில், அவர் கையாண்ட முறைக்காகப் பலரின் தாக்குதலுக்கு ஆளானார். அவர் நிலவியலாரல்லராதலின், அது குறித்துப் பேசும் தகுதியும், உரிமையும் அவருக்கில்லை என்று கூறி அவரை ஒதுக்கி வைத்தனர். இன்றோ அந்நிலை இல்லை என்பதை அவரது கொள்கை பரவலாக அறிவியல் உலகில் விவாதித்து விளக்கம் கூறப்படுவதிலிருந்து தெரிந்து கொள்ள முடிகின்றது.

கண்டங்கள் மிகப் பெருந்தொலைவிற்கு நகர்கின்றன என்ற கொள்கையை அறிவியலாரில் சிலர் ஒரேயடியாகத் தள்ளிவிடுகின்றனர்.

கண்டங்களின் ஓரங்களில் காணப்படும் ஒத்த தன்மையை வேஜனர் சுட்டிக் காட்டியதை, அது வெறும் தற்செயல் பொருத்தம் என்றும் கூறிவிடுகின்றனர்.

ஆஸ்திரேலியா, அண்டார்டிக்கா, தென் அமெரிக்கா, ஆப்பிரிக்கா, இந்தியா ஆகிய இடங்களில் உயிரினங்களிலும், செடியினங்களிலும் பெரிதும் காணப்படும் ஒற்றுமைகளையும் அவர்கள் ஏற்கவில்லை. ஏனெனில் இக்கண்டங்கள் ஒரு காலத்தில் உலர்ந்த நிலப்பரப்பினால் இணைக்கப்பட்டுப் பின்னர் கடலினுள் மூழ்கின என்கின்றனர்.

வேஜனரின் கொள்கையை ஆதரித்தவர்கள், தென் கோளார்த்தக் கண்டங்களைக் கோண்டுவானாலாந்து இணைத்தது என்கின்றனர். இக்கண்டங்கள் நகர்ந்து பிரிந்து விட்டன. அத்தோடு கோண்டுவானாலாந்து முடிந்துவிட்டது.

தென் தொல் கண்டம் மிகப் பெரியது என்பது கண்டங்களின் பெயர்ச்சிக் கொள்கையை ஏற்காதவர்களின் கருத்தாகும். அத்தொல் கண்டத்தில் தென்னமெரிக்கா, ஆப்பிரிக்கா, இந்தியா, ஆஸ்திரேலியா, அண்டார்டிக்கா, மடகாஸ்கர், இலங்கை முதலியவற்றோடு தென் அட்லாண்டிக்கின் ஒரு பகுதியும் இருந்தது என்று அவர்கள் நம்புகின்றனர். மேலும் அதில் இந்தியக் கடல் முழுமையும், தென் பசிபிக்கின் ஒரு பகுதியும் கூட இருந்தன என்று நம்புகின்றனர்.

கோண்டுவானாலாந்து பல மில்லியன் ஆண்டுகளுக்கு முன்னர் உடைந்து சிதறியது. அதன் நிலப்பகுதிகள் கடலுள் சரிந்தன; நீரால் சூழப் பெற்றன. கடற்படுக்கைகளாயின. ஆழங்குறைந்த நீர்ப்பரப்பில் பவளப் பூச்சிகளின் கூட்டங்கள் தோன்றி, அவை ஒருவருக்கும் தெரியாமல் முனைந்து முயன்று, பசிபிக் சமுத்திரத்தில் போலவே, இந்துமாக் கடலிலும் பவளத் திட்டுக்களையும், பவளப் பாறைகளையும் நெடிது எழுப்பலாயின; இப்பவளத் திட்டுகளும், பாறைகளும் மாலைத்தீவுகள், இலட்சத் தீவுகள், கோகோஸ் தீவுகள், (இவை சுமத்திராவிற்குத் தெற்கே இந்துமாக் கடலில் உள்ளன; இவை சிங்கப்பூர் காலனியைச் சேர்ந்தவையாகும்.) சாகோஸ் தீவுகள் என்று நீர்மட்டத்திற்கு மேலே எழும்பலாயின.

''லெமூரியா'' தோன்றக் காரணம்

இருந்த போதிலும் இந்தியா, இலங்கை, மடகாஸ்கர் சேசலஸ், கொமேரா போன்ற பவளத்தீவுகளல்லாத பாறைத் தீவுகளான ''கண்டத்தீவுகள்'' போன்ற இந்துமாக் கடல் தீவுகள் ஆகியவற்றின் செடியினங்கள், உயிரினங்கள் ஆகியவற்றிடையே காணப்படும் ஒற்றுமைகளை விளக்கும் வகையில் மேற்சொன்ன பவளத்தீவுகள் இல்லை எனலாம்.

அதனால்தான் கோண்டுவானாலாந்து சிதறுண்ட பல மில்லியன் ஆண்டுகளுக்குப் பிறகு, இந்துமாக்கடலின் வடமேற்கில் லெமூரியா என்ற பெரிய கண்டம் தொடர்ந்து இருந்து வந்தது என்ற கருத்தைப் பிலிப் ஸ்கிலேட்டர் என்ற ஆங்கில விலங்கியலார் சென்ற நூற்றாண்டின் நடுவில் கூறினார்.

தொன்னெடுங் காலத்தின் முன்னர் உயிரினங்களும், செடியினங்களும், பூமிப் பரப்பில் சிதறிப் பரவுவதற்கு லெமூரியா ஒரு பாலமாக இருந்து வந்தது என்ற ஸ்கிலேட்டரின் கொள்கைக்கு நிலவியலார், உயிரியலார், தாவரவியலார், கடலாராய்ச்சியாளர், தொல் மானிடவியலார் முதலானோரின் ஆதரவு கிடைத்தது.

மனிதனின் தோற்றம் பற்றிய புதிய அறிவியல் துறை சார்ந்த தொல் மானிடவியலார், லெமூரியாவிறகு மிக முக்கியமான இடத்தைக் கொடுத்தனர். அவர்கள் இங்குதான், லெமூரியாவில்தான் ''குரங்கு மனிதன்'' எனப்படும் ஹோமோ-சேப்பியன் மனிதனாகப் பரிணாம வளர்ச்சியடைந்தது என்று நம்புகின்றனர்.

மனித இனத் தொட்டில்

''பல நூறாயிரம் ஆண்டுகளுக்கு முன்னர் ஒரு யுகத்தில், (அது எந்த யுகம் என்பது இன்னும் உறுதியாக அறியப்படவில்லை. இம்மண்ணுலக வரலாற்றின் அக்கால கட்டத்தை மூன்றாம் ஊழி என்று நிலவியலார் அழைக்கின்றனர்.) உலகின் வெப்பப் பகுதியில் எங்கோ ஓரிடத்தில் குறிப்பிடத்தக்க அளவிற்கு மிகவும் உயர்ந்த பரிணாம வளர்ச்சி பெற்ற ஆந்திரரோப்பாயிடு என்ற மனிதக் குரங்குகள் வாழ்ந்தன. இன்று இந்துமாக் கடலுக்குள் மூழ்கிக் கிடக்கும் பெரிய கண்டத்தில் அக்குரங்குகள் வாழ்ந்திருக்கலாம்'' என்று பிரடரிக் எங்கல்ஸ் *(1820-1895)* தமது ''மனிதக்குரங்கிலிருந்து மனிதனாக மாறிய கட்டத்தில் உழைப்பு ஆற்றிய பங்கு'' என்ற நூலில் கூறுகின்றார்.

தற்கால இயற்கை வரலற்றுத் துறைக்கும் மனிதனைப் பற்றிய அறிவியல் துறைக்கும் கால்கோளிட்ட சார்லஸ் டார்வின் *(1809-1882)*, தாமஸ் ஹக்ஸ்ஸி *(1825-1895)*, மற்றும் பத்தொன்பதாம் நூற்றாண்டில் குறிப்பிடத்தக்க அறிவியலறிஞர்களின் ஆராய்ச்சியை அடிப்படையாக வைத்துதான் ஃபிரடரிக் எங்கல்ஸ் மேற்சொன்ன நூலில் அவ்வாறு தன் கருத்தைக் கூறியிருந்தார்.

டார்வினின் சகாவான தாமஸ் ஹக்ஸ்லி மனிதனின் தோற்றத்தைப் பற்றி ஆராய்ந்தார். ஹோமோ-சேப்பியன் என்னும் மனிதன் அல்லது ஒன்று சேர்ந்து வாழக்கூடிய மனிதன், தற்போது கடலில் மூழ்கிக் கிடக்கும் லெமூரியாவிலிருந்து தோன்றினான் என்று அனுமானித்தார்.

மேலே கூறப்பட்ட வரிகளிலிருந்து எங்கல்ஸ் ஹக்ஸ்லியின் கருத்தைக் கொண்டிருந்தார் என்பது தெளிவு. எங்கல்ஸ் கணிதத்திலிருந்து தொல் மானிடவியல் வரையிலும் அறிவியலின் எல்லாத் துறைகளிலும், அண்மையில் கண்டறியப்பட்ட உண்மைகளை நெருக்கமாக அறிந்து கொண்டிருந்தார்.

ஹக்ஸ்லியின் கொள்கையைப் பத்தொன்பதாம் நூற்றாண்டின் மற்றோர் உயிரியலாரான **ஏனஸ்ட் ஹெகல்** *(1834-1919)* மேலும் விரிவுபடுத்தினார். அக்காலகட்டத்தில் மனிதனின் தோற்றம் பற்றி அறிவியல் துறை திரட்டி வைத்திருந்த தகவல்களனைத்தையும் ஹெகல் ஆழ்ந்து ஆராய்ந்த பிறகு, ஆந்திரப்பாயிடு மனிதக் குரங்கிற்கும் இன்றைய மனிதனான ஹோமோ சேப்பியனுக்குமிடையே பரிணாம வளர்ச்சித் தொடரில் ஒரு கண்ணி காணப்படவில்லை என்ற முடிவிற்கு வந்தார்.

ஊகித்து மட்டுமே அறியப்பட்ட அந்த உயிரினத்திற்குப் பிதிக்கந்தரோபஸ் அல்லது குரங்கு மனிதன் என்று பெயரிட்டார். அங்குரங்கு மனிதன் லெமூரியாவில் வாழ்ந்தான் என்றும், அங்கிருந்து வடகிழக்கு இந்தியா, தென்கிழக்காசியா, மேற்குத் திக்கில் ஆப்பிரிக்கா முதலிய பகுதிகளுக்குப் குடியேறினான் என்றும் ஹெகல் நம்பினார்.

டச்சு உடற் கூறு வல்லுநரான ஈஜின் துபாய் ஜாவா தீவில் பிதிக்கந்தரோப்பஸ் என்ற குரங்கினத்தின் எலும்புகளைக் கண்டுபிடித்ததும், ஹெகலின் கொள்கை வெகு விரைவிலேயே மிகச் சிறந்த முறையில் உறுதிப்படுத்தப்பட்டது. அதன் பிறகு ஆப்பிரிக்கா விலும், இந்தியாவிலும் குரங்கு மனிதனின் எலும்புகள் கண்டுபிடிக்கப்பட்டன.

மேற்கூறிய விஞ்ஞானிகள் அனைவரும் மிக உயர்ந்த மதிப்பைப் பெற்றவர்களாவார். ஆனால் அவர்களனைவரும் 19 ஆம் நூற்றாண்டில் பெறப்பட்ட உண்மைகளின் அடிப்படையில் தமது கொள்கைகளைக் கூறியிருந்தனர்.

அதன்பிறகு நிலவியல், தொல் மானிடவியல், கடலாராய்ச்சியியல், விலங்கியல் முதலிய அறிவியல் துறைகளில் நூற்றுக்கணக்கில் புதிய உண்மைகள் பெறப்பட்டுள்ளன;

மேலும் இத்துறைகளைச் சேர்ந்த விஞ்ஞானியரிடம் கற்பனையே செய்து பார்த்திராத அரும்பெரும் கருவிகள் உள்ளன. எனவே தற்கால அறிவியலானது லெமூரியாவையும், மனிதனின் தோற்றத்தையும் பற்றிய பிரச்சினையைப் பற்றி என்ன கருதுகின்றது?

கோண்டுவானாலாந்தின் கிழக்குப் பகுதியான லெமூரியா பண்டை மனிதனின் படிமுறை வளர்ச்சியில் மிக முக்கியமான பங்காற்றியுள்ளது என்று நிலவியல், தொல் மானிடவியல் ஆகிய துறைகளில் அண்மையில் கண்டறியப்பட்ட உண்மைகளை அடிப்படையாக வைத்துச் சோவியத்து நூலாசிரியரான **ஓய். ரெஷிடோவ்** தனது 'பூமியின் இயல்பும், மனிதனின் தோற்றமும்' என்ற சிறு ஆராய்ச்சி நூலில் ஒத்துக் கொள்ளத்தக்க விதத்தில் தன் கருத்துகளை அண்மையில் கூறியிருக்கின்றார்.

சுமார் 100 மில்லியன் ஆண்டுகளுக்கு முன்னர், இன்று இந்துமாக் கடலிலுள்ள நடு இந்தியமேடு, அங்கிருக்கும் தீவுக் கூட்டங்கள் அனைத்தும், மடகாஸ்கர், இலங்கை, இந்தியத் துணைக்கண்டம், அரபுக்கடலின் கரையோரப் பகுதிகள் உட்பட இப்பகுதி களெல்லாம் லெமூரியாவில் அடங்கி இருந்தன என்பது தெளிவு என்று ரெஷிடோவ் கூறுகின்றார். லெமூரியா அப்போதைக்கப்போது ஒரு நீரிணையினால் தென் கிழக்கு ஆசியாவை இணைத்தது.

லெமூரியாக் கண்டம் தாழ் நிலப்பகுதி: அடர்ந்த வெப்ப மண்டலக் காடுகள் அங்கு நிறைந்திருந்தன: தென் கிழக்கிலும், தெற்கிலும், வடக்கிலும், எரிமலைத் தொடர்கள் ஓரங்களில் அமைந்திருந்தன. புதுவகைப் பாலூட்டிகள் மரங்களில் வாழவும், பூச்சிகளை உண்டு வாழும் சிறுதர உயிரினங்கள் தோன்றி, வளர்வதற்கும் சாதகமான நிலைகள் இருந்தன. இவ்விலங்குகள் பையப் பையப் பெரிய உருவினவாயின; கண் பார்வை கூர்மையாயிற்று; பற்றினால் விடாத வலுவான நகங்கள் வளர்ந்து, அவை கையால் பற்றிப் பிடிக்கும் ஓர் உறுப்பாக வளர்ச்சியடைந்தன; மரத்தில் ஏறும் திறனையும் அவை பெற்றன.

அதற்கு 34 மில்லியன் ஆண்டுகளுக்குப் பிறகு பெரிய மாறுதல்கள் ஏற்பட்டன. தெற்கு மற்றும் தென்கிழக்கு லெமூரியாவின் பெரும்பகுதிகள் கடலுள் சரியத் தொடங்கின; மடகாஸ்கர் அதற்கு முன்னரே கண்டத்திலிருந்து பிரிந்துவிட்டது. அரைக் குரங்குகளிடத்தும் பெரிய மாறுதல்கள் உண்டாயின. சில லெமூர்க் குரங்குகள் மாபெரிய அளவில் வளர்ந்து மரங்களை விட்டுக் கீழே இறங்கி வந்து உணவு தேடலாயின.

மனிதரின் ஆதி மூதாதை

நமது மண்ணுலகில் வாழ்ந்த மாபெரும் வியப்பூட்டும் மெகலதாபிஸ் என்ற மிகப்பெரிய லெமூர்க் குரங்கின் எலும்புக்கூடு ஒன்று மடகாஸ்கரில் கண்டு பிடிக்கப்பட்டது. மனிதனைப் போன்று உயரமான ஒரு லெமூர் தன் இரு கால்களாலும் நடந்து செல்வதையும் அதற்கு நீண்டவாலும், உருண்டையான கை கால்களும் இருப்பதையும் கற்பனை செய்து பாருங்கள்.

இந்தப் பரிணாம வளர்ச்சிப் போக்கு நமக்கு எந்த வழியையும் காட்டிடவில்லை. இந்த ''இரண்டு கால் லெமூர்கள்'' மண்ணுலகின் எசமானர்களாகி விடவில்லை; ஆனால் அவை அரைக் குரங்குகளாக இருந்து, முழுக் குரங்குகளாகப் படிமுறை வளர்ச்சி பெற்றுப் பின்னர் ஆந்திரப்பாய்டு என்ற மனிதக் குரங்காக எழுந்த ஒரு கிளையின் வழித் தோன்றலேயாகும்.

ஆப்பிரிக்க வெப்ப மண்டலக் காடுகளில் வாழ்கின்ற கொரில்லாக்களாகவும், சிம்பன்சிகளாகவும் படிமுறை வளர்ச்சி பெற்றவை தோன்றுவதற்கு ஒரு புறமும், தற்கால மனித இன முன்னோடிகள் பரிணாம வளர்ச்சி பெறுவதற்கு மற்றொரு புறமும் தோற்றுவாயாக இருந்த மனிதக் குரங்குகளின் புதையுயர்த் தடங்களுக்கு டிரையோபித்திகஸ் என்று பெயரிட்டுள்ளனர்.

சிவபித்திகஸ் என்ற கிளையைச் சேர்ந்த மனிதக் குரங்குகள், டிரையோபித்திகஸ் குரங்கின் மிகத் தொன்மையான பிரிவைச் சேர்ந்தது என்று கூறுகின்றனர்: ஏனெனில் அவற்றிடம், அவை கொரில்லாவாயினும், சிம்பன்சியாயினும் அல்லது உராங்குட்டாங் காயினும், ஆந்திரப்பாய்டு மனிதக் குரங்குகளின் அம்சங்களனைத்தும் கலந்திருக்கின்றன.

மிகவும் தொன்மையான குரங்குகளும், ஒருவேளை அவற்றிலிருந்து மிகவும் உயர்ந்த முறையில் படிமுறை வளர்ச்சி பெற்றிருந்த வழித்தோன்றல்களும், லெமூரியா சிதைந்து உடையத் தொடங்கியதும் வேறிடங்களுக்கு குடிபெயர நேர்ந்த உண்மைகளை ரெஷிடோவ் தனது நூலில் எடுத்துக்காட்டுகின்றார். லெமூரியா இவ்வாறு உடைந்து சிதறிய கடைசிக் கட்டம் சுமார் 25 மில்லியன் ஆண்டுகளுக்கு முன்னர் நேர்ந்தது எனலாம்.

லெமூரியாவிலிருந்து உயிரினப் பெயர்ச்சி அலைமேற்குத் திக்கில் ஆப்பிரிக்காவையும், வடகிழக்கில் இந்தியாவையும், நோக்கிச் சென்றது. இங்கு ''இந்தியாவின் வடபகுதியில் நாலரை மில்லியன் ஆண்டுகளுக்கு முன்னர் வாழ்ந்த (அவ்வுயிரினங்களின்), வழித்தோன்றல்கள் முற்றிலும் நிலத்திலேயே வாழத் தொடங்கின; இயற்கைப் பொருள்களைக் கருவியாக முறையோடு பயன்படுத்தலாயின'' என்று ரெஷிடோவ் சுறுகின்றார். ''இவர்கள் தாம் மனிதரின் ஆதி மூதாதையர்.''

லெமூரியாவின் வரலாறு இத்துடன் முடிந்து விடுகின்றதா, அல்லது அக்கண்டத்தில் கடைசியாக எஞ்சிய பகுதிகள், அதற்கு நெடுங்காலத்திற்குப் பிறகு லெமூர்களும், மனிதக் குரங்குகளும் தோன்றிய மூன்றாம் ஊழிக்காலத்தில் மட்டுமன்றி, மனிதன் தோன்றிய ஊழிக்காலத்திலும் அதற்கு நெடுங்காலத்திற்கு பிறகும், இந்துமாக் கடலில் தொடர்ந்து இருந்து வந்தனவா?

எனவே, ஆஸ்திரேலியாவையும், அண்டார்டிக்காவையும், கடலில் அழிந்துபோன கோண்டுவானாலாந்தின் எஞ்சி நின்ற, ஆனால் முற்றிலும் ஒதுங்கி நின்ற பகுதிகளையும் தவிர, ஏனைய கண்டங்கள் அனைத்திற்கும் குடிபெயர்ந்த லெமூர்கள் பண்டைக் குரங்கினங்கள் ஆகியன இருந்து சென்ற இடம் என்று அழைப்பதற்கு மாறாக லெமூரியாவை மனித இனத்தின் தொட்டில் என்று கூறலாமா? லெமூரியா இருந்த இடத்தில், இந்துமாக் கடலின் அடியில் விரிவான ஆய்வு மேற்கொண்டால்தான் இவ்வினாவிற்கு விடை காண முடியும்.

லெமூர்கள், பித்திக்கந்தரோப்பஸ் மட்டுமின்றி மிக உயர்ந்த நாகரிக மட்டத்தை எட்டிய மனிதர்களும் வாழ்ந்த இந்துமாக் கடலின் மாபெரும் நிலப்பகுதியாகிய லெமூரியா பற்றிய ஊகக் கொள்கையை அடிப்படையாக வைத்துக் கொண்டால்தான், உலகின் மிகத் தொன்மையான நாகரிகங்கள் பற்றிய பல புதிர்களுக்கு விடை காண முடியும் என்பதுதான் இதில் மிகவும் வியப்பூட்டக் கூடியதாகும்.

தமிழகம், நாவலம், தென் மதுரை

பண்டைத் தமிழ் வரலாற்று ஆசிரியர்கள் தமது மக்களின் ஆதித்தாயகம் நில

நடுக்கோட்டிற்கு அருகில் முதலில் எழுந்த நிலப்பரப்புகளில் ஒன்றான ''நாவலந்தீவாகிய''தமிழகம் என்று நம்பினர். இடைக்காலத்து நூல்களில் அங்கு சங்கங்கள் நிகழ்ந்தனவென்று கூறப்பட்டுள்ளது. முதல் சங்கங்கள், (முதல், இடைச் சங்கங்கள்) ''தென்னாடு'' அல்லது லெமூரியாவில், தமிழ் வரலாற்றின் தொல்காலமான சுமார் 10,000 ஆண்டுகளுக்கு முன்னர் எழுந்தன.லெமூரியாவும்(குமரிக்கண்டம் அதன் தலைநகரான தென்மதுரையும் கடல்கோளினால் அழிந்தபிறகு சங்கங்கள் இல்லாது போயின.

பண்டைப் பண்பாடுகளை உடையவர்களும் இன்று 100 மில்லியனுக்கும் அதிகமான மக்கள் பேசுகின்ற திராவிட மொழிக்குடும்பத்தில் ஒன்றான தமிழ் மொழியை பேசுகின்றவர்களுமான மக்கள் தமிழராவார். இந்தியாவின் மிகத் தொன்மையான இனங்களில் ஒன்றாக திராவிடர் உள்ளனர்.

இருக்கு வேதத்தில் குறிப்பிடப்பெறும் முரட்டுத்தனமாக நாடோடி ஆரியர் வருமுன்னரே, திராவிடர் அங்கு வாழ்ந்தனர். இன்று தென்னிந்தியாவில் திராவிட மொழிகள் பேசப்படுகின்றன. எனினும் அவை ஒரு காலத்தில் நடு இந்தியாவிலும், வட இந்தியாவிலும் பேசப்பட்டு வந்தன.

மேலும், பல்லாயிர ஆண்டுகளுக்கு முன்னர் திராவிட மொழிகள் (பாகிஸ் தானத்தின் ஒரு மாநிலமாக இன்று விளங்கும்) பலுச்சிஸ்தானத்திலும், தென் ஈரானிலும் பேசப்பட்டு வந்தன என்பதைக் காட்டும் சான்றுகள் உள்ளன. தைகிரிஸ், யூஃபிரட்டிஸ் ஆறுகள் பாயும் தென் மேற்கு ஆசியப் பகுதியில் முதன்முதலில் குடியேறிய மக்கள் திராவிடராக இருக்கலாம். உலகின் மிகவும் தொன்மையான நாகரிக மாந்தரீ என்று கருதப்படும் சுமேரியருக்கு முன்னரே திராவிடர்கள் சுமேரியாவில் குடியமர்ந்திருக்கலாம்.

தமிழர்களின் ஆதித் தாயகம் (அதனால் திராவிடர் அனைவரின் தாயகம்) ஒரு காலத்தில் இந்து மாக்கடலில் இருந்து, அது கடல்கோளால் அழிந்தது என்று தமிழ்க்கதைகள் (சங்க நூல்கள்) கூறுகின்றன. கடலுள் மூழ்கிய லெமூரியா மனித நாகரிகத்தின் தொட்டில் என்று அதே இலக்கியங்கள் கருதுகின்றன.

இதில் மிகவும் வியப்பூட்டத்தக்க செய்தி என்னவென்றால், உலகின் மிகத் தொன்மையான மூன்று நாகரிகங்களில், குறைந்தது இரண்டிற்குத் திராவிட மொழிகளைப் பேசும் மக்களுடன் தொடர்பு இருப்பதேயாகும்.

சிந்து வெளியில் இருபதுகளிலும், முப்பதுகளிலும் தொல் இந்திய நாகரிகம் புரோட்டோ-இந்திய நாகரிகம்-கண்டுபிடிக்கப்பட்டதை அது இந்நூற்றாண்டின் மிகவும் முக்கியத்துவம் வாய்ந்த தொல் பொருளியல் கண்டுபிடிப்பு என்று அறிவியலார் கருதுகின்றனர். இந்தியாவின் தொன்மை வாய்ந்த நாகரிகமானது சிந்து வெளியுடன் கத்தியவார் தீவக்குறை, தலைநகரான டில்லியின் சுற்றுப்புறப் பகுதிகள், ஏன் கங்கை வெளி ஆகியவற்றுடன், நாட்டின் கிழக்கு, தெற்குப் பகுதிகளில் உள்ள மிகப் பரந்த நிலப்பரப்பில் அடங்கியிருந்தது. அது பெருந்தொன்மை வாய்ந்த எகிப்திய, மெசபடோமிய நாகரிகங்களைவிட பழமையானது அல்லவெனினும், எகிப்தின் பழங்காலத்தியப் பரப்பளவையும், மெசபடோமியாவின் பண்டை நாகரிகத் தொன்மையையும், மிஞ்சுகின்ற வகையில் பன்மடங்கு பெரிதாகச் சிறந்து விளங்கிற்று எனலாம்.

இந்தப் புரேட்டோ இந்திய நாகரிகத்தை உண்டாக்கிய மக்கள் யார்? இந்தியாவின் இப் பண்டை நகரங்களில் ஏராளமான எண்ணிகையில் கண்டெடுக்கப்பட்ட சித்திர

எழுத்தடங்கிய முத்திரைகளும் தாயத்துகளும் இவ்வினாக்களுக்கு விடை காண உதவின. அவ்வெழுத்துகளை இன்னும் எவரும் படித்தறியவில்லை. எனினும், இச் சித்திர எழுத்துகளின் மொழிக் குடும்பத்தை உறுதிப்படுத்துவதற்காகச் சோவியத்து ஆராய்ச்சியாளர் குழு ஒன்று மின்னணுக் கம்பியூட்டர்களைப் பயன்படுத்தியது; அக் குழுவின் முதல் அறிக்கை, ''புரோட்டோ இந்தியா எழுத்துக்களின் ஆய்வு பற்றிய தொடக்க கால அறிக்கை'' என்ற பெயரில் 1965 ஆம் ஆண்டு வெளியிடப்பட்டது.

இக்குழுவில் கம்பியூட்டர் புரோகிராமரான எம்.புரோபஸ்டு தொல் எழுத்துகளைப் படிக்கும் வல்லுநரான ஜி.அலெக்சியோவ், பண்டை எழுத்துக்களை அறிந்த ஆராய்ச்சி யாளரான பி.வோல்சோக், இக்கட்டுரையின் ஆசிரியரான அலெக்சாந்தர் கோண்டரசோவ் முதலியோர் இருந்தனர். சோவியத்து யூனியனின் அறிவியல் அகாதமியின் இனமரபியல் கழகம், அனைத்துத் தொழிற்சங்கங்களின் அறிவியல், தொழில் நுட்பவியல் தகவல் கழகம் ஆகியவற்றின் ஆதரவில் மேற்சொன்ன அறிக்கை தொகுக்கப்பெற்றது.

''அறியா மொழியில்'' இலக்கணம் பற்றி அறிந்து கொள்வதற்காக வேண்டிச் சிந்துவெளி எழுத்துகளைப் புள்ளியியல் முறையில் பகுத்தாராய்வதற்குப் கம்பியூட்டர்கள் முதலில் பயன்படுத்தப்பட்டன. அவர்கள் பின்னர் அந்த 'எக்ஸ்' (அறியா) மொழியை இதர மொழிகளுடன் ஒப்பு நோக்கினர். இப்பண்டை இந்திய மொழியானது உலகின் பல்வேறு மொழிகளுடன் உறவுடையது என்று அதன் சித்திர எழுத்துகள் காட்டுவதாக அறிஞர்கள் கூறினர்; இந்தியா, ஆசியா மைனர் (கருங்கடலுக்கும், மத்தியதரைக் கடலுக்கும் இடைப்பட்ட மேற்காசியத் தீவக்குறை; இதன் பெயர் அனட்டோலியா), காகசஸ், (கருங்கடலுக்கும் காஸ்பியன் கடலுக்கும் இடைப்பட்ட மலைப்பகுதி), இமயமலைப் பகுதி, சைபீரியாவின் நடுப்பகுதியில் ஓடி ஆர்டிக் கடலில் கலக்கும் எனிசேய் என்ற ஆற்றின் மேற்பகுதியில் வாழ்கின்ற கேட் என்ற மக்கள், பசிபிக்கில் உள்ள ஈஸ்டர் தீவில் வாழும் மக்களின் மொழி உட்படப் பல்வேறு வகையான மொழிகளுடன் அது உறவுடையது என்று ஆராய்ச்சியாளர் கூறினர்.

இந்த ஆய்வில் சம்ஸ்கிருதம், ஆசியா மைனரிலும், சிரியாவிலும் சுமார் கி.மு.3000 முதல் கி.மு.700 வரை வாழ்ந்த பண்டை மக்களான ஹிட்டைட்டுகள் பேசிய ஹிட்டைட்டு மற்றும் ஹரியன், ரப்பானுரயி என்று ஒவ்வொரு பண்டை மொழியாக இந்த நீண்ட பட்டியலில் இருந்து கழித்துக் கட்டப்பட்டன. இந்தியாவின் பண்டை நாகரிகத்தை உண்டாக்கிய அம்மொழியோடு உறவுடையது என்ற சிறப்பைப் பெறும் தகுதியை அடைந்து எஞ்சி நின்றவை திராவிட மொழிகளேயாகும். திராவிட மொழிகளின் அமைப்பு மேற்சொன்ன 'எக்ஸ்' மொழியை மிகவும் ஒத்திருந்தது.

புரோட்டோ இந்திய நாகரிகமானது திராவிட மொழிகளை (அல்லது ஒரு திராவிட மொழியைப்) பேசிய மக்களால் உண்டாக்கப்பட்டது என்று பல அறிஞர்கள் இதற்கு முன்னர் கூறி வந்த கொள்கைக்கு அது நல்ல சான்றாக அமைந்துள்ளது.

வடமேற்கு இந்தியாவில் இந்தோ-ஐரோப்பிய மொழிகள் பேசப்படும் பகுதிகளால் சூழப்பெற்ற பிராகுய் மொழி பேசவும் திராவிடத் ''தீவு'' ஒன்று இன்றும் இருக்கின்றது. தொல் பழங்காலத்தின் முன்னர் இப்பகுதி முழுமையும் திராவிட மொழிகளைப் பேசும் மக்கள் நிறைந்திருந்தனர் என்பது பெரிதும் சாத்தியமேயாகும்.

சுமேரியரும் உபைதுகளும்

அண்மையில் அறியப்பட்ட செய்திகளில் இருந்து, தைகிரிஸ், யூஃபிரிட்டிஸ் ஆறுகளின் இடைப்பட்ட நாட்டில் சுமேரியருக்கு முன்னர் வாழ்ந்த மக்களும் திராவிடக்

குடும்பத்தைச் சேர்ந்தவர்களாகவே இருக்கலாம்; அவர்கள் பேசிய மொழியும் திராவிட மொழியாகவே இருக்கலாம். மொழிநூல் வல்லுநர் மிகப் பழமையான சுமேரிய ஏடுகளைப் படித்து வந்தபோது அவர்கள் கண்ட பல சொற்களுக்குச் சுமேரிய மொழி விதிகளின்படி அவற்றுக்கு விளக்கம் காண முடியவில்லை என்பதை உணர்ந்தார்; அச்சொற்கள் வேறு மொழிக் குடும்பத்தைச் சேர்ந்தவை என்பதைக் கண்டுக்கொண்டனர்.

அச் சொற்கள் மிக முக்கியமான பொருள்களையும், வினைகளையும் குறிப்பனவாக இருந்தமையால், 'எக்ஸ் மொழி' பேசிய மக்கள், சுமேரியர் தமது நாகரிகத்தை நிறுவுவதற்கு வழி வகுத்தனர் என்பது தெளிவாகியது.

சான்றாகச் சுமேரிய மொழியில் 'பனை', 'ஈச்சு', 'ஏர்', 'நெசவாளர்', 'கற்றச்சன்', 'மீனவன்', 'கருமான்', 'கன்னான்','தகர வேலைக்காரன்,' 'உழவன்,' 'மரத்தச்சன்,' 'இடையன்', 'வணிகன்' போன்ற சொற்கள் அனைத்தும் கடன் வாங்கப்பட்டனவாக இருந்தன.

இடப்பெயர்களையும் இவ்வாறு பகுத்தாய்ந்தபோதும், இம் மக்கள் சுமேரியர் வருகைக்குப் பன்னெடுங்காலத்திற்கு முன்னரே தைகிரிஸ், யூஃப்பிரிட்டிஸ் ஆறுகளுக்கு இடைப்பட்ட நிலத்தில் வாழ்ந்தனர் என்றே, மேற் குறிப்பிடப்பட்டதைப் போன்று கருதவேண்டி வந்தது. அவ்விரு ஆறுகளும் சுமேரிய ஆப்புவடிவ எழுத்துக்களில் இடிக்லாட், பர்னன் என்று குறிக்கப்பட்டன.

பண்டை நகர்களின் பெயர்கள் 'ஊர், ஊருக் நிப்பூர், லகாஷ், கிஷ், எரிது' என்று குறிப்பிடப்பட்டுள்ளன. அவை சுமேரிய மொழிச் சொற்களன்று,சுமேரியரின் முதற் கடவுளான என்-கி'மண்ணுலக இறைவன்' என்பதும், அவர்களுக்கு முன்னர், அந்நிலத்தில் வாழ்ந்திருந்த மக்கள் வழிபட்டு வந்த கடவுளின் மறுவடிவே அதுவாகும் என்பதும் அறியப்பட்டுள்ளன. சுமேரியக் குருமார்கள் பின்னர் இக்கடவுளின் பெயரை மாற்றியமைத்து 'ஏ ஆ' என்று அழைத்தனர்.

எனவே சுமேரியர் மெசபடோமியாவின் சொந்தக் குடிகளல்லர்; அவ்வாறாயின், அவர்கள் எங்கிருந்து வந்தனர்? அண்மையில் மேற்கொண்ட ஆய்வுகளின் ஊகக் கருத்துப்படி அவர்கள் இந்தோ சீனத்தின் மேற்குப் பகுதியில் இருந்து வந்தனர் என்று தெரிகின்றது. அல்லது மற்றொருவர் கூறுவதைப் போன்று காகசஸ் மலைகளில் இருந்து அங்கு சென்று குடியேறி இருக்கலாம்.

அண்மையில் ருமேனியாவில் எழுத்துச் சான்றுகள் கண்டுபிடிக்கப்பட்டன; அவற்றை ஆய்ந்து கண்டதில், அவை வியப்பூட்டும் வகையில் பண்டைச் சுமேரிய எழுத்துகளை ஒத்திருந்தன. ஆனால் அவற்றை வைத்துப் பார்க்கும்போது, அவை முந்திய காலத்தைச் சேர்ந்தவை என்பது தெரிகின்றது. எனவே சுமேரியர் 'பால்கன்'' என்னும் மத்தியதரைக் கடல் பகுதியிலிருந்து வந்திருக்க முடியாது எனலாம்.

அண்ணாமலையர்

ஆனால் அவர்கள் எங்கிருந்து வந்தனரெனினும் அது தென்கிழக்கு ஆசியாவோ, தென்கிழக்கு ஐரோப்பாவோ, அது எதுவாக இருந்தாலும் சரி, அவர்கள் கடலில் கலம் செலுத்த அறிந்திருந்த மக்கள் அல்லர் என்பது தெளிவு. சுமேரியர் தைகிரிஸ், யூஃபிரட்டிஸ் ஆறுகளுக்கிடைப்பட்ட செழிப்பான நிலப்பரப்பில் இறுதியாகக் குடியமர்ந்த பின்னர்தான் கலம் செலுத்தக் கற்றனர். அவர்களின் ஆதித் தாயகம் மலைப்பகுதிகளாக இருந்திருக்கலாம்.

சுமேரியர் தமது கடவுளரை உயர்ந்த இடங்களில் அமர்த்தும் வழக்கத்திலிருந்து அது தெரிகின்றது. சுமேரியர் மெசபடோமியாவின் வடக்கே இருந்து தெற்கே நகர்ந்தனரே யன்றித் தெற்கினின்றும் வடக்கே போகவில்லை. தென் மெசபடோமியாவில்தான் கி.மு.4,000 ஆண்டின் பிற்பாதியில் திடீரென்று பண்பாட்டு முகிழ்ச்சி மேலோங்கி எழுந்தது. அதுவே அங்கு நாகரிகம் எழ வழி வகுத்தது.

வளர்ச்சியின் முதிர்ந்த நிலையிலிருந்த முனைப்பான புதிய மக்கள் கூட்டம் தென் மெசபடோமியாவை அடைந்தது என்பதை, இது காட்டுவதாக ஆராய்ச்சியாளர் விளக்கம் தருகின்றனர். அம்மக்கள் கூட்டம் சுமேரியராக இருக்க முடியாது என்பது வெளிப்படையாகும்.

மெசபடோமியாவில் இன்று வாழ்கின்ற மக்கள் ‘அல்-உபெய்து’ அல்லது ‘அல்-உபைது’ என்று அழைக்கப்படுகின்றனர். ஒரு குன்றின் மீது அகழ்வு செய்தபோது, அது உலகின் தொன்மையான நாகரிகங்களில் ஒன்று என்பது முதன்முதலில் வெளிப்பட்டது. எனவே வரலாறு அறியாத அந்நாகரிகம் அம்மக்கள் பேசும் மொழியின் பெயரால் ‘உபைதுகள்’ என்று அறியப்படுகின்றது.

அல்-உபைது மெசபடோமியாவின் தெற்கிலுள்ள மிகப் பழமையான நகரமாகிய ‘எரிது’ என்ற இடத்திற்கு அருகில்தான் இருக்கின்றது.

எரிது

எரிது சுமார் 6,000 ஆண்டுகளுக்கு முன்னர் பாரசீக வளைகுடாவின் முகத்தில் ஒரு துறைமுகமாக இருந்தது. அதன்பிறகு பெரிய ஆறுகள் கொண்டு வந்த வண்டலால் கடலில் இருந்து வெகு தொலைவு சென்று விட்டது.

நாகரிகம் எரிதிலிருந்து தைகிரிஸ், யூஃபிரட்டிஸ் ஆறுகளின் ஓட்டத்திற்கு எதிரான திக்கில் புறப்பட்டு ஊருக் , ஊர், லகாஷ், மற்றும் பிற நகரங்களுக்குப் பரவியது.

பாதி மீனும், பாதி மனிதருமாயிருந்த மக்கள் ‘ஓவன்னஸ்’ என்ற ஒருவரின் தலைமையில் பாரசீக வளைகுடாவிலிருந்து எரிது நகரத்திற்குக் கலத்தில் வந்திறங்கினர். அவ்வினத்தார்தான் மெசபடோமியாவற்கு நாகரிகத்தைக் கொண்டு வந்தனர் என்று கூறுகின்ற பண்டை மெசபடோமியக் கதைகளைத் தற்காலத்து அகழ்வாராய்ச்சிகள் உறுதிப்படுத்துகின்றன.

ஓவன்னஸ் அங்கு மனித இனத்திற்கு எழுத்தைக் கற்பித்தார்; கலைகளையும், பல்வேறு விஞ்ஞானங்களையும் கற்றுத் தந்தார். நகரங்களையும் வழிபடும் இடங்களையும் எவ்வாறு கட்டுவது என்பதையும், நிலத்தை உழுது பயிரிடுவது குறித்தும், தமக்கு வேண்டிய கருவிகளையும், சாதனங்களையும் செய்து கொள்வது எவ்வாறு என்பது பற்றியும் ஓவன்னஸ் அம்மக்களுக்குக் கற்பித்தார்.

பாபிலோனியாவின் கோயிற் குருவான பெரோசஸ் எழுதிய வரலாற்று நூலிலிருந்து ஓவன்னஸ் கதையை ஆராய்ச்சியாளர் அறிய நேர்ந்தது. அவர்கள் சுமேரியப் புராணக்கதைகளை நன்கறிந்ததும், பாபிலோனியரின் ஓவன்னஸ்தான் சுமேரியரின் மிகப் பழைய நீர்கடவுளும் மக்களுக்கு எழுத்துக்களையும் கலைகளையும், கட்டடக் கலையையும் கற்றுத்தந்த ‘ஏ ஆ’ என்ற கடவுள் என்பதை நிறுவினர்.

இந்த ‘ஏ ஆ’ என்ற கடவுள் உபைதுகள் வழிபட்ட ‘என்-கி’ என்ற கடவுளின் திருந்திய வடிவமாகும். எனவே மனித இனத்துக்கு நாகரிகத்தை நல்கிய எரிது கதைகளில்

காணப்படும் 'ஏ ஆ' என்ற கடவுள் பாபிலோனியருடையதோ, சுமேரியருடையதோ அன்று; அது உபைதுகளிடமிருந்து வந்த கடவுளேயாகும். இதை அகழ்வாராய்ச்சி உறுதிப்படுத்துகின்றது. மெசபடோமிய நாகரிகம் எங்கு உறுதிப்படுத்துகின்றது. மெசபடோமிய நாகரிகம் எங்கு பிறந்தது என்றால் அது எரிது என்பதை அகழ்வாராய்ச்சி உறுதி செய்கின்றது. மனிதன் அங்குதான் கற்காலத்திலிருந்து உலோகக் காலத்துக்குத் தாவிச் சென்றான்; அங்கு தான் பயிர்ச் செய்கைக்கான மனிதன் கால்வாய்களை வெட்டினான். நினைவுச் சின்னங்களாகப் பெரிய கட்டடங்களைக் கட்டுவதற்குப் பயின்றான்: நாகரிகத்தின் சிறப்பைக் காட்டும் பிற கூறுகளையும் அங்குதான் அடைந்தான்.

உபைதுகள் யார்?

உபைதுகள் என்பவர் யார்? 'மொழியை அகழ்ந்து ஆராய்ந்தபோது' (சுமேரிய ஏடுகளிலிருந்து உபைதுச் சொற்களை நீக்கியும், உபைது இடப்பெயர்களை அறிந்தும் தெளிவு கண்டபோது), நமக்கு இருபது உபைதுச் சொற்களும், அதே எண்ணிக்கையில் இடப் பெயர்களும் கிடைத்தன.

உபைதுச் சொற்களில் பல திராவிட மொழிச் சொற்களை அல்லது திராவிடச் சொற்களின் வேர்களை ஒத்திருக்கின்றன என்பதைக் கண்டறிய முடிகின்றது.

தென்னிந்தியாவில் உள்ள நூற்றுக்கணக்கான ஊர்களின் பெயர்கள் 'ஊர்' என்ற விகுதியில் முடிகின்றன. திராவிட மொழிகளில் 'ஊர்' என்பது குடியிருப்பு, நகரம் என்ற பொருளைத் தரும்.

மெசபடோமியாவின் பண்டை நகரங்களும் 'ஊர்' என்ற வேரைக் கொண் டிருக்கின்றன. சான்றாக 'ஊருக்,' 'நிப்பூர்,' முதலியன. அங்கு ஒரு நகரத்தின் பெயரே 'ஊர்' ஆகும்.

'இடிக்லாட்' (*Idiglat*) என்பது உபைதுகள் தைகிரிஸ் ஆற்றுக்கு இட்ட பெயராகும். ('இட்' என்றால் ஆறு அல்லது நீர் என்று பொருள்.) சிந்து நதியின் பெயர் இதை ஒத்திருக்கின்றது எனலாம். 'சிந்து' என்றால் ஆறு அல்லது நீர் என்றுதான் பொருள். முண்டா மொழியில் கங்கை என்றால் அது நீரையே குறிக்கும்.

உபைதுச் சொற்களில் பல்வேறு வினைகளைக் குறிக்கும் சொற்களின் ஈற்றில் 'கர்' என்ற விகுதி வருகின்றது. சான்றாக 'எங்கர்' உழவரையும், 'நங்கர்' என்பது தச்சரையும், 'தம்கர்' என்பது வணிகரையும் குறிக்கின்றன. திராவிட மொழிகளில் 'கர்' என்றால் கரத்தைக் குறிக்கும். எனவே கர் என்ற விகுதி கைவினைஞரான பல தொழிலாளரைக் குறிக்கலாம்.

இது பற்றி இறுதி முடிவு எடுப்பதற்குப் போதிய செய்திகள் நமக்குக் கிடைக்க வில்லை. பண்டை இந்தியப் பண்பாடு, நாகரிகம் ஆகியவற்றுக்கும், மெசபடோமியாவின் நாகரிகத்திற்குமிடையே ஐயத்திற்கிடமின்றி ஒற்றுமை உள்ளது என்பதை நாம் கருதும் போது, உபைதுச் சொற்களுக்கும், திராவிடச் சொற்களுக்குமிடையிலுள்ள ஒற்றுமை மிகவும் குறிப்பிடத்தக்கதாயிருக்கிறது.

மெசபடோமியா- பாரைன்-இந்தியா

மெசபடோமியா மக்கள் விட்டுச் சென்றிருக்கும் உருளை வடிவிலான

முத்திரைகளின் நடுவே, புரோட்டோ இந்தியர் வடித்த சதுர முத்திரைகள் பலவற்றையும் அகழ்வராய்ச்சியாளர் கண்டனர். இரு நகரங்களுக்குமிடையே தொடர்புகள் இருந்த தென்பதை இக்கண்டுபிடிப்புகள் காட்டுகின்றன.

மெசபடோமியாவிற்கும் இந்தியாவிற்குமிடையே வழியில் சரக்குகள் ‘இறக்கி ஏற்றப்படும் இடம்’ இந்நூற்றாண்டின் அறுபதுகளில் கண்டுபிடிக்கப்பட்டது. அந்த இடம் பாரசீக வளைகுடாவில் உள்ள பாரைன் தீவுகளாகும். (இது ஒரு ஷேக்கினால் ஆளப்படும் விடுதலை பெற்ற பகுதியாகும். பாரசீக வளைகுடாவில் பாரைனில் பல தீவுகள் அடங்கியுள்ளன.)

(இத்தீவுகள் 1917 ஆம் ஆண்டு விடுதலையடைந்தது வரையிலும், பிரிட்டிஷ் பாது காப்பில் இருந்து வந்தன. இங்கு எண்ணெய் வளங்கள் மிகுதியாக உள்ளன. அரபு மொழி பேசப்படும் முஸ்லிம்கள் பகுதியான இதன் தலைநகரம் மனாமா ஆகும்.)

பாரைனில் பல்லாயிரம் ஆண்டுகளுக்கு முன்னால் செழித்திருந்த நாகரிகத்தில் சுமேரியா, புரோட்டோ இந்திய பண்பாடுகளின் ஒன்றிணைந்த கூறுகள் காணப்படுகின்றன. சுமேரிய நாகரிகத்தின் மிகப் பழமையான காலத்திலிருந்து (இந்நாகரிகம் கி.மு.3000 ஆண்டுகளுக்கு முன்னர் செழித்தோங்கியிருந்தது) பாரைன் தீவுகளில் நடந்து வந்த பண்பாட்டு, மற்றும் வாணிபப் பரிமாற்றமானது ஒன்றையொன்று பாதித்துள்ளன.

சுமேரிய நகரான ஊரில் சுட்ட செங்கல்லால் கட்டப்பெற்ற வீடுகள், பொதுவான ஒரு வீதியிலிருந்து விலகிய குறிப்பிடத்தக்க விதிவிலக்காக அமைந்துள்ளன என்று தலையாய பிரிட்டிஷ் அகழ்வாராய்ச்சியாளரான **சர் ஜான் மார்சல்** கூறுகின்றார். ஆனால் அவை மகஞ்சோதர நாகரிகத்தின் பிற்பட்ட காலத்தில் இந்தியாவில் கவனமின்றிக் கட்டப்பட்ட வீடுகளைப் பெரிதும் ஒத்திருந்தன. இதிலிருந்து, இவ் வீடுகள் எவருடைய செல்வாக்கினால் கட்டபெற்றன என்பதை அறிவது எளிதாகும். இதே செல்வாக்கை அம்மக்களின் சமயத்திலும் காண்கின்றோம்.

ஊர் நகரில் உள்ள ஒரு கல்லறைக்குள்ளிருந்து மகஞ்சோதராவில் காணப்படும் குரங்குகளின் நூற்றுக்கணக்கான உருவத்தையொத்த ஒரு குரங்கு குந்தி இருப்பதைக் காட்டும் சிறு படிமத்தை அகழ்வாராய்ச்சியாளர் கண்டெடுத்தனர்.(இக்குரங்கு அநுமனின் முதல் மாதிரியாக இருக்கலாம்.)

குரங்கு இந்தியர்களுக்கே உரிய விலங்கு என்பது பண்டைக் காலத்திலிருந்தே நாகரிக உலகில் அறியப்பட்டிருப்பதாலும், குரங்கு புனிதமானதாகக் கருதப்படாதிருந்தால், அது படிமத்தில் வடிக்கப்படாது என்பதாலும், மேற்கூறிய நாடுகள் கற்காலத்திற்கும், இரும்புக் காலத்திற்கும் இடைப்பட்ட வெண்கல காலத்தில் இந்தியாவின் சமயச் சின்னங்கள் சிலவற்றைக் கைக்கொள்ளலாயின எனக் கருத இடமிருக்கின்றது என்று இந்தியத் தொல் பொருளியலறிஞர் எஸ்.கே.தீட்சித் கூறுகின்றார்.

இருப்பினும், மேற்சொன்ன சிறு குரங்குப் படிமம் மெசபடோமியாவில் வாழ்ந்த பண்டை இந்தியருடையதாயிருக்கலாம். ஏனெனில் மேற்கு நாடுகளைச் சேர்ந்த வணிகர்கள் பண்டைக் கால அநுமன் - புரோட்டோ அநுமன் மற்றும் மெசபடோமிய நகரங்களின் முத்திரைகளில் காணப்படும் பிற விலங்குகளின் உருவங்களைத் தமது பேரங்களைச் சட்ட சம்மதமாக்குவதற்கு அறிகுறியாக முத்திரைகளில் பயன்படுத்தி இருக்கலாம் என்றும் தீட்சித் கூறுகின்றார்.

எனினும் சுமேரிய நகரமொன்றின் இடிபாடுகளுக்கிடையே கிடந்த ஓர் ஓவியக் குடுவை - அமைப்பில் சுமேரியமாயிருந்த போதிலும், அதில் தீட்டப்பட்டிருந்த ஓவியம் பெரிய திமிலையுடைய ஆசிய எருது (செபு) ஒன்று சமயச் சடங்குகளை நடத்தும் தொழுவத்தின் முன்னால் நிற்பதைக் காட்டுகின்றது. இது புரோட்டோ இந்திய (சிந்து சமவெளி) முத்திரைகளில் காணப்படும் காட்சியை ஒத்திருக்கின்றது. சுமேரிய ஓவியர் மெசபடோமியாவில் நடந்த இந்தியச் சமயச் சடங்குகளைக் கண்டிருக்கலாம் என்றும், அதனால் தூண்டுதல் பெற்று மேற்சொன்ன ஓவியத்தைத் தீட்டியிருக்கலாம் என்றும் பண்டை அகழ்வாராய்ச்சியில் தலையாய வல்லுநரான கார்டன் சைல்டு கூறுகின்றார்.

இது ஒன்றும் வியப்பூட்டுவதன்று. ஏராளமான இந்தியர்கள் பொதி விலங்குகளோடும், கப்பலோடும் சென்று மெசபடோமியாவில் வாணிகம் செய்திருக்கலாம். அவர்கள் அதன் பொருட்டுச் சுமேரியாவில் மாதக் கணக்கில் தங்கியிருக்கலாம். அவர்கள் தமது சரக்குகளை எல்லாம் சந்தைகளில் விற்றுவிட்டுத் திரும்பும் பயணத்திற்காகச் சரக்குகளை வாங்கித் தமது கப்பல்களில் ஏற்றுவதற்காகக் காத்திருந்திருக்கலாம்.

கீழையுலகில், கி.மு. 2000 வாக்கில் நடந்த வாணிபத்தைப் பற்றி நாம் அறிந்து கொண்டுள்ளவற்றை வைத்துப்பார்க்கும்போது, இந்திய வணிகர் வசதியான சுமேரிய நகரம் ஒன்றில் நிரந்தரமாகக் குடியேறியிருந்தனர் என்று கருதுவதற்கு இடமுள்ளது.

நிலை பெற்றிருந்த, தனிச் சிறப்பு வாய்ந்த இருவேறு நாகரிகங்களுக்கிடையே நடந்த கலாசாரப் பரிவர்த்தனைகளின் விளைவுதாம் நாம் மேலே கூறியுள்ள கண்டுபிடிப்புகள் அனைத்துமாகும். எனினும் தொல்பழம் இந்தியப் பண்பாட்டிற்கும், மெசபடோமியாவின் நாகரிகத்திற்குமிடையே பல ஒற்றுமை அம்சங்களுக்குக் கலாச்சாரப் பரிவர்த்தனை கொண்டோ, அவை கடன் வாங்கப்பட்டவை என்ற கருத்தை வைத்தோ விளக்கம் கண்டுவிட முடியாது என்பது மிகுந்த ஆர்வத்தைத் தூண்டும் விஷயமாகும்.

இவ்விரு பண்பாடுகளுக்குமிடையே ஆழமான உறவின் முறை இருந்தது என்பதையும், அப்பண்பாடுகளை உண்டாக்கிய மனிதரிடையிலும் அந்த உறவின் முறை நிலவியது என்பதையும் ஒற்றுமை காட்டும் அம்சங்கள் எடுத்துரைக்கின்றன எனலாம்.

புரோட்டோ இந்தியரின் திராவிட மொழிகள், சுமேரியருக்கு முற்பட்டவர்களான உபைதுகளின் மொழி ஆகியன ஒரே வேர் மூலத்தைக் கொண்டவையாக இருக்கலாம்.

புரோட்டோ இந்திய முத்திரைகளிலும் தாயத்துகளிலும் காணப்படும் அணிகலன்கள், சின்னங்கள் ஆகியவற்றுக்கும் மெசபடோமியாவிலும், (தைகிரிஸ் ஆற்றின் கிழக்கே கி.மு. 4000 வாக்கில் நிறுவப்பட்டதும், தற்கால ஈரானின் குசிஸ்தான் பகுதியில், பாரசீக வளைகுடாவின் வடக்கிலும் அமைந்திருந்த முடியரசாகிய) ஏலத்திலும் வாழ்ந்த பண்டைமக்களின் அணிகலன்களுக்கும், சின்னங்களுக்குமிடையே உறவு உள்ளது என்பதை அறிஞர் கண்டறிந்துள்ளனர்.

மெசபடோமியாவில் காணப்படும் சதுரமுத்திரைகளை, இந்திய வணிகர்கள் அங்கு கொண்டு சென்றிருக்க வேண்டுமென்பதில் ஐயமில்லை. இந்தியத் துணைக் கண்டத்தில் கண்டறியப்பட்டுள்ள சதுர முத்திரைகளில் காணப்படும் பொருள்களும் தெய்வங்களும் மெசபடோமியப் புராணத்தையும் சமயத்தையும் பிரதிபலிக்கின்றன. (அம்முத்திரைகளின் வடிவும், அவற்றில் காணப்படுவனவும், அவை இந்தியாவில் செய்யப்பட்டுச் சுமேரியாவிற்குக் கொண்டு செல்லப்பட்டன என்பதை நமக்குக் கூறுகின்றன.)

மகஞ்சோதராவில் காணப்பட்ட மூன்று தாயத்து முத்திரைகளில் ஒருவன் இரண்டு புலிகளுடன் சண்டை செய்யும் காட்சி சித்திரிக்கப்பட்டுள்ளது. (ஜில்கமஷ் புராணம் என்று கூறப்படும் புராணக்கதையில், சுமேரிய மன்னனான ஜில்கமஷ் நாயகனாவான். இப்புராணம் கி.மு. 2000 வாக்கில் எழுதி முடிக்கப்பெற்றது. விவிலியத்தில் பைபிளில் - கூறப்பட்டுள்ள பேரூழி பற்றிய செய்திகள் இப்புராணத்தில் காணப்படுகின்றன.) மகஞ்சோதராவில் புலியுடன் மோதுபவனின் உருவம், ஜில்கமசின் தோழனான எங்கிடு என்பவனை ஒத்திருக்கின்றது.

மகஞ்சோதராவின் மற்றொரு முத்திரையில் எருதின் கால்களும், வாலும் உடைய, கொம்பு முளைத்த மனித உருவம் ஒன்று காணப்படுகின்றது. அம்மனிதன் கொம்புள்ள ஒரு புலியுடன் பொருதுகின்றான். அந்தக் கொம்புப் புலி தனது எதிரிகளுடன் ஓயாது போர் செய்யும் தீய கடவுளாக இருக்கலாம் என்று மக்கே என்பவர் தனது, "பண்டைச் சிந்துவெளி நாகரிகங்கள்" என்ற நூலில் குறிப்பிடுகின்றார்.

இந்த அரை மனிதனும், அரை எருதும் சுமேரியரின் பாதிக்கடவுள் அல்லது பாதிக்குதிரை ஒன்றினை ஒத்திருப்பது வியப்பளிக்கின்றது. இவ்விரு பண்பாடுகளின் சமய நம்பிக்கைகளுக்கிடையே, தொன்னெடுங்காலத்தின் முன்பே ஏற்பட்ட தொடர்பை இச்செய்தி காட்டுவது தெளிவாகின்றது என்று மக்கே கூறுகின்றார்.

சுமேரியருடனும், சிந்துவெளி மாந்தருடனும் பன்னெடுங் காலத்திற்கு முன்னர் மிக நெருக்கமான உறவு கொண்டிருந்த மூன்றாவது மக்கள் இவ்விரு இனத்தாருக்குமிடையே இடைத்தொடர்பாக இருந்தனர் என்றும் மக்கே கருதுகின்றார்.

பண்டை மெசபடோமியருக்கும், புரோட்டோ இந்தியருக்குமிடையே உறவு இருந்தது என்பதை மானுடவியல் கண்டுபிடிப்புகளும், மொழியியல் ஆராய்ச்சிச் செய்திகளும், அகழ்வாய்வும், மற்றும் சமய வரலாறு ஆகியனவும் இந்த உண்மையை எடுத்து இயம்புகின்றன.

புரோட்டோ இந்தியரின் மண்டையோடுகளில் பெரும்பாலானவை, உபைதுகளின் மண்டையோடுகளைப் போலிருக்கின்றன. மகஞ்சோதர இடிபாடுகளிடையே மிகவும் அருமையான ஒரு படிமத்தை அகழ்வாராய்ச்சியாளர் கண்டுபிடித்தனர். அதற்கு அவர்கள் ''குரு உருவம்'' என்று பெயர் சூட்டியிருக்கின்றனர். அது மெசபடோமியாவின் பண்டைப் படிமங்களில் காணப்படும் மனிதரின் உருவங்களைப் போலவே இருக்கின்றது.

சுமேரியரால் நெருக்கி வெளியே தள்ளப்பட்ட உபைதுகள், தமது ஆதித்தாயகமான மெசபடோமியாவை விட்டு வெளியேறிச் சிந்து வெளியில் குடியேறினர் என்று ஆராய்ச்சியாளர் பலர் நினைக்கின்றனர். புரோட்டோ இந்தியப் பண்பாட்டை உபைதுகள் தாம் உருவாக்கினர் என்று பல ஆராய்ச்சியாளர்கள் கருதுகின்றனர்.

அவர்களுள் சுமேரிய மொழி ஆராய்ச்சியாளரான சாமுவேல் கிராமர் ஒருவராவார். இருப்பினும் மெசபடோமியாவிற்கும், இந்தியத் துணைக்கண்டத்திற்குமிடையே இருந்த உறவானது, உபைது மற்றும், புரோட்டோ இந்தியரிடமிருந்து முளைத்தது என்பதும், இவ்விரண்டுக்கும் மூலம் ஒன்றே என்பதும் அந்த மூலத்தை மெசபடோமியாவிலோ, இந்தியாவிலோ காணமுடியாது என்பதும், அந்த வேரை வேறு இடத்தில்தான் தேடிப் பார்க்க வேண்டுமென்பதும் தெளிவாகின்றன.

சிந்துவெளி நாகரிகம்

இந்தியாவின் பண்டை நாகரிகம் சிந்துவெளி நாகரிகம் என்றழைக்கப்படுகின்றது. ஏனெனில் சிந்து ஆற்றின் பள்ளத்தாக்கில்தான் அந்நாகரிகம் தோன்றியது. ஆனால் அகழ்வாராய்ச்சியாளர் புரோட்டோ இந்திய நாகரிகங்களையும் குடியேற்றங்களையும், கங்கைக்கும் யமுனைக்கும் இடைப்பட்ட பகுதிகளிலும், பஞ்சாபிலுள்ள சிவாலிக் மலையிலும், சிந்து ஆற்றின் தென்முகமான பம்பாய் மாநிலப்பகுதிகளிலும் அந்நாகரிகத்தின் எச்சங்களைக் கண்டுபிடித்துள்ளனர்.

''தென் நகரங்கள்'' மகஞ்சோதராவைப் போலும் சிந்துவெளியிலுள்ள பிற குடியேற்றங்களைப் போன்றும் அவ்வளவு பழமையானவை என்பது, புரோட்டோ இந்திய நாகரிகத்தின் தொட்டில் சிந்துவெளி அன்று என்ற கருத்திற்கு ஆதரவாக அமைகின்றது. பண்டை இந்திய நாகரிகத்தின் அத்தொட்டில் எங்கே இருந்தது என்பது நமக்குப் புலனாகவில்லை.

புரோட்டோ இந்திய நாகரிகம் நேரடியாகத் தோன்றிய அந்தப் பண்பாட்டின் தடயங்களை இந்தியத் துணைக்கண்டத்தில் காண முடியவில்லை. இந்தியாவிலும், பாகிஸ்தானத்திலுமுள்ள தொல் பொருளாராய்ச்சியாளர் மிகப் பழமையான பல்வேறு பண்பாடுகளைக் கண்டுபிடித்துள்ளனரெனினும், அவற்றை மகஞ்சோதரா, அரப்பன், மற்றும் பிற புரோட்டோ இந்திய நாகரிகங்களின் மூதாதை என்று கொள்ள முடியாது; அவை அவற்றுடன் இனவழியில் தொடர்புடையனவன்று. புரோட்டோ இந்திய நாகரிகத்தின் வேர் ஒரு மர்மமாகவே இருக்கின்றது என்று தொல் பொருளியலார் கூறுவர்.

ஏலம் என்றொரு நாடு

ஏலம் என்பது ஏறத்தாழக் கி.மு.3000 ஆண்டுவாக்கில் பாரசீக வளைகுடாவின் வடக்கில் அமைந்திருந்த பண்டை அரசாகும்.

புரோட்டோ இந்தியப் பண்பாடும், மெசபடோமியப் பண்பாடும் பொதுவாகப் பல அம்சங்களைக் கொண்டிருப்பதற்குக் காரணம் உள்ளது. பண்டை இந்திய நாகரிகத்தை உண்டாக்கிய மக்களும் தைகிரிஸ், யூஃபிரிட்டிஸ் பள்ளத்தாக்கை வளப்படுத்திய முதல் மனிதர்களும் திராவிட மொழிகளைப் பேசிய உறவின்முறை கொண்ட மக்கள் என்ற உண்மையே அக்காரணமாகும் என்று விளக்கி விடமுடியும். அல்லது அவர்கள் ஒரே இனத்தைச் சேர்ந்த மக்களாகவுமிருக்கலாம்.

தைகிரிஸ் ஆற்றுக்குக் கிழக்கே ஈரானிலுள்ள இடம் குசிஸ்தானம் எனப்படும். அது ஒரு காலத்தில் ஏலம் என்று அழைக்கப்பட்டது. அங்கு நகர அரசுகளையும், தனித்தன்மை வாய்ந்த பண்பாடுகளையும், எழுதிப் படிக்கப்பெற்று வந்த மொழியையும் கொண்ட ஒரு நாகரிகம் ஐயாயிரமாண்டுகளுக்கு முன்னர் செழித்திருந்தது.

ஏலத்து மக்களின் பண்பாட்டுக் கூறுகளில் பல, மெசபடோமியா மக்களின் நாகரிகத்துடன் ஒத்துள்ளனவென்றும், புரோட்டோ இந்திய நாகரிகத்துடன் மிகமிக ஒத்திருக்கின்றன என்றும் அறிஞர் கூறுகின்றனர்.

ஏல மக்கள் எழுதியும், பேசியும் வந்த மொழியுடன் உறவு கொண்ட மொழியை இதுவரையிலும் கண்டுபிடிக்க முடியவில்லை. ஏலமொழி துரானினுடன் (உரல்-அல்டாயிக்) துருக்கிக், மங்கோலிய மொழிகள் துரானியக் குடும்பத்தனவாகும். பல்வேறு காகேசிய மொழிகளுடன் அல்லது ஆசியா மைனரின் வழக்கொழிந்த மொழிகளுடன், (ஹரியன், காசைட்டு முதலியன) உறவுடையது என்பதைக் காட்டுவதற்கு மொழியிலார் முயன்று தோற்றனர்.

''குறிப்பிட்டுக் காட்டுகின்ற சில செய்திகளின் ஆதாரத்தை வைத்து அது ஏலம் - திராவிட உறவுடையது என்ற ஊகத்திற்குத்தான் வரலாம்'' என்று தலைசிறந்த வரலாற்றாசிரியரும், மொழி ஆராய்ச்சியாளருமான ஐ.தியாக்கனோவ் தனது ''பண்டை ஆசியா மைனரில் வழங்கிய மொழிகள்'' என்று ஆராய்ச்சிக் கட்டுரையில் குறிக்கின்றார்.

அவர் அதில் ஏல மொழிக்கும், திராவிடரிடையே வழங்கிய மொழிக்குமிடையே காணப்படும் ஒற்றுமைகளைக் காட்டுகின்ற சான்றுகளை எடுத்துரைக்கின்றார்.

திராவிட மொழிகளில் ''கெடு'' அல்லது ''கெட்டது'' என்ற சொற்கள் வருகின்றன. அச்சொற்கள் ஏல மொழியில் ''நாசப்படுத்து'' என்ற பொருளில் வழங்குகின்றன.

திராவிட மொழியில் வழங்கும் நாள் (இது நாண் என்று வரும்) எனுஞ் சொல், ஏலமொழியில் நாண் என்று பயின்று காலைப் பொழுது, வைகறை, நாள் முதலியவற்றைக் குறிக்கின்றது.

திராவிட மொழிகளின் தொன்மை

மொழிகள் ஒன்றிலிருந்து மற்றொன்று சொற்களைக் கடன் வாங்குகின்றன. மேலும் சொல்லின் ஒலிப்பும், பொருளும் தற்செயலாக ஒன்றுபோல் ஒத்திருக்கக் கூடும்.

ஆனால் ஏலத்திலும் திராவிட மொழிகளிலும் பொதுவான பல இலக்கண அமைப்புகள் காணப்படுகின்றன. இலக்கண அமைப்புகளை மொழிகள் கடன்

வாங்குவதில்லை. இதிலிருந்து அவற்றிடையே பண்டைக் காலத்தில் உறவு இருந்தது அல்லது பன்னெடுங் காலமாகத் தொடர்பு இருந்தது என்று கொள்ளலாம்.

ஏலமொழிச் சுட்டுப் பெயர்கள் பெரிதும் ஒத்திருக்கின்றன. ஒலியமைப்பும், மொழியின் கட்டமைப்பும் திராவிட மொழிகளை ஒத்திருக்கின்றன.

''ஏலமக்களோடும், திராவிட மக்களுடனும் உறவுடைய மக்கள் ஈரான் முழுமையிலும் அல்லது தென் ஈரான் முழுமையிலேனும் கி.மு. மூவாயிரமாண்டில் சிதறியிருந்தனர். அதற்குப் பிறகும் அவ்வாறு நேர்ந்திருக்கலாம்.''

''மேலும் திராவிட மொழி இடப்பெயர்களின் (அது குறிப்பிட்ட எந்தக் காலத்தையுஞ் சேர்ந்ததன்று) தடயங்கள் அரேபியத் தீவக்குறையெங்கிலும் கண்டுபிடிக்கப் பட்டன. திராவிட (தென்னிந்தியக் கலப்பின மக்கள்) தென் ஈரானின் பல்வேறு பகுதிகளில் வாழ்ந்திருந்ததைக் காட்டும் தடயங்கள் காணப்படுகின்றன'' என்று ஆராய்ச்சியாளர் சிலர் கூறுகின்றனர்.

ஏல, திராவிடமொழிகளில் காணப்பட்ட ஒற்றுமைகளை வைத்துத் தியாக்கனோவ் என்ற ஆராய்ச்சியாளர் மேற்சொன்னவாறு அனுமானிக்கின்றார்.

அதன்பிறகு கருநிறத் திராவிடர் அல்லது மொழியாலும் இனத்தாலும் அத்திராவிடர்களுடன் உறவு கொண்ட இனத்தார், ஈரானிலிருந்து வெளியே தள்ளப்பட்டனர் அல்லது அவர்கள் அங்கு புதிதாக வந்தேறிய மக்களுடன் ஒன்றிக்கலந்து விட்டனர். கி.மு. ஐந்தாம் நூற்றாண்டில் (சுமார் கி.மு. *485-425* கி.மு.) வாழ்ந்த ஹீரோடாட்டஸ் இந்தியாவிற்கும் ஏலத்திற்கும் நடுவிலுள்ள பகுதியிலிருக்கும் பலுச்சிஸ்தான மக்களை ''ஆசிய எத்தியோப்பியர்'' (அதாவது ஆசிய நீகிரோக்கள்) என்று அழைக்கின்றார்.

(பலுச்சிஸ்தானம் மலைப்பாங்கான நிலப்பகுதி. அது இன்று பாகிஸ்தானத்தின் தென்மேற்கிலுள்ள அந்நாட்டு மாநிலமாக உள்ளது. இங்கு வாழ்கின்ற பழங்குடியினர் ஈரானிலும், ஆப்கானிஸ்தானத்திலும், நாடுகளின் எல்லைகளைச் சிறிதும் பொருட் படுத்தாமல் பரவி வாழ்கின்றனர். இம்மாநிலத்தின் தலைநகரம், குவட்டா: இங்கு அண்மையில் எண்ணெயும் எரிவாயுவும் கண்டுபிடிக்கப்பட்டன.)

கருநிற மக்கள் ஈரானுக்கும், இந்தியாவிற்கும் இடைப்பட்ட பகுதியில் சுமார் கி.மு.*2500* வாக்கிலேயே வாழ்ந்திருந்தனர் என்பதை இது காட்டுகின்றது.

ஏலமும், உபைது மொழியும் பழமையான ஒரு காலகட்டத்தில், பொதுவான ஒரு திராவிட மூலத்திலிருந்து கிளைத்திருக்கலாம் என்பது முற்றிலும் சாத்தியமாகலாம் என்ற கருத்தை அம்மொழிகளில் காணப்படும் ஒற்றுமைகளும் வேற்றுமைகளும் தெளிவாக்குகின்றன. இதற்கு மற்றொரு விளக்கமும் இருக்கக்கூடும்.

சுமேரியருக்கும் ஏலமியருக்கும் முற்பட்ட மக்களான உபைதுகளின் மொழியாகிய திராவிட மொழிகள் அவற்றுக்கும் மிகத் தொன்மையான ஒரு மொழி மூலத்திலிருந்து பிறந்திருக்கக்கூடும். எனவே இம்மொழிகள் அந்த மூலமொழியின் மூன்று கிளைகளாக இருக்கக்கூடும்.

ஏலமியர் தமக்கு மேற்கில் வாழ்ந்த அக்காதியர் (அக்காதியரின் அக்காடு என்ற நாடு பாபிலோனியாவிற்கு வடக்கேயிருந்த பண்டை நாடாகும். அதன் தலைநகரம் அக்காடு; அம்மக்கள் செமித்தியக் கிளை மொழி ஒன்றைப் பேசி வந்தனர்) சுமேரியர்

ஆசியோரிடமிருந்து கி.மு.3000 ஆண்டின் நடுவில் கடன் வாங்கிய ஆப்பு வடிவ எழுத்தில்தான் பெரும்பாலான தமது குறிப்புகளை எழுதி வைத்தனர்.

ஏலமியர் அதற்கு முன்னர் சித்திர எழுத்துக்களைப் பயன்படுத்தி வந்தனர். அவர்கள் இக்கால கட்டத்திற்கு மேலும் முற்பட்ட காலத்தில் புரோட்டோ ஏலம் என்ற சித்திர வடிவ எழுத்துக்களைக் கைக்கொண்டிருந்தனர்.

இந்தப் புரோட்டோ ஏலமிய எழுத்து மிகவும் தொன்மையானது. அது இன்னும் படித்தறியப்படவில்லை. அதில் எழுதப் பெற்றிருப்பவை தோற்றத்தில் புரோட்டோ சுமேரியன் என்ற தொன்மையான மெசபடோமிய எழுத்துக்களைப் போலவே இருக்கின்றன.

மெசபடோமியாவில் வாழ்ந்த மக்களும் களிமண் தகடுகளில் வரியோவிய எழுத்துக்களை எழுதினர். அவை புரோட்டோ சுமேரிய ஏடுகளைப்போலவே வீட்டு விவகாரங்களும், தொழில் ஆவணங்களுமாகவே இருக்கின்றன.

அரப்பன், மொகஞ்சோதர, மற்றும் இந்தியத் துணைக்கண்டத்தின் பிறபகுதி களிலும் கண்டெடுக்கப் பெற்ற வரலாற்றுக் காலத்திற்கு முந்திய மூன்றாவது புரோட்டோ எழுத்துக்களுக்கும், புரோட்டோ சுமேரிய, புரோட்டோ ஏலமிய எழுத்துக்களுக்கும் ஒற்றுமைகள் உள்ளன.

தைகிரிஸ், யூஃபிரிட்டிஸ் ஆற்று வெளியில் முதன்முதலாகக் குடியேறி வாழ்ந்த மக்கள் திராவிட மொழிகளின் உறவினையுடைய மொழி ஒன்றைப் பேசி வந்தனர். எனவே அங்கு சுமேரிய ஆதிக்குடியினர் அப்போது வாழ்ந்திருக்கவில்லை என்ற போதிலும், மெசபடோமியாவில் தொல் பழங்காலத்தில் எழுதப்பட்ட ஏடுகள், சுமேரிய மொழியில் உள்ளன என்பதைச் சோவியத்து யூனியனைச் சேர்ந்த ஏ.வையின் அண்மையில் நடத்திய ஆய்வுகள் காட்டுகின்றன.

ஏலமிய மொழியின் தொன்மையான வரி வடிவம் என்று கொள்ளத்தக்க புரோட்டோ ஏலமிய ஏடுகளின் மொழி, புரோட்டோ சுமேரிய எழுத்துக்களின் மொழியிலிருந்து வேறுபடுகின்றது.

எனவே புதிராக இருக்கின்ற இந்தியத் துணைக் கண்டம், ஏலம் ஆகியவற்றின் மொழிகளை அறிந்து கொள்வதற்கும், புரோட்டோ சுமேரிய மொழி உதவாது, ஏனெனில் புரோட்டோ சுமேரிய மொழி இன்னும் முற்றிலும் படிக்கப்படவில்லை; அதில் ஒரு பகுதிதான் இப்போது படித்தறியப்பட்டுள்ளது.

புரோட்டோ சுமேரிய மொழியின் 800 எழுத்துக்களில், 250 எழுத்துக்கள் மட்டும்தான் ஆராய்ச்சியாளரால் படித்தறியப்பட்டுள்ளன. இருப்பினும் இம்மூன்று புரோட்டோ மொழிகளுக்குமிடையே காணப்படும் ஒற்றுமைகளை நோக்குமிடத்து, அவை ஒரே பொதுமொழியிலிருந்து கிளைத்திருக்கலாம் என்று நம்மை எண்ணச் செய்கின்றது.

மேலும் சுமேரிய மொழியுடன் எந்த விதத்திலும் ஒத்திராத அக்காடின், ஏலம், உரட்டியன், ஹிட்டைட்டு ஆகிய மொழிகள் சுமேரியர் பிற்காலத்தில் கண்டுபிடித்த ஆப்பு வடிவ எழுத்துக்களைப் பயன்படுத்தின. எனவே புரோட்டோ சுமேரியன், புரோட்டோ ஏலம், புரோட்டோ இந்தியன் ஆகியன பயன்படுத்திய எழுத்துக்கள் பொது வானதோர் அடிப்படையைக் கொண்ட ஒத்த எழுத்துகள் அவற்றில் காணப்படுகின்றன.

மொழியியலார், இடப்பெயராய்வாளர் ஆகியோர் மொழிகளையும், இடப்பெயர் களையும் ஆராயும்வேளையில், அவற்றுக்கு முந்தியன என்று கூறப்படும் மொழிகளையும், இடப்பெயர்களையும் ''ஊடு அடுக்கு'' என்று பெயர் கூறுகின்றனர். நாம் பண்டை எழுத்துக்களைப் பற்றிக் குறிப்பிடுகையில், புரோட்டோ சுமேரியன், புரோட்டோ ஏலம், புரோட்டோ இந்தியன் ஆகியவற்றுக்கு முன்னர் தோன்றிய முதற் சித்திர வரி வடிவத்தையும் ''ஊடு அடுக்கு'' என்று கூறலாம்.

புரோட்டோ சுமேரியனில் எழுதப்பெற்றவை மிகப் பழமையான ஏடுகளாக இருக்கின்றமையாலும், மெசபடோமியாவில் சுமேரியருக்கு முற்பட்ட காலத்தில் வாழ்ந்து வந்தவர்கள் உபைதுகளாக இருப்பதாலும், நாம் பழைய எழுத்துமுறையைக் குறிக்க ''உபைது'' என்ற சொல்லைப் பயன்படுத்துவோம்.

(இதை எழுத்து என்பதன் மூலப்பொருளில் அவ்வாறு கூற முடியாதெனினும், அதைப் பண்டை வரி வடிவங்களுக்கு முந்திய ஓவிய எழுத்துமுறை எனலாம்.)

சுமேரியர் மெசபடோமியாவைச் சென்றடைந்ததற்கு முன்னர் இந்த ஓவிய எழுத்துமுறை அங்கு இருந்தது. சுமேரியர் உபைதுகளின் பொருளியல், அறிவியல் சாதனைகளைக் கைக்கொண்டதைப் போன்று, இந்த எழுத்து முறையையும் எடுத்துக் கொண்டு தமது எழுத்து முறையை உண்டாக்கினர்.

இந்தியத் துணைக் கண்டத்திலும், ஏலத்திலும் இப்படித்தான் நடந்திருக்க வேண்டும். புரோட்டோ இந்திய, புரோட்டோ ஏலமிய, புரோட்டோ சுமேரிய எழுத்துக்களின் ஒற்றுமைகளுக்குத் திராவிட மொழி மீண்டும் இங்கு விளக்கமாக அமைகின்றது.

உபைது மொழியும், ஏலமியர், புரோட்டோ இந்தியர் ஆகியோரின் மொழிகள் போன்று ஓர் உறவு மொழியாக இருக்கலாம்.

திராவிட ''அடிப்படை எழுத்து'' ஒன்று மிகத் தொன்மையான காலத்தில் இருந்திருக்கலாம். உபைது, புரோட்டோ இந்தியன், ஏலம் ஆகியவற்றின் மொழிகள் எவ்வாறு ''தாய்த் திராவிட மொழியிலிருந்து'' கிளைத்தனவோ, அதே போன்று ''அந்த அடிப்படை எழுத்திலிருந்து, வடிவத்திலிருந்து'' கிளைத்திருக்கலாம்.

திராவிடத் தாய்மொழி எங்கு, எப்போது பிறந்தது?

திராவிடத் தாய்மொழி எங்கு, எப்பொழுது பிறந்தது? அது எப்பொழுது சிதறியது? அதன்பிறகு அதன் பொது வேர் மூலத்திலிருந்து கிளைகள் தோன்றி அவை பின்னர் தனி மொழிகளாகி, அத்தனி மொழிகளிலிருந்து புதிய மொழிகள் எவ்வாறு தோன்றின?

ஒரு தனிமொழி, ஒரு திராவிட மூலத்திலிருந்து, சரியாகச் சொல்வதாயின், புரோட்டோ திராவிட மூலத்திலிருந்து எப்போது தனித்தனி மொழிகளாகக் கிளைத்தது என்பதை நிறுவுவதற்கு ஆராய்ச்சியாளர் இப்போது கணித முறையைப் பயன்படுத்து கின்றனர். அதைக் கொண்டு தம் கொள்கைகளை நிறுவுகின்றனர்.

முதற்கண் வருவது, பிராகு மொழி; இது வட இந்தியாவில் பேசப்படும் ஒரே திராவிட மொழியாகும். அம்மொழி சுமார் ஆறாயிரம் ஆண்டுகளுக்கு முன்னர் பிறந்தது; எனினும் புரோட்டோ திராவிட மொழி இந்தியாவில் உண்டாயிற்றா அல்லது

அதன் புறத்தேயிருந்து இந்தியாவிற்குக் கொண்டு வரப்பட்டதா என்பன இன்னும் நிறுவப்படவில்லை.

இன்று இந்தியா, பாகிஸ்தானம், வங்காள தேசம் ஆகிய நாடுகளில் பேசப்படும் ஐநூறுக்கதிகமான மொழிகள், மூன்று மொழிக் குடும்பங்களுள் ஏதேனுமொன்றைச் சேர்ந்தனவாகும்: இந்தோ-ஐரோப்பிய மொழிக் குடும்பம், முண்டா மொழிக் குடும்பம், திராவிட மொழிக் குடும்பம்.

இந்தோ-ஐரோப்பிய மொழி பேசும் ஆரியர் இந்துஸ்தானத்திற்கு (வட இந்தியாவிற்குக்) கி.மு.இரண்டாயிரமாண்டில் வந்தனர் என்று அறிஞர் கூறுவர். (அவர்கள் எங்கிருந்து வந்தனர் என்பது இன்னும் விவாதத்திற்குரியதாக இருந்து வருகின்றது. அவர்கள் நடு ஆசியா, கருங்கடல் பகுதி, ஆசியா மைனர் ஆகிய இடங்களிலிருந்து இந்தியாவிற்குச் சென்றிருக்கலாம்.)

முண்டா மொழிகளைப் பேசும் கருநிற மக்கள்தாம் இந்தியாவின் தொன்மையான குடிகள் என்று நெடுங்காலமாக நம்பப்பட்டு வந்தது. எனினும் அவர்கள் ஆறாயிரம் ஆண்டுகளுக்கு முன்னர்தான் இந்தியாவை அடைந்தனர் என்பது அண்மையில் பெறப்பட்ட மொழி ஆராய்ச்சி முடிவுகளிலிருந்து தெரிகின்றது. அவர்கள் கிழக்கே இந்தோ சீனத்திலிருந்து வந்தனர். இந்தோ சீனத்தில் முண்டா மொழிகளின் உறவின் முறை மொழிகளும், கிளை மொழிகளும் இன்றும் பேசப்பட்டு வருகின்றன.

தென்கிழக்காசியாவிலுள்ள தீவக்குறை இந்தோ சீனம் என்றழைக்கப்படு கின்றது. இதற்குத் ''தொலைவிலமைந்த இந்தியா'' என்று மற்றொரு பெயரும் உண்டு. இந்தோ சீனம் இந்தியாவிற்கும் சீனத்திற்கும் இடைப்பட்ட பகுதியில் அமைந்துள்ளது.

(அதில் பர்மா, தாய்லாந்து, லாவோஸ், கம்போடியா, வியட்நாம் ஆகிய நாடுகள் அடங்கியுள்ளன. இங்கு வாழும் மக்கள் மங்கோலிய இனம் அல்லது அதன் பண்பாட்டைச் சேர்ந்தவர்களாவர்.)

இந்திய - ஐரோப்பிய மொழிகளுக்கும், ஒருவேளை முண்டா மொழிகளுக்கும் முற்பட்டது எனத்தக்க திராவிட மொழிகள் இந்தியாவில் தோன்றிய போதிலும், அவையும் இந்தியாவிற்கு அயல்மொழிகளே என்பது பெரிதும் வியப்பூட்டுகின்றது.

நாம் உபைது, சுமேரிய மொழிகளுக்கும், திராவிட மொழிகளுக்கும் இடையிலுள்ள உறவைக் குறித்து ஏற்கெனவே எடுத்துக்காட்டியிருக்கின்றோம்.

திராவிட மொழிகளிலிருந்து தொடங்கினால்தான், மெசபடோமியா, ஈரான், ஆப்கானிஸ்தானம், காகசஸ் முதலிய இடங்களிலுள்ள இடப்பெயர்களுக்கு விளக்கம் காண முடியும் என்று இந்திய ஆராய்ச்சியாளரான டி.பி.நாயர் கூறுகின்றார்.

காகேசிய, திராவிட மொழிகளுக்கிடையில் பொதுவான பல அம்சங்கள் உள்ளன என்று மற்றோர் ஆராய்ச்சியாளரான லோகாவாரி தனது ''திராவிட மூலங்களும், மேலையுலகும்'' என்ற நூலில் எடுத்துக்காட்டுகின்றார். திராவிட இனத்தார் கி.மு.4000 ஆண்டுவாக்கில் இந்தியாவை அடைந்தனர் என்று நாயரும், லோகவாரியும் கூறுகின்றனர்.

எனினும் இவ்வளவு தொன்மையான காலத்தைக் குறிப்பதற்குத் ''திராவிட மொழிகள்'' என்று கூறுவதற்கு மாறாகப் ''புரோட்டோ திராவிட மொழிகள்'' என்று உரைப்பது நன்றாக இருக்கும் எனலாம்.

புரோட்டோ திராவிடர் தற்காலத்துத் திராவிடரிலிருந்து தோற்றத்தில் மாறுபட்டிருந்தனர் என்று மானுடவியலார் நம்புகின்றனர்; சான்றாக, புரோட்டோ திராவிடர் நல்ல நிறமாகவும், உயர்ந்த உருவினராயும் விளங்கினர்.

இந்தியத் துணைக்கண்டத்தில் வாழ்கின்ற மக்களான தோடர்களிடம் பண்டைப் புரோட்டோ திராவிடர்களிடம் காணப்பட்ட அம்சங்கள் இன்றும் உள்ளன. ஏனெனில் பல நூற்றாண்டுகளாகவே அவர்கள் தனித்து ஒதுங்கி நீலகிரி மலையில் வாழ்ந்து வருகின்றனர்.

தோடர்கள் பேசுவது திராவிட மொழி; தோடர் குருமார்கள் பயன்படுத்தும் ''குவோர்ஜம்'' அல்லது ''குவோர்சம்'' என்ற சடங்கு மொழியில் காணப்படும் பல கடவுளரின் பெயர்கள் பண்டை மெசபடோமியரின் கடவுளர் பெயர்களை ஒத்திருக்கின்றன.

திராவிடர் தாயகம் எது?

திராவிடரின் ஆதித்தாயகம் சுமேர், ஏலம், ஈரான் அல்லது காகசஸ் மலைகளாக இருக்கலாம் என்று அறிஞர் கூறுகின்றனர். இவ்வனுமானங்களைப் பரந்து விரிந்த ஓர் ஊகமாக இப்படிக் கூறலாம்;

ஈரான், காகசஸ் மலைகள், நடு ஆசியாவின் சில பகுதிகள் முதலானவற்றில் திராவிட மொழிகளைப் பேசிய மக்கள் வாழ்ந்திருக்கலாம். ஆனால் இப்பரந்த நிலப்பரப்புத்தான் திராவிடரின் தாயகமா?

நாடோடிகளாகச் சுமேரியா, ஏலம் பகுதிகளின் எல்லைகளிலிருந்து அமுதாரியா (இது இன்று சோவியத்து ஆசியப்பகுதிகளில் ஓடும் ஆறு; இது வடக்கு நோக்கி 15000 மைல் தொலைவு பாய்ந்து, காஸ்பியன் கடலுக்குக் கிழக்கேயுள்ள ஆரல் ஏரியில் கலக்கின்றது), சிர்தாரியா (இதுவும் ஆரல் ஏரியில் கலக்கும் சோவியத்து நடு ஆசிய ஆறாகும்), காகசஸ் வரையிலும் அலைந்து திரிந்த புரோட்டோ திராவிடர் கி.மு.ஆறாயிரம் வாக்கில் வடமேற்கு இந்தியாவின் வசதியான கணவாய்கள் வழியே இந்தியத் துணைக்கண்டத்தை அடைந்தனர் என்று ஆராய்ச்சியாளர் சிலர் கூறுகின்றனர்.

திராவிடர்கள் இந்தியாவின் பண்டைய மக்கள் என்ற போதிலும் அவர்கள் வேறு எங்கு இருந்தோ அங்கு சென்றனர் என்பது மறுக்க முடியாத உண்மையாகும்.

திராவிட மொழிகள் மெசபடோமியா, ஏலம், காகசஸ் ஆகிய பகுதிகளில் வழங்கிய தொன்மையான சில மொழிகளுடன் உறவுடையன என்பதைக் காட்டும் சான்றுகள் மேற்சொன்ன கருத்தை உறுதி செய்கின்றன.

புரோட்டோ திராவிடர்கள் இப்பகுதிகளிலிருந்துதான் இந்தியாவிற்குச் சென்றனர் என்பது இதன் பொருளாக இருக்க வேண்டியதில்லை.

திராவிட மொழிகள் வடக்கிலிருந்து தெற்கில் பரவின என்பதற்கு மாறாக, அவை தெற்கிலிருந்து வடக்கில் விரிந்து பரந்தன என்பதை மொழி ஆராய்ச்சியிலிருந்து அறிந்த செய்திகள் காட்டுகின்றன.

சோவியத்து இந்தியவியல் அறிஞரான ஜீ.ஜோக்ரஃபு என்பவர் இந்தியா, பாகிஸ்தானம், இலங்கை, நேபாளம் ஆகிய நாடுகளில் வழங்கிவரும் மொழிகளை ஆராய்ந்தார்; திராவிட மக்கள் தெற்கேயிலிருந்து வடக்கே சென்றனரேயன்றி,

வடக்கிலிருந்து தெற்கே போகவில்லை என்ற கொள்கையை அவரது மொழி ஆராய்ச்சி வலுப்பெறச் செய்கின்றது.

(சான்றாக, குருக் என்ற திராவிட மொழியைப் பேசுகின்ற மக்கள் நடு இந்தியாவின் வடகிழக்குப் பகுதியில் வாழ்கின்றனர்; தமது முன்னோர் தென்னிந்தியாவிலிருந்து வந்தனர் என்றொரு கதை அம்மக்களிடையே இன்றும் வழங்குகின்றது.)

இது மெய்யாகவே, புதுமையாயிருக்கின்றது; ஏனெனில் இந்தியத் துணைக் கண்டத்தின் தெற்கே இந்து மாக்கடல் உள்ளது; புரோட்டோ திராவிடர் அங்கு வளர்ச்சியடைந்து இந்தியாவில் வடக்கு நோக்கிப் பெயர்ந்து மெசபடோமியாவையும், ஏலத்தையும் அடைந்திருக்க முடியாது.

ஆனால் இந்தியாவை ஆப்பிரிக்காவிலிருந்து பிரிக்கின்ற பெருங்கடலில் லெமூரியா என்ற கண்டம் இருந்து, அக்கண்டம் இந்துமாக்கடலினுள் மூழ்கியது என்று நிலநூலாரும், கடலாராய்ச்சியாளரும் கூறியுள்ளனர் என்பதை நினைவிற்கொண்டோமாயின், அது விசித்திரமாகவோ புதுமையாகவோ தோன்றாது.

பண்டைத் திராவிடரின் கதைகளும் ஒரே செய்தியைத்தான் கூறுகின்றன; தமது தாயகம் இந்தியத் துணைக் கண்டத்தின் தெற்கில் இருந்தது; அதைப் பல்லாயிர மாண்டுகளுக்கு முன்னர் கடல் கொண்டது என்பதே அதுவாகும். (இக்கதைகளை அல்லது இது பற்றிய செய்திகளைச் சங்கப்பாடல்களிலும், இறையனார் அகப்பொருள் உரையிலும், அடியார்க்கு நல்லாரின் சிலப்பதிகார உரையிலும் காணலாம்.)

மேலுக நாட்டிலிருந்து வந்த கப்பல்கள்

இந்தியாவில் தொல் கற்காலத்திலிருந்து மக்கள் வாழ்ந்து வருகின்றனர். திராவிடர், முண்டர், ஆரியர் ஆகிய, அதாவது இன்றைய இந்தியாவின் முப்பெரும் மொழிக் குடும்பங்களைச் சேர்ந்த மொழிகளைப் பேசும் மக்களனைவரும் இந்திய மண்ணுக்கு அயலாரேயாவர்.

முதலில் இந்தியாவிற்கு வந்தவர்கள் (அவர்கள் தெற்கிலிருந்து வந்தனரோ?) திராவிட மக்கள்; அவர்களையடுத்துக் கிழக்கிலிருந்து முண்டர் வந்தனர். அதற்கு 2000, 3000 ஆண்டுகளுக்குப் பிறகு வட கிழக்கிலிருந்து நாடோடிகளான ஆரியர் வந்தனர்.

ஆரிய இனத்தவர் தம்முடன் இந்திய ஐரோப்பிய மொழி அல்லது ஒன்றுட னொன்று உறவுடைய கிளைமொழிகளைக் கொண்டு வந்தனர். ஆரியர் நில வழியாக வந்தனர் என்பதில் ஐயமில்லை. ஏனெனில் அவர்கள் தமது தலையாய உடைமையும், செல்வமுமாகிய கால்நடைகளைத் தம்முடன் ஓட்டி வந்தனர்; ஆரியர் இந்தியத் துணைக்கண்டத்தை அடைந்ததும், அதைப் பற்றி மிக அழகிய பாடல்களாகப் பாடி யுள்ளனர்; அவற்றை இருக்கு வேதத்தில் காணலாம்.

முண்டா மொழி பேசும் இனத்தவர் தென்கிழக்காசியாவிலிருந்து நில வழியாக இந்தியாவை அடைந்தனர். அவர்களிடம் கடலோடும் திறன் எதுவுமில்லை. இருப்பினும் திராவிடரைப் பற்றி அவ்வாறு கூறிட முடியாது.

புரோட்டோ திராவிட மக்களின் கலப்பற்ற வழியினர் தோடர் என்று ஆராய்ச்சி யாளர் பலரும் கூறுகின்றனர். தோடர்கள் கால்நடைகளை - எருமைகளை வளர்க்கின்றனர். ஆனால் அவர்களிடம் கப்பல்களைப் பற்றிய பழம் பாடல் ஒன்றுள்ளது. அவர்களின்

முன்னோர் இந்தியாவை அடைந்த கடல் வழியின் தொல்காலத்து நினைவாக அப்பாடல் விளங்குகின்றது.

ஆராய்ச்சியாளர் மெசபடோமியாவில் அகழ்ந்தெடுத்த நகரங்களில் ஏராளமான திராவிடப் பண்டங்களைக் கண்டுபிடித்திருக்கின்றனர். அவற்றுள் சாலமோன் (இவர் தாவீதின் மகன்; இஸ்ரேலின் மன்னர்; இவர் கி.மு.10ஆம் நூற்றாண்டில் வாழ்ந்தவர்; சாலமோன் மிகச்சிறந்த அறிவாளியாகப் போற்றப்படுபவர்,) மன்னருக்காகக் கொண்டு செல்லப் பெற்ற அரும் பொருள்களின் பட்டியல் ஒன்றும் அடங்கியுள்ளது. அப்பொருள் களில் சந்தனம் ஒன்றாகும். அது தென்னிந்தியாவின் மேற்குக்கரையிலன்றி வேறு எங்கும் வளரவில்லை. (சந்தனத்தின் தாயகம் இந்தியா அன்று; அது இந்தோனேசியா விலிருந்துதான் இந்தியாவிற்குக் கொண்டுவரப்பட்டது. எனினும் இந்தியாவிலிருந்து மேலை உலகிற்குச் சந்தனம் பேரளவில் சென்றது.)

சுமேரிய வணிகர் இப்பண்டங்களைத் தென்னிந்தியாவிலிருந்து கொண்டு சென்றனர் என்றும், மெசபடோமியர் இந்துமாக்கடலில் கடலோடிகளாக மேலோங்கி இருந்தனர் என்றும், அம்மக்கள் பாரசீக வளைகுடா - இந்துமாக் கடல் தடத்தில் வாணிபம் செய்தனர் என்றும் முதலில் ஆராய்ச்சியாளரால் நம்பப்பட்டது. ஆனால் அது அவ்வாறன்று என்பதை அண்மையில் நடந்த ஆராய்ச்சியின் முடிவுகள் காட்டுகின்றன.

இந்துமாக் கடலில் முதன்முதலில் கலஞ் செலுத்தியவர்கள் திராவிட இந்தியாவின் மக்களாகத்தான் இருக்க முடியும் என்பது தெரிகின்றது.

மகஞ்சோதராவிலுள்ள புரோட்டோ இந்திய நிலங்களை முதலில் அகழ்ந்தெடுத்த போது, பாய்மரம் விரித்த கப்பல்களைக் காட்டும் படங்கள் கிடைத்தன.

சிந்துவெளி நகர மாந்தர் சுமேரியாவிற்குக் கடல் வழியில் சென்றனர் என்று, இந்தியாவின் பண்டை நாகரிகங்களை முதலில் கண்டவருள் ஒருவரான ஏனஸ்ட் மக்கே என்ற பிரிட்டிஷ் தொல்பொருளாராய்ச்சியாளர் நம்பினார்.

லோதால் துறைமுகம்

ஆனால் அப்பயணங்களை மேற்கொண்டவர்கள் மெசபடோமியரா, புரோட்டோ இந்தியரா, அல்லது ஒருவேளை அராபியரா என்பதை மக்கே ஆராய்ச்சிக்கு விட்டுவிட்டார். ஆனால் அண்மையில் நடந்த அகழ்வாய்வில் கண்டு பிடிக்கப்பட்டவற்றிலிருந்து, அதற்கு விடை கண்டு விடலாம்.

உலகின் மிகத் தொன்மையான துறைமுகமாகிய லோதாலின் கிழக்குப்பகுதியில் 218 மீட்டருக்கு 37 மீட்டர் அளவுள்ள கப்பல் துறை ஒன்றை இந்திய ஆராய்ச்சியாளர் கண்டுபிடித்தனர். அத்துறையில் செங்கற்கள் பாவப்பட்டுள்ளன. அது நீள் சதுர வடிவானதாக இருக்கின்றது. இப்பெரிய கப்பல் துறையை அரபுக் கடலுடன் கலக்கும் ஓர் ஆற்றுடன் இணைக்க ஏழு மீட்டர் நீளத்தில் ஒரு கால்வாய் தோண்டப்பட்டுள்ளது.

சிந்து வெளியின் தெற்கே அமைந்திருக்கும் லோதால், மகஞ்சோதரா, அரப்பா, மற்றும் பிற புரோட்டோ இந்தியா நகரங்களைப் போன்று மிகவும் பழமையானது. அது நாலாயிரமாண்டுகளுக்கு முன்னர் கட்டப்பெற்றது. லோதால் இன்றைய பம்பாய்க்கு மிக அருகில் குசராதின் கத்தியவார்த் தீவக்குறையில் இருக்கின்றது.

பண்டை வாணிபத் தடத்தின் மறுமுனையிலுள்ள மெசபடோமியாவை ஆராயும் அறிஞர்களும் ஆர்வமூட்டும் பல செய்திகளைக் கண்டுபிடித்துள்ளனர். பாபிலோனிய ஆப்பு வடிவ எழுத்துக்களைத் தாங்கிய ஏடுகளில், மகன், மேலுகா என்ற இடங்களின்

பெயர்கள் காணப்படுகின்றன. இந்நாடுகள் கிழக்கு ஆப்பிரிக்காவிலிருந்து விலையுயர்ந்த பல பண்டங்கள் கொண்டு வந்த நாடுகளுடனும் இணைத்துக் கூறப்பட்டுள்ளன.

சுமேரியாவின் 4000, 5000 ஆண்டுப் பழமையான ஏடுகளும் மகன், மேலுகா ஆகிய நாடுகளைப் பற்றிக் குறிப்பிடுகின்றன.

மகன் என்ற நாடு விலையுயர்ந்த மரங்களை ஏற்றுமதி செய்தது.

இந்துமாக் கடலில் மகனுக்கு அப்பால் இருந்த மேலுகா தங்கப்பொடி, முத்துக்கள் நீலமணிக்கற்கள் போன்ற பண்டங்களை ஏற்றுமதி செய்தது. மேலுகா "கறுத்த நாடு" என்றழைக்கப்பட்டது; அங்கு வாழ்ந்த மக்களின் நிறத்தைக் கொண்டு அது அவ்வாறு அழைக்கப்பட்டது என்பது தெளிவு.

சுமேரியர் மேலுகாவிற்குக் கலஞ்செலுத்திச் செல்லவில்லை என்பது இதில் மிகவும் முக்கியமாகும். மாறாக, மேலுக நாட்டு மக்கள் வாணிபத்திற்காக மெசபடோமியாவிற்கு வந்தனர். "மேலுகக் கப்பல்காரர்கள்" என்று மெசபடோமிய ஏடுகள் அவர்களைக் குறிக்கின்றன. மேலுக மொழி பேசும் மொழிபெயர்ப்பாளர்களில் ஒருவருடைய முத்திரை அகழ்வாராய்ச்சியின் போது கண்டெடுக்கப்பெற்றது.

மகுளம், மஞ்சி

மேலுகரின் பெரிய மரக்கலங்கள் "மகுலிம்" என்று சுமேரியக் குறிப்புகளால் பதியப்பட்டுள்ளன. அது திராவிட மொழிகளில் வழங்கும் "மஞ்சி" என்ற சொல்லின் திரிபு என்பது ஆராய்ச்சியாளர் கருத்தாகும்.

"மஞ்சி" என்பது 10 முதல் 40 டன் எடைத்திறனுள்ள பெரிய சரக்குக் கப்பலாகும். இச்சொல்லை இன்றும் கன்னடம், மலையாளம், துளு, தமிழ் ஆகிய மொழிகளைப் பேசும் மேற்குக் கரையோர மக்களின் பேச்சு வழக்கிலும், எழுத்து வழக்கிலும் காணலாம்.

எனவே, சுமேரியர் மேலுகா என்று குறிப்பிடுவது திராவிட இந்தியரையேயாம் என்று நாம் கொள்ளலாம்.

மேலுகாவிலிருந்து புறப்பட்ட கப்பல்கள் பாரசீக வளைகுடாக் கரைக்கு மட்டுமன்றி, அரேபியாவிற்கும், ஏன் எகிப்திற்கும் சென்றிருக்கக் கூடும்.

எகிப்தில் சான்றுகள்

மேல எகிப்தில் செங்கடல் எல்லையை ஒட்டிய பகுதிகளில் எண்ணற்ற பாறை ஓவியங்கள் காணப்படுகின்றன. அவற்றில் பண்டை எகிப்தியர் நைல் ஆற்றில் செலுத்தியவற்றைப் போலல்லாத மரக்கலங்கள் காணப்படுகின்றன.

நைல் ஆற்றுப் பள்ளத்தாக்கை நோக்கிப் புறப்பட்ட கலங்களில் வாடி - அதம்மாமத் என்ற கால்வாயின் வழியே செல்லுமுன்னர் செங்கடலிலுள்ள செபல்-எல்-அராக்கு என்ற இடத்திலிருந்து கிளம்பின. அக்கால்வாய் இப்போது வறண்டு விட்டது. அதன்படுகையில் ஒரு கத்தியின் கைப்பிடி கண்டெடுக்கப்பட்டது. பாப்பிரஸ் நாணலினால் கட்டப்பெற்ற நைல் படகுகளுக்கும், முன்னும், பின்னும் உயர்ந்த பகுதிகளைக் கொண்ட கப்பல்களுக்குமிடையே நடக்கும் சண்டை கத்தியின் கைப்பிடியில் சித்திரிக்கப்பட்டிருந்தது.

மேல எகிப்திலுள்ள பாறை ஓவியங்களில் இவ்வாறு சித்திரிக்கப்பட்டுள்ள அயல்நாட்டுக் கப்பல்கள் சுமேரியருடையவை என்று ஆராய்ச்சியாளர் முதலில் கருதினர்.

அவர்கள் அண்மையில் அறியப்பட்ட கண்டுபிடிப்புகளை அலசி ஆராய்ந்த பிறகு அக்கப்பல்கள் திராவிட இந்திய மக்களின் புரோட்டோ இந்தியப் பண்பாட்டின் கப்பல்களாகும் என்று எஸ்.ஆர்.ராவ் என்ற தொல்பொருள் ஆராய்ச்சி அறிஞர் கூறுகின்றார்.

அரபுக் கடலிலும், செங்கடலிலும் இருந்த துறைமுகங்களைத் தொட்டுக் கொண்டு சென்ற நாவாய்கள் - கலங்கள்- வேறெங்குமிருந்தும் வந்திருக்கலாம். அவை புரோட்டோ இந்தியரின் நகரமான மகன் என்ற இடத்திலிருந்து அல்லது அதற்கு மேலும் தெற்கே அமைந்திருந்த மேலுகா என்ற இடத்திலிருந்து வந்திருக்கலாம்.

மேலுகா என்ற இந்நிலப்பரப்பு இப்போது இந்துமாக் கடலின் அடியில் மூழ்கிக் கிடக்கின்றது.

சுமேரிய ஏடுகளில் கில்மன் என்ற மூன்றாவது நாடு ஒன்றும் கூறப்பட்டுள்ளது. இது இவையனைத்தினும் பெரிய புதிராக இருக்கின்றது.

சுமேரியச் சொர்க்கம் எங்கே?

கில்மன் என்ற நாடு எங்கேயிருந்தது என்பதைத் தேடிக் கண்டுபிடிக்கு முன்பு, இக்கால கட்டத்திற்கு முன்னர் நடந்தவற்றைச் சுருக்கமாகக் கூறுவது நன்றாக இருக்கும்.

திராவிட மொழிகளை ஆராய்ந்து அவற்றை இந்தியத் துணைக் கண்டத்தின் பண்டை மக்கள், மெசபடோமியா, ஏலம், ஏலம் மட்டுமன்றி, நடு ஆசியா உட்பட ஈரானின் பகுதிகளிலும், காகசசிலும் வாழ்கின்ற மக்களுடைய மொழிகளுடனும், அரேபியாவின் இடப்பெயர்கள், மொழிகள் ஆகிய இவற்றுடனும் ஒப்புநோக்கும்போது, திராவிட மொழிகளைப் பேசிய மக்கள் ஒரு காலத்தில் காகசஸ், அரேபியா, இந்தியா வரையிலும் பரவியிருந்தனர் என்பது தெரிகின்றது.

இந்தியத் துணைக்கண்டத்தை இம்மொழிகளின் தாயகம் என்று கொள்ள முடியாது. அவை வடக்கிலிருந்து அல்ல, வடமேற்கிலிருந்து அல்ல, மாறாகத் தெற்கிலிருந்து பரவின என்று அறிஞர் நம்புகின்றனர். ஏனெனில் திராவிட மொழிகளைப் பேசும் மக்களில் பெரும்பாலர், தென்னிந்தியாவில்தான் வாழ்கின்றனர்.

புரோட்டோ இந்திய நாகரிகத்தைக் கட்டியமைத்த மக்கள், சுமேரியருக்கு மூத்த மக்களாகிய உபைதுகள் ஆகியோர் திராவிட மொழிகளைத்தான் அல்லது அவற்றுடன் உறவு முறை கொண்டிருந்த மொழிகளைத்தான் பேசிவந்திருக்க வேண்டும்.

உபைதுகள்தாம் புரோட்டோ இந்தியப் பண்பாட்டை இந்தியாவிற்குக் கொண்டு வந்தனர் என்று கிராமரும் பிறரும் நம்புகின்றனர். உபைதுகள் சுமேரியாவில் புதிதாக வந்தேறிய சுமேரியரால் தென் மெசபடோமியாவிலிருந்து விரட்டியடிக்கப்பட்டனர்.

மெசபடோமியாவின் பண்டை மக்கள் நடுவே வழங்கி வந்த கதைகளில், இப்பகுதிக்கு நாகரிகத்தைக் கொண்டு வந்தது ''மண்ணுலகின் இறைவன்'' எனப்படும் என்-கி என்று கூறப்பட்டுள்ளது. என்-கி என்ற கடவுள் மெசபடோமியாவின் தென் தொங்கலில் எரிது என்ற நகரத்தை உண்டாக்கினான்.

இவற்றையெல்லாம் கொண்டு நோக்குகையில், இந்தியாவிற்கும், மெசபடோமியா விற்கும், ஏலம், எகிப்து ஆகியவற்றுக்கும் கூட, வேறு எங்கிருந்தோ நாமறியாத ஓரிடத்திலிருந்து நாகரிகம் வந்தது என்று கொள்ளக் கூடுமோ? அந்நாகரிகத்தை உண்டாக்கிய மக்கள் கருப்பாயிருந்தனர்; திராவிட மொழிகளைப் பேசினர்.

திராவிடர்களின் ஆதித் தாயகம் இன்று கடலுள் மூழ்கியிருக்கும் லெமூரியா என்று அவர்களின் பண்டை இலக்கியங்களில் கூறப்பட்டுள்ளது. இவ்வாறு இலக்கியங்களில் இந்நாட்டைப்பற்றி - லெமூரியாவைப் பற்றி - இந்திய, சுமேரியக் கதைகளிலன்றி, வேறு இடங்களிலும் குறிப்புகள் காணப்படுகின்றனவோ?

அதை லெமூரியா, நாவலம், தமிழகம் அல்லது தென்னாடு என்று அழைக்க வேண்டும் என்பதில்லை. சுமேரியர் அந்தப் பெயரை மாற்றியிருக்கக் கூடும்.

ஏனெனில் அவர்கள் உபைதுக் கடவுளான என்-கியை ஏ ஆ என்று மாற்றிக் கொண்டிருக்கின்றனர். மேலும், கடல் கொண்ட நாட்டின் திராவிடப் பெயர்கள் வரலாற்று இடைக்காலத்தில் உண்டானவை; அவை இந்த நீண்டகால இடைவெளியில் பெரிதும் மாற்றமடைந்து திரிந்திருக்கக் கூடும்.

என்-கி என்று அழைக்கப்பட்டதும், மெசபடோமியரால் ஏ ஆ என்ற கடற் தெய்வமாக மாற்றிக் கொள்ளப்பட்டதுமான கடவுள்தான், மெசபடோமியாவின் தென் தொங்கலில் அமைந்த எரிது நகரத்திற்கு நாகரிகத்தைக் கொண்டு வந்தது.

அந்த என்-கி என்ற கடவுளோ, தில்மன் என்ற நாட்டில்தான் உறைந்தது. தில்மன் என்ற நாட்டிலிருந்து பிணியும், சாவும் விரட்டியடிக்கப்பட்டிருந்தன. அங்கு நன்னீர் ஊற்றாகப் பெருக்கெடுத்தோடியது; மனித வாழ்க்கை இன்பம் நிறைந்ததாயும் கவலையற்றதாயுமிருந்தது.

இதுதான் சுமேரியரின் சொர்க்கம் என்று எளிதில் ஊகித்து விடலாம். தில்மன் என்பது கட்டுக்கதை, புனைகதைகளில் வரும் நகரம் என்றும், அப்படி ஒரு நகரம் இருந்ததேயில்லையென்றும் தோன்றக்கூடும்.

ஆனால் மெசபடோமியாவின் வெகு தொன்மையான வாணிப ஆவணங்களில் ''தில்மனிலிருந்து வந்த கப்பல்கள்'' பற்றிய குறிப்புகள் காணப்படுகின்றன என்பதால், அது கற்பனை நகரமாக இருக்க முடியாது.

தில்மனின் மன்னனான உபேரி, அசிரியாவின் (அசிரியா மேற்கு ஆசியாவில் தைகிரிஸ் ஆற்றின் மேற்பகுதியிலமைந்திருந்த பண்டைப் பேரரசு; இதன் தலைநகரம் நினேவா; இப்பேரரசு கி.மு.ஏழாம் நூற்றாண்டில் இந்தியாவிலிருந்து, எகிப்து, ஆசியா மைனர் வரை நீண்டு பரந்திருந்தது.) இரண்டாம் சார்கோன் மன்னனுக்கு (கி.மு.?-705 ஆட்சிக் காலம் 722 - 705 கி.மு.) திறை செலுத்தி வந்ததாகப் பிற்காலத்திய அசிரியச் சான்றுகள் கூறுகின்றன.

மற்றோர் அசிரிய மன்னன் தில்மனைத் தாக்கிக் கொள்ளையிட்டுப் பித்தளை, வெங்கலம், விலையுயர்ந்த மரம் உள்பட ஏராளமான செல்வத்தைக் கொண்டு சென்றான்.

''நகரங்களின் அன்னை'' என்று சிறப்பிக்கப்பட்ட பாபிலோனை (இது பாபிலோனியா என்ற பண்டைப் பேரரசின் தலைநகராகும். இந்நகரம் யூஃபிரிட்டிஸ் ஆற்றின் கரையில் அமைந்திருந்தது. பிற்காலத்தில் சால்டியப் பேரரசின் தலைநகராகவும் பாபிலோன் விளங்கியது. இந்நகரம் செல்வத்திற்கும், சுகவாழ்க்கைக்கும் தீச்செயல் களுக்கும் பெயர் பெற்ற இடமாக விளங்கிற்று.) இடித்துத் தரை மட்டமாக்குவதில் அசிரியக் கொடுங்கோலனான சென்னாசெரீபிற்கு (இவர் இரண்டாம் சார்கோனின் மகன் கி.மு.?-681 கி.மு. ஆண்டுகளில் வாழ்ந்திருந்தவர். அசிரிய மன்னராகக் கி.மு. 705 முதல் 681 வரை இருந்தார்) தில்மன் படைவீரர் உதவி புரிந்திருக்கின்றனர்.

ஏ ஆ என்ற கடவுள் வாழ்ந்த இடம் சொர்க்கத்திற்குரிய அம்சங்கள் அனைத்தையும் கொண்டிருந்தது என்று புராணங்கள் வருணித்திருந்த போதிலும் தில்மன் என்ற நாடு மெய்யாகவே இருந்தது.

அது எங்கே இருந்தது? ''ஞாயிறு எழுகின்ற நாடு'' என்று தில்மன் அழைக்கப்பட்டது. எனவே, அது தைகிரிஸ்-யூஃபிரிட்டிஸ் ஆறுகளின் இடைப்பட்ட சமவெளியின் கிழக்குப் பக்கத்தில் இருந்திருக்க வேண்டும்.

தொல்பொருளாராய்ச்சியாளர் பாரசீக வளைகுடாவின் பாரைன் தீவுகளில் ஒரு நாகரிகத்தைக் கண்டபோது, அதற்கும் இந்தியா, மெசபடோமியா ஆகிய பண்பாடு களுக்கும் ''அணுக்கமான தொடர்புகள்'' உள்ளன என்பதை அறிந்து கூறினர்; அவர்கள் பாரையன் தீவுகளில் கண்ட இடமானது மிகமிக மர்மமாக விளங்கும் தில்மன் என்று முடிவு செய்தனர்.

ஆனால் அதை தில்மன் என்று ஏற்கமுடியாது என்று கிராமர் வன்மையாக எதிர்த்தார்.

தில்மனின் முக்கியமான ஏற்றுமதிப் பொருள் யானைத் தந்தமாகும்; பாரைன் தீவுகளில் யானைகள் காணப்படவில்லை என்பது அதில் ஒரு வாதமாகும்.

நீர்க்கடவுளான என்-கியை வழிபடும் இடம் ஒன்றும் அங்கு இல்லை. மெசபடோமியர் இந்தியாவையும், தண்ணீரை வழிபடும் பண்பாட்டைக் கொண்ட புரோட்டோ இந்திய நாகரிகத்தையும், அதன் கடலோடுந்திறனையும், அவர்களால் அடக்கப்பட்ட யானைகளையும் மனத்தில் வைத்துத்தான், அந்த இடத்தைத் தில்மன் என்று குறிப்பிட்டனர் என்பது கிராமரின் மற்றொரு வாதமாகும்.

இருப்பினும் இத்துறையில் மேலும் ஆய்வு செய்தால், தில்மன் என்ற நாடு எங்கே இருந்தது என்பது குறித்து மறு ஆய்வு செய்வதற்கு வழி பிறக்கும்.

தில்மன் தைகிரிஸ், யூஃபிரிட்டிஸ் ஆறுகளின் வடிநிலப் பகுதிக்குத் தெற்கேயும், கிழக்கேயும் இருந்திருக்கலாம்.

இந்துமாக்கடலின் அடியில் அதன் படுகையை முற்றிலும் நுணுக்கமாக ஆராய்ந்தபிறகுதான், புரோட்டோ இந்திய நாகரிகத்தைத் தோற்றுவித்த எழுத்துக்களைப் படித்தறிந்த பிறகுதான் இக்கேள்விக்கு விடைகாண முடியும்.

தில்மன் என்ற சொல் உபைது மொழிச் சொல்லேயன்றிச் சுமேரிய மொழிச் சொல் அன்று; புரோட்டோ இந்தியர்கள் தமது நாட்டைத் தில்மன் என்று அழைத்திருப்பரேல், அதற்குரிய சான்றுகளை அவர்களின் முத்திரை எழுத்துக்களிலிருந்து அறியலாம் என்பது கிராமரின் கருத்தாகும்.

மெசபடோமியா, இந்தியா ஆகியவற்றின் தொன்மையான நாகரிகங்களின் தோற்றுவாயை ஆராயப்புகும் அறிஞர்களுக்கு, இந்த இடத்தில் தொல் பொருளியல், மானுடவியல், மொழியியல் முதலிய அறிவியல் துறைகளும், பண்டை எழுத்துக்களைப் படித்தறிய உதவுவதோடு மேற்சொன்ன அறிவியல் துறைகளையும் கடந்து நிற்கும் கடலியல் ஆராய்ச்சியும் துணை புரியும்.

எகிப்து, ஸ்ஃபிங்ஸ் ஆகியவற்றுக்கும் முற்பட்ட புதிர்

உலகின் மிகவும் தொன்மையான நாகரிகங்களுள் ஒன்றான எகிப்திய நாகரிகத்தின் தோற்றுவாயைத் தெளிவுபடுத்துவதற்கும் கடலாராய்ச்சி பெரிதும் துணை புரியக்கூடும்.

ஐம்பதாண்டுளுக்கு முன்னர் எகிப்தியரின் ஓவிய எழுத்துக்கள் படித்தறியப்பட்ட காலத்திலிருந்து, எகிப்தின் பண்டை அரசகுடி மன்னனான ஃபேரோ ஒருவனின் முகத்தையுடைய ஸ்ஃபிங்ஸ் என்னும் சிங்கமுகப் பேருரு பற்றிய புதிர் உட்பட, ஏராளமான எகிப்திய இரகசியங்கள் தெளிவாகியுள்ளன.

எனினும், எகிப்தின் பண்பாட்டு வேர்கள், அந்நாட்டின் சித்திர எழுத்துக்களின் தோற்றம், அந்நாடு முதிர்ச்சியற்றதும், செப்பமில்லாததுமான ஒரு பண்பாட்டிலிருந்து ''பெருந் தாவலாக'' மிக உயர்ந்த நிலையை இன்றைக்கு ஆறாயிரமாண்டுகளுக்கு முன்னர் எய்தியமை ஆகியன இன்னும் விடுபடாத பெரிய மர்மப் புதிர்களாகவே இருந்து வருகின்றன.

ஸ்ஃபிங்ஸ் பற்றிய புதிர் விடுவிக்கப்பட்ட நிலையில் (ஸ்ஃபிங்ஸ் என்பது மாபெரும் மனிதத் தலையையும், சிங்க உடலையும் உடைய சிற்பம்; இது எகிப்தில் ஜிகா என்னும் இடத்திற்கு அருகில் இருக்கின்றது.) எகிப்தில் ஸ்ஃபிங்ஸ்களோ, பிரமிடுகளோ இல்லாத காலத்தில், அந்நாடு எப்படியிருந்தது என்பது இன்னும் அறியப் படாமலே இருந்து வருகின்றது.

எகிப்து கிறித்துவிற்கு முந்திய எட்டாவது, ஏழாவது, ஆறாவது ஆயிரமாண்டுக் காலங்களில் நாகரிகத்தின் மைய இடமாக இருக்கவில்லை. வட ஆப்பிரிக்காவின் பெரியபரப்பு முழுமையிலும் பரவியிருந்த கற்காலப் பண்பாடு ஒன்றினைக் கொண்ட மாகாணமாகத்தான் எகிப்து இருந்தது என்பதைச் சகாராப் பாலைவனத்தில் கண்டெடுக்கப் பெற்ற சான்றுகள் ஐயத்திற்கிடமின்றிக் காட்டுகின்றன.

நைல் பள்ளத்தாக்கில் ஏறத்தாழக் கி.மு.4000 ஆண்டிற்கு முன்னர் வரையப்பெற்ற பாறை ஓவியங்களும், சகாராவில் (பரந்த மேடும், சமவெளியுமான சகாரா என்ற பாலைவனம் வட ஆப்பிரிக்கா முழுமையிலும் பரவியுள்ளது எனலாம். அட்லாண்டிக்கிலிருந்து செங்கடல் வரையிலும், மத்திய தரைக்கடலிலிருந்து நடு மாலி, நைஜர், சாடு, சூடான் வரையிலும் இப் பாழ்வெளி விரிந்து கிடக்கின்றது. இதன் பரப்பளவு 9100000 சதுர கிலோமீட்டர் - 3500000 சதுர மைல் ஆகும்.) தாசிலி, ஃபெசன் மற்றும் இதர பகுதிகளிலிருந்து கண்டுபிடிக்கப்பட்ட ஓவியங்களும், எகிப்திய ஓவியங்கள் அக்காலத்தில் கலை நுட்பத்திலும், சிறப்பிலும் ''நாட்டுப்புறத் தன்மை'' வாய்ந்தனவாக (அதாவது செப்ப முறாதனவாக) இருந்தன என்பதைத் தெளிவுபடுத்துகின்றன.

சகாரா ஒரு காலத்தில் செழிப்பான நிலப்பரப்பாயிருந்து, பின்னர் வறண்ட பாலைப் பெருவெளியாயிற்று; அங்கிருந்த பண்பாட்டு ''மையம்'' மறைந்துவிட்டது; உடனே நைல் பள்ளத்தாக்குத் திடீரென்று கற்காலத்திலிருந்து உலோகக் காலத்திற்கு,

முதிராப் பண்பாட்டிலிருந்து எழுத்துக்களுடன் கூடிய ஒரு நாகரிகத்திற்கு, அரசு எந்திரத்தையுடைய, பாசன வசதிகள் கொண்ட, நகரங்கள் அமைந்த ஒரு நாகரிக நிலைக்கு உயர்ந்து விட்டது.

நைல் பள்ளத்தாக்கில் வாழ்ந்த இம்மக்கள், இம்மாபெரும் முன்னேற்றத்தை அடையுமாறு செய்தது யாது?

அந் நாகரிகம் எகிப்தில் வாழ்ந்த மக்களால் உண்டாக்கப்பட்டதா? அல்லது புதிதாக அங்கு வந்தேறியவர்கள் அதை உண்டாக்கினரா?

தொல் பொருளியலாரிலிருந்து, தாவரவியலார் வரையில் ஏராளமான அறிவியல் நிபுணர்கள் தொகுத்துள்ள பல செய்திகளிலிருந்து எகிப்திய நாகரிகம் தாய் மண்ணிலேயே முகிழ்த்தது என்பதும், அது அங்கு நிலவிய கற்காலப் பண்பாடுகளிலிருந்து வளர்ந்தது என்பதும் தெளிவாகத் தெரிகின்றன.

இருப்பினும், அதில் தெளிவில்லாத இருட்டுப் பகுதிகள் இருக்கத்தான் செய்கின்றன. எகிப்தின் புதிய கற்காலத்திற்கும், அதையடுத்துத் தோன்றிய உயர்ந்த நாகரிகத்திற்குமிடையே நேரடியான ஒரு தொடர்பு இருந்தது என்ற தடயத்தைக் கண்டு விடமுடியாத பல்வேறு துறைகள் இதில் உள்ளன.

எகிப்தின் சித்திர எழுத்து முறையை எடுத்துக் கொள்வோம்:

நாகரிகத்தின் பெருஞ் சிறப்புக்களில், எழுத்துக்களைக் கொண்ட மொழி ஓர் அம்சமாகும். கற்கால இனத்தார்க்கும், கூட்டத்தார்க்கும் எழுத்துக்கள் வேண்டாம். சித்திர வடிவங்களே போதும்.

எனினும் அரசுகள் உண்டாகும்போது, செய்திகள், புராணங்கள், மரபுகள், இவை யனைத்தினும் மிக முக்கியமாக வாணிபக் கணக்குகள், ஆவணங்கள் முதலியவற்றைப் பதிந்து வைப்பதற்கு எழுத்து முறை ஒன்று வேண்டும்.

மெசபடோமியாவிலும், பண்டைச் சீனத்திலும் ஒரு வகையான சித்திர எழுத்து முறை, பெரும்பாடுபட்டு, அரிதின் முயன்று, வரிவடிவ முறையாக, மிக மெதுவாக உண்டானதை நாம் காண முடிகின்றது.

ஆனால் எகிப்தில் நம்மால் இதை காணமுடியவில்லை. தொல்பொருளியலார் நைல் பள்ளத்தாக்கில் கண்டுபிடித்த எண்ணற்ற பாறை ஓவியங்களை வைத்துப் பார்க்குமிடத்துப் பண்டை எகிப்தியர் "படமொழியை" நன்கு அறிந்திருந்தனர் என்பது தெரிகின்றது.

எழுதி வைக்கப் பெற்ற எகிப்திய ஆவணங்கள் ஏராளமாக இருந்தபோதிலும், பட எழுத்துக்கள் எவ்வாறு எழுத்துக்களாக உருப்பெற்றன என்பதைக் காட்டுகின்ற "தொடர்பை" நம்மால் கண்டறிவதற்கு இன்னும் முடியவில்லை.

எகிப்தின் பண்டை நகரங்களில் கற்பலகைத் தகடுகள் கண்டெடுக்கப் பெற்றுள்ளன. அவற்றில் அன்றாட வாழ்க்கையைக் காட்டும் பட எழுத்துக்களும் வரை படங்களும் நிறைந்துள்ளன. இது சித்திர எழுத்தாகத்தான் இன்னும் இருக்கின்றது.

எனினும் பிற்காலத்தைச் சேர்ந்த கற்பலகைத்தட்டு எழுத்துக்கள் நன்கு வளர்ச்சி யடைந்தனவாக மலர்ந்துள்ளன. இந்த முறை மூவாயிரமாண்டுகளுக்கு அதிகமான காலம் எவ்விதமான பெரிய மாறுதலுமின்றி வழக்கில் இருந்து வந்திருக்கின்றது.

எகிப்தின் பண்டை இலக்கிய, நினைவுச் சின்னங்கள் என்பவை, ஐந்தாவது ஆறாவது குடிமரபுகளைச் சேர்ந்த ஃபேரோக்கள் (எகிப்திய மன்னர் ஃபேரோ என்று அழைக்கப்பட்டார்.) நிறுவிய பிரமிடுகளின் உட்சுவர்களில் செதுக்கப் பெற்றுள்ள செய்திகளேயாகும். அவை சுமார் ஐயாயிரமாண்டுப் பழமை வாய்ந்தனவாகும்.

அவர்கள் செதுக்கி வைத்திருக்கும் இச்செய்திகள் ''மனிதனின் மிகத் தொன்மையான சமய இலக்கியம்'' என்றும் ''மனித இனத்தின் முக்கியமான நினைவுச் சின்னங்களுள் அடங்கியவை'' என்றும் தலையாய எகிப்தியவியல் ஆராய்ச்சியாளரான சோவியத்து அகதமீசியன் துரேயவ் கூறுகின்றார்.

அவ்வாறு சுவர்களில் எழுதி வைக்கப்பெற்றுள்ள எழுத்துக்கள் மிகவும் பழமையான ஒரு மொழியில் எழுதப் பெற்றிருப்பினும், அவற்றை மிகவும் முந்திய காலத்தைச் சேர்ந்தவை என்று கூறிவிட முடியாது. அது எகிப்தியர் வரலாறு நெடுகிலும் பயன்படுத்தி வந்த ''நிலைபெற்ற'' சமய விதி முறைகளுக்கும், எழுத்தோவிய முறைக்கும் ஒத்துச் செல்கின்றது.

பிரமிடுகளின் சுவர்களில் செதுக்கப்பட்டுள்ள செய்திகள் நம்மை மிகவும் தொன்மையான காலத்திற்கு இட்டுச் செல்லும் வகையில் அவற்றின் மொழி நடையும் பொருள் அடக்கமும் இருக்கின்றன. எனினும் அவற்றில் அடித்தல், திருத்தல் அல்லது குறை எதுவும் காணப்படவில்லை.

அந்த எழுத்து, அது எழுதப் பெற்றுள்ள மொழி நடைக்கேற்ப மிக அழகாக அமைக்கப் பெற்றிருக்கின்றது. அந்த எழுத்து மிகுந்த முதிர்ச்சி பெற்றிருப்பதால், மிக நுட்பமான சமய, மற்றும் மெய்ப்பொருள் கருத்துக்களை அது வெளிப்படுத்துகின்றது.

இதை ஒப்பிட்டுப் பார்க்கும்போது மெசபடோமியாவின் பண்டை ஆவணங்கள் முதிர்ச்சியடையாத வீட்டுக் குறிப்புகளைப் போன்று உள்ளன எனலாம்.

சுமேரிய எழுத்துக்கள் பல நூற்றாண்டுகளுக்குப் பிறகுதான், நெடுங்காலம் தேடித்திரிந்த பிறகுதான், அது சமய, மற்றும் மெய்ப் பொருள் எண்ணங்களை வெளியிடும் ஒரு கருவியாக உருப்பெற முடிந்தது.

ஒரு நாடு மற்றொரு நாகரிகத்திடமிருந்தும், மனிதரிடமிருந்தும் எழுத்து முறையைக் கடன் வாங்கி, அதில் தகுந்த மாற்றங்களைச் செய்து தனது மொழியில் கைக் கொள்வது குறித்த எடுத்துக்காட்டுகள் வரலாற்றில் நிறைந்து கிடக்கின்றன. சான்றாக அண்மைக் கிழக்கிலிருந்த மக்களில் பலர் மெசபடோமியாவின் ஆப்பு வடிவ எழுத்துக்களை எடுத்தாண்டிருக்கின்றனர்.

கிரேக்க நெடுங்கணக்குத்தான் (நெடுங்கணக்கு என்பது உயிர், மெய், உயிர் மெய் எழுத்துக்களின் வரிசையாகும்.) காப்டிக், (இது பண்டை எகிப்திய மொழியிலிருந்து பிறந்த மொழியாகும்; இந்த ஆசிய - ஆப்பிரிக்க மொழியானது கிரேக்க எழுத்துக்களால் எழுதப் பெறுகின்றது.) இந்திய - ஐரோப்பிய மொழிக் குடும்பத்தைச் சேர்ந்த ஸ்லாவிக், நடு இத்தாலியில் வாழ்ந்திருந்த பண்டை மக்கள் பேசிய எட்ரூஸ்கன் ஆகிய மொழிகளின் நெடுங்கணக்குகளுக்கு அடிப்படையாகும்; ஜப்பானியர் தொடக்கத்தில் சீன எழுத்துக் களைத்தான் பயன்படுத்தி வந்தனர். எனவே எகிப்தியர் தமது எழுத்து முறையை மற்றோர் இனத்தாரிடமிருந்து கடன் வாங்கியிருக்கக் கூடுமோ?

எகிப்தின் பல சித்திர எழுத்துக்கள், கிழக்கு மத்திய தரைக்கடலிலுள்ள கிரேக்கத் தீவான கிரீட்டில் வழங்கி வந்த எழுத்துக்களைப் போன்றிருக்கின்றன. ஆனால் கிரீட்டு நாகரிகம் எகிப்து நாகரிகத்திற்குப் பிறகுதான் தோன்றியது. (கிரீட்டு கிரேக்கத் தீவுகளிலேயே பெரிதாகும். இது தென் ஏஜியன் கடலில் உள்ளது. இங்கு கி.மு.*3000-1100* காலகட்டத்தில் மயோனிய நாகரிகம் செழித்திருந்தது. அங்கு நாசஸ் என்ற இடத்தில் மிகப்பெரிய ஓர் அரண்மனையை அகழ்ந்தெடுத்தனர். இத்தீவு மலைப்பாங்கானது. இதன் தற்காலக் கிரேக்கப் பெயர் கிரிட்டி. இத்தீவு *8331* சதுர கிலோ மீட்டர் - *3216* சதுர மைல் பரப்புடையது.)

எனவே எகிப்திய எழுத்தின் செல்வாக்குத்தான் கிரீட்டு எழுத்தில் ஏறியிருக்க வேண்டும். நைல் ஆற்றுவெளியில் எழுத்து முறை தோன்றியதற்கு முன்னரே, தைகிரிஸ்-யூஃபிரிட்டிஸ் ஆற்று வெளியில் எழுத்து முறை உண்டானது என்ற போதிலும், பண்டை மெசபடோமிய எழுத்துக்கள் போல் சற்றும் அது இருக்கவில்லை.

எகிப்துச் சித்திர எழுத்துத் தன் பகுதியில் இருந்த உயிரினங்களையும், செடியினங் களையும், கடவுளரையும், பண்டை எகிப்தியப் பண்பாட்டிற்கேயுரிய தனிக் கூறுகளை யும்தாம் சித்தரிக்கின்றன.

எகிப்தியச் சித்திர எழுத்தும், எகிப்திய நுண்கலைகளும் பிரிக்க முடியாதவாறு பிணைந்துள்ளன என்பதை எளிதில் காணமுடிகின்றது. அவை ஒரு பொதுவான பாணி, பொதுவான மனப்போக்கு, பொதுவான ''உலக மாதிரி'' முதலியவற்றை அடிப்படையாகக் கொண்டு அமைந்துள்ளன.

புனித எழுத்து என்று பொருள்படும் ஹீரோகிளிஃபு எனப்படும் பொருள் வடிவ எழுத்து முறையானது எகிப்திய நாகரிகத்தினின்றும் பிரிக்க முடியாதவாறு, அதன் ஓர் அம்சமாக விளங்குகின்றது.

செஞ்சதுர அடிமட்டத்திலிருந்து உயர்ந்து எழுகின்ற கூர்ங்கோபுரமெனப்படும் பிரமிடுகள் கட்டப்பெற்ற காலத்தில், எகிப்திய எழுத்து முறை - ஹீரோகிளிஃபு-முழு வளர்ச்சி கண்டது. அப்போது அம்மொழியில் பாடல்கள், மிகவும் அழகிய இலக்கியப் படைப்புகள், அறிவியல் மற்றும் சட்ட இலக்கியங்கள் எழுதப் பெற்றன.

ஆனால் எகிப்தியர் எவ்வாறு இந்த உயர் நிலையை எட்டினர் என்பதைக் கட்டும் தடயம் எதுவும், ஏன் இல்லை என்று அகதமீசியன் துரேயவ் வினவுகின்றார். இவ்வினாவிற்குத் தனியாக எந்த விடையும் கூறிவிட முடியாது.

எகிப்தியப் பண்பாடும், அதன் வேறு பல அம்சங்களும், எகிப்தின் எழுத்து முறைத் தோற்றத்தைப் போன்றே விவாதத்திற்குட்பட்டவையாக அல்லது நாம் அறியாதன இவ்வினாவாக உள்ளன. புதிய கற்காலத்தினால் உண்டாக்கப்பட்ட மண்ணுலகிலிருந்து எகிப்திய நாகரிகம் எழுந்தது. அக்காலத்தைப் பற்றிய செய்திகள் மனிதனால் இன்னும் அறியப்படாதனவாகவே உள்ளன.

(புதிய கற்காலம் என்ற பண்பாட்டுக் காலம் தென்மேற்காசியாவில் கிட்டத்தட்டக் கி.மு.9000 முதல் 6000 வரையிலும், ஐரோப்பாவில் கி.மு.4000 முதல் 2400 வரையிலும் நிலவிற்று. செப்பமற்ற பயிர் செய்முறை, விலங்குகளை வளர்த்தல், தேய்த்து வழவழப்பாக்கிய கற்கருவிகள், சிக்கிமுக்கிக் கற்கள் முதலியன இக்காலத்தின் பண்பாடுகள்.)

எகிப்தில் நிலவிய புதிய கற்காலத்தின் தோற்றம் பற்றி நம்மால் நிச்சயமாக எதையும் கூறிவிட முடியாது என்று ''ஃபேரோக்களுக்கு முற்பட்ட காலத்து எகிப்து'' என்ற சிறு ஆராய்ச்சிக் குறிப்பில் சோவியத்து அறிஞரான எச்.கிங் என்ற பெண்மணி கூறுகின்றார். அண்மையில் எகிப்தில் கண்டெடுக்கப் பெற்ற சான்றுகளை வைத்து நோக்குகையில், நாம் எதிர்பார்த்திராத பல செய்திகள் வெளிப்படலாம் என்று தெரிகின்றது.

எகிப்தின் புதிய கற்காலத்திற்கும், சகாராவின் பண்டைப் பண்பாடுகளுக்கும் தொடர்பு இருந்தது என்பது தெளிவு. எகிப்து கற்காலத்திலிருந்து, வெண்கலக் காலத்திற்குத் ''தாவியது'' குறித்தும், அது முதிராத பழங்காலச் சமூகமாயிருந்து, நாகரிகச் சமூகமாக முகிழ்த்ததற்கும் சில காரணங்கள் உள்ளன என்பதும் தெளிவாகும்.

குமரிக் கண்டம் தாயகமா?

நான்கு பண்டை நாகரிகங்களும் - எகிப்து, உபைது - சுமேரியன், ஏலமியர், திராவிட - புரோட்டோ இந்தியன் ஆகிய நான்கு நாகரிகங்களும் - ஒரே இடத்தில், லெமூரியாவில் தான் தோன்றியிருக்கக் கூடுமோ?

பல்லாயிரமாண்டுகளுக்கு முன்னர் இந்துமாக் கடலில் ஒரு பெரிய நிலப்பரப்பு மூழ்கியது என்பதைக் கடலாராய்ச்சியியல் உறுதிப்படுத்துமேயாயின், மனிதனின் பண்டை வரலாறு பற்றிய பல கருத்துக்களைத் திருத்தி எழுத நேரும். ஏனெனில் ஷ்லீமனும், ஈவான்சும் பல சான்றுகளை அகழ்ந்து கண்ட பிறகுதான் பண்டைக் கிரேக்க வரலாறு மறு ஆய்வு செய்யப்பட்டது. அதைப்போன்று புரோட்டோ இந்திய நகரங்களை அகழ்த்தெடுத்த பிறகு இந்தியாவின் பண்டை வரலாற்றையும் திருத்தி எழுத நேரிடும்.

துருக்குமேனிஸ்தானம், சுமேரியா, லெமூரியா

ஈரானுக்கு வடக்கே நடு ஆசியாவில் சோவியத்து மக்கள் குடியரசாக இன்று விளங்கும் துருக்குமேனியாவின் தென்பகுதியில் சோவியத்துத் தொல் பொருளியலார் நடத்திவரும் ஆராய்ச்சிகளை வைத்துப் பார்க்கும்போது, அங்கு புரோட்டோ இந்திய, ஏலமியப் பண்பாடுகளைப்போன்று மிகப் பழமையான ஒரு நாகரிகத்தைக் கண்டு பிடித்துவிடலாம் என்று தோன்றுகின்றது. இந்நாகரிகமும் லெமூரியாவிலிருந்து தோன்றியதாக இருக்கலாம்.

ஏறத்தாழ ஐயாயிரம் ஆண்டுகளுக்கு முன்னரே, நகரங்கள், கோயில்கள், கோட்டை மதில்கள், உயர்ந்த கோபுரங்கள் முதலியன கட்டப்பட்டிருந்தன என்பது துருக்குமேனியா வில் அண்மையில் நடந்த அகழ்வாராய்ச்சிகளிலிருந்து தெரியவந்திருக்கின்றது.

கிறித்துவிற்கு முற்பட்ட மூன்றாவது, இரண்டாவது மில்லீனியங்களின் (மில்லீனியம் = ஆயிரம் ஆண்டுகள்) மண்ணுக்கடியில் புதைந்த களிமண் சிற்றுருக்கள், மெசபடோமியாவின் உபைது நாகரிகத்தை அகழ்ந்தபோது கிடைத்த சிற்றுருக்களை, வியப்பூட்டும் வகையில் ஒத்திருக்கின்றன.

தென் துருக்குமேனியனின் கி.மு.மூன்றாவது, இரண்டாவது மில்லீனியத்துச் சிற்றுருக்களில் காணப்படும் எழுத்துக்கள் சுமேரியர், ஏலமியர், இந்தியத் துணைக் கண்டத்து மக்கள் முதலானோரின் எழுத்துக்களைப் போலவே இருக்கின்றன.

இதுவரையிலும் கிட்டத்தட்ட இருபதிற்குச் சற்று அதிகமான தென் துருக்கு மேனிய ஹீரோகிளிஃபிக்ஸ் என்ற பொருள் வடிவ எழுத்துக்கள் மட்டுமே வெளிக் கொணரப்பட்டுள்ளன. அவற்றின் வடிவம், வழக்கிலிருந்து படிந்து வந்தனவாகவும்; செப்பமற்றும் இருப்பினும், அவற்றுள் சில, வேறு எழுத்துக்களை ஒத்திருப்பது வியப்பூட்டவில்லை எனலாம்.

சான்றாக, எண் முனைகளையுடைய ஒரு நட்சத்திரம் தென் துருக்குமேனியச் சிற்றுருக்களில் காணப்படுகின்றது. அதே போன்ற நட்சத்திரம் புரோட்டோ சுமேரிய எழுத்திலும் ''தெய்வம்'' அல்லது ''வானம்'' என்ற பொருள்களில் வழங்கி வந்தது.

ஒரு நட்சத்திரம் ஐந்து அல்லது ஆறு முனைகளைக் கொண்டதாகக் காட்டப்படும் வழக்கம் இருந்து வருகையில், மேற்சொன்னவாறு (எண் முனை) காணப்படும் ஒற்றுமை தற்செயல் பொருத்தம் என்று கூற முடியாது.

தென் துருக்குமேனியாவின் பிற சித்திர எழுத்துக்களுக்கும், புரோட்டோ இந்திய, குறிப்பாகப் புரோட்டோ ஏலமிய எழுத்துக்களுக்கும் ஒற்றுமைகள் உள்ளன என்பதில் ஐயமில்லை. அவற்றினிடையே பொதுவான அம்சங்களும் பொது வேர்களும் உள்ளன என்பது தெளிவு.

புரோட்டோ சுமேரிய, புரோட்டோ ஏலமிய, புரோட்டோ இந்திய எழுத்துக்கள் நிலவிய காலத்தில் நாலாயிரமாண்டுகளுக்கு முன்னர் புரோட்டோ துருக்குமேனிய எழுத்துக்கள் இருந்து வந்தன என்று உறுதியிட்டுச் சொல்வதற்கு இன்னும் காலம் கனியவில்லை.

தென் துருக்குமேனியச் சித்திர எழுத்துக்களுடன் தொடர்புடைய எழுத்தடங்கிய ஏடு எதுவும் இன்னும் கண்டுபிடிக்கப்படவில்லை. நமக்குக் கிடைத்திருப்பனவெல்லாம் தனித்தனி எழுத்துக்கள் அல்லது குறியீடுகளின் தொகுதி ஆகியன மட்டுமேயாம்.

மெசபடோமியா, ஏலம், இந்தியா முதலிய இடங்களிலும் போன்று, அதே சித்திர அடிப்படையில் தென் துருக்குமேனியாவிலும் எழுத்துக்கள் உருப்பெற்று வந்தன என்ற அனுமானம், இவற்றிடையே காணப்படும் ஒற்றுமைக்குச் சிறந்த விளக்கமாக அமையலாம்.

மெசபடோமியாவில் அல்லது ஏலத்தில் ஆக்கப்பட்ட எழுத்துக்களை அப்படியே துருக்குமேனியா கடன் வாங்கியிருக்குமாயின், நாம் அவ்வெழுத்துக்களால் எழுதப்பெற்ற ஏடுகளைக் காணலாம்; ஆனால் சிறு உருவங்களின் மீது செதுக்கப்பெற்ற ''எழுதக் கற்கும் முயற்சியைத்'' தான் காணமுடிகின்றது.

ஒரு மெல்லிய சுட்ட மண் தகட்டில் வேறு வேறான மூன்று எழுத்துக்கள் உள்ளன. அவற்றுள் ஒன்று நான்கு முறை திரும்பத் திரும்ப வருகின்றது. அது தென் துருக்கு மேனியாவின் பண்டை நகரங்களுள் ஒன்றில் அண்மையில் கண்டுபிடிக்கப்பட்டது.

ஒரு குழந்தை முயன்று எழுத்து வடிவங்களைக் கற்க முயல்வது போன்று, அவையனைத்தும் உள்ளன என்று வரலாற்றாசிரியரான வி.மேசன் கூறுகின்றார். அங்கு அப்பகுதிக்குரிய வரிவடிவம் ஒன்று உண்டாகிக் கொண்டிருந்திருக்கலாம்.

இந்தப்பணி அங்கு நடந்து கொண்டிருந்தது என்பதை, இனிமேல் மேற்கொள்ளப் படும் அகழ்வுகளிலிருந்து தெரிந்து கொள்ளலாம். பண்டைத் துருக்குமேனிய மக்கள் தமக்கென்று ஒரு வரி வடிவத்தை உண்டாக்கி வந்தனரா? (சோவியத்து யூனியனில் கண்டுபிடிக்கப்பட்ட இக் ''களிமண் புத்தகங்கள்'' இந்நூற்றாண்டின் மிகப் பெரிய தொல் பொருளியல் நிகழ்ச்சியாக இருக்கலாம்.) அல்லது அவர்கள் வரி வடிவத்தை ஆக்கும் தொடக்க நிலையில் இருந்தனரா?

கிறித்துவிற்கு முந்திய இரண்டாவது ஆயிரமாண்டின் நடுவில் தென் துருக்கு மேனியாவின் நகரங்கள் சீரழியலாயின; அங்கு வாழ்ந்த மக்கள் அந்நகரங்களை விடுத்து வெளிச்சென்றனர்.

புரோட்டோ இந்திய நாகரிகம் அழிந்த கிட்டத்தட்ட அதே காலத்தில், தென் துருக்குமேனிய நாகரிகமும் சிதைந்தது. அதன் காரணங்கள் இன்னும் நமக்குப் புலனாகவில்லை.

இன்று சோவியத்து யூனியனின் தென் தொங்கலில் உள்ளதும், துருக்கு மேனிஸ்தானத்தின் தலைநகராக இருப்பதுமான ஆஷ்காபாதிலிருந்து சென்ற தொல் பொருளியலார், 1960 ஆம் ஆண்டு தென் துருக்குமேனியாவின் அல்தின்-திபி என்ற நகரத்தை அகழ்ந்த காலையில் அங்கு ஒரு வீட்டின் சுவரிலிருந்து எடுத்த குவையில் பல்வேறு பொருள்கள் அடங்கியிருந்தன. அவற்றுள் மூன்று தந்தத் துண்டுகள் இருந்தன. அத்துண்டுகள் மீது வட்டங்கள் செதுக்கப் பெற்றிருந்தன.

புரோட்டோ இந்திய நகரங்களை அகழ்ந்தபோது இவற்றைப் போன்ற பொருள்கள் கண்டெடுக்கப்பட்டன. குறி சொல்வதற்குத் தந்தத் துண்டுகள் பயன்பட்டன என்பதைப் பண்டை இந்திய ஏடுகளிலிருந்து நாம் பிற்காலத்தில் அறிந்திருக்கின்றோம்.

(குறிகாரன் தந்தத் துண்டுகளை மேலே வீசியெறிந்து, அவை தரையில் விழுந்த பின்னர், அவற்றின் மேற்பகுதியில் காணப்படும் வட்டங்களை வைத்துக் குறி சொல்லும் பழக்கம் தொல் பழங்காலத்தில் இருந்து வந்திருக்கின்றது.)

அம்மக்களுக்கு இந்தியாவுடன் வாணிபத் தொடர்பு இருந்ததா? தென் துருக்குமேனிய மக்களும் புரோட்டோ இந்தியரும் ஒரே தன்மைத்தான சமய நம்பிக்கைகளைக் கொண்டிருந்தனரா? இவ்விரு மக்களும் ஒரே இனத்திலிருந்து கிளைத்திருக்கக் கூடுமோ?

தென் துருக்குமேனியாவில் வாழ்ந்த பண்டை மக்களின் மண்டையோடுகளையும், எலும்புகளையும் அறிவியலார் பகுத்து ஆராய்ந்தனர். அவையனைத்தும் மானிட வியலின்படி புரோட்டோ இந்தியரின் எலும்புகளை ஒத்திருந்தன. அதேபோன்று, நாம் முன்னர் குறித்த உபைதுகளின் எச்சங்களையும் ஒத்திருந்தன.

அத்தொன்னெடுங்காலத்திற்கு முன்னர் புரோட்டோ இந்தியர் துருக்குமேனி யாவினுள்ளும், அல்லது உபைதுகள் இந்தியாவிற்குள்ளும் பேரெண்ணிக்கையில் குடியேறினர் என்பது ஐயப்பாட்டிற்குரிய செய்தியாகும்.

யாவரும் கேளிர்

கி.மு. நான்காவது, மூன்றாவது மில்லீனியங்களில் ஒத்த மொழிகளையும் பண்பாட்டையும் கொண்டிருந்த மக்கள், உருவ அமைப்பிலும் ஒத்திருந்த மக்கள், வடக்கே சிந்துவெளிப் பகுதிக்கும், தைகிரிஸ் - யூஃபிரிட்டிஸ் ஆற்றுவெளியை நோக்கியும், ஏலத்திற்குள்ளும், பாரசீக வளைகுடாக் கரை நெடுகிலும், சகரோஸ் மலைகள் (இம்மலைத் தொடர் துருக்கியிலும் ஈரானிலும் உள்ளது. இதன் நீளம் கிட்டத்தட்ட 1600 கிலோ மீட்டர்-1000 மைல். இது கிழக்குத் துருக்கியிலிருந்து தென் கிழக்கில் பாரசீக வளைகுடாக்கரை நெடுகிலும் நீண்டு ஏர்மஸ் நீரிணை வரை செல்லுகின்றது.) நெடுகிலும், ஈரானுக்குள்ளும், அதையும் தாண்டித் தென் துருக்குமேனியாவிலும் குடியேறியிருக்கக் கூடும்.

இப்பகுதிகளனைத்திலும் புதிதாகக் குடியேறிய மக்கள், அங்கு முன்னரே வாழ்ந் திருந்த மக்களுடன் ஒன்றிக் கலந்தனர். அதன் விளைவாக அப்பகுதிகளில் சுமேரிய, புரோட்டோ இந்திய, ஏலமிய, தென் துருக்குமேனிய நாகரிகங்கள் முகிழ்த்தன.

மனிதக் கிளைகள்

"தெற்கிலிருந்து சென்ற இப்புதிய மக்களின்" கிளை ஒன்று செங்கடலையும் அடைந்திருக்கலாம். (செங்கடல் என்பது இந்துமாக்கடலின் கிளையாகும். இது வடமேற்கு ஆப்பிரிக்காவிற்கும், அராபியத் தீவக்குறைக்கும் இடையில் அமைந்துள்ளது. ஒரு வகையான கடற்பாசி இக்கடலுக்குச் செந்நிறத்தைக் கொடுப்பதால், இது இப்பெயர் பெற்றுள்ளது.)

அவர்கள் அங்கு வாழ்ந்த மக்களுடன் கலந்து ஒன்றி எகிப்திய நாகரிகம் தோன்றுவதற்குக் காரணமாக இருந்திருக்கக் கூடும். எகிப்திய நாகரிகத்தில் ஆப்பிரிக்க மக்களின் பங்கு மிகுதியாக இருந்தமையால், எகிப்திய நாகரிகமானது தன்னுடன் ஓரின உறவுடைய புரோட்டோ இந்திய, சுமேரிய, ஏலமிய, தென் துருக்குமேனியப் பண்பாடுகளிலிருந்து பெரிதும் வேறுபட்டுள்ளது.

நமது பண்டை நாகரிகத் தொட்டில் லெமூரியாவா? அந்த லெமூரியா திடீரென்று அழிந்தொழிந்ததா? பண்டை ஆதாரங்களிலிருந்து லெமூரியா பற்றிய செய்திகளை நம்மால் அறிந்து கொள்ள முடியுமா?

இந்து மாக்கடல் தீவுகள்

துணிச்சல்மிக்க புரோட்டோ இந்தியக் கடலோடிகள் ஐயாயிரமாண்டுகளுக்கு முன்னர் இந்து மாக்கடலில் கலஞ் செலுத்தியிருக்கின்றனர். அரபுகளின் கடலோட்டமும் கிட்டத்தட்ட அதேகாலம் வரையிலும் செல்கின்றது. இவர்களைப் போன்று பண்டை எகிப்தியரும் செங்கடலிலும் கலஞ்செலுத்தி வந்திருக்கின்றனர்.

கிரேக்கர்கள் பிற்காலத்தில் இந்துமாக்கடலின் வாணிபத் தடங்களில் துணிந்து கலஞ்செலுத்தினர். அரபு, எகிப்திய, ரோமானியப் பண்டை நூல்களனைத்திலும் இந்துமாக்கடலிலுள்ள வளங் கொழிக்கின்ற, கற்பனையை மிஞ்சுகின்ற தீவுக் கூட்டங்களைப் பற்றி நிரம்பக் குறிக்கப்பட்டுள்ளன.

லெனின்கிராடிலுள்ள "ஹெரிட்டேஜ்" என்ற மியூசியத்தின் பாப்பிரஸ் தொகுதி களடங்கிய 1115 ஆம் எண் பாப்பிரசில் பண்டை எகிப்தின் மிகச்சிறந்த இலக்கியப்

படைப்புகளில் ஒன்று காணப்படுகின்றது. (பாப்பிரஸ் என்பது நெடிது வளரும் கோரை வகை நாணலாகும். பண்டைக்காலத்தில் எகிப்தியர், கிரேக்கர், ரோமானியர் இந்நாணலைக் கூழாக்கிக் காகிதம் செய்து பயன்படுத்தினர். பண்டை எகிப்தில் இந்தப் பாப்பிரஸ்தான் எழுதுவதற்குப் பயன்பட்டது.)

கலம் உடைந்த மாலுமியின் கதை

கலம் உடைந்து கரைசேர்ந்த ஒரு மாலுமி கூறிய கதை அந்தப் பாப்பிரஸ் ஏட்டில் காணப்படுகின்றது. இந்த ஏடு எகிப்தியவியலாரான வி.கோலனிஷ்சேவ் என்ற இரஷிய அறிஞரால் 1881 ஆம் ஆண்டு மொழி பெயர்க்கப்பட்டது. அவர் அந்த ஏட்டிற்கு அளித்திருக்கும் முன்னுரையில் கலமுடைந்து கரை சேர்ந்த எகிப்திய மாலுமியின் கடற்பயணத்தை, ஹோமரின் (இலியது, ஒடிசி என்ற இருபெரும் காவியங்களை எழுதிய எழுதிய கிரேக்கப் பெரும்புலவர்; சுமார் கி.மு.800 வாக்கில் வாழ்ந்திருந்தவர்.) ஒடிசியுடனும், அரபுக்கதைகளில் வரும் கடலோடியான சிந்துபாதின் பயணங்களுடனும், பைபிள் கதைகளுடனும் ஒப்பிட்டுக் காட்டுகின்றார்.

அதன் பிறகு, கலமுடைந்த இந்த மாலுமியின் கதை பல மொழிகளில் மொழி பெயர்க்கப்பட்டது. அது மொழியியல், வரலாறு மற்றும் இலக்கிய அடிப்படையில் பகுத்தாராயப்பட்டிருக்கின்றது. பண்டை எகிப்தின் வரலாற்றைக் கற்பிக்கும் பாடங்கள் அனைத்திலும், இம்மாலுமியின் கதையும் ஒரு பாடமாக உள்ளது. இருப்பினும் இக்கதையில் தெளிவற்றனவும், விவாதத்திற்குரியனவுமான பல செய்திகள் காணப்படுகின்றன.

எகிப்தின் திறன் வாய்ந்த மாலுமியர் கூட்டம் ஒன்று 120 அடி நீளமும், 40 அடி அகலமுமான ஒரு கலத்தில் செங்கடலிலும், இந்துமாக்கடலிலும் மேற்கொண்ட ஒரு பயணத்தை மேற்சொன்ன பாப்பிரஸ் ஏடு விவரிக்கின்றது.

கடலில் புயல் தோன்றிக் கலத்தை நடுக் கடலுக்கு இழுத்துச் செல்லவே, அது மூழ்கி விடுகின்றது. அப்போது அதில் தப்பிப் பிழைத்தவர் ஒருவரேயாவார். அம்மாலுமி தான் இக்கதையைக் கூறுகின்றார். அவர் நடுக் கடலிலிருந்து அலைகளினால் ஒரு தீவின் கரைக்குத் தள்ளப்பட்டார்.

அவர் அத்தீவில் முதல் மூன்று நாட்கள் சுற்றித் திரிந்தார். அவர் அப்போது அங்கு அத்திப்பழம், கொடிமுந்திரி, வெங்காயம், வேறு பிற பழங்கள், பலவகை மீன்கள், பறவைகள் முதலானவற்றைக் கண்டார். அவர் அத்தீவை ஆண்டு வந்த பெரிய பாம்பு ஒன்றை விரைவில் சந்திக்க நேர்ந்தது.

தாடிப் பாம்பு

அந்தப் பாம்புக்குத் தாடி இருந்தது! அதன் உடம்பு தங்கத்தால் மூடப்பட்டு இருந்தது! கண்கள் நீலமணிக் கற்கள் என ஒளிர்ந்தன.

மாலுமி தனக்கு நேர்ந்த இன்னல்களை அந்தப் பாம்பிடம் கூறியதும், அது மாலுமியைத் தனது தீவில் தங்கியிருக்குமாறு வரவேற்றது. அந்தப் பாம்பு மாலுமிக்கு விலையுயர்ந்த பரிசுகளை - ஒட்டைச் சிவிங்கி, தந்தம், கருவாப்பட்டை, நறுமணப் பொருள்கள் முதலியன - அளித்து, அவரை ஒரு கப்பலில் ஏற்றி எகிப்திற்கு அனுப்பி வைத்தது.

அப்போது பாம்பு மாலுமியிடம் பிரியாவிடைக் கூறியது: ''நீ இந்தத் தீவிலிருந்து நீங்கிய பின்னர், இதை மீண்டும் காணமாட்டாய். ஏனெனில் அது அலைகளுக்குள் சென்றுவிடும்.''

நாடோடிக் கதையிலும் உண்மை

இது கலம் இழந்த ஒரு மாலுமியைப் பற்றிய நாடோடிக் கதை போன்று இருந்தாலும், இதில் சிறிதளவு உண்மையும் உள்ளது. இதில் கூறப்பட்டுள்ள தாடிக்காரப் பாம்பினால் ஆளப்பட்ட தீவு செங்கடலில் அல்லது இந்துமாக்கடலில் எந்தத் தீவாக இருக்கக் கூடும்? அது ஏடன் வளைகுடா நுழைவிடத்திற்கருகே இந்துமாக்கடலிலுள்ள சோகோத்திரா என்னும் தீவாக இருக்கலாம் என்று கோலனிஷ்சேவ் நினைக்கின்றார்.

சோகோத்திரா என்ற தீவு, தென் ஏமனில் உள்ளது; அது இந்துமாக்கடலில் ராஸ் சேசயர் என்ற இடத்திற்கு வடகிழக்கே 200 கிலோ மீட்டர் - 125 மைல் - தொலைவில் உள்ளது. இது பெரிதும் செழிப்பில்லாத பாழ்நிலமாகும். இந்த வறண்ட சமவெளி 1432 மீட்டர் (4700 அடி) உயரம் வரை இருக்கின்றது.

(எனினும் கரையோரமான சிறு சமவெளிகளில் பேரீச்சம்பழம், குங்கிலியம், மிர் என்ற ஒருவகை மணச்செடி முதலியனவும் விளைகின்றன. அகிலும் விளைகின்றது. இத்தீவின் தலைநகரம் தமரிதா; சோகோத்திரா 1866 ஆம் ஆண்டு பிரிட்டனின் பாதுகாப்பில் வந்தது; பின்னர் அது விடுதலை பெற்ற புதிய தென் ஏமனுடன் 1967 ஆம் ஆண்டில் சேர்ந்து விட்டது. இத்தீவில் 12,000 பேர் (1987) வாழ்கின்றனர்.)

அந்தத் தீவு ஒரு காலத்தில் பாம்புகள் மலிந்திருந்த செயிண்ட் ஜான் தீவு என்று ஒரு சாராரும், அரபுகள் இன்றும் பாம்புகளின் தந்தை என்ற பொருளில் அழைக்கும் அபு-ஹபன் என்று மற்றொரு சாராரும் அடையாளங் காட்டுகின்றனர். கடைசியாகச் சொன்ன அபு-ஹபன் தென் ஏடனின் தலைநகரான ஏடனுக்கருகிலுள்ள ஒரு சிறு தீவாகும்.

எகிப்தியப் பாப்பிரசில் கூறப்பட்டுள்ள அத்தீவை மிகவும் துல்லியமாக அடையாளங் கண்டுவிட முடியாது என்று இக்கதையை அண்மையில் மொழிபெயர்த்த மற்றோர் எகிப்திய வியலாரான சோவியத்து அறிஞர் ஒய்-மேக்சிமோவ் கூறுகின்றார்.

ஏனெனில் ''மனிதன் அடைந்தே தீர்வது என்று பண்டைக் காலத்திலிருந்தே சிந்தித்து வருவதும், சில வேளைகளில் அடைய முயன்றதுமான மண்ணுலகப் பேரின்ப லோகத்தின் அம்சங்களனைத்தும் (இக்கதையில்) காணப்படுகின்றன'' என்பது மேக்சிமோவின் கருத்தாகும்.

பூலோக சொர்க்கம்

யூஃபிரிட்டிஸ், தைகிரிஸ் என்ற இரண்டு ஆறுகளுக்கு இடைப்பட்ட பகுதியான மெசபடோமியா வடக்கே அர்மீனிய மலைகளிலிருந்து பாரசீக வளைகுடா வரையிலும் பரந்து கிடக்கின்றது. பண்டைச் சிறப்பு வாய்ந்த மெசபடோமியாவின் பெரும்பகுதி, இன்று ஈராக்கில் உள்ளது. இந்தப் பகுதியில்தான் பண்டைக் காலத்தில் எழுத்து முறை, கணிதம், வானவியல் முதலியன வடிவெடுத்து வளர்ந்தன. இங்குதான் முதன்முதலில் சகடம் என்ற சக்கரம் கண்டுபிடிக்கப்பட்டது என்று வரலாறு கூறுகின்றது.

இத்தனை சிறப்பு வாய்ந்த மெசபடோமியாவில் வாழ்ந்த மக்கள் தில்மன் என்ற இடத்தை மண்ணுலகச் சொர்க்கமாக வடித்துக் கொண்டனர். இதில் கற்பனைக் கூறுகள் இருக்கின்றமையால், இந்தத் தீவும் கற்பிக்கப்பட்டது என்று பொருளாகாது.

அத்தீவு ''அலைகளுக்குள் சென்று விடும்'' என்று கூறப்பட்டிருந்ததால், எகிப்தியவியலார் அல்லது நாடோடிக் கதை ஆய்வாளர் ஆகியோரிடமிருந்து நாம் சற்று வேறுபட்ட முறையில் இதை அணுகுகின்றோம்.

கலம் உடைந்து தனியே கரை சேர்ந்த மாலுமியின் கதை, இந்துமாக்கடலில் மெய்யாகவே இருந்த ஒரு தீவையோ, பெருநிலப் பரப்பையோ பற்றிய செய்தியை எதிரொலிக்கின்றதோ?

சூரியத் தீவு

கற்பனையை மிஞ்சும் செல்வச் செழிப்பும் வளமும் கொண்டு பண்டை உலகில் நிலவிய நாடுகளின் சமூக அமைப்புகளிலிருந்து மாறுபட்ட தீவுகளைப் பற்றித் தொன் நூல்கள் பலவற்றில் குறிப்புகள் காணப்படுகின்றன. அவற்றுள் முதலிடம் பெற்றிருப்பவை இந்துமாக்கடலிலுள்ள சூரியத் தீவும், பனயா தீவுகளுமாகும்.

டயோடரஸ் எழுதிய வரலாற்றுத் தொடர்புடைய ஒரு நூல், ஜம்புல் என்ற ஒருவரைப்பற்றிக் கூறுகின்றது. எத்தியோப்பியர் கடலில் நான்கு மாதம் புயல் வீசிய வேளையில் பயணம் செய்து ஜம்புலைச் சூரியத் தீவிற்குக் கொண்டு சென்றனர். அத்தீவு ஏறத்தாழ 5000 ஸ்டேடியோ (1000 கிலோ மீட்டர்) சுற்றளவுடையது. அது நில நடு மையத்தில் அமைந்திருந்தது.

ஏனெனில் அங்கு பகற்பொழுது இரவுப் பொழுதைப் போல அதே அளவு நீண்டிருந்தது. நடுப்பகலில் அங்கு எந்தப் பொருளின் நிழலும் கீழே தரையில் விழுவதில்லை. ஏனெனில் பகலவன் அப்போது உச்சியிலிருப்பான்.

அத்தீவின் மண்ணிலிருந்து அங்கு வாழ்ந்த மக்களுக்கு வேண்டிய அனைத்தும் கிடைத்து வந்தன. அவர்கள் நெடுங்காலம் - சுமார் 150 வயது வரை - நெடிது உயிர் வாழ்ந்திருந்தனர். அவர்கள் எக்காலத்தும் நோய்வாய்ப்படுவதில்லை.

அவர்களிடையே பூசல் இல்லை; சமூக மனவேறுபாடுகள் கிடையாது. ஏனெனில் அங்கு மிக உயர்வான உள்நாட்டுச் சட்ட, ஒழுங்குமுறை நிலவியது.

சூரியத் தீவின் மக்கள் உடுக்கள் பற்றிய அறிவில் முதிர்ந்திருந்தனர். அவர்களின் எழுத்து மேலிருந்து கீழே பத்திகளாக எழுதப்பெற்றது.

மடகாஸ்கரா?

எழுத்துப்பற்றிய மேற்கூறிய செய்தியை வைத்துச் சூரியத் தீவு என்பது மடகாஸ்கராக இருக்கலாம் என்று கருதப்பட்டது. ஏனெனில் மடகாஸ்கரில் மேலிருந்து கீழ் நோக்கி எழுதும் எழுத்து முறை இருந்து வந்தது. சீன, ஜப்பானிய மொழிகளும் இவ்வாறு எழுதப்படுகின்றன.

மடகாஸ்கர் தீவு கிழக்காப்பிரிக்கக் கரையிலிருந்து சுமார் 400 கிலோ மீட்டர் - 250 மைல் - தொலைவில் உள்ளது. எனினும் இத்தீவின் மக்களும், பண்பாடும், மொழியும், ஆப்பிரிக்காவில் வாழும் மக்களுடன் ஒத்திராது, மடகாஸ்கருக்குச் சுமார்

5000 கிலோ மீட்டர் - *3000* மைல்கள் - தொலைவிலுள்ள இந்தோனேசியத் தீவுகளுடன் ஒத்திருக்கின்றன.

(இந்துமாக்கடலிலுள்ள மடகாஸ்கர் தீவு இன்று குடியரசாக விளங்குகின்றது. இத்தீவு 1895 இல் பிரஞ்சுக்காரரின் பாதுகாப்பில் இருந்து, 1958 இல் தன்னாட்சிப் பகுதியாகி, 1960 ஆம் ஆண்டில் முழு விடுதலை பெற்றது. இங்கு அரிய செடியினங்களும், உயிரினங்களும் உள்ளன. இத்தீவில் மளகாசி என்ற மொழி பேசப்படுகின்றது.)

பாலித் தீவு?

இருப்பினும் சூரியத் தீவு என்பது இந்தோனேசியாவின் பாலித் தீவேயாகும் என்று ஜெர்மன் அறிஞரான கிறிஸ்தியன் லாசன் கருதுகின்றார். *(பாலித் தீவு இந்தோனேசியாவின் ஜாவாவிற்குக் கிழக்கேயுள்ள மலைப்பாங்கான தீவாகும். இன்று இத்தீவின் தலைநகரம் சிங்கராஜா. இங்கு மிகவும் தொன்மையான இந்து நாகரிகம் இன்றும் உயிர் வாழ்ந்து வருகின்றது. பாலித் தீவு இசைக்கும் நடனத்திற்கும் பெயர் பெற்றது.)*

இலட்சிய உலகம்

இந்தச் சூரியத் தீவு பற்றிய கதை, மற்றோர் இலட்சிய உலகமாகவே - யுட்டோப்பியா வாகவே இருக்கின்றது.

இலங்கை பற்றிய கற்பனைச் செய்திகள் கிரேக்கத்தை எட்டியதையொத்து, இந்தக் கதையும் உள்ளது என்று வரலாற்றாசிரியரான ஜார்ஜ் தாமஸ் என்ற ஆங்கிலேயர் கூறுகின்றார்.

சூரியத் தீவைப் பற்றிய கதையானது, ஒரு பொற்காலத்தையும், சமத்துவமும், நீதியும் நிலவிய முறைமரபையும் பற்றிய தேவதைக் கதை போன்று வருணிக்கப்பட்டுள்ளது என்பதில் ஐயமில்லை. இருப்பினும் இது வெறும் கற்பனைத் தீவு அன்று என்று எண்ணச் செய்கின்ற பல செய்திகள் இக்கதையில் உள்ளன.

மேலிருந்து கீழிறங்கும் எழுத்து முறை பற்றியதைப் போன்ற மெய்த் தன்மையான விவரங்கள் இட்டுக் கட்டப்பட்டிருக்க முடியாது. அப்படிப்பட்ட எழுத்து முறை பண்டையுலகம் அறியாதிருந்த ஒன்றாகும்.

இந்தச் சூரியத் தீவு நில நடுமையத்தில் இருந்த போதிலும், அங்கு இதமான பருவநிலை இருந்ததென்று ஜம்புலின் பற்றிய இக்கதையில் கூறப்பட்டுள்ளது. அது இச்செய்தியைக் கூறியுள்ள டயோடரசிற்கும் மயக்கத்தைக் கொடுத்தது.

வெப்பமான பகுதிகளில் கொடிய வெம்மை இருக்குமாதலால், அங்கு மக்கள் வாழ்ந்தாரல்லர் என்பது பண்டைக் காலக் கொள்கையாக இருந்தபடியால், டயோடரஸ் அவ்வாறு மயங்க நேர்ந்தது.

ஆனால் வெப்ப மண்டலத் தீவில் இதமான நல்ல பருவநிலை இருக்குமென்று கதையில் கூறப்பட்டதானது உண்மைக்குப் பொருந்தக் கூடியதேயாகும்.

ஓர் ஆசிரியர் தனக்கு நேர்ந்தது போன்று தோன்றக் கூடிய கற்பனைக் கதையைக் கூற விரும்பும் போது, அவர் பண்டை மனிதரின் கருத்துக்கு இயையாத ஒன்றை விவரமாகக் கற்பித்துக் கூறுவார் என்பது நடக்கக் கூடியதேயாகும்.

பனயா தீவுகள்

முத்தீவுகளடங்கிய பனயா என்ற தீவுக் கூட்டத்தை எகுமிரஸ் என்ற கடலோடி இந்துமாக்கடலில் கண்டுபிடித்ததையும் டயோடரஸ் விவரிக்கின்றார்.

அத்தீவுகளில் பல நகரங்கள் இருந்தன. அங்கு வளம் நிறைந்த விளைநிலங்களும், வேட்டை விலங்குகளும் மலிந்திருந்தன. டயோடரஸ் அதைப்பற்றி எழுதுகின்றார்:

"மக்கள் போர்க்குணமுடையோராயிருந்தனர். அவர்கள் பழைய பாணியில் கட்டப்பட்ட தேர்களைப் போரில் பயன்படுத்தினர். அவர்கள் அரசியலில் கீழ்க்கண்டவாறு பிரிக்கப்பட்டிருந்தனர்:

"மத குருக்கள், கைவினைஞர், வேளாளர், போர் வீரர், இடையர், குருமார்கள் அனைத்திலும் தமது ஆதிக்கத்தைச் செலுத்தினர். அவர்கள் வழக்குகளைத் தீர்த்து வைத்துப் பொது நிர்வாகத்தை நடத்தினர்.

"குடியிருந்த வீட்டையும் தோட்டத்தையும் தவிர, அங்கு மக்களுக்கு வேறு எந்தச் சொத்தும் இல்லை. மக்கள் ஈட்டுகின்ற அனைத்தும் குருமார்களிடம் செல்லும். அவர்கள் நடுநிலையோடு அவற்றைப் பகிர்ந்து, அவரவர்க்குரிய பங்கை அளிப்பர். இருப்பினும் குருமார் ஏனையோரை விட இரண்டு மடங்கு அதிகமாகப் பெறுவர்."

அத்தீவுகளும் அங்கு வாழ்ந்திருந்த மக்களும் அடக்கமாக விவரிக்கப்படுவதை வைத்து, அது நம்பும்படியாக உள்ளது என்று தோன்றிய போதிலும், அது வெறும் கட்டுக்கதைதான் என்று பேராசிரியர் தாம்சன் கருத்துக் கூறுகின்றார்.

எகுமிரஸ் இலங்கை உட்படப் பலவகையான இடங்களைப்பற்றித் தான் கேள்விப்பட்ட செய்திகளை வைத்து, ஓவியம்போல் அவற்றைத் தீட்டிக்காட்டிவிட்டார் என்றும் தாம்சன் குறிக்கின்றார்.

தாப்ரபேன் = இலங்கை

கிரேக்கரும், ரோமானியரும் இலங்கையைத் தாப்ரபேன் என்ற பெயரில் அறிந்திருந்தனர் என்று நில நூல் கண்டுபிடிப்புகளை அறிந்திருந்த பெரும்பாலான வரலாற்றாசிரியர் நம்புகின்றனர். எனினும் நாம் இலங்கை என்று அறிந்துள்ள இடத்துடன், தாப்ரபேன் பற்றி விவரிக்கப்படும் பல அம்சங்கள் இசைந்து வரவில்லை; தாப்ரபேன் மிகப் பழைய நூல்களிலும் காணப்படுகின்றது.

தாப்ரபேனை யாரும் கப்பலில் சுற்றி வரவில்லை என்று கி.மு. இரண்டாம் நூற்றாண்டில் வாழ்ந்த கிரேக்க வானியலாரான ஹிப்பார்க்கஸ் கூறுகின்றார். எனவே அது ஒரு தீவாக இல்லாது "மற்றோர் உலகத்தின் தொடக்கமாக," (தமக்கு) எதிர்ப்பக்கத்தில் வாழ்கின்ற "நிலப்பரப்பிற்கு வடமுனையாகத்" தாப்ரபேன் இருந்திருக்கக் கூடும் என்று கருதினர்.

இலங்கை இந்தியாவின் அணித்தே இருந்தபோதிலும், இந்தியாவின் தென் தொங்கலில் இருந்து தாப்ரபேனை அடைய ஏழு நாட்கள் கடலில் செல்ல வேண்டுமென்று கிரேக்க நில நூலாரும், வரலாற்றாசிரியருமான ஸ்திராபோ (63 கி.மு.-23 கி.மு.) கூறுகின்றார்.

தொன்மையான மற்றோர் ஆசிரியர் அப்பயணத்திற்கு இருபது நாள் பிடிக்குமென்றும், இந்தியாவிற்கும் தாப்ரபேனுக்கும் இடையில் ஏராளமான இதர

தீவுகள் பேரெண்ணிக்கையில் இருந்தன என்றும் எடுத்துக் காட்டுகின்றார். தாப்ரபேன் என்பது நிலப்பரப்பின் தென்கோடி என்பது அந்த ஆசிரியரின் கருத்தாகும். (இந்தியாவிற்கும் இலங்கை என்ற ஸ்ரீலங்காவிற்கும் இடையிலுள்ள தூரம் கிட்டத்தட்ட ஐம்பது கிலோ மீட்டராகும்.)

தாப்ரபேனும், பிளினியும்

தாப்ரபேனுக்குச் செல்ல நான்கு நாட்களாகும் என்று பிளினி கணக்குக் கொடுக்கின்றார். இந்தியாவிற்கும், இலங்கைக்குமிடையிலுள்ள சிறு தொலைவை வைத்துப் பார்க்கையில், இதுவும் மிகையான தொலைவையே குறிக்கின்றது. இந்தியாவிற்கும் தாப்ரபேனுக்குமிடையே நடுவழியில் சூரியத்தீவு இருந்தது என்றும் பிளினி குறிக்கின்றார்.

பண்டை நிலநூலார் கூற்றுப்படி தாப்ரபேனில் ஐநூறு நகரங்கள் இருந்தன என்று அறிகின்றோம். பண்டை இலங்கையில் இத்தனை நகரங்கள் இருந்ததில்லை. தாப்ரபேனின் நிலப்பரப்பு இலங்கையின் நிலப்பரப்பைப் போன்று பன்மடங்கு பெரிதாகும் என்று பண்டை நிலநூலாரின் எழுத்துக்கள் எடுத்துக்காட்டுகின்றன.

தாப்ரபேனில் நிழல் வடக்கே விழுவதற்கு மாறாகத் தெற்கே விழுந்தது என்றும், ஞாயிறு இடப்பக்கம் உதித்து வலப்பக்கம் பொழுது சாய்ந்தது என்றும் பிளினி உரைக்கின்றார். இதிலிருந்து தெரிவது என்னவெனில், அந்தத்தீவு பூமியின் தென்பாதியில் இருந்தது என்பதாகும். எனினும் இலங்கை தோராயமாக 5 டிகிரிக்கும், 9 டிகிரி வடக்கிற்கும் இடைப்பட்ட இடத்தில் அமைந்துள்ளது.

அடிமையாக இருந்து விடுவிக்கப்பட்டவரும், கி.பி. முதல் நூற்றாண்டில் வாழந்தவருமான அன்னியஸ் புளோக்கம் பற்றிய குறிப்புகள் பிளினி கூறும் செய்திகளில் காணப்படுகின்றன. தொல் பொருளியலார் மிகவும் அண்மைக் காலத்தில் அடிமைத் தளையிலிருந்து விடுபட்ட அன்னியஸ் புளோக்கம் கிரேக்க மொழியிலும், இலத்தீன மொழியிலும் எழுதிய கி.பி. முதல் நூற்றாண்டுக் கல்வெட்டுக்களைச் செங்கடலின் கரையோரப் பகுதிகளில் கண்டுபிடித்தனர்.

புளோக்கம் சென்ற இடம் தாப்ரபேன் அல்ல என்பதும், அது இந்தியாவிலிருந்து கடலில் பலநாள் பயணம் செய்து அடைந்த தீவு என்பதும் இதிலிருந்து தெரிகின்றன. அத்தீவு இப்பொழுது கடலினுள் மூழ்கிக் கிடக்கின்றது.

அரபு நில நூலார் கூற்று

வரலாற்று இடைக்காலத்து அரபு நில நூலாரின் எழுத்துக்களில் காணப்படும் கற்பனையை மிஞ்சும் செல்வச் செழிப்பு நிறைந்த தீவுகள் பற்றிய வருணனைகள் பண்டைக்காலத்தில் நிலவி வந்த கருத்துக்களைப் பிரதிபலிக்கின்றன. அவற்றுள் இந்துமாக்கடலில் கலஞ்செலுத்திய வணிகர்கள், கடலோடிகள் ஆகியோரிடமிருந்து பெற்ற செய்திகளும் ஆறாயிரமாண்டுகளுக்கு முன்பே கடலோடுங் கலையில் கைவரப் பெற்றிருந்த ஏமன் மற்றும் தென் அரேபியப் பண்டைக் கடலோடிகள் அறிவித்த விவரங்களும் அடங்கியுள்ளன.

அரபு நிலநூலாரின் கூற்றுப்படி இந்துமாக்கடலில் 1370 தீவுகள் இருந்தன என்று அறிகின்றோம்.

இந்து மாக்கடல்

இது உலகின் மூன்றாவது பெரிய சமுத்திரமாகும். மேற்கே ஆப்பிரிக்காவையும், வடக்கே ஆசியாவையும்,கிழக்கே ஆஸ்திரேலியாவையும் எல்லையாகக் கொண்டு, தெற்கே அண்டார்டிக் மாக்கடலில் இணைந்துவிடும் இச்சமுத்திரம் கோண்டுவானாலாந்து சிதைந்த காலத்தில் 170 மில்லியன் ஆண்டுகளுக்கு முன்னர் உண்டானது.

இப்பெருங்கடலின் சராசரி ஆழம் 3900 மீட்டர் - 13000 அடி, மிகு ஆழம் (சுண்டா தீவுகளுக்கப்பால்) 7480 மீட்டர் - 24442 அடி. இம்மாக்கடலில் பரப்பளவு 73 557 000 சதுர கிலோ மீட்டர் - 28 400 000 சதுர மைல்.

இந்துமாக்கடலின் ஆழங்குறைந்த பகுதியில், இதன் மேற்பரப்பின் வெப்பநிலை 27-29 டிகிரி செல்சியஸ் - 81.84 டிகிரி ஃபாரன் ஹைட். தென் தொங்கலில் - 28 டிகிரி ஃபாரன் ஹைட் வெப்ப நிலை உள்ளது.

(இந்துமாக்கடலில் செங்கடல், எண்ணெய் வளஞ்செறிந்த பாரசீக வளைகுடா, அரபுக்கடல், வங்கக்கடல், அந்தமான் கடல் முதலியன அடங்கியுள்ளன.)

செரந்தீபம்

மேற்குறிப்பிட்ட 1370 தீவுகளில் செரந்தீபம் (அரபுகள் தாப்ரபேனைச் செரந்தீபம் என்று அழைத்தனர்) என்ற தீவைச் சுற்றி மக்கள் வாழ்ந்த ஐம்பது தீவுகள் இருந்தன என்றும் அரபுகள் எழுதி வைத்துள்ளனர்.

செரந்தீபம் ''இந்துமாக் கடலின் கடைக்கோடியில் அமைந்திருந்தது'' என்றும், அதன் சுற்றளவு கிட்டத்தட்ட 5000 கிலோ மீட்டர் என்றும், அங்கு உயர்ந்த மலைகளும், எண்ணற்ற ஆறுகளும் இருந்தன என்றும் அரபுகள் கூறி வைத்திருக்கின்றனர். அங்கு மாணிக்கக் கற்களும், நீலக் கற்களும் தோண்டியெடுக்கப்பெற்றன.

அரபு அறிஞர்கள் தந்துள்ள இச்செய்திகள் பல்லாயிரமாண்டுகளுக்கு முந்தியவற்றைக் குறிப்பிடுகின்றனவா அல்லது பண்டை நில நூலார் கூறியவற்றை அப்படியே எடுத்துக் கூறுகின்றனவா? இச்செய்திகளில் தேவதைக் கதை, கற்பனை உலகக் கதைகளின் கூறுகள் இருநத போதிலும், [illegible] [illegible], [illegible] பாம்புத் தந்தைத் தீவு, சூரியத் தீவு, பனய தீவுகள், கிரேக்க, ரோமானிய அறிஞர்கள் கூறிய தாப்ரபேன், அரபு நில நூலார் கூறிய செரந்தீபம் ஆகியன அனைத்திலும், அறிவினால் ஏற்கக் கூறிய ஒரு கருப்பொருள் பொதிந்துள்ளது.

திராவிடம்

புரோட்டோ இந்தியர், உபைதுகள், ஒருவேளை ஏலமியர், எகிப்திய நாகரிகத்தைத் தோற்றுவித்த பதரியர் ஆகியோரின் மொழியாகிய திராவிடத்தைப் பேசிய தமிழர்கள் அடிநாளில் வாழ்ந்த செழிப்பான ஒரு நிலப்பரப்பைப் பற்றிய ஒரு நினைவாக அக்கருப்பொருள் இருக்கக் கூடும். அம்மக்கள் தமது ஆதிமூலமான தோற்றுவாயை இவ்வாறு இணைத்துக் கூறியதாகவும் அது இருக்கக் கூடும்.

இந்துமாக் கடலிலிருந்த, புதிரான மர்மமான அந்நிலப் பரப்பு வெறும் கற்பனைக் கதையா? அல்லது இறைவன் அருளிய நிலப்பரப்பா? பல்வேறு வட்டாரங்களிலும், பல தரப்பட்ட மக்கள் நடுவிலும் அடிக்கடி கூறப்பட்டு வரும் (லெமூரியா என்ற) இந்நிலப்பரப்பு மெய்யாகவே இந்துமாக்கடலில் இருந்ததா?

இதுவரையிலும் சிறிதளவே ஆராயப்பட்டுள்ள இந்துமாக்கடல் மேலும் ஆராயப்படுமாயின் மேற்சொன்ன வினாக்களுக்கு விடை கிடைக்கும்.

இந்து மாக்கடல் நன்கு அறியப்படவில்லை.

இந்துமாக்கடலும் அதன் கிளைக் கடல்களும் 73 566 000 சதுர கிலோ மீட்டர் பரப்பில் விரிந்து கிடக்கின்றன. அதாவது உலகக் கடற்பரப்பில் இது சற்றொப்ப ஐந்திலொரு பகுதியாகும்.

இப்பெருங்கடலையும், அதன் படுகைகளையும் முதன்முதலாக ஒரு நூற்றாண்டிற்கு முன்னர்தான் கடலியலார் "சேலஞ்சர்" என்ற ஆராய்ச்சிக் கப்பலில் சென்று ஆராய்ந்தனர்.

"பேசல்" என்ற ஜெர்மன் கப்பல், 1886 ஆம் ஆண்டு இந்துமாக்கடலின் தென்பகுதியை ஆராய்ந்தது.

அட்மிரல் மகரேவ் என்றவரின் தலைமையில் "விட்யாஸ்" என்ற இரஷியக் கப்பல் இக்கடலின் வட பகுதியில் விரிந்த ஆராய்வுகளை மேற்கொண்டது.

இதையடுத்து வந்த ஆண்டுகளில் இரஷிய, பிரிட்டிஷ், ஜெர்மன், அமெரிக்க ஆராய்ச்சிக் குழுக்கள் இந்துமாக் கடலை ஆராய்ந்தன.

இருப்பினும் இங்கு பன்னோக்குள்ள ஆராய்ச்சி 1960 ஆம் ஆண்டில்தான் நடந்தது. அந்த ஆய்வில் அமெரிக்க, பிரஞ்சு, சோவியத்து ஆராய்ச்சிக் கப்பல்கள் கலந்து கொண்டு இக்கடலின் படுகையில் காணப்படும் முக்கியமான அம்சங்களைக் குறித்த படங்களைத் தொகுத்தன.

கடலடிப்படுகைகளைக் காட்டும் படங்களில் நமது கண்களுக்கு முதலில் படுவன மிகப்பெரிய மலைத் தொடராகும். இக்கடல் மலைத் தொடரின் பெயர் "நடு இந்திய மலைத் தொடர்" ஆகும். இதன் உயரம் சராசரியாக இரண்டரைக் கிலோ மீட்டர்.

அட்லாண்டிக்கிலும், தென்பசிபிக்கிலும் (உலகின் ஐம்பெருங் கடல்களான பசிபிக், அட்லாண்டிக், இந்தியன், ஆர்டிக், அண்டார்டிக் முதலியவற்றுள் இவையிரண்டாகும்.) காணப்படும் இருவேறு கடல் நடு மலைத் தொடர்களின் தொடர்ச்சியாக, நடு இந்திய மலைத் தொடர் அராபியத் தீவக் குறையிலிருந்து, இந்து மாக்கடலின் தென் பகுதியிலுள்ள ஆம்ஸ்டர்டாம் தீவு வரையிலும் நீண்டிருக்கின்றது.

"நடு அட்லாண்டிக் மலைத் தொடர்" சென்ற நூற்றாண்டில் கண்டு பிடிக்கப்பட்டது. நடு இந்தியக் கடலடி மலைத் தொடர்களின் பொதுத் தோற்றத்தைக் காட்டும் உருவ வரைகள் சுமார் பத்தாண்டுகளுக்கு முன்பு வரை நிறுவப்படவில்லை.

பன்னாட்டு நில இயற்பியல் ஆண்டுத்திட்டத்தின் போதுதான் அவை விரிவாக ஆராயப்பட்டு அப்பணிகள் 1964 ஆம் ஆண்டில் முற்றுப்பெற்றன. இந்த ஆராய்ச்சியில் பன்னாட்டு இந்துமாக்கடல் ஆராய்ச்சிக் குழு ஒன்று ஈடுபட்டிருந்தது.

கடலின் அடியில் மாபெரும் மலைத் தொடர்கள்

இந்துமாக் கடலின் அடியில் காணப்படும் மேற்சொன்ன மலைத் தொடர் அங்குள்ள ஒரே மலைத்தொடர் அன்று. அதன் முதல் முகடு மலைத் தீவில் கண்டுபிடிக்கப்பட்டது. அதன் முகடுகள் கடல் மட்டத்திற்கு மேல் எழுகின்றன. அம்முகடுகளே இலட்சத் தீவுகள், மாலைத் தீவுகள், சாகோஸ் தீவுகள் ஆகும்.

மாலைத் தீவுகள்: பண்டைத் தமிழ்நாட்டில் இதற்கு ''முந்நீர்ப் பழந்தீவு பன்னீராயிரம்'' என்று பெயர். முதல் இராசராச சோழன் (985-1014 கி.பி.) இத்தீவுக் கூட்டத்தை வெற்றி கொண்டு ''முன்னீர்ப் பழந்தீவு பன்னீராயிரம் கொண்டோன்'' என்ற சிறப்புப் பெயரைப் பெற்றான்.

ஆனால் மாலைத் தீவுக்கூட்டத்தில் பன்னீராயிரம் தீவுகள் அடங்கியிருக்கவில்லை. அங்கு சற்றொப்ப ஈராயிரம் பவழத்திட்டுகளான தீவுகள் மட்டுமே உள்ளன. அவற்றின் மொத்தப் பரப்பளவு 298 சதுர கிலோ மீட்டர் - 115 சதுர மைல்.

இத்தீவுக் கூட்டம் இலங்கைத் தீவின் தென்மேற்கில் சுமார் 640 கிலோ மீட்டர் - 400 மைல் தொலைவில் அமைந்துள்ளது.

மாலைத் தீவுக் கூட்டத்தில் சுமார் 220 தீவுகளில் தான் மக்கள் வாழ்கின்றனர். அங்கு எந்த இடத்திலும் தரை கடல் மட்டத்திற்கு 1.5 மீட்டருக்கும் - 5 அடி - அதிகமான உயரத்தில் இல்லை.

மாலைத் தீவு இன்று (1988) குடியரசாக அமைந்திருக்கின்றது. இத்தீவுக் கூட்டத்தைத் திதி என்ற குடும்பத்தைச் சேர்ந்த சுல்தான்கள் 1110 முதல், இது குடியரசாகப் பிரகடனப்படுத்தப்பட்ட 1968 வரையில் ஆண்டு வந்தனர்.

இத்தீவு மக்கள் ஒரு காலத்தில் பௌத்தராயிருந்தனர். அவர்கள் வட ஆப்பிரிக்காவிலுள்ள மொராக்கோ நாட்டு ஞானி ஒருவரால் 1153 ஆம் ஆண்டு இஸ்லாத்தில் சேர்க்கப்பட்டனர். மாலைத் தீவுகள் 1887 முதல் 1965 வரையிலும் பிரிட்டனின் பாதுகாப்பில் இருந்து வந்தன.

இதன் தலைநகரம் மாலி; திவேகி எனப்படும் ஒரு வகைச் சிங்கள மொழியை மக்கள் பேசுகின்றனர். இங்கு மொத்தம் 1,83,000 மக்கள் வாழ்கின்றனர் (1987).

இலட்சத் தீவுகள் : இத்தீவுக் கூட்டத்தில் இருபத்தாறு பவழத்தீவுகள் அடங்கியுள்ளன. இது இந்தியாவின் தென்மேற்குக் கரைக்கப்பால் அரபுக்கடலில் உள்ளது. இது 1956 முதல் இந்திய மத்திய அரசின் ஆட்சிப்பகுதியாக இருந்து வருகின்றது. இதன் தலைநகரம் கரவெட்டி.

இக்கூட்டத்தில் இலட்சத்தீவுகள், மினிக்காய், அமீன் தீவுகள் முதலியன அடங்கியுள்ளன. இலட்சத்தீவுகளும் முந்நீர்ப்பழந்தீவு பன்னீராயிரம் என்பதைப் போன்று வெறும் பெயரேயாகும்.

இத்தீவுக் கூட்டத்தின் மொத்தப் பரப்பளவு 32 சதுர கிலோ மீட்டர் - 12 சதுர மைல். இங்கு வாழும் மக்கள் பெரும்பாலர் முஸ்லிம்கள். பௌத்தப் பண்பாடும் உள்ளது.

இந்துமாக்கடலில் காணப்படும் மலைத் தொடர் இது ஒன்றுதான் என்று சில ஆண்டுகளுக்கு முன்புவரை நம்பப்பட்டு வந்தது. நடு இந்தியக் கடலடி மலைத் தொடரின் அமைப்புகள் உறுதி செய்யப்பட்ட பிறகு, கடலில் கெர்குவலின் பீடபூமி நெடுகிலும் மாலைத் தீவுக் கடலடி மலைத் தொடரின் பகுதிகளாக இணைக்கப்பட்டன. ''கெர்குவலின் பீடபூமி'' என்பது, கெர்குவலின் தீவு, ஹேர்டுதீவு ஆகியவற்றில் கடலுக்கு மேலே தெரியும் முகடுகள் அடங்கிய கடற்படுகைப் பகுதியைக் குறிக்கும். அம்முகடுகளின் உச்சியில் மூன்று கிலோ மீட்டர் உயரமான எரிமலை ஒன்றும் உள்ளது.

கெர்குவலின் என்ற இந்துமாக்கடல் தீவுக் கூட்டத்தில் ஏறத்தாழ 500 தீவுகளும், குட்டித் தீவுகளும், பாறைத் திட்டுகளும் உள்ளன. இத்தீவுக் கூட்டம் இப்போது பிரஞ்சுக்காரர் வசம் உள்ளது. இது தென் இந்துமாக் கடலில், தென்னாப்பிரிக்காவின் கேப்டவுனனுக்குத் தென் கிழக்கே சுமார் 5310 கிலோ மீட்டர் - 3330 மைல் தொலைவில் அமைந்துள்ளது.

(பிரஞ்சுக் கடலோடியான கெர்குவலின் - திரிமாரச் என்றவர் இத்தீவுக் கூட்டத்தை 1772 இல் கண்டுபிடித்தார். ஆதலால் அது அவர் பெயரால் கெர்குவலின் தீவுகள் என்று அழைக்கப்படுகின்றது.)

(இத்தீவுக் கூட்டம் 1893 ஆம் ஆண்டிலிருந்து பிரஞ்சுக்காரருக்குச் சொந்தமானதாக இருந்து வந்த போதிலும் 1949 ஆம் ஆண்டில்தான் அங்கு குடியேற்றம் ஏற்பட்டது. பிரான்சஸ் துறைமுகம் என்ற இடத்தில், பிரான்ஸ் ஒரு நிரந்தரத் தளத்தையும், அறிவியல் ஆய்வு நிலையம் ஒன்றையும் அமைத்துள்ளது.)

எனினும் மாலைத் தீவுக்கடலடி மலைத் தொடர் கடகரேகையுடன் முடிவடைந்து விடுகின்றது என்பதை அண்மையில் நடந்த ஆய்வுகள் காட்டுகின்றன. அதற்கும் நடு இந்தியக் கடலடி மலைத் தொடருக்கும் தொடர்பு இருப்பதாகத் தெரியவில்லை. அவையிரண்டும் தனித்தனியான கடலடி மலைப் பகுதிகளாகும்.

வங்கக்கடலில் தொடங்கும் மற்றொரு கடலடி மலைத் தொடர் அண்மையில்தான் கண்டுபிடிக்கப்பட்டது. அதற்குக் கிழக்கிந்தியக் கடலடி மலைத் தொடர் என்று பெயரிட்டுள்ளனர். அதன் தென் முனையிலுள்ள கவட்டை ஆஸ்திரேலியாவை நோக்கிச் செல்கின்றது. அந்தக் கவட்டைக்குத் தென் மேற்கு ஆஸ்திரேலியக் கடலடி மலைத் தொடர் என்று பெயர்.

மேலும் புதிதாகக் கண்டுபிடித்த கடலடி மலைத் தொடருக்கு இலங்கைக் கடலடி மலைத்தொடர் என்று பெயர். அது இலங்கையிலிருந்து ஆயிரம் கிலோ மீட்டருக்கு அப்பால் உள்ளது.

''விட்யாஸ்: என்ற சோவியத்து ஆராய்ச்சிக் கப்பலிலிருந்த அறிவியலார் மிகப் பெரிய கடலடி மலைத் தொடர் ஒன்றைக் கண்டுபிடித்து அதற்கு, அஃபனாசி நிகிதின் என்ற புகழ் பெற்ற இரஷிய நாடோடியின் பெயரைச் சூட்டினார். அஃபனாசி நிகிதின் பதினைந்தாம் நூற்றாண்டில் இந்தியாவிற்கு வந்திருந்த முதல் இரஷியராவார்.

அஃபனாசியஸ் (அதனாசியஸ் என்றும் அழைக்கப்படுகின்றார்.) நிகிதின் இன்று நடுச் சோவியத்து யூனியனிலுள்ள காலினின் என்ற நகரத்தில் பிறந்தவர். இந்நகரம் நிகிதினின் காலத்தில் டிரவெஞ்சர் என்று பெயர் பெற்றிருந்தது.

நிகிதின் 1450ஆம் ஆண்டில் வாணிபத்தின் பொருட்டுத் தக்காணத்திற்கும், கோல் கொண்டாவிற்கும் வந்திருந்தார். அவர் தனது பயணத்தைப் பற்றி எழுதி வைத்துள்ள சிறு நாட்குறிப்புகள் நமக்குக் கிடைத்திருக்கின்றன. அவை அக்காலத்து இந்திய வரலாற்றை அறிவதற்கு உதவுகின்றன.)

எனவே நிகிதினைச் சிறப்பிக்கும் வகையில் அவர் பெயரைப் புதிதாகக் கண்டறிந்த கடலடி மலைத் தொடருக்குச் சூட்டினர்.

இருப்பினும் இவையனைத்தையும்விட முக்கியமான கண்டுபிடிப்பு, இந்துமாக்கடலின் அடியிலுள்ள மைக்ரோ - காண்டினண்ட் ஆகும்.

மைக்ரோ-காண்டினண்ட் என்பது என்ன?

ஒரு கண்டத்திலிருந்து கடற்படுகை தனித்து ஒதுங்கியிருந்த போதிலும், அதன் கட்டமைப்புகள் அக்கண்டத்தின் கட்டமைப்பை ஒத்திருக்குமாயின் அதை மைக்ரோ-காண்டினண்ட் என்று கடலியலார் அழைக்கின்றனர்.

நியூசிலாந்தும், பசிபிக் கடலில் அதன் தென் கோடியிலுள்ள கடற்படுகையும் மைக்ரோ - காண்டினண்ட் என்று அழைக்கப்படுகின்றன.

இந்துமாக்கடலின் அண்டார்டிக் பகுதியிலுள்ள கெர்குவலின் கடலடிப் பீடபூமியும், கெர்குவலின் தீவுக் கூட்டமும் மற்றொரு மைக்ரோ - காண்டினண்ட் ஆகும்.

இந்துமாக்கடலின் வடமேற்குப் பகுதியில் மற்றொரு மைக்ரோ - காண்டினண்ட் உள்ளது. அதில் சேசலஸ் தீவுகளை அடக்கிய சேசலசும், கிழக்கு நோக்கி வளைந்து அரை வட்டம் போன்ற வடிவைக் கொண்ட மஸ்கரனெ கடலடி மலைத் தொடரும் அடங்கும்.

வடபகுதியில் இம்மலைத் தொடர் நீர் மட்டத்திற்கு மேலே உயர்ந்து நிற்கும் பகுதியே சேசலஸ் தீவுகளாகும். இதற்குத் தெற்கில் மஸ்கரனெ தீவுகள் உள்ளன.

சேசலஸ்: மேற்கு இந்துமாக் கடலிலுள்ள எரிமலைத் தீவுகளின் இத்தொகுதியைச் சொர்க்கத்தீவு என்று அங்கு வாழும் மக்கள் அழைக்கின்றனர். அங்கு நிலவும் மிக அருமையான தட்பவெட்பநிலை, தென்னை மலிந்த அழகுமிக்க கடற்கரை முதலியன அதைச் சொர்க்கத் தீவு என்று அழைக்கும் தகுதியைத் தருகின்றன எனலாம்.

இத்தீவுக் கூட்டம் தனித்து ஒதுங்கிக் கிடக்கின்றது. அது ஆப்பிரிக்கக் கரையிலிருந்து 1200 கிலோ மீட்டர் - 750 மைலுக்கு அப்பால் அமைந்துள்ளது. இங்கு இருபெருந் தீவுகள் உள்ளன. ஒன்று மாகி; மற்றொன்று பிராஸ்லின். இத்தீவுகள் பெரிதும் கருங்கல்லால் ஆனவை. அவை நீர் மட்டத்திற்கு மேலே சுமார் 900 மீட்டர் (2950 அடி) வரை உயர்ந்திருக்கின்றன. இத்தீவுக் கூட்டத்திலுள்ள சுமார் நூறு தீவுகளில் முப்பதுக்கு மேற்பட்ட தீவுகளின் அடித்தளம் கருங்கல்லால் ஆனது.

பிரஞ்சுக்காரர்கள் இத்தீவுக் கூட்டத்தில் 1770 ஆம் ஆண்டு குடியேறினர். அப்போது மோரீசிலிருந்து ஆப்பிரிக்க அடிமைகள் இங்கே கொண்டு வரப்பட்டனர்.

இங்கு வாழும் மக்களின் முக்கிய உணவு தேங்காய், மீன், இறக்குமதி செய்யும் அரிசி முதலியனவாகும்.

இது இந்துமாக்கடலின் வல்லரசுப் போட்டிகளில் அடிபடும் ஒன்றாக இன்று உள்ளது. இதன் பரப்பளவு 453 சதுர கிலோ மீட்டர் - 175 சதுர மைல். மொத்த மக்கள் தொகை (1987) 66,000. தலைநகரம் மாகி தீவில் அமைந்துள்ள விக்டோரியா.

(இத்தீவுக் கூட்டம் 162 ஆண்டுகள் பிரிட்டனின் ஆதிக்கத்திலிருந்து, பின்னர் 1976 ஆம் ஆண்டு விடுதலை பெற்றது.)

மஸ்கரனெ தீவுக் கூட்டம்: இது மேற்கு இந்துமாக் கடலில் மடகாஸ்கருக்குக் கிழக்கே உள்ளது. இவை எரிமலைத் தீவுகளாகும்.

இக்கூட்டத்தில் ரீயூனியன், மோரீசு, ரோடுரிகுவஸ் முதலிய தீவுகள் அடங்கியுள்ளன.

(நாம் மீண்டும் சேசலசிற்கு வருவோம்.)

இத்தீவுக் கூட்டத்தின் பெரும்பகுதி 650 மில்லியன் ஆண்டுகளுக்கு முற்பட்ட

கருங்கல்லால் ஆனது என்று நம்பப்படுகின்றது. இதில் மிகவும் குறிப்பிடத்தக்கது எதுவெனில் இத்தீவுகள் மீதும், இவற்றையடுத்துக் கடலடியில் இருக்கும் பகுதிகள் மீதும் உள்ள மேற்புறணிகள், ஆப்பிரிக்கக் கண்டத்தின் கடலடி ஓரப்பகுதிகளுடன் இணைந்திருக்கவில்லை என்பதேயாம்.

அதாவது சேசலஸ் ''மைக்ரோ காண்டினண்ட்'' ஆப்பிரிக்காவில் இருப்பதன் துண்டுப் பகுதியன்று; அது தானகவே உண்டான நிலவியல் பகுதியாகும்.

இது கோண்டுவானாலாந்தின் மிச்சமீதியா? அல்லது லெமூரியாவின் எஞ்சி நிற்கும் எச்சங்கள் சேசலஸ் தீவுகளா? அது அவ்வாறு இருக்குமாயின், பண்டை நாகரிகம் ஒன்றின் தடயங்களைச் சேசலசில் ஏன் காண முடியவில்லை?

இந்துமாக்கடலின் இப்பகுதி மிகத் தொன்மையான ஒன்று என்றும், அது இன்னும் முழு வளர்ச்சி அடையவில்லை என்றும் கடலியலார் கூறுவது சரியாக இருக்கக்கூடும். அதாவது சேசலஸ் மைக்ரோ-காண்டினண்ட் கடலினுள் மூழ்காத பகுதி; அது கடலின் அடியிலிருந்து கடல் மட்டத்திற்கு மேலே உயர்ந்த பகுதி அன்று.

விடை காணும் வேளை வரவில்லை

இது தொடர்பான வினாவிற்கு உண்டு என்றோ, இல்லை என்றோ விடை கூறும் வேளை இன்னும் வரவில்லை.

இன்று தொடக்க நிலையிலிருக்கும் இந்துமாக்கடல் ஆராய்ச்சியின் நிலவியல் மற்றும் கடலியல் துறைகளின் முடிவுகளை வைத்துத்தான் அதற்கு விடை கூறக்கூடும்.

கடலியலார், நிலவியலார், நில இயற்பியலார் முதலிய ஆராய்ச்சியாளர்கள் இந்துமாக்கடலின் வடபகுதி மீதுதான் மிகுந்த கவனம் செலுத்தி வருகின்றனர். அங்கு நிலப்பரப்பின் மேற்பகுதி சிக்கல் மிகுந்ததாயிருக்கின்றது. அங்கு பூமியின மேற்புரணி இன்னும் நகர்ந்து கொண்டேயிருக்கின்றது என்பதை எரிமலை வெடிப்புகளும் நில நடுக்கத் துடிப்புகளும் காட்டுகின்றன.

இந்து மாக்கடலின் இப்பகுதி வேறு பிற பகுதிகளிலிருந்து மாறுபட்ட முறையில் உண்டானது என்று ஆராய்ச்சியாளர் கருதுகின்றனர்.

கிழக்காப்பிரிக்கா, அராபியத் தீவக்குறை, இந்தியத் துணைக்கண்டம் ஆகியவற்றின் கருங்கல் முகட்டுத் திரள்கள் இந்து மாக்கடலினுள் நீண்டு செல்கின்றன. (கருங்கல் முகட்டுத்திரள் என்பது ஒன்றோடொன்று தொடர்பு கொண்ட மலைகள், ஒரு மலைத் தொடரின் தனித்தன்மை வாய்ந்த மலைகளின் நெருக்கமான கூட்டமாகும்.)

ஒட்டும் உறவும்

மடகாஸ்கரிலும், இந்தியத் துணைக்கண்டத்திலும் உள்ள விலங்கினங்களிடம் காணப்படும் குறிப்பிடத்தக்க ஒற்றுமைகளை விலங்கியலார் பன்னெடுங் காலமாக எடுத்துக்காட்டி வருகின்றனர். மடகாஸ்கரும் இந்தியாவும் ஒரு காலத்தில் கோண்டு வானாலாந்து என்ற தாய்க் கண்டத்தின் பகுதிகளாக அடுத்தடுத்து அமைந்திருந்தன என்று கண்டங்களின் பெயர்ச்சிக் கொள்கையை ஆதரிக்கும் வேஜனரும், பிறரும் கருதுகின்றனர்.

இந்தியாவும் மடகாஸ்கரும் ஒரு காலத்தில் லெமூரியா என்ற நிலப் பாலத்தினால் இணைக்கப்பட்டிருந்தன என்று வேறு சிலர் நம்புகின்றனர்.

ஹோமோ-சேப்பியன்கள் தோன்றியதற்கு நெடுங்காலத்திற்கு முன்னரே லெமூரியா கடலுள் மூழ்கிவிட்டது என்று அறிஞர் சிலர் கூறுவர். லெமூரியா மெதுவாக, ஒரு பகுதியை அடுத்து மற்றொரு பகுதி என்று சிறுகச் சிறுகக் கடலுள் மூழ்கியிருக்கலாம் என்று அவர்கள் கூறுகின்றனர்.

முதலில் இந்தியாவிற்கும் மடகாஸ்கருக்கும் இடையிலிருந்த அரைவட்ட வடிவமான வலுவான நிலப்பகுதி உடைந்தது. அதன்பிறகு தனித்தனித் தீவுகளும், சிறுதீவுகளுமான லெமூரியாவின் மிச்ச மீதிகள் மூழ்கத் தொடங்கின. நிலவியல் அடிப்படையில் கூறுவதாயின் மனிதனின் நினைவில் நிற்கக்கூடிய காலம் வரையிலும், மிகமிக அண்மைக் காலம் வரையிலும், லெமூரியா என்ற அந்தக் கண்டம் மூழ்கிக் கொண்டே வந்திருக்கலாம்.

நமது தொன்மையான புரோட்டோ இந்திய, மெசபடோமியா நாகரிகங்கள் இரண்டும் லெமூரியாவுடன் நிலவழித் தொடர்பு கொண்டிருந்தனவா? அப்படியாயின் எந்த வகையில் தொடர்பு கொண்டிருந்தன? வரலாற்று இடைக்காலத் தமிழ்ப் புலவர்கள் பாடும் குமரி நாட்டிற்கும், மடகாஸ்கரை இந்தியாவுடன் ஒரு காலத்தில் இணைத்திருந்ததாகக் கருதப்படும் நிலத்திற்கும் இடையே இருந்த உறவு என்ன?

இந்தியாவும் ஆப்பிரிக்காவும் ஒரு காலத்தில் ஒரே நிலப்பரப்பாக இருந்தன என்று பண்டை எழுத்தாளர்கள் கூறுவது ஏன்? கிரேக்கரும், ரோமானியரும் அறிந்திராதனவும், மிகவும் அண்மைக் காலத்தில் உண்டானவையுமான நிலவியல், கடலியல் போன்ற அறிவியல் துறைகளில் ஏற்பட்ட முன்னேற்றங்களைக் கொண்டு நாம் இவை பற்றி மிகவும் சமீபமான காலத்தில் தான் அறிந்திருக்கின்றோம்.

பண்டை நில நூலாரும், அரபு நில நூலாரும் இந்துமாக்கடலின் எண்ணற்ற பல தீவுகளைப் பற்றி அடிக்கடி குறிப்பிட்டுள்ள போதிலும், இந்து மாக்கடல் இன்று நாமறிந்துள்ள எந்தத் தீவுடனும் ஒப்பிட்டு அவற்றை அடையாளங் காண்பதற்கு நம்மால் முடியவில்லை. அத்தீவுகள் இப்போது கடலினுள் மூழ்கிக் கிடக்கும் லெமூரியாவின் மிச்ச மீதிகளா?

மடகாஸ்கரின் வடகோடிக்கு அருகிலுள்ள துறைமுகப் பட்டினமான தீகோ-சுவார் என்ற இடத்தைச் சுற்றி வாழ்கின்ற மளகாசி மக்களின் நடுவே வழங்கி வரும், எழுதி வைக்கப்பட்ட கதைகளில் கூறப்படும் ''பச்சை நீரின் ஆழத்தினுள் அமைந்துள்ள பாதாளக் கோட்டைகள்'' உண்மையை அடிப்படையாகக் கொண்டனவா?

திராவிட, ஆப்பிரிக்க மொழிகளின் ஒற்றுமை

திராவிட மொழிகளுக்கும், கிழக்காப்பிரிக்காவில் வழங்கும் பல மொழிகளுக்கும் இருந்து வரும் ஒற்றுமைகளை மொழியியலார் கண்டுள்ளனரே, அதற்கு விளக்கம் தர முடியுமா?

தமிழ்ப் புலவோர் கூறியதைப் போன்று திராவிடரின் ஆதித்தாயகம் இந்துமாக் கடலினுள் அமிழ்ந்து விட்டதா?

புரோட்டோ திராவிடர்கள் ஆப்பிரிக்கக் கரைகளிலும், வடக்கே இந்தியக் கரைகளிலும், பாரசீக வளைகுடாவிலும் குடியேறினரா? இவையனைத்தும் பண்டு நிகழ்ந்திருக்கலாம்.

ஏனெனில் நகரங்களையும், துறைமுகங்களையும் கொண்டிருந்த பண்டைக் கிழக்காப்பிரிக்க நாகரிகங்கள் பலவற்றின் தோற்றம் இன்னும் தொல்பொருளியலாருக்கும் வரலாற்றாசிரியர்களுக்கும் விடுபடாத புதிர்களாகவே உள்ளன.

மகஞ்சோதராவின் வீழ்ச்சி

கடலடித் தொல்பொருளியல் ஆராய்ச்சி மட்டுமே விடைதரக் கூடிய வினாக்கள் இருக்கின்றன.

இலங்கையில் வெப்ப நீரால் கடல் கழுவுகின்ற திரிகோணமலைக்கருகே (இத்துறைமுகம் கொழும்பிற்கு வடகிழக்கே சுமார் 250 கிலோ மீட்டர் - 140 மைல் தொலைவில் உள்ளது.) கடலுக்குள் மூழ்குபவர்கள், பல்வேறு நாகரிகங்களின் மூழ்கிப்போன பழம் பொருள்களைக் கண்டுபிடித்திருக்கின்றனர்.

கடலடித் தொல்பொருள் ஆராய்ச்சியாளர் அங்கு புரோட்டோ இந்திய நாகரிகத்தின் தலைநகரத்தைக் கண்டுபிடிக்கக் கூடும். இந்தியாவின் பண்டைப் பண்பாட்டுடன் தொடர்புடைய ஏறத்தாழ நூறு நகரங்களும், குடியேற்றங்களும் அறிவியலாரினால் இப்போது அறியப்பட்டுள்ளன. அவற்றுள் மிகவும் பெரியனவாகிய அரப்பனும், மகஞ்சோதராவும், இந்தியாவின் வடமேற்கே சிந்து ஆற்றின் கரைகளில் இருந்தன.

அவையிரண்டும் அளவிலும், பிற கூறுகளிலும் கிட்டத்தட்ட ஒரே மாதிரி இருக்கின்றன. எனவே அம்மாந்தரின் உண்மையான தலைநகரம் இன்னும் கண்டு பிடிக்கப்படவில்லை என்பது இதன் பொருளா?

அத்தலைநகரத்தை மண்மீது தேடாமல் கடலுக்கடியில்தான் தோண்டிக் காண வேண்டும் என்பது இதன் அர்த்தமா?

சிந்து ஆற்றின் வடிநிலப் பகுதிக்கு அருகில் சுமார் 100 மீட்டர் ஆழத்தில் அகன்ற கரையோர நிலப்பரப்பு ஒன்று மூழ்கிக் கிடக்கின்றது. அது சிந்து ஆற்றின் வடிநிலப்பகுதியின் அளவிற்குக் கிட்டத்தட்டப் பரந்து கிடக்கின்றது. அதன் குறுக்கே நீருக்கடியில் ஓர் இடுக்குச் செல்கின்றது. சிந்து ஆறு இன்றைக்கு இருப்பதைவிட அன்று நீளமாக இருந்தது என்பதை இது காட்டுகின்றது.

இந்நிலப்பரப்பு மிகக் குறுகிய காலத்திற்கு முன்னர் கடற்படுகையில் மூழ்கியிருக்கலாம். அதற்கு நிலநடுக்கம் காரணமாக இருந்திருக்கலாம். இப்பகுதியில் இது போன்ற நிகழ்ச்சிகள் பலமுறை நடந்திருக்கின்றன.

சிந்து வெளியில் இயற்கை நாசங்கள் விளைந்தன என்று பண்டை எழுத்தாளர்கள் குறிப்பிட்டிருக்கின்றனர்.

சிந்து ஆறு தன் கால்வாயிலிருந்து திரும்பி இடப்பக்கமாக ஆழமான ஒரு கால்வாய்க்குள் பாய்ந்தது என்றும், சிந்து அதன் வழியே ஒரு பெரிய அருவி போல் பாய்ந்தது என்றும், அரிஸ்டோபுலஸ் என்றவர் இந்தப் பகுதிக்கு வந்தபோது நடந்தது என்பதை அறிகின்றோம். அப்போது ஆயிரத்திற்கு மேற்பட்ட ஊர்களும், வட்டாரங்களும் அங்கு வாழ்ந்த மக்களால் கைவிடப்பட்டன என்றும் அரிஸ்டோபுலஸ் கூறியதைக் கிரேக்க நில நூலாரான ஸ்திராபோ தனது "நில நூல்" என்ற நூலில் எடுத்துக் காட்டியிருக்கின்றார். இதற்குப் பல நூற்றாண்டுகளுக்குப் பிறகு, விஞ்ஞானியர் அரிஸ்டோபுலஸ் கூற்றை உறுதிப்படுத்தியுள்ளனர்.

இதனை நிலை நாட்டும் முக்கியமான ஆதாரம் தொல் பொருளியலாரிடமிருந்து வரவில்லை. டி.ரேக்ஸ் என்ற அமெரிக்க ஆராய்ச்சியாளரின் தலைமையில் இயங்கிய நீரியல், நிலவியல் துறை வல்லுநர் அடங்கிய ஒரு குழு அதை உறுதிப்படுத்திற்று.

மகஞ்சோதராவிற்குத் தெற்கில் 140 கிலோ மீட்டர் தொலைவிலுள்ள ஓர் இடம் மிகப்பெரிய நில நடுக்கம் ஒன்றின் நடுமையமாக இருந்தது என்றும், அந் நிலநடுக்கத்தின் விளைவாகச் சிந்துவெளியானது அடையாளங் காண முடியாமல் உருமாறிப் போயிற்று என்றும் அவ்வாராய்ச்சியாளர் குழு கூறியது.

மாபெரும் சிந்து ஆற்றின் போக்கையே மறித்து அதைப் பின் வாங்கிச் செல்ல வைத்த மிகப்பெரிய பாறைகளை அந் நிலநடுக்கமானது நிலத்தினடியிலிருந்து வெளியே உந்தி எறிந்தது. அதனால் சேறு பேரளவில் கொட்டியதால் ஆற்றின் ஆழங் குறைந்துவிட்டது. சமவெளியெல்லாம் பெரிய சதுப்பு ஏரியாகி விட்டது.

மகஞ்சோதராவிற்கு அருகில் வாழ்ந்த ஏராளமான மக்கள் பல மீட்டர் கனமுள்ள மணல், வண்டல் இவற்றினடியில் புதையுண்டு போயினர்.

மகஞ்சோதராவில் ஐந்து முறைகளுக்கு மேல் வெள்ளம் வந்து அதன் இடிபாடுகளை மீண்டும் மூழ்கச் செய்தது. இவ்வாறு சேற்று அலை ஒவ்வொரு முறையும் தாக்கிய போதில், அந்நகரம் ஏறத்தாழ நூறு ஆண்டுகள் தாக்குப் பிடித்து நின்றிருக்கலாம் என்று விஞ்ஞானியர் கூறுகின்றனர்.

புரோட்டோ இந்தியர்கள் இயற்கையின் இச்சக்திகளையெல்லாம் எவ்வாறு எதிர்த்து நின்றனர் என்பதை நமக்குக் காட்டக்கூடிய ஒரு கல்லணை அண்மையில் கண்டுபிடிக்கப்பட்டது. அந்த அணையின் உயரம் பத்து மீட்டருக்கும் அதிகமிருக்கும்; அதன் அகலம் இருபது மீட்டர் என்பதிலிருந்து அம்மக்களின் ஆற்றல் எத்தகையது என்பது புலனாகின்றது.

இயற்கையின் நாசங்களால்தான் புரோட்டோ இந்திய நாகரிகம் அழிந்தது என்று பாகிஸ்தானத் தொல் பொருளியலாரும், அமெரிக்காவின் பென்சில்வேனியப் பல்கலைக் கழகத்தின் விஞ்ஞானியரும் கூறுகின்றனர். புரோட்டோ இந்தியர்கள் இவ்வாறு இயற்கையின் கொடிய சீற்றத்தை எதிர்க்கத் தமது ஆற்றலையெல்லாம் திரட்டி அதைச் சமாளிக்க முற்பட்டிருந்தமையால், புதிதாக வந்த ஏதிலியரின் நெருக்குதலுக்கு ஈடு கொடுக்க முடியாமற் போயிற்று. அவர்களின் நாகரிகம் சிதைந்து சிதறிற்று.

சின்ன மகஞ்சோதரா

உலகின் மிகப் பழைய துறைமுகமான லோத்தால் என்னுமிடத்திலுள்ள இடிபாடுகளின் கட்டமைப்பு மகஞ்சோதராவின் கட்டமைப்பைப் போலவே குறிப்பிடத்தக்க விதத்திலும் ஒத்திருக்கின்றது என்பதை இந்தியத் தொல் பொருளியலார் கண்டுள்ளனர். இந்த இடம் மகஞ்சோதராவை விடச் சிறியதாக இருப்பதால், இதைச் "சின்ன மகஞ்சோதரா" என்கின்றனர்.

ஒரு காலத்தில் இந்துமாக் கடலின் கரையிலிருந்த புரோட்டோ இந்திய நாகரிகத்தின் தலைநகரான "பெரிய மகஞ்சோதரா" வைக் கடலடி ஆராய்ச்சி உலகிற்குத் தெரியப்படுத்தும் காலம் வரலாம். அது அம்மகஞ்சோதர நாகரிகத்தைப் போன்று அகன்ற வீதிகளும், மூடு கால்வாய்களும் இன்னும் பல நாகரிக வசதிகளும் அடங்கிய மகஞ்சோதராவின் மாதிரியில் கட்டப்பட்ட நகரமாகவே இருக்கலாம்.

நாம் ஏற்கெனவே கூறியதைப் போன்று புரோட்டோ இந்திய நாகரிகம் எங்கு, எப்போது முகிழ்த்தது என்பது இன்னும் தெளிவாகவில்லை. இந்தியத் துணைக் கண்டத்தின் மீதிருந்து இந்த மர்மமான நாகரிகம் அழிந்து பட்டமையால் பல்வேறு ஊகங்களும், சர்ச்சைகளும் தோன்றியுள்ளன.

அது எப்போது வீழ்ந்தது? ஏன் வீழ்ந்தது? மாபெரும் இயற்கைப் பேரழிவு ஒன்று அந்நாகரிகத்தை அடித்துச் சென்றிருக்க வேண்டும் என்று அமெரிக்க விஞ்ஞானி ரேக்ஸ் என்பவரும், அவரையொத்த கருத்துடையவர்களும் நம்புகின்றனர்.

நீர்ப்பாசன ஏற்பாடுகள் முறிந்தமையாலும், விளைநிலம் சாரமிழந்ததாலும் அந்நாகரிகம் அழிந்தது என்று வேறு சிலர் கூறுகின்றனர். போர்க்குணம் படைத்த ஆரியரின் படையெடுப்பால் புரோட்டோ இந்திய நாகரிகம் துடைத்தெடுக்கப்பட்டது என்று இன்னும் சிலர் கருதுகின்றனர்.

மகஞ்சோதராவிலும் பிற நகரங்களிலும் அடிமை முறை வேரூன்றியிருந்ததாலும், திருந்தவே முடியாத தீச்செயல்கள் மலிந்து விட்டமையாலும் அந்நாகரிகம் தன்னைத் தானே அழித்துக் கொண்டது என்பாரும் உளர்.

மேற்கூறிய ஊகக் கருத்துக்களில் எது சரி என்பதை இனி எதிர்காலத்தில் மேற்கொள்ளப்படவிருக்கும் கடலடித் தொல் பொருளியல் ஆராய்ச்சி முடிவுகள் நமக்குக் காட்டும். இந்தியாவில் கடலுள் மூழ்கிய நகரங்களையும் கோயில்களையும் பற்றி வழங்கி வரும் கதைகளின் உண்மையைக் கடலுக்குள் மூழ்கி ஆராயப் போகும் ஆராய்ச்சியாளரே உறுதிப்படுத்த முடியும்.

துவாரகை

இந்தியாவின் ஏழு புனித நகரங்களில் ஒன்றான துவாரகை, முன்னொரு காலத்தில்

இந்தியாவின் மேற்குக் கரையில் குஜராதில் இருந்தது. துவாரகையைக் கடல் கொண்டு விட்டது என்று ஒரு கதை வழங்கி வருகின்றது.

இது தொடர்பாக 1988 பிப்ரவரி 2 அன்று இந்து நாளிதழில் வந்திருந்த ஒரு செய்தி பயனுள்ளதாக இருக்குமென்பதால், அதைக் கீழே தருகின்றோம் :

இந்தியாவின் மேற்குக் கரையில் கண்ணன் வாழ்ந்ததாகக் கூறப்படும் துவாரகையில் சில ஆண்டுகளாகக் கடல் ஆய்வு நடந்து வருகின்றது. இந்தியாவின் ஏழு முத்தித்தலங்களுள் ஒன்றாகக் கருதப்படும் துவாரகை கண்ணனுக்குப் பின்னர் கடல் கொள்ளப்பட்டுவிட்டதாக நமது புராணங்களும் மரபுகளும் கூறிவருகின்றன.

துவாரகை பம்பாயிலிருந்து சுமார் 510 கிலோ மீட்டர் - 317 மைல்-தொலைவில் மேற்குக் கரையில் அமைந்துள்ளது. கண்ணன் மாத்தரையிடமிருந்து தப்பி வந்து புகலடைந்ததாகக் கூறப்படும் கிருஷ்ணன் கோயில் ஒன்று அங்கு உள்ளது. இக்கோயிலினுள் இந்துக்களல்லாதார் அனுமதிக்கப்படுவதில்லை.

இதுவரை துவாரகையில் நடந்த கடல் ஆய்வுகளில் பலவகையான கற்கருவிகளும், கல் நங்கூரங்களும் கண்டுபிடிக்கப்பட்டன. அங்கு ஒரு நகரம் புதையுண்டது என்பதை மெய்பிக்கும் சான்றுகள் கிடைத்துள்ளன.

அங்கு கடலடியில் கண்டெடுத்த நங்கூரங்களின் எண்ணிக்கையை வைத்துப் பார்க்கும் போது, துவாரகை பெரியதொரு துறைமுகமாக இருந்திருக்கும் என்பதை உணர முடிகின்றது. துவாரகை இந்தியக் கடலோரத்தில் கி.மு.இரண்டாயிரமாண்டுக் காலத்தில் மிகப்பெரிய துறைமுகமாக விளங்கிற்று என்பது தெரிகின்றது.

இந்த ஆய்வுத்தொடரில் நவம்பர் 1987 முதல் பிப்ரவரி 1988 வரை நடந்த பணிகளின் போது ஐம்பது கல் நங்கூரங்கள் துறையிலும், கடலினுள்ளும் தெரிந்தன. இது ஆறாவது ஆய்வுத் தொடராகும். இப்பணியைத் தேசியக் கடலியல் ஆய்வுக்கழகம் நடத்திவருகின்றது. இந்த ஆராய்ச்சிக் கழகம் கோவாவில் அமைந்துள்ளது.

(இந்நகரம் கண்ணனுக்கும் மூத்தது என்பதை ஆராய்ச்சியாளர் கண்டறிந்துள்ளனர். ஏனெனில் அங்கு கல்லாலான கத்திகள், துளையிட்ட பாண்டங்கள் கண்டெடுக்கப் பட்டுள்ளன. எனவே கண்ணபிரானின் காலத்திற்கு முன்னரே அங்கு மனிதக் குடியிருப்புகள் இருந்தனவென்பது தெளிவாகின்றது.)

சென்னை நகரத்திற்குத் தெற்கில் 80 கிலோ மீட்டர் தொலைவில் பண்டைத் திராவிடத் துறைமுகப் பட்டினமான மாமல்லபுரம் (கடல் மல்லை) வங்கக்கடலின் கரை மீது அமர்ந்துள்ளது. உலகின் பல பகுதிகளிலிருந்து அங்கு கப்பல்கள் வந்தன.

அங்கு ஒரே கல்லில் குடைந்த கற்றளிகளும், கலையுலகின் பெயர்பெற்ற கவினுரு சிற்பங்களும் உள்ளன. கடல் அலைகள் பல்லாயிரமாண்டுகளாக அதன் கரைகளில் மோதி அங்கிருக்கும் கோயிலைச் சுற்றியுள்ள சிற்பங்களை மணலால் மூட முயன்று வருகின்றன. கடற்கரையிலுள்ள இக்கோயிலின் அருகே மேலும் ஆறு கோயில்கள் இருந்தனவென்றும், அவற்றைக் கடல் விழுங்கிவிட்டது என்றும் கூறுகின்றனர்.

இக்கதைகள் மெய்யென்று நிலை நாட்டப்படுமா? கடலடி ஆராய்ச்சியினால் இந்தியாவின் பண்டைப் பண்பாட்டைக் காட்டுகின்ற நினைவுச் சின்னங்கள் துலங்குமா? புரோட்டோ இந்திய நாகரிகம் எனப்படும் பழங்கால நாகரிகத்தின் தடயங்களைத் தொல்பொருளியலார் காணக்கூடிய நல்வாய்ப்புகள் கிடைத்தாலும்

கிடைக்கலாம். அல்லது முதுபண்டை இந்திய நாகரிகத்தினும் முதியதொரு பண்பாட்டின் தடயங்கள் இந்துமாக் கடலின் படுகையில் கிடைக்கவும் கூடும்.

புரோட்டோ இந்தியரின் கடவுளர்

முதுபண்டை இந்தியப் பண்பாட்டின் வீழ்ச்சிக்கு எது காரணமாக இருந்தாலுஞ் சரி. கி.மு. இரண்டாயிரமாண்டின் நடுப்பகுதியில் இந்தியாவிற்குள் நுழைந்த போர்க்குணம் படைத்த நாடோடி இனத்தாரான ஆரியர் தமக்கு முற்பட்ட புரோட்டோ இந்தியரின் சாதனைகள் பலவற்றைக் கைக்கொண்டு விட்டனர் என்பது தற்கால வரலாற்றாசிரியர்களுக்குத் தெளிவாகி விட்டது.

அவற்றுள் : கோதுமை, பார்லி, பட்டாணி, சணல், பருத்தி ஆகியன பயிரிடும் முறைகள்; பேரீச்சை பயிரிடுதல், மட்பாண்டம் வனைதல், வடிகால் முறைகள்; நகர அமைப்பு, திமிலையுடைய சேபு என்ற விலங்கை வீட்டில் வளர்த்தல்; யானையை அடக்கி வளர்ப்பது; வேளாண் முறைகள், கப்பல் கட்டுதல் - முதலியன அடங்கும். இவையனைத்தும் புரோட்டோ இந்தியரிடமிருந்து ஆரியர் கற்றனவாகும்.

தசாம்ச எண்முறை

ஆரியர் அவர்களிடமிருந்து ஏராளமான அறிவியல் திறன்களையும் பெற்றிருப்பர் என்பது இயற்கையாகும், தசாம்ச எண்முறையை இந்தியாவில் கண்டுபிடித்தவர்கள் புரோட்டோ இந்தியராவர், ஆரியரல்லர்.

ஆரியர் படையெடுப்பிற்குப் பல நூற்றாண்டுகளுக்கு முன்னரே புரோட்டோ இந்தியரின் வணிகரும், கணித வல்லுநரும், அம் முறையைப் பயன்படுத்தி வந்திருக்கின்றனர்.

புரோட்டோ இந்தியரின் சமயமும், புராணங்களும், அவரை வெற்றிகொண்ட ஆரியரின் சமயத்திலும் ஆளுகை கொண்டன என்பதில் ஐயமில்லை. இது மிகவும் சிக்கலான செயல் போக்கு முடிவுகள் என்பதில் கூட ஐயமிருக்க முடியாது.

ஆரிய இந்தியாவின் வரலாற்றில், முதல் கட்டத்தில் பிராமணக் குருமார்களே தம்மைப் பூசுரர் என்று அழைத்துக் கொண்டு மன்னர் அனைவருக்கும் மேலானவர்களாக, ஆற்றல் மிக்க மன்னர்களையும் மிஞ்சுபவர்களாக இருந்து வந்தனர். பிராமணக் குருமார்கள், தமது சமய நம்பிக்கைகளை இரகசியமாகக் கடைப்பிடித்து வந்த மக்களையும் வென்றனர்.

ஆனால் கி.மு. ஆறாம் நூற்றாண்டில் ஏற்பட்ட ஆன்மிகக் குமுறலினால் அந்நம்பிக்கைகளெல்லாம் பலரறிய வெளிவந்தன. அவைதாம் பிராமணியத்திற்கு மாற்றாக வந்து அமைந்த பௌத்தம், இந்து சமயம், சமணம் ஆகிய மூன்று சமயங்களுக்கும் அடிப்படையை அமைத்துக் கொடுத்தன.

இருக்கு வேதம்

பழம் ஆரிய இலக்கியப் படைப்பான இருக்கு வேதம் காற்று, நீர், நெருப்பு, புயல், முகில்கள், வறட்சி, மற்றம் பிற இயற்கைச் சக்திகளின் வடிவாக ஏராளமான கடவுளரைக் கூறுகின்றது, இதற்குப் பிறகு அனைத்துயிர்களையும் படைத்த பிரமனே தலையாய

கடவுள் என்று பிராமணர் கூறினர். இந்து சமயத்தில் பிரமன் உருவமற்ற வெறும் படைப்பாளியேயாவார். ஆனால் திருமாலும் சிவனும் தலையாய கடவுளாவர்.

தென்னாடுடைய சிவன்

தென்னிந்தியாவிலுள்ள திராவிடர்களால் பெரிதும் வழிபடப்படும் சிவன் ''பிரபஞ்சம் தழுவிய கடவுள்'' என்றும், ''பிரமன்'' திருமால் ஆகியோரின் புலன்களைக் கடந்த பேரொளி என்றும், ''தேவரின் முதற் கடவுள்'' என்றும் புகழ்ந்தேத்தப்படுகின்றார். புனித வேதங்களில் கூறப்பட்டுள்ள பெருங்கடவுளர் கூட்டத்தில் சிவபெருமான் முழு முதற் கடவுளாக இருக்கின்றார்.

நாடோடிகளான ஆரியர்கள் தமது வேதங்களையும் கடவுளர்களையும் உண்டாக்கிக் கொண்டதற்கு முன்னர், இந்தியத் துணைக் கண்டத்து மக்களின் நடுவில் இருந்து வந்த பண்டைய வழிபாட்டு மரபுகளைச் சிவ வழிபாட்டுக் கோட்பாடு தன்னகத்தே ஏற்றுக் கொண்டு விட்டது என்று இந்தியவியலார் நம்புகின்றனர்.

சிவமூர்த்தியை வழிபடுகின்ற மக்கள் தமது இறைவன் ''வேதங்களைவிடப் பழமையானவன்'' என்று கூறுவது சரி என்பதைப் பழம் இந்திய நகரங்களில் நடந்த அகழ்வுகள் தெரியக் காட்டியுள்ளன. ஏனெனில் பண்டை இந்தியர்கள் சிவபெருமானின் மூலவடிவான ஓர் இறைவனை வழிபட்டு வந்தனர் என்பதில் ஐயமில்லை.

பழமையான இந்திய உருவங்களில் காணப்படும் ஓர் உருவம் மிகுந்த ஆர்வத்தைத் தூண்டுவதாக இருக்கின்றது எனலாம். அந்த உருவம் பல முகங்களை உடையதாகவும் விலங்குகள் சூழவும் இருக்கின்றது. அந்த இறையுருவம் கால்களை மடக்கி யோக நிலையில் அமர்ந்திருக்கின்றது.

யோக சாஸ்திரத்தின் தந்தை எனப்படும் பதஞ்சலி முனிவருக்குப் பன்னெடுங் காலத்திற்கு முன்னர் இந்தியாவில் யோகம் பயிலப்பட்டு வந்தது என்பதை இது காட்டுகின்றது. பண்டை மக்கள் தம் இறைவனை யோகேசுவரன் என்று அழைப்பது மிகவும் பொருத்தமேயாகும்.

யோக நிலையிலுள்ள அந்த இறையின் கைகளில் காப்புகள் உள்ளன. தலையில் விசிறி வடிவான ஒரு முடியை அணிந்திருக்கின்றது. அம்முடியின் உச்சியில் எருமைக் கொம்புகள் காணப்படுகின்றன. அந்த இறையைச் சுற்றிலும் ஒரு யானை, ஒரு பெண் புலி, இரு மான்கள், ஒரு காண்டாமிருகம், ஓர் எருமை முதலிய விலங்குகள் இருக்கின்றன.

மகஞ்சோதராவை அகழ்ந்த குழுவின் தலைவராயிருந்த சர் ஜான் மார்சல், இந்த உருவம் ''பசு பதி'' ஆகிய சிவ மூர்த்தியேயாகும் என்பதை நிறுவியிருக்கின்றார். சிவ வழிபாடு இந்தியாவில் மிகுந்த தொன்மை வாய்ந்தது; அது வரலாற்றுக்கு முற்பட்ட காலத்திலிருந்து வழிபடப்பட்டு வருகின்றது என்பன பல காலமாகக் கருதப்பட்டு வருகின்றன.

அதை உறுதிப்படுத்தும் வகையில் மகஞ்சோதராவில் கண்டெடுத்த ''பசு பதி'' முத்திரை இருக்கின்றது.

இருப்பினும் அரப்பன் நாகரிகத்து மக்கள் அதாவது புரோட்டோ இந்தியர் - வழிபட்ட இறையின் பெயர் சிவன் என்பது இதன் கருத்தாகாது. இத்தெய்வம் இன்று நமது காலத்தில் அழைக்கப்பட்டுவரும் பல்வேறு பெயர்களுள் சிவன் என்பது ஒன்றாகும். சிவனுக்கு ஆயிரத்திற்கு மேற்பட்ட பெயர்கள் உள்ளன. அவை சிவனின் பல்வேறு திருவிளையாடல்களைக் குறித்து நிற்கின்றன.

சக்தி

எங்கும் நிறைந்த இறைவனான சிவனின் மனைவி, சக்தியின் சின்னமாக விளங்குகின்றாள் என்று கருதுகின்றனர். அவளைப் பேரழகு வாய்ந்த உமையாகவும், மனித மண்டையோடுகளை அணிந்த காளியாகவும், பலவிதமான கோலங்களிலும், வடிவங்களிலும் மக்கள் இன்று இந்தியாவெங்கும் வழிபட்டு வருகின்றனர்.

முன்னம் பழமையான காலத்தே மனித இனத்தில் நிலவி வந்த தாயாட்சிக் காலத்திலிருந்து மகாதேவி வழிபாடு இருந்து வந்திருக்கின்றது எனலாம். இந்த வழிபாடு புரோட்டோ இந்தியரிடையே எங்கும் பரவியிருந்தது என்பதை மகஞ்சோதராவிலும், பிற நகரங்களிலிருந்தும் கண்டெடுக்கப்பட்ட முத்திரைகளில் பொறிக்கப்பட்டுள்ள உருவங்களிலிருந்து காண முடிகின்றது.

புரோட்டோ இந்திய இறைக் கூட்டத்தில் கணவனும், மனைவியுமான ''பழஞ் சிவனும்'' ''மகா தேவியும்'' முழுமுதற் கடவுளாயிருந்தனர் என்பதைப் பண்டை இந்திய மக்கள் விட்டுச் சென்றிருக்கும் சித்திர எழுத்துக்களைப் பகுத்தாராய்ந்ததில் அறிய முடிகின்றது.

இவ்வெழுத்துக்களையும், பிற வரலாற்றுச் சான்றுகளையும் இந்திய அறிஞரான இராதா மோகன் நாத் என்பவர் பகுத்தாராய்ந்து 1965 ஆம் ஆண்டு ஒரு சிறு நூலை வெளியிட்டிருந்தார். திரிசூலமும், மீனும், ''மகா மச்சிலி'' அல்லது ''மா மீன்'' என்று அழைக்கப்படும் சிவனையே குறிக்கின்றன என்று அவர் முடிவு கண்டார்.

சோவியத்து அறிஞர்களும் அதே ஆண்டில் புள்ளியியல் முறைகளைக் கையாண்டு, அம்முத்திரைகளைப் பகுத்தாராய்ந்து அதே முடிவிற்குத்தான் வந்தனர். இவர்கள் ஒருவர்க்கொருவர் தொடர்பின்றித் தனித்தனியாக ஆராய்ந்து கண்ட முடிவு இதுவாகும்.

இவ்விரு குறியீடுகளும் - திரிசூலமும், மீனும் - ஏதோ தற்செயலாக ஓரிரு இடங்களில் மட்டும்தான் காணப்பட்டன என்று சொல்வதற்கியலாமல், அவை ஐம்பத்தைந்து இடங்களில் திரும்பத் திரும்ப வருகின்றன. அச்சின்னங்கள் இரண்டும் சேர்ந்து, ஏதோ ஒரு சிறப்புப் பெயரை, அடைமொழியைக் குறிக்க வருகின்றன என்பது இதிலிருந்து உறுதியாகின்றது.

ஒரு பெண்ணுருவத்துடன் கூட ஐந்து முனைச் சூலாயுதம் ஒன்று காணப்படுகின்றது. இதுவும் குறிப்பிட்ட ஒன்றைக் குறிக்கவந்த இணைக்குறி என்று தோன்றுகின்றது. ஏனெனில் இச்சின்னம் ஏராளமான இடங்களில் மீண்டும் மீண்டும் வருகின்றது. அது ஏதோ தற்செயலாக வந்திருப்பின் ஓரிரு இடங்களில்தான் காணப்பட்டிருக்கும். இவ்வாறு பன்முறை வந்திருக்கக் காரணமில்லை.

சிவபிரானின் மனையாளைக் குறிக்கும் ''மகாதேவி'' என்ற சொல் பொதுவான அடை மொழியாகும். ஐந்து முறைச் சூலாயுதம் ''மா பெரிய'' என்பதைக் குறிப்பதாகவுமிருக்கலாம். அதை ஒரு மீன் அல்லது பெண்ணின் உருவத்துடன் சேர்த்துக் காட்டும்போது, அது ''மா மீன்'' என்றும் ''மா மங்கை'' (அல்லது மாதேவி) என்பவற்றையும் குறிக்கலாம். அவை பண்டை இந்தியரின் முழுமுதற் கடவுளைக் குறிக்கும் அடைமொழியாகலாம்.

புரோட்டோ இந்திய எழுத்துக்களை ஃபின்லாந்து நாட்டு ஆராய்ச்சியாளர் கம்பியூட்டர் உதவி கொண்டு படித்தனர்; அவர்கள் அந்த ஆராய்ச்சியின் முடிவை 1969 ஆம் ஆண்டில் வெளியிட்டனர். அவர்களும் சோவியத்து ஆராய்ச்சியாளர் கண்ட முடிவுகளையே கொண்டுள்ளனர்.

ஃபின்லாந்து ஆராய்ச்சியாளர்களுக்கு இராதா நாத் வெளியிட்ட சிறு ஆராய்ச்சி நூல் பற்றியோ, சோவியத்து ஆராய்ச்சியாளர் இது குறித்து வெளியிட்ட முடிவுகள் பற்றியோ தெரியாது.

எனினும் பண்டை இந்திய எழுத்துக்களில் ''மா மீன்'', ''மா தேவி'' என்ற பெயர்கள் காணப்படுகின்றன என்ற முடிவிற்கு மேற்கூறிய மூன்று தரப்பினரும் வந்திருக்கின்றனர். அவர்கள் முடிவுகண்ட பெயர்கள் மகா மச்சிலி, மகாதேவி ஆகிய அன்று; ஏனெனில் அவை சம்ஸ்கிருதத்திலிருந்து கடனாகப் பெறப்பட்ட சொற்களாகும்.

தாந்திரிக இரகசியம்

பண்டை இந்திய எழுத்துக்களில் வெகுசிலவே நமக்குக் கிடைத்திருக்கின்றன. நாம் அவற்றைப் படித்து அறிவதில் வெற்றி பெற்றாலுங்கூட, அப்பழம்பெரும் நாகரிகம் எங்கு தோன்றியது என்பதைக் காட்டக் கூடிய செய்திகளை நாம் அதிகமாக அறிந்து கொள்வது என்பது பெரிதும் ஐயத்திற்குரியதாகும்.

ஏனெனில் பழமையான இந்தியப் புதர்களில் பலவற்றைத் தாந்திரிக் நூல்களான பிற ஏடுகளை ஆராய்ந்து விடுவிடுக்க முடியலாம்.

''தந்திர'' என்ற சொல்லுக்குத் ''துணி வகை'', ''ஊடு பாவு'' என்றெல்லாம் பொருள். இந்தியாவில் கண்டுபிடிக்கப்பட்டுள்ள தாந்திரிகச் சின்னங்களும், வரைபடங்களும் பழங் கற்காலத்தைச் சேர்ந்தவையாகும்.

தாந்திரிக நூல்களை எழுதியவர்களும் அதை முறைப்படி தொகுத்தவர்களும் புரோட்டோ இந்தியக் குருமார்களாக இருக்கலாம். ஏனெனில் ஏராளமான பழம் இந்தியச் சின்னங்கள் தாந்திரிகச் சின்னங்களை ஒத்திருக்கின்றன.

தாந்திரிகர்களுக்குச் சிவனும் மகாதேவியும் தலையாய இறைவராவர். இத் தாந்திரிகர் புரோட்டோ இந்தியராக இருக்கலாம். தாந்திரிக நூல்கள் ''வேதத்திலும் மூத்தவை'' என்று நிறுவப்படுகின்றன.

தாந்திரிக நூல்கள் மாபெரும் சிவபெருமானின் ''முதன்மையான'' வாயிலிருந்து வெளிவந்தன என்றும் அதனால் அவை ''ஐந்தாம் வேதம்'' என்றும் தாந்திரிகர் கூறுகின்றனர்.

ஆரியக் குருமார்களான புரோகிதர்கள் நான்கு வேதங்களின் தொகுதிகளைப் பெரிதும் வழிபாட்டுக்குரியனவாக்கி விட்டனர். எனவே ''ஐந்தாம் வேதம்''

ஆரியருடையதன்று; அது புரோட்டோ இந்தியருடையதாயிருக்கலாம்.

துரதிருஷ்டவசமாகத் தாந்திரிக நூல்கள் அனைத்தும் இந்தியாவில் நமக்குக் கிடைக்கவில்லை. அவற்றுள் பல நூல்கள் மறைந்தொழிந்தன. எஞ்சியவற்றின் சிதைந்த பகுதிகள் மட்டுமே பிழைத்திருக்கின்றன. இந்தியாவின் வடக்கிலும், நடுவிலும் நிகழ்ந்த முஸ்லிம் படையெழுச்சியினாலும் தாந்திரிக இலக்கியங்கள் அழிந்து விட்டன.

இந்தியத் தாந்திரிகத்தின் திறவுகோலையும், புரோட்டோ இந்திய மர்மத்தை விடுவிக்கக் கூடிய வழிவகைகளையும், இந்தியாவிற்கு வெளியே, இமயத்தின் மேல் அமைந்துள்ள திபேத்திலும், அதற்கு அப்பாலுள்ள நடு ஆசியாவிலுமிருந்துதான் பெற வேண்டியிருக்கின்றது.

அங்கு இந்தியத் தாந்திரிகர் எழுதி வைத்த பல நூல்கள் திபேத்திய மொழியில் மொழி பெயர்க்கப்பட்டுப் ''பௌத்தப் போர்வையில்'' பாதுகாத்து வைக்கப்பட்டுள்ளன.

சம்ஸ்கிருத மொழியில் எழுதப்பெற்ற தாந்திரிக நூல்கள் பலவும் நமக்குக் கிடைத்திருக்கின்றன. ஆனால் புத்தர் அருளியதாகக் கூறப்படும் சுமார் ஓராயிரம் தாந்திரிக நூல்களைப் பற்றி, வடமொழியில் எழுதப் பெற்ற ''தாங்கூர்'' என்ற பௌத்த சமயநெறி முறை பற்றிய நூலில் கூறப்பட்டுள்ளது.

புத்தரின் போதனைகளுக்கு விளக்கவுரை அடங்கிய ''தாங்கூர்'' என்ற நூலில் மூவாயிரத்திற்கு அதிகமான தாந்திரிக நூல்கள் கூறப்படுகின்றன. தாங்கூர் உரையாசிரியரில் மிகப் பெரும்பாலர் இந்தியத் தாந்திரிகராயிருக்கின்றனர்.

புத்தரின் போதனை சமயஞ் சார்ந்ததா?

கடவுளின் நிலைக்கு உயர்த்தப்பட்டு விட்ட சாக்கிய முனியான கௌதம புத்தரின் கோட்பாடுகள் எது குறித்து நிற்கின்றன என்பதைப் பற்றிப் பௌத்தர்களுக்கும், பிற அறிஞர்களுக்குமிடையே பொதுவான ஒத்த கருத்து இன்னும் ஏற்படவில்லை.

புத்தரின் போதனை முற்றிலும் சமயத்தைச் சார்ந்து நிற்பதா? அல்லது அறநெறியையும், ஒழுக்கப் பண்புகளையும் சார்ந்ததா?

புத்தர் முஸ்லிம்களின் தூதரான முகமதைப் போன்று மெய்யாக வாழ்ந்திருந்த வரலாற்று மனிதரா, அல்லது எகிப்தியக் கடவுளான ஓசிரிஸ் போன்ற புராண புருஷரா?

புத்தர் பரி நிர்வாணமடைந்த பல ஆண்டுகளுக்குப் பிறகு, அவருடைய போதனை மூன்று கோட்பாடுகளாகப் பிரிந்தது.

அதாவது, மனிதன் உலகத் துன்பங்களையெல்லாம் கடந்து, இறுதி இன்ப நிலையான பரிநிர்வாண நிலையைப் பெறுவதற்கு வேண்டிய மூன்று வழிகளாக, வாகனங்களாகப் பிரிந்தது.

ஹீனாயனம் அல்லது ''சிறு வாகனம்'' என்ற கோட்பாடு தென் கிழக்காசியாவெங்கும் பரவிற்று. பண்டைப் பௌத்தக் கோட்பாடான இதைப் பர்மா, லாவோஸ், கம்போடியா, தாய்லாந்து, இலங்கை, தென் வியட்நாம் முதலிய நாடுகளில் வாழும் இலட்சக்கணக்கான மக்கள் பின்பற்றி வருகின்றனர்.

''பெரிய வாகனம்'' அல்லது மகாயனம் என்ற கோட்பாடு முதலில் நடு ஆசியாவிலும் (இங்கு பௌத்தக் கோயில்களின், பள்ளிகளின் இடிபாடுகளைச் சோவியத்து ஆராய்ச்சியாளர் கண்டுபிடித்துள்ளனர்.) பின்னர் ஜப்பான், சீனம், கொரியா,

நேபாளம், திபேத்து, மங்கோலியா, புரியாத்து (இது இன்று மங்கோலிய இனத்தைச் சேர்ந்த மக்கள் பெரிதும் வாழ்கின்ற தன்னாட்சிச் சோவியத்துக் குடியரசாகும்), கால்மக் (இதுவும் இன்று சோவியத்து யூனியனிலுள்ள தன்னாட்சிக் குடியரசாகும். இது சோவியத்து யூனியனின் தெற்கே காஸ்பியன் கடலின் கரைமேல் அமைந்துள்ளது.) முதலிய பகுதிகளிலும் பரவிற்று.

அதன்பிறகு மகாயனத்திலிருந்து மூன்றாவதாகப் பிரிந்தது ''தாந்திரிக வாகனம்'' ஆகும். இந்தத் தாந்திரிகத்தைக் கடைபிடித்த சித்தர்கள், சுருக்கு வழியிலும், துரிதமாகவும் நிர்வாண நிலை எய்தும் வழியைத் தம்மைப் பின்பற்றியவர்களுக்குக் காட்டினர்.

பௌத்தத் தாந்திரிகம் இந்தியாவில் பிறந்தது என்ற போதிலும், முஸ்லிம்கள் இந்தியாவின் பெரும் பகுதியை வென்ற பின்னர், ''புத்தரின் இம்மூன்று வாகனங்களும்'' தமது தாயகத்தை விடுத்து வெளியேறின. இன்று இந்தியாவிலுள்ள பௌத்த நினைவுச் சின்னங்கள், தொல்பொருள் ஆய்வின் மூலமே ஆராயப்பட்டு வருகின்றன.

எனினும் பத்ம சம்பவா என்ற இந்திய அறிஞர் எட்டாம் நூற்றாண்டில் தாந்திரிகத்தை இமயமலைப் பகுதிக்கு எடுத்துச் சென்று விட்டதால், அங்குள்ள சிக்கிமிலும், பூட்டானிலும், தாந்திரிக மரபுகளையும், போதனைகளையும் ''இயற்கையான நிலையில்'' அறிஞர்கள் இன்றும் ஆராய்வதற்கு வசதிகள் இருக்கின்றன.

தாந்திரிகமும் கலையும்

தாந்திரிகத்தோடு தொடர்புடைய மிக அருமையான கலைப் படைப்புகளும், தத்துவ சிந்தனைகளும் இந்நூற்றாண்டின் அறுபதாம் ஆண்டுகளின் நடுப்பகுதி வரையிலும் உலகம் அறியாதனவாக இருந்து வந்தன.

இந்தியக் கலை விற்பன்னரான எம்.சிங்-என்பவர் இமாலயக் கலை பற்றி எழுதிய ஒரு நூல் யுனெஸ்கோ ஆதரவில் அண்மையில் வெளிவந்திருக்கின்றது. சிங் இந் நூலைத் தொகுப்பதற்கு நேபாள, இந்திய அரசுகள் உதவின; தலாய் லாமாவும், மகாயன பௌத்த சமயத் தலைவர்களும் இப்பணிக்கு ஒத்துழைப்புத் தந்தனர். சிக்கிமிலும் பூட்டானிலும் உள்ள ஆட்சியாளர் முதலானோர் துணை புரிந்தமையால், சிங்கினால் எட்டாக் கைப்பகுதிகளிலுள்ள பௌத்த மடங்களுக்கெல்லாம் செல்ல முடிந்தது.

அவர் அங்கிருந்த சிறந்த ஓவியங்களையெல்லாம் படியெடுத்து உலகிற்குக் காண்பித்தார். அவற்றை அவ்வாறு படியெடுப்பது பன்னெடுங் காலமாகத் தடை செய்யப் பட்டிருந்தது.

இப்போது மொழியியலறிஞர், வரலாற்றாசிரியர், மெய்ப் பொருளறிஞர் முதலானோர் அவ்வோவியங்கள் மீது தமது கவனத்தைச் செலுத்த வேண்டும்.

தாந்திரிக நூல்கள் ஆராய்ச்சிக்கு உகந்த சிறப்புக்களையெல்லாம் உடையனவாகும். இந்த ஆராய்ச்சியானது லெமூரியாவின் மர்மத்தைக் கண்டறிவதற்கு உதவலாம்; ஏனெனில் தாந்திரிகம் அங்கு தான் பிறந்திருக்க வேண்டும். அதைப் புரோட்டோ இந்தியர் வளர்த்து மேம்படுத்திப் பின்னர் இமயமலைச் சாரலுக்கு எடுத்துச் சென்றிருக்க வேண்டும்.

எனினும் சோவியத்து அறிஞர்கள் தாந்திரிக நூல்களை ஆராய்வதற்காக மலையேறவும் இமயத்தின் முகட்டை எட்டவும் வேண்டியதில்லை. சோவியத்து யூனியனுக்குள்ளிருக்கும் புரியாத்துத் தன்னாட்சிக் குடியரசில் உள்ள பௌத்த மடங்களில்

- அவை வரலாற்று இடைக்காலத்தில் ஒருவகையான பல்கலைக் கழகங்களாகச் செயல்பட்டுவந்தன-இந்நூற்றாண்டின் தொடக்கத்தில் தந்திரங்கள் கற்பிக்கப்பட்டு வந்தன. லெனின்கிராடு, தென்கிழக்குச் சோவியத்துத் தன்னாட்சிக் குடியரசின் தலைநகரமான உலான்-உடே ஆகிய இடங்களில் இருக்கும் நூலகங்களில் தாந்திரிக நூல்கள் பல உள்ளன. அவற்றை ஆராய்ந்து பார்த்ததில் வியப்பூட்டும் பல முடிவுகள் பெறப்பட்டன.

சோவியத்து அறிவியல் அகாதமியின் சைபீரியத் துறை சேர்ந்த புரியாத்துக் கிளையானது 1968 ஆம் ஆண்டில் நடு ஆசியாவின் வரலாற்றையும், தத்துவத்தையும் பற்றிய கட்டுரைகளடங்கிய மூன்றாவது தொகுதியை வெளியிட்டது. அதில் பௌத்தப் பிரபஞ்சவியல் பற்றிய கட்டுரையை ஆர்.பூபயேவ் எழுதியிருந்தார்.

அதில் பௌத்த சமயம் உலகத்தைப் பற்றி வழிவழியாகக் கொண்டு வரும் கருத்து இடம் பெற்றிருந்ததுடன்-அதாவது உலகத்தை மூன்று யானைகள் தாங்கிக் கொண்டிருக்கின்றன என்று பௌத்தர் உலகம் பற்றிக் கருத்துடையோராயிருக்கின்றனர்-மற்றொரு கொள்கையும் குறிப்பிடப்பட்டிருந்தது.

நமது உருண்டை உலகம் தன் அச்சில் சுழன்று கொண்டிருக்கும் ஒரு கோளம் ஆகும் என்ற கருத்தும் அதில் காணப்பட்டது. இந்தக் கருத்து அறிவியல் ஆர்வத்தைத் தூண்டுகின்றது என்பதில் ஐயமில்லை.

இந்துமாக் கடலின் படுகையைத்தேடி ஆராய்வதுடன், கடலியல் ஆராய்ச்சியிலிருந்து பெரிதும் ஒதுங்கியுள்ள ஓர் ஆராய்ச்சியையும் மேற்கொள்ள வேண்டும்; அதாவது தந்திர நூல்களை மொழி பெயர்த்து அவற்றை நுணுகி ஆராய்ந்தால் அது லெமூரியா பற்றிய மர்மத்தை அறிந்து கொள்வதற்கு உதவும். (இந்திய நிலப்பரப்பில் வாலில்லாக் குரங்குகளிலிருந்து மனிதன் தோன்றினான் என்று பௌத்தம் நம்புகின்றது என்பது குறிப்பிடத்தக்கது. மனிதரின் முன்னோரது மிகப் பழமையான எச்சங்கள் இந்தியாவில் கண்டுபிடிக்கப்பட்டுள்ளன என்பதும் குறிப்பிடத்தக்கது.)

புரியாத்துப் பகுதியிலிருந்து ஆஸ்திரேலியாவிற்கு

லெமூரியா பற்றிய கடலியல் ஆராய்ச்சி தொட்டு, பண்டை எழுத்துக்களைப்

படித்தறிவது வரையிலுள்ள ஆராய்ச்சிகள் பல்வேறு அறிவியல் துறைகளுடன் தொடர்பு கொண்டுள்ளன. நிலநூல் அடிப்படையில் பார்த்தால், இந்தியக் கடலிலிருந்து, இமயமலைகள், புரியாத்துச் சமவெளிகள் வரையிலும் அதன் தொடர்பு நீளுகின்றது. ஆஸ்திரேலியாவும் ஆஸ்திரேலியா பற்றிய ஆராய்ச்சியும் கூட அதனோடு இணைந்திருக்கக்கூடும்.

ஆஸ்திரேலியப் பழங்குடியினருக்கும் கறுத்த நிறத்தவரான திராவிடருக்கும் இடையே காணப்பட்ட ஒற்றுமைகள், அக்கண்டம் பற்றி ஆராய்ந்த ஆராய்ச்சியாளருக்கு முதலிலேயே பளிச்சென்று தெரிந்தது.

இந்த ஒற்றுமைக்கு எவ்வாறு விளக்கம் தர முடியும்?

ஆஸ்திரேலியப் பழங்குடி மக்களின் மூதாதையர் நொய்தான படகு அல்லது மிதவைகளில் ஏறிக்கொண்டு இந்துமாக் கடலைக் கடந்து ஆஸ்திரேலியாவில் குடியேறியிருக்க முடியாது. அவர்கள் அமெரிக்க இந்தியரைப் போன்று, நோவாவின் மக்களுடைய வழிவந்தவர்களின் பட்டியலில் இடம் பெறவில்லை.

எனவே அவர்கள் கடவுளால் ஆஸ்திரேலியாவில் ஆஸ்திரேலியராகவும், புதிய உலகம் என்ற அமெரிக்காவில் செவ்விந்தியராகவும் தனியாகப் படைக்கப்பட்டனர். அவ்வாறு அவர்கள் அந்நிலங்களில் குடியமர்ந்தனர் என்று ஒரு கருத்துக் கூறப்படுகின்றது. (பைபிள் தொடர்பான) இந்த விளக்கத்தை அறிவியலார் ஏற்றுக் கொள்ள முடியாது.

திராவிட, ஆஸ்திரேலிய மக்களிடம் காணப்படும் ஒற்றுமைகளைக் குறித்து மானுடவியலாரும், இனவழி ஆராய்ச்சியாளரும் இன்னும் முடிவு காணமுடியாமல் விவாதித்த வண்ணம் இருக்கின்றனர். அவ்வொற்றுமைகள் மேற்போக்கானவை என்று சிலர் தள்ளி விடுகின்றனர். வேறு சிலரோ, ஆஸ்திரேலியர் தனி இனத்தவர் என்கின்றனர். மற்றுஞ் சிலரோ ஆஸ்திரேலியப் பழங்குடி மக்களின் தாயகம் இந்தியத் துணைக்கண்டமே என்கின்றனர்.

(திராவிட, ஆஸ்திரேலிய மொழிகளிடையே காணப்படும் உறவும், இன்னும் விவாதத்திற்குரியதாகவே உள்ளது. ஆஸ்திரேலிய ஆராய்ச்சி அறிஞரான ஜே.பி. பிரிச்சர்டு என்பவர் ஆஸ்திரேலிய மொழிகளும், தமிழ்மொழியும் உறவுடையன என்று 1847 வாக்கிலேயே கூறிவிட்டார்.)

ஆஸ்திரேலிய, திராவிட மொழிகளின் கட்டமைப்புகள் ஒரே தன்மையன என்று நூறு ஆண்டுகளுக்கு முன்னர் மற்றோர் ஆஸ்திரேலிய ஆராய்ச்சி அறிஞரான வில்லியம் பிளீக் எடுத்துக்காட்டினார். அதன் பிறகு இது குறித்து ஏராளமாக எழுதப்பட்டுள்ளது.

சுவீடனைச் சேர்ந்த என். எம். ஹோமர் என்பவர் 1969 ஆம் ஆண்டில் ‘‘ஆஸ்திரேலிய மொழிகளின் வரலாறும், கட்டமைப்பும்’’ என்ற தலைப்பில் ஓர் ஆராய்ச்சிக் கட்டுரை எழுதியிருந்தார். அதில் திராவிட, ஆஸ்திரேலிய மொழிகளின் இலக்கணமும், ஒலியியலும் ஒத்திருக்கின்றன என்பது காட்டப்பட்டுள்ளது.

எனினும், இவ்விரு மொழிகளும் உறவுடையன என்பதை வலியுறுத்துவதற்குப் போதிய ஆதாரங்களை, இது அளித்து விடவில்லை. தற்செயல் பொருத்தங்கள் மேலோட்டமானவையாக இருக்கலாம். ஆஸ்திரேலியரும், திராவிடரும் உறவுடையோர் என்பதை நிறுவவோ, மறுக்கவோ போதிய செய்திகளை மொழி ஆராய்ச்சியும், மானுடவியல் ஆராய்ச்சியும் தரவில்லை.

தொல்பொருளியலார் இது குறித்துக் கூறுவதென்ன?

ஆஸ்திரேலியா, இந்தியா, பாகிஸ்தானம், இலங்கை முதலிய நாடுகளில் அண்மைக் காலத்தில் அகழ்வாராய்ச்சிகள் நடந்தன. ஆராய்ச்சியாளர் அப்போது கற்காலப் பண்பாடுகள் பலவற்றை ஆராய்ந்தனர். அப்போது ஆஸ்திரேலியக் கற்கருவிகளுக்கும், இந்தியக் கற்கருவிகளுக்கும் மறுக்கமுடியாத வகையில் ஒரே தோற்றம் இருக்கக் கண்டனர்.

இந்த ஒத்த தோற்றம் அவற்றிடையேயுள்ள உறவைக் காட்டுகின்றதா, அல்லது தற்செயல் பொருத்தம்தானா? இந்த இடத்தில்தான் தொல் பொருளியல் துறையின் தங்கையான இனமரபியல்துறை நமது உதவிக்கு வருகின்றது.

வளை தடி என்ற பூமராங்கு ஆஸ்திரேலியப் பண்பாட்டின் தனிச் சிறப்புகளில் ஒன்று என்பதைப் பள்ளி மாணவரனைவரும் அறிவர். எனினும் பதினெட்டு, பத்தொன்பதாம் நூற்றாண்டுகளில் தென்னிந்திய மறவர்களிடையே வளை தடி காணப்பட்டது என்பதை இனமரபியலறிஞரையன்றி வெகு சிலரே அறிவர்.

அப்படியானால் திராவிடர்கும், ஆஸ்திரேலியர்க்கும் தாயகம் எது? இம்மக்கள் உறவுடையோர் என்பதை அறிவியல்துறை ஒன்று கூட நிச்சயமாகக் கூறமுடியாத நிலையில் இருக்கின்றது-இனமரபியல், தொல் பொருளியல், மொழியியல், மானுடவியல் என்று மனிதனோடு தொடர்புடைய அறிவியல் துறைகள் அனைத்தும் - என்ற போதிலும், அம்மக்கள் பொதுவான ஒரு தாயகத்தைக் கொண்டிருந்தனர் என்பதைக் காட்டும் சான்றுகள் அத்துறைகளிடம் உள்ளன.

இந்துமாக் கடலினால் பிரிக்கப்பட்டு விட்ட இம்மக்கள், ஒரு காலத்தில் உறவு கொண்டிருந்தனர் என்பதை ஏற்றுக் கொள்ளத்தக்க சான்றுகளை மேற்சொன்ன அறிவியல் துறைகள் அனைத்தின் கண்டுபிடிப்புகளிலிருந்தும் சலித்து எடுத்த செய்திகளை வைத்துக் காண முடிகின்றது.

''தென் ஆசிய மையம்''

எனவே தென்னிந்தியா, இலங்கை, ஆஸ்திரேலியா ஆகிய நாடுகளில் இன்று வாழ்கின்ற மக்களின் பொதுவான பிறப்பிடம் எங்கே இருந்தது என்ற வினா எழுவது இயற்கையேயாம்.

திராவிடரின் பிறப்பிடம் ஆஸ்திரேலியா என்று ஆராய்ச்சியாளர் சிலர் இன்று நம்புகின்றனர். ஆஸ்திரேலியர் பழைய உலகத்தில் அல்லது ஆசியாவில் தோன்றினர் என்று துல்லியமாகக் கூறுவதாயின், இமயத்திற்குத் தெற்கிலுள்ள நாடுகளில் தோன்றினர் என்று ஆராய்ச்சியாளர் பலர் இன்று நினைக்கின்றனர்.

எனினும் இந்தத் ''தென்னாசிய மையம்'' இந்துமாக்கடலினுள் மூழ்கிக் கிடக்கும் வெகு தொன்மையான மையமாக இருக்கக் கூடுமன்றோ?

சோவியத்து இனமரபியல் ஆராய்ச்சியாளரான ஏ.சோலோட்டாரியோவ், இந்த ஆஸ்திரேலியப் புதிரை விடுவிக்க *1931* இல் முயன்றார். தென்னிந்தியருக்கும், ஆஸ்திரேலியருக்குமிடையே உருவ ஒற்றுமை இருக்கின்றது என்று அவர் கூறினார்.

ஏனென்றால், இந்தியத் துணைக்கண்டமும், ஆஸ்திரேலியாவும் ஒருகாலத்தில் நெருக்கமாக இருந்தன. பின்னர் கண்டங்கள் இடம் பெயர்ந்தன. இறுதியில் இந்தியக்கடல் ஆஸ்திரேலியரையும், திராவிடரையும் பிரித்து விட்டது.

சோலட்டாரியோவ் அக்காலத்தில் செல்வாக்குப் பெற்றிருந்த வேஜனரின் ஊகங்களை அடிப்படையாக வைத்து இவ்வாறு கருத்துக் கூறினார்.

உறைபனிக்காலத்தின் இறுதிவரையிலும், இந்தியாவிற்கும், ஆஸ்திரேலியாவிற்கு மிடையில் நிலப் பாலங்கள் இருந்தன. பழங்காலத்து மக்கள் ஒருவரோடொருவர் தொடர்பு கொள்ள இப்பாலங்கள் உதவின என்ற ஊகக் கருத்துக்களும் உள்ளன.

திராவிட, ஆஸ்திரேலிய மொழிகள் உறவின் முறை கொண்டிருப்பது ஏன் என்பதற்கு மேற்சொன்ன நிலப் பாலங்கள் விளக்கந் தருவனவாக உள்ளன. மானிடவியல், தொல் பொருளியல் துறைகள் கண்டுபிடித்திருக்கும் பிற உறவுகளுக்கும் விளக்கம் தருவனவாக அந்நிலப்பாலங்கள் அமைகின்றன. இவ்வறிவியல் துறைகளை எதிர்ப்பட்டுள்ள சிக்கல்களைத் தீர்ப்பதற்குக் கடலியல் ஆராய்ச்சி உதவக் கூடும். பிற்கூறிய துறைகள் இப்போது இந்துமாக்கடலைப் பற்றி ஆராய்வதில் தனிக்கவனம் செலுத்தி வருகின்றன.

''பாறை வரலாற்று ஏடுகள்''

ஆராய்ச்சியாளர் ஆஸ்திரேலியப் புதிரை விடுவிப்பதற்கு மானுடவியல், இனமர பியல், மொழியியல், தொல்பொருளியல் முதலிய அறிவியல் துறைகளைப் பயன்படுத்து கின்றனர். எனினும் ஆஸ்திரேலியக் கண்டத்தின் தொன்மைக் காலத்தை வரலாற்றறிஞர்கள் ஆராய்வதற்குத் துணை நிற்கும் எழுத்துச் சான்று எதுவும் அவர்களுக்குக் கிடைக்கவில்லை.

ஆஸ்திரேலியாவை ஐரோப்பியர் சென்றடைந்த பின்னர் தான், அங்கு எழுத்து வடிவம் தோன்றியது என்ற போதிலும், ஆஸ்திரேலியர் தமது பண்டை வரலாற்றை உலகம் அறிந்து கொள்வதற்கு உதவியாக ஏராளமான சான்றுகளை விட்டுச் சென்றிருக்கின்றனர்.

ஆஸ்திரேலியாவெங்கும் பாறைகள் மீது காணப்படும் ஏராளமான ஓவியங்களைத் தான் நாம் அவ்வாறு குறிப்பிடுகின்றோம்.

அவற்றை விளங்கிப் பொருள் காண்பது என்பது ஆஸ்திரேலிய ஆராய்ச்சியாளர் ஒருவருக்கு மிகமிகக் கடினமானதும், உள்ளத்தைக் கவரக்கூடியதுமான பணியாக விளங்கும் எனலாம். பண்டை ஆஸ்திரேலிய வரலாற்றைப் பொறுத்தவரையில், இந்தப்பாகம் கூடத் தெளிவற்றதாகவும், விவாதத்திற்குரியதாகவும் உள்ளது.

முதற்கண் பாறை ஓவியங்களின் காலத்தைக் குறிப்பிடலாம். அவை நூற்றைம்பது முதல் இருநூறாண்டுகள் பழமையானவை என்று அறிஞர் சிலர் கூறுகின்றனர். மறைந்தொழிந்து போன மிகப்பெரிய ஊர்வன, திப்ரோடோடோண்ட் என்ற ஒருவகை கங்காரு வகை உயிரினம் போன்ற பெரிய விலங்குகளின் உருவங்கள் இச்சித்திரங்களில் காணப்படுகின்றன. ஆதலால் இவை பல்லாயிரமாண்டுப் பழமையுடையன என்று வேறு சில அறிஞர் கூறுவர்.

இரண்டாவதாக, பெரும்பாலான சித்திரங்கள் எதைக் குறிக்கின்றன என்பது தெளிவாகப் புலப்படவில்லை. நமக்குப் பண்டை ஆஸ்திரேலிய மக்களின் மரபுகளும், புராணங்களும் தெரியாதாகையால், புதிராகக் காணுகின்ற பாதி மனிதர், பாதி விலங்குகள் போன்ற செப்பமறத் தீட்டப்பெற்ற கோட்டு வரைபடங்களையும், ஆஸ்திரேலியப் பழங்குடி ஓவியர்களுக்குப் பெருவிருப்பமான ஜியோமிதிச் சின்னங்களையும் நம்மால் விளக்கிக் கூறுவதற்கு இயலவில்லை.

மூன்றாவது, ஆஸ்திரேலிய வரைபடங்களில் சிலவற்றுக்கும், வேறுசில மக்களின் ஓவியங்களுக்கும், அவற்றின் பாணிகளில் ஒற்றுமைகள் காணப்படுகின்றன. ஆஸ்திரேலியரின் ஒரு பாணியானது தென்னாப்பிரிக்கப் புதர்வாழ் மாந்தரின் பாணியை ஒத்திருக்கின்றது; மற்றொன்று ஃபேரோக்கள் எனப்படும் மன்னர் குடி தோன்றியதற்கு முன்னர் எகிப்தில் பாறைகள் மீது வரையப்பெற்ற ஓவியங்களையும் ஒத்துள்ளது. மேலும் கற்காலத்தைச் சேர்ந்த ஸ்பானியக் குகை ஓவியங்களையும் ஒத்திருக்கின்றது. இது மேலோட்டமாகத் தெரிகின்ற ஒற்றுமையா? அல்லது இதைவிட ஆழமாக வேறு ஏதேனும் உள்ளதா? இது குறித்து ஒருமனப்பட்ட கருத்து எதுவும் உண்டாகவில்லை.

ஓஞ்சினர் பாறை ஓவியங்கள்

ஆஸ்திரேலியாவில் நன்கறியப்பட்டுள்ள ''ஓஞ்சினர்'' பாறை ஓவியங்களைக் குறித்துத்தான் காரசாரமான விவாதம் நடந்து வருகின்றது. ஆஸ்திரேலியாவைத் தொடக்க காலத்தில் ஆராய்ந்து வந்த ஜார்ஜ் கிரே என்றவர், அப்பாறை ஓவியங்களை வடமேற்கு ஆஸ்திரேலியாவிலுள்ள கிம்பர்லிக் குகைகளின் உட்புறத்தில் *1838* ஆம் ஆண்டு கண்டுபிடித்தார்.

தலையைச் சுற்றி ஒளிவட்டம் உடையனவும், வாயில்லாத வெள்ளை முகம் உடையனவும், உடம்பெல்லாம் நீண்ட செங்குத்துக் கோடுகள் போடப்பட்டவையுமான கற்பனை கடந்த உருவங்கள் குகைச் சுவர்களில் அங்கு காணப்படுகின்றன. ஆஸ்திரேலியப் பழங்குடிமக்கள் இக்குகை உருவங்களை ஓஞ்சினர் என்று அழைக்கின்றனர். இப்புதுமையான உருவங்கள் ஜார்ஜ் கிரேக்குப் பிறகும் அங்கு கண்டுபிடிக்கப்பட்டுள்ளன.

இச்சித்திரங்களை வேற்றின மக்கள் வரைந்தனர் என்று கிரே நம்பினார். அவர்கள் மலாய் இனைத்தவராக இருக்கலாம் என்று கருதினார். ஓஞ்சினர் ஓவியங்கள் பண்டைச் சுமேரியர் அல்லது பாபிலோனியர், எகிப்தியர், ஆப்பிரிக்கர் அல்லது கிரேக்கரைக் குறிக்கின்றன என்று வேறு சில அறிஞர்கள் நினைத்தனர்.

இச்சித்திரங்கள் ஆஸ்திரேலியப் பழங்குடி மக்களால் வரையப் பெற்றவையே என்பதற்கு ஆஸ்திரேலிய இனமரபியல் ஆராய்ச்சியறிஞரான எல்கின் என்பவர் இந்நூற்றாண்டில் அசைக்கமுடியாத சான்றுகளை எடுத்துக் காட்டினார்; ஏனெனில் ஆஸ்திரேலியப் பழங்குடியினர் அச்சித்திரங்களை இன்றும் வழிபடுகின்றனர். வறட்சி ஏற்படும் காலங்களில் அச்சித்திரங்களைத் தொடுகின்றனர். ஒஞ்சின வீரர்கள் நீரையும், மழையையும் ஆளுகின்றனர் என்பது அவர்களின் நம்பிக்கையாக இருக்கின்றது.

இச்சித்திர உருவங்களின் தலையைச் சுற்றிக் காணப்படும் ஒளி வட்டங்கள், விண்வெளி வீரர் அணியும் தலைக்கவசம் என்ற கருத்தும் இந்நூற்றாண்டில் தோன்றிற்று.

சகாராப் பாலைவனத்திலுள்ள தாசிலி புடைப்பு ஓவியங்களில், விண்வெளி உயிரினங்கள் சித்திக்கப்பட்டுள்ளன என்பதும் மேற்கூறிய கருத்தைக் கொள்பவர்களின் கூற்று ஆகும்.

இது வலிந்து கூறப்படுவதாகவே தோன்றுகின்றது. ஆனால் பேராசிரியர் எல்கினின் கருத்து ஏற்கத்தக்கதாக இருக்கின்றது. இருப்பினும் அது இன்னும் மெய்ப்பிக்கப்படாத கருத்தாகவே உள்ளது.

உயர்ந்த பண்பாட்டு மட்டத்தில் நிற்பவர்களாவும், வழிபாட்டிற்குரியவர்களாகவும் விளங்குகின்ற புதிய வந்தேறிகளைக் குறிக்கும் பல எடுத்துக்காட்டுகளைப் பண்டைக் காலத்து மக்களின் புராணக்கதைகளில் காணலாம். ஆஸ்திரேலியாவிற்கு வந்த ஐரோப்பியர்களை இறந்துபோனவர்களின் அல்லது கடவுளரின் ஆவிகள் என்று அங்கிருந்த பழங்குடி மக்கள் கருதலாயினர்.

ஒஞ்சின ஓவியங்களுக்கும் தண்ணீருக்கும் உள்ள தொடர்பை என்னும்போது, பரந்த இந்துமாக்கடலும், அதன் ஆழத்தில் மூழ்கியிருக்கக்கூடிய லெமூரியக் கண்டமும் நம் மனக்கண்முன் தோன்றுகின்றன.

ஆஸ்திரேலியரின் கதைகளும், புராணங்களும், அவர் தம் பண்பாட்டுச் சாதனைகளுக்குக் காரணமான ''முன்னோர்'' குறித்துப் பேசுகின்றன. இந்தப் புராண ''முன்னோர்'' அல்லது, இப்பழங்குடியினருக்குப் படைக்கலன்களையும், கருவிகளையும் அளித்த மக்கள் வடக்கு அல்லது வட கிழக்கிலிருந்து, அதாவது இந்துமாக்கடல் திக்கிலிருந்து வந்தனர் என்று குறிக்கப்பட்டுள்ளது.

இந்நாட்டில் ஒரு காலத்தில் வாழ்ந்த வேற்று மக்களைப் பற்றிய கதைகள் ஆஸ்திரேலியப் பழங்குடியினர் நடுவே எங்கும் வழங்கி வருகின்றன. குகைகளில் காணப்படும் சித்திரங்கள் இம்மக்களால் தீட்டப்பெற்றன என்ற கருத்து ஆஸ்திரேலியாவின் சில பகுதிகளில் நிலவுகின்றது.

தற்காலத்து ஆஸ்திரேலியரும், பாலினீசிய மக்களும், இதர மக்களும், அவர்கள் அறியாத ஒரு மக்களினம் உருவாக்கி வைத்துள்ள மாபெரும் கலை வடிவங்கள், மிகப் பெரிய கட்டுமானங்கள் முதலியவற்றை விளக்கும் வகையில் இக்கதைகள் அமைந்தள்ளன என்று சோவியத்து அறிஞரான காபோ கருதுகின்றார்.

சித்திர மாடங்கள்

ஆராய்ச்சியாளர் கடந்த நூற்றைம்பது ஆண்டுகளாக அறிந்து கொள்ள முயன்றுவரும் மர்மமான படைப்புகளை உண்டாக்கியவர் யார்? அவர்கள் ஆஸ்திரேலியரா? அல்லது அவர்கள் நம் மண்ணுலகத்திற்குப் புதிதாக வந்தவர்களா?

ஆஸ்திரேலியாவின் குறிப்பிடத்தக்க சிறப்பு வாய்ந்த சித்திரங்கள் பல்லாண்டுகளுக்கு முன்னரே கண்டுபிடிக்கப்பட்டன என்ற போதிலும், அவை பற்றிய ஆராய்ச்சி இப்போது தான் தொடங்கியுள்ளது. அவற்றுள் மிகவும் புகழ் பெற்ற ''சித்திர மாடங்கள்'' கூட இன்னும் ஆழ்ந்து ஆராயப்படவில்லை.

அதைத் தெளிவாகக் காட்டுகின்ற எடுத்துக்காட்டு வருமாறு: ஆஸ்திரேலியரிடமிருந்து முற்றிலும் வேறுபட்ட தோற்றத்தையுடைய ஆளுயர மனித உருவங்களைக் காட்டும் வரை ஓவியங்கள் சென்ற நூற்றாண்டின் இறுதிவாக்கில் ஆரன்ஹம் லேண்டு என்ற இடத்தில் கண்டுபிடிக்கப்பட்டன. அவை பண்டை எகிப்தியக் கோயில்களை நினைவூட்டுகின்றன என்று அவற்றைக் கண்டுபிடித்த ஜார்ஜ் பிராட்ஷா கூறுகின்றார்.

(ஆரன்ஹம் லேண்டு என்ற பகுதி, ஆஸ்திரேலியாவின் வடக்கே கார்ப்பண்டானா வளைகுடாவை ஒட்டி அமைந்துள்ளது. ஆஸ்திரேலியாவின் இப்பகுதியை 1623 ஆம் ஆண்டு கண்டுபிடித்த டச்சு நாட்டுக் குழுவினரை ஏற்றிச் சென்ற ஆரன்ஹம் என்ற கப்பலின் பெயரால் அந்நிலப்பரப்பு அழைக்கப்படுகின்றது. அது பழங்குடியினர் வாழ்வதற்கென்று ஒதுக்கப்பட்ட பகுதியாகும். இங்குதான் ஜார்ஜ் பிராட்ஷா மேற்சொன்ன ஓவியங்களைக் கண்டுபிடித்தார்.)

அது மெய்யாகவே அரிய கண்டுபிடிப்பாகும். எனினும் அதைக் கண்டுபிடித்த பிறகு கடந்த சுமார் எழுபதாண்டுகளாக அந்த இடத்திற்கு எவரும் இதுவரை செல்லவில்லை. கடலாராய்ச்சியாளரால் இந்துமாக்கடல் இன்னும் அறியப்படாமலிருப்பதைப் போன்று, ஆஸ்திரேலியக் குகை ஓவியங்களும், கலைத்துறை ஆராய்ச்சியாளரால் இன்னும் அறியப்படாமலிருக்கின்றன. இன்று புதிராக விளங்கும் இச்சித்திரங்களை, வரை ஓவியங்களை நாம் விளங்கிக் கொள்வதற்கு இந்துமாக்கடல் பற்றிய ஆராய்ச்சி வழிவகுக்கலாம்.

ஓஞ்சினர் மேற்கு அல்லது வடமேற்கிலிருந்து வந்தனர் என்று ஆஸ்திரேலியப் பழங்கதைகள் கூறுகின்றன. அவர்கள் ''கடலிலிருந்து எழுந்து வந்தனர்'' என்று அக்கதைகள் மேலும் ஒரு படி மேலே சென்று கதைக்கின்றன.

வரலாற்றுக் காலத்திற்கு முற்பட்ட பெருங்கற்காலச் சின்னங்களைக் கட்டியவர்கள் ஓஞ்சினர் என்று ஆஸ்திரேலியப் பழங்குடியினர் குறிப்பிடுவது மிகவும் கவனத்திற் கொள்ளத்தக்கதாகும்.

ஜான் ஜி.வித்னல் என்பவர் இந்நூற்றாண்டின் தொடக்கத்தில் வடமேற்கு ஆஸ்திரேலியாவிலுள்ள பழங்குடி மக்களை விவரித்து எழுதி வைத்திருக்கின்றார். அவர் இனமரபியல் அறிஞர். பெருங்கற்காலத்தைச் சேர்ந்த மிகப்பெரிய இச்சின்னங்கள், ஓஞ்சின வீரர்களைக் காட்டுகின்ற குகைச் சித்திரங்களைப் போன்று, குழந்தைகளின் எண்ணிக்கையைப் பெருக்கவும், பறவைகள், விலங்குகள், ஊர்வன, மீனினம், செடியினம் இவற்றைப் பல்கச் செய்வதற்காகவும் உண்டாக்கப்பட்டன என்று மேற்சொன்ன பகுதியில் வாழ்ந்த மக்களிடமிருந்து அறிந்ததாக வித்னல் கூறுகின்றார்.

ஓஞ்சினர் யார்?

ஓஞ்சினர்கள் கடவுளாக வழிபடப்பட்டனர்; அவர்கள் வடக்கிலோ, வடமேற்கிலோ இருந்து வந்து பெரிய கல் சின்னங்களைக் கட்டினர் என்று கொள்ளலாம்.

அதன்பிறகு பிற இடங்களில் நடந்ததைப் போன்று ஆஸ்திரேலியப் பழங்குடி

மக்களும் அவர்களைக் கடவுளாக வழிபட்டனர். அக்கடவுளர்களை இனப்பெருக்கத் தோடும், இனப்பெருக்கச் சடங்கோடும் தொடர்புபடுத்திக் கதைகள் புனைந்து விட்டனர். இங்கு அம்மக்கள் உயிரின வாழ்க்கைக்கும் செடியினப் பெருக்கத்திற்கும் மூலாதாரம் தண்ணீர் எனக் கொண்டனர்.

வரலாற்றுக் காலத்திற்கு முற்பட்ட பாரிய பெருங்கற் கட்டுமானங்கள் கிம்பர்லி மாவட்டத்தில் மட்டுமன்றி, ஆஸ்திரேலியாவின் பிறபகுதிகளிலும் காணப்படுகின்றன. அக்கட்டுமானங்கள் அனைத்தும் கடற்கரையருகே தப்பாமல் காணப்படுகின்றன.

மெலனீசியத் தீவுகளில் காணப்படும் பெருங்கல் நினைவுச் சின்னங்களைப் போன்றே இவையும் உள்ளன. (மெலனீசியா; பசிபிக் தீவுகளின் முக்கியமான மூன்று பகுதிகளில் ஒன்றாகும்; மற்ற இரண்டும் மைக்ரோனீசியா, பாலினீசியா. இனவியல் அடிப்படையில் அவை அமைந்துள்ளன. மெலனீசியாவில் அடங்கிய தீவுகளில் பெரிதும் கறுத்த தோலும் சுருட்டை முடியும் உள்ள மக்கள் உள்ளனர். இம்மக்கள் சுமார் 10,000 ஆண்டுகளுக்கு முன்னர் தென்கிழக்காசியாவிலிருந்து பசிபிக்கிற்கு வந்தனர்.)

மெலனீசியச் சின்னங்களை உண்டாக்கியவரும் யார் என்பது தெரியவில்லை.

ஓசியானாவின் கிழக்குப்பகுதியில் (உள்ள ஈஸ்டர் தீவு, மார்க்குவஸ் தீவுகள் முதலானவற்றில்) காணப்படும் பெரிய கற்கட்டுமானங்களும், கற்சிலைகளும், அவற்றைக் கட்டும் உத்திகளும் கிழக்கிலிருந்து மேற்கே, தென்னமெரிக்காவிலிருந்து ஈஸ்டர் தீவிற்கு, அதன்பிறகு பாலினீசியத் தீவுகளுக்குப் பரவின என்பது தார் ஹெயர் தாலின் கருத்தாகும். (இவர் பண்டைப் பாலினீசியரின் கடலோடும் திறனை மெய்ப்பிக்கும் வகையில் பசிபிக்கில் நாணலால் கட்டப்பட்ட கோன்-திகி என்ற மிதவையில் தற்காலக் கருவிகளின் துணை ஏதுமின்றிக் காற்றின் உதவியோடு சென்று மெய்ப்பித்தவர்.)

பசிபிக் மாக்கடலின் மறுமுனையிலோ நிலைமை வேறுவிதமாக இருந்தது. இங்கு நாம் முற்றிலும் அறிந்து கொள்ளாத ஒரு மக்கள் கூட்டம் மேற்கிலிருந்து கிழக்கே சென்றது என்பது தெரிய வந்திருக்கின்றது. இம்மக்கள் ஆஸ்திரேலியக் கரையோரப் பகுதிகளில் பெருங்கல் சின்னங்களைக் கட்டியிருக்கக்கூடும். நியூகினியில் தொல் பொருளியலார் கண்ட மர்மமான சிலைகளையும், கல் வேலைப்பாடுகளையும் அவர்களே உண்டாக்கியிருக்கலாம். (நியூகினி : ஆஸ்திரேலியாவிற்கு வடக்கே மேற்குப் பசிபிக் கடலுள்ள தீவு.)

குமரிக் கண்டத்து மக்களா?

இம்மக்கள்தாம் ஆராய்ச்சியாளர் கருதுவதைப் போன்று தற்காலப் பாலினீசிய மக்களின் முன்னோரா? அல்லது அவர்கள் இந்தியாவிலிருந்து, மெசபடோமியாவிலிருந்து அல்லது எகிப்திய ஃபேரோக்களிடமிருந்து வந்த மக்களா? அவர்கள் வந்த சுவடு தெரியாமல் மறைந்து விட்டனரா?

இவ்வினாக்களுக்கு நாம் இன்னும் விடை காணவில்லை. எனவே, இம்மக்கள் இந்துமாக்கடலினடியில் அமிழ்ந்து விட்ட லெமூரியாவில் வாழ்ந்தவர்கள் என்ற கொள்கையானது, பல்வேறு மறுப்புக்களுக்கு உள்ளாகக் கூடுமென்றபோதிலும், ஓசியானாவின் பாரிய கல் வேலைப்பாடுகள் எப்படி வந்தன என்பது குறித்து வேறு பல ஊகக் கொள்கைகள் இருந்த போதிலும், எத்தனையோ பல அனுமானக் கொள்கைகளைப் போன்று, முதலிற் கூறிய கொள்கையையும் எடுத்துரைப்பதற்கு உரிமை உள்ளது.

பெருங்கற்கால வேலைப்பாடுகள் வரலாற்றுக்கு முற்பட்ட மனிதனின் மிகச் சிக்கலான, மனத்தை ஈர்க்கின்ற பெரும் புதிர்களில் ஒன்று எனலாம். பெருங்கற்கால வேலைப்பாடுகள் உலகெங்கிலும் காணப்படுகின்றன. இங்கிலாந்து, தென்னிந்தியா, ஸ்பெயின், நியூஹெர்பைட்ஸ், ஆஸ்திரேலியா, காகசஸ்.

அவை அங்கெல்லாம் கடற்கரையருகில்தான் நிற்கின்றன. மிகப்பெரிய கட்டுமானங்கள், காண்போரைக் கவர்ந்திழுக்கும் கற்சின்னங்கள் முதலியன பெரிதும் கடற்கரைக்கு அருகில்தான் உள்ளன. இவற்றைக் கட்டிய மக்கள் கடலோடிகள் என்பது இதன் பொருளா?

இப்படைப்புக்கள் அனைத்தும் ஒரே மக்களின் கைவண்ணமாக இருக்கலாம். ஏனெனில் இப்பாரிய கற்கட்டுமானங்களில் பொதுவான கட்டுமானக் கொள்கைகளைப் பிரதிபலிக்கும் ஒற்றுமைகள் தென்படுகின்றன.

பெருங்கற்காலக் கட்டுமான வேலைகள் மேற்கிலிருந்து கிழக்கே, அதாவது அட்லாண்டிக்கிலிருந்து காகசஸ், தென்னிந்தியா, ஆஸ்திரேலியா, ஓசியானா முதலிய இடங்களுக்குச் சென்றன என்று வேறு சில அறிஞர்கள் நம்புகின்றனர்.

அவை முதலில் ஓசியானியாவிலுள்ள தீவுகளில் கட்டப்பட்டு, அதன்பிறகு மேற்கு நோக்கிப் பரவின என்று கூறுவாரும் உள்ர். இவர்கள் சிறுபான்மையர் என்பது மெய்யே. பெருங்கற்கால வேலைப்பாடுகள் ஒரே தொடரைச் சேர்ந்தவையன்று.

ஐரோப்பா, இந்தியா, ஆஸ்திரேலியா, ஓசியானியா, இவை ஒவ்வொன்றும் அந்தந்தப் பகுதிக்குரிய கட்டுமானங்கள்; அவை ஒன்று மற்றொன்றுடன் தொடர்பு கொண்டவையன்று என்று சொல்வாரும் உளர்.

ஓசியானியா : பசிபிக்கின் நடுவிலும், தெற்கிலும் உள்ள தீவுகளடங்கியபகுதி; இப்பகுதியில் மெலனீசியா, மைக்ரேனீசியா, பாலினீசியா என்ற தீவுக்குழுக்கள் இருக்கின்றன. இதில் ஆஸ்திரேலியாவையும், மலேயத் தீவக்குறையையும் சில வேளைகளில் சேர்த்துக் கூறுவதுண்டு.

இவர்களில் எவர் கூற்றுச் சரியானது? நாமறியோம்! இவர்களின் கொள்கைகளில் சில மற்ற கருத்துக்களைவிட ஏற்கத்தக்கனவாக இருக்கின்றன.

இன்று தொல்பொருளியல், இனமரபியல், மானுடவியல் மற்றும் பிற அறிவியல் துறைகள் வளர்ந்திருக்கும் நிலையில், அவற்றுள் ஏதேனும் ஒரு துறை இவ்வினாக்களுக்கு விடைகாணக் கூடும்.

இந்துமாக் கடலின் படுகையை முற்றிலும் ஆராய்ந்த பிறகுதான் லெமூரியா பற்றிய ஊகக் கொள்கைபற்றி நிச்சயமாக எதையும் கூற முடியும்; அதையடுத்துதான் ஆஸ்திரேலியாவில் குடியேறிய மக்கள் யார்? புரோட்டோ இந்திய நாகரிகம் எங்கே தோன்றியது? மனிதனின் பிறப்பிடம் எது என்ற வினாக்களுக்கெல்லாம் விடை காண முடியும்.

அண்டார்டிக்கா தனித்துப் பிரிந்து சென்றதா?

தென் துருவத்தைச் சுற்றியுள்ள நிலப்பரப்பிற்கு அண்டார்டிக்கா என்று பெயர். அது உறைபனி படர்ந்த பீடபூமியாகும்; அது கடல்மட்டத்திற்கு மேலே 1800 முதல் 3000 மீட்டர் - 6000 அடியிலிருந்து 10000 அடிவரை -உயரமுடையது. அங்கு சில எரிமலை முகடுகளும் உள்ளன. அங்கு சராசரி வெப்பநிலை உறைநிலைக்கும் கீழேதான் இருக்கும்.

இந்துமாக் கடலையும், அதிலடங்கிய பிற கடல்களையும் ஆராய்ந்த பிறகுதான் பண்டை நாகரிகங்கள் தோன்றிய இடத்தைப் பற்றிய விடைகாணும் வழி பிறக்கலாம் என்று நாம் கூறிவருகின்றோம்.

கண்டங்கள் ஒன்றை விட்டொன்று பிரிந்து செல்கின்றன என்ற கொள்கை இப்போது நிலவுகின்றது; சமுத்திரங்களின் நடு அச்சு மண்டலத்தில் பூமியின் மேற்புறணி விரிவடைவதால் பெருங்கடல்களின் நடுப்பகுதியில் மலைத் தொடர்கள் உண்டாகின்றன என்பதும், கண்டங்கள் பிரிந்து விலகிக்கொண்ட பிறகு மூலக் கண்டங்களுக்கிடையிலுள்ள பகுதிகளில் இது நிகழ்கின்றது என்பதும், கண்டங்கள் தனித்துப் பிரிந்து செல்கின்றன என்ற கொள்கையை ஆதரிப்போரின் கூற்றுகளாகும்.

கண்டங்கள் இன்னும் பிரிந்து சென்று ''கருவிலுள்ள சமுத்திரங்களை'' உண்டாக்குகின்றனவா என்பதைக் காட்டக்கூடிய ஆராய்ச்சியில் நில இயற்பியலார் ஈடுபட்டுள்ளனர். நடு இந்தியக் கடலடி மலைமுகடுகளில் காணப்படும் வெடிப்புகளை அவர்கள் ஆராய்ந்து வருகின்றனர்.

இம்மலைத் தொடர்கள் அரேபியா, பாலஸ்தீனம், சோமாலியா, கீன்யா வரையிலும் நீண்டு செல்கின்றன. அவர்கள் இவ்வாய்வின் முடிவுகளால் தமது ஐயப்பாடுகள் தெளியும் என்று நம்புகின்றனர்.

இம்மலைத் தொடர்களில் ஒன்று தக்காணத் தீவக்குறையிலுள்ள எரிமலைப் பாறைச் சமவெளிகள் வரை கடலுக்கடியில் செல்கின்றது. மற்றொரு மலைத்தொடர் வடமேற்கே திரும்பிச் செங்கடல் வரையிலும் செல்கின்றது. அது ஏடன் நீரிணையில் பிளவுபட்டு, அதில் ஒரு பிரிவு செங்கடலின் படுகை வழியாகவே சென்று ஜோர்தான் ஆற்று வெளியின் நிலப்பரப்பில் வெளிப்படுகின்றது. மற்றொரு பிரிவானது சோமாலியாவை அடைந்து கிழக்காப்பிரிக்காவில் ஒரு பீட பூமியைக் கடலடியில் உண்டாக்குகின்றது.

எதிர்காலச் சமுத்திரங்கள்

இந்த இடத்தில்தான் எதிர்காலத்தில் இரண்டு பெருங்கடல்கள் உண்டாகப் போகின்றன என்று கண்டங்கள் பெயர்ச்சிக் கொள்கையினர் நம்புகின்றனர். இனிமேல் பல மில்லியன், ஆண்டுகளுக்குப் பிறகு, ஆப்பிரிக்கக் கண்டமானது மற்றொரு நீண்ட ஒடுக்கமான கடலினால் வெட்டப்படும். அதே வேளையில் செங்கடல் மிகவும் அகன்று விரிந்து ஒரு சமுத்திரமாகி அரேபியாவை ஆப்பிரிக்காவிலிருந்து பிரித்து விடும் என்பது அவர்களது நம்பிக்கையாகும்.

இக்கொள்கையின் ஆதரவாளர்கள் கூற்றுப்படி, செங்கடல் 1,00,00,000 ஆண்டுகளுக்கு முன்னர் அல்லது 2,00,00,000 ஆண்டுகளுக்கு முன்னர் உண்டானது ஆகும். அரேபியா ஆப்பிரிக்காவிலிருந்து வட கிழக்கே பிரிந்து செல்லத் தொடங்கிற்று. அதே வேளையில் கடிகார எதிர்சுற்றும் சுற்றியது.

இன்று செங்கடல் ஓராண்டில் 1½ செண்டிமீட்டர் வீதம் அகன்று விரிகின்றது என்று அவர்கள் கூறுகின்றனர். இவ்வாறு பூமியின் மேற் புறணி இடம் பெயர்வதைக் கூடிய விரைவில் மிகத் துல்லியமான நுட்பக் கருவிகளைக் கொண்டு அளந்தறிந்து விடுவர்.

இக்கொள்கை சரியானது என்றாகுமாயின், கண்டங்கள் மெய்யாகவே மேலோட்டத்தில் ''மிதக்குமாயின்'', அவை எந்த விகிதாசார அளவில் அவ்வாறு பிரிந்து

செல்கின்றன? இந்த இயக்கம் எல்லாக் காலங்களினும் மிகமிக மெதுவாகத்தான் நடக்கிறது என்றும், கோண்டுவானாலாந்து இன்றுள்ள கண்டங்களின் நிலையை நகர்ந்து அடைவதற்கு 15,00,00,000 முதல் 20,00,00,000 ஆண்டுகளாயின என்றும் சில விஞ்ஞானியர் கூறுகின்றனர்.

ஆனால் மிக அண்மைக்காலத்தில் கொள்ளப்பட்ட ஓர் அனுமானத்தின்படி, நமது நில உலகம் விரிவடைந்து செல்கின்றது. அதனால் கண்டங்கள் ஒன்றைவிட்டு மற்றொன்று பிரிந்து செல்கின்றன என்பது பெறப்படுகின்றது. அவை இவ்வாறு பிரிந்து செல்வது சற்றுக் கணிசமான அளவில் உள்ளது.

அமெரிக்க நிலப்பட வல்லுநர்கள் அளித்துள்ள ஓர் அறிக்கையில், ஆர்வமூட்டும் ஒரு செய்தி காணப்படுகின்றது.அவர்கள் அண்டார்டிக் கண்டத்தைக் காட்டும் பதினாறாம் நூற்றாண்டைச் சேர்ந்த இரு நிலப்படங்களைக் கண்டுபிடித்தனர்.

அப்படங்களில் ஒன்றில் காணப்படும் கரையோரமானது, மிகமிக அண்மைக் காலத்தில் உண்டாக்கிய நில இயற்பியல் ஆய்வுக் கருவிகளைக் கொண்டு வரைந்த அண்டார்டிக் கண்டத்தின் கரையோரங்களுடன் வியப்பூட்டும் வகையில் மிகவும் பொருந்திக் காண்கின்றது.

அண்டார்டிக் கண்டத்தில் நிலக்கரிப் படிவங்கள் இருக்கின்றன. இத்துடன், இக்கண்டம் பற்றி நாம் அறிந்துள்ள பிற உண்மைகளும் அண்டார்டிக்காவின் தட்பவெப்ப நிலை ஒரு காலத்தில் வெதுவெதுப்பாக இருந்தது என்பதையும், அங்கு இன்றுபோல் உறைபனி படிந்திருக்கவில்லை என்பதையும் காட்டுகின்றன. அக்காலம் குறைந்தது 200, 000, 000 அல்லது 250, 000, 000 ஆண்டுகளாக இருக்கலாம். அண்டார்டிக் கண்டத்தை உறைபனி எப்போது மூடியது என்பதும் நமக்குப் புலனாகவில்லை. அது எண்பதாயிரம் அல்லது பத்தாயிரம் ஆண்டுகளுக்கு முன்னர் நடந்திருக்கலாம் என்று நிலவியலார் சிலர் கூறுகின்றனர்.

இருப்பினும் மேற்சொன்ன பதினாறாம் நூற்றாண்டு நிலப்படத்தில் காணப்படும் அண்டார்டிக் கரையோரத்தில் உறைபனி மூடியிருக்கவில்லை என்பது வியப்பூட்டுகின்றது.

இவ்விரு நிலப்படங்களில் ஒன்றை 1513 ஆம் ஆண்டில் வரைந்தவர் துருக்கி நாட்டு அட்மிரலான பிரி ரெயிஸ் ஆவார். (அட்மிரல் என்பது கடற்படையின் கப்பல் தொகுதி ஒன்றின் மேலுயர் தலைவரைக் குறிக்கும்.) அவர் கி.மு. நான்காம் நூற்றாண்டு நிலப்படங்களை ஆராய்ந்து இதை வரைந்ததாகக் கூறுகின்றார்.

தென் கோளார்த்தத்தில் (கோளார்த்தம் - கோளத்தில் பாதி; தென் கோளார்த்தம் - பூமியின் தென் பாதி.) மனிதர் அறிந்திராத ஒரு நிலப்பரப்பு இருந்தது என்றும்; அது வட கோளார்த்தத்திலிருந்த ஐரோப்பா, ஆசியா, ஆப்பிரிக்கா ஆகியவற்றுக்குச் சம ஈட்டு எடையில் இருந்தது என்றும், பண்டைக் காலத்து அறிஞர் பலர் நம்பி வந்தனர்.

பழைய காலத்து நில நூலார் மெய்யான செய்திகளை அடிப்படையாக வைத்து இந்நிலப்படத்தை வரைந்தனரா? அல்லது இது மனிதரால் அறியப்படாதிருந்த ஆஸ்திரேலியாவா? அல்லது வெறும் அனுமானமா?

காப்டன் குக் (1728-1779) பதினெட்டாம் நூற்றாண்டின் இறுதி வாக்கில் கடற்பயணம் மேற்கொண்டது வரையிலும் ''மனிதர் அறியாத ஆஸ்திரேலியா'' என்றொரு நிலப்பரப்பு இருக்கின்றது என்றுதான் கிணற்றுத் தவளைகளாயிருந்த

ஐரோப்பிய நில நூலார் எண்ணியிருந்தனர். இந்நிலம் 180, 000, 000 சதுர கிலோ மீட்டர் பரப்புடையது என்று அவர்கள் கருதினர்.

ஆசியாவின் நாகரிகமடைந்த பகுதியான துருக்கியிலிருந்து, கிழக்கில் சீனம் வரையிலும் அந்நிலம் பரந்திருந்தது என்றும்; அங்கு 50, 000, 000 மக்கள் வாழ்ந்தனர் என்றும் அவர்கள் நம்பினர்.

இரண்டாவது நிலப்படத்தை ஒரோண்டியஸ் ஃபீனியஸ் என்றவர் 1531 ஆம் ஆண்டில் வரைந்திருந்தார். நாம் இருபதாம் நூற்றாண்டில் மட்டுமே அறிந்துகொண்ட அண்டார்டிக் மலைத்தொடர்களும், ஆறுகளும் அந்த இரண்டாவது படத்தில் வரையப்பட்டுள்ளன.

இது வெறும் தற்செயல் நிகழ்ச்சியா? ஃபீனியஸ் என்றவர் துருக்கிக் கடற்படைத் தலைவரான பிரி ரெயிஸ் போன்று பழைய ஆதாரங்களை வைத்து வரைந்தாரா?

அல்லது பண்டைக் காலத்து நில நூலார் தமது காலத்திற்கு முற்பட்ட பழங்காலத்து எகிப்தியர், இந்தியர், அரேபியர் என்ற தொல்லுலகின் மாபெரும் கடலோடிகளிடமிருந்து பெற்ற செய்திகளை ஆதாரமாகக் கொண்டனரா?

அல்லது சில அறிஞர்கள் நம்புவதைப் போன்று, அண்டார்டிக்காவை மையமாகக் கொண்டு உலகமறியாத நாகரிகம் ஒன்று நிலவியதா?

அல்லது பல்லாயிரம் ஆண்டுகளுக்கு முன்னர் நமது மண்ணுலகிற்கு விண்வெளி யிலிருந்து வந்த உயிரினம் வரைந்த நிலப்படங்கள் இவை என்று கொள்ள முடியுமா? ஏற்கெனவே கொண்டிருந்த அனுமானங்களுக்கு இசையும் வகையில் மேற்சொன்ன இரு நிலப்படங்களும் தவறான முறையில் படிக்கப்பட்டுவிட்டன என்று சோவியத்து நில நூலார் கூறுகின்றனரே, அது சரியா?

மேலும் பல புதிர்கள்

இப்பழைய நிலப்படங்களின் மர்மங்கள் இன்னும் அம்பலமாகவில்லை. அதைப் போலவே மேலும் சுவையான பல புதிர்கள் இன்னும் உள்ளன.

இம்மண்ணுலகைப் பற்றியனவும், மனிதரைப்பற்றியனவுமான அப்புதிர்களை, மர்மங்களை விடுவிப்பதற்கு அறிவியற் கலைகள் நமக்கு உதவக்கூடும்.

அப்புதிர்களில் ஒன்று, அட்லாண்டிக் கடலில் காணப்படும் எண்ணற்ற தீவுகளைப் பற்றியதாகும். அவை வரலாற்று இடைக் காலத்தில் (கி.பி.5 முதல் 15 ஆம் நூற்றாண்டு வரையிலுள்ள காலம்) வழங்கிய நிலப்படங்களில் காணப்படுகின்றனவெனினும், இன்று அவற்றை அங்கே காணவில்லை.

இவ்வாறு கடல் தன்னுள் அடக்கி வைத்திருக்கும் மர்மங்களைக் கடலியல் ஆய்வாளர்தாம் அம்பலப்படுத்த வேண்டும் என்று அலெக்சாந்தர் கோண்ட்ரச்சோவ் பல இடங்களில் பன்னிப் பன்னிக் கூறுகின்றார்.

பண்டைத் தமிழ் இலக்கியங்களில் கூறப்பட்டுள்ள குமரிக்கண்டம் என்ற லெமூரியா மெய்யாகவே இருந்திருக்கக் கூடுமோ என்ற எண்ணத்தை அவரது இக் கட்டுரை உண்டாக்குகின்றது. பண்டைப் புதிர்களில் ஒன்றான குமரிக்கண்டம் பற்றிய இக்கொள்கையை அறிவியலின் விரிந்து வரும் பல்வேறு துறைகள் அம்பலமாக்கி மனித குலத்தின் தோற்றுவாய் பற்றிய அறிவை மேலும் விரிக்கும் என்று நம்புவோமாக.

யாதும் ஊரே யாவரும் கேளிர்

இந்தியா

சுருக்க வரலாறு
(தென்னிந்தியா)

இன்றைக்குச் சுமார் ஆயிரத்து முன்னூறு ஆண்டுகளுக்கு முன்னர் பழையாறை காவிரி பாயும் சோழப் பெருநாட்டின் தலைநகராக விளங்கிற்று. சோழ மன்னரின் விண்ணளாவிய மாளிகைகளும், இறைவன் குடி கொண்டிருந்த திருக்கோயில்களும் நிறைந்த பெருமை மிகுந்த பழையாறையில் நடந்த அருஞ்செயல் ஒன்றுடன் தென்னிந்திய வரலாற்றைத் தொடங்குவோம்.

பழையாறை நகரத்தின் வடக்கே மிகவும் பழமையான வட தளி என்ற ஈசன் கோயில் இருந்தது. பழையாறையில் புறச் சமயத்தார் - சமணர் - ஆதிக்கம் மேலோங்கி நின்றபோது, அத் திருக்கோயிலின் உள்ளே எவரும் சென்று ஈசனை வழிபட முடியாதவாறு மறித்துத் தடுத்திருந்தனர். அங்கு வழிபட வந்திருந்த சைவ சமய குரவரான திருநாவுக்கரசர் (கி.பி.570-655) சமயப் பொறையற்ற சமணர் செய்த வஞ்சனையை அறிந்து மனம் நொந்தார்.

அவர் எப்படியேனும் ஈசனை வட தளியில் வணங்கியே தீர்வேன் என்று நெஞ்சுறுதி கொண்டார்.

வண்ணங் கண்டு நானும்மை
வணங்கி யன்றிப் போகேனென்று
எண்ணம் முடிக்கும் வாகீசர்
இருந்தார் அமுது செய்யாதே

நாவுக்கரசர் 'பெருமானே, அப்பனே, வட தளியில் உறையும் இறைவா! நின் திருமேனியைக் கண்டாலன்றி இங்கிருந்து நகரேன்' என்று உறுதி செய்து உண்ணா நோன்பினை மேற்கொண்டார்.

இதை அறிந்த பழையாறை மக்கள் நெஞ்சம் பதறினர். நாவுக்கரசரின் உண்ணா நோன்பினைப்பற்றி அரசனிடம் சென்று முறையிட்டனர். அதையறிந்த மன்னர் திருக்கோயிலைச் சுற்றி அமைக்கப்பட்டிருந்த தடைகளை நீக்குமாறு ஆணை பிறப்பித்தார். தடைகள் எடுபட்டன.

'ஆதியைப் பழையாறை வடதளிச்
சோதியைத் தொழுது'

மக்கள் துயர் தீர்க்க நாவரசர் மேற்கொண்ட இந்த ஆன்ம விரதமே, பாரத தேசத்து வரலாற்றில் நிகழ்ந்த தொன்மையான உண்ணா நோன்பாக இருக்கக் கூடும்.

நில அமைப்பு

உலகின் மிகத் தொன்மையான நிலப்பரப்பு தென்னிந்தியா என்பது நிலநூலார் கருத்தாகும்.

தென்னிந்தியாவின் பண்டை வரலாறு கூறுவதற்குப் போதிய சான்றுகள் இல்லை என்பதும் வரலாற்றாசிரியர் பலர் கருத்தாகும். கல்வெட்டுகள், பட்டயங்கள் போன்ற

சான்றுகளோடு, இரண்டாயிரம் ஆண்டுகளுக்கு மேற்பட்ட தொடர்ச்சியுடைய இலக்கியம் போன்ற சான்றுகளும் கொண்டே, தென்னிந்திய வரலாறு கட்டப்பட்டுள்ளது. தென்னிந்தியா வெளிநாடுகளுடன் கொண்டிருந்த தொடர்பு ஆதாரங்களும், நாணய ஆராய்ச்சி, மொழி, இன மரபியல் ஆராய்ச்சிகள் முதலியனவும் அந்தக் கட்டுமானத்திற்கு ஆதாரங்களாக நிற்கின்றன.

விந்திய, சாத்பூரா மலைத் தொடர்கள்

நடு இந்தியாவில் அமைந்து கங்கைப் பெருவெளியைத் தக்காணம் என்ற தென்னிந்தியாவிலிருந்து பிரித்து நிற்பவை விந்திய, சாத்பூரா மலைத் தொடர்களாகும்.

விந்திய மலைத் தொடர் வடக்கிலும், சாத்பூரா மலைத் தொடர் தெற்கிலும் அமைந்து கிழ் மேலாகச் செல்கின்றன. விந்திய மலைத் தொடரின் மிக உயர்ந்த பகுதி 1113 மீட்டர் - 3651 அடி உயரமாகும். சாத்பூரா மலைத் தொடரின் உயர்ந்த பகுதியின் உயரம் 1325 மீட்டர் - 4347 அடியாகும்.

தபதி, நர்மதை, மகா நதி

சாத்பூரா மலைகளின் தென் சரிவுகளிலிருந்து தபதி ஆறு ஓடிவந்து, நர்மதை ஆற்றினை அடுத்து மேற்கு நோக்கிப் பாய்கின்றது.

தபதி ஆறு நடு இந்தியாவிலுள்ள வட தக்காணத்தில் தோன்றி மேற்கு நோக்கி 724 கிலோ மீட்டர் (450 மைல்) ஓடிச் சூரத்து நகருக்கருகில் உள்ள கம்பத்து வளைகுடாவில் கலந்து விடுகின்றது. இது பெரிதும் பருவ காலங்களில் பெருக்கெடுத்து ஓடுகின்றது. இவ்வாற்றின் குறுக்கே மிகப்பெரிய நீர்ப்பாசனப் பணிகள் இப்போது மேற்கொள்ளப்பட்டுள்ளன.

இயற்கையின் தடைகளாகத் தோன்றும் இம்மலைகளும் ஆறுகளும் மெய்யாகவே வடக்கிற்கும் தெற்கிற்கும் இடையே தடைச்சுவராக அல்லது தடைகளாக இருந்ததே இல்லை.

நர்மதை ஆறு இந்தியாவின் இரண்டாவது புனித நதியாகும். இதன் நீளம் 1290 கிலோ மீட்டர் - 801 மைல். இது பொதுவாக மேற்கே ஓடிக் காம்பே வளைகுடாவில் கடலோடு கலக்கின்றது.

மகாநதி தென் மத்தியப் பிரதேசத்தில் தோன்றி வடக்கே ஓடிப் பிறகு தெற்கிலும் கிழக்கிலும் பாய்ந்து வங்கக் கடலில் சங்கமிக்கின்றது. இதன் நீளம் 885 கிலோமீட்டர்- 550 மைல்.

கிழக்கு மலைத் தொடர்
மேற்கு மலைத் தொடர்

வங்கக் கடலைவடுத்துச் செல்கின்ற கிழக்கு மலைத் தொடர், நீலகிரி மலைகளில் மேற்கு மலைத் தொடருடன் இணைகின்றது.

மேற்கு மலைத் தொடரின் படம்பெயர் வான மலை. வானளாவிய மலை ஆதலால் அப்பெயர் பெற்றது. இம்மலைத்தொடர் அரபுக் கடலின் ஓரத்தே அமைந்து மலபார்க்கரை நெடுகிலும் நீண்டு செல்கின்றது. இம்மலைத் தொடரின் உயர்ந்த சிகரத்திற்கு ஆனை முடி என்று பெயர். அதன் உயரம் 2695 மீட்டர் - 884 அடி. கிழக்கு மலைத்தொடர் மேற்கு மலைத்தொடர் போன்று உயர்ந்ததன்று.

ஆறுகள்

மேற்கு மலைத்தொடர் தென்னிந்தியாவின் முக்கியமான ஆறுகள் அனைத்தும் பிறக்கும் இடமாய் விளங்குகின்றது.

அவை கோதாவரி, கிருஷ்ணை, காவேரி முதலிய பேராறுகளாகும். வடக்கு வெள்ளாறு, தெற்கு வெள்ளாறு, வைகை, பெண்ணாறு, பொருநை என்னும் தாமிர பரணி முதலிய சிற்றாறுகளுமாகும்.

கோதாவரி

கோதாவரி இந்துக்களுக்குப் புனிதமான ஏழு ஆறுகளில் ஒன்றாகும். இது பம்பாய்க்கருகில் மேற்குமலைத் தொடரில் தோன்றித் தென்கிழக்காகப் பாய்ந்து வங்கக் கடலில் கலக்கின்றது. இந்த ஆறு பாயும் நிலப்பரப்பில் பரந்த பகுதி இன்று பாசன வசதிகளைப் பெற்றுள்ளது. கோதாவரியின் நீளம் 1465 கிலோ மீட்டர் - 910 மைல்.

கிருஷ்ணை

இந்த ஆறும் மேற்கு மலைத் தொடரில் பம்பாய்க்குத் தென்கிழக்கே 160 கிலோ மீட்டர் (100 மைல்) தொலைவில் தோன்றி வங்கக் கடலில் கலக்கின்றது. இது பொதுவாகத் தென்கிழக்கில் 1401 கிலோ மீட்டர் (1871 மைல்) தொலைவு ஓடியபிறகு வங்கக் கடலில் சங்கமிக்கின்றது.

துங்க பத்திரை

மேற்கு மலைத் தொடரில் பிறந்த துங்க, வரத என்ற ஈராறுகள் சேர்ந்து துங்க பத்திரை என்று அழைக்கப்படுகின்றன. அவை வடகிழக்கே பாய்ந்து கிருஷ்ணை ஆற்றில் சங்கமிக்கின்றன. துங்க பத்திரை ஆற்றின் நீளம் 640 கிலோமீட்டர் (400 மைல்).

துங்கபத்திரையின் குறுக்கே அமைத்துள்ள கட்டுமான அணைதான் இவ்வகையிலேயே உலகில் மிகப் பெரியதாகும். இந்த அணையின் நீளம் 2441 மீட்டர் (8008 அடி); உயரம் 49 மீட்டர் (162 அடி).

காவிரி

பொன்னி என்றும் காவிரி என்றும் தமிழ் இலக்கியங்கள் புகழ்ந்து பாடும் இப்புண்ணிய நதி, இன்று கர்நாடகம் என்று வழங்கும் மாநிலத்தின் குடகு மாவட்டத் திலுள்ள தலைக் காவிரிக்கு அருகில் இருக்கும் பிரம்மகிரி என்ற மேற்கு மலைத் தொடரின் ஒரு பகுதியில் பிறந்து முதலில் தென்கிழக்காகவும் பின்னர் கிழக்காகவும் 800 கிலோ மீட்டர் தொலைவிற்குப் பாய்ந்து வங்கக் கடலில் சங்கமிக்கின்றது.

இன்று இந்திய மாநிலங்களிடையே ஆறுகளைக் குறித்துச் சச்சரவு நிகழ்ந்து வருவதை நாம் காண்கின்றோம். ஆனால் வரலாற்றில் கிட்டத்தட்ட ஆயிரம் ஆண்டுகளாக அவ்வப்போது எழுந்து வரும் ஆற்றுத் தாவாவில் காவிரி ஆற்று நீர் தமிழ் நாட்டுக்குள் பாயலாகாது என்று அதன் மேல் பாகத்தில் வாழும் மக்கள் அந்த ஆற்றைப் பன்முறை அடைத்து வந்திருக்கின்றனர்.

இந்த ஆற்று அடைப்பில் நமக்குத் தெரிய வந்த பழைய நிகழ்ச்சி இரண்டாம் இராசராச சோழன் (1146-1163) ஆட்சிக் காலத்தில் நடந்தது. மேற்கு மலைத் தொடர்ப்

பக்கத்தில் ஒரு ''பகையரசர்'' காவிரியை அடைத்து விட்டார். அதனால் காவிரி கிழக்கே ஓடித் தமிழ் நாட்டில் பாய்வது தடைப்பட்டு விட்டது. சோழ நாட்டில் நீர்வளம் குன்றியது. இதை அறிந்த இரண்டாம் இராசராசன்படை கொண்டு சென்று அத்தடையை நீக்கியதாக அறிஞர் சதாசிவ பண்டாரத்தார் தமது ''பிற்காலச் சோழர் சரிதம்'' என்ற நூலில் குறிப்பிடுகின்றார்.

அடுத்தபடியாகச் சிக்கதேவராய உடையார் (1673-1704) என்ற மைசூர் மன்னர் - மைசூர் பழங்காலத்தில் எருமை நாடு என்று அழைக்கப்பட்டது - 1701 ஆம் ஆண்டு காவிரியைத்தடுத்து நிறுத்தி விட்டார். (இது குறித்து இ.ச.க. தொகுதி -1 காண்க)

ஆனால் இயற்கை அவரது அணை கரையைத் தகர்த்து விட்டது. எனினும் காவிரியின் குறுக்கே அணை எழுப்பிய முதல் முன்னோடி சிக்கதேவராயர் என்பது குறிப்பிடத்தக்கது.

பைக்காரா

காவிரியின் குறுக்கே 1902 ஆம் ஆண்டு பைக்காரா நீர் விசைத்திட்டம் தொடங்கப்பெற்றது.

மேட்டூர் அணை

அதன் பின்னர் 2150 மீட்டர் (7053 அடி) நீளமும், 94 மீட்டர் (308 அடி) உயரமும் கொண்ட மிகப்பெரிய மேட்டூர் அணை காவிரியின் குறுக்கே 1925 ஆம் ஆண்டு கட்டப்பட்டது. அது கட்டப்பட்ட அக்கால கட்டத்தில் அந்த அணைதான் உலகின் மிகப்பெரிய அணையாக விளங்கிற்று. மின் விசையும், பாசன வசதிகளும் ஒருங்கே அமைந்த இந்தியாவின் முதல் அணை மேட்டூர் அணையேயாகும்.

சிவ சமுத்திரம்

காவிரி சிவசமுத்திர அருவியாகத் தமிழ் நாட்டில் காலடி எடுத்து வைக்கின்றது. இதில் கபினி, ஏமாவதி, ஆர்க்காவதி என்ற துணை ஆறுகள் சேர்கின்றன. காவிரி சிவசமுத்திரப் பகுதியையும் செழிக்கச் செய்த பிறகு திருவரங்கத்தில் கொள்ளிடம், காவிரி என்று இரு கூறுகளாகப் பிரிந்து தஞ்சைத் தரணியை நெற் களஞ்சியமாக்குகின்றது.

தாமிரபரணி

இந்த ஆறு தமிழ் நாட்டில் மேற்கு மலைத் தொடரில் பிறந்து தென்பாண்டி நாட்டில் பாய்ந்து நெல்வேலிச் சீமையில் அரபுக்கடலில் கலக்கின்றது. பொருநை என்ற இத் தமிழாறு நெல்லைச் சீமை முழுவதையும் வளப்படுத்துகின்றது.

பொதிய மலை

சந்தனச் சோலை சூழ்ந்த பொதிய மலைக்குத் தனிப் பெருமையும் சிறப்பும் உண்டு. தமிழ் வளர்த்த அகத்தியன் அங்கு தங்கியிருந்தமையால், சீரிளமைத்திறம் வாய்ந்த செந்தமிழின் திருவுருவாகப் பொதியமலை விளங்குகின்றது. அதனால் மலையம் என்ற பொதுப் பெயரைப் பெற்றுச் சிறப்பு எய்தியது.

கொற்கை

இத்தகைய பெருமைக்குரிய பொதிய மலையில் பிறப்பது பொருநை என்னும் தாமிரபருணி ஆகும். பொருநை கடலில் கலக்கும் இடத்தில் தான், பாண்டியரின் கோநகரமும், பண்டைச் சிறப்பு வாய்ந்ததுமான கொற்கை நகரம் முன்னாளில் இருந்தது.

வைகை

வைகை மேற்கு மலைத் தொடரிலுள்ள ஏல மலையில் தோன்றிச் சுருளியாறு, மஞ்சளாறு ஆகியவற்றுடன் இணைந்து பாண்டியர் சீமையைச் செழிக்கச் செய்கின்றது. இந்த ஆற்றின் குறுக்கே வைகை அணை எழுப்பப்பட்டுள்ளது.

தென்னிந்தியாவின் தொல் வரலாறு

தென்னிந்தியாவில் கிட்டத்தட்ட ஐந்து இலட்சம் ஆண்டுகளுக்கு முன்னர், ஆதி மனிதரின் வாழ்க்கை தோன்றியது என்று மானிடவியலார் கணிக்கின்றனர். வரலாற்றுக் காலத்திற்கு முற்பட்ட மக்கள் கையாண்டு வந்த கருவிகளையும், பொருள்களையும், உலோகங்களையும் வைத்து அவற்றின் பெயரால் அவ்வக்காலங்களை வரலாற்றாசிரியர் இன்று குறிக்கின்றனர்.

அவை : தொல் பழங்காலம் ; பழைய கற்காலம் ; புதிய கற்காலம் ; வெண்கலக் காலம் ; இரும்புக் காலம்.

ஆதித்த நல்லூர்

மேற்குறித்த ஒவ்வொரு காலகட்டத்திலும் வாழ்ந்திருந்த மக்கள் கையாண்ட கருவிகளும் நமக்குக்கிடைத்திருக்கின்றன. அவற்றைக் கொண்டு அப்பண்டைக் காலத்து மக்களின் பழக்க வழக்கங்களை அறிந்து கொள்ள முடிந்தது.

பாளையங்கோட்டையிலிருந்து ஸ்ரீவைகுண்டம் செல்லும் வழியில் பதினெட்டுக் கிலோமீட்டர் தொலைவில், பொருநையின் தென்கரையிலும், சாலையின் இரு பக்கங்களிலும் மண்மேடுகள் காணப்படுகின்றன.

அங்கு மண்தாழிகள், எலும்புக் கூடுகள் போன்று ஆயிரத்திற்கு மேற்பட்ட பொருள்களும், நகைகளும், பெட்டிகளும், போர்க்கருவிகளும் *1876* ஆம் ஆண்டு முதன் முதலில் கண்டுபிடிக்கப்பட்டன.

மனிதரின் முழு எலும்புக்கூடுகளும், நேர்த்திமிக்க வழவழப்பான மட்பாண்டங்களும், பொன் நகைகளும், வெண்கலப் பொருள்களும், அரிசியும், உமியும் பிறவும், ஆதித்த நல்லூரில் அகழ்ந்தெடுத்த குழிகளினுள் இருந்தன. அவற்றுடன் இரும்பு மண்வெட்டிகளும், சூலாயுதங்களும், பொன்னால் செய்த தலைக்கட்டுகளும், பொன் வாய் மூடிகளும் காணப்பட்டன.

இவை சற்றொப்பக் கி.மு.2000 முதல் 1200 வரை உள்ள காலகட்டத்தைச் சேர்ந்தவை என்று அறிஞர் கணிக்கின்றனர். இவ்வாறு இதுகாறும் எஞ்சி நிற்கும் பழம் பொருள்கள் ஆதித்த நல்லூரிலன்றி வேறெங்கும் கிடைத்தில.

ஆதித்த நல்லூரில் அகழ்ந்தெடுத்த முதுமக்கள் தாழிகளினுள் வேல்கள் மட்டுமன்றிச் சேவல் சின்னங்களும் கண்டெடுக்கப்பட்டன. தமிழ் மக்கள் பன்னெடுங்காலமாக வழிபட்டு வரும் முருகன் அல்லது வேலனுக்குரிய சின்னங்கள் அவையாகும் என்பது குறிப்பிடத்தக்கது.

திராவிடர்

தென்னிந்தியாவின் தலையாய குடிகள் என்று திராவிடரைக் கொள்ளலாம் என்பதில் ஐயமில்லை. இம் மக்கள் புதிய கற்காலந்தொட்டே இங்கு வாழ்ந்திருக்கலாம். திராவிட மக்களின் மூலம் பற்றி வரலாற்றறிஞரிடையே ஒத்த கருத்து இன்னும் ஏற்படவில்லை.

சங்கச் சான்றோரான கணியன் பூங்குன்றனின் ''யாதும் ஊரே யாவரும் கேளிர்'' என்ற மொழியை மெய்ப்பிக்கும் வகையில், திராவிட மொழிகளின் எச்சங்கள் மெசபடோமியா, ஈரான், காகசஸ், நடு ஆசியா, பலுச்சிஸ்தானம், சிந்துவெளி என்று உலகந்தழுவிச் சிதறிக் கிடப்பதாக வரலாற்றாசிரியரும், மொழிநூலாரும், தொல்பொருளியலாரும் கருதுகின்றனர். திராவிடர் உலகில் முதுபெரும் நாகரிகம் கண்ட சுமேரியருக்கும் மூத்தோர் என்று கருதுவாரும் உளர்.

ஆரியர் வருகை

சான்று காட்டி நிறுவத்தக்க வரலாறு இல்லாமையால், இந்நாட்டின் பண்டை வரலாறு பலவிதமாகத் திரிந்து வழங்கி வருகின்றது என்பதற்கு எத்தனையோ எடுத்துக்காட்டுகளைக் கூறலாம்.

மக்களினப் பெயர்ச்சித் தொடர்புடைய இந்நிகழ்ச்சி வரலாற்றாசிரியரால் பல்வேறு விதமாக நிறுவப்படுகின்றது என்பதைக் கீழ்வரும் குறிப்புகள் தெளிவு படுத்தும்.

''ஆரியர் தம் நாகரிகத்தைத் திராவிடர் பால் புகுத்தும் பொருட்டுப் பெரும் படைக்கூட்டங்களோடு திரள்திரளாக வந்து தென்னாட்டு மக்களை அடக்கி ஒடுக்கித் தம் கட்டுப்பாட்டிற்குட்படுத்தினர் என்று கருதுவதற்குரிய சான்றுகள் இல'' என்று பேராசிரியர் டாக்டர் கே.கே.பிள்ளை தமது ''தென்னிந்திய வரலாறு'' என்ற நூலில் தெளிவுபடுத்துகின்றார்.

இந்திய ஆரியர் கடைசியாக ஆக்கிரமித்த தென்னாட்டுப் பகுதி மராட்டிரம் என்பது பண்டார்க்கர் கருத்தாகும். வட இந்தியாவில் போலவே அவர்கள் இங்கும் மக்களை முழுக்கவும் அடிமைப்படுத்தி விட்டனர். ஆரியர் இங்கிருந்த பழங்குடியினரில் சிலரை அடர்ந்த காடுகளுக்குள் விரட்டிவிட்டு, எஞ்சி நின்ற மக்களைத் தமது சமூகத்துடன் இணைத்துக் கொண்டனர்.

எனினும் அதற்குத் தெற்கிலிருந்த பகுதிகளில் ஆரியர் சிறுசிறு கூட்டமாகத்தான் வந்து குடியேறியிருக்க வேண்டும் என்பது வரலாற்றாசிரியர் சிலரின் கருத்தாகும். ஆரியர் தென்னாட்டைப் போரில் வென்று தமது கட்டுக்குள் அடக்கி வைத்தனர் என்று இராமாயணத்தை மேற்கோள் காட்டுவது சிறிதும் பொருத்தமற்றது என்பார் டாக்டர் கே.கே.பிள்ளை.

ஆரியரைத் தென்னாட்டில் குடியேற்ற அகத்தியர் முன்னின்றார் என்பதும், ஆதாரமில்லாத கூற்றாகும்.

தெற்கில் நடந்த ஆரியர் குடியேற்றம் சிறுகச் சிறுகவும், அமைதியான வழியிலும் நிகழ்ந்தன என்பதற்குச் சங்க நூல்களே சான்றாகும். ஆரியர் கி.மு.ஆறாம் நூற்றாண்டுக்குப் பின்னும், கி.மு. நான்காவது நூற்றாண்டுக்கு முன்னும் தெற்கில் வந்து குடியேறத் தொடங்கினர் என்று டாக்டர் கே.கே.பிள்ளை கணிக்கின்றார்.

பௌத்தம், சமணம்

பௌத்தமும், சமணமும் தமது சமயத்தை எங்கும் பரப்பும் நோக்கத்தை முதன்மையாகக் கொண்டவையாகும். இவ்விரு மதத்தவர்தாம், பிறரைத் தமது சமயங்களுக்குள் சேர்க்கவேண்டுமென்று உலகில் முதன்முதலில் முனைந்தோராவர். இவ்விரு சமயத்தவருள் இந்தியாவையும் கடந்து வெளிநாடுகளில் தமது சமயத்தைப் பரப்பியோர் பௌத்தராவர்.

எனினும் சமணர் இந்திய எல்லைக்குள் அடங்கிக் காலப்போக்கில் ஒரு சிறு பகுதிக்குள் சுருங்கி, இன்று மீண்டும் நாடெங்கும் விரிய முயலுகின்றனர். இருப்பினும் சமணர் இன்று பிறரைத் தமது சமயத்தில் சேர்ப்பதை முக்கிய நோக்கமாகக் கொள்ளவில்லை.

பௌத்த, சமணத் துறவிகள் தனிமையான வாழ்வை நாடியும், தமது சமயங்களைப் பரப்புவதற்காகவும் தென்னிந்தியாவிற்கு வந்தனர். தென்னாட்டின் தென் கோடியிலுள்ள குகைகளில் கி.மு. மூன்றாம், இரண்டாம் நூற்றாண்டுகளைச் சேர்ந்த பிராமிக் கல்வெட்டுகள் காணப்படுகின்றன.

பிராமிக் கல்வெட்டுகள்

''ஏறத்தாழ மூவாயிரம் ஆண்டுகளாகத் தமிழ் நூல்கள் எழுதப்படுகின்றன. தமிழ் எழுத்துக்கள் காலத்திற்குக் காலம் மாறியுள்ளன. எழுத்துக்களின் வரிவடிவம் மாறிக் கொண்டிருந்தபடியால், பண்டைக் காலத்தில் எழுதப்பெற்ற தமிழ் எழுத்துக்களின் வரிவடிவம் இன்னதென்று இப்போது தெரியவில்லை. பண்டைக் காலத்தில் இருந்த தமிழ் எழுத்து மறைந்துவிட்டது'' என்று கல்வெட்டு ஆராய்ச்சி யாளரான மயிலை சீனி வேங்கடசாமி *(1900-1980)* ''சங்ககாலத்துப் பிராமிக் கல்வெட்டெழுத்துக்கள்'' என்ற நூலில் கூறுகின்றார்.

''...தமிழகத்துக்கு வந்து பௌத்த, சமண சமயங்களைப் பரவச் செய்த தேரர்களும், முனிவர்களும் தங்கள் மதக் கொள்கைகளைப் பாளி, அர்த்தமாகதி (பிராகிருத) மொழிகள் வாயிலாக வளர்த்தார்கள். ஆகவே பௌத்த, சமண சமயங்கள் அக்காலத்தில் தமிழகத்தில் வேகமாகப் பரவின.

''ஆனால் அவர்களுடைய மத நூல்கள் பிராகிருத மொழியில் எழுதப்பட்டிருந்த படியானும், அந்நூல்கள் எழுதப்பட்டிருந்த எழுத்து பிராமி எழுத்தாக இருந்தபடியாலும், அவர்கள் மூலமாகப் பிராமி எழுத்துத் தமிழகத்துக்குள் நுழைந்தது. இவ்வாறு கடைச்சங்க காலத்தில் கி.மு. மூன்றாம் நூற்றாண்டில் தமிழகத்தில் பிராமி எழுத்துப் புகுந்தது. அக்காலத்தில் வட இந்தியா முழுவதிலும் பிராமி எழுத்து வழங்கி வந்தது. அந்தப் பிராமி எழுத்தைத்தான் அவர்கள் தமிழகத்துக்குள் கொண்டு வந்தனர்'' என்பதும் மயிலை சீனி வேங்கடசாமியின் முடிவாகும்.

எனவே ஆரியர் வருகையும், பிராமி எழுத்தின் வருகையும் கிட்டத்தட்ட ஒரே காலத்தில் தென்னிந்தியாவில் நிகழ்ந்தன என்று அறிகின்றோம்.

சாத வாகனர்

சொல் இலக்கணப்படி சாத வாகன என்பது இரண்டு சொற்களால் ஆனது. சாத என்பது ''கூரிய அல்லது மெல்லிய'' என்ற பொருளையும்,வாகன என்பது ஓர் ஊர்தியை, ஒரு குதிரையைக் குறிக்கும் பொருளையும் தருவதாகும்.சாதவாகன என்ற சொல் ''விரைந்தோடும் குதிரை மீது ஊர்பவன்'' என்று பொருள்படும்.

சாத என்பது ஏழைக் குறிக்கும் சம்ஸ்கிருதச் சொல்லான சப்தி ஆக இருக்கலாம் என்று ஓர் அறிஞர் கருதுகின்றார்.எனினும், அது சிறப்பாகச் சூரியனின் குதிரைகளைக் குறிக்கும் சொல்லாகும்; இருக்கு வேதம் இந்தப் பொருளில்தான் சாத என்ற சொல்லைக் குறிக்கின்றது. எனவே, அதன் சரியான சம்ஸ்கிருத வடிவம் கல்கிபுராணம் குறிக்கின்றதைப் போன்று ''சப்தி வாகனம்'' என்று இருக்க வேண்டும். சப்த வாகன என்பது திருமாலின் ஆயிரம் திருப்பெயர்களில் ஒன்றாகும்.

சாத வாகன என்ற குடும்பப் பெயர் (பிராகிருதத்தில் 'சதவாகன' என்று வருகின்றது.) சப்த வாகன என்ற பிராகிருத மொழி வடிவம் என்றும் அறிஞர் கூறுகின்றனர்.

கடைச்சங்க காலத்திலும், கடைச்சங்க காலத்திற்கு முன்னரும் ஆந்திர நாட்டை ஆண்ட நூற்றுவர் கன்னர் (கி.மு.230.-கி.பி.250) சாதவாகனர் என்னும் பெயரில் கடல் வாணிபத்திலும் சிறந்து விளங்கினர்.

தக்காணத்தின் வடமேற்குப் பகுதியான மராட்டிய நாடுதான் சாதவாகனர் ஆண்ட நாடாயிருந்தது. இன்றைய பூனா மாவட்டத்தைச் சேர்ந்த நாசிக், நானாகட் என்ற இடங்களில் சாதவாகன மன்னர்களின் பழங்கல்வெட்டுகள் காணப்படுகின்றன.

சாதவாகனர் சேர மரபினர்?

சாதவாகனர் வட நாட்டை ஆண்ட சேரர் இன மரபினர் என்று கூறப்படும் கூற்றுக்கு வரலாற்று ஆதாரம் இருப்பதாகத் தெரியவில்லை.

சாதவாகனர் வாணிபம்

சாதவாகனர் வாணிபத்தில் பெரு நாட்டங் கொண்டிருந்தனர் என்பது தெரிகின்றது. அவர்கள் மேற்குக் கரையிலுள்ள படோச் துறைமுகத்தைக் கைப்பற்றி வாணிபத்தை விரிக்க வேண்டுமென்பதற்காகச் சகர்களுடன் போரிட்டு வந்தனர். அவர்கள் வட இந்திய வாணிபத்தைத் தமது ஆட்சிக்குள் கொண்டு வருவதற்காகப் பெரு முயற்சி எடுத்துக் கொண்டனர்.

படோச்சில் சாதவாகனருக்கும் சகர்களுக்குமிடையே நடந்த போரின் காரணமாகச் சேர நாட்டின் முசிறி துறைமுகம் சீர்படலாயிற்று. இதனால் ரோம் நாட்டுக் கப்பல்கள் பருவ நிலையறிந்து நேராக முசிறிக்கு வரலாயின.

சாதவாகனர் - கொற்கை

சாதவாகனர் காலத்தில் கொற்கை பாண்டியரின் தலைநகராயிருந்தது என்று கூறப்பட்டுள்ளது. கிட்டத்தட்ட நானூற்று எண்பது ஆண்டுகள் செழித்தோங்கியிருந்த சாதவாகன அரசு ஏன் முடிவுற்றது என்பது முற்றிலும் தெரியவில்லை.

சாதவாகனர் காலத்தில் வாணிபத்தின் பொருட்டுத் தென்னிந்தியாவிற்கு வந்திருந்த சகர், யவனர் போன்ற அயல்நாட்டு வணிகர்கள், சமூக அமைப்பில் ஒன்றிணைந்தனர். அவர்கள் இந்தியப் பெயர்களை வைத்துக்கொண்டு நாட்டு மக்களுடன் ஒருங்கிணைந்தனர். அவர்களில் சிலர் இந்தியப் பெண்களையும் மணந்தனர்.

சாதவாகனர் - பௌத்தம்

புத்த சமயம் கி.பி. முதல், இரண்டாவது நூற்றாண்டுகளில் தென்னிந்தியாவில் உச்ச நிலையை அடைந்திருந்தது. சாதவாகன மன்னர்கள் பௌத்தர்களுக்குப் பேருதவி செய்தனர். சாதவாகன மன்னர்களின் ஆதரவில் பௌத்த அமைப்புகள் பல நிறுவப்பட்டன. அமராவதியிலுள்ள புத்தர் நினைவுச் சின்னம் இக்காலத்தில் தோன்றியதேயாகும்.

கர்லா, கானே, நாசிக் முதலிய இடங்களில் அமைந்திருக்கும் பௌத்தக் குகைகள் இக்காலத்துச் செல்வர்களின் உதவியால் உருப்பெற்றன.

நாகார்ச்சுன கொண்டா

அமராவதியில் போன்று கவினுறு சிற்பங்கள் அழகுற அமைந்துள்ள மற்றோர் இடம் நாகார்ச்சுன கொண்டா ஆகும். இதுவும் சாதவாகனர் காலத்துச் சிற்பக் கலையின் சிறப்பிற்குச் சான்று பகர்கின்றது.

கலிங்கர், காரவேலர்

சாதவாகனர் காலத்தில் கலிங்க நாட்டை ஆண்ட சேதி மன்னர்களுள் காரவேலர் மிகவும் குறிப்பிடத்தக்கவராவார். காரவேலரின் ஆட்சியில் இன்றைய ஒரிசாவும், வட ஆந்திரமும் அடங்கியிருந்தன.

சேதி குலத்தின் புகழ்வாய்ந்த மன்னருள், கி.மு. முதல் நூற்றாண்டில் ஆட்சி புரிந்த காரவேலர் சமண சமயத்தவராயினும், பிற சமயத்தவரிடமும் நல்லிணக்கம் கொண்டிருந்தார்.

அவர் வெட்டுவித்த அதிகும்பாக் கல்வெட்டிலிருந்து, அவரது ஆட்சியின் பதின்மூன்று ஆண்டுக்கால நிகழ்ச்சிகளை அறிய முடிகின்றது. இக்கல்வெட்டு, ஒரிசாவின் பூரி மாவட்டத்தின் உதயகிரி மலை மீது ஒரு சமணக் குகையினுள் வெட்டப்பட்டுள்ளது. இக் கல்வெட்டு முற்றிலும் படிக்கப்படவில்லை.

காரவேலரின் ஆட்சிக் காலம் கி.மு. 176-163 என்று கருதப்படுகின்றது.

சங்க காலம்

உலகின் தொன்மையான கல்லூரி அல்லது பல்கலைக்கழகம் என்று பண்டைத்

தமிழ்ச் சங்கங்களைக் கூறலாம். அவை மாணவர் தங்கிப் பயிலும் கல்லூரிகளாக விளங்கின. அங்கு தமிழ் ஆய்ந்தனர் எனினும், பல்வேறு துறைகளில் அறிவு முதிர்ந்த சான்றோர் இருந்தனர் என்பதை, அப்புலவோர் விட்டுச் சென்ற இலக்கியங்கள் நமக்கு எடுத்துக்காட்டுகின்றன. இச்சங்கங்களின் காலம் கி.மு.3000 முதல் கி.பி.250 என்பர் தமிழறிஞர்.

பாண்டிய மன்னர்களின் ஆதரவில் இச்சங்கங்கள் நடந்தன. அவை பாண்டிய மன்னரின் அரண்மனையில் கூடின. பாண்டிய வேந்தர்கள் சங்கங்களைப் புரந்ததுடன், அங்கு புலவராயும் வீற்றிருந்து பாடினர்.

தமிழ்ச் சங்கங்கள் முதல், இடை, கடை என்று மூன்று நிலவின. அவை ஒவ்வொன்றும் வெவ்வேறு இடங்களில் நிகழ்ந்தன. பாண்டிய மன்னர்களின் தலை நகரம் மாறியதால், சங்கம் நடைபெற்ற இடமும் மாற நேர்ந்தது. கடல் கோள்களினால் பாண்டியர் தலைநகரங்கள் அடுத்தடுத்து அழிந்தன. இக் கடல்கோள்கள் நான்கு முறை ஏற்பட்டதென்று கூறுகின்றனர்.

அவ்வாறு தோன்றிய முதற்கடல் கோளினால் முதல் அல்லது தலைச்சங்கம் அமைந்திருந்த தென்மதுரை நீரினுள் மூழ்கியது. இரண்டாவது எழுந்த கடல் கோளினால் பண்டைத் தமிழகத்தின் வேறுசில பகுதிகள் அழிந்தன. மூன்றாவது ஊழியானது இடைச்சங்கமிருந்த கபாடபுரத்தை விழுங்கிற்று. நான்காவது, குமரி ஆற்றையும் பூம்புகாரையும் கொண்டது.

கபாடபுரம் என்பது ''பாண்டிய கவாடம்'' என்ற சம்ஸ்கிருத மொழிச் சொற்றொடரின் தழுவல் என்றும், அதற்குப் ''பாண்டிய நாட்டுக் கதவம்'' என்பது பொருள் என்றும், பி.டி. சீனிவாச ஐயங்கார் ''தமிழர் வரலாறு'' என்ற தனது ஆங்கில நூலில் குறிக்கின்றார்.

இறையனார் அகப்பொருள்

அகப்பொருள் இலக்கணம் என்ற நூல் இறையனார் என்ற புலவரால் இயற்றப்பெற்றது. அந்நூலுக்கு நக்கீரர் உரை எழுதியதாகக் கூறப்படுகின்றது. எனினும் ''ஆயிரத்தெண்ணூறு ஆண்டுகளுக்கு முற்பட்ட தமிழர்'' என்ற நூலின் ஆசிரியரான வெ.கனகசபை அவர்கள் அந்நூலுக்கு உரை எழுதியவர் முசிறியைச் சார்ந்த நீல கண்டர் என்று குறிக்கின்றார். அதுபற்றிக் கனகசபை மேலும் கூறுவதாவது :

''அவர் (நீலகண்டன்) தமிழ் இலக்கியத்தின் சுருக்கமான வரலாறு ஒன்றைத் தருகின்றார். அதனிடையே மதுரையில் உக்கிர பாண்டியன் தலைமையில் நடைபெற்ற கடைச்சங்கத்தின் புலவர்களைப் பற்றியும் அவர் குறித்துள்ளார்.

''அந்நூலைச் சி.வை. தாமோதரம் பிள்ளை (1832-1901) பதிப்பித்திருக்கின்றார். அகப்பொருள் விளக்கங்களுக்கான தம் உரை விளக்கங்கள், மதுரைக் கடைச் சங்கப் புலவருள் ஒருவரான நக்கீரரிடமிருந்து பல தலைமுறைகள் கடந்து தம்மிடம் வந்து சேர்ந்ததாக உரைகாரர் - நீலகண்டர் - குறிப்பிடுகின்றார். உரை கடந்து வந்த தலைமுறைகளுக்குரிய ஆசிரியர்களின் பெயர்ப் பட்டியல் ஒன்றும் அவர் தருகின்றார். ஆனால் பட்டியல் நிறைவுப் பட்டியல் என்று தோன்றவில்லை.''

''தென்னிந்திய வரலாறு'' எழுதிய கே.ஏ.நீலகண்ட சாஸ்திரி இறையனார் அகப்பொருள் உரை கூறும் சங்கம் பற்றிய செய்திகளைக் கட்டுக்கதை என்று தள்ளி விடுகின்றார். அதற்குக் காரணம் உண்டு.

இறையனார் அகப்பொருள் உரை கூறுவது :

தலைச் சங்கம்

''தலைச்சங்கம், இடைச்சங்கம், கடைச்சங்கம் என மூன்று சங்கம் இரீ இயினார் பாண்டியர். (இரீ இயினார் - நிலைபெறச் செய்தவர்.)

''அவருள் தலைச்சங்கம் இருந்தார் அகத்தியனாரும் திரிபுரமெரித்த விரிசடைக் கடவுளும், குன்றெறிந்த முருகவேளும், முரிஞ்சியூர் முடிநாகராயரும், நிதியின் கிழவனும் என, இத்தொடக்கத்தார் ஐஞ்ஞூற்று நாற்பத்தொன்பதின்மர் என்ப.

''அவருள்ளிட்டு நாலாயிரத்து நானூற்று நாற்பத்தொன்பதின்மர் பாடினார் என்ப, அவர்களாற், பாடப் பட்டன எத்துணையோ பரிபாடலும், முது நாரையும், முது குருகும், களரியாவிரையும் என இத்தொடக்கத்தன. நாலாயிரத்து நானூற்று நாற்பதிற்றியாண்டு சங்கம் இருந்தார் என்ப. அவர்களைச் சங்கம் இரீ இயினார் காய்சின வழுதி முதலாகக் கடுங்கோன் ஈறாக எண்பத்தொன்பதின்மர் என்ப. அவருள் கவியரங்கேறினார் எழுவர் பாண்டியர் என்ப. அவர் சங்கமிருந்து தமிழாராய்ந்தது கடல் கொள்ளப்பட்ட மதுரை என்ப. அவர்க்கு நூல் அகத்தியம் என்ப.

இடைச் சங்கம்

''இனி, இடைச் சங்கமிருந்தார் அகத்தியனாரும், தொல்காப்பியனாரும், இருந்தையூர்க் கருங்கோழி மோசியும், வெள்ளூர்க் காப்பியனும், சிறு பாண்டுரங்கனும், திரையன் மாறனும், துவரைக் கோவனும், கீரந்தையும் என இத்தொடக்கத்தார் ஐம்பத் தொன்பதின்மர் என்ப. அவருள்ளிட்டு மூவாயிரத்து எழுநூற்றுவர் பாடினார் என்ப. அவர்களாற் பாடப்பட்ட கலியும், குருகும், வெண்டாளியும், வியாழ மாலை அகவலும் என இத்தொடக்கத்தன என்ப.

''அவர்க்கு நூல் அகத்தியமும், தொல்காப்பியமும், மாபுராணமும், இசை நுணுக்கமும், பூதபுராணமும் என இவை. அவர் மூவாயிரத்து எழுநூற்றியாண்டு சங்கமிருந்தார் என்ப. அவரைச் சங்கம் இரீஇயினார் வெண்தேர்ச்செழியன் முதலாக முடத் திருமாறன் ஈறாக ஐம்பத் தொன்பதின்மர் என்ப. அவருள் கவியரங்கேறினார் ஐவர் என்ப. அவர் சங்கமிருந்து தமிழ் ஆராய்ந்தது கபாடபுரம் என்ப. அக்காலத்துப் போலும் பாண்டிய நாட்டைக் கடல் கொண்டது.

கடைச் சங்கம்

''இனிக் கடைச்சங்கமிருந்து தமிழாராய்ந்தார் சிறு மேதாவியாரும், சேந்தம் பூதனாரும், அறிவுடையரனாரும், பெருங்குன்றூர் கிழாரும், இளந்திருமாறனும் மதுரை ஆசிரியன் நல்லந்துவனாரும், மதுரை மருதனிள நாகனாரும், கணக்காயர் மகனார் நக்கீரனாரும் என இத்தொடக்கத்தார் நாற்பத்தொன்பதின்மர் என்ப. அவர்களாற் பாடப்பட்டன நெடுந்தொகை நானூறும், குறுந்தொகை நானூறும், நற்றிணை நானூறும், புற நானூறும், எழுபது பரிபாடலும், கூத்தும், வரியும், சிற்றிசையும், பேரிசையும் என்று இத்தொடக்கத்தன. அவர்க்கு நூல் அகத்தியமும், தொல்காப்பியமும் என்ப. அவர் சங்கமிருந்து தமிழ் ஆராய்ந்தது ஆயிரத்து எண்ணூற்று ஐம்பத்திற்றியாண்டு என்ப. அவர்களைச் சங்கம் இரீஇயினார் கடல் கொள்ளப்படும் போதிருந்த, முடத்திருமாறன் முதலாக, உக்கிரப் பெருவழுதி ஈறாக நாற்பத்தொன்பதின்மர் என்ப. அவருள்

கவியரங்கேறினார் மூவர் என்ப. அவர் சங்கமிருந்து தமிழ் ஆராய்ந்தது உத்தர மதுரை என்ப'' (இறையனார் அகப்பொருளுரை, கழக வெளியிடு, ஆறாம் பதிப்பு பக்கம் 5 – 6)

அடியார்க்கு நல்லாரும் (13 ஆம் நூற்றாண்டு) தமது சிலப்பதிகார உரையில் மேற்சொன்ன செய்திகளை எடுத்துரைத்திருக்கின்றார்.

கட்டுக் கதையா?

இறையனார் அகப்பொருள் என்ற நூலுக்கு உரை எழுதியவர் முச்சங்க வரலாற்றினைக் கூறிவருகையில் முதற்சங்கப் புலவர்களைக் குறிக்கவந்த இடத்தில் ''திரிபுர மெரித்த விரிசடைக் கடவுளும், குன்றெறிந்த குமரவேளும்'' என்றுரைக்கின்றார். இப்பெயர்கள் ஈசுவரனாகிய சிவனையும் முருகனையும் குறிக்கின்றன எனப் பிழைபட உணர்ந்து கொண்ட காரணத்தினால், சிவனும், முருகனும் சங்கத்தில் விற்றிருந்து தமிழ் வளர்த்திருக்க முடியுமோ என்று வினவுகின்றனர். அதனால் ஐயுற்று, இது உரையாசிரியரின் கற்பனை என்று ஒதுக்கிவிடுகின்றனர்.

''தமிழ்ச் சங்கம்'' என்ற நூலின் ஆசிரியரான டாக்டர் மு.பெரி.மு.இராமசாமி என்பார் அச்செய்திகள் கட்டுக்கதைகளன்று என்பதை விளக்குகின்றார்.

''அகப்பொருள் உரைகாரர் சங்கம் பற்றிய வரலாற்றுக் குறிப்பையே எழுத முற்பட்டுள்ளார். எனவே, அவர் சங்கப்புலவர்களின் பெயர்களைக் குறிப்பிடு வாரேயன்றித் தெய்வங்களைக் குறிப்பிடார். சிலர், சிவனும், முருகனும் தமிழ் மொழிக்கும், தமிழ்ச் சங்கத்துக்கும் தலைவர்கள் என்ற நம்பிக்கையால், அக்கடவுளரையே உரைகாரர் குறித்தார் எனக்கூறி அமைதி கொள்வார். இங்ஙனம் கோடலும் பொருந்துவதாகாது. உரைகாரர் அப்பெயர்களால் புலவர்களையே குறிக்கின்றாராதல் வேண்டும்.

''எரித்த – எறிந்த என்ற சொல்லாட்சிகளை நோக்கின் (அதாவது திரிபுரம் **எரித்த;** குன்று **எறிந்த**), உரைகாரர் அப்பெயரால் புலவர்களையே குறிக்கின்றார் என்பது புலனாகும். திரிபுரம் என்பது சேர, சோழ, பாண்டிய நாடுகளைக் குறிக்கும்; **எரித்த** என்றால் விளக்கிய, புகழ் பரப்புகின்ற எனப் பொருள்படும்; விரிசடை பரந்து நீண்ட மயிர்க் கற்றையாம். **கடவுள்** (எனில்) முனிவராம். மூவேந்தர் நாட்டிலும் புகழ் பரப்பித் திகழ்ந்த துறவுக் கோலத்துப் புலவரையே திரிபுரமெரித்த **விரிசடைக் கடவுள்** குறிக்கும்.

''**கோல் எரி**'' (பரிபாடல் 17:6) என்ற வழக்கு இதனை உறுதிப்படுத்தும். மேலும்,

'எரிமணிப் பூங்கொடி' 'எரிகதிர்' என்ற சொல்லாட்சிகளும் இங்கு நினையத்தகும்'' என்றும்

''கடவுள் என்ற சொல் (அகத்திய) முனிவரைக் குறிப்பதாக அமைந்துள்ள 'தென்னவற் பெயரிய துன்னருந் துப்பின் தொன்முது கடவுள்' என்று மதுரைக் காஞ்சித் (40-41) தொடரும், 'உடனுறை வாழ்க்கைக் குதவியுரையுங் கடவுளர் கட்டங்கினேன்…' அவருள், எக்கடவுள் மற்றக் கடவுளைச் செப்பீமன் முத்தேர் முறுவலாய் நாமமணம் புக்கக்கால் இப்போழ்து போழ்தென்றதுவாய்ப்பக் கூறிய அக்கடவுள் மற்றக் கடவுள், என்ற அடிகளால் முனிவர்கள் கடவுள் எனக் குறிக்கப்படுவதும் இங்கு நினையத் தக்கதாகும்.

''அகப்பொருள் நூல், 'வினையினீங்கி விளங்கிய அறிவின் முனைவனாற், செய்யப்பட்டது என்பர் உரைகாரர். முனைவன், முனிவன்; 'முனைவு முனிவாகும்'. (தொல் சொல் 386) இம்முனிவர் பெயர் இறையனார் என்பது வெளிப்படை.

''இவ்விறைவனார் பெயரும் திரிபுரம் எரித்த விரிசடைக் கடவுள் என்ற தொடரும் இறைவனைக் குறிப்பதாகப் பிறழ உணரப்பட்டமையின் விளைவே இத்துணைக் குழப்பமும், ஐயப்பாடும் என்க. இறையனார் இயற்றிய 'கொங்கு தேர் வாழ்க்கை' என்ற குறுந்தொகைப் பாடலை மையமாகக் கொண்டு கதையெழுந்தமைக்கும் காரணம் இறையன் என்பதை இறைவன் எனப் பிறழ உணர்ந்தமையேயாகும்.

''தலை பருத்தவனைத் தலையன் என்றும், தலைமையுடையவனைத் தலைவன் என்றும் கூறுதலே வழக்கு. எனவே இறையன்பு பூண்ட புலவரை இறையனார் என்பதும், இறைமையுடைய தெய்வத்தை இறைவன் என்பதுமே முறையாகும்.

''இறைவன் என்பது தெய்வத்தைக் குறிக்கும். இப்பொருளினின்று வேறுபடுத்திக் காட்டவே, இறையன் என அச்சொல் ஒலி வேறுபட்டு நின்றது. சொற்கள் பொருட்கேற்ப வேறுபட்டு நிற்பது தமிழியல்.''

ஆசிரியர் டாக்டர் மு.பெரி.மு.இராமசாமி அவர்கள், திரிபுரம் எரித்த விரிசடைக் கடவுள் என்பதற்கு ஆணவம், மாயை, காமம் என்ற மும்மலங்களையும் ஒழித்த, விரிந்த சடைமுடியை உடைய துறவி என்பதே பொருளாகும் என்று அறிவிற்குப் பொருத்தமாக நிறுவுகின்றார்.

அதைப் போன்று, 'குன்றெறிந்த முருகவேள்' என்ற தொடரும் ஒரு புலவரையே குறித்ததேயன்றி, முருகக் கடவுளையன்று என்பதையும்,

சங்க வரலாறு கூறுகின்ற இறையனார் அகப்பொருள் நூலின் உரைகாரர் தமது காலத்தில் வழங்கி வந்த வழிவழியான செய்திகளைத்தான் குறித்திருக்கின்றார். அவர் இச்செய்திகளைக் கூறி வருகையில் ''என்று கூறுவர்'' எனப்பொருள்படும் 'என்ப' என்ற சொல்லை ஆங்காங்கே குறிக்கின்றார். செவிவழிச் செய்தி எதுவாயினும், அதில் உண்மை அடங்கியிருக்கும் எனக் கொள்கின்றனர். அச்செய்திகளில் காலக் கணக்கில் பிழைகள் இருக்கக் கூடுமெனினும், அவற்றைக் கட்டுக்கதையென்று முற்றிலும் தள்ளிவிட முடியாது என்று நம்புகின்றனர் என்பதையும் அவர் எடுத்துக்காட்டுகின்றார்.

சங்க இலக்கியமும் வரலாறும்

மேற்கூறியவற்றிலிருந்து பண்டைத் தமிழகத்தில் சங்கங்கள் என்ற பல்கலைக் கழகங்கள் நிலவின என்பது தெளிவாகும். முதலிரு சங்கங்களும் எக்காலங்களில் நிலவின என்று சான்று காட்டி நிறுவுவதற்கில்லையெனினும், கடைச்சங்கம் கி.மு.முதல் நூற்றாண்டில் தொடங்கியது என்பது ஆராய்ச்சியாளரால் ஒப்புக் கொள்ளப்பட்ட உண்மையாகும்.

பண்டைத் தமிழரின் வரலாறு சங்க இலக்கியச் சான்றுகளைக் கொண்டும், அயல் நாடுகளைச் சேர்ந்த தாலமி *(கி.பி.87-150)*, ஸ்திராபோ *(63 கி.மு.-23 கி.பி.)*, பிளினி *(கி.பி.23-79)*, மற்றும் பலருடைய குறிப்புகளைக் கொண்டும் எழுதப்பட்டுள்ளது.

சங்கப்புலவரில் சிலர் வரலாற்று நிகழ்ச்சிகளை அகவற்பாக்களில் பாடி வைத்துள்ளனர். அக்காலத்தில் நிலவிய சமூக வாழ்க்கைமுறை, அரசியல், பொருளாதார நிலை, சமய வாழ்க்கை, கலைகள், பழக்கவழக்கங்கள், நம்பிக்கைகள், மெய்ப்பொருளியல், போன்ற மனித வாழ்க்கையின் துறைகளனைத்தையும் தொட்டுச் சுவைமிக்க பாடல்களாகச் சங்கச் சான்றோர் பாடிவைத்திருக்கின்றனர்.

ரோமானியப் பேரரசின் (கி.மு.29-கி.பி.64) செல்வவளம் சங்ககாலத் தமிழ்நாட்டின் செல்வச் செழிப்பிற்குப் பெரிதும் காரணமாயிருந்தது. யவனரின் கலங்கள் பொன் மூட்டைகளைக் கீழே இறக்கிவிட்டுக் குறுமிளகுப் பொதிகளைத் தமது நாட்டிற்கு ஏற்றிச்சென்றதைச் சங்கப் புலவர்கள் பாடியுள்ளனர்.

வடிம்பலம்ப நின்ற பாண்டியன்

இம்முச்சங்கங்களையும் பாண்டியர் பேணி வளர்த்தனர். முதலிரு சங்கங்களையும் ஆதரித்த பாண்டியருள் வடிம்பலம்ப நின்ற பாண்டியனையும், பல்யாகசாலை முதுகுடுமிப் பெரு வழுதியையும் தவிர, பிற பாண்டிய மன்னர்களைப் பற்றி நமக்கு எதுவும் இதுவரை புலனாகவில்லை.

வடிம்பலம்ப நின்ற பாண்டியன், நிலந்தரு திருவிற் பாண்டியன், பாண்டியன் மாகீர்த்தி, நெடியோன் என்றெல்லாம் சிறப்பித்து அறியப்பட்டுள்ள மூத்த இப்பாண்டிய மன்னர் நெடுங்காலம் அரசோச்சியதாகச் செவிவழிச் செய்திகள் செப்புகின்றன.

தொல்காப்பியம் நிலந்திரு திருவிற் பாண்டியன் அவையில் அதங்கோட்டாசான் தலைமையில் அரங்கேற்றப்பட்டதாக, அற்நூற்பாயிரம் கூறுகின்றது.

நெடியோன் என்ற இப்பாண்டிய வேந்தன் கடல் வழியாகப் பல நாடுகளுக்குச் சென்று, அந்நாட்டுக் கடலலைகள் தன் காலடிகளை அலம்ப நின்றதால் வடிம்பலம்ப நின்ற பாண்டியன் என்று பெயர் பெற்றதாகச் சொல்லப்படுகின்றது. நெடுங்காலம் ஆட்சி புரிந்தமையால் நெடியோன் என்று அழைக்கப்பட்டார். இப்பாண்டிய மன்னரைப் பற்றி மதுரைக் காஞ்சியும், புறநானூறும் பாடுகின்றன.

மாகீர்த்தி என்றும் பாராட்டப்படும் இம்மன்னர், கரைபுரண்டு திரண்டோடி வந்த கடலலை மீது வேலை வீசிக் கடலை வற்றச் செய்ததாகக் கூறப்படும் புராண நாயகர் என்று புலவர்கள் உரைக்கின்றனர். வருணன் அவர் காலடியில் விழுந்து வணங்கியதாகவும் சொல்கின்றனர்.

குமரி நாட்டைக் கடல் கொள்ளுமுன்னர் அங்கிருந்த பஃறுளி ஆற்றிலிருந்து இவர் நீர்கொண்டு வந்த செயலை நெட்டிமையார் என்ற புலவர் புகழ்பெற்ற புறநானூற்றுப் பாடலில் விவரிக்கின்றார்.

பாண்டிய மன்னன் ஒருவன் வேலை எறிந்து கடலைப் பணியச் செய்த கதை சின்னமனூர்ச் செப்பேட்டிலும், கடற் பிரளயத்தில் ஒரே பாண்டிய மன்னர் மட்டும் உயிர் பிழைத்தார் என்று வேள்விக்குடிச் செப்பேட்டிலும் குறிக்கப்பட்ட வேந்தர், வடிம்பலம்ப நின்ற பாண்டியனேயாவார் என்று ஆராய்ச்சியாளர் காணுகின்றனர்.

பாண்டியன் மாகீர்த்தி கடல்கடந்து சாவகம் அல்லது சயநாட்டில் அதாவது சுமத்திராவில் தன் ஆட்சியை நிறுவியிருந்ததாகக் கா.அப்பாத்துரையார் கூறுகின்றார். இப்பாண்டியன் உலகின் முதல் அரசனாகிய மனு என்றும், அவரது பெயர் சத்தியவிரதன் என்றும் அவர் தெரிவிக்கின்றார். மேலும் அம்மன்னர் கடல் கொண்ட தமிழகத்திற்கு ஈடாகக் கங்கைச் சமவெளியைப் புது நாடாக்கி அதில் தமிழரைக் குடியேற்றியதாக அறிஞர் சிலர் கருதுவதாகவும் அவர் உரைக்கின்றார்.

இக்காரணங்களினாலும், பாண்டியர் குடி தமிழரில் தொன்மையானது என்று மதிக்கப்படுகின்றது.

களப்பிரர்

தமிழரின் வரலாற்றில் மிகுந்த மேன்மையுடையது என்று போற்றப்பெறும் சங்க காலத்தின் இறுதியில் தமிழ்நாட்டிற்கு வந்ததாகக் கூறப்படும் களப்பிரர் பற்றி நாம் அறிந்து கொள்வோம்.

''கடைச்சங்க காலத்தையடுத்ததும், பக்தி இலக்கியம் தோன்றியதற்கு முந்தியதுமான சுமார் முன்னூறு ஆண்டுகள் (களப்பிரர்) காலமாகும். அதாவது கி.பி. இரண்டாம் நூற்றாண்டிற்குப் பிறகு, ஏழாம் நூற்றாண்டிற்கு முன்னர், சுமார் கி.பி. 250 ஆம் ஆண்டிற்கும் 550 ஆம் ஆண்டிற்கும் இடைப்பட்ட காலமாகும்.

''இதைத் தென்னிந்தியாவின் எழுத்தாளர், இலக்கிய ஆராய்ச்சியாளர், மெய்ப்பொருளியலார் ஆகியவர் அனைவருமே, சமயம், வரலாறு, இலக்கியம் ஆகிய மூன்று துறைகளிலும் இருண்ட காலம் என்று முத்திரை குத்திவிட்டனர். மிகவும் வசதியாக, அது களப்பிரர் தலையிட்ட காலம் என்று கூறப்பட்டு விட்டது'' என்று மு.அருணாசலம் அவர்கள் களப்பிரர் பற்றி அறிஞரிடையே நிலவிவந்த கருத்தைக் களப்பிரர் பற்றிய தமது ஆராய்ச்சிச் சொற்பொழிவு ஒன்றில் விவரிக்கின்றார்.

களப்பிரர் பற்றி மறுக்கவியலாச் சான்றுகள் இல்லாத காரணத்தினால், அவர்களைப் பற்றியும், அவர்களின் மூலம் குறித்தும், சமயம், மொழி மற்றும் பிற கூறுகள் பற்றியும் பல வகையான ஊகக் கருத்துக்கள் தோன்றிக் களப்பிரர் என்பது மர்மத்தின் மறுபெயர் என்ற நிலை தோன்றிவிட்டது. இந்திய வரலாற்றில் இவ்வாறு விடுபடாதிருக்கின்ற எண்ணற்ற புதிர்களுள் களப்பிரரையும் சேர்த்து விடலாமா என்று தோன்றுகின்றது.

தமிழ்நாட்டில் களப்பிரர் ஆட்சி நிலவியதாகக் கணிக்கப்பட்டுள்ள முன்னூறாண்டுக் காலத்தில் உண்டான சமூக வாழ்க்கையின் மாறுதல்கள், சமய, மொழிச் சிக்கல்கள் மிக மிக ஆழமான விளைவுகளை உண்டாக்கின என்பதைப் பல செய்திகள் காட்டுகின்றன.

சைவ சமய குரவருள் ஒருவரான திருநாவுக்கரசர் (கி.பி. 570-655) வாழ்க்கையில் நடந்த ஒரு நிகழ்ச்சியினை இந்நூலில் ஏற்கனவே விவரித்திருந்தோம். சிவனடியாரான நாவுக்கரசர் பெருமான் வடதளி ஈசன் கோயிலில் சமணர் எழுப்பிய தடைகளைத் தகர்க்கும் பொருட்டு உண்ணா நோன்பிருந்தார் என்பதும், தமிழ்நாட்டில் சமணரான களப்பிரரின் ஆதரவு பெற்ற சமண சமயத்தவரே இவ்வாறு தடை எழுப்பினர் என்பதும் குறிப்பிடத்தக்கனவாகும்.

களப்பிரர் ஆட்சிக் காலத்தில் அவர்கள் பிராகிருதம், பாளி போன்ற மொழிகளை மட்டுமே ஆதரித்தனர். நாட்டு மொழி புறக்கணிக்கப்பட்டது. இதுவும் மக்களிடையே பெருத்த எதிர்ப்பைக் கிளப்பியதுடன், காலங்கடந்த ஆழ்ந்த பின்விளைவுகளுக்கும் பிற்காலத்தில் காரணமாக அமைந்ததுவோ என்று ஐயங்கொள்வதற்கு இடமுண்டாகின்றது.

ஆகவே களப்பிரரின் ஆட்சிக்காலம் தமிழ்நாட்டில் முதன்முதலில் உண்டான அயல் ஆட்சி என்பதுடன், அது கலை,பண்பாடு, சமயம், மொழி முதலிய துறைகளில் தமிழர்களை மிகுந்த பேரார்வம் கொள்ளவும் செய்துவிட்டது எனலாம்.

இக்காலத்தின் பின் வந்த தமிழ்ப் புலவர்கள் தமிழுக்கும், அறவாழ்க்கைக்கும் சிறப்பிடம் தந்து பாடியதையும், ஏழாம் நூற்றாண்டில் சைவ சமய குரவர்கள் தோற்றுவித்த பக்தி இயக்கத்தின் ஆர்வப் பெருக்கையும் கொண்டு இதைத் தெள்ளிதின் அறியலாம்.

பாண்டியர் பல்யாகசாலை முதுகுடுமிப் பெருவழுதி

பல்யாகசாலை முதுகுடுமிப் பெருவழுதி வடிம்பலம்ப நின்ற பாண்டியனின் வழித்தோன்றலாவார். இவரது இயற்பெயர் குடுமி என்பது. இவர் அரசர்க்குரிய பரிமேதம் என்ற அசுவமேதம், இராசசூயம் முதலிய வேள்விகள் செய்து சிறப்புற்றமையால் பல்யாகசாலை முதுகுடுமிப் பெருவழுதி என்ற நீண்ட சிறப்புப் பெயரைப் பெற்றார். இவர் கி.மு. 300 முதல் கி.பி. 100 வரையிலுள்ள காலகட்டத்தில் அரசோச்சியிருக்கலாம் என்பது அறிஞர் கருத்து.

பாண்டியரின் முன்னோரில் ஒருவர் ஆயிரம் வேள்விகள் இயற்றிப் பெயர் பெற்றார் என்று சின்னமனூர்ச் செப்பேடுகள் கூறுகின்றன. இது குடுமியைக் குறிக்கலாம் என்று அறிஞர் நம்புகின்றனர். வேள்விக் குடிச் செப்பேடும் பல்யாகசாலை முதுகுடுமிப் பெருவழுதியைக் குறிக்கின்றது.

இவர் காலத்தின் பின்னும் பாண்டியர் வேத சமயத்தைப் பின்பற்றிப் பல்வேறு வகையான தானங்களையும், தருமங்களையும் செய்திருக்கின்றனர் என்பதை அறிகின்றோம்.

களப்பிரரின் சமயங்கள் என்று கருதப்படும் சமணமோ, பௌத்தமோ 2381 சங்கப்பாடல்களில் ஓரிடத்தில் கூடக் குறிக்கப்படவேயில்லை என்று தமிழறிஞர் கூறுவர். அப்பாடல்கள் சிவன், முருகன், திருமால், கொற்றவை போன்ற இறைவரையும், இறைவியரையும் இயம்புகின்றனவேயன்றிச் சமண அல்லது பௌத்தக் கடவுளரைப் பற்றிக் குறிக்கவேயில்லை.

ஏதிலியரான களப்பிரர் புறச் சமயத்தவராகவும், அயல் பண்பாடுகளைக் கொண்டவராகவுமே கருதப்படுகின்றனர்.

பாண்டிய மன்னரான கடுங்கோன் பாண்டிய நாட்டிலும், பல்லவ மன்னர் சிம்ம விஷ்ணு சோழநாட்டிலும் கி.பி. ஆறாம் நூற்றாண்டின் இறுதிக் காலத்தில் களப்பிரரை முறியடித்துத் தமிழ்நாட்டில் அவர்களுடைய ஆட்சியை முடித்தனர்.

பாண்டியர் - சங்ககாலம்

முடத்திருமாறன் என்ற பாண்டிய மன்னர் இடைச்சங்கத்தின் இறுதியில் வாழ்ந்தவர் என்று அறிஞர் கருதுகின்றனர். இவர் கபாடபுரத்தில் ஆட்சி செய்து இடைச் சங்கத்தை நடத்தி வந்த காலத்தில் கடல் கோளினால் குமரி ஆற்றிற்கும் தாமிரபரணிக்கும் இடையில் அமைந்திருந்த கபாடபுரம் கடலுள் மூழ்கியது.

கடலின் இந்த எழுச்சியினால் எண்ணற்ற தமிழ் நூல்கள் மறைந்தது போக, எஞ்சிய நூல் தொல்காப்பியம் ஒன்றே என்பர். பாண்டிய மன்னரும், புலவர் சிலரும் கபாடபுரத்தினின்று நீங்கி மதுரையை அடைந்து அங்கு, கடைச்சங்கம் அமைத்துத் தமிழாய்ந்தனர் என்பது செய்தியாகும். முடத்திருமாறன் பாடல் பாடுந்திறன் படைத்த பாவரசராகவும் விளங்கினார்.

கடைச்சங்க காலத்தில் மதிவாணன், பொற்கைப் பாண்டியன், கடலுள் மாய்ந்த இளம்பெருவழுதி, அறிவுடை நம்பி, ஒல்லையூர் தந்த பூதப் பாண்டியன், ஆரியப்படை கடந்த நெடுஞ்செழியன், தலையாலங்கானத்துச் செருவென்ற பாண்டியன் நெடுஞ்செழியன், கானப்பேரெயில் கடந்த உக்கிரப் பெருவழுதி, நன்மாறன், கீரஞ்சாத்தான், கூடாகரத்துத் துஞ்சிய நன்மாறன் என்று பல பாண்டிய மன்னர்கள் ஆண்டு சங்கம் வளர்த்தனர் என்பது வரலாறு.

உடன் கட்டை

உடன்கட்டை ஏறும் வழக்கம் பண்டைத் தமிழ்நாட்டில் இருந்து வந்தது என்பதை அறிகின்றோம்.

கடையெழு வள்ளல்களில் ஒருவர் என்று போற்றப்படுபவர் ஆய் அண்டிரன் ஆவார். அவர் ஆண்ட ஆய் நாடு தென் திருவிதாங்கூரைக் குறிக்கும். இச்சொல் அயிரமலையையும் இதன் தலைவனான ஆய் என்ற அரசனையும் குறிக்கும். இம்மன்னர் பல தமிழ்ப் பாடல்களில் பாடப்பெற்றுப் புகழடைந்திருக்கின்றார்.

ஆய் அண்டிரன் பொதியமலைத் தலைவராகவும், கவிரமலையைத் தனதாக்கிக் கொண்டவராகவும் விளங்கினார். இவரின் வள்ளல் தன்மையைப் புகழ்ந்து, அகநானூற்றில் குமட்டூர் கிழார் மகனாகிய பரங்கொற்றனாரும், பரணரும் பாடியுள்ளனர். ஏணிச்சேரி முட மோசியாருக்குப் பல பரிசில்களை இம்மன்னர் வழங்கி, அவரால் புகழ்ந்து பாடப் பெற்றிருக்கின்றார்.

இவ்வரசருக்குப் பல உரிமை மகளிர் மனைவியராக வாழ்ந்து வந்தனர். ஆய் அண்டிரன் இறந்ததும் அப்பெண்டிர் அனைவரும் தீக்குளித்து உயிர் நீத்தனர். இது கடைச் சங்க காலத்தில் தமிழ்நாட்டில் நடந்தது.

கடைச்சங்க காலத்தில் தீக்குளித்துக் கணவனுடன் உயிர் நீத்த மற்றோர் அரசியும் இருக்கின்றார். தமிழ்ச் சங்கம் வளர்த்த பூதப்பாண்டியன் மனைவி பெயர் பெருங்கோப்பெண்டு. பூதப்பாண்டியன் இளவயதில் இறந்து போனார். அப்போது அவரது பட்டத்து அரசியாக இருந்த இப்பெண்மணி, தானும் கணவருடைய ஈமத் தீயில் இறங்கி உயிர் விட்டாள். அப்போது அவள் உடன்கட்டை ஏறவேண்டாமென்று தடுக்கப்பட்டாள் - இப்பாண்டிமாதேவி அக்காலை அவளைத் தடுத்த சான்றோர்க்குக் கூறிய மறுமொழி, கைம்மை எய்தியவள் வாழ்க்கை எத்தகைய கொடுமை வாய்ந்தது என்பதை உயிர்துடிப்புடன் விளக்குகின்றது.

''பருக்கைக் கற்களால் அடுக்கப்பட்ட படுக்கை மீது வெறும் பாய்கூட விரிக்காது, நானும் ஏனைய பெண்களைப் போன்று கைம்மை வாழ்க்கை நடத்த வேண்டுமென்கின்றீர்களா?

கைம்மை நோற்பவர்கள் நெய் உண்ண மாட்டார்கள். எள்ளும், புளியும் சேர்த்து வேளைக் கீரையைக் கலந்து செய்த கஞ்சி போன்ற சோற்றை உண்பார்கள். நான் அவ்வாறு உண்பவள் அல்லள்.

காட்டில் கரிய கட்டைகளை அடுக்கி மூட்டிய ஈமத் தீயைக் கண்டு நீங்கள் அஞ்சுகின்றீர்கள். நான் அத்தீயைக் கண்டு அஞ்சவில்லை. வலிமை கொண்ட தோளினனாகிய என் கணவன் இறந்த பிறகு, மலர்ந்து விரிந்த தாமரை நிறைந்த குளிர்ந்த பொய்கையும், இக்கொடுந் தீயும் எனக்கு ஒன்றேயாகும்.''

எனவே சாவில் தொடர்தல் என்ற பொருளைத் தருகின்ற அனு கமன என்றும், சதி என்றும் வழங்கிவரும் உடன்கட்டை ஏறும் வழக்கம் தமிழ்நாட்டில் இரண்டாயிரம் ஆண்டுகளுக்கு முன்பு இருந்து வந்தது என்பதை இவற்றால் அறிகின்றோம்.

சங்க காலத்திற்குப் பின் ஆட்சி புரிந்த பாண்டியர்கள் வரலாறு - கி.பி. 575 முதல் 1700கள் வரையிலுள்ள காலகட்டத்து வரலாறு - செப்பேடுகள், கல்வெட்டுகள், மெய்க்கீர்த்திகள் முதலியவற்றிலிருந்து கிடைக்கும் செய்திகளைக் கொண்டு

கட்டப்பட்டுள்ளது. கடல் கோள்களினாலும் ஓர் ஆசிரியர் கூறியதைப் போன்று காலக் கோள்களினாலும் பாண்டியர் வரலாறு பற்றிய உண்மைகள் உருத்தெரியாமல் இருக்கின்றன.

பாண்டிய அரசு உட்பகையினாலும், பிற சமூகச் சீரழிவுகளினாலும், புறச்சமயத் தவரின் படையெடுப்புகளினாலும், மங்கிக்கொண்டே வந்தது. பதினெட்டாம் நூற்றாண்டு வரையிலும் பாண்டியர் என்ற பெயரைக் கொண்டேனும் சிற்றரசர்கள் நெல்வேலிச் சீமையில் இருந்தனர்.

பாண்டியரின் நாகரிகத்திற்கும், பிற சிறப்புகளுக்கும் இன்றும் சிறந்த சின்னமாக மதுரை விளங்கி வருகின்றது. மதுரை என்றதும் சங்கங்களை ஆதரித்து மனித மேம்பாட்டிற்கென்று அருங்கலைகளையும், அறிவு நூல்களையும் இரண்டாயிர, மூவாயிர ஆண்டுகளுக்கு முன்னரே வளர்த்துச் சிறந்த ஒரு முதுகுடியின் மேன்மை நம் அறிவெங்கும் நிறைகின்றது.

சோழர்

சங்க காலத்திலிருந்தே சிறந்து விளங்கிய முடியுடை மூவேந்தர் குடியில், முடித்தலைக்கோ பெருநற்கிள்ளி, வேற்பஃறடக்கைப் பெருவிறற்கிள்ளி, உருவப் பஃறேர் இளஞ்சேட் சென்னி, கரிகாற் சோழர், மாவளத்தான், நெடுங்கிள்ளி, சேட் சென்னி, நலங்கிள்ளி, செங்குட்டுவன், இளங்கோவடிகள், கிள்ளிவளவன், பெருநற் கிள்ளி என்று பெரும்புகழ் பெற்ற வேந்தர்கள் பிறந்த சோழர் குடியும் களப்பிரரின் எழுச்சியால் கிட்டத்தட்ட இடந்தெரியாது மறைந்து விட்டது என்பர்.

''சோழர் இப் படுவீழ்ச்சியால் கிட்டத்தட்ட முற்றிலும் மறைந்து விட்டனர் எனலாம்; எனினும் அவர்களில் ஒரு கிளையினரைத் தெலுங்குச் சோடர் என்ற பெயரில் இராயல சீமையில் காண முடிகின்றது; யுவான் சவாங்கு (கி.பி.602-647) அவர்களின் அரசைப் பற்றிக் குறிப்பிடுகின்றார்'' - இவ்வாறு கே.ஏ.நீலகண்ட சாஸ்திரி கூறுகின்றார்.

தெலுங்குச் சோடர் என்ற இத்தெலுங்குச் சோழர்கள் வரலாற்றுப் புகழ் வாய்ந்த கரிகாலனைத் தமது முன்னோன் என்று பாராட்டினர். சோழர் குடியின் தலைசிறந்த வேந்தரான கரிகாலர் காஞ்சிபுரத்தைச் செப்பம் செய்து கடிநகர் ஆக்கியவர். திருமாவளவன் என்று சிறப்பிக்கப்படுபவர். காவிரியின் குறுக்கே கல்லணை எழுப்பியவர். அவர் புகார் நகரையும் திருத்தித் தன் தலைநகராக்கிக் கொண்டார். சங்க காலத்தில் சிறந்திருந்த சோழ வேந்தர்களை மேலே குறிப்பிட்டிருக்கின்றோம்.

புதிய சோழப் பேரரசு

கி.பி. ஒன்பதாம் நூற்றாண்டில் விசயாலய சோழன் (கி.பி. 800-871) சோழர் குடியின் பெருஞ் சிறப்பிற்கும் அதன் பேரரசு மலர்ச்சிக்கும் வித்திட்டார். சோழர் குடியின் தன்னிகரற்ற கரிகாலரையே மிஞ்சி நிற்கும் முதல் இராசராசனும் (கி.பி.980 -1014) முதல் இராசேந்திரனும் (கி.பி.1012 - 1044) எழுந்து, கடல் கடந்து விரிந்த சோழப் பேரரசைச் சிறக்கச் செய்தனர்.

பிற்காலச் சோழர்களான இக்குடியினர், கிட்டத்தட்ட ஐநூறு ஆண்டுகளில் உலகக் கடல்கள் எங்கும் கலஞ்செலுத்தினர் என்று வரலாற்றாசிரியர்கள் சிலர் பெருமையோடு குறிக்கின்றனர்.

சங்க காலத்திற்குப் பிறகு தமிழ்நாட்டின் வரலாற்றில் பிற்காலச் சோழர்களான இவர்களின் ஆட்சி பலதுறைகளில் பொற்காலமாக விளங்குகின்றது.

வங்கக் கடல் - சோழ ஏரி

வங்கக் கடல் ''சோழ ஏரி'' என்று பெயர் பெருமளவிற்குப் பிற்காலச் சோழரின் கடலாதிக்கம் மேலோங்கி நின்றது. கல்லணை கட்டுவித்த கரிகாலர் வழிவந்த பிற்காலச் சோழ மன்னர் சிலர் வேளாண்மையைப் பெருக்குவதற்காகச் சோழ கங்கம், வீர நாராயண ஏரி, சுந்தர சோழப் பேரேரி, குலோத்துங்க சோழப் பேரேரி, சோழ வாரிதி, கண்டராதித்தப் பேரேரி, செம்பியன் மாதேவி ஏரி என்று சோழ மண்டலமெங்கும் பல நீர்த் தேக்கங்களை உண்டாக்கினர்.

கோயில் பணிகள்

எழுபத்தெட்டுக் கோயில்களை எழுப்பித்தவன் என்று சிறப்பிக்கப் பெறும் சோச்செங்கண்ணான் வழியில் வந்த பிற்காலச் சோழர்கள், தஞ்சைப் பெரியகோயில் உட்பட, நாடெங்கிலும் பல திருக்கோயில்களை எழுப்பி, அங்கு பக்திப் பெருக்குடனும், தங்கு தடையின்றியும் வழிபாடுகள் என்றென்றும் நடக்கும் வண்ணம் இறையிலிகளாகப் பல ஊர்களை அக்கோயில்களுக்கென்று சாசனம் செய்து சென்றனர்.

சோழர் சிற்பக் கலை

பிற்காலச் சோழர்களின் முதல் மன்னரான விசயாலய சோழர் காலத்திலிருந்து சிற்பக் கலை வளர்ச்சியடைந்து வந்தது. விசயாலயன் காலத்தில் எழுப்பப் பெற்ற முக்கியமான கோயில்கள் :

தஞ்சை நிசும்ப சூதனி கோயில்; காளியாபட்டிச் சிவன் கோயில்; பனங்குடி அகத்தீசுவரன் கோயில்.

விசயாலயன் முத்தரையர்களை வென்றதும் நிசும்ப சூதனிக்குத் தஞ்சையில் கோயில் எழுப்பினான். இதைத் திருவாலங்காட்டுச் செப்பேடு கூறுகின்றது. இக்கோயில் காலப்போக்கில் சிதைய நேரினும், கருவறையிலமைந்த நிசும்ப சூதனி இன்று உக்கிர மாகாளி என்ற பெயரில் வழிபடப்படுகின்றாள்.

முதலாம் ஆதித்த சோழன் (கி.பி. 871-907) கண்ணனூர், திருக்கட்டளை, சீனிவாச நல்லூர், லால்குடி, கும்பகோணம், தக்கோலம் முதலிய இடங்களில் கோயில்களைக் கட்டிச் சிற்பக் கலைக்கு ஆதரவு அளித்தார்.

முதற் பராந்தக சோழன் (கி.பி. 907-953) கீழைப் பழுவூர், திருவாலந்துறை, புள்ள மங்கை முதலிய இடங்களில் கட்டுவித்த கோயில்களில் உலகம் உள்ளளவும் நின்று நிலவும் அழகிய சிற்பங்கள் அமைந்துள்ளன.

முதலாம் இராசராசன் (கி.பி. 985 - 1014) கட்டிய கோயில்களுள், தஞ்சைப் பெருவுடையார் கோயில் என்ற பிரகதீசுவரர் கோயில் தனிச்சிறப்பு வாய்ந்ததாகும். இதனுள் நிறைந்திருக்கும் சிற்பங்களின் கலையழகு போற்றத்தக்கது. இங்கு பரத நாட்டியத்தின் 108 கரணங்களை வடிக்க மன்னர் ஆணையிட்டிருந்தார். ஆனால் அவற்றில் 81 நாட்டியச் சிற்பங்கள் மட்டுமே முற்றுப் பெற்றன.

இராசராசனின் மகன் முதலாம் இராசேந்திரன் (கி.பி. 1012-1044) காலத்துக்

கோயில்களில் கங்கை கொண்ட சோழபுரத்தில் அமைந்திருப்பது தனிச் சிறப்புடையதாகும். இதுவும் தஞ்சைப் பெரிய கோயிலைப் போன்று திட்டமிட்டுக் கட்டப்பெற்றது. இங்கு கருவறையிலுள்ள இலிங்கமும் மிகப் பெரியது; அதன் உயரம் பதின் மூன்று அடி.

இராசராசன் வடஆர்க்காட்டு மாவட்டத்திலுள்ள கூழம்பந்தல் என்ற இடத்திலும் ஈசனுக்குக் கோயில் எழுப்பியுள்ளான்.

இச்சோழர் காலத்தில் கல்லில் இறையுருவங்கள் செதுக்கப் பெற்றதுடன், உலோகத்திலும் தெய்வத் திருமேனிகள் தோற்றுவிக்கப்பட்டன. அவை இன்றளவும் தஞ்சைத் தரணியிலும், தொண்டை மண்டலத்திலும் அமைந்துள்ள திருக்கோயில்களில் வழிபடப்பட்டு வருகின்றன. இக்காலத்து உலோகப் படிமங்கள் கலையழகிற்கும், நுட்பத் திறனுக்கும் பெயர் பெற்றவையாகும்.

அதனால் அயல் நாடுகளிலுள்ள கலைப் பொருள் சேகரக்காரர்கள், இவற்றை என்ன விலை கொடுத்தேனும் வாங்குவதற்குத் துணிகின்றனர். அண்மைக் காலத்தில் தமிழ்நாட்டிலிருந்து களவாடிச் செல்லப்பட்ட இப் படிமங்கள் அனைத்தும் கிட்டத்தட்டச் சோழர் காலத்தவையேயாகும்.

நடராசர் படிமம்

பிற்காலச் சோழர்களின் ஆட்சித் தொடக்கத்தில் (கி.பி. ஒன்பதாம் நூற்றாண்டு) நடராசர் திருமேனி உலோகப் படிமங்களாகச் செய்யப்பட்டது. எனினும் இராசராசன் காலத்திலிருந்துதான், ஆடல் வல்லானான கூத்தபிரானுக்கு, உலோகத்தில் திருமேனிகளைச் செய்யும் பணி சிறப்பிடம் பெற்றது. இதன் பிறகும் எண்ணிறந்த படிமங்கள் ஆக்கப்பட்டன.

நாட்டியக் கலை

முதலாம் இராசராசன் நாட்டியக் கலையை வளர்ப்பதற்குப் பெருமுயற்சி எடுத்துக் கொண்டார். இவர் காலத்தில் ஆடற் பெண்டிரான தேவரடியார் என்ற அமைப்புமுறை பெரிதும் ஆக்கப் பெற்றது. கோயில்களில் அவர்களுக்கென்று தனிச் சிறப்பு வாய்ந்த இடம் தரப்பட்டிருந்தது. தளிப் பெண்டிரான தேவரடியார் இறை வழிபாட்டிலும், ஆடல் பாடலிலும் மிகுந்த ஏற்றம் பெறத் தொடங்கியது இராசராசனது காலத்திலேயாகும்.

மிகப் பழைய காலத்திலிருந்து, தமிழறிஞர் ஒருவர் புகல்வதைப் போன்று கூறுவதாயின், படைப்புக் காலந்தொட்டு மிக உயர்ந்த நிலை எய்தியிருந்த சோழ வேந்தர்களின் ஆட்சி மறைந்து கிட்டத்தட்ட 710 ஆண்டுகள் ஆகின்றன.

சோழ மன்னர்களின் ஆதரவில் ஏராளமான தமிழ் நூல்கள் வெளி வந்தன; எண்ணற்ற கோயில்கள் எழுப்பப் பெற்றன; அணைகள் கட்டினர்; நீர் நிலைகளை உண்டாக்கினர்; கலைகளை வளர்த்தனர்.

முதல் இராசராசன், முதல் இராசேந்திரன் என்ற சோழ மன்னர்கள் காலத்தில் தமிழகம் மிகுந்த உயர் நிலையை அடைந்தது. அதற்கு முன்னும் பின்னும் அந்நிலையை இந்நாடு அடையவில்லை. தமிழர் புகழ், பண்பாடு, நாகரிகம் முதலியன வடநாட்டில் மட்டுமன்றி, இந்தோ சீனம், கம்போடியா, சயாம், மலேயா, இந்தோனேசியா வரையில் எட்டும்படி செய்த பெருமை சோழர்க்கே உரியது என்பர். இன்னும் சுமத்திரா சாவாத் தீவுகளில் வாழும் மக்களில் சிலர் தம்மைச் சேரர், சோழர், பாண்டியர் என்ற குடிப் பெயரால் அழைத்துக் கொள்கின்றனர் என்பது குறிப்பிடத்தக்கது.

சேரர்

சேர வேந்தர்க்கும் சங்க காலத்திலிருந்து மிக நீண்ட வரலாறு உண்டு.

களப்பிரரின் ஆட்சி சேர நாட்டையும் பாதித்திருந்தது என்று தோன்றுகின்றது. சங்க காலத்திற்குப் பிறகு சேர நாட்டின் வரலாறு தெளிவாகப் புலனாகவில்லை.

பதிற்றுப் பத்து என்ற சங்க நூல், சங்க காலத்தில் வாழ்ந்த சேர மன்னரைப் பாடுகின்றது. பதிற்றுப் பத்தும் புறநானூறும் தனிச் சிறப்புடைய நூல்கள் என்று அறிஞர் மதிக்கின்றனர். ஏனெனில் அவை தமிழ்நாட்டின் பழைய வரலாற்று நூல்களாக விளங்குகின்றன என்பர்.

பதிற்றுப் பத்து

பதிற்றுப் பத்து சேரமன்னர் பதின்மர் மீது பாடப்பெற்ற ஒரு தொகை நூலாகும். அதில் காணப்படும் ஒவ்வொரு பத்தும், பத்துப் பாடல்களை உள்ளடக்கியதாகும். இந்நூலின் முதற் பத்தும், இறுதிப் பத்தும் இந்நாளில் நமக்குக் கிடைக்கவில்லை. இந்நூலில் கீழ்க்காணும் சேர மன்னர் பாடப்பட்டுள்ளனர் :

பெருஞ்சோற்று உதியன் சேரலாதன்; இமயவரம்பன் நெடுஞ்சேரலாதன்; பல்யானை செல் கெழுகுட்டுவன்; செங்குட்டுவன்; இளங்கோ; களங்காயக் கண்ணி நெடுமுடிச் சேரல்; ஆடு கோட்டுச் சேரலாதன்; செல்வக் கடுங்கோ; வில்லியாதன்; பெருஞ்சேரல் இரும்பொறை.

இவ் வேந்தரில், பாரதப் போரில் இருதரப்பினர்க்கும் சோறு படைத்ததாகக் கூறப்படும் பெருஞ்சோற்று உதியனும், இமயம் வரை படைகொண்டு சென்றதாக வழங்கி வரும் செங்குட்டுவனும், சிலப்பதிகாரம் படைத்த அவரின் இளவல் இளங்கோவும் இறவா நிலை எய்திய சேரர் குடியினர்.

சேர நாடு கிறித்தவ அப்தம் தொடங்கிய காலத்திற்கு முன்பிருந்தே அயல் நாடுகளுடன் வாணிபத் தொடர்பு கொண்டு வந்திருக்கின்றது. சீனம், கிரேக்கம், ரோம், எகிப்து போன்ற நாடுகளின் கலங்கள் சேர நாட்டின் துறைமுகங்களான முசிறி, தொண்டி முதலியவற்றை வந்து மொய்த்திருக்கின்றன.

முசிறி

பெரியாறு கடலில் கலக்கும் இடத்தின் அருகில் முசிறி இருந்தது. அது வளஞ்செறிந்த துறைமுகமாக விளங்கிற்று. ''செல்வம் பொங்கும் முசிறித் துறைமுகத்தை நோக்கிப் பொன்னின் வளம் தாங்கிய யவனர்களின் அழகிய, பெரிய

கப்பல்கள் பெரியாற்றின் நீரை விந்தி வெண்ணுரைகளை வாரியிறைத்த வண்ணம் வருகின்றன என்று எருக்காட்டூர்த் தாயங்கண்ணனார் என்ற சங்கப்புலவர் பாடுகின்றார்.

பரணர் என்ற மற்றொரு புலவரும் முசிறியைப் பற்றிச் சிறப்பித்துப் பாடுகின்றார்.

''வீடு வீடாகக் கூடைகளில் நெல் கொண்டு வரப்படுகின்றது. மக்கள் நெல்லை வாங்கிக் கொண்டு, பண்டமாற்றாக மீனைக் கொடுக்கின்றனர். அத்துடன் வீடுகளிலிருந்து மிளகு சாக்குப் பைகளில் சந்தைக்குக் கொண்டு செல்லப்படுகின்றது. கப்பலிலிருந்து இறக்கப்படும் தங்கத்திற்கு ஈடாக இச்சரக்குகள் விற்கப்படுகின்றன.

''முசிறித்துறையில் கடலலையின் பண் ஓயாது இசைக்கின்றது. தங்கம் படகுகளிலே வந்து கரையிறங்கிய வண்ணமாக உள்ளது. சேர வேந்தனாகிய குட்டுவன் மலை தரும் அருஞ்செல்வத்தையும், கடல் தரும் அருந்திருவையும் வருவோர்க் கெல்லாம் வாரி வழங்கிய வண்ணம் இருக்கின்றான்.''

முசிறி என்னும் ஊர் தற்காலத்தில் உள்ள முயிரிக் கோட்டு முயிரி ஆகும் என்று ''ஆயிரத்தெண்ணூறு ஆண்டுகளுக்கு முற்பட்ட தமிழர்'' என்ற நூலில் வெ.கனகசபை கூறுகின்றார்.

கிராங்கனூர் என்ற கொடுங்கோளூரே முசிறி என்ற மிகப் பழமையான மலபார்க் கல்வெட்டிலிருந்து தெரிவதாகப் பூல் என்பவர் கூறுகின்றார்.

இன்று தடமற்றுப் போயிருக்கும் முசிறி அதுதான் என்று கண்டிப்பாக வைத்துக் கொள்ளலாம் என்பது அறிஞர் கருத்து. மலபாரின் மரபுரைகள் யாவுமே ஒருமிக்க இந்தக் கிராங்கனூரரையே மிகப் பழமை வாய்ந்த முசிறித் துறைமுகம் என்று கூறுகின்றன. தாமஸ் சாமியார் வந்து இறங்கிய இடமும் முசிறியே என்று கிறித்தவ மரபுகளும் செப்புகின்றன.

தொண்டி

மேற்குக்கரையில் அமைந்திருந்த மற்றொரு பண்டைத் துறைமுகம் தொண்டி ஆகும். இன்று ஆலப்புழை என்ற பெயரில் ஓடும் மாக்கலி அல்லது ''உப்பு மயமான பெரிய ஆறு'' என்ற ஆற்றின் கரையில் தொண்டி இருந்தது.

''அத்துறை (தொண்டி) பளுவேறிய குலைகள் தாங்கிய தென்னைகளால் சூழப்பெற்றிருந்தது. பரந்து விரிந்த நெல்வயல்கள், பசுமை நிறைந்த குன்றங்கள் பன்னிற மலர்கள் விரித்துப் பளிங்குநீர் பரப்பிச் செல்லும் உப்பு மணக்கும் பேராறு ஆகியவற்றினிடையே, அது (தொண்டி) அமைந்திருந்தது'' என்று குறுங்கோழியூர் கிழார் புறப்பாடலில் தொண்டியின் அழகைப் படம்பிடித்துக் காட்டுகின்றார்.

தற்காலக் குவிலாண்டி நகரிலிருந்து ஐந்து மைல் வடக்கேயுள்ள பள்ளிகரை என்ற ஊருக்குச் சங்கப் புலவரின் மேற்கூறிய சொல்லோவியம் மிகப்பொருத்தமாக இருக்கின்றது என்று ''ஆயிரத்தெண்ணூறு ஆண்டுகளுக்கு முற்பட்ட தமிழர்'' என்ற நூலில் வெ.கனகசபை கூறுகின்றார்.

''இவ்வூரில் வாழும் மக்கள் தொண்டி என்ற பெயரை முற்றிலும் மறந்து விட்டனர். ஆனால் பழைய மரபில் வந்த பெருமகனாகிய ஊரின் செல்வமிக்க நிலக்கிழார், தொண்டிப் புலத்தில் நாயர் அல்லது தொண்டியில் குருப்பச்சன் என்ற பெயர் தாங்குகின்றார்'' என்றும் கனகசபை குறிக்கின்றார்.

தாலமி (கி.பி. 2 ம் நூற்றாண்டு) தனது நூலில் தொண்டியையும் குறிப்பிட்டுள்ளார். அவர் தொண்டியைத் திண்டிஸ் என்று அழைக்கின்றார்.

சேர நாட்டின் குறுமிளகும், இதர இயற்கைச் செல்வங்களான மணக்காரச் சரக்குகளும், பிற பொருள்களும் ஆயிரக்கணக்கான ஆண்டுகளாக நாகரிக உலகினரை இந்தியாவின் மேற்குக் கரைக்கு ஈர்த்து வந்திருக்கின்றன. ரோமானியப் பேரரசு (கி.மு.29 -கி.பி.641) உச்ச நிலையில் இருந்த காலத்திற்கு முன்னரே சீனரும் வாணிபத்தின் பொருட்டு இங்கு வந்திருக்கின்றனர். ரோமானியப் பேரரசின் வீழ்ச்சி அராபியரின் எழுச்சியானது.

அரபு நாடோடிகள்

அரபு நாடோடிகளும், எழுத்தாளர்களும் கி.பி. ஒன்பதாம் நூற்றாண்டிலிருந்தே சேர நாட்டிற்கு வந்து கொண்டிருந்தனர்.

முதன்முதலாகக் கி.பி.851 இல் சுலைமான் என்ற அரபு எழுத்தாளர் சேர நாட்டிற்கு வந்திருந்தார். தென்னிந்தியாவில் கொல்லம் அந்தக் காலத்தில் மிகவும் குறிப்பிடத்தக்க துறைமுகமாக இருந்தது என்றும், மாபெரும் சீனக் கப்பல்கள் பாரசீகம் சென்றுவிட்டுத் தாயகம் திரும்பிய வழியில் இந்தியாவில் தங்கிச்சென்ற இடம் கொல்லம் துறைமுகம் என்றும் சுலைமான் எழுதி வைத்திருக்கின்றார்.

இபின் குத்தாதிபே (கி.பி. 844-48), இபுனுல் ஃபக்குவி (கி.பி.902), இபின் ருஸ்டா (கி.பி.903) அபு செய்யது (கி.பி.915), மசூதி (கி.பி.945-955) முதலிய அரபு எழுத்தாளர்களும் சேர நாட்டிற்கு வந்தனர்.

இங்கு வந்து சென்ற புகழ்மிக்க மற்றோர் அரபு நாடோடி அல்-பிரூணி (973 -1048) ஆவார். இதிரிசி (1154), யாகுவத் (1189-1229) என்ற இவ்விரு அரபு எழுத்தாளர்களும் சேர நாட்டின் கரையோர நகரங்களையும், மக்களின் வாழ்க்கையையும் பற்றி எழுதி வைத்துள்ளனர்.

ரஷீபுதீன் (1247-81) என்ற மற்றோர் அரபு எழுத்தாளர், வட மலபாரிலுள்ள குளத்து நாட்டைப் பற்றிப் பயனுள்ள பல செய்திகளையும், அங்கு நிலவிய சூழ்நிலைகளையும் குறித்து வைத்திருக்கின்றார்.

அரபு நில நூலாரன கஸ்வினி (1236-75) கொல்லத்தைப் பற்றி எழுதியிருக்கின்றார்.

இபின் படூடா

திமிஷ்குவி (1325), அப்துல் ஃபிடா (1273-1331) ஆகிய இருவரும் மலபாரைப் பற்றி எழுதியுள்ளனர். அவை 13, 14 ஆம் நூற்றாண்டுகளின் வரலாற்றுக்கு வேண்டிய ஆதாரங்களைத் தருகின்றன. இவர்களைப் பின்பற்றி வந்த உலகஞ் சுற்றியான வடஆப்பிரிக்கர் இபின் படூடா (1342-47) மேற்கூறிய இருவர் சொன்ன கருத்துக்களையும் உறுதி செய்கின்றார்.

இபின் படூடா ஆறுமுறை கோழிக்கோட்டிற்கு வந்திருந்தார். அவர் கோழிக் கோட்டுத் துறைமுகத்தையும் (இது மேற்கு கேரளத்தில் மலபார் கரையிலுள்ள துறைமுக மாகும். இது கள்ளிக்கோட்டை எனவும் அழைக்கப்பெறும். இது 1511 முதல் 1765 வரை ஐரோப்பியரின் மிக முக்கியமான வாணிப நிலையாக விளங்கிற்று. தமிழில் காரிக்கன்

என்றும், ஆங்கிலத்தில் கலிக்கோ (*Calico*) என்றும் அழைக்கப்படும் துணிவகை இங்கு முன்னர் நெய்யப்பட்டது. அதனால் அத்துணிவகை இந்த ஊரின் பெயரால் - காலிக்கட் - கலிக்கோ என்று அழைக்கப்படலாயிற்று) கள்ளிக்கோட்டை மன்னரைப் பற்றியும் எழுதி வைத்திருக்கின்றார்.

கொல்லம் மலபாரின் - வட சேர நாட்டின் அழகிய பட்டினங்களில் ஒன்று என்றும், அங்கு பெரிய சந்தைகளும், வணிகக் கூட்டங்களும் இருந்தன என்றும், கொல்லத்தைச் சென்று கண்ட இபின் படூடா எழுதுகின்றார்.

அவர் குறிப்பாகக் குறுமிளகு வாணிபத்தையும், துறைமுகத்தில் கண்ட பெரிய சீன நாவாய்களையும் குறிப்பிட்டுள்ளார்.

ஐரோப்பிய நாடோடிகள்

காஸ்மோஸ் இண்டிகோபிளீஸ்டர் என்பவரின் காலத்திற்குப் பிறகு (கி.பி. ஆறாம் நூற்றாண்டிற்குப் பிறகு) இந்தியாவிற்கு வந்திருந்த ஐரோப்பிய நாடோடிகள் எழுதி வைத்திருப்பன அனைத்தும் சேர நாட்டின் இடைக்கால வரலாற்றைப் பற்றிய செய்திகளை அளிக்கும் சுரங்கங்களாக இருக்கின்றன.

ஸ்பெயினிலுள்ள துடேலா என்ற இடத்திலிருந்து வந்திருந்த யூத மதகுருவான ரேபி பெஞ்சமின் கீழை நாடுகளில் *1159* ஆம் ஆண்டிற்கும் *1173* ஆம் ஆண்டிற்கும் இடைப்பட்ட காலத்தில் பயணம் செய்தார். அவர் கொல்லத்தைப் பற்றியும், அதன் மக்களைக் குறித்தும் சுவைபட எழுதியிருக்கின்றார். அவர் இந்தியாவிற்கு வந்தாரா என்பது குறித்து ஐயப்பாடு இருப்பதால், பிறர் எழுதியவற்றை அடிப்படையாகக் கொண்டு அவர் அதை எழுதியிருக்கக் கூடும் என்று கருதுகின்றனர்.

மார்க்கோ போலோ

வெனிசிய நகரத்து வணிகரும், உலகப் புகழ் பெற்ற நாடோடியுமான மார்க்கோ போலோ *(1254-1324)* பதின்மூன்றாம் நூற்றாண்டின் இறுதியில் கொல்லத்திற்கும், சேர நாட்டின் இதர பகுதிகளுக்கும் வந்திருந்தார். அவர் இந்நாட்டின் இயற்கை வளங்களையும் அழகையும் சொல்லில் சித்திரமாகச் சமைத்திருக்கின்றார்.

சீனத்திற்கு முதன்முதலில் சென்ற கத்தோலிக்க சமயப் பரப்பியும், பீகிங் நகர ஆர்ச் பிஷப்புமான (மாண்டி கார்பினோவைச் சேர்ந்த) ஜான் என்றவர் பதின்மூன்றாம் நூற்றாண்டின் இறுதியில் சீனம் சென்ற வழியில் கொல்லத்தைத் தொட்டுச் சென்றார்.

அவர் இங்கு வந்திருந்த காலத்தில் முஸ்லிம்கள் பேரெண்ணிக்கையில் சேர நாட்டில் குடியேறத் தொடங்கியிருந்தனர். அது அம்மக்கள் வாணிபத்தில் கையோங்கியிருந்த காலமாகும். முஸ்லிம்கள் சிறுகச் சிறுகச் சீன, கிறிஸ்தவ, யூத வணிகர்களைக் கொல்லத்தின் வாணிப உலகத்திலிருந்து வெளியேற்றத் தொடங்கினர் என்று ஜான் கூறுகின்றார்.

ஐரோப்பாவில் போர்டினோன் என்ற இடத்தைச் சேர்ந்த ஒடோரிக்கு என்ற பாதிரியார் சீனம் சென்ற வழியில் *1322* ஆம் ஆண்டு கொல்லத்தில் இறங்கினார். கொல்லத்தில் அப்போது வாணிபம் மிகச் செழிப்பாக நடந்து கொண்டிருந்தது என்றும், அங்கு யூதர் குடியேறியிருந்தனர் என்றும், இந்துக்கள் பசுவை வணங்கினர் என்றும் அப்பாதிரியார் எழுதி வைத்திருக்கின்றார்.

புனித தாமஸ் சாமியினால் கிறித்தவர்களாக்கப்பட்ட மக்களிடையே சமயப் பணி புரிவதற்காக, ஜார்டைன்ஸ் என்ற பாதிரியார் 1324 ஆம் ஆண்டு கொல்லத்திற்கு வந்திருந்தார். அவர் பின்னர் போப்பினால் கொல்லத்தின் பிஷப் ஆக்கப்பட்டார். அவர் எழுதியுள்ள ஒரு நூலில் சேர நாட்டையும், அதன் மக்களையும் பற்றிக் குறிப்பிட்டிருக்கின்றார். அவர் கொல்லத்தில் நடந்த விரிவான காரச் சரக்கு வாணிபம் பற்றியும், சேர நாட்டில் செல்வச் செழிப்போடு வாழ்ந்திருந்த கிறித்தவ சமூகத்தினர் பற்றியும் கூறுகின்றார்.

மருமக்கட்தாயம்

இவர்தான் சேரநாட்டு மக்களின் மருமக்கட்தாயம் என்ற தாய் வழிக் குடும்ப முறையைப் பற்றி முதன் முதலாக எழுதி வைத்திருக்கும் அயல் நாட்டுக்காரர் ஆவார்.

சீனம் சென்ற வழியில் 1347 ஆம் ஆண்டு கொல்லத்திற்கு வந்திருந்த போப்பின் மற்றொரு தூதுவர் பெயர் டி.மாரிக்னோலி ஆகும். அவர் ஃபிளாரன்ஸ் நகரத்தைச் சேர்ந்தவர். அவர் கொல்லத்தில் ஓராண்டுக்கும் அதிகமான காலம் தங்கியிருந்து, அங்குள்ள புனித ஜார்ஜ் ஆலயத்தில் சமயப் பணி செய்து வந்தார்.

இத்தாலிய நாடோடியான நிக்கோலோ கோண்டி (1440-41) கொல்லத்திற்கும் கொச்சிக்கும் வந்திருந்தார். இஞ்சி, மிளகு, கருவாப் பட்டை முதலியன கொல்லத்திலிருந்து கப்பலேறுவது கோண்டியின் மனதைப் பெரிதும் கவர்ந்து விட்டது.

ஐரோப்பியரல்லாத மற்றொரு நாடோடி அப்துல் ரசாக்கு என்ற பாரசீகத்தவர் ஆவார். அவர் பதினான்காம் நூற்றாண்டில் சேர நாட்டிற்கு வந்திருந்தார். அவர் கோழிக்கோட்டு மன்னரான சாமூதிரியை 1442 ஆம் ஆண்டில் சென்று கண்டார். அரபு நாடுகளும், அரபு மக்களும் வட சேர நாடான மலபாரின் வாணிபத்தில் மேலான இடத்தைப் பெற்றிருந்தனர் என்பதற்கு ரசாக்கு சான்று பகர்கின்றார்.

இரஷிய நாடோடியான அதனாசியஸ் நிகிதின் (1468-74) கோழிக்கோட்டுத் துறைமுகத்தையும், அங்கிருந்த பெரிய கடைத் தெருவையும் தனது பயணக் குறிப்புகளில் விவரிக்கின்றார்.

பதினைந்தாம் நூற்றாண்டில் கேரளத்திற்கு வந்திருந்த மற்றோர் ஐரோப்பியர், போர்த்துக்கீசியரான பெரோ தெ கோவிலிம் ஆவார். அவர் அரசியல் தந்திரி; பன்மொழிகள் கற்ற விற்பன்னர்.

அவர் ஒரு முஸ்லிமாக மாறுவேடம் புனைந்து கொண்டு ஓர் அரபுக் கப்பலில் கள்ளிக் கோட்டைக்கு-கோழிக்கோடு-வந்து சேர்ந்தார். வாஸ்கோடகாமா 1498 ஆம் ஆண்டு கோழிக்கோட்டில் வந்து இறங்கினார். அவருக்குப் பத்தாண்டுகளுக்கு முன்னரே சேர நாட்டை அடைந்த பெருமை கோவிலிமிற்கு உண்டு.

குலசேகரர் ஆட்சி

சேர நாடு கடைசங்க காலத்திற்குப் பிறகு நீண்ட ''வரலாற்று இருளில்'' மூழ்கிக் கிடந்து சுமார் கி.பி.800 ஆம் ஆண்டின் இறுதிவாக்கில் குலசேகர வர்மர் தலைமையில் இரண்டாவது சேர மரபு புத்துயிர் பெறுகின்றது. இதை இரண்டாவது சேரப் பேரரசு என்கின்றனர். குலசேகரர்கள் என்று அழைக்கப்பெற்ற சிறந்த மன்னர் திருவஞ்சைக் குளம் அல்லது மகோதயபுரத்தைத் தலைநகரமாகக் கொண்டு கி.பி.800 முதல் 1102 வரை ஆட்சி புரிந்தனர்

இரண்டாம் சேரப் பேரரசு அல்லது குலசேகரர் மரபு பற்றிய வரலாறு, அக்காலத்துக் கல்வெட்டுகளை ஆராய்ந்ததன் பலனாக அண்மையில் கிடைத்த செய்திகளைக் கொண்டு உலகம் அறிய நேர்ந்தது. இக்காலத்து வரலாற்றை இப்புதிய ஆதாரங்களுடன் நிறுவியமையால் சேர நாட்டின் தொடக்க கால வரலாற்றில் இடையறாத முழுமை காண முடிந்தது.

குலசேகர ஆழ்வார்

இரண்டாம் சேர மரபைத் தோற்றுவித்த குலசேகர வர்மனும் (கி.பி.800-820), குலசேகர ஆழ்வாரும் ஒருவரேயாவார். நாலாயிரத் திவ்வியப் பிரபந்தத்தில் அடங்கியுள்ள பெருமாள் திருமொழி பாடியவரும் இவரேயாவார். அவர் இந்நூலில் தம்மைக் கொல்லியின் மன்னன் என்றும், கூடலின் தலைவன் என்றும், கொங்கு நாட்டின் காவலன் என்றும் கூறிக்கொள்கின்றார். இவர் சம்ஸ்கிருத்தில் ''முகுந்த மால'' என்ற அழகிய பக்திப் பாடலையும் பாடியிருக்கின்றார்.

குலசேகரரது ஆட்சிக் காலத்தில் பல கோயில்கள் கட்டப்பெற்றன. கலைகள் வளர்ச்சியடைந்தன. புதிய விழாக்கள் எழுந்தன.

ஓணம் பண்டிகை

குலசேகரர் காலத்தில் ஓணம் பண்டிகை திரிக்காக்கரை என்ற இடத்தில் கற்பனையை மிஞ்சும் வகையில் நடந்தது என்பதைத் குறிப்பிடவேண்டும். இவ்விழா 28 நாட்கள் நடந்தது என்பதைத் திரிக்காக்கரைக் கோயிலில் கிடைத்த கல்வெட்டு விவரிக்கின்றது. அப்போது கேரளத்தின் நாடு வழிகள் (சிற்றரசர்கள்) அனைவரும் வந்து குலசேகர மன்னரை நேரில் கண்டு அளவளாவினர்.

கூத்து, கூடியாட்டம் போன்ற புதிய கலைகள் இக்காலத்தில்தான் தோன்றின. அவற்றுக்காக இந்த ஒன்பதாம் நூற்றாண்டில் கூத்தம்பலங்கள் அமைக்கப்பட்டன.

தேவதாசி

தேவதாசி முறையும், குலசேகர ஆழ்வார் காலத்தில்தான் சேர நாட்டில் தோன்றியது. அப்போது தேவரடியார்களான இத்தாசிகளுக்குச் சமூகத்தில் உயர்ந்த அந்தஸ்து இருந்தது என்று தோன்றுகின்றது. ஏனெனில் குலசேகர ஆழ்வாரே தமது மகளைத் திருவரங்கக் கோயிலில் அரங்கநாதர் முன்னிலையில் தேவரடியார் ஆக்கினார்.

சோழர் படையெடுப்பு

சோழர்கள் கி.பி.999 ஆம் ஆண்டு சேர நாட்டின் மீது படையெடுத்தமையால் ஆழ்ந்த பொருளாதார நெருக்கடிகள் சேர நாட்டில் தோன்றின. அது பல சமூக மாறுதல்களையும் உண்டாக்கிற்று. நம்பூதிரிப் பிராமணர் ஏற்றம் பெற்றனர்.

சேர நாடு இப்போரையடுத்துப் பதினொன்றாம் நூற்றாண்டில் சிதையலாயிற்று. இந்நெடிய போரினால் செல்வச் செழிப்பு மறைந்தது; சாதிகளும், சாதிக்குள் சாதிகளும் மலிந்து மக்கள் பிளவு பட்டனர்.

மருமக்கட்தாயம்

மருமக்கட்தாயம் என்ற தாய் வழிச் சொத்துரிமை தோன்றியதற்கும், 11ஆம் நூற்றாண்டில் நடந்த சோழப்போரே காரணமாகும்.

தந்தை வழிச் சொத்துரிமை முறை சேர நாட்டில் இருந்ததேயில்லை. மிகத்தொன்மையான காலத்திலிருந்தே மருமக்கட் தாய முறை சேர நாட்டில் இருந்து வந்தது என்ற வழி கருத்துத் தவறானது ஆகும் என்று வரலாற்றாசிரியர் சிலர் கூறுகின்றனர்.

குலசேகரர்களின் பிற்கால ஆட்சியில், சிற்றரசுகள் சேர நாடு எங்கும் தலை தூக்கின.

சேரமான் பெருமாள்

பதினேழு அல்லது பதினெட்டாம் தூற்றாண்டில் எழுதப் பெற்றவை என்று கருதப்படும் ''கேரளோல்பத்தி'' (மலையாள மொழியில் எழுதப்பட்டது), ''கேரள மகாத்மியம்'' (சம்ஸ்கிருதத்தில் எழுதப்பட்டது), என்னும் நூல்களில் காணப்படும் செய்திகளையன்றி வேறு செய்திகள் சேரரைப் பற்றி நமக்குக் கிடைத்தில.

கேரளோற்பத்தி சேரநாட்டை ஆண்டுவந்த சேரமான் பெருமாள்களைப் பற்றிக் கூறுகின்றது.

பரசுராமர் கேரளத்தில் நம்பூதிரிமாரைக் கொண்டுவந்து குடியமர்த்தி விட்டு நீங்கியதும், பிராமணர்கள் சேரமான்களுக்குக் கட்டுபட்டிருந்த நிலையை மாற்றித் தாமே அதிகாரம் செலுத்தலாயினர் அவர்கள் தாம் வாழ்ந்த 64 கிராமங்களுக்குள் தமது ஆட்சியை நிறுவிக் கொண்டனர்.

நம்பூதிரிகள்

அறுபத்து நான்கு ஊர்க்காரர்களும் கி.மு. முதல் நூற்றாண்டில் ஒரு பேரவையைக் கூட்டிப் பேசினர். அவர்கள் தமது ஊர்களைப் பரிஞ்சலூர், பார்ப்பூர், செங்கணியூர், பேயனூர் என்று நான்கு கழகங்களாகப் பிரித்து விடுவதென்று முடிவு செய்தனர். அவர்கள் இவ்வாறு இவ்வூர்களில் இருந்த உடைமைகளை நெடுங்காலமாக ஆண்டு வந்தனர். எனினும் அவர்களுக்குள் கருத்து வேற்றுமைகள் தோன்றின.

ஆதலால் ஆட்சி சீர்கெட்டுக் குழப்பங்கள் ஏற்பட்டன.எனவே நம்பூதிரிப் பிராமணர் மீண்டும் ஒன்று கூடி மூன்றாண்டுக் காலம் ஆட்சி செய்வதற்கென்று இரட்ச பூம்சன் என்ற தலைவரை ஒவ்வொரு கழகத்திலும் அமர்த்தினர். இவ்வகை ஆட்சி நெடுங்காலம் நீடித்தது. இத்தலைவர்கள் நம்பிகள் (அறங்காவலர்) என்றழைக்கப்பட்டனர். அவர்களுக்கு விளைச்சலில் ஆறிலொரு பங்கு தரப்பட்டது.

ஆனால் அவர்கள் தமது ஆட்சிக் காலம் குறுகிய மூன்றாண்டுகள்தான் என்று கருதி அக்காலத்திற்குள் தமது பதவியைப் பயன்படுத்தி பெருஞ்செல்வம் சேர்த்து விட்டனர்.

எனவே, நம்பூதிரிப் பிராமணர்கள் இந்நிலையை மாற்றுவதற்காகப் பன்னிரண்டு ஆண்டுகள் ஆளும் வகையில் ஒரு மன்னரைத் தேர்ந்தெடுக்கும் முறையைக் கொண்டு வந்தனர். ஆனால் இத்தேர்வின் போது தாவாக்கள் எழுந்தமையால், அவர்கள் இறுதியில் சேர மன்னன் அல்லது கேரளனிடம் முறையிட்டனர். பின்னர் அவர்கள் கோயபுரம் (கோயமுத்தூர்) சென்று அங்கிருந்த சேய பெருமாள் என்ற ஓர் அரசப் பிரதியை அழைத்து வந்தனர்.

இந்தப் பெருமாளின் பெயர் சேரமான் பெருமாள் என்று கேரள உற்பத்தி கூறுகின்றது. அவர் க்ஷத்திரியர்; மலை நாட்டு (மலையாள) மன்னர்; அவர் கலி ஆண்டு 3316 இல் (கி.பி.216) அரியணை ஏறினார் என்பது ஒரு பஞ்சாங்கக் கணிப்பிலிருந்து தெரிகின்றது.

மொத்தம் 25 பெருமாள்கள் கேரளத்தை ஆண்டனர் என்று அம்மலையாள நூல் உரைக்கின்றது. கடைசிப் பெருமாளின் ஆட்சி கலி 3258 ஆம் ஆண்டில் முடிந்தது என்றும் அதிலிருந்து அறிகின்றோம். எனவே, பெருமாள்களின் ஆட்சிக் காலம் 212 ஆண்டுகள் நீடித்தது என்று தெரிந்து கொள்ளலாம்.

கடைசிச் சேரமான் பெருமாள் பெயர் பாஸ்கர இரவி வர்மா; அவர் க்ஷத்திரியர்; இரவிவர்மா, கேரள வர்மா என்பன திருவிதாங்கூர் அரச மரபினர் தமக்குப் பொதுவாகச் சூட்டிக் கொள்ளும் பெயர்களாகும். கடைசிப் பெருமாளின் வழி வந்தவர்களாகக் கருதப்படும் கொச்சி அரச மரபிலும் இப்பெயர்கள் பொதுவாகக் காணப்படுகின்றன.

சேரமான் பெருமாள்கள் பற்றிக் கேரள உற்பத்தி கூறும் செய்திகள் வரலாற்றுச் சான்றுகளுள் அடைபடாதவை என்பது குறிப்பிடத்தக்கது.

அதற்குக் கடைசிச் சேரமான் பெருமான் பற்றிக் கூறப்பட்டுள்ள செய்திகளே சான்றாகும்.

சேரமான் பெருமான் முஸ்லிம் ஆனாரா?

சேரர் குடியின் கடைசி மன்னரான சேரமான் பெருமான் இஸ்லாத்தைத் தழுவினாரென்றும், அதன்பின் மெக்காவிற்குப் புனித யாத்திரை சென்றார் என்றும்,

அவர் இவ்வாறு மதம் மாறிப் புனிதப் பயணம் மேற்கொண்டதையடுத்துச் சேர நாட்டில் இஸ்லாம் வேகமாகப் பரவியது என்றும் ஒரு நம்பிக்கை இருந்து வருகின்றது. இவை ஐயப்பாட்டிற்குரிய செய்திகளாகும். இவற்றுக்கு வரலாற்று ஆதாரம் எதுவுமில்லை.

சேரமான் பெருமாள்கள் பற்றிய மற்றொரு கதை :

கேரளத்தில் முன்னர் எண்ணற்ற குறுநில மன்னர்கள் இருந்தனர். அவர்கள் தம்முள் ஒருவரோடொருவர் சண்டையிட்டுக் கொண்டனர். பின்னர் அவர்கள் ஒன்று கூடித் தமக்குள் ஒரு பெருமாளைத் தேர்ந்தெடுத்தனர். அந்தப் பெருமாளைத் திருநாவாய் என்ற ஊரில் பன்னிரண்டு ஆண்டுகளுக்கு ஒருமுறை தேர்ந்தெடுத்தனர். இந்த ஊர் பொன்னானி வட்டத்தில் பாரதப் புழை என்ற ஆற்றின் கரையில் உள்ளது.

இவ்வாறு திருநாவாயில் தேர்ந்தெடுக்கப்படும் பெருமாள் பேரரசராயிருப்பார். அவர் சேர நாடு முழுமைக்கும் பெயரளவில் பேரரசாக விளங்கினார். அவர்களின் கடைசிப் பெருமாளின் பெயர் சேரமான் பெருமாள். அவர் கி.பி.825 வாக்கில் அராபியர் ஒருவரால் முஸ்லிமாக மாற்றப்பட்டார். சேரமான் பெருமாள் நாடு முழுமையும் முஸ்லிமாக வேண்டும் என்று விரும்பினார்.

ஆனால் தலையாய குறுநில மன்னர்களான சிறக்கல்லின் கோலாத்திரி அரசர்; கொச்சி அரசர்; திருவிதாங்கூர் அரசர் உட்படச் சிற்றரசர் பலரும், சேரமான் பெருமாளின் படைத்தலைவரான சாமூதிரியும் இதை ஏற்கவில்லை. மன்னர் மதம் மாறி விட்டதால், மக்களும் அவ்வாறு மாற வேண்டியதில்லை என்றனர். எந்தச் சமயம் சிறந்தது என்று ஒரு சோதனையின் மூலம் முடிவு செய்யலாம் என்றனர்.

பாம்புச் சோதனை

இஸ்லாம் இந்தச் சோதனையில் வெற்றி பெற்றால் கேரள மக்களனைவரும் முஸ்லிமாவர். இந்து சமயம் வெல்லுமாயின் சேரமான் பெருமாள் முடிதுறந்து தனது நாட்டை ஏனைய மன்னர்களுக்குப் பிரித்துக் கொடுத்துவிட்டு மெக்கா சென்று விட வேண்டும்.

அரபு மதகுருவும், இந்து உயர்குருவான திருநாவாய் வாதியானும் ஒருவருக்கொருவர் கலந்து, எந்தச் சோதனையில் ஈடுபடுவது என்று முடிவு செய்தனர் அவர்கள் ஆளுக்கொரு பாம்பைத் தேர்ந்தெடுத்துக்கொண்டு, தத்தமது கடவுளின் பெயரால் ஆணையிட்டு அப்பாம்புகள் தம்மைக் கடித்துக் கொல்லுமாறு கூறவேண்டுமென்றும், அவ்வாறு கடிபட்டு இறப்பவர் தோல்வியடைந்தவர் ஆவார் என்றும் முடிவு செய்தனர். வாதியான் முதலில் பாம்பைத் தேர்ந்தெடுக்கட்டும் என்று முஸ்லிம் குரு சொன்னார். வாதியான் நஞ்சுடைய நல்ல பாம்பைத் தேர்ந்தெடுத்தார். இதைக் கண்ட அரபு குரு தனக்குள் சிரித்துக் கொண்டு நீளமான சாரைப் பாம்பைத் தேர்ந்தெடுத்தார்.

வாதியான் திருநாவாய்க் கோயில்களில் ஒன்றில் அமைந்திருக்கும் பரமனின் பெயரால், சாரைப் பாம்பு தன்னைக் கடிக்கட்டும் என்று கூறவே, அது ஓடிவிட்டது.

அரபு குரு அல்லாவின் பெயரால் நல்ல பாம்பு தன்னைக் கடிக்கட்டும் என்றார். அது படத்தை விரித்தாடி அரபு குருவைத் தீண்டவே, அவர் மாண்டார்.

சேரமான் பெருமாள் தனது வாக்குப்படி நாட்டைப் பிரித்துக் கொடுத்தார். அதன் பிறகு மெக்கா சென்று விட்டார் என்பது கதை.

பொய்யில்லாத வரலாறு மிகமிக அலுப்பூட்டும் என்று புகழ் பெற்ற பிரஞ்சு எழுத்தாளரான அனட்டோல் ஃபிரான்ஸ் *(1844-1924)* கூறியதற்கிணங்கச் சேரமான் பெருமாள்கள் பற்றிய செய்திகள் இங்கே தரப்பட்டுள்ளன.

கேரளத்தில் பல்வேறு சமயத்தவர்

கிறித்தவர்

இந்தியாவில் குறைந்தது ஆயிரத்தைனூறு ஆண்டுகளாகக் கிறித்தவத் திருச்சபை நிலவி வருகின்றது. அது இஸ்லாம் இந்தியாவிற்கு வந்ததற்கு இருநூறாண்டுகளுக்கு முன்னரே வேரூன்றிவிட்டது. சீக்கிய சமயம் இதற்கு ஓராயிரம் ஆண்டுகளுக்குப் பின்னர்தான் தோன்றியது. அது கிறித்தவரல்லாத மக்களால் சூழப்பட்டு இத்தனை காலமும் தொடர்ந்து செயல்பட்டு வந்திருக்கின்றது. கிறித்தவம் இப்போது இந்தியாவின் மூன்றாவது பெரிய மதமாக விளங்குகின்றது என்று ''இந்தியாவில் கிறித்தவ சமயத்தின் வரலாறு'' என்ற நூலில் ஸ்டீஃபன் நீல் என்ற அறிஞர் இந்தியாவில் கிறித்தவ சமயத்தின் தொன்மையைப் பற்றி குறிக்கின்றார்.

இந்தியாவில் சேர நாட்டில்தான் புனித தாமஸ் வழியாகக் கிறித்தவம் முதன் முதலில் வேரூன்றியது.

தாமஸ் அடிகள்

தாமஸ் அடிகள் முதலில் மயிலாபுரி என்ற மயிலாப்பூருக்கு வந்தார் என்று அவரைப்பற்றி வழங்கி வரும் மரபு கூறுகின்றது. அவர் அதன்பிறகு சேரக் கோன் (சேரர் கோன்) மலைநாட்டினுள் சென்றார். அப்போது சேர நாட்டில் மன்னர் எவரும் இருந்திலர். எனினும் முப்பத்திரண்டு கிராமங்கள் என்ற ஊர்க்குடிகளும், முப்பத்திரண்டு தலைவன்மாரும் இருந்து நாட்டை நடத்திச் சென்றனர். அங்கு பலர் கிறித்தவத்தை நம்பலாயினர். தாமஸ் அவர்களுக்குத் திருமுழுக்குச் செய்து, தமது சமயத்தில் சேர்த்துக்கொண்டார்.

தாமஸ் அடிகள் சங்கரபுரி, பகலோமற்றம் என்ற ஊர்களிலும் ஊருக்கு ஒரு பாதிரியாரை அமர்த்தினார். அவர் அதன்பிறகு மீண்டும் அங்கிருந்து நீங்கிச் சென்று கிறித்தவ சமயத்தைப் பரப்பலானார்.

கோட்டக்காயலில், கோகமங்கலம். நிராணம், சாயில், குரக்கேணி, கொல்லம், பழூர் என்ற ஏழு ஊர்களிலும் தாமஸ் அடிகள் கிறித்தவக் கோயில்களை நிறுவினார் என்பது மரபு. அவர் மலியங்கர, பழயூர், கோட்டக்காவு, கோகமங்கலம், கொல்லம், நிராணம், நிலக்கல் என்ற ஊர்களில் மாதா கோயில்களை நிறுவினார் என்று கருதுவாருமுளர்.

இதற்குச் சரியான ஆதாரம் இல்லையென்று தற்கால வரலாற்றாசிரியர் பலர், இம் மரபுகளை ஏற்க மறுத்தபோதிலும், தாமஸ் அடிகள் பற்றிய இந்தக் கதை கேரளக் கிறித்தவ மக்களிடையே எங்கும் வலுவாகப் பரவியுள்ளது. அவர்கள் தம்மை தாமஸ் கிறித்தவர் என்று அழைப்பதிலிருந்து இதைத் தெரிந்து கொள்ளலாம்.

சேர நாட்டிற்கும். மத்திய தரைக்கடல் நாடுகளுக்குமிடையே நடந்து வந்த விரிவான வாணிபத் தொடர்புகளை வைத்துப் பார்க்குங்கால், தாமஸ் அடிகள் பற்றிய

ஐதீகம், அல்லது மரபுகள் நிகழக்கூடாதன என்று அவற்றைத் தள்ளி விடமுடியாது என்பது வரலாற்றாசிரியர் சிலரின் கருத்தாகும்.

''அலெக்சாந்திரிய நகரின் கல்வி நிலையத் தலைவரான பாண்டனஸ் கி.பி. இரண்டாம் நூற்றாண்டில் சேர நாட்டில் வந்திறங்கியபோது. இங்கு செல்வச் செழிப்பு மிக்க கிறித்தவ சமூகம் இருந்தது என்று கூறியிருப்பதை நோக்குமிடத்து, கேரளத் திருச்சபையைத் தாமஸ் அடிகள் தொடங்கினார் என்பதற்கு இது சரியான சான்று என்று தோன்றுகின்றது'' - இவ்வாறு ''கேரள வரலாறு'' என்ற நூலின் ஆசிரியரான ஏ.ஸ்ரீதர மேனன் குறிக்கின்றார்.

''கேரளக் கரையோரப் பகுதிகளில் வாழ்ந்த கிறித்தவர்களின் எண்ணிக்கை கி.பி.345 ஆம் ஆண்டில் மேலும் அதிகரித்தது. ஏனெனில் பாக்தாது, நினீவா, எருசேலம் ஆகியவற்றின் ஏழு குடிகளைச் சேர்ந்த 75 குடும்பங்களிலிருந்து 400 சிரியர்கள், கனா தோமா (கனா என்ற ஊரைச் சேர்ந்த தாமஸ்) என்ற வணிகரின் தலைமையில் சேர நாட்டில் குடியேறினர்.

கிறித்தவர்கள் சிறுகச் சிறுக வாணிகத்திலும் சிறந்தோங்கலாயினர். அவர்கள் சேர மன்னர்களிடமிருந்து எண்ணற்ற பல சலுகைகளைப் பெற்றிருக்கின்றனர்.

இரண்டாம் சேரப் பேரரசரின் (கி.பி.800-1102) காலத்தில், இச்சமூகத்தினர் தலையாய வணிகக் கூட்டத்தினராய் விளங்கினர்'' என்று அவர் மேலும் குறிப்பிடுகின்றார்.

எனவே கிறித்தவ சமயம் பன்னெடுங்காலத்திற்கு முன்னரே இந்தியாவில் பரவிவிட்டது என்பதும், அச்சமயத்தவர் மிகுந்த செல்வாக்குப் பெற்று விளங்கினர் என்பதும் நன்கு புலனாகின்றன. கிறித்தவரைப் போன்றே யூதரும் இந்தியாவுடன் பல காலத்திற்கு முன்பே நெருங்கிய தொடர்பு கொண்டிருந்தனர் என்பதை வரலாறு காட்டுகின்றது.

யூதர்

எபிரேயர் என்ற யூத மக்களின் வரலாறு எகிப்துடன் மிக ஆழமாகப் பிணைக்கப்பட்டுள்ளது. அந்த இணைப்புக் கி.மு. 5000 ஆண்டு வாக்கிலிருந்து தொடர்கின்றது. மூன்றாம் துத்மோஸ் என்ற எகிப்திய மன்னரின் தங்கையான இளவரசி ஹாட்ஷெப்சத் ஒரு குழந்தையை நைல் ஆற்றிலிருந்து எடுத்து, அதற்கு மோசே என்று பெயரிட்டு வளர்த்து வந்தாள் என்று அறிகின்றோம். அக்குழந்தை எபிரேயக் குழந்தை. அது எகிப்திய இளவரசனாக வளர்ந்து, எகிப்தில் அடிமைப்பட்டுக் கிடந்த இஸ்ரேல் மக்களுக்கு விடுதலை வாங்கித் தந்த மோசஸ் என்ற தீர்க்கதரிசியாகும்.

இஸ்ரேலர் என்ற யூத மக்கள் அப்போது எகிப்தின் வட கிழக்கிலுள்ள கோஷன் மாநிலத்தில் அடிமைகளாக அழுத்தி வைக்கப்பட்டிருந்தனர். இந்த கோஷன் இஸ்ரேலருக்குத்தான் மோசஸ் வழிகாட்டியாக இருந்து, அவர்களை எகிப்தை விட்டு வெளியே அழைத்துச் சென்றார்.

மோசஸ் இக்காலகட்டத்தில்தான் பத்துக் கட்டளைகளை இஸ்ரேலர்களுக்கு அளித்தார். ஆதலால் அவர் அக்காலத்திலிருந்து மோஷே ரப்பேனு, அதாவது ஆசானும், தீர்க்கதரிசியும் என்று அழைக்கப்படலாயினார்.

இவ்வாறு எகிப்திலிருந்து விடுதலை பெற்று வந்த இஸ்ரேலர்கள் தமக்கென்று இறைவன் அளித்த நாட்டில் கி.மு. 1300-1200 ஆகிய ஆண்டுகளுக்கிடைப்பட்ட

காலத்தில் குடியமர்ந்தனர். இதை விவிலிய நூலின் பழைய ஏற்பாடு மிகவும் விரிந்த அளவில் விவரிக்கின்றது. அதன் பிறகு இஸ்ரேலர் மீண்டும் இன்னலுக்குள்ளாக நேர்ந்தது.

அசிரியர்கள் கி.மு. 722 இல் இஸ்ரேலரின் அரசுரிமையை அழித்து விட்டனர். ஆதலால் அம்மக்கள் பாபிலோனியாவில் சிறைப்பட்டுக் கிடந்து, கிட்டத்தட்ட 180 ஆண்டுகளுக்குப் பிறகு, கி.மு. 539 இல் விடுதலை பெற்றுத் தம் தாயகம் திரும்பினர். எனினும் அவர்கள் அனைவரும் தாயகம் செல்லவில்லை; பல இடங்களில் சிதறிப் பரவினர். இது வரலாற்றில் யூதரின் ''சிதறிப் பரவல்'' (*Diaspora*) என்று அழைக்கப்படுகின்றது.

பாபிலோனியாவிலிருந்து இஸ்ரேல் திரும்பிய யூத மக்கள் மீது புரோட்டோகஸ் எப்பிஃபேனஸ் கி.மு. 175 ஆம் ஆண்டு படையெடுத்து எருசேலத்தைக் கைப்பற்றினர். அப்போது பாலஸ்தீனத்தில் வாழ்ந்திருந்த யூதர் மீண்டும் சிதறிப் பரவலாயினர். இவ்வாறு இஸ்ரேலின் 'பத்துக் குடியினர்'' சிதைந்து மறைந்தனர்.

அதற்குப் பிறகு நிகழ்ந்தவற்றை வைத்துப் பார்க்கும்போது, இஸ்ரேலியர் சிதறினரேயன்றி, முற்றிலும் மறைந்து விடவில்லையென்பது தெளிவாகியது.

வலிமையும் ஆற்றலும் வாய்ந்த ரோமானியர் கி.பி.63 ஆம் ஆண்டு படையெடுத்து வந்து, கி.பி.70 இல் எருசேலத்தை மீண்டும் தம் பங்கிற்கு அழித்தனர்.

இஸ்ரேலிய மன்னர் தாவீது சுமார் கி.மு. 1000 ஆண்டு வாக்கில் எருசேலத்தைக் கைப்பற்றி அதை எபிரேய முடியரசின் தலைநகராக்கினார். இதைப் பாபிலோனிய மன்னரான நெபுச்சடனேசார் கி.மு. 586 ஆம் ஆண்டில் அழித்தார். இப்போது கி.மு. 70 இல் ரோமானியர் அழிக்கின்றனர்.

அதன்பிறகு அராபியரின் கைகளில் கி.பி.637 ஆம் ஆண்டு எருசேலம் வீழ்ந்தது. செலியூக்குத் துருக்கர் அதை 1071 ஆம் ஆண்டு கைப்பற்றினர். ஐரோப்பாவிலிருந்து வந்த சிலுவைப் போராளிகள் 1099 முதல் 1187 வரை எருசேலத்தில் ஆட்சி புரிந்தனர்.

இந்நகரம் பிரிட்டிசாரால் 1917 ஆம் ஆண்டு பிடிக்கப்பட்டது வரையிலும், எகிப்தியர் கையிலும், துருக்கியர் வசமும் இருந்து வந்திருக்கிறது. பிரிட்டனின் ஆணைக்குட்பட்ட பகுதியான பாலஸ்தீனத்தில் 1920 முதல் 1948 வரை எருசேலம் இருந்து வந்தது. அப்போது யூதர் வசம் புதிய எருசேலம் நகரம் மட்டும்தான் இருந்தது. அவர்கள் 1967 ஆம் ஆண்டு நடந்த ஆறுநாள் சண்டைக்குப் பிறகு பழைய எருசேலத்தையும், புதிய எருசேலத்தையும் ஒன்றாக இணைத்தனர். தொன்மையான எருசேலம் நகரம் யூதர், கிறித்தவர், இஸ்லாமியர் ஆகிய முச்சமயத்தினருக்கும் புனிதமான இடமாகும்.

ரோமானியர் கி.மு. 70 இல் எருசேலம் நகரத்தை அழித்ததும், பாலஸ்தீனத்தின் இஸ்ரேலியர் உலகெங்கிலும் சிதறிப் பரவி விட்டனர்.

யூதர்கள் கி.பி. ஐந்து அல்லது ஆறாவது நூற்றாண்டில் சேரநாட்டின் கிராங்கனூரைச் சுற்றிக் குடியமர்ந்தனர். யூதர்கள் இங்கு வந்து சேர்ந்த காலத்திலேயே கிறித்தவர் சமூகம் ஒன்று ஏற்கனவே இங்கு வாழ்ந்திருந்தது என்பது அவர்களின் வழிவழியான வரலாற்றுக் குறிப்புகளிலிருந்து தெரிகின்றது.

உலகெங்கும் சிதறிப் பரவிய யூதர்கள் இந்தியாவின் மேற்குக் கரையில் இவ்வாறு

குடியமர்ந்தனர். அவர்கள் கொங்கணத்திலும் குடியமர்ந்தனர். எனினும் கேரளத்தில் குடியேறிய யூதர் குடியினரே இந்தியாவில் வாழ்ந்த யூதரில் குறிப்பிடத்தக்கோராவர்.

யூதர்கள் வழிபடும் இடத்திற்கு சினகாகு என்று பெயர். கேரளத்தில் எட்டுச் சினகாகுகள் உள்ளன. அவை மட்டஞ்சேரியில் மூன்றும் எரணாகுளத்தில் இரண்டும், மங்கலம், மலெ, பரூர் ஆகிய ஊர்களில் ஒவ்வொன்றுமாக எட்டு ஆகும். மட்டஞ்சேரியில் அமைந்திருக்கும் வெள்ளை யூதரின் கோயில் சுமார் 1567 ஆம் ஆண்டு கட்டப்பெற்ற முக்கியமான சினகாகு ஆகும்.

இஸ்லாமியர்

மாலிக் இபின் தினார் என்றவரும் அவருடைய குடும்பத்தினரும் திருத்தூதரான முகமது நபியின் சமயமாகிய இஸ்லாத்தைச் சேர நாட்டில் பரப்புவ்தற்காகக் கிராங்கனூரில் வந்து இறங்கினர் என்று ஒரு கதை வழங்குகின்றது.

சேர நாட்டில் முதன்முதலில் கிராங்கனூரில்தான் கிறித்தவ மாதா கோயில் கட்டப் பெற்றது. கிராங்கனூர் மிகப் பழமை வாய்ந்த முசிறித் துறைமுகம் என்பது அறிஞர் கருத்து என்று முன்னர் குறிப்பிட்டிருந்தோம். கிராங்கனூரில்தான் முதல் பள்ளிவாசலும் நிறுவப்பட்டது என்பது குறிப்பிடத்தக்கது.

மாலிக் இபின் தினாரும், அவருடைய குடும்பத்தினரும் சேரநாட்டின் பல பகுதிகளுக்குச் சென்று பல பள்ளி வாசல்களை நிறுவினர் என்று கூறப்படுகின்றது. அவற்றுள் கொல்லம், மடயி அல்லது பழயங்காடி, காசர்க்கோடு, ஸ்ரீகண்டபுரம், தர்மப்பட்டணம், பந்தளயானி, காலியம் முதலியன குறிப்பிடத்தக்க ஊர்களாகும்.

சேர நாட்டின் வடபகுதியிலுள்ள கோழிக்கோட்டை ஆண்டு வந்த மன்னர்களான சாமூதிரிகள் இஸ்லாத்தையும், இஸ்லாமியரையும் பல வழிகளில் ஆதரித்து வந்தனர். முஸ்லிம்கள் சாமூதிரிகளின் காலத்தில் வல்லமை வாய்ந்த சக்தியாக விளங்கினர்.

அவர்கள் மீது மன்னர்கள் மிகுந்த நம்பிக்கை வைத்திருந்தனர். அரசவையில் முஸ்லிம்களுக்கு மிகுந்த செல்வாக்கு இருந்தது.

சாமூதிரிகள் தந்நல நோக்கத்துடன்தான், முஸ்லிம்களை ஆதரித்து அவர்களுக்குத் தனிச் செல்வாக்கும் ஆதரவும் உண்டாக்கித் தந்தனர். ஏனெனில் சாமூதிரிகளின் கடற்படை முஸ்லிம்களின் கையில் இருந்தது. சாமூதிரிகளின் கடற்படைத் தலைவர்களான குஞ்ஞாலி மரைக்காயர்கள், போர்த்துக்கீசருக்கு எதிராக நடத்திய கடற் போர்களில் காட்டிய வீரச் செயல்கள் கேரள வரலாற்றில் தனிச்சிறப்பு வாய்ந்த நிகழ்ச்சிகளாக அமைந்துள்ளன.

மாப்பிள்ளைமார் என்று அழைக்கப்படும் மலபார் முஸ்லிம்கள், சாமூதிரிகள் மீது ஆழ்ந்த பற்று வைத்திருந்தனர். சாமூதிரிகள் தமது கப்பற்படையில் போதிய எண்ணிக்கையில் மாப்பிள்ளைமார் இருக்க வேண்டுமென்பதற்காக, இந்து மீனவர் குடும்பங்களில் ஒன்று அல்லது அதற்கு மேற்பட்ட ஆண்மக்கள் முஸ்லிம்களாக வளர்க்கப்பட வேண்டும் என்று ஆணை பிறப்பிக்குமளவிற்கு இஸ்லாத்தை ஆதரித்தனர். அதனால்தான் வட கேரளத்தின் கோழிக்கோடு, மலைப்புறம் ஆகிய மாவட்டங்களில் முஸ்லிம்களின் எண்ணிக்கை மிகுதியாக இருக்கின்றது போலும்.

சேர நாடு என்பது இன்று வரலாற்றுப் பெயராகிப் பண்டைச் சேரப் பகுதி

கேரளம் என்று பெயர் பெற்றுள்ளது. அது இந்தியாவில் கல்வி கற்றோர் நிறைந்த பகுதியாவும், கலை, இலக்கிய வளர்ச்சியில் இந்தியாவிற்கு வழிகாட்டியாகவும் விளங்குகின்றது.

''கேரள மக்களின் யாதும் ஊரே யாவரும் கேளிர் என்ற மனோநிலை, உலகின் எந்த மூலையிலும் ஒரு மலையாளியைக் காணலாம். இந்திய தேசிய இனங்களில் உலகின் எல்லாக் கண்டங்களிலும், நாடுகளிலும் பரவியுள்ள ஒரே தேசிய இனம் மலையாளிகளாகத்தான் இருக்க முடியும்'', என்று ''மஹாபலியின் மக்கள்'' என்ற சமூக வரலாற்று நூலின் ஆசிரியர் வையவன் குறிப்பிடுவது சேரர் குடியினரின் சிறப்பைச் செப்பும்.

பல்லவர்

தமிழ்நாட்டின் தொண்டை மண்டலத்திலுள்ள வரலாற்றுச் சிறப்புமிக்க காஞ்சியைத் தலைநகராகக் கொண்டு, பல்லவர்கள் அறுநூற்றைம்பதாண்டுகள் அரசோச்சினர். அவர்களின் ஆட்சி கி.பி.250 தொடங்கிக் கி.பி. 900 வாக்கில் முடிவுற்றது.

சாதவாகனப் பேரரசின் தென்கிழக்கில் வாழ்ந்த பல்லவர்கள் காஞ்சியைத் தலைநகராகக் கொண்டு தென்னிந்தியாவில் தமது அரசை நிறுவியதாக கே.ஏ. நீலகண்ட சாஸ்திரி கூறுகின்றார். பல்லவருடைய மூலத்தைப் பற்றி வரலாற்றாசிரியரிடையே ஒத்த கருத்து இல்லை.

பல்லவர் நடு ஆசியாவிலிருந்து வந்தவர்; சோழ மன்னர் கிள்ளி வளவனுக்கும் நாக நாட்டு இளவரசி பீலி வளைக்கும் பிறந்த தொண்டைமான் இளந்திரையனே பல்லவர் குடியைத் தோற்றுவித்தான்: அவர் ஆந்திர இனத்தவர்; பல்லவரின் முன்னோன் பாரதப் பெரும் போருக்குப் பின்னர் தெற்கு நோக்கி வந்த துரோண குமாரனாகிய அசுவத்தாமனுக்கும், நாக கன்னிகை ஒருத்திக்கும் பிறந்தவன்: ஆகவே பல்லவர் பரத்துவாச கோத்திரத்தைச் சேர்ந்த க்ஷத்திரியர்; மகன் பிறந்ததும், நாக கன்னி பல்லவம் என்னும் படர் கொடி மெத்தையின் மேல் அவனைப் படுக்க வைத்தாள்; ஆகவே, அம்மைந்தன் பல்லவன் என்று பெயர் பெற்றான். இவ்வாறு பலவாறாகக் கூறப்படுகின்றது.

கரிகாற் பெருவளத்தானின் பேரனான கிள்ளிவளவன் நாக கன்னிகையான பீலி வளையை மணந்ததையும், அவர்களுக்கு இளந்திரையன் என்ற மகன் பிறந்ததையும் கி.பி.6-ஆம் நூற்றாண்டு மணிமேகலை கூறுகின்றது. இளந்திரையன் காஞ்சியைத் தலைநகராகக் கொண்டு தொண்டை மண்டலத்தை ஆண்டான்.

சோழரின் தலைநகரான புகார் என்ற காவிரிப் பூம்பட்டினம் கி.பி.இரண்டாம் நூற்றாண்டில் கடல்கோளினால் மறையவே, சோழர்கள் குறுநில மன்னனான இளந்திரையனின் தலைநகரான காஞ்சியைச் சிறிதுகாலம் தலைமையிடமாகக் கொண்டனர். ஆதலால் இளந்திரையன் காஞ்சியை விட்டு நீங்கி வடக்கே ஏகினான். அங்கு அவனும், அவனுடைய வழியினரும் சிறிது காலம் சாதவாகனரின் கீழ் அடங்கினர். சாதவாகனர் ஆட்சி வீழ்ச்சியுற்றதும், இளந்திரையனின் சந்ததியினர் மீண்டும் தொண்டை நாட்டிற்கு வந்தனர். அப்போது அவர்கள் பல்லவர் என்று பெயர் கொண்டிருந்தனர். எனவே பல்லவர் தமிழ் மக்களேயாவார் என்று டாக்டர் என்.சுப்பிரமணியம் நிறுவுகின்றார்.

ஆனால் பல்லவர் பெயர் சங்க இலக்கியத்தில் காணப்படவில்லை; காலத்தால் மூத்த பல்லவர் பட்டயமான மயிதவோலுப் பட்டயம் பிராகிருத மொழியில் எழுதப்பட்டுள்ளது. இதைப் பரத்துவாச கோத்திரத்தைச் சேர்ந்த இளம் பேரரசரான சிவஸ்கந்த வர்மன் தனது பத்தாவது ஆட்சியாண்டில் வெளியிட்டார். இது குண்டூர் மாவட்டத்திலுள்ள மயிதவோலு என்ற இடத்தில் கிடைத்தமையால் அப்பெயர் பெற்றது. இப்பட்டயம் கி.பி.மூன்றாம் நூற்றாண்டினது என்பது ஆராய்ச்சியாளர் கருத்தாகும். எனவே பல்லவர் ஆட்சி கி.பி.மூன்றாம் நூற்றாண்டில்- 250-ஆம் ஆண்டுவாக்கில் கால் கொண்டது என்பது இதனால் தெளிவாகும்.

பல்லவர் ஆட்சியில் சம்ஸ்கிருதமும், பிராகிருதமும் ஏற்றம் பெற்றன. அவர்கள் தமிழ் மொழிக்கு ஆதரவு தராதிருந்தனர் என்ற சான்றுகளைக் காட்டி அவரைத் தமிழரல்லாதார் என்று ஆராய்ச்சியாளர் நிறுவ முயன்ற போதிலும், பல்லவர் ஆட்சி கி.பி.மூன்றாம் நூற்றாண்டு தொடங்கிப் பத்தாம் நூற்றாண்டு வரையிலும், ஏறத்தாழ ஏழு நூற்றாண்டுக் காலம் சிறப்புற்றிருந்தது.

அக்கால கட்டத்தில் என்றும் அழியாத நிலையில் இன்றும் நின்று நிலவுகின்ற குகைக் கோயில்களும், ஒற்றைக்கல் கோயில்களும், கற்களைச் செதுக்கி அடுக்கிக் கட்டிய கோயில்களும் தோன்றின. இசை, நடனம், நாடகம், ஓவியம், சிற்பம் என்ற அருங்கலைகளும் சிறந்தோங்கின.

பல்லவ வேந்தர்கள் கலைகளின் வளர்ச்சியில் ஆர்வமிக்கவர்களாக மட்டுமன்றி, போர்வீரர்களாகவும், கல்வியிற் சிறந்தோராகவும் திகழ்ந்தனர். மேலும் இறைப்பற்று மிக்க பக்திமான்களாகவும் சிறந்திருந்தனர்.

முற்காலப் பல்லவர் (கி.பி. 250-600)

பல்லவரின் முன்னோனுக்குப் பப்ப தேவன் என்று பெயர். பப்ப தேவன் தன்குடி மக்களுக்கு ஒரு நூறாயிரம் ஏர்களையும் மாடுகளையும் தந்து காடு திருத்திக் கழனிகளாக்கினார் என்று பிரகிருத மொழியில் வெட்டுவிக்கப்பட்ட பட்டயங்கள் கூறுகின்றன. தமிழ் இலக்கியங்களில் பல்லவர்களைக் காடுவெட்டிகள், காடவர்கோன் என்றெல்லாம் சிறப்பிக்கின்றனர்.

முற்காலப் பல்லவரின் ஆட்சி கி.பி.250 ஆம் ஆண்டு பப்ப தேவனில் தொடங்கிக் கி.பி.630 வாக்கில் முடிந்து விடுகின்றது. பப்ப தேவனின் மகனான சிவஸ்கந்த வர்மன் (கி.பி.330) மிகவும் குறிப்பிடத்தக்கவராவார்.

பல்லவப் பேரரசர்கள்

பல்லவப் பேரரசர்களின் காலம் கி.பி.575 ஆம் ஆண்டு தொடங்குகின்றது.

ஆறாம் நூற்றாண்டின் பிற்பகுதியில் மூன்றாம் சிம்ம வர்மனின் மைந்தரான சிம்ம விஷ்ணு (கி.பி.575-600) காஞ்சி நகரத்தில் பல்லவ வேந்தராக அரியணை ஏறினார். வேலூர்ப் பாளையம், உதயேந்திரம் பட்டயங்களும் அவனிசுந்தரி கதை, மத்தவிலாசப் பிரகாசம் முதலிய வடமொழி நூல்களும், மாமல்லபுரச் சிற்பங்களும் இவ்வேந்தரின் வீரத்தையும், கலையுணர்ச்சியையும் வெளிப்படுத்துகின்றன. சோழர், சிங்களர், பாண்டியர், களப்பிரர், கதம்பர் முதலிய அரச மரபுகளை வென்று அடக்கிப் பல்லவப் பேரரசிற்கு அடிகோலியவர் சிம்ம விஷ்ணு ஆவார்.

குகைக் கோயில்கள்

குகைக் கோயில்களை மத்திய இந்தியாவில் வாகடகர் நாட்டில் காண முடிகின்றது. விஷ்ணு குண்டர் என்ற அரச மரபினர் வாகடகர்களைப் பின்பற்றிக் கிருஷ்ணை ஆற்றின் கரையில் பல குகைக் கோயில்களை வெட்டுவித்தனர். ஆந்திரத்தை ஆண்ட சிம்ம விஷ்ணுப் பல்லவர் அவற்றைக் கண்டு, தாம் வென்ற தமிழ்நாட்டிலும் குகைக் கோயில்களை அமைத்திருத்தல் வேண்டும் என்று வரலாற்றாசிரியர் கருதுவர்.

பல்லாவரம், மாமண்டூர், திருச்சிராப்பள்ளி, வல்லம் முதலிய இடங்களில் இன்றும் பல்லவரின் குகைக் கோயில்களைக் காணலாம்.

பாகவத மதம்

பல்லவர்கள் வைணவர்களாக விளங்கினர் என்பதை அவர்கள் வெளியிட்ட பட்டயங்களில் காணப்படும் விஷ்ணு கோபன் (கி.பி.340), குமார விஷ்ணு (கி.பி.5-ஆம் நூற்றாண்டு), சிம்ம விஷ்ணு (கி.பி.575-600) போன்ற பெயர்கள் தெளிவுபடுத்துகின்றன. அவர்கள் காலத்தில் பாகவத சமயம் நாடெங்கும் பரவியிருந்தது.

கிருஷ்ணன் திருமாலின் முழு அவதாரம் என்று கருதப்பட்டார். கண்ணனைப் பகவான் என்று சிறப்பித்துக் கூறினர். கண்ணனைப் பற்றிய கதைகள் மக்களிடையே வெகுவாகப் பரவின. கண்ணனை வழிபடும் சமயம் பாகவத மதம். ஆரம்பத்தில் அச்சமயத்தை ஒழுகினவர்கள் பாகவதர் என்று பெயர் பெற்றனர். கண்ணனின் வரலாற்றைக் கூறுகின்ற நூல் பாகவதம் என்று பெயர் பெற்றது.

இச்சமயம் வடநாட்டில் தோன்றியது. அது பையப் பையத் தொண்டை நாட்டிலும் பரவவே, பல்லவ மன்னர் அச்சமயத்தில் சேர்ந்தனர்.

சைவத்தின் ஆறு பிரிவுகள்;

சைவ சமயத்தின் ஆறு பிரிவுகள் வருமாறு; பாசுபதம், மாவிரதம், காபாலம், வாமம், பைரவம், சைவம்.

1. பாசுபதம்

மேற்கூறியன ஆறும் அகப்புறச் சமயங்கள் என்று அழைக்கப்படுகின்றன. அவை சிவபெருமானையே பரம்பொருள் என்று ஏற்கின்றன. எனவேதான் அவை சைவம் என்ற பொருளோடு அழைக்கப்படுகின்றன. சிவமூர்த்தியின் எண்ணற்ற திருப்பெயர்களுள் பசுபதி என்பது ஒன்றாகும். அவர்கள் அந்தப் பசுபதியைத் தம் தலைவனாகக் கொண்டமையால், அவர்களது சமயப் பிரிவு பாசுபத சைவம் எனப்பட்டது. இச்சமயம் பற்றிய நூல்கள் எதுவும் இப்போது நமக்குக் கிடைக்கவில்லை.

அகச் சமயங்கள்: பாடாண வாதம், பேத வாதம், சிவ சம வாதம், சங்கிராந்த வாதம், ஈசவர அவிகார வாதம், சிவாத்து வாதம், பரிணாம வாதம்.

அகப்புறச் சமயங்கள்: பாசுபத சைவம், மாவிரத சைவம், கபால சைவம், வாம சைவம், வைரவ சைவம், ஐக்கிய வாத சைவம் என்ற சைவம்.

புறச் சமயங்கள்: தருக்கம் (நியாயம், வைசேடிகம் என இருவகைப்படும்), மீமாம்சை, ஏகான்ம வாதம், சாங்கியம், யோகம், பஞ்சராத்திரம்.

''மாதவர் இயற்றிய சர்வதரிசன சங்கிரகம் என்னும் நூலில் வரும் சிறு குறிப்புக்களைக் கொண்டே அகப்புறச் சமயங்களைப் பற்றி அறிந்து கொள்ள முடிகின்றது'' என்று சோமலெ அவர்கள் தமது ''கோயில்'' என்னும் நூலில் குறிக்கின்றார்.

இச்சமயத்தை லகுலீசர் அல்லது நகுலீசர் என்பவர் வகுத்துத் தந்தார் என்பதால், இது லகுலீச பாசுபதம் என்று பெயர் பெற்றது. லகுலீசர் கி.பி.இரண்டாம் நூற்றாண்டில் வாழ்ந்தவர். அவர் தனக்கு முன்னரே நெடுங்காலமாக இருந்து வந்த பாசுபத சமயத்தைப் புதுப்பித்தார். சிவனே லகுலீசராக வந்தார் என்றும், அவரது அடியார் நம்பினர். இதிகாச காலத்திலிருந்து நிலவி வந்ததாகக் கருதப்படும் இச்சமயம், பல்லவர் காலத்தில்தான் மிகுந்த சிறப்பெய்தியது.

ஆன்மாக்களுக்கு மும்மலங்களில் ஒன்றான ஆணவ மலம் இல்லை. மாயை, கன்மம் என்ற இரண்டினால் ஆன்மாக்கள் கட்டுண்டு இன்ப, துன்பங்களை அனுபவிக்கும்; இவற்றில் வெறுப்புற்றுச் சாத்திர முறைப்படி தீக்கை பெற்றவனிடம் ஈசனது ஞானம் வந்து பற்றிக்கொள்ளும்.

அப்பொழுது ஈசன் தன் குணங்களை அவன்பால் பற்றுவித்துத் தன் அதிகாரத்திலிருந்து ஓய்வு பெற்றிருப்பான் என்பது பாசுபதக் கொள்கை.

பாசுபதர் தம் உடம்பில் சாம்பலையும் களிமண்ணையும் பூசுவர். ஆடையின்றி நடமாடுவர்; சிலர் கருப்பு உடைகளை அணிவர்; தலை மயிரை முடியிட்டும், முடியிடாமலும் இருப்பர். பசுபதியையும் இலிங்கங்களையும் வழிபட்டதுடன், சிவ கணங்களையும் பேய்களையும் சேர்த்து வணங்கினர்.

பாசுபதர்க்குச் சாதி வேறுபாடு இல்லை; சபம், தபம் இவற்றில் ஈடுபடுவர். அவர்களின் முகம், தோள், தொப்பூழ், மார்பு முதலிய இடங்களில் இலிங்க முத்திரைகள் காணப்படும்.

உயர்ந்த பாசுபத விரதம் ஞானம் எனப்படும். சிவன் யோக ஆசானாக வந்து, அந்த ஞானத்தைக் குரு, ததீசி,அகத்தியர், உபமந்யூ முதலிய முனிவர்களுக்கு உபதேசித்தான். அந்நால்வரும் இந்த ஞானத்தைப் பலர்க்கு உரைத்தனர். அம்மாணவரிடமிருந்து பல குருமார்கள் தோன்றினர்.

இச்சமயத்தில் காரியம், காரணம், யோகம், விதி, துக்காந்தம் என்னும் ஐவகைப் பொருள்கள் வற்புறுத்தப்படுகின்றன. மனிதன் இவ்வைந்தின் வழியே உய்ய முடியும் என்பது பாசுபதக் கோட்பாடாகும். துன்பங்களின் முடிவு மட்டுமே வீடு பேறன்று, இறைவனின் முழுமையான இறைமையை எட்டுவதே வீடு பேறாம்.

இச்சமயம் பல்லவர் காலத்திலிருந்து பிற்காலச் சோழர் காலம் வரையிலும் தமிழ் நாட்டில் பெரிதும் பரவியிருந்தது. கபாலிகர், வாமர், காளாமுகர் போன்றோரின் கொடூரமான நெறிகளிலிருந்து பாசுபதம் வேறுபட்டு இருந்தமையால், மக்கள் இதைப் பரவலாக ஏற்றனர்.

2. மாவிரதம்

ஆன்மாக்கள் பந்தமுற்றுச் சுக துக்கங்களை அனுபவிக்கும். சாத்திரத்தில் கூறிய முறைப்படி தீக்கை பெற்று எலும்பு மாலை அணிதல் முதலிய சரியைகளில் தவறாது ஒழுகுபவர் முத்தர் ஆவார். முத்தருக்குச் சிவனுக்குச் சமமான எல்லாக் குணங்களும் சித்திக்கும். இதுவே மஹாவ் ரதம் என்ற மாவிரத சைவத்தின் கொள்கையாகும்.

அவர்கள் நெற்றியில் மூன்று பட்டைகளாக நீறுபூசினர். தலைமயிர் உச்சியில் எலும்பு மணிகளைக் கட்டியிருந்தனர். காதுகளில் எலும்பு மணிகள் குண்டலங்களாகத் தொங்கின. கழுத்தில் எலும்பாலான தாழ் வடம், முன் கையில் எலும்பு மணி கோத்த கயிறு முதலியன கட்டியிருந்தனர் தோளில் யோகப்பட்டிகையும், கறுப்பு மயிர்க்கற்றையிலான பூணூலும் அணிந்திருந்தனர். கோவணமும், அதன் மேல் அசைந்தாடும் சிறிய உடையும் அணிந்தனர்.

மண்டையோட்டில் பிச்சையேற்று உண்டனர்; பிணச் சாம்பலை உடம்பு முழுவதும் பூசிக் கொண்டனர். இவை மாவிரதிகளின் பழக்க வழக்கங்களில் கடுமையாக அமைந் திருந்தன. இவர்களைப்பற்றி இராமானுசர் (பன்னிரண்டாம் நூற்றாண்டு) கூறியுள்ளார்.

3. கபாலிகம்

கபாலிகர் மா விரதியர் போன்றே ஆன்மாக்களின் இயல்பு உள்ளது என்று கொண்டனர். சாத்திர முறைப்படி தீக்கை பெற்றுப் பச்சைக் கொடியைக் கையில் ஏந்தி, நாடெங்கும் மனிதத் தலையோட்டில் ஐயம், அதாவது பிச்சை ஏற்று உண்பவர் முத்தராவார்; அவர்களிடத்தில் சிவன் ஆவேசித்தலால், எல்லாக் குணங்களும் பெற்றுச் சிவமாவார் என்பது கபாலிகர் கொள்கையாகும்.

கபாலிகமும் பாசுபதம் போன்று மிகப் பழமையானது என்பர்; கபாலிகர் சிவபிரானைக் கொடிய பைரவர் உருவில் வணங்கினர். அவர்கள் உடலெங்கும் நீறு பூசினர்; மண்டையோடுகளை மாலையாகப் பூண்டனர். சடைமுடி வைத்திருந்தனர்; அவர்கள் இடுப்பில் புலித்தோலால் ஆன கௌபீனத்தை அணிந்திருந்தனர். இடக் கையில் தலையோட்டை ஏந்தினர். அவர்கள் நரபலியில் ஈடுபட்டனர்.

கபாலிகர் பல்லவர் ஆட்சிக்காலத்தில் பரவியிருந்தனர். முதலாம் மகேந்திரவர்மப் பல்லவன் (கி.பி.610-630) எழுதியுள்ள ''மத்த விலாசப் பிரகாசம்'' என்ற நூலில் ஒரு கபாலிகனைப் பற்றிக் கூறியுள்ள செய்தி, நாம் கபாலிகரின் பண்புகளை அறிந்து கொள்வதற்கு உதவும்.

இக்கொடூரமான கபாலிகக் கூட்டத்தில் பெண்களும் சேர்ந்திருந்தனர் என்பதை மேற்சொன்ன நூலிலிருந்து அறிகின்றோம். அது பற்றி அந்நூலில் கூறப்பட்டுள்ளதாவது:

கபாலிகன் ஒருவன் நமசிவாய மந்திரத்தை உரக்கக் கூறிக்கொண்டு, நெறிகெட்ட கபாலினி ஒருத்தியுடன் மதுக்கடைக்குள் நுழைகிறான். அவன் மது உண்டு மயங்கிக் கிடந்தான். அப்போது அவன் கையிலிருந்த கபாலத்தை ஒரு நாய் கௌவிக் கொண்டு ஓடியது. மது மயக்கத்திலிருந்த கபாலிகன் அதையறியாது, அவ்வழியே சென்ற பௌத்தத் துறவி ஒருவரை வழிமறித்து, அவர்தான் தன் கபாலத்தை-மண்டையோட்டைத் திருடினார் என்று கலகம் செய்தபின் இறுதியில் பாசுபத சமயத்தவர் ஒருவர் வந்து உண்மையை எடுத்துக் கூறி அமைதிப்படுத்தினார்.

4. வாமர் அல்லது சாக்தர்

''சடமும் சித்துமாகிய அனைத்தும் சக்தியின் பரிணாமமேயாகும். வாம நூலில் விதித்த முறைப்படி ஒருவர் முறையே ஒழுகிச் சக்தியில் இலயித்திருத்தலே முத்தியாகும்'' -என்பது வாம மார்க்கத்தினரின் கொள்கையாகும். அவர்கள் சக்தியை வழிபட்டமையால் சாக்தர் என்றும் அழைக்கப் பெற்றனர்.

5. பைரவம்

இது பெரும்பாலும் வாம மதத்தோடு ஒத்துச் செல்லும் கொள்கையுடையதாகும். சிறிதளவே அதனின்று பைரவர் வேறுபடுகின்றனர். இச்சமயத்தவர்க்குப் பைரவரே பரம் பொருள். அவரை வழிபட்டு அடைவதே முத்தி என்பது இச்சமயத்தாரின் கோட்பாடு ஆகும்.

6. சைவம்

சைவ சமயத்தவர்க்குச் சிவபெருமானே முழு முதல் கடவுளாவார். சரியை, கிரியை, யோகம், ஞானம் முதலிய நான்கிலும் ஈசனாகிய எம்பெருமானை அடையப் பாடுபடும் சமயமே சைவம் ஆகும். பதி, பசு, பாசம் என்னும் மூன்றையும் ஒப்புக்கொண்டது சைவம்; ஆகம விதிப்படி இதனைப் பின்பற்றியவர் மகேசுவரர் எனப்பட்டனர்.

சைவப் பெருஞ் சமயத்தில் இவையன்றி வீர சைவம் என்றொரு கிளையும் உண்டு.

பக்தி இயக்கம்

இப்படிப்பட்ட காலகட்டத்தில்தான் பக்தி இயக்கம் என்ற தமிழ் மறுமலர்ச்சி இயக்கம் தமிழ்நாட்டில் பிறந்தது. அதன் முனைவர்களாக அப்பர், சுந்தரர், சம்பந்தர், மாணிக்கவாசகர் என்ற சைவ சமயப் பெரியார்கள் தமிழ்நாட்டைப் பக்தியில் நனைத்தனர். இக்காலம் திருப்பதிகங்கள் தோன்றிய செந்தமிழ்க் காலமாகும்.

பக்தி இயக்கம் முற்றிலும் தென்னிந்தியாவில் தோன்றிப் பாரதமெங்கும் பரவிய மறுமலர்ச்சி அலையாகும். அது தமிழர் மேதமையின் ஒரு பகுதியாக விளங்குகின்றது என்று ஓர் அறிஞர் கூறுகின்றார்.

"ஓ! மாமன்னா! தாமிரபரணி, கிருதமாலை (இது மலய மலையிலுள்ள ஓர் ஆறு), பயாஸ்வினி (இது விதர்ப்ப நாட்டில் விந்திய மலையருகில் ஓடும் ஆறு; இதைத் தபதி என்பர்), காவிரி, மாபெரும் மேற்கத்தி மகா நதி ஆகியன பாயும் திராவிட நாடுகளில் பெரும் பகுதியிலும், குறிப்பிட்ட வேறு சில இடங்களிலும் அவ்வாறுகளின் நீரை அருந்தும் மக்கள், ஓ! மாந்தரின் வேந்தே, உளத் தூய்மை கொண்டு வசுதேவன் மீது பக்தி செலுத்துகின்றனர்-" பாகவத புராணம் இவ்வாறு நாட்டு முனிவர்க்கும், புனிதர்க்கும் புகழ்மாலை சூட்டுகின்றது.

பாகவத புராணம் கி.பி.ஒன்பதாம் நூற்றாண்டில் பாடப்பெற்றது என்பர் அறிஞர். அக்காலத்திற்குச் சற்று, முற்பட்டதாகவும் இருக்கலாம்.

பாகவத புராணம் (இ.ச.க.தொகுதி-1 காண்க), அதன் இன்னொரு பகுதியில், பக்திக்கு உருக்கொடுத்து அதன் வரலாற்றை உரைப்பது போல் இவ்வாறு கூறுகின்றது.

"என்னைப் பக்தி என்பர்... தவத்தின் கருவூலமே, நான் திராவிட நாட்டில் பிறந்து, கர்நாடகத்தில் வளர்ந்தேன். நான் மராட்டியத்திலும், கூர்ச்சரத்திலும் முழுமையுற்றேன்... நான் பிருந்தாவனத்தை (பிருந்தாவனம் யமுனை ஆற்றின் மேற்கிலுள்ள துளசித் தோட்டமாகும்; கிருஷ்ண பரமாத்மா இங்கு அடியார்க்குக் காட்சியளித்தார்.) அடைந்ததும் இளமையும், அழகும் பெற்றேன். நான் இப்போது இளமை பெற்று மிகுந்த சிறப்பு வாய்ந்த இனிய வளர்ச்சியைப் பெற்றேன்... நான் இவ்விடத்தை விட்டகன்று அயல்நாடு ஒன்றுக்குச் செல்கின்றேன்."

கவிதை நயமும், பக்திப் பெருக்கும் சொட்டுகின்ற இந்த வருணனை பக்தி இயக்கத்தின் தோற்றுவாய், வளர்ச்சி முதலியவற்றைச் சொல்லோவியமாக்கிக் காட்டுகின்றது.

இக்காலத்தில்தான் தொண்டை நாட்டிலும், பாண்டி நாட்டிலும் சமணரின் செல்வாக்கு ஒடுக்கப் பெற்றுச் சைவம் புத்துயிர் பெற்றது.

பக்தி இயக்கத்தின் முனைவர்களான சைவ சமய குரவர்கள், வைணவ ஆழ்வார்களிலும் காலத்தால் முற்பட்டோராவர். பக்தி இயக்கத்தின் புத்தெழுச்சியைத் தேவாரப் பாடல்களில் உணரலாம். இதுவே திருப்பதிகங்கள் மலர்ந்த காலமாகும்.

பிற்காலப் பல்லவரின் ஆட்சிக்காலமாகிய கி.பி.ஏழு முதல் கி.பி. பத்தாம் நூற்றாண்டு வரையிலும் தமிழகமானது வரலாறு காணாத புத்தெழுச்சியை, சைவ சமய குரவர்களின் பக்தி வெள்ளத்தை, வைணவ ஆழ்வார் பன்னிருவரின் அருட் பாடல்களைக் கண்டது.

தமிழக வரலாற்றில் பல்லவர்களின் இந்த ஆட்சிக் காலத்தைப் பொற்காலம் எனலாம்.

வைணவம்

தென்பாண்டி நாட்டில் பெரியாழ்வாரும் ஆண்டாளும் எட்டாம் நூற்றாண்டில் வைணவத்தைப் பெருக்கியதைப் போலத் தொண்டை நாட்டில் திருமங்கையாழ்வார் வைணவப் பணி செய்தார்.

பல்லவர்கள் காலத்தில் தமிழகம் பல்வேறு அயல்நாடுகளுடன் வாணிபம் செய்தது. சீன நாடோடியான உவான் சவாங்கு (கி.பி.602-647) வேகவதி ஆற்றில் கலங்கள் வந்து காஞ்சியில் இறங்கியதைக் கண்டுவிட்டு அதைக் கடற்கரைத் துறைமுகம் என்று தவறாகக் குறிக்கும் அளவிற்குக் கி.பி.ஏழாம் நூற்றாண்டில் பல்லவரின் வாணிபம் பெருகியிருந்தது. சீனம், சயாம் முதலிய நாடுகளுடன் பெருத்த வாணிபம் நடந்தது.

''தமிழகம் தமிழகமாக உருவானது பல்லவர்கள் காலத்தில்தான் என்று உறுதியாகக் கூறலாம்'' என்பது வ.பொன்னுசாமி பிள்ளை (தமிழக வரலாறு-கழக வெளியீடு, 1983) அவர்களின் கருத்தாகும்.

பல்லவர் தமிழராதல்

பல்லவ மன்னர்கள் பெரிதும் சம்ஸ்கிருத மொழியையும், பிரகிருதத்தையும் ஆதரித்தனர். இதற்கு அவர்கள் வெளியிட்ட பல பட்டயங்கள் (கூரம், காசாக்குடி, வேலூர்ப் பாளையம் போன்ற பட்டயங்கள்) சான்றாகும். அவர்கள் கால ஓட்டத்தில் தமிழ்ப் பண்பாட்டிலும், வாழ்க்கையிலும் இணைந்து தமிழராக மாறித் தமிழை வளர்த்தனர்.

இரண்டாம் நந்தி வர்மனும் (கி.பி.710-755), மூன்றாம் நந்தி வர்மனும் (கி.பி.826-849), அபராசித வர்மனும் (கி.பி.875-883) தமிழ் வளர்த்த பல்லவருள் குறிப்பிடத்தக்கோராவார். இவ்விரு நந்தி வர்மர்களின் காலத்தில் திருமங்கையாழ்வரின் தெய்வத் தமிழும், நந்திக் கலம்பகம் என்ற இலக்கியத் தமிழும் பிறந்தன என்பது சிறப்பான செய்தியாகும்.

தமிழ்நாட்டில் பல்லவர் ஆட்சி கி.பி.250 வாக்கில் தொடங்கிக் கிட்டத்தட்ட 650 ஆண்டுகள் நிகழ்ந்து கி.பி.900 ஆண்டு முடிவெய்தியது. ஆதிப் பல்லவர்கள் பப்ப தேவன் என்ற முதற் பல்லவனில் கி.பி. 250 ஆம் ஆண்டு தொடங்கிக் கி.பி.350 வரை நூறு ஆண்டுகள் அரசோச்சினர்.

இடைக்காலப் பல்லவர்: விஷ்ணு கோபன் என்ற பல்லவ மன்னர் கி.பி.350 இல் ஆட்சிக்கு வந்தார். இது இடைக் காலப் பல்லவரின் ஆட்சித் தொடக்கமாகும். இக்கால கட்டத்தில் (கி.பி.4-ஆம் நூற்றாண்டு) சமுத்திர குப்தன் தென்னாட்டின் மீது படையெடுத்தார். இந்த இடைக் காலப் பல்லவர் ஆட்சி ஏறத்தாழக் கி.பி.575 ஆம் ஆண்டு முற்றுப் பெற்றது. இந்த ஆட்சி சுமார் 225 ஆண்டுகள் நீடித்தது.

பிற்காலப் பல்லவர்களான பேரரசர்களின் ஆட்சி கி.பி.575-ஆம் ஆண்டு மூன்றாம் சிம்மவர்மனின் மகனான சிம்ம விஷ்ணுவுடன் தொடங்கிக் கி.பி.900 ஆண்டுவாக்கில் முற்றுப் பெற்றது. பெரும் பேரரசர்களாக விளங்கிய இம்மாமன்னர்கள் முன்னூற்றிருபத்தைந்தாண்டுகள் ஆட்சி செலுத்தினர்.

தமிழகத்தில் அயலார் ஆட்சி

தமிழகத்தில் கி.பி.250 ஆம் ஆண்டுவாக்கில் களப்பிரர் என்ற ஏதிலியர் ஆட்சி தோன்றிக் கி.பி.550 வரை முன்னூறு ஆண்டுகள் நீடித்ததை இத்தொகுதியிலேயே அறிவோம். இதுவே தமிழ்நாட்டில் முதன்முதலாக அமைந்த அயலாட்சி எனலாம். இம் மூன்று நூற்றாண்டு ஆட்சியின் விளைவாகத் தமிழ்நாட்டின் சமூக வாழ்க்கையில் பெரிய மாறுதல் ஏற்பட்டது.

தமிழ்நாட்டில் இதற்குப் பல நூற்றாண்டுகளுக்கு முன்னரே-கி.மு.மூன்றாம் நூற்றாண்டு வாக்கிலேயே-வேத மதம் பரவி, மன்னர்கள் வேள்விகளையும் தானங்களையும் செய்து வந்தனர். இது தமிழ்நாட்டு மக்கள் விரும்பி ஏற்றுக்கொண்ட சமயம் என்பதற்குச் சங்க இலக்கியங்களே சான்றாகும்.

கி.பி. மூன்றாம் நூற்றாண்டில் தமிழகம் போந்த-களப்பிரரோ சமணம், அல்லது பௌத்த சமயத்தினராயிருந்தனர். அவர்கள் நாட்டு மொழியைப் புறக்கணித்துப் பிரகிருதம், பாளி ஆகிய மொழிகளுக்கு ஆதரவு தந்தனர் என்பதும், சமயப் பொறையின்றி, நாட்டு மக்களின் சமயத்தை ஒடுக்கினர் என்பதும், அறிஞர்களின் கருத்துக்களாகும்.

களப்பிரரின் ஆதரவு பெற்ற சமணர் சைவக் கோயில்களை மறித்து, அடியார் வழிபடச் செல்லாதவாறு தடுத்தனர் என்பதனையும் அறிந்தோம்.

ஏதிலியரான களப்பிரரின் நெறி தவறிய நடுநிலையற்ற ஆட்சிக்கு வேள்விக்குடிச் செப்பேடு சான்று பகர்கின்றது. களப்பிரரின் இந்த ஆட்சியினால் தமிழர் அதிர்ச்சியடைந்து பல நூற்றாண்டுகளாகக் கட்டிக் காத்துவந்த வாழ்க்கைப் பண்பாடுகளையும், மரபுகளையும் கைவிட்டு நெறி தவற நேர்ந்தது என்பதைக் களப்பிரர் ஆட்சிக்குப் பின்னர் தோன்றிய நீதி நூல்கள் சான்றாக இலங்குகின்றன என்பது சான்றோர் கருத்தாகும்.

அதாவது அமைதியான ஒரு பளிங்கு நீரோடை இதுவரை கண்டறியாத கொடும் புயலினால் கலக்கி உருத்தெரியாமல் ஆக்கப்பட்டது போன்ற நிலைமை தோன்றியது.

ரோமானியப் பேரரசுடன் நடந்து வந்த மிகச் செழிப்பான வாணிபம் கி.பி.ஏழாம் நூற்றாண்டின் முற்பாதியோடு (கி.பி.641) முடிவடைந்துவிட்டது. வாணிபம் சுருங்கியது; இவ்வாறு அரசியல், சமூகவியல், பொருளியல் என்னும் முக்கியமான மூன்று துறைகளில் பின்னடைவு ஏற்பட்டதால் புதிய நிலைமை தோன்றலாயிற்று.

இம்மாறுதல்களுக்கேற்பச் சமூகச் சூழலும் மக்களின் பண்புகளும், பழக்கவழக்கங்களும் நெறிமுறைகளும் வேற்றுருக் கொண்டன. ஒரு பழமையான பண்பாடு, நாகரிகம் உலகின் மாறிவரும் பரிணாம மாறுதல்களை உணர்ந்து கிரகிக்கும் ஆற்றலைச் சிறுகச் சிறுக இழந்து வந்தது.

மனிதர் அறிந்திருந்த உலகத்தில் பரப்பு நானாதிக்குகளிலும் விரிந்து பல்வேறு கலாச்சாரங்களின் சங்கமங்கள் விளைந்ததன் பலனாகப் புதிய பண்பாடுகளை வாழ்க்கையின் துறைகள் அனைத்திலும் காண முடிந்தது.

இதற்கிடையே தமிழ்நாடு பக்தி இயக்கத்தின் வழியே பண்பாட்டுப் புத்துயிரைப் பெற முயன்றது. பிறப்பினால் உயர்வு தாழ்வு கற்பித்து வந்த சமுதாயத்தில், ஆன்மநேய ஒருமைப்பாடு காண்பதற்குச் சைவ சமய நாயன்மார்களும், வைணவ ஆசாரியரும் புது வழியைத் தேடிப் புறப்பட்டனர்.

பல நூற்றாண்டுகள் ஓடிவிட்டன. கி.பி. ஆறாம் நூற்றாண்டிலிருந்து கி.பி.பதினான்காம் நூற்றாண்டு வரையிலும் உள்நாட்டுப் போர்களையன்றி, வேறு அயலார் படையெடுப்பு எதையும் தமிழகத்தில் காணவில்லை. இந்த எண்ணூறாண்டுக் காலத்தில் தமிழ்நாடு தலைசிறந்த பேரரசர்களைக் கண்டது. கடல் கடந்து தென் கிழக்காசிய நாடுகளிலும் அரசோச்சிய பேரரசாட்சியை வரலாறு கண்டது. சோழர் கலங்கள் உலகக் கடலெங்கும் சென்றன என்பர் அறிஞர். சோழரும் பல்லவரும், சீனம்

முதலான தொலைதூர நாடுகளுடன் வாணிபத் தொடர்பு மட்டுமன்றிச் சமயத் தொடர்பும் கொண்டிருந்தனர்.

காஞ்சியிலிருந்து பௌத்த, இந்து சமய ஆசான்கள் சீனம் சென்றனர். சீனத்தில் இந்துக் கோயில்களும், பௌத்தக் கோயில்களுடன் சமமான இடம் பெற்றிருந்தன. காஞ்சியைச் சேர்த்த போதிதர்மன் என்ற பௌத்தத் துறவி சீனம் சென்று தியான பௌத்தம் என்ற ஷான் பௌத்தத்தைப் பரப்பினார். இதுவே இன்று சென் பௌத்தம் என்று ஜப்பானில் தனிச் சிறப்புப் பெற்று விளங்குகின்றது.

மாபெரும் இலக்கியப் படைப்புக்கள் தமிழில் தோன்றின. தமிழகத்தில் எண்ணூறு ஆண்டுகளுக்கு அதிகமான காலம் இவ்வாறு அமைதி தவழ்ந்தது.

பாண்டியர் பகை

பாண்டியர்கள் சோழரிடம் இருந்த மேலாண்மை உரிமையைப் பறித்து மதுரையைத் தலைநகராகக் கொண்டும், வீரதவளப் பட்டணத்தை இரண்டாம் தலைநகராகக் கொண்டும் ஆட்சி புரிந்தனர். பாண்டியப் பேரரசு, அரசுரிமை குறித்து ஏற்பட்ட பகைமையினால் ஒன்றுக்கு மேற்பட்ட மன்னரால் ஆளப்பட்டிருத்தல் வேண்டும்.

தமிழகத்தில் ஒன்றுக்கு மேற்பட்ட மன்னர்கள் ஆண்டதாக மார்க்கோ போலோவும் (கி.பி.*1234-1324*) கூறுகின்றார். மாலிக் காபூரின் படையெடுப்பிற்குச் சற்று முற்பட்ட கல்வெட்டுச் சான்றும் மேற்சொன்ன நிலையை உறுதிப்படுத்துகின்றது.

''இவ்வைந்து (பாண்டிய) இளவரசர்களும் பேரரசின் சில பகுதி மீது தாமே தன்னிச்சையாக ஒவ்வொருவரும் ஆட்சி செலுத்தினர். இருப்பினும் அவர்களுள் ஆற்றல் மிகுந்த ஒருவரை நாட்டின் உயர் முதன்மையான வேந்தராக அவர்கள் ஏற்றுக் கொண்டனர். அவர் மட்டுமே முடிசூட்டிக் கொண்டிருக்கலாம். பேரரசின் பொதுவான கொள்கைளை வகுத்து நடத்திச் செல்லும் உரிமை அவருக்கு மட்டுமே இருந்தது,'' என்று டாக்டர் வெங்கடரமணய்யா கொண்ட கருத்து ஏற்புடைத்தாகும்.

இவ்வாறு இருந்து வந்த பாண்டிய அரசிற்குள் அரசுரிமை குறித்துப் பூசல் எழுந்ததுமே, அதற்குத் தொல்லைகள் மூண்டுவிட்டன.

வீர பாண்டியன்

மாறவர்மன் குலசேகர பாண்டியனுக்குச் சுந்தர பாண்டியன், வீரபாண்டியன் என்று இரண்டு மக்கள்; முன்னவர் பட்டத்தரசிக்குப் பிறந்தவர்; பின்னவர் காமக் கிழத்தியின் மகன்.

வீரபாண்டியன் அருந்திறன்களும், குறிப்பிடத்தக்க அறிவுக் கூர்மையும் உடையவராக இருந்தமையால், அவருக்கே ஆட்சியுரிமை என்று குலசேகரர் விதித்துவிட்டார்.

சுந்தர பாண்டியன்

சுந்தர பாண்டியன் கடுஞ்சினங் கொண்டு தன் தந்தையைக் கொன்று தானே முடிசூட்டிக் கொண்டார்.

இதனால் வீர பாண்டியனுக்கும் சுந்தர பாண்டியனுக்குமிடையே மதுரைக்கருகில் போர் மூண்டது. இந்நிகழ்ச்சிகள் பதினான்காம் நூற்றாண்டின் தொடக்கத்தில் நிகழ்ந்தன. வீர பாண்டியன் முதலில் வெற்றியடைய முடியாத போதிலும், இறுதியில் சுந்தர பாண்டியனை விரட்டிவிட்டு அரியணையைக் கைப்பற்றினார்.

இவ்வாறு தோற்றுப்போன சுந்தர பாண்டியன் டெல்லியில் புகலடைந்தார் என்று ஒருசாரார் கூறுவர். ஆனால் டெல்லிச் சுல்தானின் தளபதியான மாலிக் காபூர் நடத்திய படையெடுப்புச் சந்தர்ப்ப சூழ்நிலையால் நிகழ்ந்தது என்றும், அந்த முஸ்லிம் படையெடுப்பாளருக்குச் சுந்தர பாண்டியன் மீதோ, வீர பாண்டியன் மீதோ அக்கறை இருக்கவில்லை என்றும், அவருக்கு அவ்விரு வேந்தரிடமிருந்த திரண்ட செல்வத்தின் மீதுதான் கண் இருந்தது என்றும் கொள்வாருமுளர்.

மாலிக் காபூர்

மாலிக் காபூர் வடக்கே டெல்லியிலிருந்து வந்து யாதவர் தலைநகரான தேவகிரியில் தங்கியிருந்தார். அவர் யாதவ மன்னரான இராம தேவனிடமிருந்து தென்னாட்டுப் போருக்கு வேண்டிய பொருளனைத்தையும் திரட்டிக் கொண்டு தெற்கே புறப்பட்டார். அவருக்கு இராமதேவனின் தளவாயான பரசுராமன் வழிகாட்டினார். பரசுராமன் முஸ்லிம் படையினரை யாதவர் நாட்டிலிருந்து மிகவும் பத்திரமாக வெளியே கொண்டுவிட்டு வருமாறு இராமதேவன் அவருக்கு ஆணையிட்டிருந்தார்.

யாதவர்-போசளர் பகை

யாதவ வேந்தர் இராமதேவனுக்கு மூன்றாம் வீர வல்லாளரின் மீது ஆழ்ந்த மனக் கசப்பு இருந்தமையால், மாலிக் காபூர் துவார சமுத்திரத்தின் மீது படையெடுப்பதற்கு வேண்டிய உதவிகளனைத்தையும் செய்தார் என்று டாக்டர் வெங்கடராமணய்யா கூறுகின்றார்.

மாலிக் காபூர் துவார சமுத்திரத்தைத் தாக்கிய நேரத்தில் வீரவல்லாளன் அங்கே இல்லை. சுந்தர பாண்டியனுக்கும், வீர பாண்டியனுக்குமிடையில் ஏற்பட்ட சண்டையினால் உண்டான குழப்ப நிலையைத் தனக்குச் சாதகமாகப் பயன்படுத்திக் கொள்வதற்காக, அவர் தென்னாட்டில் முயன்று கொண்டிருந்தார். பாண்டிய அரசினுள் உட்பகை வெடித்ததைத் தனது தந்தையின் உடன் பிறப்பும், பாட்டனாரும் இழந்த பகுதிகளை மீண்டும் அடைவதற்குச் சாதகமான வாய்ப்பு என்று வீர வல்லாளன் கருதியிருக்க வேண்டும்.

மாலிக் காபூர் 1311 பிப்ரவரியில் துவார சமுத்திரத்திற்குள் நுழைந்தார். அவர் வழியெல்லாம் மாபெரும் அழிவை உண்டாக்கிக் கொண்டே வந்தார்.

தமிழ்நாட்டிலிருந்து விரைந்து திரும்பி வந்த வீர வல்லாளர் இந்த முஸ்லிம் படையெடுப்பாளரை எதிர்த்து வலுவாக நிற்க முடியவில்லை. மாலிக் காபூரின் படை வலிமைக்கு முன்னர் தனது படையினால் நிற்க முடியாது என்பதை அறிந்து, வீர வல்லாளர் அவருடன் சந்து செய்துகொள்ள முன்வந்தார். மாலிக் காபூர் விதித்த அவமான கரமான நிபந்தனைகளையெல்லாம் ஒப்புக்கொண்டார். மாலிக் காபூர் தென்பாண்டிச் சீமை நோக்கி நடத்திய படையெடுப்பில் அவருக்குத் துணையாக இருக்க அவ்வீர வல்லாளர் ஒப்பினார்.

பாண்டிய நாட்டில் மாலிக்

மாலிக் காபூர் பாண்டிய நாட்டின் எல்லையை 1311 மார்ச்சு 15 ஆம் தேதியன்று அடைந்தார். வீர பாண்டியனோ யாதவ இராம தேவனையும், போசள வீர வல்லாளனையும் போல் நடந்து கொள்ளவில்லை. எதிரியிடம் அடங்கிப் பணிந்து போவதை விடத் துணிந்து போரிடுவதென்று வீர பாண்டியன் எதிரியுடன் பொருதினார். அவர் தன் வலிமையைக் கூட்டி போர் புரிந்தார்; எதிரி முன்னேறுகிறான் என்பதை வீர பாண்டியன் அறிந்ததும் பாதுகாப்பைக் கருதிக் களத்தினின்றும் நீங்கினார். அவர் தண்டு இறங்கியிருந்த வீரதவளப் பட்டணத்திலிருந்து தப்பிச் சென்றார். இது மாலிக் காபூருக்குக் கடுஞ்சீற்றத்தை உண்டாக்கியது.

வீர பாண்டியன் தன்னை ஏமாற்றிவிட்டார் என்பதை மாலிக் காபூர் அறிந்ததும் கண்ணனூர் செல்வதென்று தன் படையின் ஒரு பிரிவுடன் அங்கு புறப்பட்டார். வீர பாண்டியன் அங்கிருந்தும் நழுவினர். எனவே வீர பாண்டியனும் மாலிக்கும் இவ்வாறு மறைவதும், தேடுவதுமாக இருந்தனர்.

மாலிக் காபூர் கொள்ளை

வீர பாண்டியன் 120 யானைகள் மீது பொன் முதலிய பல பொருள்களை ஏற்றிக் கொண்டு போனாலும், யானைகள் மாலிக் காபூரின் கைப்பட்டன.

அவர் வீர பாண்டியனைத் தேடியலுத்துப் போனார். எனவே அவர் எதற்காகப் படை கொண்டுவந்தாரோ அதன்மீது, அதாவது கொள்ளையடிப்பதன்மீது கவனம் செலுத்தலானார். அவர் கண்ணனூரிலிருந்து காஞ்சிக்குச் சென்றார்; அம்மாபெரும் நகரத்தின் கோயில்களனைத்தையும் நாசம் செய்தார். அவர் கோயில்களைக் கொள்ளையடித்து முடிந்ததும், வீரதவளப் பட்டணத்திலிருந்த தனது படைகளிடம் திரும்பிச் சென்றார்.

மதுரை மீது தாக்குதல்

மாலிக் காபூர் பாண்டியரின் இரண்டாவது தலைநகரான வீரதவளப் பட்டணத்திலிருந்து கொண்டு, மதுரையை ஆண்டு கொண்டிருந்த சுந்தர பாண்டியனை எதிர்பாராத விதமாகத் தாக்குவதென்று கருத்துக் கொண்டிருந்தார். சுந்தர பாண்டியன் இதை முன்கூட்டி அறிந்து கொண்டார். அவர் மிகுந்த எச்சரிக்கையோடு இரண்டு கோயில் யானைகளை மட்டும் நகரத்தில் விட்டுவிட்டுத் தன் குடும்பத்தாருடன் ஊரை விட்டு வெளியேறினார்.

மீண்டும் மாலிக் காபூர் கொள்ளை

எனவே மதுரைத் தாக்குதலும் திட்டமிட்டும் தவறிப்போன முதல்தரமான பயனற்ற தாக்குதலாக முடிந்தது. அவரால் கோயிலுக்கு மட்டுமே தீ வைக்க முடிந்தது. மதுரை தனது நாட்டிலிருந்து வெகுதொலைவில் உள்ளதாகவும், நெடுங்காலம் தங்குவதற்கு அது பாதுகாப்பான இடமல்லவென்றும், மாலிக் காபூருக்குத் தோன்றியது. அவர் மதுரையில் இருந்தால் பாண்டியரின் தாக்குதலை எப்போதும் எதிர்பார்த்தே இருக்க வேண்டும்.

பாண்டியர் ஒற்றுமை

பாண்டிய மன்னர்கள் இந்த ஆபத்தான வேளையில் தமது சொந்தப் பகையை

மறந்து ஒன்று சேர்ந்து கொண்டு, வீர பாண்டியனின் தலைமையில் முஸ்லிம்களைத் தாக்கலாயினர். இம்முறை மாலிக் காபூர் பலத்த தோல்வி அடைந்தார்.

அதனால் அவர் அவசர அவசரமாகப் பின்வாங்கி ஓட நேர்ந்தது. ஆனால் அவர் இக்குறுகிய காலத்திற்குள் தென்னிந்தியாவில் கற்பனையை மிஞ்சும் வகையில் பல கொள்ளைகளை நடத்தினார். இக்கொள்ளைகளினால் பெரிதும் திரண்ட செல்வத்தைக் திரட்டியிருந்தார்.

மாலிக் காபூர் கோயில்களில் அடித்த கொள்ளைப் பொருள்களோடு, சுந்தர பாண்டியன், வீர பாண்டியன், தந்தையான குலசேகர பாண்டியன் ஈட்டி வைத்திருந்த 9000 மணங்கு எடையுள்ள பொன்னையும் பிற செல்வங்களையும் யானை, குதிரைகள் மீது ஏற்றிச் சென்றார். துணிமணிகள் அடங்கிய பெட்டிகள் ஏராளம்: அவர் 612 யானைகளையும், 96,000 குதிரைகளையும் தன்னுடன் கொண்டு சென்றார் என்று அவர் காலத்து அரபு வரலாற்றாசிரியான வாசஃபு, அமீர் குஸ்ரூ ஆகியோர் எழுதி வைத்துள்ளனர்.

மாலிக் காபூர் நடத்திய இத்தாக்குதலின் முக்கியத்துவம் வரலாற்றாசிரியர் பலரால் மிகைப்படுத்தப்பட்டது என்று கருதுவார் உள்ர். அவரது படையெடுப்பில் அரசியல் முக்கியத்துவம் எதுவும் இல்லையெனினும், அது கற்பனையை மிஞ்சும் வகையில் பெரும் நாசத்தை விளைவித்த இராணுவத் தாக்குதல் என்று கொள்ளலாம்.

மதுரையில் சுல்தான் ஆட்சி

மாலிக் காபூரின் படையெடுப்பின் விளைவாகத் தென்னாட்டில் தொல்லைகள் தொடரலாயின. டெல்லியில் கியாசுதீன் துக்ளக்கின் ஆட்சிக்காலத்தில், முஸ்லிம்கள் தென்னாட்டின்மீது 1323 ஆம் ஆண்டு மற்றொரு படையெடுப்பை நடத்தினர். அப்போது, வெகுதொலைவிலிருந்து வந்து, இந்த மதுரையில் டெல்லிப் பேரரசின் அரசப் பிரதிநிதிகளை நிறுவுவதில் முஸ்லிம்கள் வெற்றி கண்டனர். இந்த அரசப் பிரதிநித்துவ ஆட்சி 1333 வரை நடந்தது.

தமிழ்நாடு முழுவதும் ஆங்காங்கே முசல்மான்களின் பாதுகாப்புப் படை நிறுத்தப் பட்டிருந்தது. தென்னாட்டு அரசுகளனைத்தும் இந்தப் பதினான்காம் நூற்றாண்டின் முதற்பாதியில் ஒழிந்தன. மூன்றாம் வீர வல்லாளன் மட்டுமே டெல்லிச் சுல்தான் ஆட்சிக்குட்பட்ட உரிமையுடைய மன்னராக இருந்து வந்தார்.

பஞ்சாப் முதல் குமரிமுனை வரையிலும் இந்தியா முகமது துக்ளக்கின் ஆட்சியில் அடங்கிற்று. அதனால்தான் முகமது துக்ளக் டெல்லியிலிருந்த தலைநகரை 1327 ஆம் ஆண்டு தேவகிரிக்கு மாற்றினார். அது பல சிக்கல்களை ஏற்படுத்தியமையால் தலைநகரம் 1329 ஆம் ஆண்டு மீண்டும் டெல்லிக்கே சென்றது.

ஜலாலுதீன் அஹ்சன் ஷா டெல்லிக்கும், மதுரைக்குமிடையிலிருந்த தொலைவைத் தனக்குச் சாதகமாக்கிக் கொண்டு, 1333 ஆம் ஆண்டு அரசப் பிரதிநிதித்துவ ஆட்சியை ஒழித்துவிட்டுத் தானே மதுரைக்கு அரசனாகிவிட்டார். இவரது ஆட்சி ஐந்தாண்டுக் காலம் நடந்து முடிந்த பின்னர் இவரையடுத்துப் பல சுல்தான்கள் ஆட்சிக்கு வந்தனர்.

மதுரைச் சுல்தான்களின் இந்த ஆட்சியின்போது மக்கள் பட்ட அல்லல்கள், குறிப்பாக முஸ்லிமல்லாதார் பட்ட துன்பங்கள், இந்து, முஸ்லிம் வரலாற்றாசிரியர் இருபாலராலும் விவரிக்கப்படுகின்றன. மூர் பயணியான இபின் படூடா (1304-1368)

எழுதி வைத்திருக்கும் பயங்கரமான செய்திகளையும் கம்பணன் மனைவி கங்கா தேவி சம்ஸ்கிருதத்தில் எழுதியுள்ள ''மதுரா விஜயம்'' என்ற நூலில் கூறப்பட்டுள்ளவற்றையும் படித்தாலே போதும். இக்காலத்தில் நடந்த கொடுமைகளை இராசநாராயண சம்புவராயரின் ஏழாம் ஆட்சியாண்டுக் கல்வெட்டும் விவரிக்கின்றது.

கோவை கிழார் எழுதிய கொங்கு நாட்டு வரலாறும், புலவர் குழந்தை ''அரசியலரங்கம்'' என்ற நூலில் ''முகமதிய ஆட்சி'' பற்றி எழுதியுள்ள பகுதியும் அக்கால கட்டத்தை நமது மனக்கண் முன் கொண்டுவந்து நிறுத்துகின்றன.

ஓவியச் சிற்ப வுறையுளாய்-வான்
ஓங்கிய கோயில்கள் பாழ்படக்
கூவி யழக்கொல் கொடியர்போல்-வெறி
கொண்டே யிடித்து நொறுக்கினர்.
அம்மத மாற மறுத்தவர்-தமை
ஆடு குட்டிகளைப் போலவே
தம்மனம் போலக் கொடியவர்-துயர்
தாங் கொணா வன் கொலை செய்தனர்.
கண்களைத் தோண்டி யெடுத்தனர்-அந்தோ
கா தொடு மூக்கை யறுத்தனர்
புண்களில் தீக்கோல் புதைத்தனர் -உயிர்
போகும் வரையும் வதைத்தனர்.
கட்டி வெயிலில் கிடத்தினர் -நகக்
கண்களில் ஊசி கடத்தினர்.
கட்டையில் வைத்தெரி மூட்டினர்-உந்தியில்
கம்பியை விட்டுமே ஆட்டினர்.
கன்னெஞ்சர் என்பதைக் காட்டவே-பசுந்
தாய்போலும் செந்தமிழ்ச் சேய்களை
வன்னெஞ்ச முள்ள கொடியவர்-தாயின்
மார்பில் கிடத்தியே கொன்றனர்.

விசயநகர் தோற்றம்

தக்காணத்திலிருந்த யாதவர், காகதியர் முதலிய இந்து அரசுகள் சரிந்து 1347 இல் பாமினி அரசு மலர்வதற்கு இடமளித்தன. இவ்வாறு வட இந்தியாவிலும், தக்காணத்திலும் முஸ்லிம் ஆட்சி பரவி நிலைபெறவே இந்து அரச குடியினர்களுக்கும் அவர்களின் உரிமைக்கும் எஞ்சிய நிலப்பரப்பு ஆந்திரமும் தமிழகமுமே ஆயின.

விசயநகர அரச குடியைத் தோற்றுவித்தவர்கள் ஐந்து சகோதரர் என்பர். அவர்கள் போசள மரபினர் என்றும் மதுரையில் சுல்தான்களை எதிர்த்து முதிய வயதில் பெரு வீரத்தோடு போராடித் தோல் உரிக்கப்பட்டு உயிர் நீத்த மூன்றாம் வீர வல்லாளன் என்ற போசள மன்னருக்குக் கப்பம் கட்டும் சிற்றரசர்களாக இருந்து, அவர் இறந்தபின் விசயநகரத்தில் நிறுவப்பட்ட விசய நகர அரசை ஏற்று இந்தியாவின் தென்பகுதியில், இஸ்லாமியரை வேரறுக்கும் வீரத் தலைவர்கள் என்றும், காகதிய மரபினர் என்றும், பிறவாறும் கூறுகின்றனர்.

சங்கமன் என்றவரின் இவ்வைந்து மக்களில் அரிகரன் மூத்தமகன்; புக்கன் மூன்றாவது மகனாவார். மற்ற மூவர் கம்பணன், மாரப்பன், முத்தன் என்போர். அரிகரனும், புக்கனும் காகதிய மன்னரான இரண்டாம் பிரதாபருத்திரனிடம் கருவூல அதிகாரிகளாயிருந்தனர். காகதிய அரசு 1322 இல் அழிவுற்றதும், காம்பிலி நாட்டுக்குச் சென்று, காம்பிலி தேவனிடம் பணியாற்றினர்.

காம்பிலி நாடு 1327 ஆம் ஆண்டு முகமது துக்ளக் என்ற டெல்லிச் சுல்தானால் கைப்பற்றப்பட்ட பொழுது, அரிகரனும், புக்கனும் சிறைப்பிடிக்கப்பட்டு டெல்லிக்குக் கொண்டு போகப்பட்டனர். அங்கு சுல்தானின் வற்புறுத்தலின் பேரில் அண்ணன், தம்பி இருவரும் இஸ்லாத்தைத் தழுவிச் சுல்தானின் அன்பிற்குரியவர்களாக இருந்து வந்தனர். அதனால்தான் காம்பிலியில் கிளர்ச்சி தோன்றியதும், அதை அடக்குவதற்காக இவ்விருவரையும் துக்ளக் அனுப்பி வைத்தார்.

சிருங்கேரி மடம்

இருவரும் காம்பிலியை அடைந்ததும், இஸ்லாமிய சமயத்தைக் கைவிட்டனர். நாட்டில் அமைதி நிலவச் செய்தனர். அவர்கள் தென்னாட்டில் இஸ்லாமிய நெறிக்கு எதிராகப் பணிபுரிய ஓர் அரசைத் தோற்றுவிக்க எண்ணினர். அதற்கு வித்தியாதரர் என்ற பெரியார் மக்களின் ஆதரவைத் திரட்டித் தருவதற்கு முன்வந்தார்.

மாதவர் என்ற இந்த வித்தியாதரர் வேதங்களுக்கு உரை எழுதிய சாயனரின் உடன் பிறந்தவர். அவர் தமது 36 ஆம் பருவத்தில் 1331 ஆம் ஆண்டு சிருங்கேரி மடாதிப தியாய்ச் சங்கரகுரு பீடத்தில் அமர்ந்து 1336 ஆம் ஆண்டுவரை அப்பீடத்தைப் பொலியச் செய்தவராவார்.

வித்தியாதரர் அளித்த உதவியைக் கொண்டு அரிகரனும், புக்கனும் டெல்லி ஆட்சியின் மேலுரிமையை வீசியெறிந்து விட்டு மேலே எழலாயினர்.

விசய நகர்

துங்கபத்திரை ஆற்றின் கரையில் பம்பா ஆறு கூடுமிடத்தில் ஆனைகுந்திக்கு எதிரில், வித்தியாரணியநகர் என்னும் பெயரில் அவர்கள் தமது தலைநகரத்தை அமைந்தனர். அது பின்னர் வெற்றி நகர் என்னும் பொருளைத் தரும் விசயநகர் என்னும் பெயருடன் விளங்குகின்றது. அரிகரன் 1336 ஆம் ஆண்டு ஏப்ரல் 18 ஆம் தேதியன்று முடிசூட்டிக் கொண்டார். இதுதான் விசயநகரப் பேரரசு தொடங்கிய நாளாகும். அந்நகரின் இறைவர் பெயர் விருப்பாட்சர்.

தக்காணத்தில் முஸ்லிம் அரசுகள்

டெல்லிச் சுல்தான்கள் தமது பேரரசின் மாநிலங்களில் வரி வாங்கிப் பேரரசிற்கு அனுப்பும் பொறுப்பை ''நூற்றுவர்'' என்ற அலுவலரிடம் ஒப்படைத்திருந்தனர். முகமது துக்ளக்கின் ஆட்சி இறுதிக் காலத்தில், மாளவத்தில் இருந்து வந்த ''நூற்றுவர்'' வரிதண்டி அனுப்பாத குற்றத்திற்காகக் கொலைத் தண்டனைக்கு ஆளாயினர்.

இதையறிந்த தக்காணத்துத் தேவகிரி நூற்றுவர் டெல்லிப் பேரரசிற்கு எதிராகக் கிளர்ந்தெழுந்து, மாநில ஆட்சித் தலைவரைக் கொன்று, இஸ்மாயில் என்றவரைத் தென் மாநில மன்னராக்கினர்.

முகமது துக்ளக் தானே நேரில் சென்று இக்கிளர்ச்சிக்காரர் அனைவரையும் சிறைப்படுத்தித் தலைநகரம் மீண்டார். சிறைப்பட்டவர் ஒன்றுபட்ட முயற்சியினால் சிறையிலிருந்து வெளியேறினர்.

துக்ளக் குஜராதில் நடந்த கிளர்ச்சியை அடக்கச் சென்றிருந்தபோது, நூற்றுவரைச் சிறையிலிருந்து மீட்கும் முயற்சியில் தலைமை ஏற்றிருந்த அசன் சங்கு என்றவர் பெரும் படையைத் திரட்டிச் சென்று பேரரசுப் படையை முறியடித்தார். அவர் 1347 ஆம் ஆண்டு தன்னைத் தக்காணத்தின் மன்னராக்கிக் கொண்டார். அவர் அரியணை ஏறியதும் வைத்துக் கொண்ட அலாவுதீன் பாமினி என்ற ஷா அரசுரிமைப் பெயரால், அவரது குடிப் பெயரான பாமினி வழங்கலானது.

அக்குடியினர் 1347 தொடங்கி 1527 வரை பதினேழு பேர் ஆண்டனர். அப்பேரரசு முழு வளர்ச்சியடைந்த கட்டத்தில், தென்னாட்டின் வடபகுதியில் மேல் கடலிலிருந்து கீழ் கடல் வரை பரவியிருந்தது.

பாமினி குடியின் பதின்மூன்றாவது சுல்தானாகிய மாமூது (1482-1518) ஆட்சி முடிந்ததும், அவரது மக்களில் நால்வர் 1518 முதல் 1527 வரை ஒன்பதாண்டுகள் அர சோச்சியதுடன் பாமினி குடியின் ஆட்சி முடிந்தது.

ஐந்து முஸ்லிம் அரசுகள்

பாமினி அரசின் அழிவிலிருந்து ஐந்து முஸ்லிம் தனியரசுகள் தோன்றின:

பிஜப்பூர் (விசயபுரி) (1490-1690);
கோல்கொண்டா (1512-1672);
அகமது நகர் (1490-1595);
பிதர் (1472-1609);
பேரார் (1485-1568)

இவ்வைந்து அரசுகளும் மிகவும் வலிமை வாய்ந்தனவாக இருந்தன. பாமினிப் பேரரசை ஒழித்த இம்மன்னர் ஐவரும் 1501 ஆம் ஆண்டு ஒன்று கூடி, ஒரு புது வகையான இஸ்லாமிய ஒருமைப்பாட்டை ஏற்படுத்தினர். அதாவது இவ்வைந்து சுல்தான்களும், பெருமக்களும், படைத்தலைவர்களும் ஆண்டில் ஒரு நாள் பிதர் நகரில் கூடவேண்டும். அத்திருநாளை ''இஸ்லாத்தின் தெய்வீகத் திருப்போர்'' நாள் என்று கொள்ள வேண்டும்.

ஆண்டுதோறும் அந்த ஒரு நாளிலேனும், இந்துப் பேரரசாகிய விசய நகரத்தைத் தாக்கி இஸ்லாம் வளர்க்க வேண்டுமென்று ஐந்து சுல்தான்களும் திட்டமிட்டனர். மேலும் விசயநகரத்தை மட்டுமன்றி மற்ற இந்து அரசுகளையும் ஒழித்து இந்நாட்டில் இஸ்லாமிய அரசை உண்டாக்க வேண்டுமென்பது அவர்களின் குறிக்கோளாயிருந்தது. எனவே இந்த ஏற்பாடானது உண்மையில் கொள்ளை, கொலைக்கும், பணம் பறிப்பதற்கும் 'ஓர் அரசியல் கூட்டு' ஏற்பாடாகத்தான் அமைந்தது.

பாமினிப் பேரரசும், அதன்பிறகு தோன்றிய இவ்வைந்து அரசுகளும் எப்போதும் விசய நகரப் பேரரசுடன் போராடிக் கொண்டே இருந்தன.

சம்புவராயர்கள்

தமிழகத்தின் வடக்கே இவ்வாறு சமய அடிப்படையில் அரசுகள் தோன்றி

வலுவடைந்து வருகையில், தமிழ்நாட்டில் மக்கள் வாழ்வில் அமைதி இழந்திருந்தனர். முஸ்லிம் படையெடுப்பினால் பல்வேறு சமூக, பொருளாதார அரசியல் சிக்கல்கள் தோன்றியிருந்தன. மக்கள் ஓரிடத்திலிருந்து, மற்றோரிடத்திற்குக் குடிபெயர்வது நாட்டு நடப்பாகியது. ஓர் ஊரிலிருந்து மக்கள் வெளியேறுவதும் மற்ற ஊரில் மக்கள் மிகுவதும் கடினமான இடுக்கண்களை உண்டாக்கியது.

தொண்டை மண்டலப் பகுதியில் முஸ்லிம் இருப்பாட்சி எத்தகையது என்பது நமக்குப் புலனாகவில்லை. சோழப் போரசு சீர்குலைந்த பிறகு, கா வராயர்களைப் போன்று சம்புவராயர்களும் சிறிது காலம் பாண்டியப் பேரரசிற்கு அடங்கியிருந்துவிட்டுத் தமக்கென்று சுதந்திரமான சிறு நிலப்பரப்பை அரசாக்கிக் கொண்டனர். கி.பி.1278 க்கும் 1304 ஆம் ஆண்டிற்கும் இடைப்பட்ட காலத்தவர் என்று குறிக்கத்தக்க குலசேகரச் சம்புவராயரை முதற் சம்புவராயர் எனலாம். இவரது கல்வெட்டுக்களில் இவர் ஆட்சிக்கு வந்த காலம் பொறிக்கப்பட்டுள்ளது.

வீர சம்பர்

குலசேகரருக்கும் வீர சம்பருக்கும் உள்ள உறவு என்னவென்பது நமக்குத் தெரிய வில்லையெனினும், குறுநில மன்னரான சம்புவராயர்கள் தமது மூத்த மகனுக்குத் தமது பேரரசர்களின் பெயரை வைப்பது என்று கொண்டிருந்த வழக்கத்தை வைத்துப்பார்க்கும் போது, வீர சம்பர் குலசேகரரின் மகனாக இருக்கலாம் எனலாம்.

வீர சம்பர் தென்னிந்திய வரலாற்றில், அல்ல இந்திய வரலாற்றிலேயே மிகவும் குழப்பமான காலத்தில் வாழ்ந்திருக்கின்றார். வட இந்தியா கில்ஜி பேரரசில் அடங்கியிருந்தது. தென்னிந்தியா இக்காலத்தில் முதன்முறையாக முஸ்லிம் படையெடுப்பாளரின் தாக்குதலுக்கு வளைந்து கொடுக்க நேர்ந்தது.

வென்று மண்கொண்டான்

மாலிக் காபூர் தலைமையில் வந்த படையெடுப்பாளர் செய்த கொடூரமான அட்டுழியங்களில் பலவற்றை வீர சம்பர் பார்த்திருக்கும் சாத்தியக் கூறுகள் உள்ளன.

வீர சம்பர் படையெடுத்து வந்தவர்களின் முன்னேற்றத்தைத் தடுத்து நிறுத்துவதற்காக எதையும் செய்ததாகச் சான்று இல்லை. வீர சம்பரையடுத்து ஏகாம்பர சம்புவராயர் என்ற வென்று மண்கொண்டார் ஆட்சிக்கு வந்தார். அவர் தன் பெயரைவிட இப்பட்டப் பெயரால்தான் நன்கு அறியப்படுகின்றார். அவர் ஆட்சிக்கு வந்ததுமே வென்று மண்கொண்டான் என்ற பட்டத்தை வைத்துக் கொண்டார்.

காகதியர் படைத்தலைவரான மூப்பிடி நாயக்கன் காஞ்சி நகரத்தைக் கேரள மன்னனான இரவி வர்மனிடமிருந்து கைப்பற்றி வைத்திருந்தார். வென்று மண்கொண்டார் மூப்பிடி நாயக்கனிடமிருந்து காஞ்சியைக் கைப்பற்றியதால் ''வென்று மண் கொண்டான்'' என்று பெயர் பெற்றிருக்கலாம் என்று தெரிகின்றது.

வென்று மண் கொண்டானின் ஆட்சி *1322* இல் தொடங்கியது; முதலிரண்டாண்டுக் காலத்தில் குறிப்பிடத்தக்க நிகழ்ச்சி எதுவுமின்றி முடிந்தது; ஆனால் அவரது ஆட்சி தொடங்கிய மூன்றாவது ஆண்டிலிருந்து பதினான்காம் ஆண்டு வரையிலும், அதாவது *1325-36* வரை எதுவும் நமக்குத் தெரியவரவில்லை. இதற்கான காரணத்தை நாம் வேறெங்கும் தேடித் திரிய வேண்டாம்.

முஸ்லிம்கள் *1323* இல் தமிழ்நாட்டின் தென்பகுதியை ஆக்கிரமித்திருந்தனர். முஸ்லிம் படையெடுப்பின்போது நிகழ்ந்த கொடுஞ்செயல்கள் தொண்டை மண்டலம் வரையிலும் பரவியிருந்தன. வென்று மண் கொண்டான் ஆட்சிக்கு வந்த பதினான்காம் ஆண்டுக் கல்வெட்டு ஒன்று முஸ்லிம்கள் செய்த பேரழிவைத் குறிப்பிடுகின்றது.

அவர் தனது ஆட்சியை மீண்டும் *1335-36* ஆம் ஆண்டில் தொடர முடிந்தது என்பதிலிருந்து, மதுரை, திருச்சிராப்பள்ளி, தஞ்சாவூர் மாவட்டங்களைப் போன்று, தொண்டை மண்டலம் முஸ்லிம் ஆட்சியில் வரவில்லை என்பது தெரிகின்றது.

தென்னார்க்காட்டு மாவட்டத்திற்குத் தெற்கிலிருந்த தமிழ்நாடு மிகவும் கொடுமையான அரசியல் சோதனையை அனுபவித்துக் கொண்டிருந்த போது, தொண்டை மண்டலம் அமைதியில் திளைத்திருந்தது; அங்கு சீரமைப்புப் பணிகள் நடந்து கொண்டிருந்தன; இவ்வாறு இங்கு இயல்பான நிலையை உண்டாக்கிய பெருமைவென்று மண்கொண்டானையே சேரும்.

பிற சம்புவராயர்கள்

வென்று மண்கொண்டானுக்குப் பிறகு, அவருடைய மகன் இராசநாராயணன் ஆட்சிக்கு வந்தார். அவர் சம்புவராய குடிமன்னர்களிலேயே மா பெரியவர். அவரது ஆட்சிக் காலத்தில் தான் சம்புவராயர் குடி வலிமையிலும், மேன்மையிலும் உயர்ந்து விளங்கிற்று.

அந்த ஆட்சியில் வடார்க்காடு, செங்கற்பட்டுக் கோட்டங்கள் முழுமையும், தென்னார்க்காட்டில் ஒரு பகுதியும் அடங்கியிருந்தன.

இராசநாராயணனின் கல்வெட்டுக்களை வைத்துச் சோதிட முறையில் கணித்ததில், அவர் *1338-39* ஆம் ஆண்டு அரியணை ஏறினார் என்பது தெளிவாகியது.

இராசநாராயணன் தன் தந்தை வென்று மண்கொண்டான் இறந்ததும் ஈமச்சடங்குகளைச் செய்தார்.

தந்தையின் சாம்பலைக் கங்கையில் கரைக்கவும், கயையில் சிரார்த்தம் பண்ணுவதற்கும் ஏற்பாடுகள் செய்தார். அவரது 32 ஆவது ஆட்சியாண்டில் பொறிக்கப்பட்ட கல்வெட்டில் இச்செய்தி காணப்படுகின்றது. குட்டியம் என்ற இராசநாராயணபுரம் இறையிலியாகக் காசி சென்று வந்தமைக்காக எலும்போடன் என்றவருக்கு அளிக்கப்பட்டது.

அவர் தன் அரண்மனைக் காவலரான அகம்படி முதலியாரைக் காசிக்கு அனுப்பித் தந்தையின் சாம்பலைக் கரைத்து வர அனுப்பினார். அந்த முதலியாரின் பெயர் எலும்போடன் கங்கையாடி மாதவ ராயன். இது அவர் கங்கை சென்று வந்தபின் வைத்துக்கொண்ட பெயர் என்பது தெரிகின்றது.

இராச நாராயணன் மதுரையில் நடந்த சுல்தான் ஆட்சியுடன் என்ன தொடர்பு கொண்டிருந்தார் என்பது தெரியவில்லை. மதுரைச் சுல்தான் ஆட்சி சிதம்பரம் வரை நீண்டிருந்தது. இந்நிலையில் மதுரையும், காஞ்சியும் எப்படி ஒன்றுடனொன்று சமாதானமாயிருந்தது என்பது மர்மமாயிருக்கின்றது.

தலையிடாததேன்?

இராச நாராயணன் தெற்கில் போர்கள் நிகழ்ந்த போது, அவற்றில் தலையிடாதிருந்தது வியப்பூட்டுகின்றது. போசள மன்னர் மூன்றாம் வீர வல்லாளருக்கும், மதுரைச் சுல்தானுக்குமிடையே கண்ணனூர்க் கொப்பத்தில் நடந்த பெரும்போரில் வீர வல்லாளர் தோற்றார். முதியவரான வீர வல்லாளரை உயிருடன் தோலையுரித்து, உரித்த திருமேனியாகவே, அத்திருமேனியை மதுரை நகர்க்கோட்டை வாயிலில் மதுரைச் சுல்தானான கியாசுதீன் *(1341-1344)* தொங்கவிட்டார். ''தாய்நாட்டுக்காகவே உடல் பொருள் உயிர் அனைத்தையும் ஒப்படைத்த தியாக மூர்த்தியாகிய அம் மூன்றாம் வீர வல்லாளர் திருவுடல், செந்தமிழ் மதுரைத் திருமதில் வாயிலில் தொங்கிக்கொண்டிருந்ததை, *1342*-இல் பார்த்ததாக இபின் படூடா குறிப்பிட்டுள்ளார்'' என்று புலவர் குழந்தை தமது ''கொங்கு நாடு'' என்ற நூலில் குறிப்பிடுகின்றார்.

கடைசிப்போர்

கண்ணனூர்க் கொப்பத்தில் மூன்றாம் வீரவல்லாளர் நடத்திய இந்தப் போர்தான், தென்னிந்தியா மீது படையெடுத்து வந்தவர்களிடமிருந்து நாட்டைக் காப்பாற்றுவதற்காக நடந்து முடிந்த கடைசிப்போர் ஆகும். வீர வல்லாளரோடு இத்தென்னாட்டு அரசு ஒழிந்தது. இராச நாராயணன் தனிநல நோக்கங்களுக்காகத் ''தலையிடாக்'' கொள்கையைக் கடைப்பிடித்து, முதியவரான போசள மன்னர் தன்னந்தனியாக நின்று தமது எதிரியுடன் போராடட்டுமென்று விட்டிருப்பாரேயாகில், வரலாறு அதை அவருக்குச் சிறப்பென்று கூறாது - இவ்வாறு ''கங்கா தேவியின் மதுரா விஜயம்'' என்ற ஆங்கில நூலின் ஆசிரியரும், அதற்கு வரலாற்று முன்னுரை எழுதியவருமான எஸ்.திருவேங்கடாச்சாரி கூறுகின்றார்.

தொண்டை மண்டலத்தின்மீது விசயநகரப் படையெடுப்பு

தொண்டை மண்டலத்தை ஆண்ட முதலாம் வென்று மண்கொண்டான் (1322-39) கம்பணனால் வென்றடக்கப்பட்டார் என்று வரலாற்றாசிரியர் சிலர் நம்புவது சரியாக இருக்க முடியாது என்று எஸ்.திருவேங்கடாச்சாரி குறிப்பிடுகின்றார். ஏனெனில் கம்பணனின் மிக முந்திய கல்வெட்டு 1352 என்றுதான் காட்டுகின்றது. இந்த ஆண்டிற்கு முன்னர், கம்பணன் தொண்டை மண்டலத்தின்மீது படையெடுத்திருக்க முடியாது. வென்று மண்கொண்டான் அமைதியாக உயிர் நீத்தார்.

இராச நாராயணனின் ஆட்சி குறைந்தது 1359 வரை நீடித்திருக்கலாம் என்பது, அவரது இருபதாம் ஆட்சியாண்டின்போது நிறுவிய கல்வெட்டிலிருந்து தெரிகின்றது.

சாவண்ண உடையார்

முதலாம் கம்பணனின் மகனான சாவண்ண உடையாருக்குரிய பல கல்வெட்டுக்கள் தமிழ்நாட்டில் உள்ளன. அவர் தனது தந்தையை அடுத்து உதயகிரியில் அரசப் பிரதிநிதியானார். அவர் தன்னைக் ''கீழைக் கடல் துரை'' என்றழைத்துக் கொண்டார்.

கம்பணர் முஸ்லிம்களை வெற்றிகொள்ள வேண்டுமென்ற இலட்சியத்துடன் தெற்கில் படைகொண்டு வருமாறு செய்த அதே ஆவல்தான், அவர் மகனான சாவண்ண உடையாரும் கிளர்ந்தெழத் தூண்டியது. இச் செய்தி சாவண்ணரின் கல்வெட்டுக் களிலிருந்து தெரிகின்றது.

அவர் தெற்கே சம்புவராயருக்கு எதிராகச் சுமார் 1350-51 ஆம் ஆண்டு நடத்திய தொடக்க நிலைப் போரில் ஈடுபட்டுத் தன்னைச் ''சம்புவராய ஸ்தாபனானசாரிய'' என்று அழைத்துக் கொண்டார்.

கம்பணர் இம்முதற் போரில் கலந்துமிருக்கலாம்; பங்கேற்காமலும் இருக்கலாம். அவர் தன் படையை உதவிக்கு அனுப்பியிருக்கக் கூடும்.

விசயநகர ஆட்சிக்கு எதிர்ப்பு

சாவண்ண உடையார் இராச நாராயணன் மீது மேலாண்மை கொண்டு, தொண்டை மண்டலத்தை ஆண்டிருக்கலாம் என்று தோன்றுகின்றது. எனினும் விசய நகர ஆட்சியை எதிர்த்துக் குழப்பங்கள் நடந்தன என்று தெரிகின்றது. இராச நாராயணன் சுமார் 1352 வாக்கில் விசய நகர மேலாண்மையை ஏற்று அடங்கி நடந்த போதிலும், அவருடைய குடிமக்கள் தமது நாட்டை வென்றவர்களை அமைதியாக இருப்பதற்கு விடவில்லை என்பதைக் கல்வெட்டுச் சான்றுகள் பகர்கின்றன.

கம்பணன் படையெடுப்பும் வெற்றியும்

விசய நகரம் தொண்டை மண்டலப் பகுதி மீது இரண்டாவதாகவும், இறுதியாகவும், படையெடுக்க நேர்ந்ததற்கான காரணங்கள் குறித்துக் கல்வெட்டுக்களில் எந்தக் குறிப்பும் காணப்படவில்லை. சாவண்ண உடையாரின் ஆட்சிக் காலத்தில் மக்கள் உண்டாக்கிய குழப்பங்களிலிருந்து, மேலாண்மை அரசும், சிற்றரசும் ஒரே நேரத்தில் ஆட்சி செய்வது மதியூகமாகாது என்ற உண்மை வெளிப்பட்டது.

சிற்றரசராகி விட்டவர் மக்களின் அன்பிற்குரிய மன்னர்; அவரை வென்றடக்கிய மேலாண்மையாளரின் படை வலிமையைக் கண்டுதான் மக்கள் அவரைச் சகித்துக்கொண்டனர். எனவே அடிமை அரசரின் ஆட்சியை முற்றிலும் ஒழித்து விட்டால்தான், மேலாண்மைக்கு எதிராகக் கிளர்ச்சி எழாது என்று விசயநகர இளவரசரிடம் கூறப்பட்டிருக்க வேண்டும். அல்லது சம்புவராயரும், மதுரைச் சுல்தானும் ஓரணியில் சேர்ந்து விடக்கூடும் என்று அஞ்சியிருப்பரோ, என்று எஸ்.திருவேங்கடாச்சாரி கேட்கின்றார்.

மதுரை மீது படையெடுப்பதற்கு முன்னோட்டமாகத் தொண்டை மண்டலத்தில் சம்புவராயரின் ஆட்சியை ஒழித்தாக வேண்டும். ஏனெனில், இம்மாபெரும் படையெடுப்பை நடத்தி வெற்றிபெற வேண்டுமாயின், அதற்குத் தொண்டை மண்டல அரசரை நம்பி நிற்க முடியாது. எனவே மிகுந்த முன்னெச்சரிக்கை கொண்டு, கம்பணர் மதுரையை நோக்கிக் கிளம்பு முன்னர் சம்புவராயர் அரசைத் துடைத்தெடுப்பது குறித்து முடிவு கட்டியிருக்க வேண்டும்.

கம்பணர் மதுரை மீது பத்தாண்டுகள் கழித்துத்தான் அதாவது 1371 இல்தான் படையெடுத்தார் என்பதிலிருந்து, தான் வெற்றி கொண்ட பகுதிகளை நிலைப்படுத்தித் தனது புதிய குடிமக்களின் மனங்கவர்ந்த மன்னனாக வேண்டும் என்பதற்காகப் பெரிதும் முயன்றார் என்பது தெரிகின்றது.

கம்பணர் எப்போது படையெடுத்தார் என்பது நமக்குச் சரியாகத் தெரியவில்லை; இராச நாராயணன் 1362 இல் இறந்ததுமே அவர் புறப்பட்டிருக்கலாம். இப்படையெடுப்பு 1359 ஆம் ஆண்டிற்குப் பிறகு, இராச நாராயணன் ஆட்சியின் கடைசி ஆண்டில் நடந்திருக்க வேண்டும் என்பர். கம்பணரும், அவரது படைகளும் காஞ்சியில் சிறிது காலம் தங்கியிருந்தனர். அவர்கள் அப்போது தமது இறுதித் தாக்குதலுக்காகத் தம்மை ஆயத்தப்படுத்தியிருக்கலாம். அவர்கள் பின்னர் எவரும் புகமுடியாத இராச கம்பீரன் மலைக் கோட்டையைத் தாக்கினர். அழியா அரண் என்ற இந்தக் கோட்டையைத் தாக்கி விசயநகரப் படை சம்புவராயரை வெற்றி கண்டது.

சம்புவராயர் உயிர் துறந்ததும், தொண்டை மண்டலம் முழுமையும், விசய நகரத்தின் முல்பாகல் ஆட்சிப்பகுதியுடன் இணைக்கப்பட்டது. காஞ்சி முல்பாகல் ஆளுநரின் இரண்டாம் தலைநகராயிற்று.

மதுரை வெற்றி

கம்பணன் காலம் கனியட்டும் என்று காத்திருந்தவேளை, மதுரையின் கடைசிச் சுல்தானான குர்பாத்ஹசன் காங்கு ஆட்சிக்காலத்தில் வந்தது. அந்தச் சுல்தானுக்குத் தென்னிந்தியா பற்றிய எந்த முன் அனுபவமும் இல்லை. அவரை மதுரை அரியணையில் இருத்துவதற்காகத் தௌலதாபாதிலிருந்து கொண்டு வந்தனர். எனவே நசீருதீனுக்குப் பிறகு மதுரையை ஆள்வதற்குச் சரியான ஆள் இல்லை என்பது தெளிவு. அந்தப் பதவிக்குத் தகுந்த ஆளை அனுப்பிவைக்குமாறு டெல்லிக்கு வேண்டுகோள் விடுக்கவும் முடியாது. ஏனெனில் மதுரைச் சுல்தான்கள் டெல்லியுடனிருந்த தொடர்பைத் துண்டித்திருந்தனர். மதுரையை ஆண்ட முஸ்லிம்களுக்கருகில் வலிமைமிக்க இந்துவாகிய கம்பணர் இருந்தார். அவர்கள் கம்பணருக்கு எதிராகத் தம்மைக் காத்துக்கொள்ள வேண்டியிருந்தது.

இக்காலச் சூழலில் பாமினி, விசய நகர அரசுகள் ஒன்றையொன்று பகை நாடாகக் கொள்ளத் தொடங்கிவிட்டன. எனவே மதுரை முஸ்லிம்கள் தமக்கு அருகிலுள்ள விசய நகர அதிகாரத்தைப் பாமினி அரசின் உதவிபெற்று ஒழித்துவிடலாமென்று, அதனுடன் தொடர்புகொள்ள விரும்பினர்.

ஒருவகையில் பார்த்தால் குர்பாத்தை மதுரை அரியணையில் ஏற்றுவதற்குத் தேர்ந்தெடுத்து உயர்த்திய செயலானது, மதுரையில் பாமினி ஆட்சியை நிறுவியதாகும் எனலாம்.

குர்பாத் ஆட்சியை மக்கள் விரும்பவில்லை. அவர் தனது மடத்தனமான, மோசமான செயல்களினால் மக்களின் வெறுப்புக்கு ஆளானார். அவர் அரசவைக்குப் பெண்கள் அணியும் நகைகளனைத்தையும் கைகளிலும், கால்களிலும், கழுத்திலும் அணிந்துகொண்டு அரசவைக்கு வந்தார். அவர் கீழ்த்தரமான... செயல்களில் ஈடுபட்டார்...''சுல்தான் நெறிகெட்டவர்; ஒழுக்கமில்லாதவர்'' என்பதை இஸ்லாமிய வரலாற்றாசிரியர்கள் இவ்வாறு இலைமறை காயெனக் குறிப்பிடுகின்றனர்.

கம்பணர் இச் சந்தர்ப்பத்தைப் பயன்படுத்திக்கொண்டு 1371-ஆம் ஆண்டிற்குச் சற்று முன்னர் மதுரைமீது படையெடுத்தார். கம்பணரிடம் நன்கு பயற்சி பெற்ற யானைகள் உட்படப் பெரும்படை இருந்தது.

இரு தரப்பினருக்குமிடையே கடும் போர் நிகழ்ந்தது; கம்பணரும், குர்பாத்தும் கோட்டைக்கு வெளியே போர் செய்து கொண்டிருந்தபோது, முஸ்லிம்கள் கோட்டைக்குள் புகுந்து கதவுகளை அடைத்துத் கொண்டனர் என்று தோன்றுகின்றது. சுல்தான் களத்தில் வீழ்ந்து பட்டதும். விசய நகரப் படை கோட்டையை நோக்கி முன்னேறியது. அவர்கள் அமைத்திருந்த கோட்டைக் கதவைத் தகர்த்துக்கொண்டு உள்ளே சென்று முஸ்லிம்களை அடி பணிய வைத்தனர்.

முஸ்லிம்கள் இவ்வாறு தோல்வியடைந்த பின்னரும், மதுரையில் சுல்தான் ஆட்சியை நிறுவுவதற்குப் பிரம்மப் பிரயத்தனம் செய்தனர். ஆனால் அவர்களின் எண்ணம் பலிக்கவில்லை. இவ்வாறு முஸ்லிம்களின் ஆட்சி மதுரையில் 1371 ஆம் ஆண்டு முடிந்தது.

விசய நகரத்து வேந்தர்கள் தென்னாடு முழுவதையும் வென்று ஆறு அரசப் பிரதிநிதிகளைக் கொண்டு ஆண்டு வந்தனர். இக்கேரி, சீரங்கப்பட்டணம், (இவையிரண்டும் கர்நாடகத்தில் உள்ளவை), வேலூர், செஞ்சி, தஞ்சை, மதுரை ஆகிய ஆறு நகரங்களிலும் அப்பிரதிநிதிகள் வந்திருந்து அவற்றைத் தமது தலைநகரங்களாகக் கொண்டனர்.

எனினும் இரண்டு நூற்றாண்டுகளுக்கு மேல் இந்தியா முழுமையிலுமிருந்த இந்துக்களின் உரிமைச் சின்னமாக விளங்கிய விசய நகரப் பேரரசு, தக்காணத்துச் சுல்தான்களின் ஒன்றுபட்ட தாக்குதலினால் தரைமட்டமாயிற்று.

மதுரை நாயக்கர்

தென் கடைசியிலிருந்த மதுரை நாயக்கர்களுக்கு, விசய நகரப் பேரரசின் வீழ்ச்சி மிகுந்த நன்மையளித்தது. அவர்கள் தென் தொங்கலில் இருந்தமையே இதற்குக் காரணம் எனலாம்.

தஞ்சாவூரை ஆண்ட நாயக்கரின் ஆட்சிக்குள் சோழ மண்டலம் முழுமையும் அடங்கிவிடவில்லை. ஆனால் தமிழகத்தின் பெரும்பகுதி மதுரை நாயக்கரிடம் இருந்தது. திருவிதாங்கூர் மன்னரிடம் திறை வாங்கும் மேலாண்மையும் அவர்களுக்குண்டு. தனியுரிமை பெற்ற முதல் மதுரை நாயக்க மன்னரான விசுவநாத நாயக்கர் காலத்திலிருந்து மீனாட்சி காலம் வரையிலும், அதாவது 1529 முதல் 1736 வரையிலும் அவர்களின் ஆட்சி தமிழகத்தில் நீடித்தது.

ஆனால் செஞ்சியும், தஞ்சையும் மிகக் குறுகிய காலமே நீடித்து 17 ஆம் நூற்றாண்டின் இறுதியைக் கூடக் காணாமல் தடமற்றுப் போயின. வேலூர் 1604 ஆம் ஆண்டிலேயே மராட்டியர் வசமாயிற்று. சீரங்கப்பட்டணம் 1610 ஆம் ஆண்டிற்குப்பின் உடையார் குடியின் மைசூர் அரசுடன் சேர்ந்துவிட்டது. மதுரை மட்டுமே தனியுரிமை கொண்டு தமிழ்நாட்டு வரலாற்றில் தனக்கென்று ஓர் இடத்தைப் பெற்றிருந்தது.

மதுரை நாயக்கர் குடியின் ஆட்சியில் தமிழ்நாடு ஆட்சி நிர்வாக வசதி கருதி 72 பாளையங்களாகப் பிரிக்கப்பட்டது. இந்திய அரசியலில் தோற்றுவிக்கப்பட்ட முதற் பிரித்தாளுங் கொள்கை என்று இதைக் கூறுலாம். ஐரோப்பியருக்கு முன்னரே, விசுவநாத நாயக்கரோ, அவருடைய அமைச்சராயிருந்த தளவாய் அரிய நாதரோ இந்தச் சூழ்ச்சிக் கொள்கையைத் தமக்கு ஆதாயமான முறையில் கொண்டு செலுத்தினர்.

பிற்காலத்தில் தமிழ்நாட்டில் தமிழரை அயலாரான ஐரோப்பியரை ஒன்றுபட்டு நின்று எதிர்க்கும் திராணியற்ற மக்களாக்கிய ஓர் அரசியல் கொள்கை இருக்குமாயின், அது பாளையப்பட்டுக் கொள்கை என்று கூறலாம்.

மக்கள் நிலையற்ற வாழ்க்கை வாழ்ந்து கண்டதே காட்சி கொண்டதே கோலம் என்று வாழ்க்கையில் திசை மாறிச் சென்று, பிளவுபட்டுப் பேதமுற்ற நிலை ஏற்படக் காரணமாயிருந்த இப்பாளையப்பட்டுகள், தமது வீரத்தை விழலுக்கு இறைத்த நீராக்கினவென்றால், அந்தப்பழியை பாளையப்பட்டு முறை மீதே போடலாம். சாதி அடிப்படையில் காலை ஊன்றி நின்ற இந் நிலப்பிரபுத்துவக் கொள்கை ஐரோப்பியருக்குக் கதவைத் திறந்துவிட்டது என்பதை இந்தப் பதினெட்டாம் நூற்றாண்டில் உண்டான பின்விளைவுகள் உறுதிப்படுத்தும்.

இந்திய சரித்திரக் களஞ்சியம் இரண்டாம் தொகுதி - முதற்பகுதி

முற்றும்

இந்திய சரித்திரக் களஞ்சியம்
1711-1720

இரண்டாம் தொகுதி
இரண்டாம் பகுதி

முதல் பதிப்பின் முன்னுரை

"தத்துவ ஞானியர் மட்டுமே வரலாறு எழுத வேண்டும்" என்று பதினெட்டாம் நூற்றாண்டில் அறிவொளி கொளுத்திய வால்டயர் சொன்னார். "இறுதியாகத் தத்துவ ஞானம் வந்துதித்து மனிதனை மூடநம்பிக்கைகளிலிருந்து விடுவிக்கின்றது வரையிலும் எல்லா இனங்களின் வரலாறும் பழங்கதைகளால் உருக்குலைக்கப்பட்டு விடுகின்றன; மெய்ஞானம் கடைசியாக அந்த இருளின் நடுவே வந்து சேரும்போது, மனித மனமானது பன்னூறு ஆண்டுகளாக நிலவிவந்த தவறுகளினால் கண்மூடிப் போய்க் கிடக்கின்றது என்பதைக் காணநேர்கின்றது. எனவே மெய்ப்பொருளறிவினால் (மனிதர்க்கு) நேரான வழியைக் காட்டுவது கடினமாகி விடுகின்றது. பொய்களை மெய்ப்பிப்பதற்காக அடுக்கடுக்காய்ச் சடங்குகளும், செய்திகளும், நினைவுச் சின்னங்களும் ஏற்றி வைக்கப்பட்டு விடுகின்றன" என்றும் வால்டயர் குறிப்பிடுகின்றார்.

வரலாறு மன்னர்களைப் பற்றியதாக மட்டும் இருத்தலாகாது. அது மனித இயக்கங்கள், மனித ஆற்றல்கள், மக்கள் கூட்டம் இவற்றைப் பற்றியதாக இருக்கவேண்டும்; நாட்டு இனங்களைப் பற்றியதாக இராது, மனித இனத்தைப் பற்றியதாக இருத்தல் வேண்டும்; போர்க் களங்களைப் பற்றியதாக இராது, மனித எண்ணத்தின் அணிவகுப்பு ஏற்றத்தை விவரிப்பதாக இருக்கவேண்டும் என்றெல்லாம் அவர் விளக்குகின்றார்.

"சண்டைகளும் புரட்சிகளும் இத்திட்டத்தில் மிகவும் சிறியனவாகும். வெற்றி கொள்கின்ற அல்லது வெல்லப்படுகின்ற பட்டாளங்களும், படைத்தொகுதிகளும், நகரங்கள் கைப்பற்றப்படுவதும், மீட்கப்படுவதும், சரித்திரங்கள் அனைத்திற்கும் பொதுவானவை. (வரலாற்றிலிருந்து) கலைகளையும் மனித மனத்தின் முன்னேற்றத்தையும் நீக்கிவிட்டுப் பார்த்தால், அதில் எதையும் காணமுடியாது" என்று புதிய வழியை வால்டயர் காட்டுகின்றார்.

இந்திய சரித்திரக் களஞ்சியத்தின் வரிசைகளில் மன்னர்களோடு மாபெரும் மனிதர்களையும், அவர்களின் சிரஞ்சீவித்துவம் பெற்ற கலை, இலக்கியப் படைப்புக் களையும், மனித எண்ணங்களின் முன்னேற்றத்தையும், ஏன் மிகச் சாதாரணமான மனிதர்களையும் பக்கத்திற்குப் பக்கம் படம் பிடித்துக் காட்டுவதற்கு முயலுகின்றோம்.

மேலோட்டமாகப் பார்க்கும்போது நடைமுறைச் சரித்திர ஏடுகளில் காணப்படும் தொடர்ச்சியான வரலாறு போல் இது தோன்றாதிருக்கலாம்.

எனினும் மனிதகுலத்தின் தத்துவச் சிந்தனைகள், அறிவியல் சாதனைகள், பொருளியல் கோட்பாடுகள், கலை இலக்கிய ஆக்கங்கள், புத்தாக்கப் பெருந்தாவல்கள் இங்குமங்குமாகப் பூமி உருண்டையின் பல்வேறு களங்களில், பல்வேறு இனத்தவரிடையே நிகழ்ந்துள்ளன.

ஆனால் மனிதன் பதினைந்தாம் நூற்றாண்டு வரையில் உலகக் கடல்கள் தனித்தனியானவை என்று தவறாகக் கருதிக் கொண்டிருந்த நிலைமாறிப் புத்திடந் தேடிகளின் கண்டுபிடிப்புகளின் பலனாக, உலகக் கடல்கள் அனைத்தும் இடையறாத ஒரே நீர்ப்பரப்பேயாகும் என்பது கண்கூடான மெய்யானதைப் போன்று, மேற்சொன்ன மனித ஆக்கங்களெல்லாம் எங்கெங்கோ நிகழ்ந்திருந்தாலும் அவற்றின் உள்ளூர ஓடி வரும் மனிதப் பொதுமை ஒன்றுதான் என்பதை ஆழ்ந்து நோக்கின் உய்த்துணர முடியும்.

பதினெட்டாம் நூற்றாண்டின் இக்கால கட்டத்து (1711-1720) ஓட்டத்தைச் சரித்திர ஒப்பியல் நோக்கில் காணும் போதும், நாம் மேலே குறித்த கருத்துத் தெளிவாகும். இந்த ஒப்பியல் ஆய்வு காலப் பெருவெளியில் நின்றுகொண்டு மனித ஏற்றத்தை மூன்று பரிமாணங்களில் காட்ட முயலுகின்றது.

கடைசியில் பிற்சேர்க்கையாக மேலும் பல செய்திகள் விரிவாகச் சேர்க்கப் பட்டுள்ளன. எழுதுவதற்குத் துணைநின்ற கருவி நூல்கள் சிலவும், பிற்சேர்க்கையில் ஆங்காங்கு தரப்பட்டுள்ளன.

இந்தியாவிலும், உலகின் பல்வேறு நாடுகளிலுமுள்ள ஊர்கள், நகரங்கள், சான்றாகத் தஞ்சை, லக்னோ, ஆர்க்காடு, மாட்ரிடு, செயிண் பீட்டர்ஸ்பர்க், செஞ்சி, தூத்துக்குடி, தரங்கம்பாடி போன்றவை பற்றிய செய்திகள் படிப்பவர்களுக்குப் பயனுள்ளவையாக இருக்கும்.

மிகுந்த கருத்தூன்றிப் பக்கம் பக்கமாகப் பார்த்துத் தெளிந்த கருத்துக்களைக் கூறி ஊக்கம் தந்த மதுரை, அண்ணாமலைப் பல்கலைக்கழகங்களின் முன்னாள் துணைவேந்தரும், வரலாற்றுப் பேராசிரியருமான சை.வே.சிட்டி பாபு; பொருளுதவி அளித்த கனரா வங்கியின் எழும்பூர்க் கிளை; அதன் முதுநிலை நிர்வாகி ஆர்.சுப்பிரமணியம்; தூத்துக்குடி இளவல் எஸ்.கே.இராதாகிருஷ்ணன் முதலியோருக்கு ஆசிரியர் பெரிதும் நன்றி கடன்பட்டிருக்கின்றார். மேலும் இப்பணிக்குப் பன்னூறு நூல்கள் துணை நின்றன. அவற்றின் ஆசிரியர்களுக்கும் பணிவான நன்றி.

ப.சிவனடி

பொருளடக்கம்

1711

1.	1711	தமிழில் புதிய ஏற்பாடு	228
2.	1711	தமிழில் புதிய ஏற்பாடு பிற்சேர்கை	353
3.	1711	சென்னைக்குப் புதுக் கவர்னர்	230
4.	1711	இலண்டனில் காப்பிக் கடைகள்	358
5.	1711	இலண்டனில் பிற்சேர்க்கை	358
6.	1711	வீரமா முனிவர் தமிழகம் போந்தார்	231
7.	1711	வீரமா முனிவர் பிற்சேர்க்கை	361
8.	1711	பாம்பனில் சேதுபதி கோட்டை	232
9.	1711	பாம்பனில் சேதுபதி கோட்டை பிற்சேர்க்கை	362
10.	1711	மாட்ரிடில் தேசிய நூலகம்: ஸ்பெயின் வரலாறு	233
11.	1711	மாட்ரிடில் தேசிய நூலகம் : பிற்சேர்க்கை	363

1712

1.	1712	தஞ்சை மராட்டியர் : தஞ்சை வரலாறு	239
2.	1712	தஞ்சை மராட்டியர் : பிற்சேர்க்கை	365
3.	1712	அருணாசலக் கவிராயர்	244
4.	1712	இரஷியத் தலைநகரம் செயிண் பீட்டர்ஸ்பர்க்	244
5.	1712	இரஷியத் தலைநகரம் பிற்சேர்க்கை	367
6.	1712	தமிழ்நாட்டில் முதல் அச்சுக்கூடம்	244
7.	1712	தமிழ்நாட்டில் முதல் அச்சுக்கூடம் : பிற்சேர்க்கை	375
8.	1712	சுல்ஃபிகர் கானும் முகலாயர் உட்பகையும்	245
9.	1712	ஜீன் ஷாக் ரூசோ	247
10.	1712	அர்மீனியர் சென்னையில்	251
11.	1712	அர்மீனியர் பிற்சேர்க்கை	378

1713

1.	1713	தமிழ்நாட்டில் முதல் அச்சு வார்ப்புச் சாலை	255
2.	1713	முகலாய அரியணையில் ஜகந்தர் ஷா	255
3.	1713	ஃபரூக்சியார்	256
4.	1713	மராட்டியர் எழுச்சி : பாலாஜி விசுவநாத் பேஷ்வா ஆனார்	257
5.	1713	மராட்டியர் கூட்டணி	259
6.	1713	தென்னிந்தியக் கடவுளர் வமிசாவழி-சீகன் பால்கு	260
7.	1713	பரதவர் வரலாறு : தூத்துக்குடியில் பெரியகோயில்	263

1714

1.	1714	தேசிங்கு ராசன் : செஞ்சிக்கோட்டை, செஞ்சி நாயக்கர் வரலாறு	275
2.	1714	ஆமதாபாதில் வகுப்புக் கலவரம்	282

3.	1714	வீரமா முனிவருக்கு மரண தண்டனை	282
4.	1714	முதலாம் ஜார்ஜ் பட்டத்திற்கு வந்தார்	283
5.	1714	மைசூரின் புதிய மன்னர்	283
6.	1714	பாதரச வெப்பமானி	284
7.	1714	பாதரச வெப்பமானி பிற்சேர்க்கை	381

1715

1.	1715	திருவல்லிக்கேணி : பதினெட்டில்	284
2.	1715	தமிழ்நாட்டில் முதல் காகித ஆலை	287
3.	1715	உலகை இருமுறை சுற்றி வந்த கடலோடி டேம்பியர்	287
4.	1715	உலகை இருமுறை சுற்றி வந்த கடலோடி டேம்பியர் பிற்சேர்க்கை	383
5.	1715	கிழக்கிந்தியக் கம்பெனியின் கடற்படை பலம்	288
6.	1715	பதினான்காம் லூயி	288
7.	1715	அடிமைப் பிள்ளைகளுக்குத் தரங்கம்பாடியில் பள்ளிக்கூடம்	291
8.	1715	இந்தியாவில் பிரஞ்சுக்காரர்	293
9.	1715	இந்தியாவில் பிரஞ்சுக்காரர் பிற்சேர்க்கை	389
10.	1715	கல்கத்தாவில் முதற் கிறித்தவக் கோயில்	300
11.	1715	கல்கத்தாவில் முதற் கிறித்தவக் கோயில் பிற்சேர்க்கை	387
12.	1715	பணவிடு தூது : தூது இலக்கியம்	300
13.	1715	பணவிடு தூது : தூது இலக்கியம் பிற்சேர்க்கை	389
14.	1715	சீதக்காதி வள்ளல்	303
15.	1715	சீதக்காதி வள்ளல் பிற்சேர்க்கை-சதக்கத்துல்லா அப்பா	394

1716

1.	1716	இமயந்தாண்டித் திபேத்தை அடைந்த ஏசு சபைச் சாமியார்	312
2.	1716	இமயந்தாண்டித் திபேத்தை அடைந்த ஏசு சபைச் சாமியார் பிற்சேர்க்கை (திபேத்)	397
4.	1716	கர்நாடக நவாபு ஆர்க்காட்டில் அமர்தல்	314
5.	1716	சீக்கியர் புரட்சி	315

1717

1.	1717	சென்னையைச் சுற்றிய ஊர்களைப் பெற ஆங்கிலேயர் வன்முறை	316
2.	1717	சென்னையில் புது கவர்னர்	317
3.	1717	ஜெர்மன் கிழக்கிந்தியக் கம்பெனி	317
4.	1717	ஆங்கிலேயர் வங்கத்தில் வாணிபம் செய்ய உரிமை	318
5.	1717	சென்னை, கடலூர் : கிறித்தவ மிசன் பள்ளிகள்	318
6.	1717	ஏசு சபையினர் தொகுத்த சீன நிலப்படம்	318

1718

1.	1718	வால்டயர் முதலில் புகழடைதல்	320
2.	1718	இங்கிலாந்து-ஸ்பெயின் சண்டை	320
3.	1718	குஜராதில் கொடிய பஞ்சம்	320

1719

1.	1719	சிவசயிலக் கோயில் திருப்பணி	321
2.	1719	சிறையில் கைதி சாவு: பாண்டிச்சேரிக் கவர்னர் தாயகம் அழைக்கப்பட்டார்	321
3.	1719	முகலாய அரியணையில் முகமது ஷா	322
4.	1719	முகலாய அரியணையில் மேலுமிரு மன்னர்கள்	322
5.	1719	காண்டர்பரி ஆர்ச் பிஷப் தரங்கம்பாடி லுதரன்கள் தொடர்பு	323
6.	1719	இராபின்சன் குருசோ	324
7.	1719	முதல் ஔது நவாபு: லக்னோ வரலாறு	325
8.	1719	இரண்டாவது பிரஞ்சுக் கிழக்கிந்தியக் கம்பெனி	333

1720

1.	1720	சுப்பிரதீபக் கவிராயர் : நாகம கூளப்ப நாயக்கன் விறலிவிடு தூது	335
2.	1720	இராமேசுவர யாத்திரிகரிடம் வரி தண்டிய மருமகனுக்குச் சேதுபதி மரண தண்டனை	339
3.	1720	திருப்பனந்தாள் காசிமடம் தோற்றம்	340
4.	1720	சென்னையில் புதுக் கவர்னர்	342
5.	1720	கிழக்கிந்தியக் கம்பெனி கடன் எழுப்பப் பிரிட்டிஷ் அரசு அனுமதி	342
6.	1720	சிவசயிலப் பள்ளு-பள்ளு இலக்கியம் :	343
		குறவஞ்சியின் தோற்றம்	350
7.	1720	மதுரைச் சீமையில் மீண்டும் பஞ்சம்	350
8.	1720	சையதுகளின் காலம் முடிவு	350
9.	1720	சையதுகளின் சாதனை	350
10.	1720	காஷ்மீரத்தில் இந்துக்களுக்கு எதிராகக் கலகம்-இராஜதரங்கிணி	351
11.	1720	தூய்ப்பிளே இராணுவ ஆணையராக நியமனம்	352
12.	1720	பிரிட்டனில் நிதி நெருக்கடி, "தென்கடல் குமிழி" பிற்சேர்க்கை	353

பதினெட்டாம் நூற்றாண்டு

இரண்டாம் பத்து

(1711-1720)

தேசம் என்பது மண்ணல்ல: மாந்தரே

உரைக்க வரும் செய்திகளனைத்தும் உலக வரலாறு என்னும் பேரண்டத்தில் கண்ணுக்குத் தெரியாத சிறு அணுவாகும். அணுக் கருவைப் பிளக்கும் போது வெளிப்படும் அளப்பரிய ஆற்றலைப் போன்று, இந்த இரண்டாம் பத்து (1711-1720) என்னும் அணுக் கருவினிலிருந்து தோன்றுகின்ற மனிதரும், அவர்தம் செயல்களும், ஒப்பு நோக்கத் தக்கனவாம்.

இலக்கியம், மெய்ப்பொருள்

இராம நாடகம் எழுதிய அருணாசலக் கவிராயரும், புதிய சிந்தனைகளையும் மெய்ப்பொருள் உண்மைகளையும் எடுத்துரைத்துச் சுதந்திரச் சிந்தனைக்காகப் போரிட்ட முன்னோடியான ரூசோவும் இக்காலப் பகுதியில் 1712 ஆம் ஆண்டு பிறக்கின்றனர். மற்றொரு மெய்ப்பொருளறிஞரான வால்டயர் முதன்முதலாக இக்காலக் கட்டத்தில்தான் பெரும் புகழ் அடைகின்றார்.

பதினாறாம் நூற்றாண்டிலிருந்து மிகப்பெரிய காலனி ஆதிக்க நாடாக இருந்து வந்த ஸ்பெயினில் அறிவு வேட்கை பரவுகின்றது என்பதன் அறிகுறியாக 1711இல் அதன் தலைநகரான மாட்ரிடில் தேசிய நூலகம் திறக்கப்படுகின்றது.

தமிழ்நாட்டின் நெடிய இலக்கிய வரலாற்றில் அதன் சிறப்பு, சொற் செப்பிடு வித்தையும், சிற்றின்பமும் மட்டுமே பெரிதும் நிறைந்திருந்த தூது இலக்கியங்களோடு, அடிநிலை மாந்தரின் அன்றாட வாழ்க்கையைப் படம்பிடித்துக் காட்டும் பள்ளு இலக்கியமும், குறவஞ்சியும் சிற்றிலக்கியமாக இறங்கிவரும் நிலையை இக்கால கட்டம் கண்ணாடி போல் காட்டுகின்றது. பணவிடு தூது சுமார் 1715 ஆம் ஆண்டிலும், வீரமா முனிவரின் தமிழாசிரியர் என்று ஒரு சாரரால் கருதப்படும் சுப்பிரதீபக் கவிராயர் எழுதிய நாகம கூளப்ப நாயக்கன் விறலிவிடு தூது, மற்றும் சிவசயிலப் பள்ளு, குற்றாலக் குறவஞ்சி முதலிய நூல்கள் சுமார் 1720 இலும் படைக்கப்படுகின்றன.

உலகெங்கிலும் இன்னும் மக்களால் விரும்பிப் படிக்கப்படும் இராபின்சன் குரூசோ என்ற புனைகதையை டேனியல் டீஃபோ (1660-1731) 1719 ஆம் ஆண்டில் வெளியிடுகின்றார்.

அறிவுத் தொடர்பான இப்பணிகளில் மிகவும் குறிப்பிடத்தக்கது 1711 இல் முற்றுப் பெற்ற புதிய ஏற்பாடு தமிழ் மொழிபெயர்ப்பாகும். தமிழ்நாட்டில் அச்சுக்கூடம் 1713 இலும், முதற் காகித ஆலை 1715 இலும் நிறுவப்படுகின்றன. இவை முற்றிலும் சமயத் தொடர்பான பணிகளுக்கே பயன்பட்டனவெனினும், ஒரு நல்ல தொடக்கம் என்றும் சொல்லலாம்.

தஞ்சை மராட்டியரையும், தஞ்சை நகர வரலாற்றையும் 1712 ஆம் ஆண்டு என்ற காலப் பகுப்பு இங்கே காட்டுகின்றது.

அரசியல்

புகழ்பெற்ற பிரஞ்சு மன்னர் பதினான்காம் லூயி, தமிழ்நாட்டில் பிறந்து ஔரங்கசீப்பின் ஆளுநராக வங்கத்தில் பணிபுரிந்ததாகக் கூறப்படும் சீதக்காதி வள்ளல், இருவரும் 1715 ஆம் ஆண்டில் மறைகின்றனர்.

முகலாய அரியணையில் ஃபரூக்சியாரும், (1713) வேறு இருவரும் (1719) ஆட்சிக்கு வருவதையும், முகலாய மன்னர்களைக் கைப்பாவையராக்கி ஆட்சிக் கடிவாளத்தைத் தம் கைகளில் வைத்திருந்த சையது சகோதரர்களின் காலம் (1720) முடிவதையும், முகலாயரின் உட்பகையென்னும் தீச்சுழலுக்குள் சிக்கிச் சுல்ஃபிகர்கான் முடிந்து போவதையும் (1712) இக்காலக் கட்டத்தில் நாம் காணுகின்றோம்.

பாண்டிச்சேரிக்குப் புதிய கவர்னர் (1713) வருகின்றார்: இந்தியாவில் மாபெரும் பிரஞ்சு ஏகாதிபத்தியத்தை நிறுவலாம் என்று கனவு கண்டு இத்துணைக் கண்டத்தில் மிகப் பெரிய அரசியல் சொக்கட்டான் ஆடப் போகும் தூய்ப்பிளே இக்காலக் கட்டத்தில் இராணுவ ஆணையராக (1720) நியமனம் செய்யப் பெறுகின்றார்.

ஔது நாட்டில் புதிய நவாப்பாகப் பாரசீகர் ஒருவர் 1719 ஆம் ஆண்டு எழுச்சி பெற்று முகலாயப் பேரரசைத் திக்குமுக்காடச் செய்கின்றார். இங்கு லக்னௌ எனப்படும் இலட்சுமணபுரியின் நகர் வரலாறு விரிகின்றது.

தேசிங்குராசன் ஆர்க்காட்டு நவாப்புடன் நடத்திய போரில் மரணமடைவதும் (1714), அவர் ஆண்டிருந்த செஞ்சிக் கோட்டையின் வரலாறும், அவருக்கு முன்னர் செஞ்சியை ஆண்ட செஞ்சி நாயக்கர் வரலாறும், இங்கே காணலாம்.

பிரிட்டனரில், விக் கட்சி முதன்முதலாக 1714 இல் ஆட்சிக்கு வருகின்றது.

கர்நாடக நவாபு செஞ்சியை விடுத்து ஆர்க்காட்டை 1716 இல் தலைநகராக்குகின்றார். தமிழ்நாட்டின் வரலாற்றில் தமிழர் ஒரே நேரத்தில் இருவரின் கீழ் அடங்கி வாழும் புதுமையான இரட்டையாட்சிக்கு வழிவகுத்த 'பெருமை'இந்த ஆர்க்காட்டாரையே சேரும்.

பதினெட்டாம் நூற்றாண்டில் 1715 இல், அதாவது இன்றைக்குச் சுமார் 275 ஆண்டுகளுக்கு முன்னர் திருவல்லிக்கேணி எப்படி இருந்தது?

இரஷியாவை ஐரோப்பிய நாடுகளின் வழியில் அறிவியல் வளர்ச்சி பெற்ற முன்னேறிய நாடாக்க வேண்டுமென்று அரும்பாடுபட்ட மகா பீட்டர் புதிதாகக் கட்டிய தலைநகரம் பீட்டர்ஸ்பர்க் 1712 இல் மலர்வதைக் காண்போம்.

மிளகிற்கு ஏன் அதிக விலை தரவேண்டும், என்று வினா எழுப்பிய இலண்டன் நகரத்து வணிகர் தோற்றுவித்த கிழக்கிந்தியக் கம்பெனி பற்றிய பல செய்திகளை இப்பத்தில் காணலாம்.

மராட்டியரின் எழுச்சியும் (1713), அவர்களின் முதல் பேஷ்வா விசுவநாத்தும் இந்தியத் துணைக் கண்டத்தில் மகத்தான மராட்டிய சக்தியைத் தோற்றுவிக்கப் போவதன் அறிகுறிகள்.

சமயம், சமூகம்

ஏசு சபையைச் சேர்ந்தவரும், தமிழுக்குப் பிற்காலத்தில் பல அரும் பணிகளைச் செய்யவிருப்பவருமான பெஸ்கி என்ற வீரமாமுனிவர் 1711 இல் தமிழ்நாடு வருகின்றார். அவர் 1714 இல் மரண தண்டனைக்கு ஆளாகித் தக்க வேளையில் உயிர்த்தப்பியிரா விட்டால், சதுரகராதி ஏது? அவர் தமிழ்ப் பணி ஏது?

சென்றிடுவீர் எட்டுத் திக்கெங்கும் என்று ஏசுசபை பணித்ததற்கிணங்க, அச்சபையின் சாமிமார்கள் இமயத்தையும் துணிந்து தாண்டினர்: ஒரு சாமியார் இந்தியாவிலிருந்து 1716 இல் இமயத்தைத் தாண்டித் திபேத்தை அடைகின்றார்.

சீனத்தில் பணிபுரிந்துவந்த ஏசுசபைச் சாமிமார்கள் அரும்பாடு பட்டுச் சீனப் பேரரசருக்காகச் சீன நிலப்படத்தை தொகுக்கின்றனர்.

ஆமதாபாத்திலும்(1714)காஷ்மீரத்திலும் வகுப்பு கலவரங்கள் நிகழ்கின்றன.

குஜராத்திலும் (1718), மதுரைச்சீமையிலும் (1720) கொடிய வற்கடம்-(பஞ்சம்) வந்து மக்கள் அல்லலுற்றனர்.

இலண்டனில் (1711) காப்பிக்கடைகள் அரசியல் பேசும் மன்றங்களாகி ஆட்சியாளரைக் கலங்கவைக்கும் வேடிக்கைதான் என்னே!.

சென்னையில் வாழ்ந்திருந்த அர்மீனியர் (1712) பற்றியும் இந்தியாவில் இருந்த பிரஞ்சுக்காரர் பற்றியும் (1715) அறிகின்றோம்.

தமிழ்நாட்டின் தொன்மையான தமிழ்க்குடிகளின் ஒன்றான பரதவர் மாறிவந்த சமூக,சமயச் சூழல்களில் சிக்குண்டு, அலை கடல் துரும்பென அல்லலுற்றதையும், உயிர் பிழைத்து வாழ வேண்டிய இயற்கைக் கட்டாயத்தினால் உந்தப்பட்டு, இந்தியாவின் சமய வரலாற்றில் ஒரு புது ஏட்டை உண்டாக்குவதும் இப்பத்தில் இடம்பெறுகின்றன. அம்மக்கள் வழிபடும் தெய்வமான பனிமய மாதா கோயிலின் வரலாறு பதினேழாம் நூற்றாண்டின் இடையிலிருந்து இன்று வரையிலும் விவரிக்கப்படுகின்றது.(1713)

அறிவியல்

இப்பத்தாண்டுக் காலத்தில் வெப்பத்தை அளந்தறிய வல்ல பாதரச வெப்பமானியை,1714 ஆம் ஆண்டு மனிதன் கண்டுபிடிக்கின்றான்.

1711

தமிழில் முதல் புதிய ஏற்பாடு

பைபிள் என்ற சொல் சிறு நூல்கள் என்ற பொருளைத்தரும் 'பிப்லியா' என்னும் கிரேக்க சொல்லிலிருந்து பிறந்தது. விவிலியம் என்பது அதன் தமிழ் வடிவமாகும்.இன்று தமிழில் வழக்கிலிருக்கும் விவிலிய நூல்களின் முகப்பில் 'பரிசுத்த வேதாகமம்' என்று தலைப்பு இடப்பட்டுள்ளது.

இந்நூல்களைக் கி.மு.1513 ஆம் ஆண்டிற்கும் கி.பி.93ஆம் ஆண்டிற்கும் இடைப்பட்ட காலத்தில் ஒரே தொகுதியாகத் தொகுத்தனர்.

பைபிள் என்ற விவிலியத்தைப் பின்பற்றுவோர் இன்று உலகெங்கும் பரவியுள்ளனர்.இந்நூல் தொகுதி உலகின் 1575 மொழிகளில் மொழி பெயர்க்கப் பட்டுள்ளது.

பழைய ஏற்பாடு

இம்மண்ணுலக உயிரின வரலாறும், தீர்க்கதரிசிகளின் வரலாறும் ஆக முப்பத்திரண்டு ஆகமங்கள் அல்லது சிறு நூல்கள் அடங்கிய தொகுதிக்குப் பழைய ஏற்பாடு என்று பெயர். அதில் ஆதியாகமம், யாத்திராகமம், லேவியராகமம், எண்ணாகமம், உபாகமம் என்ற முக்கியமான முதல் நூல்கள் ஐந்து உள்ளன. அவை மோசஸ் என்ற தீர்க்கதரிசிக்கு உரியவை என்று கருதப்படுகின்றன. இவ்வைந்து நூல்களையும் கிரேக்கத்தில் மொழி பெயர்க்கும் பணி எகிப்திலுள்ள அலெக்சாந்திரிய நகரத்தில் கி.பி. 250-ல் தொடங்கியது.

ஆதியாகமத்தில் உலகப் படைப்பு, உயிர்களின் தோற்றம், பிரபஞ்சம் முதலியன கூறப்பட்டுள்ளன. எஞ்சிய நான்கு நூல்களில் மோசசின் வாழ்க்கை நிகழ்ச்சிகள் அடங்கியுள்ளன.

இவற்றையடுத்து யோசுவாவிலிருந்து எஸ்தர் வரையிலும் பன்னிரு நூல்கள் உள. அவை கி.மு. 1473 தொடங்கி; கி.மு.443 வரையிலும், கிட்டத்தட்ட ஆயிரம் ஆண்டுக் காலத்து யூத இன வரலாற்றைக் கூறுகின்றன.

மெய்யான இன்பத்திற்கு வழிகாட்டும் செய்திகளை வரைந்து கூறும் ஐந்து செய்யுள் நூல்கள் கி.மு. 11 ஆம் ஆண்டில் எழுந்தன.

பண்டைக் காலத்திலும் பிற்காலத்திலும் கூறப்பட்ட மறைபொருளான தீர்க்கதரிசனங்கள், கி.மு. 844 ஆம் ஆண்டிற்கும், கி.மு. 443 ஆம் ஆண்டிற்கும் இடைப்பட்ட காலத்தில் பதினேழு நூல்களாக எழுதப் பெற்றன. ஏசாயா காலந்தொட்டு மல்கிய காலம் வரையிலும் அவை செல்கின்றன.

புதிய ஏற்பாடு

மத்தேயு, மாற்கு, லூக்கா, யோவான் முதலியோர் எழுதிய திருநூல்கள் - சுவிசேஷம் என்பர் - கி.பி.41 ஆம் ஆண்டிற்கும் கி.பி.98 ஆம் ஆண்டிற்கும் இடைப்பட்ட காலத்தில் தோன்றின. இந்நூல்களின் தொகுதிக்குப் புதிய ஏற்பாடு என்று பெயர். இத்தொகுதியில் மத்தேயு தொடங்கி, யோவானுக்கு வெளிப்படுத்திய திருநூல்கள் வரையிலும் இருபத்தெட்டு நூல்கள் உள.

அவற்றில் ஏசுநாதரின் போதனைகள், பரித் தியாகம், அவர் புத்துயிர் பெற்றமை, அவர் கிறித்தவர்களைக் கூட்டியமை முதலியன இடம் பெற்றுள்ளன. இந்நூல்கள் கி.பி. 33, கி.பி. 61 ஆகிய ஆண்டுகளுக்கிடைப்பட்ட காலக் கட்டத்தில் புனித பாலால் தொகுக்கப் பெற்றனவாகும். (புனித பால் கி.பி.67 ஆம் ஆண்டு இறந்தார் என்பது தெரிய வந்துள்ளது)

தமிழில் புதிய ஏற்பாடு

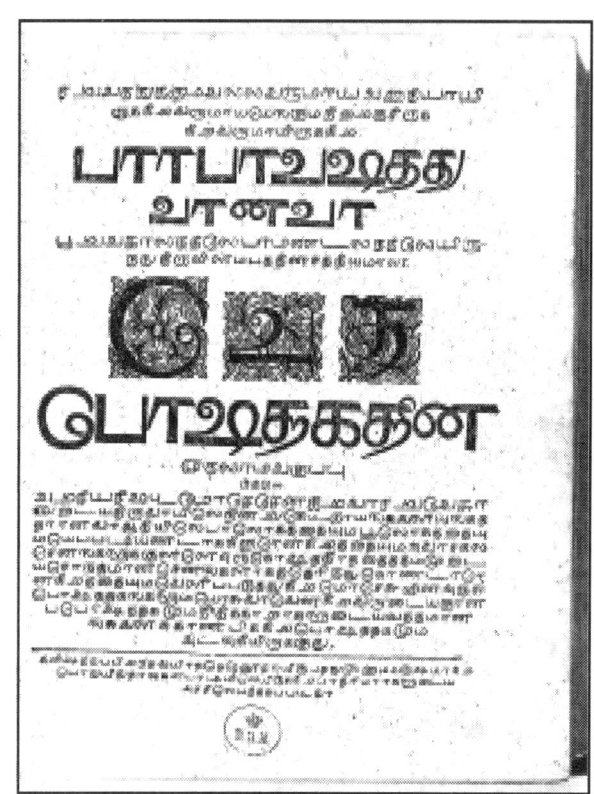

தொன்மையான இப்புனித நூலின் புதிய ஏற்பாடு என்ற இத்தொகுதியைத் தமிழில் மொழிபெயர்க்கும் பணியைச் சீகன் பால்கு *(1683-1716)* என்ற தமிழறிஞர் *17-10-1708* அன்று தொடங்கினார். அவர் இப்பணியில் இரண்டரை ஆண்டுக்காலம் முனைந்து உழைத்து *31-3-1711* அன்று நிறைவு செய்தார். அதற்கு நான்காண்டுகள் கழித்து அந்நூல் *1715* ஆம் ஆண்டு அச்சேறியது.

இந்தியாவிலேயே முதன்முதலாகப் புத்தக வடிவில் வெளி வந்த விவிலிய நூல் இந்த மொழிபெயர்ப்பேயாகும்.

(சீகன்பால்கு பற்றி இ.ச.க முதற் தொகுதியில் 1707,1710 ஆம் ஆண்டுகளில் விரிந்த செய்திகளைக் காணலாம். இத் தொகுதியில் 1713, 1715 ஆம் ஆண்டுகளிலும் இடம் பெற்றுள்ளன.)

சென்னைக்குப் புதுக் கவர்னர்

இந்த *1711* ஆம் ஆண்டு கவர்னர் வில்லியம் ஃபிரேசரையடுத்து எட்வர்ட்டு ஹாரிசன் சென்னையின் புதிய கவர்னராக வந்தார்.

ஹாரிசன் *1711* முதல் *1717* வரை சென்னையின் கவர்னராயிருந்தார்.

இலண்டனில் காப்பிக் கடைகள்

ஐரோப்பிய நாடுகள் கிரேக்கருக்கும் ரோமானியருக்கும் பல நூற்றாண்டுகளுக்குப் பிறகு பதினைந்தாம் நூற்றாண்டு தொடங்கி மீண்டும் கடல் கடந்து பல பகுதிகளுடன் நடத்தி வந்த செழிப்பான வாணிபமானது, அங்குப் பொதுமக்களின் நடுவே புதிய சுவைகள் தோன்றக் காரணமாயிற்று. ஐரோப்பியர் இதுவரை அறிந்திராத பல வகையான புதுப் பண்டங்கள் பிரிட்டிஷ், ஐரோப்பியச் சந்தைகளுக்கு வந்தன. அதாவது உருளைக் கிழங்கு, தக்காளி, புகையிலை, காப்பி, தேயிலை போன்ற பொருள்கள் கப்பலில் அங்கு வந்து இறங்கின.

இந்நாடுகளில் காப்பிக் கடைகள் பெருகியதும், மக்கள் வீடுகளில் தேநீர் அருந்தத் தொடங்கியதும் இதற்குச் சிறந்த எடுத்துக் காட்டுகளாகும். காப்பி இங்கிலாந்திற்கு 1657 ஆம் ஆண்டு வந்தது.

பிரிட்டனில் பதினேழாம் நூற்றாண்டிலும், பதினெட்டாம் நூற்றாண்டின் முற்பகுதியிலும் அமைந்த காப்பிக் கடைகளுக்குச் ''சல்லிப் பல்கலைக் கழகம்'' என்று பெயர். *(பிரிட்டிஷ் நாணயத்தின் மிகச்சிறிய சல்லிக் காசு பென்னி ஆகும்.)*

ஏனென்றால் காப்பிக் கடைகளுக்குள் நுழைவதற்கு ஒரு பென்னி சல்லிக் காசு கட்டணமாகச் செலுத்த வேண்டும். காப்பி அருந்துவதற்கு மேலும் இரண்டு பென்னிக் காசு அதிகமாகத் தர வேண்டும்.

ஒரு பென்னி சல்லியைச் செலுத்தியவர் அறைக்குள் அனுப்பப்படுவார். அங்கு நாளேடு ஒன்று கிடைக்கும்: அந்த அறையில் உணர்ச்சித் துடிப்புடன் அரசியல் பேச்சு நடந்து கொண்டிருக்கும். அதனால் காப்பிக் கடைகளுக்குச் ''சல்லிப் பல்கலைக் கழகம்'' என்பது பொருத்தமான பெயராயிற்று.

துருக்கர்கள் (மேற்கு ஆசியாவிலும், கிழக்கு ஐரோப்பாவிலும் அமைந்துள்ள துருக்கி என்ற நாட்டு மக்கள்) காப்பிக் கடைகளை 'அறிஞர் பள்ளிகள்'என்றனர்.

இரஷியாவில் அக்கடைகள் அரசியல் கவிழ்ப்பு வேலைகளுக்குச் சதி நடக்கும் இடங்களாக மாறியமையால், இரஷியர்கள் காப்பிக் கடைகளை ஒடுக்க முயன்றனர்.

இங்கிலாந்தின் இரண்டாம் சார்லஸ் (1630-1685: இங்கிலாந்து மன்னராக ஆண்ட காலம் 1660-1685) காப்பிக் கடைகளைத் தனது நாட்டில் மூடுவதற்கு முயன்றார். ஏனெனில் இந்நாடுகளில் வழிவழியாக இயங்கிவரும் மதுக்கடைகளிலிருந்து மாறுபட்டவையாகக் காப்பிக் கடைகள் இருந்தன. முன்னவை போதை தந்தன. பின்னவை புது உணர்ச்சியூட்டின.

எனினும் காப்பி அருந்துவது உடல் நலத்திற்குத் தீங்கானது என்று ஒரு துண்டு வெளியீட்டையும் சார்லஸ் வெளியிட்டார்.

''இப்படிப்பட்ட காப்பிக் கடைகளில் (Coffee House)...பல வகையான பொய்ச் செய்திகள், அவதூறுகள், தவறான செய்திகள் உண்டாகின்றன. அவை பிறகு அங்கிருந்து வெளியே பரவி, மேன்மை தங்கிய மன்னரின் அரசை அவதூறு செய்கின்றன: ஆட்சியின் அமைதியையும், நிம்மதியையும் குலைக்கின்றன'' என்றும் மன்னர் அத்துண்டு வெளியீட்டில் கூறியிருந்தார்.

மன்னர் அதற்குப் பதினோரு நாட்களுக்குப் பிறகு,''அரசரின் கருணையினால்'' காப்பிக் கடைகளை மூடுவதற்குப் பிறப்பித்த கட்டளையைத் திரும்பப் பெற்றுக் கொண்டார்.

பிரிட்டனில் முதல் மூன்று ஜார்ஜ் மன்னர்களின் ஆட்சிக்காலம் வரையிலும், அதாவது கிட்டத்தட்ட 1717 முதல் 1820 வரையிலும், காப்பிக் கடைகள் ஆண்கள் மட்டுமே கூடும் இடங்களாக இருந்து வந்தன.

ஆன் அரசியின் (1655-1717) ஆட்சிக் காலத்தில் இப்படிப்பட்ட ஐநூறு காப்பிக் கடைகள் பிரிட்டனில் இருந்தன.

வீரமா முனிவர் தமிழகம் போந்தார்

கான்ஸ்டண்டியஸ் பெஸ்கி என்ற இயற்பெயரையுடைய வீரமா முனிவர் 1680 இல் இத்தாலியில் பிறந்து, கிறித்தவ சமயத் தொண்டு புரிவதற்கென்று ஏசு சபையில் சேர்ந்தார். அவர் இந்நாட்டில் சமயப் பணி புரிவதற்கென்று 1711 ஆம் ஆண்டு தமிழ்நாட்டிற்கு வருகை புரிந்தார்.

அவர் தமக்கு முன்னர் தமிழ்நாட்டில் சமயப் பணி புரிய வந்திருந்த ஏசு சபைச்

சாமிமார்களான சேவியர் (1506-1552), ரொபட்டோ டி நொபிலி (1577-1656) என்ற தத்துவபோதகசாமி, அருளானந்தசாமி என்ற டி பிரித்தோ (1647-1693) போன்ற சமயத் தொண்டர்களைப் பின்பற்றித் தமிழ்நாட்டில் நாற்பதாண்டுக் காலத்திற்குமதிகமாக வாழ்ந்திருந்தார். அவர் அப்போது சமயப் பணியுடன் தமிழ்ப் பணியும் புரிந்து தமிழ் மொழிக்கும் இலக்கியத்திற்கும் பெருந்தொண்டு புரிந்தார். அவர் பெஸ்கி என்ற தம் பெயரை வீரமா முனிவர் என்று தமிழில் அமைத்துக் கொண்டதிலிருந்து, அவருக்குத் தமிழ் மொழி மீது இருந்த பற்றை உணரலாம்.

வீரமா முனிவர் (1680-1747) பற்றிய செய்திகளை இக்களஞ்சியத்தில் இனிமேல் பல இடங்களில் அவ்வப்போது காணலாம். இங்குச் சுருக்கமாக அவரைப் பற்றிய சில செய்திகளை மட்டும் கூறுவோம்.

வீரமா முனிவர் தமிழில் பல நூல்களை எழுதியதுடன் திருக்குறளை இலத்தீனத்தில் மொழி பெயர்க்கவும் செய்தார். தமிழில் இலக்கணமும் எழுதினார். தமிழ் மொழிக்கு முதன்முதலாகச் சதுரகராதி என்ற ஓர் அகராதியையும் கொடுத்தார். (சதுரகராதி குறித்து 1732 காண்க)

வீரமா முனிவர் ஆர்வம் மிகக் கொண்டு கொள்ளிடத்தின் வடகரையில் ஏலாக் குறிச்சி என்ற இடத்தில் தேவ மாதாவின் திருக்கோயிலை எழுப்பச் செய்தார். ''கொள்ளிடக் கரையில் தண்ணருஞ் சோலையின் நடுவே அமைந்த திருக்கோயிலில் கருணை பொழியும் கண்களுடன் மின்னார் முடிபுனைந்து, அங்கையில் மணி வடம் தாங்கி அடைக்கல மாதா காட்சி தருகின்றாள். அவ்வருட்கோலத்தைக் கண்டு அகங்குளிர்ந்து பாடினார் வீரமா முனிவர்'' என்று சொல்லின் செல்வரான ரா.பி.சேதுப்பிள்ளை கூறுகின்றார்.

வீரமா முனிவர் தமிழ் இலக்கிய மரபையொட்டி அத்தெய்வத்தின் பேரில் கலம்பகம் ஒன்றைப் பாடியுள்ளார். விருத்தாசலத்திற்கு அருகே ஆறுமைல் தொலைவில் இருக்கும் கோனார் குப்பம் என்ற ஊரிலும், அவர் மற்றொரு கோயிலைக் கட்டினார். அங்கு அமர்ந்திருக்கும் இறைவிக்குப் பெரிய நாயகி என்ற பெயரைச் சூட்டினார். அக்கோயிலில் உள்ள மேரித் தாயின் உருவம், இந்துக் கடவுள் உருவத்தையே பெரிதும் ஒத்திருக்கின்றது.

பாம்பனில் சேதுபதி கோட்டை

அண்மையில் (1988 செப்டம்பர்) பாம்பன் செய்திகளில் அடிபட்டது. அங்குப் பாம்பன் ஆற்றின் குறுக்கே ஒரு பெரிய பாலத்தைக் கட்டி அப்போது திறந்தார்கள். அது ஒரு காலத்தில் இந்தியப் பெரு நிலத்துடன் ஒன்றாயிருந்து இப்போது தீவாகிவிட்ட இராமேசுவரத்துடன் பெரு நிலத்தை இணைக்கின்றது.

இக்காலக் கட்டத்தில் சேதுச் சீமையை ஆண்டு, சேது காவலர்களாக விளங்கிய சேதுபதியான திருவுடையார் தேவர் என்ற விசய இரகுநாத சேதுபதி பாம்பனில் ஒரு கோட்டையைக் கட்டினர்.

இம்மறக்குடியின் நினைவாக மேற்சொன்ன ''அன்னை இந்திரா பாலம்'' அமைந்துள்ள சாலைக்குச் ''சேது சாலை'' என்றும் இன்றைய (1988) ஆட்சியாளர் பெயரிட்டுள்ளனர்.

மாட்ரிடில் தேசிய நூலகம்: ஸ்பெயினின் சிறு வரலாறு

இன்று ஸ்பெயின் என்று அறியப்பட்டுள்ள நிலப்பரப்பில் ஆயிரக்கணக்கான ஆண்டுகளாக மக்கள் வாழ்ந்தனர் என்பதைத் தொல் பொருளியல் கண்டுபிடிப்புகள் காட்டுகின்றன. வட ஸ்பெயினில் பிஸ்கே வளைகுடா மீது அமைந்திருக்கும் சண்டண்டர் என்ற துறைமுகப் பட்டினத்திற்கருகில் 1981 இல் கண்டுபிடிக்கப்பட்ட கோயில் 14,000 ஆண்டுகளுக்கு முற்பட்ட பழமை வாய்ந்தது என்று நம்பப்படுகின்றது. அதன் அருகிலுள்ள அட்டமிரக் குகைகளில் 1879 ஆம் ஆண்டு கண்டறியப்பட்ட குகை ஓவியங்கள் பெருந் தொன்மை வாய்ந்தனவாகும்.

எனினும் ஸ்பெயினின் எழுதப் பெற்ற வரலாற்றுக் காலம் கி.மு. 1000 ஆண்டு வாக்கில்தான் தொடங்குகின்றது. அப்போது வடக்கிலிருந்து படையெடுத்து வந்த கெல்டு (இவர்கள் இந்தோ ஐரோப்பிய இனப்பிரிவைச் சேர்ந்தவர்கள். ரோமானியர் காலத்திற்கு முன்னர் பிரிட்டன், கால், ஸ்பெயின், மேற்கு, மைய ஐரோப்பிய நாடுகளின் பிறபகுதிகளில் வாழ்ந்திருந்தனர். இவர்களின் மொழி, கெல்டிக் என்ற இந்தோ ஐரோப்பிய மொழிக் குடும்பத்தைச் சேர்ந்தது) இனத்தாராலும், ஸ்பானியக் கரையோரப் பகுதிகளில் ஃபினீசியராலும் (இம்மக்கள் செமித்திய இனத்தவர். பண்டைக் காலத்தில் வடமேற்குச் சிரியாவில் வாழ்ந்தனர். கிறித்தவ அப்தத்திற்கு முந்திய முதல் மில்லீனியத்தில், உலக வாணிபம் ஃபினீசியரின் கையில் இருந்தது. அவர்கள் மத்திய தரைக்கடல் பகுதியெங்கும் குடியேற்றங்களை அமைத்தனர்) கிரேக்கராலும் (இம்மக்களும் இந்தோ ஐரோப்பிய மொழிக் குடும்பத்தைச் சேர்ந்தவர் களேயாவார்) குடியேற்றங்கள் அமைந்தமையால் வரலாற்றுக்கு முற்பட்ட ஐபீரியப் பண்பாடு ஏற்றமடைந்தது.

கி.மு. 6 முதல் இரண்டாம் நூற்றாண்டு வரையில் எபரோ ஆற்றுப் பகுதி வரைக்கும் (இந்த ஆறு ஸ்பெயினின் இரண்டாவது பெரிய ஆறு. இது காண்டபிரியன் மலைகளில் தோன்றித் தென் கிழக்காக ஓடி மத்திய தரைக் கடலில் கலக்கின்றது. இதன் நீளம் 910 கி.மீ -(565 மைல்) ஸ்பெயின் கார்த்தேஜின் கையில் இருந்து வந்தது. (கார்த்தேஜ் என்பது வட ஆப்பிரிக்கக் கரையில் இன்றைய டூனிஸ் நகரத்திற்கு அருகில் பண்டைக் காலத்தில் இருந்த நகர அரசு. இது சுமார் கி.மு. 800 வாக்கில் நிறுவப்பட்டது. இதை ஃபினீசிய வணிகர்கள் உண்டாக்கினர். இது வட ஆப்பிரிக்காவையும், மத்திய தரைக் கடல் பகுதியையும் ஆளுகை கொண்ட பெரும் வல்லரசாக எழுந்தது. இந்நகரம் அழிவுற்றது. பின்னர் ரோமானியர் அதைக் கட்டினர். அதை அராபியர் இறுதியாக கி.பி. 697 ஆம் ஆண்டு இடித்துத் தரைமட்டமாக்கினர்).

வட ஸ்பெயினிலுள்ள தொல் நகரமான நுமாண்டியா வீழ்ச்சியடைந்ததும், கி.மு.133 முதல் கி.பி. ஐந்தாம் நூற்றாண்டு வாக்கில் நாகரிக முதிர்ச்சியற்ற மக்கள் தாக்கிய காலம் வரையிலும், 'ஹிஸ்பானியா' என்ற ஸ்பெயின் ரோமின் ஆட்சியில் இருந்து வந்தது.

ரோமானியர் ஆட்சிக் காலத்தில் நகரங்களும், அவற்றை இணைக்கும் சாலைகளும் நிறுவப்பட்டன. ரோமானியர் காலத்தில்தான் ஸ்பெயினுக்குக் கிறித்தவம் வந்தது. ஸ்பானிய மொழி தோன்றக் காரணமான இலத்தீனம் அறிமுகமாயிற்று.

விசிக் கோத்துகள் அல்லது மேற்கத்திக் கோத்துகள் என்ற மக்கள் (ஸ்காண்டிநேவியா விலிருந்து வந்த கிழக்கு ஜெர்மானிய மக்கள் கூட்டத்தில் ஒரு பிரிவினர். அவர்கள் கிறித்தவ அப்தத்தின் முதல் மில்லீனியத் தொடக்கத்தில் பால்டிக்கின்

தெற்கில் குடியேறினர். பால்டிக் என்பது பால்டிக் கடற்கரை யோரத்திலுள்ள பகுதிகளைக் குறிக்கும். அவர்கள் உக்கிரேனியப் புல்வெளி களுக்குச் சென்று குடியேறி, பிற்காலத்தில் அதாவது மூன்று முதல் ஐந்தாவது நூற்றாண்டுக்காலம் வரையிலும் ரோமானியப் பேரரசு மீது தாக்குதல் நடத்தி வந்தனர். ஐந்தாம் நூற்றாண்டில் ஸ்பெயினில் குடியேறி, அந்நாட்டில் கி.பி. 711 வரை மேலோங்கி நின்றனர். அவ்வாண்டில் படையெடுத்து வந்த **மூர்கள்** (அரபு, பெர்பர்குடிக் கலப்பில் தோன்றிய வடஆப்பிரிக்க முஸ்லிம்கள் மூர் எனப்படுவர். அவர்கள் எட்டாம் நூற்றாண்டு வாக்கில் இஸ்லாத்திற்கு மாற்றப்பட்டனர். அவர்கள் வட ஆப்பிரிக்காவிலும், ஸ்பெயினிலும் தமது ஆட்சியை அமைத்தனர். அங்கு அவர்கள் கி.பி. 759-1492 ஆம் ஆண்டுகளுக்கிடைப்பட்ட காலத்தில் ஒரு நாகரிகத்தைத் தோற்றுவித்தனர்). ஸ்பானிய மன்னர் ரோடரிச்சைத் தோற்கடித்தனர். ஸ்பெயினின் வட மாவட்டங்கள் சிலவற்றைத் தவிர ஸ்பெயின் முழுமையும் 300 ஆண்டுகளிலிருந்து 700 ஆண்டுகள் வரை பல்வேறு காலக் கட்டங்களில் முஸ்லிம் ஆட்சியில் இருந்தது.

அங்கு இஸ்லாத்தினடியாகப் புதிய நாகரிகம் எழுந்தது. அம்மகிழ்ச்சியைச் செழிப்பான நகரங்கள், தொழிற்சாலைகள் முதலியன வாயிலாக அறியலாம். இக்காலத்தில் மிகச்சிறந்த எழுத்தாளர்கள், மெய்ப்பொருளறிஞர்கள், மருத்துவர்கள் முதலானோர் தோன்றினர். அவர்களுள் யூதரும், முஸ்லிம்களும் இருந்தனர்.

இருப்பினும் இக்காலக் கட்டம் (711-1492) நெடுகிலும், கிறித்தவ ஸ்பெயினானது மூர்களுக்கு எதிராக, ஆங்காங்கு விட்டுவிட்டுப் போராடி வந்தது. கி.பி. 13 ஆம் நூற்றாண்டுவாக்கில் முஸ்லிம் ஆட்சி தென் ஸ்பெயினுக்குள் ஒடுக்கப்பட்டு விட்டது.

ஸ்பெயினில் முஸ்லிம்களின் கடைசிக் கோட்டையாக இருந்த கிரானடா (இது தென் ஸ்பெயினில் உள்ளது) 1492 இல் வீழ்ந்தது. அரகோனின் இரண்டாவது ஃபெர்டினாந்து, காஸ்டிலியின் முதலாவது இச்பெல்லா என்ற இருவரது ''கத்தோலிக்க முடிமன்னர்'' குடிக்கீழ் ஸ்பெயின் அப்போது ஒன்றுபட்டது. (அரகோன் என்பது வடகிழக்கு ஸ்பெயினில் 11 ஆம் நூற்றாண்டு முதல் 1479 வரை நிலவிய சுதந்திர முடியரசு. அது கிட்டத்தட்ட இன்றைய ஸ்பெயின் முழுவதையும் உள்ளடக்கிய காஸ்டில் என்ற முடியரசுடன் 1479 ஆம் ஆண்டு இணைந்து தற்காலத்து ஸ்பெயினாக உருவெடுத்தது).

அதிலிருந்து (அரகோன், காட்டலோனியா, வெலன்சியா, மற்றும் மஜோர்க்கா, மைனோர்க்கா, இபிசா, ஃபார்மெந்தரா, கபரேரா இன்னும் 11 சிறு தீவுகள் அடங்கிய பேயலரிக்குத் தீவுக் கூட்டம் அடங்கிய) அரகோன் சுதந்திர முடியரசாக உருப்பெற்றது. கிழக்கு மத்திய தரைக்கடல் வரையிலும் விரிந்து சிசிலியையும், நேப்பிள்சையும் தன்னுள் சேர்த்துக் கொண்டு, ஜெனோவாவுடனும், வெனிசுடனும் ஸ்பெயின் போட்டியிடலாயிற்று. ஸ்பெயினிலிருந்து மூர்களும், யூதர்களும் வெளியேற்றப்பட்டனர். கத்தோலிக்க சமயத்திற்கு மாறி ஸ்பெயினில் தங்கிவிட்டவர்கள், தமது பழைய சமயங்களுக்கு மாறிவிடுவர் என்ற ஐயம் எழுந்தபோது, சமயக் கொடுமைகளினால் சொல்லொணா இன்னலுற்றனர்.

இதே 1492 இல்தான் காஸ்டிலியக் கொடி தாங்கிய கப்பலில் சென்ற இத்தாலியரான கொலம்பஸ் (1446-1506) அமெரிக்காவைக் கண்டுபிடித்தார். ஸ்பெயினின் ஊழியத்திலிருந்த போர்த்துக்கீசரான ஃபெர்டினாந்து மெகல்லன் உலகைச் சுற்றி வருவதற்காக 1519 இல் தன் கடற் பயணத்தைத் தொடங்கினார். அதை ஜுவான் செபஸ்தியன் எல்கானோ என்ற ஸ்பானியர் 1522 இல் முடித்து வைத்தார்.

பதினாறாம் நூற்றாண்டு ஸ்பானிய வரலாற்றின் பொற்காலமாகும். அமெரிக்காவிலிருந்து, அதன் பேரரசு செல்வச் செழிப்பைத் தந்தது. ஸ்பெயினில் கலைகள் செழித்தன. அதன் கப்பல்கள் உலகக் கடல்கள் மீது ஆளுகை கொண்டிருந்தன. ஐரோப்பாவிலேயே ஸ்பெயினின் படைகள் ஆற்றல் வாய்ந்தவையாக நிலவின.

இருப்பினும் இரண்டாம் பிலிப்பின் ஆட்சிக் காலத்தில் (1556-98), பதினாறாம் நூற்றாண்டின் பிற்பகுதியில் ஐரோப்பாவில் நிகழ்ந்த சமயப் போர்களால் ஏற்பட்ட மக்கள் இழப்பும், புதிய உலகிற்கு மக்களும், செல்வ வளங்களும் பெரிய அளவில் இடம் பெயர்ந்தமையாலும், ஸ்பெயின் தன் ஆற்றலையும், சிறப்பையும் இழந்தது.

ஸ்பெயின் இங்கிலாந்துடனும் (1588), நெதர்லாந்துடனும் நடத்திய போர்களினாலும் அதன் ஐரோப்பிய வல்லமை அதிகாரம் முடிவுற்றது. பதினேழாம் நூற்றாண்டில் பிரான்சுடன் நடந்த போரினாலும், ஸ்பானிய வாரிசுரிமைப் போரினாலும் (1701-14) ஸ்பெயினில் போர்போன் (இது பிரான்சை 1589 முதல் 1793 வரை ஆண்டு வந்த ஐரோப்பிய அரச குடி: இக்குடி ஸ்பெயினை 1700-1808, 1813-1931 ஆகிய கால கட்டங்களில் ஆண்டிருக்கின்றது) அரச குடியின் ஆட்சி ஏற்பட நேர்ந்தது. இப்படி ஸ்பெயின் வலுக்குன்றிக் கிடந்த காலக்கட்டத்தில், அதன் தலை நகரான மாட்ரிடில் தேசிய நூலகம் அமைந்தது.

ஆற்றலிழந்து நின்ற ஸ்பானிய முடியரசு 1808 ஆம் ஆண்டு தற்காலிகமாக முடிவுற்றது. நெப்போலியனின் (1769-1821) சகோதரரான ஜோசப் இப்போது ஸ்பெயினின் மன்னராக முடிசூட்டப்பெற்றார். எனினும் ஸ்பானிய மக்கள் புரட்சி செய்து 1808 மே 2 அன்று பிரஞ்சுக்காரரை ஸ்பெயினை விட்டு விரட்டினர். நெப்போலியன் காலத்திற்குப் பிறகு போர்போன் குடிமன்னர்கள் ஸ்பானிய அரியணையில் அமர்த்தப்பட்டனர்.

ஸ்பெயினின் காலனிகள்

கிறித்தவ சமயத்தைப் பரப்புவதற்கென்று தனிச்சிறப்புத் தந்து ஸ்பெயின் புறச்சமயிகள் வாழ்ந்த கண்காணாத சீமைகளில் வாள் கொண்டு சமயத் தொண்டாற்றியது: ஸ்பெயின் அமைந்துள்ள இதே ஐபீரியத் தீவக்குறையின் மேற்கிலுள்ள போர்த்துக்கல்லும், அதே சமய உணர்வோடு அயலுலகில் பணிபுரிந்தமையால், பாப்பரசர் உலகை இரு கூறுகளாகப் பிளந்து ஒன்றை ஸ்பெயினுக்கும், மற்றொன்றைப் போர்த்துக்கல்லுக்கும் அளித்தார் என்பது வரலாறு.

ஆனால் சமயப் பணிக்கு மறைமுகமான இடம் தந்து வாணிபம், ஏகாதிபத்தியம் என்ற ஆதாயநோக்கங்கள் மட்டுமே கொண்டிருந்த பிரிட்டன், பிரான்ஸ் போன்ற நாடுகள்தாம் இந்த இருபதாம் நூற்றாண்டு வரையிலும் மிகப் பரந்த காலனிகளை வைத்திருந்தன. எனினும் ஸ்பெயினுக்கும் காலனிகள் சில உண்டு.

ஸ்பெயினின் பழைய காலனியான ஈக்குவடோரியல் கினி (இது மேற்கு ஆப்பிரிக்கா வில் உள்ளது. இதைப் போர்ச்சுக்கல் 1778 இல் ஸ்பெயினுக்கு விட்டுத் தந்தது. இதன் தலைநகரம் மலபோ, இதற்கு ஸ்பானிய கினி என்றொரு பெயரும் உண்டு. இதன் பரப்பு 28,049 சதுர கிலோ மீட்டர் (10,830 சதுர மைல்) இங்கு வழங்கும் மொழி ஸ்பானியம்) 1968 அக்டோபர் 12 அன்று குடியரசாக விடுதலை பெற்றது.

ஸ்பெயின் வசம் இருந்த இஃபனி மாகாணம் 1969 ஜுன் 30 அன்று மொராக்கோவின் ஆளுகைக்குச் சென்று விட்டது.

ஸ்பானிய சகாராவிலிருந்து 1976 ஜனவரி 12 அன்று ஸ்பானியப் படைகள் கடைசியாக வெளியேறியதும், அப்பகுதியின் தற்காலிக ஆட்சிப் பொறுப்பை மொராக்கோவும், மாரிட்டானியாவும் கூட்டாக ஏற்றன. ஸ்பெயினுக்கு வட ஆப்பிரிக்கக் கரையில் இன்னும் சிறு சிறு இடங்களும், தீவுகளும் உள்ளன.

ஸ்பானியம்

ஸ்பானியம் இன்று ஸ்பெயினிலும், அதன் சார்பு நாடுகளிலும் ஆட்சி மொழியாக உள்ளது. கியூபா, டொமினிக்கன் குடியரசு, மெக்சிக்கோ, மற்றும் பிற மைய அமெரிக்கக் குடியரசுகளிலும் அம்மொழியே ஆட்சியில் உள்ளது. தென் அமெரிக்காவில் பிரேசில், கயானா நீங்கலாக ஏனைய நாடுகளிலும், அம்மொழி அந்நிலை பெற்றுள்ளது. ஸ்பானிய மொழி பியூர்டோ - ரிக்கோவிலும், பிலிப்பைனிலும் ஆங்கிலத்துடன் ஆட்சிமொழியாக நிலவுகின்றது.

ஸ்பானியம் ஐபீரியத் தீவக்குறையின் வட மையப் பகுதியில் இலத்தீன் மொழிக் கூட்டத்திலிருந்து உருப்பெற்றதென்பது வரலாறு. இத்தீவக்குறையில் பாஸ்கு, கட்டலான், போர்த்துக்கீசம் ஆகிய மொழிகளும் வழங்குகின்றன.

ரோமானியக் குடியேற்றம் நடந்து கொண்டிருந்த நிலையில் நகர நிர்வாகத்தினரால் அமைக்கப்பெற்ற சாலைகள், குடியேற்றங்கள் இவற்றின் நெடுகிலும் இலத்தீன் மொழியானது ஹிப்பாலிஸ், எமரிட்டா, டராக்கோ முதலிய கிழக்கத்தி, தெற்கத்தி மாகாணங்களின் நகர்ப்புர மையங்களில் விரிவடையலாயிற்று.

காத்து வைக்கப்பட்டிருக்கும் மிகவும் தொன்மையான இலக்கிய நூல்கள் காஸ்டிலியன் மொழியில் உள்ளன. இம்மொழி தான் ஸ்பெயினின் ஆட்சி மொழியாகவும், இலக்கிய மொழியாகவும் மேலோங்கியது. மேற்சொன்ன காஸ்டிலிய மொழி இலக்கியங்கள் பன்னிரண்டாம் நூற்றாண்டில் எழுதப் பெற்றவையாகும். எனினும் முதலில் அறியப்பட்ட பாடல்கள் அரபு ஸ்பெயினில் நாட்டு மொழியாக இருந்த மோசராபியத்தில் உள்ளன. அவை 11-ஆம் நூற்றாண்டைச் சேர்ந்தவையாகும்.

பதினொன்றாம் நூற்றாண்டிலிருந்து காலிசியன் மொழியில் உணர்ச்சிப் பாடல்கள் எழுதப் பெற்று வருகின்றன வெனினும் இந்தப் போர்த்துக்கீசக் கிளை மொழி மேலும் ஓர் இலக்கிய மொழியாக வளரவில்லை.

ஆனால் பிராவென்சு மாவட்ட (இது தென்கிழக்குப் பிரான்சில் மத்திய தரைக்கடல் மீது அமைந்துள்ள பழைய பிரஞ்சு மாகாணம். இங்கு வழங்கும் பிரஞ்சுப் பேச்சு வழக்கு மொழிக்கு பிராவெங்கல் என்று பெயர்) உறவுகளையுடைய கட்டலான் மொழியில் அதற்கே உரிய உயிர்த்துடிப்புள்ள இலக்கிய மரபு உள்ளது.

நாம் ஏற்கெனவே கூறியபடி ஐபீரியத் தீவக்குறையில் பாஸ்கு, கட்டலான், போர்த்துக்கீசம் ஆகியனவும், காஸ்டிலியனும், கால்சியனும் வழங்குகின்றன. ஸ்பானிய இலக்கியத்தின் பொற்காலம் என்று 16, 17 ஆம் நூற்றாண்டுகள் போற்றப்படுகின்றன.

இலக்கியத்தில் கண்டுபிடிப்புகளும் வெற்றிகளும்

ஸ்பானியப் புத்திடந்தேடிகளின் மாபெரும் கண்டுபிடிப்புகள் ஸ்பானிய எழுத்தாளர்களுக்குப் புதிய துறைகளில் அனுபவங்களை உண்டாக்கித் தந்தன. அதனால் அவர்கள் 16, 17 ஆம் நூற்றாண்டுகளில் ஸ்பானிய இலக்கியத்தைச் செழிக்கச் செய்தனர்.

புத்திடந்தேடிகளின் அறிக்கைகள், அன்றாடக் குறிப்பேடுகள், நினைவுக் குறிப்புகள், நிகழ்ச்சிகளின் தொகுப்புகள், வரலாற்றுச் சுழற்சி, இறுதியாக வீர காவியங்கள் என்று ஒன்றையடுத்து மற்றொன்று எழலாயின. செர்வாண்டிஸ் சவேதரா என்ற முழுப் பெயரையுடைய **மிகுவல் தெ செர்வாண்டிஸ்** *(1547-1616)* இக்கால கட்டத்தைச் சேர்ந்தவராவார். இவரது டான் குவிக்சாட்டு உலக இலக்கியங்களின் வரிசையில் இடம் பெற்றுள்ள காவியமாகும்.

போர்த்துக்கீச வண்ணம் தோய்ந்த ஸ்பானிய மொழியில் **கொலம்பஸ்** எழுதிய கடிதங்கள், அவரது குணநலன்களையும் அருந்திறன்களையும் வெளிப்படுத்துகின்றன. அவரது கையறு நிலையையும், திக்குமுக்காட்டத்தையும், அவர் கண்ட ஏமாற்றத்தையும் அவரது எழுத்துக்கள் காட்டுகின்றன.

ஹெர்னான் கோர்டஸ் *(1485-1547)* மெக்சிக்கோவை வெற்றி கண்டது பற்றி எழுதிய அறிக்கைகள் ஜுலியஸ் சீசரின் போர்க்களக் குறிப்புகளைப் போன்று, மிகச்சிறந்த கருத்துப்பாங்கை வெளிப்படுத்துகின்றன. அவருடைய சாதனைகளை அவருடன் சென்றிருந்த கிறித்தவக் குரு **லோட்டஸ் தெ கோமரா** வரலாறாக எழுதி வைத்திருக்கின்றார். அவர் கோர்டசின் மெக்சிக்க வெற்றிப் பயணங்களில் அவருடன் கிறித்தவக் குருவாகச் சென்றிருந்தார்.

ஸ்பானியர் கண்ட வெற்றிச் சுழற்சி முழுவதையும் **அண்டோனியோ தெ ஹெரோ** எழுதிய பொது வரலாறு *(1601-15)* என்ற நூல் விவரிக்கின்றது. அது எழுதப் பெற்றுள்ள நடையழகிற்காகப் பெரிதும் விரும்பிப் படிக்கப்படுகின்றதேயன்றி வரலாற்று ஆதாரங்கள் அடங்கிய நூலாகவன்று.

தலைநகரம் மாட்ரிடு

மூர் என்ற முகமதியர் ஸ்பெயினின் நடுமையமான பகுதியில் பத்தாம் நூற்றாண்டில் ஒரு கோட்டையைக் கட்டியபோது, அங்குக் காடு மண்டிக்கிடந்தது. அங்கிருந்து கட்டட வேலைக்கு மரங்கள் பெறப்பட்டன. ஆதலால் ''மரம்'' என்ற பொருளைத் தரும் '' மேட்ரியா'' என்ற அரபுப் பெயரின் திரிபே மாட்ரிடு ஆகும். ஸ்பானிய மன்னர் இரண்டாம் பிலிப்பு *(1556-1598) 1561* ஆம் ஆண்டு அதை மூர்களிடமிருந்து கைப்பற்றிய பிறகு ஸ்பெயினின் கோநகரம் வல்லதோலிடு என்ற இடத்திலிருந்து மாட்ரிடுக்கு மாறியது.

இந்நகர மாந்தர்க்கு மாட்ரிலெனொ என்று பெயர். இது மத்திய தரைக்கடலிருந்து சுமார் *480* கிலோ மீட்டர் *(300* மைல்*)* தொலைவிலுள்ளது. ஐரோப்பிய அளவு கோலின்படி பார்த்தால் மாட்ரிடு மிகவும் அண்மைக் காலத்து நகரமாகும். இரண்டாம் பிரிப்பு *1561* இல் இங்குக் கோநகரை மாற்றியபோது, அது சுமார் *30,000* மக்களைக் கொண்டதாகவும், அவர்களில் பலர் மிகவும் வறிய நிலையிலும் இருந்தனர்.

மாட்ரிடு ஐபீரியத் தீவக்குறையின் நடுமையத்தில் அமைந்திருந்ததால் பிலிப்பு மன்னர் இந்த முடிவை எடுத்தார். இன்று அந்நகரம் ஒரு சகடத்தின் நடுக்குடத்துடன் ஒப்பிடப் படுகின்றது. ஏனெனில் இத்தீவக்குறையின் நெடுஞ்சாலைகளும் இருப்புப்பாதைகளும் அம்மையத்தை நோக்கிச் சக்கரத்தின் ஆரக்கால்கள் போன்று செல்கின்றன.

மாட்ரிடு காஸ்டிலியச் சமவெளிப் பகுதியில் மேல் நோக்கித் துருத்திக்கொண்டு

600 மீட்டர் (2000 அடி) உயரம் இருப்பதால், அதுவே ஐரோப்பாவின் மிக உயரமான தலை நகரமாகின்றது.

இரண்டாம் பிலிப்பின் அரசவை மிகுந்த எளிமைக்குப் பெயர் பெற்றதெனினும், பதினெட்டாம் நூற்றாண்டின் இரண்டாம் பகுதியில் சிற்றின்பம் துய்ப்பவர்களிடையே புகழ் வாய்ந்ததாக மாட்ரிடு விளங்கியது. ஐரோப்பாவின் காதல் மன்னரான காசனோவா (1725-1798) சிற்றின்பம் துய்ப்பதில் ஒரு புதிய உச்சத்தைத் தொட்டவர். அவரது காம விளையாட்டுக்கள் மூன்று நான்கு தொகுதிகளில் நினைவுக் குறிப்புகளாக அவரால் எழுதப்பெற்றுள்ளன. சிற்றின்ப இலக்கியத்தில் அதற்குத் தனி இடமுண்டு.

அவர் நாற்பது நாள் லெண்ட் நோன்பு நடைபெறுவதற்கு முன்னர் நிகழும் கார்னிவல் என்ற கேளிக்கை விழாவிற்காக மாட்ரிடிற்கு வந்திருந்து, அங்கு அனுபவித்த காமச் சுகங்களைப் பற்றிய செய்திகளுடன் தன் தாயகமான இத்தாலிக்குத் திரும்பியிருக்கின்றார்.

ஸ்பானியத் தளபதியான பிரான்சிஸ்கோ பிராங்கோ (1892-1975) 1939 ஆம் ஆண்டு ஸ்பெயினில் சர்வாதிகாரியான பிறகு, 1956 ஆம் ஆண்டு விலைமாதர் விடுதிகளை இங்கு மூடச்செய்தார். இன்று (1989) அவை கோலாகலமாகத் தொழில் நடத்துவதை அறிந்தால், அந்தச் சர்வாதிகாரி கல்லறைக்குள்ளேயே குமுறுவார்.

ஸ்பெயினில் நூலகங்கள், காட்சியகங்கள்

ஸ்பெயின் நாடு முதன்முதலாக இந்த 1711 இல் தான் தேசிய நூலகத்தைக் கண்டது.

இன்று *1979* ஆம் ஆண்டுக்கணக்குப்படி *2871* நூலகங்கள் அங்கு இருந்தன. அவற்றின் வகை வருமாறு:

தேசிய நூலகங்கள் *2*, உயர்கல்வி நூலகங்கள் *337*, பள்ளி நூலகங்கள் *616*, சிறப்பு நூலகங்கள் *486*, பொதுநூலகங்கள் *1430*. அவற்றில் மொத்தம் *3,60,11,184* நூல்களும், *1,35,712* கையெழுத்துப் படிகளும், *67,480* மைக்கிரோஃபிலிம் சுருணைகளும், *5,56,541* பிற மைக்கிரோ அச்சுப் பதிப்புகளும் உள்ளன.

மாட்ரிடிலுள்ள தேசிய நூலகம், பார்சலோனாவிலுள்ள காட்டலோனிய நூலகம், சாலமங்கா, வல்லதோலிடு,ஒவியடோ, சனவல் பல்கலைக் கழகங்களின் நூலகங்கள், (பதினைந்தாம் நூற்றாண்டிலிருந்து, பதினெட்டாம் நூற்றாண்டு வரையிலுள்ள அடையாள முத்திரைகளைக் கொண்ட) டோலடோ பொது நூலகம் முதலியன மிகவும் முக்கியமான பல நூல்களைச் சேகரித்து வைத்துள்ளன.

ஸ்பெயினில் *61* வரலாற்று ஆவணக் காப்பகங்கள் இருக்கின்றன. அங்கு மொத்தம் *7,05,226* கோப்புகளும், *2,62,826* நூல்களும் உள.

ஸ்பெயினில் *1981* இல் *636* அருங்காட்சியகங்கள் இருந்தன. அவற்றுள் இரண்டு தேசியக் காட்சியகங்களாகும். மாட்ரிடிலுள்ள பிராடோ காட்சியகத்தில் மிகவும் விரிந்து பரந்த அளவில் ஸ்பானியக் கலைச் சேகரங்கள் குவிந்துள்ளன. இது ஸ்பெயினில் மிகப் புகழ் பெற்றதாகவும், உலகின் சிறந்த காட்சியகங்களுள் ஒன்றாகவும் நிலவுகின்றது.

இவையனைத்திற்கும் தோற்றுவாயாக இந்த *1711* இல் மாட்ரிட்டில் அமைந்த தேசிய நூலகம் இன்றும் நின்று சிறக்கின்றது.

1712

தஞ்சை மராட்டியர்: தஞ்சை நகர வரலாறு

தஞ்சைத் தரணியில் மராட்டியர் குடியின் அரசை நிறுவிய **ஏகோஜி**, இக்குடி யின் முதல் மன்னராக *1676* ஆம் ஆண்டு அரியணை ஏறி, *1684* வரை எட்டாண்டுக் காலம் ஆட்சி செய்த பின்னர், அவருடைய மகனான **ஷாஜி** *1684* முதல் *1712* வரை அரசிருந்து இறக்கவே, மூன்றாவது தஞ்சை மராட்டிய மன்னராக **முதலாம் சரபோசி** இந்த ஆண்டில் முடிசூடினார்.

பதினேழாம் நூற்றாண்டின் கடைசியில் தஞ்சைத் தரணியில் முகிழ்த்த இந்த மராட்டிய அரசு வரலாற்றில் குறிப்பிடத்தக்கது. அதன் தோற்றத்தை அறிந்து கொள்வது சுவையும் பயனும் உள்ளதாக இருக்கும். அதற்கு முன்னரே பல்லாற்றானும் சிறப்புற்றோங்கியிருந்த தஞ்சைப் பெருநகரின் வரலாறும் கூறுவது நமது வழிவழிப் பண்பாட்டிற்கும், சிறப்பிற்கும் ஒரு மணி மகுடமாகும்.

தஞ்சைப் பெரு நகரம்

ஐரோப்பியரின் வரவினால் இந்தப் பதினெட்டாம் நூற்றாண்டில் தமிழகத்திலும், இந்தியாவிலும் பல சிறு ஊர்கள் பெரிய நகரங்களாக மாறியிருக்கின்றன. ஆனால்

தஞ்சாவூரோ மதுரையைப்போல், காஞ்சியைப் போல், வரலாற்றுப் பெருமைகளைக் கொண்ட பழைய ஊராகும்.

ஏழாம் நூற்றாண்டில் சைவ சமய குரவர்களில் ஒருவரான அப்பர் தம் திருவீழிமழலைத் திருத்தாண்டகத்தில் "தஞ்சைத் தளிக்குளத்தார்" என்றும், க்ஷேத்திரக் கோவைத் திருத்தாண்டகத்தில் "தஞ்சை" என்றும் குறிப்பதிலிருந்து, தஞ்சாவூர் ஏழாம் நூற்றாண்டிலேயே சிறப்பு வாய்ந்த நகராய் விளங்கியிருந்தது என்பது தெளிவு.

முத்தரையர்

களப்பிரர் வழியினர் என்று கருதப்படும் முத்தரையர் எட்டு. ஒன்பதாம் நூற்றாண்டு களில் சோழ மண்டலத்தை ஆண்டு வந்த சிற்றரசராவர். அவர்களுக்குத் தஞ்சை தலைநகராக இருந்தது என்பது திருக்காட்டுப் பள்ளிக்கருகிலிருக்கும் செந்தலைக் கோயில் கல்வெட்டி லிருந்து தெரிகின்றது.

எட்டாம் நூற்றாண்டில் வாழ்ந்திருந்த திருமங்கை யாழ்வார் "வம்புலாஞ் சோலை மாமதில் தஞ்சை" என்று தமது தஞ்சைப் பாசுரத்தில் பாடுகின்றார். அக்காலத்தில் தஞ்சை நகரத்தில் சிறந்த மதில்கள் இருந்தன என்பதை இதனால் அறிகின்றோம்.

முத்தரையர் ஆட்சி முடிந்ததும் தோன்றிய சோழப் பேரரசால் தஞ்சை மாபெரும் தலைநகராகிப் பெரும் புகழையும் சிறப்பையும் அடைந்தது.

சோழர்குடி பல்லாண்டுகளாகப் புகழ் இன்றித் தாழ்ந்த நிலையில் இருந்து வந்தது. அக்குடிக்கு மீண்டும் பழைய புகழைக் கொண்டு வந்தவர் விசயாலய சோழர் ஆவார். அவர் பிற்காலச் சோழப் பேரரசின் முதல் வேந்தராவார்.

சோழர் காலத் தஞ்சை

விசயாலய சோழர் *(800-871)* களப்பிரர் வழியினர் என்று கருதப்படும் முத்தரையர் என்ற குறுநில மன்னர்களைப் போரில் வென்று கி.பி. 846 ஆம் ஆண்டில் தஞ்சை மாநகரைச் சோழர் குடியின் தலைநகராக அமைத்தார். இவ்வுண்மைக்குச் சான்றுகளாகப் பல கல்வெட்டுகள் உள்ளன.

விசயாலய சோழர் தனக்குப் போர்களில் அருள்புரிந்த துர்க்கைக்குத் தஞ்சையில் ஒரு கோயில் எடுப்பித்ததாகத் திருவாலங்காட்டுச் செப்பேடு செப்புகின்றது.

விசயாலய சோழரின் பேரனும், ஆதித்த சோழரின் *(871-907)* மகனுமான **பராந்தகச் சோழரின்** ஆட்சிக்காலத்தில் *(907-953)*, புதிதாக வடவாறு என்ற ஓர் ஆறு தஞ்சையின் வடக்கே வெட்டப்பெற்றது. அதற்கு வீரசோழ வடவாறு என்று பெயர் வைத்தனர்.

முதல் இராசராச சோழர் கி.பி. 985 முதல் 1014 வரை தஞ்சையைத் தலைநகராகக் கொண்டு ஆண்டார். அவர் காலத்தில் பலவகைக் கலைகளும் ஏற்றம் பெற்றன. இச்செய்திகள் அம்மன்னரால் தஞ்சையில் கட்டுவிக்கப்பெற்ற பெரிய கோயிலிலுள்ள பல கல்வெட்டுகளில் காணப்படுகின்றன.

பெரிய கோயில்

சிவபாத சேகரன் என்று சிறப்புப் பெயர் பெற்ற இராசராசர் தன்பெயரால் பெரிய மாடக் கோயிலை எடுத்து அதற்கு இராச ராசேச்சுரம் என்று தன் பெயரை இட்டார்.

அக்கோயிலே **பெரிய கோயில்** என்று வழங்கும் மேற்சொன்ன பிரகதீசுவரர் கோயிலாகும்.

அக்கோயில் 216 அடி உயரமானது. 739 அடி நீளமும், 397 அடி அகலமும் உடைய பெரிய கோயிலாகும்.

தஞ்சை மாநகரம் அக்காலத்தில் உள்ளாலை, புறம்பாடி என்று இருபெரும் பிரிவுகளாக இருந்தது என்பது தெரிகின்றது. இதைக் கோயில் கல்வெட்டுகளிலிருந்து அறிகின்றோம்.

உள்ளாலை என்பது அகநகராகிய உள்நகரைக் குறிக்கும். புறம்பாடி என்பது புறத்தே அமைந்த புறநகரத்தைச் சுட்டும். அந்நகரத்தில் வீரசோழப் பெருந்தெரு, வானவன் மாதேவிப் பெருந்தெரு, வில்லிகள் தெரு, ஆனையாட்கள் தெரு, ஆனை நடவுவார் தெரு, மடைப்பள்ளித் தெரு, சாலியத் தெரு என்ற பெருந்தெருக்கள் இருந்தன.

தஞ்சை நகரத்தில் பெரிய கடைத் தெருக்களும் இருந்தன;

திரிபுவன மாதேவிப் பேரங்காடி; கொங்கால் வாரங்காடி; இராசராசப் பிரமராயன் அங்காடி.

அரண்மனைப் பணிமக்கள் வாழ்ந்த இடங்கள்;

உய்யக் கொண்டான் தெரிந்த திருமஞ்சனத்தார் வேளம், பஞ்சவன் மாதேவியின் வேளம், உத்தம சீலியர் வேளம், அருமொழி தேவத் தெரிந்த திருப்பரி நலத்தார் வேளம்.

இவற்றிலிருந்து கி.பி 11-ஆம் நூற்றாண்டுவாக்கில் தஞ்சை எவ்வளவு பெரிய நகரமா யிருந்தது என்பதை உய்த்துணரலாம்.

முதல் இராசேந்திர சோழன் *(1014-1044)* கங்கை கொண்ட சோழபுரத்தைத் தன் தலை நகராக்கிக் கொண்ட போதிலும், தஞ்சை சீரும், சிறப்பும், வாழ்வும், வளமும் குன்றாமலிருந்து வந்தது.

முதல் மாற வர்மன் சுந்தரபாண்டியன் கி.பி. *1219* ஆம் ஆண்டு சோழ நாட்டின் மீது படையெடுத்து வந்து தஞ்சை நகரத்தில் பெரும் பகுதியை அழித்தார்.

நாயக்கர் ஆட்சி

தஞ்சையில் கி.பி. பதினாறாம் நூற்றாண்டில் நாயக்கர் ஆட்சி ஏற்பட்டது. அதற்குப்பிறகு தஞ்சை மீண்டும் தன் பழஞ்சிறப்பில் ஒரு பகுதியைப் பெறலாயிற்று. தஞ்சை நாயக்க மன்னரில் முதல்வரான **சேவப்ப நாயக்கன்** காலத்தில், சிவகங்கைக் கோட்டையும், சேவப்பன் ஏரியும் கட்டப்பெற்றன.

இன்றும் தஞ்சை நகரத்தில் நிற்கும் தஞ்சாவூர் அரண்மனையும் இராசகோபாலசாமி கோயிலும், கடைசித் தஞ்சை நாயக்கரான **விசயராகவன்** காலத்தில் கட்டப்பெற்றன. தஞ்சையின் கோட்டையும், அகழியும் இம்மன்னரால் புதுப்பிக்கப்பட்டன.

தஞ்சை நாயக்கர்கள் குறுகிய காலமே ஆண்டனர். அவர்கள் அக்காலக் கட்டத்திற்குள், வெண்ணாற்றங்கரையில் நீலமேகப் பெருமாள் கோயில், தஞ்சையில் விண்ணகர், மணிக் குன்றப் பெருமாள் கோயில் என்று மூன்று வைணவக் கோயில்களைக் கட்டுவித்தனர்.

தஞ்சை, மதுரை நாயக்கரிடையே ஏற்பட்ட உட்பகை காரணமாக, மராட்டியர் தலையீட்டினால் நாயக்கர் ஆட்சியிழந்தனர்.

நாயக்கர் உட்பகை

தஞ்சையை ஆண்டுவந்த விசயராகவ நாயக்கருக்கும், மதுரைச் சீமையில் அரசோச்சி வந்த சொக்கநாத நாயக்கருக்கும் *(1659-1687)* உட்பகை இருந்து வந்தது. மதுரை நாயக்கர் தஞ்சை நாயக்கரின் மகளைப் பெண் கேட்டார். அவர்களின் பகைக்கு இதுவும் முக்கியமான காரணமாகும். ஏனெனில் தஞ்சை மீது படையெடுத்தார். தஞ்சையின் விசயராகவ நாயக்கர் போர்க்களம் புகுமுன், ‘‘வெற்றி காணாது திரும்பேன். ஒருவேளை களத்தில் இறந்துபட்டால், அதற்கு வேண்டிய ஏற்பாடுகளைச் செய்து கொள்க’’ என்று சொல்லிச் சென்றார். களத்திலிருந்து அவர் உயிருடன் மீளவில்லை.

முன்னமே செய்திருந்த ஏற்பாடுகளின்படி அந்தப்புரப் பெண்டிர் அனைவரும் தீக்குளித்து இறந்தனர். தஞ்சை நாயகக்கரின் தேவியருள் ஒருத்தி, தன் நான்கு வயது மகனை ஒரு தாதியிடம் கொடுத்துத் தப்பியோடுமாறு செய்தார்.

மதுரை நாயக்கர் அதன் பிறகு தன் தம்பி அளகிரி என்பரைத் தஞ்சையில் ஆட்சிபுரியச் செய்தார். அளகிரி சில ஆண்டுகள் மட்டுமே மதுரைக்கு அடங்கியிருந்தார். அவர் தன்னிச்சைப்படி சுதந்திரமாக ஆள விரும்பியதற்குக் காரணம், அவருடைய அமைச்சராகிய இராயசம் வெங்கண்ணா ஆவார்.

தாதி வழியே தப்பிச் சென்ற தஞ்சை நாயக்கரின் மகன் இப்போது செங்கமலதாஸ் என்ற பெயரில் நாகப்பட்டினத்தில் வாழ்ந்து வந்தான். இராயசம் வெங்கண்ணாவிற்கு அளகிரியைத் தஞ்சையிலிருந்து நீக்கிச் செங்கமலதாசை அரசனாக்க வேண்டுமென்று விருப்பம் இப்போது ஏற்பட்டது. ஆதலால் அவர் நாகப்பட்டினம் சென்று செங்கமலதாசை அழைத்துக் கொண்டு விஜயபுரி என்ற பிஜப்பூருக்குச் சென்று, அங்கு சுல்தானின் உதவியை நாடினார். பிஜப்பூர் சுல்தான் உதவிசெய்ய முன்வந்தார். அவர் தன் படைத் தலைவனாகிய ஏகோசியைப் பெரும் படையுடன் தஞ்சைக்கு அனுப்பினார்.

மராட்டிய மக்களின் தலை சிறந்த படைத் தலைவரான **ஷாஜி பான்ஸ்லே** *(1594-1664)* முதல் மனைவி ஜீஜாபாயின் மகன் **சிவாஜி**. இரண்டாம் மனைவி துக்காபாய் மொகைத்துக்குப் பிறந்தவர் வெங்காஜி என்ற ஏகோசி. ஏகோசி தந்தைக்குப் பிறகு, அவரைப் போன்று பிஜப்பூர்ச் சுல்தான் படையில் ஒரு படைத் தலைவனாகப் பணியாற்றினார்.

ஏகோசி தஞ்சையை நோக்கிப் படைகொண்டு வந்த வழியாக ஆரணியை வென்றார். பின்னர் அளகிரியின் படையைத் தஞ்சைக்கருகிலுள்ள அய்யம்பேட்டையில் தோற்கடித்தார். அளகிரி கோட்டையைவிட்டு ஓடிப்போனார். தஞ்சையை ஏகோசி கைப்பற்றி விட்டார். செங்கமலதாசிடம் பல பரிசுகளைப் பெற்றுக் கொண்டு கும்பகோணம் சென்று அங்கு தங்கினார்.

செங்கமலதாஸ் தன்னை நாகப்பட்டினத்தில் வளர்த்தவரைப் படைத் தலைவராக்கியது, சூழ்ச்சி வல்லவரான இராயசம் வெங்கண்ணாவிற்கு விருப்பமில்லை. ஆதலால் செங்கமலதாஸ் மீது சினங்கொண்டு, கும்பகோணத்திலிருந்த ஏகோசியிடம் *1676* ஆம் ஆண்டு ஓடினார். செங்கமலதாசை அரியணையிலிருந்து இறக்குமாறு கேட்டார். ஏகோசி முதலில் மறுத்தார். பின்னர் துணிந்து *1676* ஆம் ஆண்டு மீண்டும் தஞ்சையைப் பிடித்தார்.

பதினேழாம் நூற்றாண்டின் பிற்பகுதியில் தஞ்சையில் மராட்டியர் ஆட்சி அமைத்ததற்கு வழிவகுத்த செய்திகளை மேலே கூறினோம்.

இவ்வாறு *1676* ஆம் ஆண்டு ஏகோசியுடன் தொடங்கிய தஞ்சை மராட்டியர் ஆட்சி *1855* ஆம் ஆண்டு **இரண்டாம் சிவாஜி** என்ற மன்னனுடன் *280* ஆண்டுகளுக்குப்பிறகு முடிவுற்றது.

இம்மராட்டியர் குடியின் ஆட்சியும் தஞ்சைத் தரணியில் ஏற்பட்ட பலவகைக் கலைகளின் வளர்ச்சியும், கொந்தளிப்புகளும் ஏன் பஞ்சமும் இத்தொகுதியின் ஏடுகளில் ஆங்காங்கே இனிக் காணலாம்.

தஞ்சை நகருக்கருகில் ஐயாறு -ஐந்து ஆறுகள் - பாயும் திருவையாற்றில் ஏழிசையாய், இசைப்பயனாய்த் தியாகப் பிரம்மம் என்ற இசைஞானி மராட்டியர் ஆட்சிக்காலத்தில்தான் வாழ்ந்து மறைந்தார்.

அரசியல் குழப்பங்களையும் மீறிக் கலைகளும், பிற துறைகளும் மராட்டியர் ஆட்சிக் காலத் தஞ்சைத் தரணியில் தழைத்திருந்ததையும் காணப் போகின்றோம்.

தஞ்சாவூர் இக்கால கட்டத்தில் புராட்டஸ்டண்டுக் கிறித்தவச் சபையின் தலைமையகமாக விளங்கியதையும் காணலாம்.

அருணாச்சலக் கவிராயர் பிறப்பு: இராம நாடகக் கீர்த்தனை எழுதியவர்

அருணாச்சலக் கவிராயர் தில்லையாடி என்ற ஊரில் இந்த 1712 ஆம் ஆண்டு பிறந்தார். இவர் வரலாற்றை 1771 ஆம் ஆண்டு காணலாம்.

இவர் தமிழ், தெலுங்கு, சமஸ்கிருதம் ஆகிய மும்மொழிகளிலும் புலமை மிக்கவரா யிருந்தார். இவர் 1771 ஆம் ஆண்டு எழுதிய இராம நாடகக் கீர்த்தனை பெருஞ் சிறப்புடையதாகும். அதற்கு அருணாசலக் கவிராயரின் மாணாக்கரான கிருஷ்ண ஐயரும், கோதண்டராம ஐயரும் இசையமைத்துத் தந்தனர்.

இவருடைய இராம நாடகத்தில் ஈடுபட்டு, இவரை ஆதரித்தோர் பலர் இருந்தனர். அப்புரவலரில் சிலர், பெயர்கள் கீழே தரப்பட்டுள்ளன.

சென்னையைச் சேர்ந்த பெருஞ் செல்வந்தரான மணலி முத்துக் கிருஷ்ண முதலியார், தஞ்சை துளசா மன்னர் (1728-1736), பாண்டிச்சேரியில் வாழ்ந்த ஆனந்தரங்கம் பிள்ளை (1709-1761), மன்னார்குடி வெங்கட சுப்பராய பிள்ளை.

இரஷியத் தலைநகரம் செயிண்ட பீட்டர்ஸ்பர்க்கிற்கு மாற்றம்

மகா பீட்டர் (1682-1725) என்ற இரஷிய மன்னரின் தனி முயற்சியினால் செயிண்ட் பீட்டர்ஸ்பர்க் என்ற இந்நகரம் ஃபின்லாந்து வளைகுடாவில் நிறுவப்பட்டது.

நெவா ஆறு வடியும் நிலப்பகுதியிலிருக்கும் சதுப்பான சுமார் நூறு தீவுகள் மீது இம்மன்னர் இந்நகரத்தை அமைத்தார்.

மாபீட்டரின் கட்டடக்கலை வல்லுநரும், பொறியியலாரும் கைவினைஞரும் கட்டிமுடித்த இந்நகரத்திற்கு இரஷியாவின் தலை நகரம் இந்த ஆண்டு மாற்றப்பட்டது.

இந்நகரத்தைக் கட்டியவர்களில் பெரும்பாலர் மேற்கு ஐரோப்பாவைச் சேர்ந்தவராவர். இந்நகரத்தில் அடிக்கடி வெள்ளம் வந்துவிடும். நகரெங்கும் பல கால்வாய்கள் ஓடுவதால் இதை "வட வெனிஸ்" என்று அழைப்பர். இந்நகரத்தில் இக்கால்வாய்களின் குறுக்கே கிட்டத் தட்ட எழுநூறு பாலங்கள் உள்ளன.

மகா பீட்டரினால் இவ்வாண்டு (1712) கொண்டு வரப்பட்ட இரஷியத் தலைநகரம் இங்கு 1918 வரையிலும் இருந்து வந்தது. இந்நகரம் 1914 வரையிலும் செயிண்ட் பீட்டர்ஸ்பர்க் என்றும், அதன்பிறகு 1924 வரையிலும் பீட்ரோகிராடு என்றும், இறுதியாக விளாதிமிர் லெனினைச் (1870-1924) சுட்டும் லெனின்கிராடு என்றும் வழங்கி வருகின்றது.

தமிழ்நாட்டில் முதல் அச்சுக்கூடம்

தரங்கம்பாடி தஞ்சை மாவட்டத்தில் இன்று ஒரு சிறிய ஊராக இருக்கின்றது. அது வங்கக்கடலின் கரைமீது அமைந்த அழகிய ஊராகும். டென்மார்க்கு என்ற ஐரோப்பியப் பால்டிக் கடல் நாட்டைச் சேர்ந்த மக்களான டேனியர் 1620 வாக்கில் வாணிப நோக்குடன் இந்தியாவிற்கு வந்தனர் என்பதையும், அவர்கள் தரங்கம்பாடியில் இறங்கித் தமது சமயத்தைப் பரப்பும் நோக்கமும் கொண்டு வந்தனர் என்பதையும் இ.ச.க. முதல் தொகுதியில் 1706 ஆம் ஆண்டுப்பகுதியில் ஏற்கனவே அறிவோம்.

இந்தியாவில் சமயப் பணி புரிவதற்கென்று 1706 இல் ஜெர்மானியரான

பார்த்லோமியா சீகன்பால்கு தரங்கம்பாடிக்கு வந்து அங்கு டேனிய மிஷனில் பணியாற்றியதை யும் கிறித்தவ மறை நூலான விவிலியத்தின் புதிய ஏற்பாட்டைத் தமிழில் மொழி பெயர்த்தார் என்பதையும் கண்டோம்.

தமிழில் நூல்களை வெளியிடுவதில் முன்னோடியாக இருந்ததுடன் தமிழ்நாட்டில் முதன்முதலாக அச்சுக்கூடம் அமைந்ததற்கும் காரண கர்த்தராகச் சீகன்பால்கு விளங்குகின்றார்.

சீகன்பால்கு *1712* ஆம் ஆண்டு தரங்கம்பாடியில் அமைத்த அச்சுக்கூடம் தான் தமிழ்நாட்டின் முதல் அச்சகமாகும்.

சீகன்பால்கின் சீரிய முயற்சியைக் கண்ட ஏசு சபையினரும் *1715* ஆம் அண்டு தரங்கம்பாடியில் ஒரு காகித ஆலையை அமைத்தனர். எனவே தமிழ் நாட்டில் அச்சுக்கலையும், காகித ஆலையும் பிறந்த ஊர் என்ற சிறப்பைப் பாடுகின்ற அலைகள் வந்து மோதுகின்ற ஊராகத் தரங்கம்பாடி உள்ளது.

சீகன்பால்கு நிறுவிய இந்த அச்சுக் கூடம் நூறு ஆண்டுகளுக்கு மேலாக நடந்துவந்தது. இந்த அச்சுக்கூடத்தின் பொறுப்பிலிருந்த பெக்கர் என்றவர் *1817* ஆம் ஆண்டு இறந்து விட்ட பிறகு, அச்சகம் இருந்த இடமே மறைந்தது. ஏறக்குறைய நாற்பத்தி மூன்று ஆண்டுகள் தரங்கம்பாடியில் அச்சுக்கூடம் இல்லாதிருந்தது.

மறுபடியும் தரங்கம்பாடியில், லுத்தரன் மிஷன் அச்சுக் கூடத்தை அமைப்பதற்காக லீப்சிக் மிஷன் சங்கத்தினர் *1860* ஆம் ஆண்டு ஹோபுஷ் என்றவரைத் தரங்கம்பாடிக்கு அனுப்பினார். அவர் *1861* ஆம் ஆண்டு அங்கு ஓர் அச்சகத்தை நிறுவினார். இந்த அச்சகம் பின்னர் *1942* முதல் சென்னையில் அமைந்து இன்றளவும் நடந்து வருகின்றது.

சுல்ஃபிகர் கானும், முகலாயர் உட்பகையும், கர்நாடக நவாபுகளும்

முகலாயப் பேரரசரான **ஔரங்கசீபு** *(1618-1707) 1685* ஆம் ஆண்டுக்கும் *1688* ஆம் ஆண்டுக்கும் இடைப்பட்ட காலத்தில் விஜயபுரி என்ற பிஜப்பூரையும், கோல்கொண்டாவையும் வென்றடக்கித் தக்காணத்தையே சுடுகாடாக்கிய பின்னர்

அமைதி கொண்டு விடாமல், தன் படைத்தலைவர்களுள் ஒருவரான சுல்ஃபிகர் கானின் தலைமையில் தென் தொங்கலுக்குப் பெரும் படையை அனுப்பி வைத்தார்.

சுல்ஃபிகர் கான் மதுரை நாயக்க அரசியான மங்கம்மாளிடமும் (1689-1706), தஞ்சை மராட்டிய மன்னர் ஷாஜியிடமும் (1684-1712) பெருந்தொகையைத் தண்டுவதற்காகத் தெற்கே வந்தார். அவர் தஞ்சை மன்னரிடம் நான்கு இலட்ச ரூபாயை வாங்கினார். மங்கம்மாளிடம் எவ்வளவு தண்டினார் என்பது தெரியவில்லை.

இவ்வாறு பெருந்தொகையை வாங்கிக் கொண்டு, அத்திறையைக்கொடுத்த மன்னர்கள் முகலாயப் பேரரசிற்கு அடிமைப்பட்டவர்கள் என்று அடங்கிவிடுவது இக்காலக்கட்டத்து முறையாக இருந்து வந்தது. திறை செலுத்தும் மன்னர் தனது பதவியை இழப்பதில்லை.

தக்காணத்தை அடக்கும் கனவில் ஔரங்கசீபு வெற்றி பெற்ற போதிலும், மராட்டியர் அவர் இருக்கையில் முள்போல் இருந்து அவருக்கு இடைவிடாது இன்னல் தந்தனர்.

சிவாஜியின் மகனான இராஜாராம் ஔரங்கசீபின் வேட்டையிலிருந்து தப்பி எங்கெல்லாமோ சுற்றிக் கடைசியில் செஞ்சிக்கோட்டையை அடைந்தார். இராஜாராமின் அடியொற்றிவந்த முகலாயர் செஞ்சியைச் சூழ்ந்தனர். ஔரங்கசீபு செஞ்சி முற்றுகைக்குச் சுல்ஃபிகர் கானை அனுப்பி வைத்தார். சுல்ஃபிகர் கான், 1690இல் தொடங்கி 1698 வரையிலும் அம்முற்றுகையை நடத்தினார். ஆனால் இராஜாராம் கடைசியாக 1698 இல் தன் குடும்பத்தாரோடும் பரிவாரத்தோடும் செஞ்சிக் கோட்டையிலிருந்து தஞ்சைக்குத் தப்பிச் சென்று விட்டார். இதற்குச் சுல்ஃபிகர் கான் கையூட்டுப் பெற்றுக்கொண்டு உதவினார் என்பர்.

சுல்ஃபிகர் கான் இவ்வாறு பன்னிரண்டு ஆண்டுகள் பேரரசருக்குத் தொண்டு புரிந்தமைக்காகக் கர்நாடகத்தை நிர்வகிக்கும் பொறுப்பை ஔரங்கசீபு அவருக்குக் கொடுத்தார்.

ஆனால் சுல்ஃபிகர் கான் முகலாயர்களின் அரசுரிமைச் சண்டையில் சிக்கிக் கொண்டு இரங்கத்தக்க முறையில் உயிர் துறக்க நேர்ந்தது. ஔரங்கசீபின் மகனான பகதூர் ஷா (1707) உடன்பிறந்தவர்களையெல்லாம் கொன்றார். அதன்பிறகு பட்டத்திற்கு வந்து 1712 பிப்ரவரி 12 அன்று இறந்து போனார்.

உடனே அவருடைய நான்கு மக்களும் அரசுரிமை பெற வேண்டித் தம் தந்தையைப் பின்பற்றிச் சகோதரக் குருதியில் குளிப்பதற்கு ஆயத்தமாயினர். இந்தப் பதவிச் சண்டையில் சுல்ஃபிகர்கானின் பங்கு மிகப் பெரியது.

அவர் முதலில் பகதூர் ஷாவின் மக்களான மியாசுதீன், ரஃபியுஷான், ஜகான் ஷா மூவரையும் ஒன்றுசேர்த்தார். அவர்களை அவர்களுடைய தந்தைக்கு விருப்பமான மகனாகிய அசீமுஸ் ஷானை எதிர்த்து நிற்க வைத்தார். அவர் சகோதரர்களின் தாக்குதலை எதிர்த்து நிற்க முடியாது யானை ஏறி இரவில் ஆற்றைக் கடக்க முயன்ற போது, அதில் மூழ்கி இறந்தார்.

சுல்ஃபிகர் கான் அதன் பிறகு ரஃபிடியும், ஜகன் ஷாவையும் ஆதரிக்காது கைவிட்டார். அவ்விருவரும் சகோதரன் அசீமிடமிருந்து கைப்பற்றிய செல்வத்தைப் பங்கு போட்டுக் கொள்வதில் ஏற்பட்ட சண்டையில் செத்தனர். எனவே களத்தில் எஞ்சி நின்ற மியாசுதீன் ஜகந்தர் ஷா என்ற பெயரில் இந்த 1712 இல் அரியணை ஏறினார்.

இப்போது சுல்ஃபிகர் கான் தலைமை வசீர் என்ற தலைமை அமைச்சரானார். ஆனால் அவரும், அவர் ஆதரித்த பேரரசரும் ஓராண்டுதான் பதவியில் ஒட்டிக் கொண்டிருக்க முடிந்தது. ஜகந்தர் ஷா ஆட்சி செய்யவில்லை. அவரின் ஆசைக்குரிய மனைவியான லால் கன்வர் தான் மெய்யாகவே ஆட்சி செலுத்தினார். அவரது ஆட்சியில் வன்செயல்கள் மிகுந்தன. பாணரும், பாடகரும், பல்வகை நடனக்காரரும், இந்த ஆட்சியில் சிறப்புப் பெற்றனர்.

அசீமுசின் இரண்டாவது மகனான ஃபரூக்சியார் முகலாய அரியணைப் போட்டிக்கு வந்துவிட்டர். அவர் ஆக்ராவில் நடந்த சண்டையில் 1713 ஜனவரி 10 அன்று வெற்றியடைந்தார்.

சுல்ஃபிகர் கான் ஜகந்தர் ஷாவுடன் ஆக்ராவிலிருந்து டெல்லிக்கு ஓடினார். ஃபரூக்சியார் வெற்றிகரமாக டெல்லிக்குள் நுழைந்தார்.

சுல்ஃபிகர் கான் விசாரணையின் போது கழுத்தை நெரித்துக் கொல்லப்பட்டார். அவர் தலையையும், ஜகந்தர் ஷாவின் தலையையும் வெட்டி ஒரு கோலில் குத்திக் கொண்டு ஊரெல்லாம் வலம் வந்தனர்.

சுல்ஃபிகர் கான் டெல்லி சென்ற பிறகு கர்நாடக நவாபாகத் தாவூது கான் இருந்தார். தாவூது கானும் சுல்ஃபிகர் கான் போலவே அதே போட்டியில் சிக்கிச் செத்தார். இவ்விருவரையும் அடுத்துச் சாதகத்துல்லா கான் ஆர்க்காட்டின் முதல் நவாபாக வந்தார் என்ற செய்தியை 1710 ஆம் ஆண்டு இ.ச.க.தொகுதி- 1 ல் கண்டோம்.

ஜீன் ஷாக் ரூசோ (1712-1778)

புகழ்பெற்ற பிரஞ்சு மெய்ப்பொருளறிஞரும் எழுத்தாளருமான ஜீன் ஷாக் ரூசோ தென் மேற்குச் சுவிட்சர்லாந்து நாட்டில் ரோன் பள்ளத்தாக்கில் ஜெனீவா ஏரியின் கரைமீது அமைந்திருக்கும் ஜெனீவா நகரத்தில் பிறந்தார். அவர் பிறந்த சிறிது காலத்தில் அவருடைய தாயார் இறந்தார். அவருடைய தந்தையார் நாடு கடத்தப்பட்டதால், அவர் தன் மகனை ஜெனீவாவில் விட்டுவிட்டு வெளியேறினார். ரூசோவும் தனது பதினாறாவது வயதில் 1728 ஆம் ஆண்டு ஜெனீவாவை விட்டு நீங்கினார்.

ரூசோ பல்லாண்டுக்காலம் ஊர் பேரற்ற நாடோடியாக எந்த வேலையுமில்லாது திரிந்தார். அவர் தெரசா லெவாசி உட்பட பல பெண்களைக் காதலித்தார். லெவாசியை மணக்காமலே, இருவரும் ஐந்து குழந்தைகளைப் பெற்றுக்கொண்டனர். அவர் இக்குழந்தைகளனைத்தையும் கைவிடப்பட்ட குழந்தைகள் இல்லத்தில் சேர்த்தார். ரூசோ கடைசியாகத் தனது முப்பத்தாறாவது வயதில் தான் தெரசாவை மணந்தார்.

ரூசோ தனது முப்பத்தெட்டாவது வயதில், 1750 ஆம் ஆண்டு திடீரென்று புகழடைய நேர்ந்தது. மனித சமுதாயத்திற்கும் நல்லொழுக்கத்திற்கும், கலைகளும், விஞ்ஞானமும் துணைபுரிகின்றனவா, அல்லவா என்பதைக் குறித்து ஒரு பரிசுக் கட்டுரை எழுதுமாறு தி ஜோன் அகாதமி அப்போது அறிவித்தது.

விஞ்ஞானமும், கலைகளும் அடைந்துள்ள முன்னேற்றத்தின் பயனாக மனித குலத்திற்கு நன்மை உண்டாகிவிடவில்லை என்ற முடிவைக் கண்ட ரூசோவின் கட்டுரைக்கு முதற்பரிசு கிடைத்தது. அதனால் அவர் திடீரென்று புகழடைந்து விட்டார்.

ரூசோ இதையடுத்துப் பல பொருள்கள் குறித்து எழுதி வந்தார். ''சமத்துவமின்மையின் தோற்றம் பற்றிய விரிவுரை'' (1750), எமிலி (1762), சமுதாய

ஒப்பந்தம் (1762) (இந்நூல் கிட்டத்தட்ட நாற்பது ஆண்டுகளுக்கு முன்னர் வெ. சாமிநாத சர்மா அவர்களால் (1895-1978) தமிழில் மொழி பெயர்க்கப்பட்டு வெளிவந்தது. சாமிநாத சர்மா அவர்கள் மாபெரும் கிரேக்க ஆசானான சாக்ரடீசை (470-399 கி.மு)யும், புதுயுகப் புரட்சிக் கொள்கையான கம்யூனிசத்தின் தந்தையாகிய காரல் மார்க்ஸ்; (சி.பி.1818-1883) முதலியோரின் வாழ்க்கையையும், தத்துவங்களை யும் விளக்கும் அரிய நூல்களை எழுதி வெளியிட்டிருக்கின்றார். தமிழ் மொழிக்கு மேலை நாட்டுச் சிந்தனைகளைச் சிறப்பாக அறிமுகம் செய்த பெருமை சாமிநாத சர்மாவுக்கு உண்டு.) கழிவிரக்கம் (1770) முதலியன அவர் எழுதிய நூல்களில் சிலவாகும்.

இந்நூல்களைனைத்தும் அவருடைய மதிப்பை உயரச்செய்தன. அவர் இவையன்றி இரண்டு இசை நாடகங்களையும் எழுதினார். ரூசோவிற்கு எப்போதும் இசைமீது பேரார்வம் இருந்தது.

ரூசோ முதலில் டெனிஸ் டிடரோ (பிரஞ்சுக்கலைக் களஞ்சியம் தொகுத்தவர்), ஜான் டி அலம்பர் உட்பட பிரஞ்சு அறிவு மலர்ச்சி இயக்கத்தின் சுதந்திரச் சிந்தனையுள்ள எழுத்தாளர் பலருடன் நண்பராக இருந்தபோதிலும், அவரது கருத்துக்கள் பிறருடைய கருத்துக் களிலிருந்து பெரிதும் பிரிந்து வேறு திக்குகளில் செல்லலாயின.

வால்டயர் (1694-1778) ஜெனீவாவில் ஒரு நாடகக் குழுவை அமைப்பதென்று கொண்டு வந்த திட்டத்தை ரூசோ எதிர்த்தார். நாடகக் குழு என்பது ஒழுக்கக்கேட்டைக் கற்பிக்கும் பள்ளி என்று ரூசோ கூறினார். அதனால் அவர் வால்டயரின் ஜென்மப் பகைக்கு ஆளானார்.

மேலும் வால்டயர், கலைக்களஞ்சியக் கூட்டத்தார் ஆகியோரின் கோட்பாட்டிலிருந்து, ரூசோவின் உணர்ச்சி வயமாகும் மனப்போக்கு முரண்பட்டு நின்றது.

(பிரஞ்சுக் கலைக்களஞ்சியம் - இ.ச.க.தொகுதி- 1 ல் காண்க).

ரூசோவிற்கு கி.பி.1762 முதல் அரசிடமிருந்து வரிசையாகப் பல தொல்லைகள் வந்தன. அதற்கு அவரின் அரசியல் எழுத்துக்கள் காரணமாகும். அவருடைய கூட்டாளிகளில் சிலர் அவரிடமிருந்து மனம் வேறுபட்டுப் பிரிந்தனர். ரூசோ இந்தக் கட்டத்தில்தான் அனைவர் மீதும் ஐயங்கொள்ளவும், அவர்கள் தம்மைத் துன்புறுத்துகின்றனர் என்று எண்ணி வருந்தவுமான மன நோய்க்கு ஆளானார்.

ரூசோ மீது பலர் நட்புப் பாராட்டிய போதிலும் ரூசோ அவர்களனைவருடனும் சச்சரவிட்டார், பகைத்துக்கொண்டார். அவர் தன் வாணாளின் கடைசி இருபதாண்டுக் காலத்தை இப்படிப்பட்ட துன்புற்ற மனிதராகவே வாழ்ந்து முடித்தார். அவர் பிரஞ்சு நாட்டில் ஸ்மனோவில் என்ற இடத்தில் 1778 ஆம் ஆண்டு இறந்தார்.

சோஷலிசம், தேசிய உணர்ச்சி, பகுத்தறிவுவாத எதிர்ப்பு ஆகிய குறிப்பிடத்தக்க அம்சங்கள் எழ, ரூசோவின் எழுத்துக்கள் காரணமாயிருந்தன என்று கூறப்படுகின்றது. அவை பிரஞ்சுப் புரட்சிக்கு வழிகோலின என்றும், **சுதந்திரம், சமத்துவம், சகோதரத்துவம்** என்ற ஆன்மநேய மும்மைக் கொள்கை உருப்பெறக் காரணமாக இருந்தன என்றும் கூறப் படுகின்றது.

மனிதர்கள் கிட்டத்தட்ட முற்றிலும் சூழ்நிலையால் உருவாக்கப்பட்டவர்கள், எனவே அவர்களை விருப்பம்போல் முற்றிலும் வளைந்து கொள்ள முடியும் என்ற கருத்து அவருடைய எடுத்துக் காட்டுகளிலிருந்து வந்தது என்றும் வாதாடுவர்.

''மேன்மையான காட்டு மிராண்டி'' (*Noble Savage*) என்ற சொற்களை எடுத்துக் கொள்வோம்: ரூசோ இவற்றைப் பயன்படுத்தியதுமில்லை: தென்கடல் தீவுகளின் பண்டைமக்கள் மீது அவர் ஆர்வங் கொண்டவருமல்லர்: மேன்மையான காட்டுமிராண்டி என்ற கருத்து ரூசோவின் காலத்திற்கு முற்பட்டது: ரூசோ பிறந்ததற்கு நூறு ஆண்டுகளுக்கு முன்னர் புகழ் பெற்று விளங்கிய ஆங்கிலப் புலவரான ஜான் டிரைடன் (*1631-1700* இங்கி லாந்தின் அரசவைப் புலவராக விளங்கியவர்; நாடக ஆசிரியர்; இலக்கியத் திறனாய்வாளர்) இதே சொற்றொடரை (நோபிள் சேவேஜ்) அப்படியே பயன்படுத்தியிருக்கின்றார்.

சமூகம் கெட்டதாகவே இருக்கும் என்ற கருத்தையும் ரூசோ கொண்டதில்லை. மாறாக, சமூகம் என்பது மனிதனுக்கு அவசியமானது என்று அவர் எப்போதும் வலியுறுத்தி வந்திருக்கின்றார்.

ரூசோ ''சமுதாய ஒப்பந்தம்'' (*Social Contract*) (சாமிநாத சர்மா, இந்த ஆங்கிலச் சொற்றொடரை இப்படித்தான் மொழிபெயர்த்துத் தாம் தமிழில் மொழிபெயர்த்த ரூசோவின் நூலுக்கு அளித்தார்) என்ற கருத்தைத் தோற்றுவித்தார் என்பதும் தவறாகும்.

ஆங்கிலத் தத்துவ ஞானியான ஜான் லாக் (*1632-1704*) ரூசோ பிறப்பதற்கு மன்னரே இக்கருத்தைத் தனது நூல்களில் விரிவாக ஆராய்ந்திருக்கின்றார். சொல்லப் போனால் புகழ்பெற்ற மற்றோர் ஆங்கிலத் தத்துவ ஞானியான **தாமஸ் ஹாப்ஸ்** (*1588-1679*) ஜான் லாக்கிற்கு முன்னரே சமுதாய ஒப்பந்தம் என்ற கருத்தைப் பற்றி விவாதித்திருக்கின்றார். (இ.ச.க. *1*)

ரூசோ தொழில் வளர்ச்சியை எதிர்க்கவுமில்லை என்பதை அவரது நூல்களிலிருந்து நாம் காணுகின்றோம். மேலும் தொழில் வளர்ச்சிக்கு இன்று இருந்துவரும் எதிர்ப்பு ரூசோவின் நூல்களிலிருந்து தோன்றியதன்று. சென்ற நூற்றாண்டின் போது தொழில் நுட்பம் வரை முறையின்றிப் பயன்படுத்தப்பட்டதால் உண்டான விரும்பத்தகாத விளைவுகளினாலேயே தொழில் நுட்ப வளர்ச்சி இன்று எதிர்க்கப்படுகின்றது.

ரூசோவின் எழுத்துக்கள் பிரஞ்சுப் புரட்சிக்கு வழிவகுத்தனவா? அவை ஓரளவு பயன்பட்டன என்பதில் ஐயமில்லை. எனினும் வால்டயரின் எழுத்துக்களினால் உண்டான தாக்கமும், செல்வாக்கும் பிரஞ்சுப் புரட்சியைப் பெரிதும் தூண்டின எனலாம்.

அர்மீனியர் சென்னையில்

உலகில் தமது தனிப் பண்பாட்டையும், பிற மரபுகளையும் பல்லாயிர மாண்டுகளாக உயிர் போல் மதித்துப் போற்றிவரும் மக்களில் அர்மீனியரைச் சேர்த்துக் கொள்ளலாம். இம்மக்கள் வாணிபத்தின் பொருட்டு ஐரோப்பிய நிறுவனங்கள் இந்தியாவிற்கு வந்ததற்கு முன்னரே, முகலாயர் ஆளுகையிலிருந்த பகுதிகளில் வணிகர்களாக நிலை பெற்று அதையடுத்துத் தோன்றிய ஐரோப்பிய வாணிபப் பெருக்கத்தின் விளைவாக இந்தியாவில் நன்கு வலுவடைந்திருந்தனர்.

அர்மீனிய நாட்டிற்கு நெடிய வரலாறு உண்டு.

அர்மீனியா தன்னாட்சி உரிமையுடைய முடியரசாகச் சுமார் கி.மு. எட்டாம் நூற்றாண்டில் நிறுவப் பெற்றது. பைபிளில் வரும் நோவாவின் தெப்பம் பேரூழிக்குப் பிறகு தரை தட்டி நின்றதாகக் கூறப்படும் அரராட்டு மலையை மையமாகக் கொண்டு அமைந்த இம்முடியரசு முதலில் பெரும் பரப்பைக் கொண்டிருந்தது.

(அரராட்டு என்பது அவிந்து போன ஓர் எரிமலை. இம்மலை இன்று கிழக்குத் துருக்கியில் உள்ளது. இதில் இரண்டு மலை முடிவுகள் - சிகரங்கள் உள்ளன, அவை பெரிய அரராட்டு-உயரம் 5165 மீட்டர் (16916 அடி) - சிறிய அரராட்டு - உயரம் 3914 மீட்டர் (12843 அடி) என்று அழைக்கப்படுகின்றன. பேரூழியான பெரு வெள்ளத்திலிருந்து, உயிர்களைக் காப்பதற்காக இனத்திற்கு ஓர் இணையாக-ஆண், பெண்ணாக-நோவா எடுத்துச் சென்ற தெப்பம் ஊழி வெள்ளம் வடிந்ததும் பெரிய அரராட்டு மலையில்தான் தரை தட்டி நின்றதாம்.)

அர்மீனியா கிறித்தவத்தைத் தழுவிய நாடு. உலகில் முதன் முதலாகக் கி.பி. நான்காம் நூற்றாண்டில் கிறித்தவ சமயத்தைத் தழுவி, அதை நாட்டின் சமயமாக ஏற்றுக்கொண்ட சிறப்பு அர்மீனியாவிற்கு உண்டு.அர்மீனியரின் கிறித்தவத் திருச்சபை அதே கி.பி. நான்காம் நூற்றாண்டில்தான் நிறுவப்பெற்றது.

இத்திருச்சபையின் கோட்பாடுகளும், வழிபாட்டு முறைகளும், கிரேக்க வைதிகத் திருச்சபையின் முறைகளை ஒத்திருக்கின்றன. (இரஷியர் கிரேக்க வைதிகத் திருச்சபையைச் சேர்ந்தோராவர்.) அர்மீனியத் திருச்சபை இன்றும் தனித்தன்மை வாய்ந்த கிறித்தவச் சமயப் பிரிவாகவே விளங்குகின்றது.

அர்மீனியரின் நாட்டைக் கி.பி.387ஆம் ஆண்டில் பாரசீகமும், ரோமானியப் பேரரசும் பங்கு போட்டுக்கொண்டன. அதிலிருந்து அர்மீனிய மக்களின் வாழ்க்கையில் அமைதி இல்லாமற் போயிற்று.

அங்கு பல நூற்றாண்டுகளாகப் போர்கள் நடந்து வந்தன. அர்மீனியா வல்லரசுகளின் ஆக்கிரமிப்பிற்கு ஆட்பட நேர்ந்தது.

துருக்கரின் ஆட்டோமான் பேரரசு (இது பதின்மூன்றாம் நூற்றாண்டின் பிற்பகுதி யிலிருந்து முதல் உலகப்போர் முடிவுற்ற 1918 வரையிலும் நிலவி வந்த பேரரசாகும்.) அர்மீனியாவைத் தன் ஆட்சிக்குக் கீழே கொண்டு வந்தது. அப்போது எண்ணற்ற அர்மீனியர் துருக்கரால் படுகொலை செய்யப்பட்டனர்.

அர்மீனிய இனத்தவரும்,புகழ்பெற்ற அமெரிக்க எழுத்தாளருமான வில்லியம் சரோயனின் கதைகளில் இம்மக்கள் பட்ட சொல்லொணா இன்னல்களைத் தெள்ளிதின் காணலாம். எத்தனை இன்னல்கள் வந்துற்றபோதும் அடிக்க அடிக்க எழும்பும் பந்து போன்று, அர்மீனிய மக்கள் தமது சமயத்தையும், பண்பாட்டையும் விட்டுக் கொடுக்காது எழும்பி நின்று காத்து வருகின்றனர். இன்று துருக்கி, ஈரான், சோவியத்து யூனியன் என்று மூன்று நாடுகளில், அர்மீனியர் பிரிந்து வாழ்கின்றனர்.

சோவியத்து யூனியனிலுள்ள அர்மீனிய சோஷலிச சோவியத்துக் குடியரசு அர்மீனியா என்ற பெயரைப் பெற்று விளங்குகின்றது. அங்கு அண்மையில் (1988) அதற்கும் அதன் அண்டையிலுள்ள மற்றொரு சோவியத்துக் குடியரசுக்குமிடையே மனவேறுபாடு உண்டாகி, அங்கு அர்மீனியர் வாழும் பகுதி அர்மீனியாவுடன் சேர்க்கப்பட வேண்டும் என்று போராட்டம் இன்னும் நடந்து கொண்டுள்ளது.

சோவியத்துச் சோஷிலிசக் குடியரசுகளில் அர்மீனியா மிகவும் சிறிய குடியரசாகும். அதன் பரப்பு 29800 சதுர கிலோ மீட்டர் (11500 சதுர மைல்) துருக்கி, ஈரான் ஆகிய நாடுகளின் வடக்கு எல்லையில் உள்ளது. இதன் தலைநகரம் எரவான்.

இந்தியாவிலிருந்து ஆயிரக்கணக்கான மைல்களுக்கு அப்பாலுள்ள இந்நாட்டிலிருந்து வந்த அர்மீனியர்கள், இங்கிலாந்து அரசி முதலாம் எலிசபெத்தின் (1533-1603) ஆட்சிக் காலத்திலேயே (1558-1603) ஆக்ராவில் வாழ்ந்திருந்தனர்.

அர்மீனியரில் பலருக்கு அக்பரின் ஆக்ரா அவையில் (அக்பர் 1542-1605; ஆட்சிக்காலம் (1556-1605) மிகுந்த செல்வாக்கு இருந்தது. அர்மீனியரில் வேறு சிலர் வாணிபத்தில் பொருள் ஈட்டிப் பெருஞ் செல்வம் படைத்தோராயிருந்தனர்.

டெல்லியிலும் இவ்வாறே அர்மீனியர் பலர் இருந்து வந்தனர். அவர்கள் சிறுகச் சிறுகப் பல்வேறு இந்திய நகரங்களில் குடியேறினர். அவர்களில் பலர் கிறித்தவராகவே இருந்தனர். ஆனால் ஐரோப்பியக் கிறித்தவர்கள் தம்மைச் சமூகத்தில் ஏற்காது நிராகரித்ததற்கு மௌனமாக எதிர்ப்புத் தெரிவிக்கும் வகையில் வேறு சில அர்மீனியர் 1820 வாக்கில் இஸ்லாத்தைத் தழுவினர்.

கிழக்கிந்தியக் கம்பெனியின் அடிநாட்களில், பொருளாதாரச் சிக்கனக் காரணங்களுக்காகக் கம்பெனிப் பணிகளில் ஐரோப்பியரை விட, ஆசிரியரை வேலைக்கு அமர்த்தும் கொள்கை கடைப்பிடிக்கப்பட்டு வந்தது. ஆனால் **காரன் வாலிஸ்** (கவர்னர் ஜெனரலாக இருந்த காலம் 1786-1793) சீர்திருத்தங்கள் பத்தொன்பதாம் நூற்றாண்டில் நடைமுறைக்கு வந்தமையால், ஐரோப்பாவில் பிறந்த அதிகாரிகள் மட்டுமே வேலைக்குச் சேர்க்கப்பட்டனர். இருப்பினும் ஐரோப்பிய சமூகத்தவருக்கு அங்கீகாரம் தரப்பட்டது.

சென்னையில் அர்மீனியர்

அர்மீனியர் வடக்கில் போலவே சென்னையிலும் செல்வாக்குப் பெற்று விளங்கினர். அவர்கள் இங்கும் ஆங்கிலேயர் வந்ததற்கு முன்னரே வந்திருந்து. இந்நாட்டின் பிறபகுதிகளில் செழித்தோங்கியிருந்த தமது நாட்டாரைப் போன்று சிறக்க வாழ்ந்தனர். அவர்கள் பதினாறாம் நூற்றாண்டின் தொடக்கத்திலேயே சென்னையில் இருந்தனர். எனினும் 1666 ஆம் ஆண்டில் தான் அர்மீனியர் தமக்கென்று ஒரு குடியிருப்பைச் சென்னையில் அமைத்து, அதன்பிறகு இருநூறு ஆண்டுகள் செல்வமும், செல்வாக்கும் பெற்று விளங்கினர்.

அர்மீனியர் ஐரோப்பிய நாடுகள், பாரசீகம், பிலிப்பைன் முதலிய நாடுகளுடன் பேராதாயம் தரத்தக்க வாணிபத்தில் ஈடுபட்டிருந்தனர். ஆங்கிலேயர் அர்மீனியரின் இந்த முன்னேற்றத்தைக் கண்டு திகிலடைந்தனர்.

இருந்தபோதிலும் அர்மீனியர் ஆங்கிலேயரிடம் விசுவாசமாகவே இருந்து வந்தனர். இம்மக்களின் நாட்டுப் பற்றும், வள்ளல் தன்மையும், அவர்களுக்கு அருந்தனங்களாக விளங்கின.

சான்றாக, தூய்ப்பிளே அவர்களைத் தன் பக்கம் இழுக்க முயன்றபோதிலும், அர்மீனியர் ஆங்கிலேயர் மீது கொண்டிருந்த விசுவாசத்தை மாற்றிக் கொள்ளவேயில்லை.

அவர்களின் வள்ளல் தன்மைக்கு மற்றோர் எடுத்துக்காட்டு.

ஈரானியர் என்ற பாரசீகர் தம் நாட்டிலிருந்த அர்மீனியரில் சிலரைப் பிடித்து வைத்துக் கொண்டனர். அவர்களை விடுவிப்பதற்காகத் தமது செல்வத்தில் இலட்சக்கணக்கான பணத்தை அளிப்பதற்கு ஆயத்தமாக இருப்பதாகச் சென்னை நகர அர்மீனிய வணிகர் இருவர், இரஷியப் பேரரசியான இரண்டாவது காதரைனிடம் (1720-96: ஆட்சிக்காலம் 1762-1796) முறையிட்டனர்.

அவர்களில் ஒருவர் பீட்ரஸ் உஸ்கான் தெ கோஜா பொகஸ் என்ற புகழ்பெற்ற வணிகரின் முன்னோராக இருக்கலாம். (கோஜா என்றால் சிறப்பு வாய்ந்தவர் என்று

பொருள்: போகஸ் என்பது அர்மீனிய மொழியில் புனித பீட்டரைக் குறிக்கும் என்பர்.) இவரும் பதினெட்டாம் நூற்றாண்டின் முற்பாதியில் சென்னையில் வாழ்ந்த பணக்கார வணிகரில் ஒருவராவர். இவரைக் கோஜா பீட்ரஸ்லுஸ்கான் என்றும் அழைக்கின்றனர்.

இவர் கிழக்கிந்தியக் கம்பெனியின் சென்னை ஆட்சிக் கௌன்சிலில் ஓர் உறுப்பினரா யுமிருந்தார். வாணிபத்தில் மிகவும் கெட்டிக்காரர். ஆர்க்காட்டு நவாபு சென்னைக்கு வந்தபோது, லுஸ்கான் அவரைச் சிறப்பாக வரவேற்று விருந்தோம்பியதால் நவாபு மகிழ்ந்து ஏற்றுமதி வாணிகத்தின் ஏகபோக உரிமையை அவருக்குக் கொடுத்தார்.

லுஸ்கான் பக்திமான். பொதுநலன்களில் அக்கறை கொண்டவர். அவர் 1726 ஆம் ஆண்டு பரங்கிமலையின் அடிவாரத்திலிருந்து குன்றின் மேலுள்ள புனித தோமையர் கோயிலுக்குச் செல்ல 160 படிக்கட்டுகளைத் தன் செலவில் கட்டித் தந்தார். அக்கற்படிகளை இன்றும் காணலாம்.

மர்மலாங்குப் பாலம்

அவர் அதே ஆண்டில் சைதாப்பேட்டையில் அடையாற்றின் குறுக்கே ஒரு பாலத்தைக் கட்டினார், அது **மர்மலாங்குப் பாலம்** என்று பல காலமாகப் பெயர் பெற்றிருந்தது. இப்போது **மறைமலையடிகள் பாலம்** என்று அழைக்கப்படுகின்றது. அப்பாலம் இரண்டு நூற்றாண் டிற்குமதிகமான காலத்தில் பல மாறுதல்களை அடைந்தபோதிலும், இன்றும் வலுவாக நின்று லுஸ்கானை நமக்கு நினைவு படுத்துகின்றது என்று வரலாற்றுப் பற்றுக்கொண்ட தற்கால எழுத்தாளர் ஒருவர் நன்றிப் பெருக்குடன் கூறுகின்றார்.

புகழ்பெற்ற மற்றோர் அர்மீனிய வணிகரின் பெயர் ஆகாஷமீர் சூதனூமியான். இவர் பதினெட்டாம் நூற்றாண்டின் பிற்பாதியில் சென்னையில் வாழ்ந்தார். இவர் முத்து, உலர்ந்த பழங்கள், பன்னீர் முதலிய பொருள்களில் வாணிபம் செய்து பெரும்பொருள் ஈட்டினார். அவர் ஆர்க்காட்டு நவாபு முகமது அலிக்குப் பெருந்தொகை கடனாகக் கொடுத்திருந்தார்.

(இந்த முகமதலி திக்கெல்லாம் கை நீட்டிக் கடன் வாங்கியதாலும், தன் ஊதாரித் தனத்தினால் நாடு பிடிக்கும் பேராசையினாலும் தமிழ்நாட்டையே கிழக்கிந்தியக் கம்பெனியின் வேட்டைக்காடாக்கியவர்; அவற்றை நாம் இனிமேல் இந்தப் பதினெட்டாம் நூற்றாண்டு வரலாற்றில் காணப்போகின்றோம். இவருக்குக் கடன் கொடுத்து அட்டைபோல் உறிஞ்சிக் கொழுத்தவர்களைப் புகழ்பெற்ற **எட்மண்டு பர்க்** (1729-97) என்ற பிரிட்டிஷ் அரசியல்வாதி பாராளுமன்றத்தில் கண்டித்துப் பேசினார் என்பதும் இங்குக் குறிப்பிடத்தக்கது.)

லுஸ்கானையும், சூதனூமியானையும் போன்று சென்னை நகரத்தின் மீது தமது முத்திரையைப் பதித்துச் சென்ற அர்மீனியர் வேறு சிலரும் இருந்தனர். அவர்களுள் ஒருவர் பெயர் நசர் ஜேகப் ஜான். அவர் 1740 ஆம் ஆண்டு இறந்தார். அவர் பெருஞ் செல்வத்தையும், சொத்துக்களையும் விட்டு இறந்தார். அவற்றுள் ஒரு வீடு இருந்தது. அவ்வீட்டில் **இராபர்ட் கிளைவு** (1725-74) குடியிருந்தார்.

''அட்மிரால்டி ஹௌஸ்'' என்ற பெயருடைய இந்த வீடு நெடுங்காலமாகச் சென்னைக் கவர்னர்களின் இல்லமாக இருந்து வந்து பின்னர் அங்கு அக்கவுண்டண்ட் ஜெனரல் அலுவலகம் செயல்பட்டது.

ரெவரண்டு அரத்தான் சுமவோன் என்ற அர்மீனியரை. அர்மீனியப் பத்திரிகைத் துறையின் தந்தை எனலாம். அவர் சென்னை அர்மீனிய மாதா கோயிலில் குருவாக இருந்து சமயச் சடங்குகளை நடத்தி வந்தார். அப்போது அவர் சென்னையில் ''ஆஸ்தரார்'' என்ற அர்மீனிய மொழிப் பத்திரிகையை 1794 அக்டோபர் 28 அன்று வெளியிட்டார். அதைத் தோற்றுவித்தவர் 1824 ஆம் ஆண்டு இறந்தபிறகும், அப்பத்திரிகை தொடர்ந்து நடந்து வந்தது.

ஆகா சாமுவேல் மூராத் என்பவர் மற்றொரு பணக்கார அர்மீனியர். அவரும் நாட்டுப்பற்று மிக்கவர். இன்று சென்னை எழும்பூரிலுள்ள அரசு அருங்காட்சியகத்தில், அவருடைய உடைமைகளில் ஒரு பகுதி இருக்கின்றது. அவர் 1816 ஆம் ஆண்டு இறந்ததும், அவர் மகன் அவற்றை அருங்காட்சியகத்திற்கு விற்று விட்டார். அவர் கல்லறை இன்று அரண்மனைக்காரத்தெரு என்று மருவி வழங்கும் அர்மீனியன் தெருவில் இருக்கும் கத்தோலிக்க மாதா கோயிலினுள் இருப்பதைக் காணலாம்.

சென்னை நகரத்தில் இப்போது (1988) இரண்டு அர்மீனியர் மட்டுமே உள்ளனர் என்று ''இந்து'' இதழில் 1988 ஜூலை 29 அன்று வெளிவந்த ஒரு சிறப்புக் கட்டுரையில் கூறப்பட்டுள்ளது. அர்மீனியரையும் சென்னையையும் பற்றி இதில் காணப்படும் சில செய்திகள் அக்கட்டுரையிலிருந்து பெறப்பட்டனவாகும்.

சென்னையில் இப்போது (1988) வாழ்ந்துவரும் அர்மீனியரில் ஒருவர் பெயர் ஜார்ஜ் இ.கிரிகோரியன் ஆகும். அவர் புனித மேரி அர்மீனியன் மாதா கோயிலில் வாழ்ந்து வருகின்றார். அக்கோயிலைப் பாதுகாக்கும் பொறுப்பைத் தானே ஏற்று அங்கு வாழ்ந்து வருகின்றார்.

''நீங்கள் இந்நகரத்திற்காக வாழ்ந்து முடிவெய்திய சிறப்பு மிக்க அர்மீனியரைப்

பற்றி எழுதுங்கள். என்னை விட்டுவிடுங்கள்'' என்று கிரிகோரியன், இந்து இதழின் கட்டுரை யாளரைக் கடிந்து கொண்டிருக்கின்றார். அது அவரது தன்னடக்கத்தைக் காட்டுகின்றது.

''கல்கத்தாவிலும், சென்னையிலும் முதன் முதலில் காலடி எடுத்து வைத்தவர்கள் கிட்டத்தட்ட அர்மீனிய மக்களேயாவர். (இன்றுங்கூடக் கல்கத்தாவில் அர்மீனியர் கூட்டம் பெரிதாகவே உள்ளது.) கல்கத்தா நகரத்தைத் தோற்றுவித்தவரான ஜாப் சார்னோக்கிற்கு முன்னரே அர்மீனியர் அங்கு வந்துவிட்டனர்.''

அவர் சற்று நிறுத்தி மேலும் ''இந்து'' இதழ்க் கட்டுரையாளரிடம் சொல்வார்:

''அர்மீனியர் வணிகராக வந்தனர். வெற்றி கொள்வதற்காக (இந்நாட்டிற்கு) வரவில்லை.''

கிரிகோரியன் ஆறுவயது சிறுவனாயிருந்த போது, தன் தங்கையுடனும், இரண்டு சகோதரர்களுடனும் ஒட்டகத்தில் ஏறி, ஆப்கானிஸ்தானத்தின் வழியாக இந்தியா வந்தார். முதல் உலகப் போர் மூண்டு விட்டதால், அவர்களின் குடும்பம் அப்போது ஈரானை விட்டு வெளியேற நேர்ந்தது. அங்கு கிரிகோரியின் தந்தை ஓர் எண்ணெய் நிறுவனத்தில பணிபுரிந்து வந்தார்.

கிரிகோரியன் பம்பாயில் தொடக்கக் கல்வி கற்றார். கல்கத்தாவில் கல்லூரிக் கல்வி பயின்றார். அங்கு அவரும், அவருடைய ஆங்கிலோ இந்திய மனைவியும் 1964 வரை வாழ்ந்ததற்குப் பிறகு சென்னைக்கு வந்து விட்டனர்.

அர்மீனியன் மாதா கோயிலின் குருவான பாதிரியார் ரெவரண்டு டி.ஒ. தாவூதியன் 1963 ஆம் ஆண்டு இறந்து போனார். அக்காரணத்தினால் கிரிகோரியன் பாதிரியாரல்லரெனினும், சென்னை நகரத்து அர்மீனிய வரலாற்றின் கடைசிச் சின்னமாக எஞ்சிநிற்கும் இக்கோயிலை மேற்பார்க்கும் பணியை மனமுவந்து ஏற்றுக்கொண்டார். இக்கோயிலில் இப்போது பூசையோ, வழிபாடோ நடப்பதில்லை.

சென்னையில் 1712 ஆம் ஆண்டுதான் முதல் அர்மீனிய மாதா கோயில் கட்டப்பட்டது. அது இன்று உயர்நீதிமன்றம் அமைந்திருக்கும் இடத்தில் அர்மீனிய வணிகரால் கட்டப்பெற்றது. அப்போது அந்த இடம் ஆங்கிலேயரின் ஜார்ஜ் கோட்டையைச் சேர்ந்த ஒரு பகுதியாக இருந்தது. ஆதலால் 1746 இல் ஆங்கிலேயருக்கும், பிரஞ்சுக்காரருக்குமிடையில் நடந்த சண்டையில் அப்பகுதியில் இருந்த இந்துக் கோயில்களைப் போன்று அர்மீனியர் கோயிலும் சேதம் அடைந்திருக்க வேண்டும் அல்லது அழிந்திருக்க வேண்டும்.

இன்று நாம் காணுகின்ற அர்மீனியன் மாதா கோயில் 1772 ஆம் ஆண்டு கட்டப் பெற்றது.

அர்மீனிய சமூகத்தவர் முன்னர் பயன்படுத்திய கல்லறைத் தோட்டத்தில் இக்கோயிலை எழுப்பினர். அரண்மனைக்காரன் தெரு என்று இன்று தமிழில் வழங்கும் அர்மீனியன் தெருவிலுள்ள அம்மாதா கோயிலைச் சுற்றி மிகுந்த நுணுக்கத்துடனும், வேலைப்பாடுகளுடனும் செதுக்கப்பெற்ற கல்லறைக் கற்பலகைகளை இன்றும் காணலாம். இக்கோயிலுள்ள வழிபாட்டு மேடை - பலி மேடை - 1712ஆம் ஆண்டு முற்றிலும் மரத்தால் செய்யப்பெற்றது.

''இந்து'' இதழின் கட்டுரையாசிரியர் கூறிய மற்றோர் அர்மீனியர் சென்னை நகரத்தில் எங்கு இருக்கின்றார்?

அவர் நகர லாட்ஜ் ஒன்றில் வாழ்ந்து வருகின்றார். அவர் தன் பெயரைக் கூடத் தெரிவிக்க மறுத்து, முற்றிலும் ஒதுங்கி வாழ்கின்றார்.

அர்மீனியரின் சிறப்பு: மாறாத மத பக்தி, வாணிபத் திறன், வள்ளல் தன்மை.

1713

தமிழ் நாட்டில் முதல் அச்செழுத்து வார்ப்படச் சாலை

தஞ்சைத் தரணியில் டேனியரின் கிறித்தவ சமயப் பரப்புப் பணியும், டேனியரின் வாணிபமும் நடந்துவந்த தரங்கம்பாடிக்கு அருகில் பொறையாறு என்ற ஊர் உள்ளது.

அங்கு இந்த 1713 ஆம் ஆண்டு இந்தியாவில் முதல் அச்செழுத்து வார்ப்படச் சாலை அமைக்கப்பெற்றது.

முகலாய அரியணையில் ஜகந்தர் ஷா

ஔரங்கசீபு (1618-1707) ஆட்சிக்கு வரவேண்டுமென்பதற்காக உடன்பிறந்தாருடன் போரிட்டதைப் போலவே, அவரது ஐந்து மக்களில் மூவர் பதவிக்காக ஒருவரோடொருவர் போரிட்டு, அவர்களில் இருவர் இறக்கவே, எஞ்சி நின்ற மகனான முவாஜம் முதலாம் பகதூர் ஷா என்ற பெயரில் 1708 இல் முகலாயப் பேரரசரானார்.

முகலாயர் குடியில் நடந்து வந்த சகோதரக் கொலை, மூன்றாம் தலைமுறையிலும் தொடர்ந்தது.

பகதூர் ஷாவிற்கு நான்கு ஆண்மக்கள். அவர்களுக்குள் வாரிசுரிமை குறித்துச் சச்சரவு ஏற்பட்டது.

ஓர் அரசர் இறந்தபிறகு, அவருடைய மூத்த மகன் வாரிசுரிமைப்படி பட்டத்திற்கு வரவேண்டும் என்ற மரபு முகலாயரிடம் இல்லாதிருந்தமையால், அந்தக் குழு ஔரங்க சீபிற்குப் பிறகு வலுக்குன்றிய நேரத்தில், முகலாய அரசகுடியினரிடையே வாரிசுரிமை குறித்துப் பகைமையும், சச்சரவும் ஏற்படலாயின.

ஜகந்தர் ஷா தன்னுடைய மூன்று தம்பிகளான அஜம்-உஸ்-ஷான், ரஃபி-உஸ்-ஷான், ஜகான் ஷா ஆகியோரைப் போரில் கொன்ற பிறகு இந்த ஆண்டு முகலாயப் பேரரசராக முடி சூட்டிக் கொண்டார்.

இவர் பகதூர் ஷா அரியணை ஏறுவதற்குப் பேருதவியாக இருந்த - அதாவது பகதூர்ஷா தன் தம்பி அஜம் ஷாவை ஜஜன் என்ற இடத்தில் நடந்த போரில் கொல்வதற்கு உதவியாக இருந்த சையது சகோதரர்களுக்கு ஆதரவாக இராமல் அவர்களின் பகையைச் சம்பாதித்துக் கொண்டார்.

மேலும் நாம் முன்னர் கூறியதைப் போன்று, ஜகந்தர் ஷா ஆட்சி நிர்வாகத்தைத் தன் காமக் கிழத்தியிடம் கொடுத்துவிட்டு மதுவிலும், மங்கையிலும் தோய்ந்து காமக் களியாட்டங்களிலேயே தனது வாழ்க்கையைக் கழித்தார்.

அதனால் ஜகந்தர் ஷாவின் தம்பி அஜம்-உஸ்-ஷான் என்பவரின் இரண்டாவது

மகனான ஃபரூக்சியார், சையது சகோதரர்களைத் தன்பக்கம் இழுத்துக்கொண்டு ஆக்ராவைப் பிடித்த பின் டெல்லி மீது படையெடுத்தார்.

ஃபரூக்சியார் டெல்லிக்கும் வரவே ஜகந்தர் ஷா அங்கிருந்து ஓடினார். ஃபரூக்சியார் முகலாய மன்னராக முடிசூட்டிக்கொண்டார். அவர் ஜகந்தர் ஷாவை 1713 பிப்ரவரி 11 அன்று கொல்லுமாறு செய்தார்.

ஃபரூக்சியார்

இவர் அரசியல் சூழ்ச்சிக்காரர்களாக முகலாயர் அவையில் விளங்கிய சையது சகோதரர்களின் தயவினால், 1713 ஆம் ஆண்டு ஆட்சிக்கு வந்தார். இவரது ஆட்சிக் காலத்தில் சையது சகோதரர்களின் செல்வாக்குக் கொடிகட்டிப் பறந்தது. அப்துல்லா கான், உசேன் அலி என்ற அவர்களின் அதிகாரம் 1713 முதல் 1719 வரையிலும் முகலாய வரலாற்றில் உச்சகட்டத்தில் இருந்தது.

அப்போது முகலாயர் அவையில் இரண்டு கட்சிகள் இருந்தன. ஒன்று: ஈரானி, துரானி கூட்டங்கள் - இதில் அரபுகள், ரூமிகள், ஹப்ஷிகள், ஆப்கானியர் முதலானோர் இருந்தனர். ஔரங்கசீப் போன்ற முகலாயப் பேரரசர்கள், இவர்களின் உதவியைக் கொண்டுதான் இந்தியாவின் இந்து, முஸ்லிம் அரசுகளையெல்லாம் வென்றனர். இக்கூட்டத்தினர் அனைவரும் அயல் நாட்டினர்.

இரண்டாவதாகக் கட்சி இந்துஸ்தானியர் கூட்டமாகும்.

இதில் இந்தியாவில் பிறந்த முஸ்லிம்கள், அதாவது பிற இந்தியச் சமயங்களை விடுத்து மதம் மாறியவர்கள் அல்லது இந்தியாவில் இரண்டு மூன்று தலை முறைகளாகக் குடியிருக்கும் முஸ்லிம்கள் முதலானோர் இருந்தனர். இவர்கள் ஷியா வகுப்பைச் சேர்ந்தவர்கள். முகலாயரோ சன்னி என்ற வகுப்பினர்.

இரண்டாவதாகக் கூறிய இந்த இந்துஸ்தானியர் கூட்டத்திற்குச் சையது சகோதரர்கள் தலைமை ஏற்றிருந்தனர்.

ஃபரூக்சியார் தனது 31 ஆவது வயதில் பட்டத்திற்கு வந்தார். அவர் 1707 வரையிலும் வங்கத்தின் கவர்னராயிருந்தார். அவர் தேர்ச்சி பெற்ற நிர்வாகியுமல்லர். அவருக்கு டெல்லி அரசியலில் தொடர்பும் இல்லை. இவர் அனுபவமற்றவராயும், திறமை இல்லாதவராயும் இருந்தமையால், சையது சகோதரர்கள் தம்மிச்சைப்படி நடக்கலாயினர். அதனால் பேரரசருக் கும், பிற பிரபுக்களுக்கும் அவர்கள் மீது வெறுப்பு வளர்ந்தது. ஆகவே ஃபரூக்சியார் தன்னை மன்னராக்கிய சையது சகோதரர் மீதே ஆத்திரங்கொண்டு அவர்களைப் பலியிட முயன்றார்.

ஃபரூக்சியார் குறைந்தது மூன்று முறை சையது சகோதரர்களின் அகந்தைமிக்க செயல் களை அம்பலப்படுத்திச் சதி செய்தார். அது சையது சகோதரர்களைப் பொறுமையிழக்கச் செய்தது.

ஃபரூக்சியார் உசேன் அலியை ஒரு முறை அழைத்து இரசபுத்திரருக்கு எதிராகப் போர் தொடுக்கச் செய்தார், ஆனால் இரசபுத்திர மன்னர் இராஜா அஜீத் சிங்கிற்கு இரகசியமாகச் செய்தி அனுப்பினார். சையது சகோதரர்களுக்குத் தனது ஆதரவு கிடையாது என்று அச்செய்தியில் கூறினார். எனவே, சையதைக் கொன்றால் அதற்குப் பரிசும் தன்னிடமிருந்து கிடைக்கும் என்று ஃபரூக்சியார் அதில் கூறியிருந்தார்.

மற்றொரு முறை, உசேன் அலி தக்காணத்தின் அரசப்பிரதி நிதியாக்கப்பட்டார். அவர் அப்பொறுப்பை ஏற்கத் தக்காணம் சென்று கொண்டிருந்த வேளையில், ஏற்கெனவே அங்கு அப்பதவியிலிருந்த தாவூது கான் பண்ணி என்பவருக்கு இரகசியமாகச் செய்தியனுப்பி, உசேன் அலியை எப்படியாவது கொன்று விடுமாறு ஃபரூக்சியார் கூறிவிட்டார். அவர் அவ்வாறு செய்தால் வைசிராய்ப் பதவியில் அவர் தொடர்ந்து இருக்கலாம் என்றும் சொல்லப்பட்டது.

இன்னொரு முறை அரண்மனையில் நவரோஜ் விழா நடந்து கொண்டிருந்தபோது சையது சகோதரர்களில் மூத்தவரான அப்துல்லா கானைக் கொலை செய்யச் சதி நடந்தது. மூத்தவர் இதை முன்கூட்டியறிந்து, இந்த ஆபத்திலிருந்து தப்பினார்.

இளையவரோ இராஜா அஜீத் சிங்கின் நட்பைப் பெற்றார். தாவூதுகானைத் தக்காணத்தில் கொன்று தப்பித்தார். இளையவர் தக்காணத்தில் இருந்தபோது, மூத்தவர் பாடு டெல்லியில் இன்னலுக்குள்ளானது. அதனால் தம்பியைத் தன் உதவிக்காக உடனே டெல்லிக்குத் திரும்பும்படி அழைத்தார்.

இளையவர் டெல்லி திரும்பிய வழியில் மராட்டியரைக் கண்டார்: அவர்களுக்குத் தக்காணத்தில் ஆறு மாகாணங்கள் மீது உரிமைகளை வழங்கினார்: அதற்கு மாற்றாகத் தனக்கு இராணுவ உதவியை மராட்டியர் தருமாறு ஏற்பாடு செய்து கொண்டார்.

அதன்பிறகு, அவர் மராட்டியர் உதவியுடன் பேஷ்வா பாலாஜி விசுவநாதைத் துணைக்கு அழைத்துக் கொண்டு டெல்லியை நெருங்கினார்.

உசேன் அலி மராட்டியருடன் செய்து கொண்ட உடன்படிக்கையை ஃபரூக்சியார் ஏற்று அங்கீகரிக்க மறுத்தார். அதனால் அவரை அந்தப்புரத்திலிருந்து வெளியே இழுத்து வந்து கண்களைப் பிடுங்கிச் சிறையில் அடைத்தனர்.

பின்னர் 1719 ஏப்ரல் 27 அன்று ஃபரூக்சியார் இரக்கமின்றிக் கொல்லப்பட்டார். அவரது இடத்தில் ரஃபி-உஸ்- ஷானின் மகனான ரஃபி -உஸ்-தாரஜாத் 1719 பிப்ரவரி 18 அன்று முகலாய மன்னராக்கப்பட்டார்.

மராட்டியர் எழுச்சி: பாலாஜி விசுவநாத் பேஷ்வா ஆனார்

சாகு முகலாயக் காவலிலிருந்து 17 ஆண்டுகளுக்குப் பிறகு, 23 வயது இளைஞராக 1707 ஆம் ஆண்டு விடுதலை பெற்றதும் தான் மராட்டியர் தலைவர்களை ஒவ்வொருவராகச் சென்று கண்டார்.

இராஜாராமின் விதவையான தாரா பாய் தன்மகன் இரண்டாவது சிவாஜியின் பெயரால் அப்போது ஆட்சி நிர்வாகம் செய்து கொண்டிருந்தார். அவர் சாகுவிடம் ஆட்சிப் பொறுப்பை விட்டுக் கொடுக்க விரும்பாது போருக்கு ஆயத்தமானார்.

பாலாஜி விசுவநாதர் அப்போது தாரா பாயின் சேனாதிபதியான தானேஜியிடம் பணிபுரிந்து வந்தார்:

அவரது வருவாய்ப் பணி ஏஜண்டாகவும், இராணுவ அதிகாரியாகவும் பாலாஜி இருந்தார்.

சாகு ஏமாற்றுக்காரர் அல்லர் என்பதை உறுதி செய்து வருமாறு, சேனாதிபதி தானேஜி பாலாஜியைச் சாகுவிடம் அனுப்பி வைத்தார். பாலாஜி சாகுவைச் சந்தித்து பேசிய பின்னர், தானேஜி தாரா பாயை ஆதரிக்க வேண்டாம் என்று பாலாஜி அவரை இணங்க வைத்தார்.

தாரா பாயை ஆதரித்த வேறு பல மராட்டியத் தலைவர்களும் அவரை இவ்வாறு கை விட்டனர். ஆதலால் பரசுராம் திரியம்பாக் பிரதிநிதி போன்ற பிரபுக்களைத் தவிர மற்ற அனைவரும் தாரா பாயை விட்டு நீங்கியதால், கேடு என்ற இடத்தில் நடந்த சண்டையில் தாரா பாய் சாகுவிடம் பணிய நேர்ந்தது.

அதன் பிறகு மற்றவர்கள் தாரா பாயிடமிருந்து ஒதுங்கி நின்றனர். பிரதிநிதி போர்க் களத்தை விட்டு ஓடிப் போனார்.

தானேஜி இப்போது சாகுவை வெளிப்படையாக ஆதரித்தார். வேறு பலரும் சாகுவின் பக்கம் சேர்ந்தனர்.

சாகு தாரா பாயின் ஆட்சி பீடமான சந்தராவை முற்றுகையிடவே. அதுவும் வீழ்ந்தது. தாரா பாய் வடக்குப் பகுதியைச் சாகுவிடம் விட்டுவிட்டுக் கிருஷ்ணா ஆற்றுக்குத் தெற்கே சென்று விட்டார்.

சாகு மென்மையான குணமுள்ளவர். மிகவும் நிதானமானவர். அவர் தன் தந்தையைப் போன்று பழி வாங்கும் இயல்பினரல்லர். எனவே, அவர் வர்ணி என்ற இடத்திற்குத் தெற்கிலுள்ள பகுதி முழுவதையும் தாரா பாய்க்குக் கொடுத்தார். ஆனால் தாரா பாய் எதிர் காலத்தை எண்ணிப் பாராது, அதை ஒப்புக் கொள்ளாமல் பிடிவாதமாக மறுத்தார்.

ஆதலால் ரங்கனா கோட்டையிலிருந்த தாரா பாய் மீண்டும் முற்றுகையிடப் பட்டார். அந்தக் கோட்டை சாகுவின் படையிடம் வீழ்ச்சியடைந்திருக்க வேண்டும். ஆனால் சாகு மிகுந்த பலம் வாய்ந்தவராகி விடலாகாது என்றும், தாரா பாயை முற்றிலும் நசுக்கி விடலாகாது என்றும் தானேஜி கருதியதால் ரங்கனா கோட்டையைப் பிடிப்பது தாமதமாயிற்று.

ஆனால் பாலாஜி விசுவநாதோ சாகு மீது உறுதியான விசுவாசம் வைத்திருந்தார். சாகு மராட்டிய மன்னராக முடி சூட்டிக் கொண்டபோது, பாலாஜியைத் தனது அமைச்சருக்கு உதவியாளர் ஆக்கினார். தானேஜி 1708 இல் இறந்ததும், படை திரட்டும் பொறுப்புப் பாலாஜிடம் தரப்பட்டது. சந்திரசேன ஜாதவ் சேனாபதியாக்கப்பட்டார்.

சாகுவின் பக்கமிருந்த மராட்டியர் தலைவர்களில் பலர், இன்னும் மதில் மேல் பூனைகளாகவே இருந்தனர். ஆனால் பாலாஜி மட்டும் சாகுவை ஆதரிப்பதில் குன்றாத உறுதியுடன் நின்றார்.

சாகு தனக்கு வலிமை வாய்ந்த ஒருவரின் துணை வேண்டும் என்றும், அப்படிப்பட்ட ஒருவர் இருந்தால் தான் தன்னால் ஆட்சிப் பொறுப்பைச் சமாளித்து நடத்திச் செல்ல முடியுமென்றும் கருதிப் பாலாஜியை 1713 ஆம் ஆண்டு பேஷ்வா பதவியில் அமர்த்திவிட்டார். பேஷ்வா என்றால் அமைச்சர் குழுவில் தலைமையானவர் என்று பொருள்.

பாலாஜி பேஷ்வா ஆனதும் சேனாதிபதி பதவியையும் மேற்கொண்டார். பாலாஜி சாகுவிற்கு ஆற்றியுள்ள சேவை பெருஞ்சிறப்புடையதாகும். பாலாஜி பெரிய வீரர்; நிர்வாகி; அரசியல் தந்திரி; அவரது அருந்திறமையினால்தான் தாரா பாய் அரசியல் அரங்கிலிருந்து நீங்கினார்.

கப்பற்படைத் தலைவரான கானோஜி ஆங்கரோ, பாலாஜியின் கெட்டிக்காரத் தனத்தினால்தான் அடங்கிப்போனார்.

பாலாஜி கொங்கணத்தைச் சேர்ந்த மதிப்பிற்குரிய தேஷ்முக் என்ற சிறு நிலப்பிரபுக்கள் குடும்பத்தில் பிறந்தவர். பிராமணரில் சித்பவன் என்ற பிரிவைச் சேர்ந்தவர்.

பாலாஜி இறந்ததும், சாகு பாலாஜியின் மகனான முதலாம் பாஜி ராவைப் பேஷ்வா ஆக்கினார். இதனால் பாலாஜியின் சந்ததியினர் வழிவழியாகப் பேஷ்வாக்களாகும் மரபு ஏற்பட்டது.

மராட்டியர் கூட்டணி

சிவாஜி (1627-1680) 1680 ஆம் ஆண்டு இறந்தார். அவர் ஒரு கட்டமைப்பிற்குள் ஆக்கி வைத்திருந்த அரசாட்சி முறையானது, அவர் இறந்ததும் உடைந்து சிதறலாயிற்று. ஆட்சி அதிகாரம் அனைத்தும் மேல் மட்டத்தில் அரசர் கையில் இருந்து வந்த நிலைமை மாறியது. மாராட்டிய அரசாட்சியில் பணிபுரிந்த அதிகாரிகள், அவர்கள் பொது நிர்வாகத்தைச் சேர்ந்தோராயினும், படைத்துறையைச் சேர்ந்தோராயினும், அவர்கள் அனைவருக்கும் ரொக்கப் பணமாக ஊதியம் தரப்பட்டது. அவர்களுக்கு ஜாகீர்கள் என்று சிறு நிலப் பிரபுத்துவ உரிமை அளிக்கப்படுவதில்லை. இந்நிலைமை சிவாஜிக்குப் பிறகு மாற்றமடையலாயிற்று.

சிவாஜியின் முடியரசில் அரசர் தலை மூத்தவராக இருந்தார். அவருக்கு கீழே அஷ்டப் பிரதானியர் என்ற அதிகாரிகள் இருந்தனர். இவ்வதிகாரிகளைத் தற்காலத்து அமைச்சரவை யுடன் ஒப்பிடலாம்.

முதலமைச்சர் பேஷ்வா; இவர் முக்கிய பிரதானி என்று அழைக்கப்பட்டார். இவரிடம் முத்திரை அதிகாரம் இருந்தது. பொது நிர்வாகத்திற்கு இவர் பொறுப்பாயிருந்தார்.

இக்குழுவில் தலைமைத் தளபதி என்ற சேனாதிபதி;

ஆமாத்தியர் அல்லது மசும்தார் - ஒரு வகையான நிதியமைச்சர்;

சுமந்த என்ற அயலுறவு அமைச்சர்;

நியாயாதிஷ் என்ற தலைமை நீதிபதி;

பண்டித ராவ் தலைமை மத அதிகாரி ஆகியோர் இருந்தனர்.

அவர்கள் சிவாஜியின் காலத்தில் மன்னனுக்கு அடங்கியிருந்தனர். அவர்களுக்கு வழிவழியாக வரும் எவ்விதமான பாரம்பரிய உரிமைகளும் கிடையாது; அவர்களுக்கு நிலக்கொடையோ, ஜாகீரோ அளிக்கப்படுவதில்லை.

ஆனால் சிவாஜி இறந்ததும், அவர்களுக்கு நிலக்கொடையாகிய ஜாகீர்களை அளிக்க வேண்டி வந்தது.

இராஜாராம் காலத்தில் மன்னன் பெரிய போர்களில் ஈடுபடுவதற்கு வேண்டிய வசதியோ, மன உறுதியோ இல்லாதிருந்ததால், அவர் தக்காணத்தின் பல்வேறு பகுதிகளை முறையான அரச கட்டளைகள் (சன்னதுகள்) மூலம் படைத் தலைவர்களுக்கு வழங்கி, அவர்கள் அப்பகுதிகளை அடக்கியாண்டு, அவற்றிலிருந்து சௌத், சர்தேஷ்முகி, என்ற பங்குகளை மன்னருக்கு அளிக்க வேண்டும் என்று ஏற்பாடு செய்யப்பட்டது.

சௌத் என்பது வரியில் நான்கிலொரு பங்காகும். சர்தேஷ்முகி என்பது நான்கிலொரு பங்கு போக எஞ்சும் முக்கால் பங்கில் பத்து விழுக்காடு ஆகும். இவை மேலாண்மை உரிமை யுடைய மன்னர்க்கு அளிக்கப்பட வேண்டிய பங்குகளாகும்.

இவ்வாறு நிலக்கொடை பெற்று உருவான ஜாகீர்தார்கள் காலப் போக்கில் ஆற்றல் மிக்கோராயினர். மராட்டிய அரசு இவ்வாறு மைய அரசிலிருந்து தனிப்பட்டு நின்ற சிற்றரசுகளின் தொகுதியாயிற்று. இத்தொகுதியே மராட்டியக் கூட்டணி என்று அழைக்கப் படுகின்றது.

பாலாஜி விசுவநாத் இந்த *1713* ஆம் ஆண்டு பேஷ்வா ஆக்கப்பட்ட காலத்தில், மேற்சொன்ன படைத் தலைவர்கள் மேலும் அதிகாரமும் சுதந்திரமும் பெற்றனர். பேஷ்வா பாலாஜி இவ்வாறு அவர்களுக்கு அதிகாரங்களை அளித்ததற்கு அவருடைய சுயநல நாட்டம் காரணமாயிருந்தது. பாலாஜி தன் அமைச்சர் பதவியைப் பரம்பரைச் சொத்தாக்கிக் கொள்ள விரும்பினார்.

இவ்வாறு வளர்ச்சியடைந்த இப்படைத் தலைவர்களில் மிகவும் குறிப்பிடத்தக்கவர்கள் வருமாறு.

குவாலியர் சிந்தியா;

பரோடாவின் கெயிக்வாடு;

இந்தூரின் ஹோல்கர்;

நாகபுரியின் பான்ஸ்லே.

(1730, 1792, 1797 காண்க)

பாண்டிச்சேரி கவர்னர் ஜெனரல் துவிலியர்

கவர்னர் ஜெனரல் பிரான்சஸ் மார்டின் (இ.ச.க. முதல் தொகுதியில் காண்க.) *1706* டிசம்பா *30* அன்று இறந்ததும், துவிலியர் என்பவர் அப்பொறுப்பை ஏற்றார். அவர் ஆறாண்டுகளுக்குப் பிறகு மீண்டும் அதே பதவியில் இந்த ஆண்டு அமர்த்தப்பட்டார்.

தென்னிந்தியக் கடவுளர் வமிசாவழி

தமிழ் மொழி அச்சுக்கலைக்குப் பெரும் பங்காற்றியவரும், தமிழில் விவிலிய நூலை முதன் முதலில் மொழிபெயர்த்தவருமான பார்த்தலோமியா சீகன்பால்கு பொதுப்படையான பல அரும்பணிகளையும் செய்திருக்கின்றார்.

அவர் ''தென்னிந்தியக் கடவுளரின் வமிசா வழி'' என்றொரு நூலை எழுதி, அதன் முன்னுரையில் *1713* ஆகஸ்டு *11* என்று நாள் குறிப்பிட்டிருக்கின்றார். இந்நூலைத் தொகுப்பதில், தம்முடன் விசுவாசமாகத் தொண்டு புரிந்த ஜான் ஏனஸ்ட் கிரண்ட்லிர் என்பவருக்கும் பங்குண்டு என்றும் அம்முன்னுரையில் சீகன்பால்கு குறிப்பிட்டிருக்கின்றார்.

அவர் இந்நூல் ஐரோப்பாவில் வெளியிடப்பட வேண்டும் என்ற நோக்கத்தில் எழுதி வந்தார். ஆனால் அதன் விதி வேறாக இருந்தது. ''சமயப் பரப்பிகள் புறச் சமயக் கொள்கை களைக் களைவதற்காக அனுப்பப்படுகின்றனரேயன்றி, அப்புறச்சமயத்தின் அறிவற்ற செய்திகளை எடுத்துக்கொண்டு வந்து ஐரோப்பாவில் பரப்புவதற்காகவன்று'' என்று இந்நூலின் கையெழுத்துப்படி ஹாலே நகரத்தை அடைந்ததும் அங்கிருந்த பேராசிரியர் ஏ.எச்.ஃபிராங்க் கூறிவிட்டார். அதனால் அக்கையெழுத்துப்படி அச்சேறாமல் ஒன்றரை நூற்றாண்டுக்காலம் அங்கு கிடப்பில் போடப்பட்டது.

(ஹாலே என்ற நகரம் இன்று கிழக்கு ஜெர்மனியில் சாலே ஆற்றின் கரையிலுள்ளது. இது உள்நாட்டுத் துறைமுகமாகும். இந்நகரம் லீப்சிக்கிற்கு வடமேற்கில் சுமார் 30 கிலோ மீட்டர் (20 மைல்) தொலைவில் உள்ளது. இந்நகரம் கி.பி.806 ஆம் ஆண்டு நிறுவப்பெற்றது. இது உப்புத் தோண்டியெடுக்கும் மையமாக விளங்குகிறது. இந்நகரம் இந்தியாவில் தரங்கம்பாடியில் அமைந்திருந்த டேனிய மிஷனுடன் தொடர்புடையது.அதன் தலைமையகம் போல் இயங்கியது. இங்குள்ள பல்கலைக்கழகம் 1694 ஆம் ஆண்டு நிறுவப் பெற்றது.)

இந்தியவியல் ஆராய்ச்சிக்குப் பெரும்பங்காற்றியுள்ள டாக்டர் டபிள்யூ. ஜெர்மன் என்பவர் இக்கையெழுத்துப் படியைக் கண்டதும், அதன் முக்கியத்துவத்தை உணர்ந்து அதை உலகிற்குக் கிடைக்கச் செய்யும் பணியில் ஈடுபட்டார்.

இதுவே இந்தியாவில் எழுதப் பெற்று ஜெர்மன் மொழியில் முதன் முதலாக விரிந்த முறையில் அச்சான நூல் என்று தோன்றுகின்றது. சீகன்பால்கு இந்நூலுக்கென்று மிக அழகான படங்களை வரைந்திருந்தார். அவை மேற்சொன்ன ஜெர்மன் நூலில் இடம் பெறாமற் போயின.

ஒருவர் ஹாலே சென்று சீகன்பால்கு எழுதிய மூலப்படியை ஒப்பு நோக்கினாலன்றி, அவர் எழுதியது என்னவென்பதை அறிந்துகொள்ள முடியாது. இந்நூலை முதன்முதலில் பதிப்பித்தவர், அதன் பயனைத்தான் கருதினாரேயன்றி, அதிலடங்கிய மெய்க்கூற்றைக் கருத்திற் கொள்ளவில்லை.

அவரையடுத்து இந்நூலைப் பதிப்பித்தவர்களெல்லாம், மிகுந்த சுதந்திரம் எடுத்துக் கொண்டு தம் விருப்பம் போல் கூட்டியும், குறைத்தும் நூலை வெளியிட்டனர்.

இந்நூலின் ஆங்கில மொழிபெயர்ப்புச் சென்னையில் 1869 ஆம் ஆண்டு வெளிவந்தது.

சீகன்பால்கும் ஏனைய ஐரோப்பியரைப் போன்றே, இந்தியர் நாகரிகமற்ற காட்டு மிராண்டிகள் என்று முதலில் கருதிவந்தார். இம்மக்களின் உருவ வழிபாடும், ஏனைய சடங்கு களும் மூடநம்பிக்கைகள் என்று நம்பினார். அவர் ஒரு முறை ஓர் ஈசுவரன் கோயில் முன்னிருந்த சிலைகளை அடைத்து வைத்துவிட்டு, அருகிலிருந்த மக்களிடம், இக்கடவுளர் செயலற்றோர், அதனால்தான் அடைபட்டே கிடக்கின்றனர் என்று காட்டவும் முயன்றார்.

ஆனால் 1709 ஆம் ஆண்டில்தான் இந்தியர் நாகரிகமிக்க மாந்தர் என்பதை நன்கு உணர்ந்தார்.

சமயத்தைப் பரப்பும் பணிக்கு நாட்டு மொழி இன்றியமையாதது என்பதைச் சீகன்பால்கு உணரலானார். எனவே தமிழை நன்கு கற்க வேண்டுமென்பது சீகன்பால்கின் தலையாய குறிக்கோளாயிற்று.

ஆனால் தமிழைக் கற்றுத் தேர்வதில் அவருக்கு உதவுவார் எவருமிலர். இலக்கண நூல் எதுவும் இல்லாதிருந்தது. ஏசு சபைச் சாமியார்கள் பதினாறாம் நூற்றாண்டில் தமிழில் பல நூல்களை அச்சிட்டிருந்தனர். அச்சிடப்பெற்ற நூல்கள் உள்ளன என்பது சீகன்பால்கைப் போன்ற சீர்திருத்தக் கிறித்தவர்களான லூதரன் சபையினருக்குத் தெரியாதிருந்தது.

மேலும் தமிழில் பேச்சு மொழி, எழுத்து மொழி இரண்டும் வேறுபட்டவை என்பதைச் சீகன்பால்கு உணர்ந்தார். கிறித்தவ சமயம் மக்களால் மதிக்கப்பட வேண்டுமாயின் அதை நல்ல தமிழில் எடுத்துரைத்தாக வேண்டும். நல்ல தமிழ் கற்பதற்குப் பனை ஓலைகளில் எழுதப் பெற்ற சுவடிகளின் பெருந்தொகுதி ஒன்று வேண்டும்.

அச்சுவடிகளின் விலை ஒன்றும் அதிகமில்லை. ஆனால் இந்துக்கள் தமது மறைப் பொருளை அயல் நாட்டினருடன் பகிர்ந்து கொள்வதில் ஆர்வமற்றவர்களாயிருந்ததால் ஏட்டுச் சுவடிகளைப் பெறுவது கடினமாக இருக்கின்றது என்று சீகன்பால்கு *1709* அக்டோபர் *7* அன்று எழுதிய ஒரு கடிதத்தில் குறிப்பிட்டிருக்கின்றார்.

எனினும் பிராமண விதவைகள் தமது கணவன்மாரின் ஓலைச் சுவடிகளைச் சில வேளைகளில் மனமுவந்து கொடுத்து விடுவர் என்பதைச் சீகன்பால்கு அறிந்திருந்தார். அவர் தன் ஆட்களைப் பல இடங்களுக்கு அனுப்பி ஓலைச் சுவடிகளின் கருவூலங்களைச் சேகரிக்கச் செய்தார். அம்முயற்சியின் பயனாக அவரிடம் முந்நூறு தமிழ்ச் சுவடிகள் சேர்ந்தன. அவற்றுள் சில அச்சிட்ட நூல்களாகவுமிருந்தன. பல நூல்கள் ரோமன் கத்தோலிக்கரால் அச்சிடப் பெற்றிருந்தன. அவை அவருக்குப் பெரிதும் உதவியாக இருந்தன.

கிறித்தவக் கருத்துக்களை இந்து சமயக் கருத்துக்களின் தொடர்பின்றி எடுத்துரைப்பதற்கு வேண்டிய சொற்கள் அந்நூல்களில் இருந்தன. அவற்றுள் ''நற்செய்திப் புத்தகம்'' என்ற சுவிசேஷம் அதற்கு மிகவும் பயன்பட்டது. கிறித்தவர்கள் தமிழையே பயன்படுத்தினாலும், அவர்கள் தமது மதத்தவர்க்கே உரிய சொற்கள் என்று கூறத்தக்க பல சொற்களைத் தமிழ், சமஸ்கிருதச் சொற்களின் கலப்பில் உண்டாக்கி, அவை கிறித்தவ வேதாகமச் சொற்கள் என்று கூறத்தக்க விதத்தில் ஆக்கியிருந்தனர்.

இச்சொற்களெல்லாம் அக்காலத்தில் சீகன்பால்கிற்கு வரப்பிரசாதமாகத் தெரிந்திருக்க லாம். ஆனால் கத்தோலிக்க சமயத்தவர் வடித்த அச்சொற்கள் லூதரன் திருச்சபைக்கும் பயன்படுமா என்பது குறித்து காலப் போக்கில் பல ஐயப்பாடுகளும் தோன்றின.

ஏனென்றால் **இராபட் டிநொபிலி** என்ற தத்துவ போதக சுவாமி *(1577-1656)* கிறித்தவக் கருத்துக்களை வெளிப்படுத்துவதற்குப் பெரிதும் சமஸ்கிருதச் சொற்களையே நம்பி நின்றார். அதனால் செயற்கையான அமைப்பை உடைய பல கலப்புச் சொற்கள் கிறித்தவ சபைகளில் புகுந்துவிட்டன. இப்புதிய சொற்களைக் கேட்டுப் பழக்கமில்லாதவர்களுக்கு அவை வேண்டப்படாத அயல் மொழிச் சொற்களைப் போன்று ஒலிக்கவே, கிறித்தவமும் அயலார் சமயமே என்று எண்ணுமாறு செய்து விட்டது.

சீகன்பால்கு இவ்வாறு தமிழ் கற்றதன் பயனாக, அவர் இந்திய மக்கள் மீதும் இந்து சமயத்தின் மீதும் கொண்டிருந்த மனப்போக்கில் மாறுதல் ஏற்பட்டது.

இம்மாறுதல் 1709 ஆம் ஆண்டில்தான் உண்டாயிற்று. அவர் புதியநோக்கில் இந்தியரையும் இந்து சமயத்தையும் நோக்கினார்.

அவர் தமிழையும் இந்து சமயத் தத்துவங்களையும், பழக்க வழக்கங்களையும் ஆராய் வதில் மிகுந்த நேரத்தைச் செலவிட்டார்.

தமிழியல் ஆய்வில் மேலை நாட்டு நோக்கோடு முதன்முதலில் மிகுந்த ஆழமாக ஈடுபட்ட மேலைநாட்டு அறிஞர் சீகன்பால்கு என்றால் அது மிகையாகாது.

பரதவர் வரலாறு: தூத்துக்குடியில் பெரிய கோயில்

தமிழ்நாட்டின் பண்டைச் சிறப்பு வாய்ந்த பரதவ மக்கள் வாழும் தூத்துக்குடிக்குப் பல பெருமைகள் உண்டு. அதற்கு நாட்டின் சமய, அரசியல் வரலாற்றில் தனி இடம் உண்டு. அங்கு இந்த 1713 ஆம் ஆண்டு நிறுவப்பட்ட ''திவ்விய பனிமய நாயகி தேவாலயம்'' என்ற பெரிய கோயிலை யொட்டி மிகவும் அரிய வரலாற்றுச் செய்திகள் சிலவற்றை இங்கு விவரிப்போம்.

இப்பட்டினத்தின் சமஸ்கிருதப் பெயர் திருமந்திர நகரம், இதற்குக் கடல் ஊர் என்று பொருள். மேலும் திருநெல்வேலி, வாகைக்குளம், கங்கை கொண்டான், ஆகிய இடங்களிலுள்ள கல்வெட்டுகள் இதைத் ''தூத்துக்குடி'' என்று குறிக்கின்றன என்பர். வ.உ.சிதம்பரனார் இப்பட்டினத்தைத் திருமந்திர நகர் என்றே தனது வாழ்க்கை வரலாற்றில் அழைக்கின்றார்.

நீர்ப் பிடித்திருந்த நிலத்திலிருந்து நீரைத் தூர்த்துத் துறைமுகமும் குடியிருப்பும் நிறுவப்பட்டமையால் இது தூத்துக்குடி என்று பெயர் பெற்றது என்பாரும் உளர்.

இவ்வூர் காயலிலிருந்து வடக்கில் 27 கிலோ மீட்டர் (17 மைல்), ஒட்டப்பிடாரத்தி லிருந்து தெற்கே தென்கிழக்கில் 19 கிலோமீட்டர் (12 மைல்), பாளையங் கோட்டையிலிருந்து கிழக்கே வடகிழக்கில் 48 கிலோமீட்டர் (30 மைல்), சேரன்மாதேவியிலிருந்து கிழக்கே வடகிழக்கில் 66 கிலோமீட்டர் (41 மைல்), ஸ்ரீவில்லிபுத்தூரிலிருந்து தென் கிழக்கில் 96 கிலோமீட்டர் (60 மைல்), திருநெல்வேலியிலிருந்து கிழக்கில் 53 கிலோமீட்டர் (33 மைல்), சென்னையிலிருந்து தெற்கே தென்மேற்கில் 520 கிலோமீட்டர் (324 மைல்).

முன்னர் திருநெல்வேலி மாவட்டத்திலும், இப்போது சிதம்பரனார் மாவட்டத்தின் தலைநகராகவும் இருக்கின்ற தூத்துக்குடி மன்னார் வளைகுடாவின் வடமேற்குக் கரைமீது, பாம்பன் கால்வாய்க்கு அருகே, தாமிரபரணி, வைப்பாறு ஆகியவற்றின் கழிமுகங்களுக்கு இடையில் அமைந்துள்ளது.

போர்த்துக்கீசர் கொச்சி, தூத்துக்குடி, நாகப்பட்டினம் போன்ற ஊர்களில் ஆங்காங்கே இருந்த மன்னர்களின் ஆதரவைப் பெற்று வாழ்ந்தனர். அவர்கள் கோட்டையும், பண்டசாலைகளையும் கட்டிக்கொள்வதற்கு அம்மன்னர்கள் ஒப்புதல் தந்தனர்.

அவ்வாறு போர்த்துக்கீசர் 1540 ஆம் ஆண்டு நிறுவிய முதற் குடியேற்றத்தில் தூத்துக்குடி ஒன்றாகும். அவர்களுடன் இந்நகரத்தின் அரசியல் வரலாறு தொடங்குகின்றது. தூத்துக் குடியைப் போர்த்துக்கீசரிடமிருந்து டச்சுக்காரர் 1658 இலும், அவர்களிடமிருந்து ஆங்கிலேயர் 1782 இலும் கைப்பற்றினர். பின்னர் 1782இல் ஏற்பட்ட உடன்படிக்கைப்படி பிரிட்டிசார் அதை டச்சுக்காரரிடம் திருப்பிக் கொடுத்தனர்.

கடைசிப் பாளையக்காரர் போர் 1801இல் நடந்தபோது, கட்டபொம்மன் தூத்துக்குடியைக் கைப்பற்றிச் சிறிதுகாலம் வைத்திருந்தார். பிரிட்டிசார் தூத்துக்குடியை 1818 இல் டச்சுக்காரருக்கு விட்டுக் கொடுத்த போதிலும் 1825 இல் அது மீண்டும் அவர்களிடமே வந்து சேர்ந்தது.

தூத்துக்குடியில் 1700 வாக்கில் 50,000 மக்கள் வாழ்ந்தனர் என்பதை ஏசு சபையினர் குறித்து வைத்திருக்கின்றனர். எனினும் தூத்துக்குடி 1700 ஆம் ஆண்டிற்குப் பிறகு முக்கியத்துவத்தை இழந்தது. இங்கு ஐரோப்பிய வணிகர் பலர் இருந்தனர். தூத்துக்குடிக்கு 1875 இல் இருப்புப்பாதை வந்தது.

புனித சேவியர்

தூத்துக்குடியின் வரலாறு என்பது இந்தியாவில் ரோம் கத்தோலிக்கக் கிறித்தவ சமயம் வேரூன்றியதுடனும் நெருக்கமான தொடர்புடையதாகும். அதற்குக் கருவியாக அமைந்தவர் புனித சேவியராவார் (1506 - 1552).

சேவியரும், ஏசு சபையை 1534 இல் நிறுவிய இக்னேசியஸ் லயோலாவும் நெருங்கிய நண்பர்களாகவும், பாஸ்கைத் தாய் மொழியாகக் கொண்டவர் களாயுமிருந்தனர். புனித சேவியரும் ஏசு சபையைச் சேர்ந்தவரேயாவார். சேவியர் சமயப் பரப்புப் பணிக்கென இந்தியா வந்த நேரத்தில் ஏசு சபை புதிய அமைப்பாக இருந்தது.

சேவியர் போர்ச்சுக்கல்லின் தலைநகரமான லிஸ்பனிலிருந்து கப்பலேறி நீண்ட பயணத்தை மேற்கொண்டு இந்தியாவை அடைந்தார். அவர் 1541 ஏப்ரல் 7 அன்று இந்தியாவிற்குக் கப்பல் ஏறினார். ஆனால் 1542 மே 6 அன்றுதான் கோவாவில் கரை இறங்கினார்.

சேவியர் இந்தியாவை அடைந்ததற்குச் சுமார் ஏழெட்டு ஆண்டுகளுக்கு முன்னரே, ஐரோப்பியர் சோழ மண்டலக்கரை என்று அழைக்கும் தென்பாண்டிச் சீமையில் திருமுழுக்குப் பெற்று ஒரு பெரிய மக்கள் கூட்டம் கத்தோலிக்க சமயத்தைத் தழுவியிருந்தது.

அங்கு வாழும் உடலுரமிக்க மக்கள் பரவர் என்றும் பரதவர் என்றும் அழைக்கப் பட்டனர். அம்மக்கள் மதம் மாறினரேயன்றி அவர்களுக்கென்று மதக் கடமைகளை ஆற்றும் வகையில் வழிகாட்டுவோர் இல்லாதிருந்தனர். அப்பணியைச் செய்வதற்காகச் சேவியர் சோழ மண்டலக் கரைக்கு வந்தார்.

பரதவர் வரலாறு

பரதவர்கள் ஒடுக்கமான நிலப்பரப்பில் கன்னியாகுமரியிலிருந்து வேம்பாறு வரையிலும் சுமார் நூறு மைல் தொலைவிற்குச் சிறு சிறு ஊர்களில் வாழ்ந்து வந்தனர். அவற்றின் எண்ணிக்கை ஏறத்தாழ இருபது இருக்கலாம். அவர்கள் மிகவும் கடினமான உழைப்பாளிகள்; கடலை நம்பியே வாழ்க்கை நடத்தினர். அவர்கள் ஆண்டில் பெரும் பகுதி மீன் பிடிப்பதிலேயே கழிந்தது.

சமண, பௌத்த சமயங்களின் செல்வாக்கினால் உயிர்க் கொலையை ஏற்க மறுத்த மேல் சாதி இந்துக்கள், மீன் பிடிக்கும் தொழிலை உயிர்க் கொலை என்று எண்ணி, இம்மக்களைத் தம்மில் ஒருவராக ஏற்க மறுத்தனர்.

பரதவர்கள் பெரு வியப்பூட்டும் வகையில் அருந்திறனுடன் தமது கட்டுமரங்களைக் கடலில் செலுத்தி மீன் பிடித்தனர். ஒவ்வொரு கட்டு மரத்திலும் ஒரே பாய் இருக்கும். கட்டு மரத்தைச் செலுத்துவதில் ஈடுபடுத்தும் கடின உழைப்பும், விடாமுயற்சியும் அவர்களுக்கு, மிகப்பெரிய அளவில் உடலுரத்தைக் கொடுத்தன. இந்த வலிமை மிக்க குணம் அவர்களுக்கு அஞ்சாத் துணிச்சலைக் கொடுத்ததெனினும் அவர்கள் சில வேளைகளில் மூர்க்கக் குணம் படைத்தோராயுமிருந்தனர்.

முத்துச் சிலாபம்

அவர்களின் மாறாத இவ்வாழ்க்கையில் ஒரு மாறுதலைக் கொடுத்தது, ஆண்டுதோறும் நடைபெறும் முத்துச் சிலாபம் ஆகும். பரதவர் கடலுள் மூழ்கி முத்தெடுப்பது முத்துச் சிலாபம் ஆகும். இவ்வாறு முத்துச் சிப்பிகளை மூழ்கி எடுக்கும் வேலை மார்ச்சு மாதம் தொடங்கி இருபது முப்பது நாள்கள் நடக்கும். முத்துச் சிலாபம் இருக்கின்ற இடங்கள் கரையிலிருந்து ஐந்தாறு மைல் *(10 கி.மீ.)* தொலைவில் இருக்கும்.

முத்துக் குளிப்பவர் கடல் நீரினுள் மூழ்கியிருக்கும் நேரத்தைப் பற்றிக் கற்பனையை மிஞ்சும் கதைகள் கூறப்படுகின்றன. எனினும் அது வழக்கமாக ஒரு நிமிடத்திற்கு மேல் போவதில்லை. எது எவ்வாறாயினும் 1½ நிமிடத்தைத் தாண்டுவதில்லை. முத்துக் குளிப்பவர் நண்பகலுக்குள் தனது வேலையை அன்றைக்கு முடித்துவிடுவார், அதன்பிறகு கரைக்குச் திரும்பிச் சிப்பிகளைத் தரம் பிரிப்பார். நன்கு முத்து விளைந்த காலமாயின் ஆதாயம் மிகுதியாகக் கிடைக்கும். எனினும் கடினமாக முயன்று மூழ்கி முத்தெடுத்த ஒருவர் மட்டுமே அதன் பலனைப் பெறுவதில்லை.

பரதவர்கள் பதினாறாம் நூற்றாண்டின் இரண்டாம் கால் பகுதியில் பல்வேறு வல்லாளர் களின் தேவைகளைச் சமாளிக்க வேண்டியிருந்தது. அவர்கள் அதற்குச் சிறிது காலத்திற்கு முன்னர் சேர, பாண்டிய மன்னர்களுக்கும் அடங்கித்தான் வாழ்ந்திருந்தனர். விசய நகர மன்னர்கள் குமரிமுனை வரையிலும் தமக்கு மேலாண்மை உண்டென்று உரிமை கொண்டாடினர். மதுரையை ஆண்டு வந்த முதல் நாயக்க மன்னரான விசுவநாத நாயக்கன் *(1535-1564)* மதுரையிலிருந்தவாறே பரவர்களின் வடக்கத்தி ஊர்கள் மீது உரிமை கொண்டாடினார்.

மூர்கள் - அரபுகள்

மூர்கள் எனப்படும் அரபுகள் தென்னிந்தியாவிற்கு வந்ததும் ஏற்கெனவே சிக்கலாகிக் கிடந்த நிலையை மேலும் புதிய சிக்கலுக்குள்ளாக்கினர். அரபுகள் பாண்டியர்கள் முடிசூட்டிக் கொள்ளும் பண்டைக் கொற்கையைத் தமது தலைமை ஆக்கிக் கொண்டனர். அரபுகளுக்கு முத்துச் சிலாபம் எடுப்பதில் மிகுந்த தேர்ச்சியும் அனுபவமும் இருந்தன. அவர்கள் தென்னிந்தியாவின் வாணிபத்தில் ஏகபோகத்தை அடையும் நிலையை எட்டியிருந்தனர்.

பரவர்கள் சிறிது காலம் அரபுகளின் நெருக்குதல்களையும், பிடுங்கல்களையும் பொறுத்து வந்தனர். ஆனால் பொறுக்க முடியாத ஒரு நிலைமை ஏற்பட்டதும், கொதித்து விட்டனர். அப்போது முஸ்லிம்களில் சிலர் இறந்துபட்டனர் என்று தோன்றுகின்றது.

இச்செய்தி காட்டுத் தீப்போல் பரவியதும் பரதவ இனத்தையே பூண்டோடு ஒழித்து விடுவது என்று அரபுகள் முடிவு செய்தனர்.

இந்நிலையில் தன்னின மக்களிடமிருந்து தனிப்பட்டு, ஆதரவிழந்து இருதலைக் கொள்ளி எறும்பு போன்று சிக்கிக்கொண்ட மீன் பரவர்கள் பாதுகாப்பிற்காக யாரிடம் உதவி கோர முடியும்?

இந்தக் கட்டத்தில் விசித்திரமான ஒரு மனிதர் இந்த அரங்க மேடையில் வந்து சேர்ந்தார். இப்படிப்பட்டவர்கள் முக்கியமான மனிதர்களாக இருப்பதில்லை. எனினும் அவர்கள் ஒரு முனையில் இருந்து வரலாற்றின் போக்கையே மாற்றிவிடக் கூடியவர்களாக அமைந்து விடுவதால் தான், அவரை விசித்திரமான மனிதர் என்றோம்.

அவர் பெயர் **ஜான் டா குரூஸ்** கள்ளிக்கோட்டையில் வாழ்ந்த செட்டி வகுப்பைச் சேர்ந்தவர். அவர் 1531 ஆம் ஆண்டு கள்ளிக்கோட்டை மன்னரான சாமூதிரியினால் போர்ச்சுக்கல்லுக்கு ஒரு தூதராக அனுப்பி வைக்கப் பெற்றார். அவர் அப்போது அங்கிருந்த காலத்தில் திருமுழுக்குப் பெற்றுக் கிறித்தவரானார். போர்த்துக்கீசப் பெயரையும் வைத்துக் கொண்டார்.

அவர்தான் இக்காலக் கட்டத்தில் -அது 1534 ஆக இருக்கலாம்-பரதவர்கள் போர்த்துக்கீச மன்னரின் பாதுகாப்பை நாடலாம் என்ற கருத்தை அம்மக்களின் மனத்தில் விதைத்தார். அம்மன்னரின் பாதுகாப்பைப் பெறுவதற்குப் பரதவர்கள் திருமுழுக்குப் பெற்றுக் கிறித்தவ ரானால், அதைச் சாதிக்கலாம் என்றும் கூறினார்.

போர்த்துக்கீசர் தமிழ்நாட்டின் கிழக்குக்கரையில் அறியப்படாத மக்கள் அல்லர். மீனவக் கரை, முத்துக் குளித்துறை என்று பெயர் பெற்றுள்ள இக்கரையில் முதன்முதலாக ஒரு போர்த்துக்கீசக் கப்பல் தலைவர் 1524 ஆம் ஆண்டில் அமர்த்தப்பட்டிருந்தார்.

அதற்குப் பத்தாண்டுகளுக்குப் பிறகு போர்த்துக்கீசர் தூத்துக்குடியில் வலுவாகக் காலூன்றி விட்டனர். நம் நடுவே புதியதொரு வல்லரசு தோன்றிவிட்டது என்பதை மீனவர் கரையில், சோழ மண்டலக் கரையில், தென்பாண்டிச் சீமையில் வாழ்ந்த மக்கள் அனைவரும் அப்போது நன்குணர்ந்திருந்தனர்.

பரதவர் கிறித்தவராதல்

கிழக்குக் கரையிலிருந்து போர்த்துக்கீசர் கப்பல்கள் 1535 இல் கொச்சிக்குத் திரும்பிய போது ஜான் டா குரூஸ் தன்னுடன் பதினைந்து பரதவர்களை அங்கு அழைத்துச் சென்றிருந்தார். அவர்கள் திரும்பி வந்து சொன்ன செய்தியைப் பரதவ மக்களில் யாரும் நம்பவில்லை. எனவே எழுபது பேரடங்கிய ஒரு குழு மீண்டும் அங்கே சென்றது. இம்முறை அவர்களின் உறுதிப்பாடு முற்றானது. அக்குழுவிலிருந்த அனைவரும் ஞானஸ்நானம் பெற்றுக் கிறித்தவராகிப் போர்த்துக்கீசப் பெயரைப் பெற்றனர்.

அதற்கடுத்த ஆண்டில் போர்த்துக்கீச மாலுமிகள் சோழ மண்டலக் கரைக்கு வந்தபோது, அவர்களில் கொச்சியைச் சேர்ந்த விக்கார் என்ற ஓர் உயர் மதகுருவும், வேறு மூன்று பாதிரிமாரும் இருந்தனர். அங்குப் பரதவ மக்கள் முத்துச் சிலாபம் எடுக்கக் கூடியிருந்தனர். அந்த இடத்திலேயே அவர்களனைவருக்கும் ஞானஸ்நானம் என்ற திருமுழுக்குச் சடங்கு நடந்து, கிறித்தவராக்கப்பட்டனர். ஊர்களில் விட்டு வரப்பட்டிருந்த பெண்டு பிள்ளைகள் அதன்பின் ஒரு நாள் புதுக் கிறித்தவக்கூட்டத்துடன் சேர்த்துக் கொள்ளப்பட்டனர். பரதவர் வகுப்பினர் அனைவரும் 1537 ஆம் ஆண்டின் இறுதிக்குள் திருமுழுக்குச் செய்யப்பட்டுக் கிறித்தவராயினர்.

இவ்வாறு மதம் மாறியவர்களின் எண்ணிக்கை குறித்துக் கருத்து வேறுபாடு உள்ளது.

பரதவர்களை முற்றிலும் தமது பிடியிலிருந்து நழுவிச் செல்லும்படி விட்டுவிடுவதற்கு முஸ்லிம்கள் ஆயத்தமாயில்லை. எனவே முஸ்லிம்கள் அவர்கள் மீது பெரிய தாக்குதலை நடத்துவதற்கு ஆயத்தமாயினர். அவர்களுக்குக் கள்ளிக்கோட்டை மன்னரான சாமூதிரி இதில் உதவி செய்தார். அவருக்கும் போர்த்துக்கீசருக்குமிடையே பகைமை இருந்தது. ஆதலால் சாமூதிரி முஸ்லிம்களுக்கு உதவியாக மூன்று கப்பல்களை அனுப்பினார்.

எனினும் நெருக்கடி நன்கு முற்றிவிட்ட நேரத்தில் தான் கோவாவின் ஆளுநரான டிசௌசா அங்கு வந்து சேர்ந்தார். அவரது படை எதிரியின் படையை விட மட்டமானதாக இருந்த போதிலும், உடனே முஸ்லிம்களுடன் பொருதுவது என்று அவர் முடிவு செய்தார்.

வேதாளை என்ற இடத்தில் 1538 ஜூன் 27 அன்று இருதரப்பிற்குமிடையே பெரும் போர் மூண்டது. நீண்ட கடும்போருக்குப் பின்னர் இந்து, முஸ்லிம் படைகள் படுதோல்வி யடைந்தன. முஸ்லிம்கள் இனிமேல் முத்து வாணிபத்தைத் தம் கையில் வைத்துக் கொள்வதற்கு ஆசைப்பட முடியாது என்பதை இந்த வெற்றி உறுதி செய்து விட்டது. சாமூதிரி இதற்கு முன்னர் இப்பகுதியில் செலுத்தி வந்த அதிகாரத்தை இத்தோல்விக்குப் பிறகு பெறவேயில்லை.

பரதவர்க்கு அமைதி

அதன் பிறகு பரதவர்கள் அமைதியாக வாழ்க்கை நடத்துவதற்கு விடப்பட்டனர். தம்மைக் காப்பாற்றுவதாக வாக்களித்தவர்களின் (போர்த்துக்கீசரின்) கொள்ளைகளைத் தவிர வேறு மோசமான எதுவும் அவர்களுக்கு நேர்ந்துவிடவில்லை.

கொள்ளைக்காரர்கள் வடக்கிலிருந்து வந்து அப்போதைக்கப்போது தாக்குவதுண்டு. ஆனால் பரதவ மக்களுக்கு ஆன்மீக உதவி செய்வார் எவரும் இல்லாதிருந்தனர். ஏனென்றால் அவர்கள் பெயருக்குத் தான் கிறித்தவர்களாயிருந்தனர்.

மணப்பாடும் சேவியரும்

இரண்டுங்கெட்ட இந்த அமைதி நிலவிய நேரத்தில் தான் சேவியர் மீனவர் கரைக்கு அனுப்பப்பட்டார். அவர் மணப்பாடு என்ற சிற்றூரில் வந்து இறங்கினார். இது குலசேகரப் பட்டினத்திற்குத் தெற்கே மூன்று கிலோ மீட்டர் தொலைவில் கரமனை ஆற்றுக்கு அப்பால் அமைந்துள்ளது. ''கடல் ஊரை முட்டும் நிலையில் அமைந்திருப்பது மணப்பாட்டின் சிறப்பு'' என்கின்றார். தற்கால எழுத்தாளர் ஒருவர், ''தரங்கம்பாடி போலவே, இவ்வூரின் பெயரும் பொருள் பொதிந்தது. மணற்பாடி என்பது மருவி மணப்பாடு ஆகியிருக்கக்கூடும். ஊர் நடுவே நடந்து சென்றாலும் கடற்கரை மணலில் நடந்து செல்வது போன்ற உணர்ச்சியே தோன்றும். மணப்பாடு என்ற பெயருக்கு மற்றொரு காரணமும் கூறப்படுகின்றது. இது ''மாப்பாடு'' என்பதன் மரூஉ என்பர். இங்கு மாமரங்கள் பட்டு விடுகின்றன. இவை அவ்வாறு பட்டு விடுவதற்கு இங்குள்ள குகையில் சூர சம்மாரம் நடந்ததே காரணம் என்பர். விளை நிலம் மண்மேடாக எக்கறிட்டு மாறி மணல் படிந்த இடம் மணப்பாடு என்று பெயர் பெற்றிருக்கக் கூடும்.

இந்நாளில் இவ்வூரை ''மணவை'' என்று குறிப்பிடுகின்றனர்'' இவ்வாறு சோமலெ, திருநெல்வேலி மாவட்டம் என்ற நூலில் கூறுகின்றார்.

தென்பாண்டிச் சீமையிலுள்ள ஒரு சிற்றூர் முருகன் வரலாற்றில் நடந்த சூர சம்மாரம். ஏசு சபை மூவரில் ஒருவரும், தம் திருத்தொண்டால் புனித நிலை எய்தியவருமான சேவியர், அவர் வழிவந்த வீரமா முனிவர் முதலியவருடனும் தொடர்பு கொண்டு பெருஞ் சிறப்புப் பெற்றுள்ளது. இவ்வூரையும் அதன் பெருமையையும் விளக்கவே இவற்றைக் குறிப்பிட்டோம்.

சேவியர் மணப்பாட்டில் வந்து இறங்கியபோது, அச்சிற்றூர் எப்படியிருந்தது என்று ஆங்கிலேயரான **ஸ்டீபன் நீல்** என்பவர் தமது ''இந்தியாவில் கிறித்தவ சமயம்- ஒரு வரலாறு'' என்ற நூலில் இப்படிப் படம் பிடித்துக் காட்டுகின்றார்.

இன்றும் மணப்பாட்டில் மேன்மையான இரண்டு மாதா கோயில்கள் உள்ளன. ஒன்று கோவானியத் தொடர்பும். மற்றொன்று ஏசு சபைத் தொடர்பும் உடையதாகும். இவ்வூர் மக்களில் சிலர் வாணிபத்தில் செழித்துப் பெரிய வீடுகளைக் கட்டிக் கொண்டு வசதியாக வாழ்கின்றனர்.

பதினாறாம் நூற்றாண்டில், வெயிலில் உலர்த்திய செங்கல்லால் கட்டப்பட்ட வீடுகள் பனை ஓலை வேய்ந்த கூரை வீடுகளாகத் தான் முற்றிலும் இருந்திருக்க வேண்டும். எஞ்சி நின்ற இந்துக் கோயிலின் கோபுரம் மட்டுமே விண்ணை முட்டியிருக்க வேண்டும். மணல் மேடுகளின் பின்னே நிலம் உயர்ந்து ஒரு புதுமையான நிலப்பகுதியாக இருக்கின்றது. இதை அப்பகுதியினர் தேரி என்கின்றனர்.

உள்நாட்டிலிருந்து வீசும் பருவ மழைக் காற்றுகள் கொண்டு வந்து குவிக்கும் செம்மண் குன்றுகளாக அத்தேரிகள் உள்ளன. செம்மண்ணை அள்ளிக்கொண்டு வரும் காற்று, மாலை வேளைகளில் கடலிலிருந்து வீசும் காற்றை எதிர்ப்பட்டு இத்தேரிகளில் படிகின்றன. ஆனால் சத்துள்ள இச்செம்மண்ணில் பெரும்பகுதி கடலுக்குள் அடித்துச் செல்லப் படுகின்றது. சிறிதளவுதான் கரையில் படிகின்றது.

தேரியில் தண்ணீர் இருக்கக்கூடிய இடம் செழிப்பாகத் தோன்றுகிறது. ஆனால் பெரும்பாலான அம்மணற் குன்றுகள், முட்புதர்களும், குட்டைச் செடிகளும், பனைமரங்களும் இன்றி வெறுமையாகக் கிடக்கின்றன. அங்குக் கிடைக்கும் சிறிதளவு நீரைக் கொண்டு பனைகள் வளர்கின்றன.

இதுவரை விவரித்து வந்த செய்திகளிலிருந்து பரதவ மக்களின் இருப்பிடங்கள், வாழ்க்கை முறை, தொழில், சமுதாய நிலை முதலியவற்றை உய்த்துணர முடியும். அம்மக்கள் கிறித்துவத்தைச் சார்ந்தமை குறித்த சூழ்நிலைகளும் தெளிவாகும்.

இம்மக்களைப் பின்பற்றிப் பிற சமூகத்தினரும் கிறித்த சமயத்தவராயினர். பரதவ மக்கள் பதினாறாம் நூற்றாண்டின் பாதியில் கிறித்தவரான பின்னர், போர்த்துக்கீசரால் சுரண்டப்பட்ட போதிலும், அவர்களுக்குப் பாதுகாப்பாக ஏசு சபைச் சாமியார்கள் இருந்து வந்திருக்கின்றனர்.

பனிமய மாதா கோயில் வரலாறு

தூத்துக்குடி பெரிய கோயிலில் ஆட்சிபுரிந்தவரும் பனிமய மாதாவிற்குப் பரதர் மாதா, படகின் மாதா, முத்துக் குளித்துறைப் பாதுகாவலி என்றெல்லாம் சிறப்புப் பெயர்

சூட்டியுள்ளனர். போர்த்துக்கீசர் இந்த இறைவியை தஸ் கேபிஸ் திருவாட்டி அல்லது பனிமய மாதா என்று அழைத்தனர். இந்த இறைவி கி.பி.352ம் ஆண்டுக் கோடை காலத்தில் ரோம்நகரில் ஓர் அற்புதத்தை நிகழ்த்தினாள் என்பர். அவள் கடுங் கோடையில் அங்குள்ள எஸ்கலின் குன்று மீது பனி பெய்யச் செய்து, அவ்விடத்தில் தனக்கு ஓர் ஆலயம் எழுப்பிக்க அருளாணை பிறப்பித்தாள் என்பர். பாப்பரசரான லிபேரியுஸ், அருளப்பர் என்ற பெருஞ்செல்வர் இருவருக்கும் காட்சி தந்து அப்பணியை இட்டதாக வரலாறு கூறும். இவ்வாறு எஸ்கலின் குன்றுமீதெழுந்த திருக்கோயிலுக்கு இத்தாலிய மொழியில் மரியா மஜோர என்று பெயர் வழங்குகின்றது. இதுவே உலகில் முதன்முதலில் மரியன்னைக்காக எழுப்பப்பட்ட கோயிலாகும்.

முத்துக் குளித்துறையான தூத்துக்குடி மக்கள் பனிமய அன்னையை ஏழு கடற்துறை மாதா என்றும் *1600* ஆம் ஆண்டிலிருந்து அழைத்து வருகின்றனர். இந்த *1600* பிப்ரவரி மாதத்திற்குப் பிறகுதான் இந்த இறைவியின் திருமேனி தூத்துக்குடிக்கு வந்திருக்க வேண்டும் என்பது எஸ்.வெனான்சியஸ் என்னும் கிறித்துவக் குருத்துவர் கல்லூரிப் பேராசிரியர் கருத்தாகும். அருட்டிரு வெனான்சியஸ் சாமியார் பனிமய மாதா பெருங்கோயிலின் வரலாற்றை இடியின் இரகசியம் என்ற பெயரில் அரிதின் ஆராய்ந்து எழுதியிருக்கின்றார்.

புனித சவேரியார் பரதவ மக்களிடையே அருட்பணியாற்றிச் சென்ற பின்னர், அம்மக்கள் வாழ்ந்து வந்த வைப்பாறு, வேம்பாறு, தூத்துக்குடி, புன்னைக்காயல், வீரபாண்டியன் பட்டணம், திருச்செந்தூர், மணப்பாடு என்ற ஏழு ஊர்களும் பலவிதமான இன்னல்களுக் குள்ளாயின. விசயநகரப் பேரரசர், மதுரை நாயக்கர், திருவிதாங்கூர் மன்னர், மதுரை நாயக்கர்க் கடங்கிய குறுநில மன்னனான கயத்தாற்று அரசன் ஆகியோர் கடலோரத்திலிருந்த இவ்வூர்களைத் தாக்கி மக்களிடம் கொடிய முறையில் வரிதண்டி அவர்களைச் சொல் லொணாத் துன்பத்துக்காளாக்கி வந்தனர். மேற்சொன்ன ஏழு ஊர்களும் இவ்வின்னல்களின் இடையே *1600* ஆம் ஆண்டில்

தூத்துக்குடிப் பனிமய அன்னையிடம் அடைக்கலமாக வைக்கப் பட்டன. அதனால் தான் தூத்துக்குடி இறைவியை இந்த ஆண்டிலிருந்து ஏழு கடற்துறை ஏசு அடைக்கலம் என்று கொண்டாடினர்.

இத்தெய்வத்திற்கு 1707 முதல் இடி தாங்கிய மாதா என்ற சிறப்புப் பெயரும் சேர்ந்து கொண்டது. அவ்வாண்டு இத்திருச்சிலைமீது பேரிடி விழுந்தது என்பதும், அதை அன்னை தாங்கினார் என்பதும் கிறித்தவ மக்களிடையே இருந்து வரும் ஆழ்ந்த நம்பிக்கையாகும்.

அன்னை எங்கிருந்து வந்தாள்?

பனிமய அன்னையின் திருவுருவச் சிலை தூத்துக்குடிக்கு எவ்வாறு வந்தது? இத் திருச்சிலையும், மணப்பாட்டிலிருக்கும் திருச்சிலுவைக் கோயிலிலுள்ள ஏசு நாதரின் திருமேனி யும், கடலில் கப்பல் உடைந்தமையால் நீரில் மிதந்து வந்து தூத்துக்குடிக் கடற்கரையில் ஒதுங்கின என்பர். தூத்துக்குடி மக்கள் பனிமய அன்னையின் திருமேனியைத் தமது ஊரில் வைத்துக் கொண்டு திருச்சிலுவை தாங்கிய ஏசுவின் உருவத்தை மணப்பாட்டிற்கு அனுப்பினார் என்பது மரபு. இச்சிலைகள் கடலில் மிதந்து வந்தன என்ற நம்பிக்கை தூத்துக்குடி மக்களிடையே நெடுங்காலமாக இருந்து வருகின்றது. எனினும் எந்தக் கரையில், எப்போது வந்து ஒதுங்கின என்பது குறித்த சான்று எதுவுமில்லை.

ஏசு சபையினர் புன்னைக்காயலிலிருந்த தமது தலைமை இல்லத்தை 1579 ஆம் ஆண்டு தூத்துக்குடிக்கு மாற்றிய பின்னர், இங்கு ஒரு கோயிலை நிறுவினர். அதன் திருப்பணி 1582 இல் முற்றுப்பெற்று, அது இரக்கமிகு அன்னைக்கு அர்ப்பணிக்கப் பட்டது. அது 1600 வரை இதே பெயரிலேயே வழிபடப்பட்டு வந்தது. இதற்குப் பிறகு பதினெட்டாண்டுகள் கழித்துத்தான் பனிமய அன்னை திருவுருவம் தூத்துக்குடிக்கு வந்தது என்பர். ஏனெனில் 1600 வரையிலுள்ள ஏசு சபையின் குறிப்புகளிலும். ஆண்டறிக்கை களிலும் பனிமய அன்னை திருவுருவம் பற்றிய குறிப்பு எதனையும் காண்பதற்கில்லை.

முயல்தீவில் புகலிடம் தேடுதல்

உழைப்பினால் மட்டுமே வாழ்ந்து வந்த பரதவ மக்களுக்குப் பதினாறாம் நூற் றாண்டிலிருந்து பலவிதமான இன்னல்கள். பல்வேறு திக்குகளிலிருந்து அப்போதைக் கப்போது வந்து கொண்டிருந்தன. அவர்கள் கிறித்தவத்தைத் தழுவிய பின்னரும் துயரம் மறைந்து விடவில்லை. நாம் ஏற்கெனவே கூறியிருந்ததைப் போன்று முத்துச் சிலாபம் எடுப்பதில் போர்த்துக்கீசரே அம்மக்களைச் சுரண்டினர். ஏசுசபைச் சாமிமார் அவர்களுக்கு உறுதுணையாக இருந்து அவர்களைப் போர்த்துக்கீசியரின் சுரண்டலிலிருந்து காத்தனர்.

பதினேழாம் நூற்றாண்டின் தொடக்கத்தில் மதுரையை ஆண்ட முத்துக்கிருஷ்ணப்ப நாயக்கர் (1601-1609) 1603 ஆம் ஆண்டு பரதவர் மீது கொடிய வரியை விதித்தார். அவர் 6000 பணம் என்ற பெருந் தொகையை வரியாகக் கேட்டார். அவ்வாண்டில் முத்துச் சிலாபம் மிகவும் மோசமாக இருந்தமையால், அம்மக்களிடம் அவ்வளவு பெரிய தொகை இல்லை. அவர்கள் நாயக்கர் கேட்ட வரியைக் கொடுக்க முடியாமல் தவித்தனர். இதனால் ஆத்திரமடைந்த மதுரை நாயக்கர் தனது சிற்றரசனான கயத்தாற்று மன்னனை அழைத்துக் கொண்டு விசயநகர வடுகர் படையையும் அழைத்து

வந்து தூத்துக்குடி மீது படையெடுத்தார். ஏறக்குறைய மூவாயிரம் வடுக வீரர்கள் யானையோடும். குதிரையோடும் வந்து தூத்துக்குடியைத் தாக்கினர். வீடுகளுக்குத் தீ வைத்தனர். மக்களைக் கொன்றனர்.

மக்கள் அவருக்கு அஞ்சி ஊரைவிட்டே ஓடி ஒளிந்தனர். வெறி கொண்ட வடுக மக்கள் ஏசுசபைத் தலைமை இல்லத்தை இடித்துத் தகர்த்தனர். அதனைச் சார்ந்த சாமியார்களின் மடத்திற்கும் பனிமய அன்னையின் கோயிலுக்கும் நெருப்பு வைத்தனர். கோயிலுக்குள் நுழைந்து சிலுவைகளையும், இறைத் திருமேனிகளையும் கீழே தள்ளி உடைத்து நொறுக்கினர். அங்கிருந்த விலையுயர்ந்த வழிபாட்டுப் பொருள்களைக் கொள்ளையடித்தனர்.

மதுரை நாயக்கரும், கயத்தாற்று மன்னரும் இவ்வாறு பதினெட்டு நாள் தூத்துக்குடியை முற்றுகையிட்டு வரிப்பணத்தைக் கேட்டு வாள்முனையில் மக்களை வருத்தியவாறு இருந்தனர். மக்கள் வரிப்பணம் செலுத்தத் தாமதமாகவே, ஏசு சபைத்தலைமை இல்லத்தின் பொருளா ளராகவிருந்த கஸ்பார் தப்பிரோ என்ற சாமியார் பிணையமாக மதுரைக்குக் கொண்டு செல்லப்பட்டார். இச்செய்திகள் ரோமிலுள்ள ஏசு சபைப் பழஞ்சுவடிகளில் குறிக்கப்பட்டுள்ளன.

மதுரை நாயக்கரும், கயத்தாற்று மன்னரும் வரி கேட்டுத் துன்புறுத்தி வந்ததைப் பொறுக்க முடியாத பரதவர்களின் ஏழு கடற்துறைச் சாதித் தலைவர்களும் பட்டங்கட்டிகள் என்ற ஊர்த்தலைவர்களும் பேரவை கூடி, ஊர்களை விட்டு வெளியேறி இராசாத் தீவு (இன்று முயல் தீவு) சென்று வாழுவதென்று முடிவெடுத்தனர். அதன்படி ஏழு ஊர்களையும் சேர்ந்த பரதவர்களும், மதுரை நாயக்கரின் கொடுமைகளிலிருந்து பாதுகாப்பை நாடும் பிற மதத்தவரும் தூத்துக்குடிக்கு எதிரிலுள்ள இராசாத்தீவில் சென்று அடைக்கலம் புகுந்தனர். அங்குச் சென்று குடியேறிய மக்களின் எண்ணிக்கை 10,000 என்பர். இனிமேல் தாம் இக்கொடிய வேந்தர்களின் குடிமக்கள் அல்லர். அவர்களுக்குத் தம்மீது எந்த அதிகாரமும் இல்லை என்று பரதவ மக்கள் அறிக்கை செய்துவிட்டனர்.

வடுகர் படை தூத்துக்குடிக் கோயிலை அழித்தபோது, இம்மக்கள் பனிமய அன்னையின் திருவுருவச் சிலையைப் பத்திரப்படுத்தித் தம்மோடு இராசாத்தீவிற்குக் கொண்டு சென்றனர். அதனால் அத்தீவிலும் அன்னைக்கு மீண்டும் கோயில் எடுக்க 1604 ஜூலை 2 அன்று புதிய கோயிலுக்கு அடிக்கல் நாட்டினர். இப்பணி 1606 இல் முற்றுப்பெற்று அழகிய மாதா கோயில் எழும்பிற்று, அக்கோயில் திறப்பு விழா நாளன்று புதிதாக 45 பேர் திருமுழுக்குப் பெற்றுக் கிறித்தவராயினர்.

முயல் தீவிலிருந்த மக்கள் கிறித்தவத் திருப்பணிச் சபைகள் இரண்டிற்குமிடையே எழுந்த போட்டி, பொறாமையினாலும் துன்புற நேரிட்டது. பரதவர்க்கு ஏசு சபையினரே என்றும் பாதுகாவலாயிருந்துவந்தனர். மக்கள் அவர்களுடன் இராசாத்தீவு சென்று குடியேறியது பிரான்சிஸ்கன் சபையைச் சேர்ந்த கொச்சிப் பிஷப்பிற்கு உடன்பாடாகத் தெரியவில்லை. எனவே அவர் மக்களைத் தமது ஊர்களுக்குத் திரும்பிச் செல்லுமாறு ஆணையிட்டார்.

மக்களும் ஏசு சபையினரும் கொச்சிப் பிஷப் கூறியதை ஏற்காது போகவே, அவர் மதுரை நாயக்கருடனும், கயத்தாற்று மன்னனுடனும் உடன்படிக்கை செய்து கொண்டு முயல் தீவை இருபத்திரண்டு நாள் முற்றுகை செய்தார். அத்தீவிற்கு அரிசி, குடிநீர், உணவுப்பண்டம் எதுவும் செல்லமுடியாதவாறு தடுத்தார். மக்கள் இதன் பின்னரும் தமது

ஊர்களுக்குத் திரும்புவதற்கு மறுக்கவே கொச்சிப் பிஷப்பு பீரங்கிகளைக் கொண்டு தீவைத் தாக்குமாறு ஆணையிட்டார்.

இறுதியில் பிஷப்பின் படைகள் தீவுக்குள் புகுந்து மக்களின் வீடுகளுக்குக் கொள்ளி யிட்டனர். அங்குச் சில சுவர்கள் மட்டுமே எஞ்சி நின்றன என்பர். ஆறாண்டுகளாக அமைதியுடன் அத்தீவில் வாழ்ந்து வந்த மக்கள், இக்கொடுமைகளுக்குப் பிறகு வலுக்கட்டாயமாகத் தமது ஊர்களுக்குத் திரும்புமாறு செய்யப்பட்டனர். இங்கிருந்த ஏசு சபைச் சாமியார்கள் தூத்துக்குடிக்குத் திரும்ப முடியாமல் பல இடங்களில் சிதறினர்.

இராசாத் தீவில் நடந்த இக்கொடிய செயல்களையடுத்து மதவாதிகளுக்கும், போர்த்துக்கல் மன்னருக்குமிடையே நடைபெற்ற அதிகார வரம்பு பற்றிய சச்சரவுகள் நமக்கு வேண்டியதில்லை. எனினும் பனிமய மாதா சிலைக்கு என்ன நேர்ந்தது என்பது நமக்குத் தெரிந்தாக வேண்டும்.

இராசாத் தீவிலிருந்த பனிமய அன்னையின் கோயில் இடியுண்டதும், பரதவர்கள் அங்கிருந்த உருவச் சிலையை தூத்துக்குடிக்கு அருகிலுள்ள சேர்ந்தான் குளம் என்ற சிவந்தா குளத்திற்குக் கொண்டுவந்தனர். அங்கு பரதவர் சாதித்தலைவரான ஜான் தெகுரூஸ் பிரிஸ் *(1590-1615)* அருளப்பருக்கு ஒரு கோயில் எடுத்திருந்தார். சங்கிலி என்ற கொடிய மன்னன் மன்னாரில் கிறித்தவர்களான பரதவர்களை அநியாயமாகக் கொன்றான். அவர்களின் நினைவாக மேற்சொன்ன அருளப்பர் கோயில் சிவந்தா குளத்தில் நிறுவப்பட்டது. ஏசு சபையினர் மீண்டும் தூத்துக்குடிக்கு வந்தது வரையிலும் பனிமய மாதாவின் திருவுருவம் இந்த அருளப்பர் கோயிலில்தான் இருந்தது என்பது தூத்துக்குடியில் வாழும் கிறித்தவ மக்களின் மரபாக இருந்து வருகின்றது.

கோயிலில் நறுமணம்

தூத்துக்குடியில் இடிபாடடைந்து கிடந்த பனிமய அன்னையின் கோயிலில் *1612* ஆம் ஆண்டு ஓர் அற்புதம் நிகழ்ந்தது என்பர். ஓர் இந்து ஒரு நாள் அக்கோயிலில் படுத்துறங்கிக் கொண்டிருந்தான். கிறித்தவக் குருவான ஒரு சாமியார் கையில் கோல் கொண்டு அம்மனிதனை வெளியேறுமாறு கூறினார். அவன் எழுந்து வெளியே சென்ற போது, கோயிலின் நடுப்பீடத்தில் மூன்று ஒளிச்சுடர்கள் திடீரென்று தோன்றியதைக் கண்டான். அவன் இந்த அற்புதத்தை ஊர் மணியக்காரரிடமும், பரதவரின் சாதித்தலைவனிடமும் சென்று கூறினான்.

மன்னார் தீவில் முத்துக் குளிக்கச் சென்றிருந்த பரதவ மக்கள் ஊர் திரும்பி இந்த அற்புத நிகழ்ச்சியைக் கேள்விப்பட்டதும், பாழடைந்த கோயிலைத் துப்புரவு செய்தனர். ஒருவன் அங்கு வைப்பதற்கென்று தனது தோணியிலிருந்து சிறு சிலுவை ஒன்றைக் கொண்டு வந்து வைத்தான். ஆதலால் மற்றொரு பெரிய சிலுவை அங்கே வைக்கப்பட்டது. மக்கள் திரள் திரளாக வந்து இம்மரச் சிலுவையையும் வழிபடலாயினர். அன்போடு அதில் முத்தமிட்டனர்.

ஒரு நாள் இவ்விரு சிலுவைகளின் வலப்புறத் தண்டிலிருந்து வியர்வை போன்று இரத்தம் கசியலாயிற்று. அதை மக்கள் துடைக்க முயன்றபோது துணிகளும் சிவந்து இரத்தக் கறை படிந்தது. பெரிய சிலுவையின் மீது இன்னோர் அற்புதம் நடந்தது என்பர். அதன் மீது பல புனித உருவங்கள் தோன்றலாயின. ஏசுவைக் கையிலேந்திய அன்னை மரியாள், அருளப்பர், மூன்று ஞானியர், மாசற்ற செம்மறி ஆகிய உருவங்கள் சிலுவையில் தெரிந்தன. அன்றே அச்சிலுவையிலிருந்து உதிரமும் கொட்டிற்று.

மக்கள் இதைக் கண்டு இரவும் பகலும் இத்திருச் சிலுவைகளை வழிபடலாயினர். அவற்றைக் கொச்சி பிஷப்பின் ஆணைப்படி புனித அருளப்பர் கோயிலுக்கு மாற்றினர். எனினும் மக்கள் அவற்றை மீண்டும் பனிமய அன்னை கோயிலுக்கே கொண்டு வந்தனர். அச்சிலுவைகள் வெகுகாலமாக அங்கு தானிருந்தன. கோயில் முழுவதும் ஒருவிதமான நறுமணம் வீசிற்று.

பனிமய அன்னை கோயில் 1621ம் ஆண்டு ஏசு சபையினரால் புதுப்பிக்கப் பட்டது. அவர்கள் இராசாத்தீவுக் கொடுமைகளுக்குப் பிறகு 1621 ஆம் ஆண்டுதான் தூத்துக்குடிக்குத் திரும்பி வந்தனர்.

மீண்டும் சேர்ந்தான் குளம்

டச்சுக்காரர் தூத்துக்குடியை 1658இல் கைப்பற்றினர். (இதற்குப் பத்தாண்டுகளுக்கு முன்னர் 1648 பிப்ரவரி 10 அன்று திருச்செந்தூர்க் கோயிலையும் அவர்கள் கைப்பற்றி அங்கு போர்த் தளவாடங்களையும். பீரங்கிகளையும். படைக்கலன்களையும் குவித்து முருகன் கோயிலைத் தமக்கு அரணாக்கிக் கொண்டனர்). அவர்கள் பனிமய அன்னையின் கோயிலைத் தமது கால்வினியச் சமயக் கோட்பாட்டு வழிபடுமிடமாக மாற்ற முயன்றதால். பரதவமக்கள் அவர்கள் அறியாவண்ணம் சேர்ந்தான் குளம் என்ற சிவந்தா குளத்திற்கு மீண்டும் பனிமய அன்னையைக் கொண்டு சென்று அருளப்பர் கோயிலில் நிறுவினர். காலப்போக்கில் இந்த இடமும் டச்சுக்காரர் ஆளுகையில் வந்துவிட்டமையால் பரதவர் மாதாவை அழகிய பச்சைப் பல்லக்கில் வைத்துப் பாண்டியரின் தொன்மையான கோ நகராகிய கொற்கைக்குக் கொண்டு சென்றனர். அதனால் இறைவிக்குக் கொற்கை மாதா என்ற பெயரும் ஏற்பட்டது.

கொற்கையில் பனிமய மாதா

அங்கு ஒரு கலவரம் நேர்ந்ததில் முகமதியர் கொற்கையை நெருப்பிட்டு அழித்தனர். எனவே ஏசு சபையினர் தமது தலைமை இடத்தை மணப்பாட்டிற்கு மாற்றவும் பரதவரின் அன்றைய சாதித் தலைவரான தொன் காபிரியேல் தெக் குருஸ் கோமஸ் (1686-1700) பனிமய மாதா திருவுருவத்தை மீண்டும் தூத்துக்குடிக்கே கொண்டு வந்தார்.

ஏசு சபையைச் சேர்ந்த விஜிலியுஸ் மான்சி என்ற சாமியார் டச்சு மொழியை நன்கு அறிந்திருந்தார். எனவே அவர் டச்சு அதிகாரிகள் சிலரின் நல்லெண்ணத்தையும் ஆதரவையும் பெற்றிருந்தார். ஆதலால் கூரை வேய்ந்த ஓரிடத்தில் கோயிலை அமைத்துக் கொள்ள மான்சி சாமியார் அனுமதி பெற்றிருந்தார். இக்கூரைக் கோயில் டச்சுக்காரரின் கல்லறைத் தோட்டத்திற்கு அருகில் இருந்தது. ஆனால் டச்சுக்காரரிடமிருந்து எந்நேரமும் இன்னல் வரலாம் என்பதை உணர்ந்து பனிமயா மாதாவின் உருவத்தைக் கூரைக் கோயிலிலிருந்து எடுத்துத் தான் வாழும் இல்லத்தில் தனது அறையில். திரைச்சீலை கொண்டு மூடிவைத்துக் கொண்டார்.

இப்படிப்பட்ட வேளையில் 1707ஆம் ஆண்டு ஏப்ரல் 4 அன்று மின்னல் மின்னி நள்ளிரவில் இடியிடித்தது. மான்சி சாமியாரின் அறையில் இடி விழுந்தது. அந்த இடி வடக்குப் பகுதியிலிருந்து வந்து முன்னறை ஒன்றின் கூரையைத் தாக்கிற்று. அதுசில தட்டு முட்டுப் பொருள்களைத் தகர்த்து நொறுக்கிக் கொண்டு மீண்டும் திசை திரும்பி மான்சி சாமியாரின் கண் முன்னாலேயே அவரது அறைக் கூரையின் சுவர் மேலே சுழன்று வந்து. சரியாகப் பனிமய அன்னையின் சிலைமீது விழுந்தது. அந்த இடத்தில்

இருந்த சாமியாரை இடி தாக்காது. அவர் சற்றுமுன் மண்டியிட்டு இறைவியை வணங்கிய அதே இடத்தில் விழுந்தது.

''இந்த இடியினால் அன்னையின் சிலை கறைபட்டுக் கறுநீலமாகியதேயன்றி. அத்திருமேனியில் எவ்விதமான வடுவையோ. தழும்பையோ. உடைசலையோ உண்டாக்கவில்லை'' என்று விஜிலியுஸ் சவேரியுஸ் மான்சி சாமியார் கோயில் உள்ள ஏசு சபைக்கு எழுதிய கடிதத்தில் மனம் புல்லரித்துப் போகின்றார்.

அன்னையின் உருவத்தில் இடியினால் உண்டான கறுமையைப் போக்கும் பொறுப்பை மக்கள் மான்சி பாதிரியாரிடம் விட்டனர். ஆனால் ஏசு சபையின் மாநிலத்தலைவர் இடிவிழுந்த இல்லத்தைப் பார்க்க வந்த போது. துணியை எடுத்து அன்னைத் திருமுகத்தைத் துடைக்கலானார். அப்போது திருமேனியில் இடியினால் உண்டான வடுக்களும். கறைகளும் மறைந்தன என்று மான்சி சாமியார் குறிப்பிடுகின்றார். இதைப் பெரிய அதிசயம் என்று கொண்டாடுகின்றனர். ஆனால் ஒரு காலில் மட்டும் இடியின் கறைகளும். அடையாளங்களும் இன்னும் மாறாதிருக்கின்றன.

பனிமய அன்னையின் திருவுருவத்தின் மீது இடி விழுந்த இக்காலக் கட்டத்தில் தூத்துக்குடியில் இரண்டு கிறித்தவக் கோயில்கள் இருந்தன. தென்னங்கீற்றுகளால் வேயப்பட்ட புனித இராயப்பர் கோயில்: இது டச்சுக்காரரின் அனுமதியுடன் 1699 இல் புதுப்பிக்கப்பட்டது. இக்கோயில் மீண்டும் 1712 ஆம் ஆண்டு கற்களைக் கொண்டு புதுப்பித்துக் கட்டப் பெற்றது.

மற்றொன்று பிரான்சிஸ்கன் சபையைச் சேர்ந்த ''தேவ அன்னை'' சிற்றாலயம். டச்சுக்காரர் தமக்கென்று தனி வழிபாட்டுக் கூடம் அமைத்தவரையிலும் அவர்கள் இக்கோயிலில் தான் தமது வழிபாடுகளை நடத்தி வந்தனர். இடி விழுந்தபிறகு. மான்சி சாமியார் மேலே கூறிய இராயப்பர் கூரைக் கோயிலில்தான் பனிமய மாதா திருச்சிலையை மக்களுக்காக வைத்திருந்தார்.

எனினும் இத்திருமேனி பன்னெடுங் காலம் நிலைத்து நிற்கக்கூடிய அழகிய திருக்கோயிலில் நிலைபெற வேண்டுமென்று மான்சி சாமியார் விரும்பித் திருப்பணி வேலையில் ஈடுபட்டார். பல்வேறு இன்னல்களையும். இடுக்கண்களையும் தாங்கித் தேறிய பிறகு. 1712ஆம் ஆண்டு ஏப்ரல் 4 ஆம் தேதியன்று மங்கிய மாலைப் பொழுதாகிய முன்னிரவு நேரத்தில் கோயிலுக்கு அடிக்கல் நாட்டப் பெற்றது.

இத்திருப்பணி முற்றுப் பெறக் கிட்டத் தட்ட பதினாறு மாதங்களாயின. கோயிலின் தொடக்க விழா 1713 ஆகஸ்டு 6 அன்று மிகச் சிறப்பாக நடைபெற்றது. ஏசு சபையின் மாநிலத் தலைவராக விருந்த எம்மானுவேல் பெரைரா மேலும் ஏழு குருக்களுடனும், சாமிமார்களுடன் சேர்ந்து மிகச்சிறப்பான முறையில் வழிபாடு நிகழ்த்தி விழாவைச் சிறப்பித்தார்.

''திவ்விய பனிமய நாயகி தேவாலயம்'' (Church of the Lady of Snows) என்றும். மக்களால் பெரிய கோயில் என்றும் சாதி, சமய பேதமின்றி இன்றும் வழிபடப்பட்டு வரும் இத்திருக்கோயில் அழகிய வேலைப்பாடுகளை உடையது. இந்துக்கள் பேரெண்ணிக்கையில் இக்கோயிலுக்குச் சென்று வழிபடுகின்றனர்.

இதற்கு இன்னொரு சிறப்பும் உண்டென்பர். பரதவ மக்கள் கிறித்தவ சமயத்தைத் தழுவிய பின்னர் ஏறத்தாழ 180 ஆண்டுகளுக்குப் பிறகு மிகுந்த கலைச் சுவையுடன் கட்டப்பட்ட கோயில் இதுவாகும். மேலும் இலத்தீன முறைப்படி இந்தியாவில் கட்டப்

பெற்ற முதல் மாதா கோயில் இதுவேயாகும். இக்கோயில் திருப்பணிக்கென இத்தாலியிலிருந்து தூத்துக்குடிக்குப் பளிங்குக் கற்கள் வந்தன.

இங்கு ஆண்டுதோறும் ஆகஸ்டு மாதம் விழா நடக்கின்றது. அந்தப் பத்துநாள் விழா ஆகஸ்டு 5 அன்று நிறைவு பெறுகின்றது. இத்தலத்தில் அமைந்திருக்கும் இறைவியான பனிமய மாதா திருத்தேரில் ஊர்வலம் வரும் காட்சியைக் காண இலட்சத்திற்கு அதிகமானோர் கூடுவர். இத்தேரின் உயரம் 55 அடி: அது பொன் தகடுகளால் வேயப்பட்டது.

ஏசு சபை 1733 ஆம் ஆண்டு விடுத்த ஓர் அறிக்கை இதனைப் பெருங் கோயில் *(Basilica)* என்று பெயர் சூட்டிச் சிறப்பிக்கின்றது.

இத்திருக்கோயிலின் நெடிய வரலாறு 1582 இல் தொடங்குகின்றது என்பதை அறிந்தோம். அப்போது பனிமய மாதாவின் திருவுருவம் ஏசுசபைத் தலைமை இல்லத்தில் இரக்கங்கொள் மாதா கோயிலாக உருவாகிப் பன்முறை பலவிதமான அழிவுகளை எதிர் கொண்டு 1713 இல் விஜிலியுஸ் மான்சி என்ற ஏசு சபைச் சாமியாரின் முயற்சியினால் இன்று தூத்துக்குடியில் அமைந்திருக்கும் பெரிய கோயில் என்ற திரு நிலையில் உறைகின்றது.

இக்கோயிலின் நானூறாவது ஆண்டு நிறைவு விழாவின்போது, பாப்பரசர் இரண்டாவது அருள் சின்னப்பர் 1982 ஜுலை 30 அன்று வழங்கிய திருவோலையின்படி இக்கோயில் பெருங்கோயில் (பசிலிக்கா) என்ற சிறப்பு நிலைக்கு உயர்த்தப்பட்டது.

தமிழ்ப் பெருங்குடியினரின் முது குடியினருள் அடங்கியுள்ள பரதவ மக்கள் சங்கக் காலந்தொட்டு, இன்றுவரையிலும் மாறாத தனிச்சிறப்புடன் வாழ்ந்து வருகின்றனர் என்பது குறிப்பிடத்தக்கதாகும்.

1714

தேசிங்குராசன்-செஞ்சிக் கோட்டை- செஞ்சி நாயக்கர் வரலாறு

புந்தேல்கண்டு என்பது நடு இந்தியாவிலுள்ள ஒரு பகுதியாகும். முன்னாளில் அங்குப் பல சிற்றரசுகள் இருந்தன. இன்று அப்பகுதி பெரிதும் மத்தியப் பிரதேச மாநிலத்தில் அடங்கியுள்ளது.

புந்தேல்கண்டைச் சேர்ந்த இரசபுத்திரருக்கும் முகலாயருக்கும் உறவு உண்டு. ஆக்ராவிலிருந்து தக்காணத்திற்குச் செல்லும் பழைய சாலையில் சென்றால், குவாலியரை விட்டு நீங்கியதும் அதன் இடப்பக்கத்தில் புந்தேல்கண்டு என்ற காட்டுப் பகுதி உள்ளது.

யமுனை ஆறும் கைமூர் மலைத் தொடரும் செங்கோணமாக மீர்சாப்பூரில் சந்தித்து. அம்மாவட்டத்தின் வட, தென்கிழக்குப் பக்கமாகச் சுற்றி வளைக்கின்றன. பேட்வா என்ற ஆறு வடகிழக்கே ய முனையை நோக்கிப் பாய்ந்து இம்மாவட்டத்தை இரண்டாகப் பிரிக்கின்றது.

இங்குப் பெரும்பாலராக வாழும் புந்தேலரின் பெயரால் இந்நாடு புந்தேல்கண்டு என்று அழைக்கப்படுகின்றது. அம்மக்கள் கார்வார் இரசபுத்திரர் குடியைச் சேர்ந்தவராவர். அவர்களின் பூர்வோத்திரக் கால்வழி, விந்தியப் பாஷிணி பெண் தெய்வத்தின் பெரும் பக்தரான இராஜா பஞ்சம் வரையிலும், ஏன் இராமகாதையின் நாயகனான இராமனையும் தாண்டிச் செல்கின்றது.

இவர்களைப் பற்றி வழங்கிவரும் எண்ணற்ற கட்டுக் கதைகளை நீக்கி விட்டுப் பார்த்தால் தெரிகின்ற உண்மை என்னவென்றால், இக்குடியின் மாபெரும் முன்னோன் ஒருவன் வாரணாசியிலிருந்து குடிபெயர்ந்து, மீர்சாப்பூர் மாவட்டத்தின் வழியே சென்று இந்நிலப்பரப்பில் ஆட்சி செய்துகொண்டிருந்த பழைய மன்னர்களான ஆப்கானியரையும். பழங்குடியினரையும் விரட்டியடித்து விட்டுத் தனது ஆட்சியை நிறுவினான் என்ற செய்தியேயாகும்.

அம்மக்களின் முதல் தலைநகரம் பேட்வா ஆற்றின் கரையில் அமைந்த ஊர்ச்சா ஆகும். அது 1531 ஆம் ஆண்டு நிறுவப்பட்டது. அக்குடியின் தலைவர் இந்நகரத்தில் வாழ்ந்தார்.

புந்தேலர் வெகுவிரைவில் பல்கிப் பெருகலாயினர். இக்குடியின் இளம் பிரிவினர் இப்பகுதியெங்கும் தத்தமது சிற்றரசுகளை அமைத்தனர். ஒவ்வோர் அரசும் தனக்கென்று ஒரு கோட்டையைக் கட்டிக் கொண்டது.

இந்தப் புந்தேலர் குடியைச் சேர்ந்த மக்கள் முகலாயர் படையில் சேர்ந்திருந்தனர். ஔரங்கசீபு தக்காணத்தின் மீது படையெடுத்து வந்தபோது புந்தேலர் குடியைச் சேர்ந்த இரசபுத்திர வீரர் பலர் அப்படையில் இருந்தனர்.

சிவாஜியின் மகன் இராஜாராம் முகலாயர் படையினரிடமிருந்து பலவழிகளில் தப்பி இறுதியாகச் செஞ்சியை அடைந்ததும். ஔரங்கசீபு சுல்ஃபிகர்கானின் தலைமையில் ஒரு படையை அனுப்பிச் செஞ்சிக் கோட்டையை முற்றுகையிடச் செய்தார். எளிதில் வீழ்ச்சியடையாத செஞ்சிக் கோட்டையைச் சுல்ஃபிகர்கான் எட்டாண்டுகள் முற்றுகையிட்டு 1698 ஆம் ஆண்டு பிடித்தார். அவர் இராஜாராமுடன் இரகசியமாகச் செய்து கொண்ட ஏற்பாட்டின்படி அவரைத் தப்பிச் செல்வதற்கு விட்டு விட்டார்.

செஞ்சிக் கோட்டை விழுந்த பின்னர் ஔரங்கசீபு புந்தேலர் குடித்தலைவரான சரூப்சிங் என்ற இரசபுத்திரரைக் கோட்டைக் காவல் தலைவராக்கினார். இது 1700ஆம் ஆண்டு நடந்தது.

சரூப்சிங்கின் தந்தைபெயர் நரசிங்க தேவ். இவர் பேரரசர் ஜகாங்கீர் இளவரசர் சலீமாக இருந்த காலத்தில், அவருடைய தூண்டுதலின் பேரால் அக்பரின் நண்பரும் நெருங்கிய ஆன்மீகத் துணையுமான அபுல்பசலைக் கொன்றவர் என்பது குறிப்பிடத்தக்கது. அந்த அளவிற்குப் புந்தேலர்க்கும், முகலாய அரச குடியினர்க்கும் நெருக்கமான உறவு இருந்தது.

ஔரங்கசீபு 1707 ஆம் ஆண்டு இறந்தபோது ஏற்பட்ட அரசியல் குழப்பத்தைச் சரூப் சிங் பயன்படுத்திக் கொண்டு கர்நாடக நவாபிற்குப் செலுத்த வேண்டிய கப்பத்தைக் கட்டாது நிறுத்தி விட்டார். சரூப் சிங் அருகே கடலூரிலிருந்த ஆங்கிலேயரையும் பகைத்துக் கொண்டார். அவர்களிடையே சண்டை மூண்டு 1712ஆம் ஆண்டு சமாதானம் ஏற்பட்டது. சரூப் சிங் அதற்கு இரண்டாண்டுகள் கழித்து 1714 ல் இறக்கவும் அவருடைய

மகன் தேஜ் சிங் என்ற தேசிங்கு செஞ்சிக் கோட்டையின் தலைவரானார். தேசிங்கிற்கு ரூப சிங் என்றொரு பெயரும் உண்டு.

தேசிங்குராசனும் எவருக்கும் கீழ்ப்படியாதவராகவே இருந்தார். அவர் மராட்டியருடன் சேர்ந்து கொண்டு வட ஆர்க்காட்டிலிருந்த நவாபிற்குக் கப்பம் கட்டவும் மறுத்தார். இதனால் நவாபிற்கு ஆத்திரம் மிகுந்தது.

எனவே ஆர்க்காட்டு நவாபு சாதத்துல்லா கான் லாலா தகினிராய் என்பவரின் தலைமையில் ஒரு படையைச் செஞ்சிக்கு அனுப்பினார். அவர் செஞ்சியை எதிர்பாராமல் தாக்கவேண்டுமென்று ஆரணிக்குச் சென்றார்.

தேசிங்கு ராசன் சேத்துப்பட்டில் நின்று எதிரியைச் சமாளிக்க முடிவு செய்தார். சாதத்துல்லா கான் ஆரணி சென்று ராயுடன் சேர்ந்து கொண்டார்.

இரண்டு படைகளுக்குமிடையே செஞ்சிக் கோட்டைக்கருகிலுள்ள தேவனூர் என்ற இடத்தில் 1714 அக்டோபர் 3 அன்று சண்டை தொடங்கியது. தேசிங்கு மிகுந்த வீரத்துடன் போராடிய போதிலும் போர்க்களத்தில் காயமடைந்து வீழ்ந்து இறந்தார். அவர் மனைவியும், கணவன்மாரை இழந்த பிற பெண்டிரும் உடன்கட்டை ஏறினர்.

தேசிங்கின் அரசி செய்த இத்தியாகத்தின் நினைவாகச் சாதத்துல்லா கான் ஆர்க்காட்டிற்கு அருகே ஓர் ஊரைக் கட்டி அதற்கு "இராணிப்பேட்டை" என்று பெயர் வைத்தார்.

தேசிங்கின் உறவினர் தஞ்சைக்குத் தப்பியோடி அங்கு மராட்டியரிடம் புகலடைந்தனர். அங்கிருந்தவாறே ஆர்க்காட்டு நவாபிற்குத் தொல்லை கொடுத்து வந்தனர்.

தேசிங்குராசன் என்றால் செஞ்சிக் கோட்டைதான் நினைவிற்கு வரும். ஒரு காலத்தில் எவரும் புகுந்துவிட முடியாததாகச் செஞ்சிக் கோட்டை விளங்கியது. முகலாயரின் பெரிய படைத் தலைவரான சுல்ஃபிகர்கான் 1690 தொடங்கி 1698 வரை எட்டாண்டுகள் முற்றுகையிட்டும், அதனுள்ளிருந்த இராஜாராம் கோட்டையைக் கைவிட்டு ஓடிய பிறகுதான், செஞ்சிக் கோட்டையைச் சுல்ஃபிகர்கானால் பிடிக்க முடிந்தது என்பது குறிப்பிடத்தக்கது.

அப்படிப்பட்ட சிறப்புவாய்ந்த செஞ்சிக் கோட்டையை அறிந்து கொள்வது மிகுந்த சுவையும், பயனும் தரும்.

செஞ்சிக்கோட்டை

செஞ்சி தென்னார்க்காடு மாவட்டத்தின் வடமேற்குப் பகுதியில் உள்ள ஊராகும். இது திண்டிவனத்திலிருந்து திருவண்ணாமலை செல்லும் சாலையில் இருக்கின்றது. இங்கு முக்கோண வடிவில் அமைந்த மூன்று மலைகளைக் கொண்டு அமைத்த வரலாற்றுச் சிறப்புவாய்ந்த ஒரு கோட்டையைக் காணலாம்.

ஒரு மலை மேற்கில் உள்ளது. அதன் உயரம் சுமார் 242 மீட்டர் (800 அடி). இதற்கு இராசகிரி என்று பெயர். இது அரண் போன்ற வலிமையுடையது. வடக்கிலுள்ளது கிருஷ்ணகிரிமலை. தெற்கே சந்திரகிரி மலை உள்ளது.

இம்மூன்று மலைகளையும் இணைத்துச் சுமார் 19 மீட்டர் (60 அடி) அகலமுடையதாக உயரமான அலங்கம் ஒன்று கட்டப்பட்டுள்ளது. அதன் வெளிப்

பக்கத்தில் சுமார் 24 மீட்டர் (80 அடி) அகலமான ஓர் அகழியும் இருக்கின்றது. இவ்வாறு முக்கியமான மூன்று கொத்தளங்கள் அமைந்துள்ளன. இக்கோட்டையின் சுற்றளவு 8 கி.மீ. - ஐந்து மைல்.

கீழ்க்கோட்டைக்கு இரண்டு முக்கியமான வாசல்கள் இருந்தன. வடபுறம் உள்ள வாசல் வேலூர் வாசல் அல்லது ஆர்க்காட்டு வாசல் என்றும், கிழக்கே அமைந்ததைப் புதுச்சேரி வாசல் என்றும் அழைத்தனர். இவற்றுள் எந்த வழியாகக் கோட்டைக்குள் நுழைந்தாலும். இராசகிரி அலங்கத்தைத் தாண்டிச் செல்வதற்கு ஒரே வழிதான் உள்ளது. அந்த வழியில் சென்றாலும் சுமார் 8 மீட்டர் (24 அடி) அகலமும் சுமார் 19 மீட்டர் (60 அடி) ஆழமும் கொண்ட ஒரு பெரிய கணவாயைத் தாண்டியாக வேண்டும். இம்மலையின் உச்சிக்குச் செல்வதற்குப் படிக்கட்டுகள் அமைத்துள்ளனர்.

இராசகிரியின் உச்சியை அடைவதற்கு ஏழு வாசல்களைத் தாண்டிச் செல்ல வேண்டும். இக்கோட்டையில் கடுங்கோடையிலும் வற்றாத தண்ணீர் வசதி இருக்கின்றது. சந்திரகிரி என்பது இம்மும்மலைகளுக்கு வெளியே நிற்கின்றது. இதன் உச்சியிலும் ஒரு சிறு கோட்டை உண்டு.

இராசகிரியின் உச்சியில் அரங்கநாதர் கோயில் கொண்டிருக்கின்றார். இக்கோயிலின் கருவறை பாழடைந்துவிட்டது. கீழ்க்கோட்டையில் வேங்கடரமண சுவாமி கோயிலும் ஒரு பள்ளிவாசலும் உள்ளன. இதை ஆர்க்காட்டு நவாபாகிய சாதத்துல்லாகான் 1717-18ம் ஆண்டுக் காலத்தில் கட்டினார்.

இக்கோட்டை ஒரு காலத்தில் குறுநில மன்னர்களான சிற்றரசர்களின் தலைநகரமாக இருந்து வந்தது. எனினும் அவர்கள் வாழ்ந்த அரண்மனை எதுவும் இங்கே

காணப்படவில்லை. அது இருந்த இடம் இன்று மண்மேடாக உள்ளது. எனினும் அரண்மனையின் பிரிவுகளான பல கட்டடங்கள் உள. கலியாண மகால், உடற்பயிற்சிக் கூடம், தானியக் களஞ்சியம் ஆகியன அவற்றுள் குறிப்பிடத்தக்கனவாம்.

கோட்டைக்கு இரண்டரை மைல் தொலைவில் சிங்கவரம் என்னும் ஊர் இருக்கின்றது. அங்குப் பாறையைக் குடைந்தெடுத்த குடைவரைக் கோயில் ஒன்றுள்ளது.

கோட்டைப் பகுதியைச் சிவ செஞ்சி என்றும், சிங்கவரத்தை விஷ்ணு செஞ்சி என்றும், பக்கத்திலுள்ள மேலைச்சேரி என்ற ஊரைப் பழைய செஞ்சி என்றும் சொல்கின்றனர்.

சிங்கவரம் பல்லவர் ஆட்சிக்காலத்தில் இருந்த ஊர் எனலாம். அந்நாளில் இப்பகுதி சிங்கபுர நாட்டில் அடங்கியிருந்தது. சிங்கபுரம் சிங்கபுர நாட்டின் முக்கிய ஊராக ஆயிற்று. அதுவே மருவிச் சிங்கவரம் என்று திரிந்தது. சிலர் செஞ்சி என்பதையும் சிங்கபுரம் என்னும் பெயரடியாகப் பிறந்தது எனச் சொல்வர். வேறு சிலர் மலை உச்சியைக் குறிக்கும் சிருங்கி என்ற சொல்லின் மரூஉ எனக் கொள்வதும் உண்டு.

செஞ்சிக்கோட்டை எப்போது ஏற்பட்டது என்பது நமக்குத் திட்டவட்டமாகத் தெரியவில்லை. சுமார் கி.பி 1200 ஆம் ஆண்டில் ஆனந்தக் கோன் என்பவர் அதைக் கட்டியதாகச் செவிவழிச் செய்திகள் கூறுகின்றன. எனினும் பதினான்காம் நூற்றாண்டின் நடுவில்தான் இவ்வூரைப் பற்றிக் கேள்விப்படுகின்றோம்.

விசயநகரப் பேரரசின் காலத்தில் தமிழ்நாடு போந்து மதுரையையும் பிற பகுதிகளையும் கைப்பற்றி அரசாண்ட நாயக்க மன்னர்கள் செஞ்சியிலும் சிறிது காலம் ஆட்சி புரிந்தனர்.

செஞ்சியில் வேங்கடபதி நாயக்கர் காலத்தில் சுமார் 1464 ஆம் ஆண்டு முதன் முதலாக நாயக்கர் ஆட்சி ஏற்பட்டது என்பர். எனவே மதுரை நாயக்கர்களுக்கும். தஞ்சை நாயக்கர்களுக்கும் முன்னரே செஞ்சியில் நாயக்கர் ஆட்சி தொடங்கிவிட்டது என்பது தெரிகின்றது.

இராட்சசி - தங்கடி போருக்குப் பிறகு விசயநகரப் பேரரசு சீர்குலையலாயிற்று. நாயக்கர்களுக்குள் பிளவு உண்டாயிற்று. அப்போது தஞ்சை நாயக்கர்கள் செஞ்சியைக் கைப்பற்றிச் சிறிதுகாலம் தமது ஆதிக்கத்தில் வைத்திருந்தனர் என்று தெரிகின்றது.

விசயநகரப் பேரரசின் வீழ்ச்சிக்குப்பிறகு பிஜப்பூர்ச் சுல்தான்கள் தமது ஆதிக்கத்தை விரிக்க முற்பட்டனர். அப்போது அவர்கள் 1649 ஆம் ஆண்டு அங்கு கோட்டைக் காவல் அதிகாரியாகக் கில்லேதார் என்ற படைத்தலைவனை அமர்த்தினர்.

செஞ்சி நாயக்கர்

தேசிங்குராசனுடன் தொடர்புடைய செஞ்சிக் கோட்டையையொட்டி விளக்கிவரும் வேளையில் அதைச் சிறிது காலம் ஆண்ட செஞ்சி நாயக்கர்களைக் குறித்துத் தெரிந்து கொள்வதும் பயன்தரும்.

செஞ்சி நாயக்கர் மரபினர் பதினான்காம் நூற்றாண்டிலிருந்து செஞ்சியை ஆண்டு வந்தனர். கோபண்ணா என்ற செஞ்சி நாயக்க மன்னர் 1370 ஆம் ஆண்டில் சிதம்பரத்தில் கோவிந்தராசப் பெருமாள் சிலையை நாட்டினார்.

கிருஷ்ண தேவராயர் காலத்தவரான (1509-1529) துப்பாக்கிக் கிருஷ்ணப்ப நாயக்கர் என்ற முதலாம் கிருஷ்ணப்ப நாயக்கர் செஞ்சியின் காவல்முறைகளை வலுப் படுத்தினார். இவர் கி.பி. 1521 வரை ஆண்டதாகத் தெரிகின்றது.

இராசகிரிமலை மேலுள்ள கொத்தளங்கள் அதன்கீழே அமைந்திருக்கும் களஞ்சியங்கள், கலியாண மகால் என்ற கட்டடங்கள் இவரால் கட்டப்பட்டன. மூன்று மலைகளையும் இணைத்து அமைத்துள்ள கோட்டைச் சுவர்களும் இவர் காலத்தில் எழுப்பப்பட்டவையாக இருக்கலாம்.

இவருக்குப்பின் விசயநகர அச்சுத தேவராயர் காலத்தில் (1530-1542), அச்சுத விஜயராமத்திய நாயக்கரும், சதாசிவ ராயர், சீரங்கராயர் காலங்களில் (1543-1572), சூரப்ப நாயக்கரும் செஞ்சியை ஆண்டனர்.

சூரப்ப நாயக்கர் செய்த ஓர் அறச்செயலைப் பற்றிச் செஞ்சியிலுள்ள வேங்கடரமண சாமி கோயில் கல்வெட்டுத் (1550) தெரிவிக்கின்றது.

இரத்தினகேத சீனிவாச தீட்சிதர் இவருடைய அவையில் புலவராக இருந்தார். இப்புலவர் 16 நாடகங்களையும். 60 செய்யுள்களையும் இயற்றியவர் என்பர். சூரப்ப நாயக்கர் முஸ்லீம் படையெடுப்பைத் தடுக்கும் பொருட்டு விசயநகரப் பேரரசிற்கு உதவியளித்தார்.

இரண்டாம் வேங்கடபதி காலத்தில், இரண்டாம் கிருஷ்ணப்ப நாயக்கர் (கி.பி.1580-1620) செஞ்சியை ஆண்டார். இவரை இம்மரபில் சிறந்த மன்னர் என்று கூறுவர். வேங்கடபதி ராயருடைய ஆட்சிக் காலத்தின் தொடக்கத்தில், கோல்கொண்டா சுல்தானுடைய படைகள் பெனுகொண்டாவை முற்றுகையிட்டன. இச்சமயம் கிருஷ்ணப்ப நாயக்கர் விசயநகரப் பேரரசிற்கு எதிராக கலகம் செய்தார். வேங்கடபதி ராயர் இக்கலகத்தை அடக்கிக் கிருஷ்ணப்ப நாயக்கரைச் சிறையிட்டார். பின்னர் தஞ்சை இரகுநாத நாயக்கருடைய வேண்டுகோளுக்கிணங்கிச் செஞ்சிக் கிருஷ்ணப்ப நாயக்கரைப் பேரரசர் விடுதலை செய்தார்.

கிருஷ்ணப்ப நாயக்கர் இதற்கு நன்றி தெரிவிக்கும் வகையில் தன் பெண்ணைத் தஞ்சை இரகுநாத நாயக்கருக்கு மணம் செய்வித்தார்.

இக்காலத்தில் தென்னிந்தியாவில் பயணம் செய்து வந்த நிக்கலஸ் பிமண்டோ (Nicholos Pimento) என்ற ஏசுசபைச் சாமியார் கிருஷ்ணப்ப நாயக்கரைப் பற்றிப் பல குறிப்புகள் எழுதி வைத்திருக்கின்றார். அவர் தான் கண்ட பட்டணங்களில் செஞ்சி பெரியது என்று கூறியுள்ளார்.

கிருஷ்ணப்ப நாயக்கர் வெள்ளாற்றின் கழிமுகத்தில் கிருஷ்ணபட்டினம் என்ற ஊரை அமைத்தார். அதுவே இன்று பரங்கிப்பேட்டை என்ற வழங்குகின்றது. இந்தப் பதினெட்டாம் நூற்றாண்டு வரலாற்றில் பரங்கிப்பேட்டை தனி இடம் பெறுகின்றது.

கிருஷ்ணப்ப நாயக்கரின் ஆட்சிக்குட்பட்ட சிற்றரசர்களில், வேலூரை ஆண்ட இலிங்கம நாயக்கரும், தேவி கோட்டையை ஆண்ட சோழகரும் குறிப்பிடத்தக்கோராவர்.

இலிங்கம் நாயக்கர் விசயநகரப் பேரரசரான வேங்கடபதிராயருக்கு எதிராகக் கிளர்ச்சி செய்தார். ஆகவே வேங்கடபதிராயர் 1606 இல் வேலூரை வென்று இலிங்கமனின் ஆட்சியை ஒழித்தார்.

சோழரகர் கொள்ளிட ஆற்றின் முகத்துவராத்திலுள்ள தேவி கோட்டையைத்

தலைநகராகக் கொண்டு ஆண்டு வந்தார். இவர் செய்த அட்டூழியங்களைப் பொறுக்கமாட்டாமல், தஞ்சை இரகுநாத நாயக்கர் இவரை வென்றடக்கினார்.

கிருஷ்ணப்ப நாயக்கருடைய அதிகார வளர்ச்சியை அடக்கவும் வேங்கடபதி ராயர் முயன்றார். அதனால் செஞ்சி 1608ஆம் ஆண்டு விசயநகரப் பேரரசின் வசமாயிற்று. கிருஷ்ணப்ப நாயக்கர் சிறையில் அடைக்கப்பட்டார்.

பிறகு அவர் சிறையிலிருந்து விடுதலை பெற்று மீண்டும் ஆட்சிப் பொறுப்பை ஏற்றபோதிலும்,அவரது ஆதிக்கமும், சிறப்பும் குன்றின.

கிருஷ்ணப்ப நாயக்கரின் வழியில் வந்தவர்கள் வலிமையற்றவராயிருந்தனர். பிஜப்பூர் சுல்தான் செஞ்சியை 1649 ஆம் ஆண்டில் கைப்பற்றினார். இத்துடன் செஞ்சியை ஆண்ட நாயக்கர் மரபு முற்றுப் பெற்றது.

சிவாஜியும் செஞ்சியும்

மராட்டியப் பேரரசை நிறுவிய சிவாஜி (கி.பி.1627-1680) செஞ்சிக் கோட்டையைப் பிஜப்பூர்ச் சுல்தானிடமிருந்து கைப்பற்றினார். அவர் அங்குத் தன் பிரதிநிதியாக ஒருவரை அமர்த்தினார். சிவாஜி 1680ஆம் ஆண்டு இறந்ததும் மராட்டியரிடையே பிளவு உண்டானது. அவர் மகனான இராஜாராம் முகலாயப் படையினரிடம் பிடிபடாமல் தெற்கு நோக்கி வந்தபோது, அவர் செஞ்சிக் கோட்டைக்குள்தான் புகுந்து கொண்டார். அவர் செஞ்சியைத் தலைநகராக்கிக் கொண்டு, 1698 வரை அங்கே இருந்தார்.

இராஜாராம் செஞ்சியிலிருந்து தப்பிச் சென்ற பின்னர் அக்கோட்டை முகலாயர் வசம் வந்தது. இதன் பிறகு நடந்தவற்றை நாம் மேலே கண்டோம். முகலாயர் படையுடன் வந்த புந்தேல் கண்டு இரசபுத்திரரான சரூப் சிங் கோட்டைக் காவலரானதும் அவரையடுத்து அவருடைய மகன் தேஜ்சிங் என்ற தேசிங்கு செஞ்சியில் தன்னாட்சி செலுத்த முயன்று ஆர்க்காட்டு நவாபுடன் போரிட்டுக் களத்தில் மடிந்ததையும் மேலே கண்டோம்.

அதன் பிறகு, செஞ்சி நாடு கர்நாடக நவாபிற்குக் கீழ்ப்பட்டது. சாதத்துல்லா கான் தன் உறவினர் ஒருவரைக் கில்லேதார் என்ற கோட்டைக் காவல் தளபதியாக்கினார். அதன்பிறகு செஞ்சிக்கு இருந்து வந்த முக்கியத்துவம் குறைந்தது.

ஆங்கிலேயரும், பிரஞ்சுக்காரரும் அகண்ட பேரரசு ஒன்றை இந்தியத் துணைக் கண்டத்தில் நிறுவுவதற்காக ஆதிக்கப் போட்டியில் ஈடுபட்டுப் போரிட்டுக் கொண்டிருந்த காலக்கட்டங்களில் செஞ்சிக் கோட்டை சிறிது காலம், 1760 முதல் 1761 வரை பிரஞ்சுக்காரர் வசம் இருந்தது.

எனினும் ஆங்கிலேயர் அதை 1761 ஆம் ஆண்டு கைப்பற்றினர். அதன்பிறகு ஐதரலி (1722-1782), 1780 ஆம் ஆண்டு செஞ்சியைத் தாக்கிப் பிடித்துக் கொண்டார். அதுவே செஞ்சிக் கோட்டையில் நடந்த கடைசிப் போராகும்.

மைசூர்ப்போர் இறுதியாக 1799 ஆம் ஆண்டு சீரங்கப்பட்டணத்தின் காவிரிக் கரையில் முற்றுப்பெற்று ஆங்கிலேயராட்சி இந்தியாவில் கிட்டத்தட்ட முழுமையாக மலர்ந்ததும், செஞ்சிக் கோட்டை பிரிட்டிசார் வசமானது. அதன்பிறகு செஞ்சிக்கோட்டை தன் பழம்பெருமையை இழந்துவிட்டது.

ஆமதாபாதில் வகுப்புக் கலவரம்

ஆமதாபாது இன்று குஜராத் மாநிலத்தின் தலைநகராக விளங்குகின்றது. இந்நகரம் பம்பாய்க்கு வடக்கே சுமார் 440 கி.மீ. (273 மைல்) தொலைவில் அமைந்துள்ளது. இது ஒரு காலத்தில் இந்துஸ்தானத்தின் மிக அழகிய நகரங்களில் ஒன்றாக இருந்தது. டெல்லி முகலாயரின் தனிச்சிறப்பு வாய்ந்த நகரமாக விளங்கிய காலத்தில் ஆமதாபாது இந்தியாவின் அழகிய நகராகவும், அணிகலனாகவும் சிறப்புற்றிருந்தது. இந்நகரம் 1411 ஆம் ஆண்டு நிறுவப்பட்டது.

ஆமதாபாது மகாத்மாவுடனும் தொடர்பு கொண்ட நகரமாகும். இது இன்று ''இந்தியாவின் மாஞ்செஸ்டர்'' என்ற சிறப்பைப் பெற்று நெசவாலைத் தொழிலில் மேலோங்கி நிற்கின்றது.

எனினும் இந்நகரத்தில் சமயப் பொறையின்மை காரணமாக அப்போதைக்கப் போது வகுப்புக் கலவரங்கள் பலகாலமாக நடந்து வருகின்றன. பதினெட்டாம் நூற்றாண்டின் முற்பகுதியில் நடந்த அப்படிப்பட்ட ஒரு கலவரத்தை இங்கே விவரிக்கின்றோம்.

ஹரிராம் என்பவர் வட்டிக்கடை ஒன்றில் வேலை பார்த்து வந்தார். அவர் ஹோலிப் பண்டிகை நாளன்று, ஒரு முஸ்லீமிடம் மிகவும் முரட்டுத்தனமாக நடந்து கொண்டார்.

இச்சிறு நிகழ்ச்சியையடுத்து ஆமதாபாது நகரத்தில் இந்துக்களுக்கும், முஸ்லீம் களுக்குமிடையே இந்த 1714 ஆம் ஆண்டு பெரிய கலவரம் மூண்டது. வட்டிக் கடைகளும் நகைக் கடைகளும் கொள்ளையடிக்கப்பட்டன.

ஆமதாபாது இனி வருங்காலங்களில் இதைவிடக் கொடிய வகுப்புக் கலவரங்களை யெல்லாம் காணப்போகின்றது.

பிரிட்டனில் விக் கட்சி ஆட்சிக்கு வந்தது

பிரிட்டனில் விக் கட்சி முதன்முதலில் பெரும்பான்மை பெற்று ஸ்டான்ஹோப் பிரபு தலைமையில் ஆட்சி அமைத்தது. விக் கட்சி என்பது சுமார் 1697 இல் தோன்றிய ஓர் அரசியல் கட்சியாகும். இக்கட்சி மக்களின் உரிமைக்காகப் பாடுபட்டது. ஜனநாயகத்தின் போக்கை மாற்றுவதற்காக உழைத்தது. இக்கட்சி பின்னர் 1832 இல் லிபரல் கட்சி ஆனது.

இக்கட்சி இந்த ஆண்டில்தான் பெரும்பான்மை பெற்று முதன்முதலில் தன் ஆட்சியை அமைக்கின்றது.

விக் கட்சி அரசின் அமைச்சர் வருமாறு:

ஸ்டான்ஹோப் பிரபு அயலுறவுத்துறை; ஹாலிஃபாக்ஸ் பிரபு நிதித்துறை; டௌன்செண்டு பிரபு உள்துறை; நாட்டிங்காம் பிரபு பாராளுமன்றத் தலைவர்.

வீரமா முனிவருக்கு மரண தண்டனை

ரோமன் கத்தோலிக்கர் இந்தியாவில் நிறுவிய சமயப் பரப்பு நிறுவனங்களில்

ஒன்றான மதுரை மிசன் 1710 ஆம் ஆண்டில் மாபெரும் கிறித்தவத்துறவி ஒருவரின் தொண்டைப் பெற்றது. அவர் ஜோசப் கான்ஸ்டண்டியஸ் பெஸ்கி (கி.பி.1680-1747) என்ற இயற்பெயரை உடையவர். அவர் தமிழில் வீரமா முனிவர் என்ற சிறப்புப் பெயரால் அழைக்கப்படுகின்றார் என்பதை முன்னர் கண்டோம்.

அவருக்கு முன்னர் மதுரை மிசனில் தத்துவ போதகசாமி என்ற றொபட்டோ தெ நொபிலியும் (கி.பி.1577-1656) அருளானந்தசாமி என்ற டீ பிரித்தோவும் (கி.பி.1647-1693) பணியாற்றியுள்ளனர்.

அருளானந்தசாமி தமது உயிரைத் தியாகம் செய்து கிறித்தவ சமயத்தின்பால் மக்களுக்குப் பற்றுதல் ஏற்படச் செய்தார்.

வீரமா முனிவர் தமிழ் வழியே கிறித்தவத்திற்குப் பெருந்தொண்டு புரிந்தார். அவர் இந்தியாவை அடைந்தபோது அவருக்கு முப்பது வயது நிரம்பவில்லை.

அவர் வட இத்தாலியில் கிழக்கு லம்பாடிப் பகுதியின் ஏரிகள் சூழ்ந்த இடத்தில் அமைந்திருக்கும் மாந்துபா என்ற ஊரில் பிறந்தார். இதே பகுதியில்தான் ரோமானியப் பெரும் புலவரான வர்ஜில் (கி.மு.70-19) பிறந்தார் என்பது குறிப்பிடத்தக்கது.

வீரமா முனிவர் தென்பாண்டிச் சீமையில் சமயப் பணிபுரிந்துவந்த அந்நாட்களில் இயல்பு மீறிய ஒரு செயல் நிகழ்ந்தது. அது இந்த 1714 ஆம் ஆண்டு நடந்தது.

அவர் தொலை தெற்கில் குருக்கள்பட்டி என்ற இடத்தில் சமயப்பணி புரிந்து கொண்டிருந்தபோது, அப்பகுதியின் படைத்தலைவரான ஒரு பிராமணர் வீரமா முனிவரைச் சிறைப்படுத்தி, அவருக்கு மரண தண்டனை விதித்துவிட்டார். கடைசி நேரத்தில் மேல் மட்டத்திலிருந்து வந்த ஆணையினால் முனிவர் விடுதலை பெற்றார்.

பெஸ்கி ஒரு மாவட்டச் சமயப் பரப்பியாக இருந்து, தமது பொழுதில் பெரும் பகுதியைச் சமயத் தொண்டில் கழித்தார். அவர் 1720 ஆம் ஆண்டிற்குப் பிறகு தஞ்சை மாவட்டத்தின் ஏலாக்குறிச்சியில் தங்கினார். அவர் அங்கிருந்தவாறே, பரந்த பகுதியில் நடந்து வந்த சமயப் பரப்புப் பணியை மேற்பார்வை செய்து வந்தார்.

பெஸ்கி 1732 இல் வயதானவர்கள் 235 பேருக்கும், 708 குழந்தைகளுக்கும் திருமுழுக்குச் செய்வித்து, அவர்களைக் கிறித்தவராக்கினார் என்று அந்த ஆண்டு பற்றிய குறிப்பில் கூறியிருக்கின்றார். அவர் மலையாளத்தில் கிராங்கனூருக்கு அருகிலிருக்கும் அம்பலக்காடு என்ற இடத்தில் 1747ஆம் ஆண்டு பிப்ரவரி 4 அன்று காலமானார்.

முதலாம் ஜார்ஜ் பட்டத்திற்கு வந்தார்

இவர் பிரிட்டனின் ஹானோவர் குடியின் முதல் மன்னராவார். இவர் இந்த ஆண்டு பிரிட்டிஷ் அரியணையில் ஏறினார்.

முதலாம் ஜார்ஜ் (கி.பி.1660-1727) இந்த 1714 முதல் 1727 வரை பிரிட்டிஷ் மன்னராக ஆட்சி புரிந்தார்.

மைசூரின் புதிய மன்னர்

மைசூர் நாட்டின் மன்னரான கண்டீரவ இராஜா இவ்வாண்டு (1714) இறந்ததும், தொட்ட கிருஷ்ண இராஜா பட்டத்திற்கு வந்தார்.

இப்புதிய மன்னர் ஆட்சி செய்யும் திறமை அற்றவராக இருந்தார்.

சிராவையும். கர்நாடகத்தையும் சேர்ந்த முகலாயக் கவர்னர்களிடையே இந்த ஆண்டில்தான் கருத்து வேறுபாடு உண்டானது.

பாதரச வெப்பமானி

காபிரியல் டேனியல் ஃபாரன்ஹைட் (கி.பி.1689-1736) என்ற ஜெர்மன் பௌதிகர் இந்த 1714 ஆம் ஆண்டில் பாதரச வெப்பமானியைக் கண்டுபிடித்தார். இது வெப்பத்தை அளக்க உதவும் கருவியாகும்.

அவர் அத்துடன் அளவு முறை ஒன்றையும் வகுத்தார். அது அவர் பெயரால் இன்றும் ஃபாரன்ஹைட் என்று வழங்கி வருகின்றது.

அவர் வகுத்த அளவு முறைப்படி உறைபனியின் உருகும் நிலை 32 டிகிரி ஃபாரன்ஹைட் ஆகும். தூயநீர் இயல்பான நிலையில் கொதிக்கும் வெப்பநிலை 212 டிகிரி ஃபாரன்ஹைட் ஆகும்.

வெப்ப அளவு முறையில் மற்றொரு முறை செல்சியஸ் அல்லது செண்டிகிரேடு அளவை என்று வழங்கி வருகின்றது. இம்முறையை வகுத்தவர் சுவீடனைச் சேர்ந்த வானியலாரான ஆண்டர்ஸ் செல்சியஸ் (கி.பி.1701-44) ஆவார்.

இம்முறைப்படி உறைபனியின் உருகும் நிலை 0 டிகிரி செண்டிகிரேடு ஆகும். தண்ணீரின் கொதிநிலை 100 டிகிரி செண்டிகிரேடு ஆகும். இந்த வெப்பமானி 1737 இல் தான் கண்டுபிடிக்கப்பட்டது. இம்முறை இதைக் கண்டுபிடித்தவர் பெயரால் செல்சியஸ் என்று வழங்கி வருகின்றது.

1715

திருவல்லிக்கேணி பதினெட்டில்

அல்லிக் கேணிக்குச் சிறப்புத் தருவான் வேண்டித் திரு என்ற அடை கூட்டித் திருவல்லிக்கேணி என்று பெருமைப்படுத்தினர். கடற்கரையின் அருகே அழகுக்கு அழகு செய்த ஓர் அல்லிக்குளம் இருந்தது. நன்னீர் நிறைந்த இம்மணற் கேணியை, அவ்வூரார் அல்லிக்கேணி என்றனர். அதைச்சுற்றி ஒரு சிற்றூர் எழுந்தது. தொண்டை நாட்டு மன்னன் ஒருவன், அக்குளத்திற்கு அண்மையில் திருமாலுக்கு ஒரு கோயில் எடுத்தான். கோயில் எழுந்ததும் ஊர் நகராயிற்று.

அல்லிக் கேணியின் அருகே அமைந்த திருக்கோயிலில் கடற்காற்றின் இன்பத்தை நுகர்ந்து கண் வளரும் இறைவனைத் திருமழிசை ஆழ்வார் மனங்கசிந்து பாடினார். திருமங்கை மன்னனின் உள்ளத்தையும் திருவல்லிக்கேணி கவர்ந்தது.

இவ்வாறு சொல்லின் செல்வர் ரா.பி.சேதுப்பிள்ளை திருவல்லிக்கேணியின் வரலாற்றை மணிச்சுருக்கமாகக் கூறுகின்றார்.

ஆன்ம நேயப்பெரும் புலவரான பாரதியார் தங்கி வாழ்ந்தமையாலும் சிறப்

பெய்தியுள்ள திருவல்லிக்கேணியின் பதினெட்டாம் நூற்றாண்டு வரலாறு இங்குத் தரப்படுகின்றது.

ஆங்கிலேயர் சென்னையில் குடியேறிய காலத்தில் 1639 வாக்கில் திருவல்லிக்கேணி சிற்றூராயிருந்தது. அது ஒருவர்க்கு நிலக்கொடையாகத் தரப்பட்ட சுரோத்திரியக் கிராமமாக விளங்கிற்று.

திருவல்லிக்கேணி பிரிட்டிசார் கைக்கு வந்தபோது அது குறித்துக் கருத்து வேறுபாடு எழுந்தது. திருவல்லிக்கேணியானது நாயக்கர்கள் 1639 இலும், 1645 இலும் அளித்த மறு மானியத்தில் அடங்கியிருந்தது என்று ஓர்மி என்ற பிரிட்டிஷ் வரலாற்றாசிரியர் தனது நூலில் கூறியிருக்கின்றார். எனினும் இந்த ஊரைப்பற்றி இம்மானிய உரிமைகளில் எதுவும் குறிப்பிட்டுக் கூறப்படவில்லை. முகலாயர் அதன் பின்னர் அளித்த மானிய உரிமையில் ஐந்து மைல் பரப்புச் சேர்க்கப்பட்டது என்பதால், நாயக்கர்கள் 1639, 1645 ஆம் ஆண்டுகளில் அளித்த மானியங்களில் அது சேர்ந்திருக்க வேண்டும் என்பதையே அது காட்டுகின்றது என்பர். எது எப்படியிருப்பினும் ஆங்கிலேயர் தமக்கென்று முதன்முதலில் பெற்றுக் கொண்ட புறநகர ஊர் திருவல்லிக்கேணியே ஆகும்.

இந்த ஊர் 1658 வாக்கில் பிரிட்டிசார் கைக்கு வந்த போதிலும், கோல்கொண்டா நவாபின் ஏஜண்டான ரூசா கான் இதை ஆண்டுக்கு 50 வராகன் குத்தகைக்குத்தான் 1672 ஆம் ஆண்டு முதலில் கொடுத்தார். அந்த நவாபு பின்னர் பிறப்பித்த ஆணையின் (ஃபர்மன்)படி 1672 ஆம் ஆண்டு தந்த நில உரிமையை 1676இல் உறுதிப்படுத்தினார்.

ஆங்கிலேயர் திருவல்லிக்கேணியைத் தமது தலைமை வணிகரான சாமி வீரண்ணா என்றவருக்கு முதலிலும், பின்னர் பெத்த வெங்கடாத்திரிக்கும் குத்தகைக்கு விட்டனர்.

தெற்கே எளிதாகச் செல்வதற்கு வசதியாகத் தற்போது இருக்கின்ற வில்லிங்டன் பாலத்தின் முன்னோடியான திருவல்லிக்கேணிப் பாலம் கட்டப்பெற்றது. அது தீவிலிருந்து தெற்கே சென்றது. இப்பாலம் இந்த 1715 ஆம் ஆண்டு கட்டப் பட்டிருக்கலாம். இது சென்னை நகரின் 1733 ஆம் ஆண்டு நிலப்படத்தில் காணப்படுகின்றது.

திருவல்லிக்கேணியை 1755 ஆம் ஆண்டு நிலப்படத்தில் காணும்போது ஏராளமான தோட்ட மாளிகைகள் உண்டாகி, மக்கள் பெரிதும் விரும்புகின்ற புறநகரமாகத் திருவல்லிக்கேணி மாறியதை அறிய முடிகின்றது. இத்தோட்ட மாளிகைகள் மௌண்ட் ரோடின் பக்கவாட்டில், குறிப்பாக அரசின் தோட்ட மாளிகை அமைந்திருந்த அரசு இல்லத்தின் அருகில் இருந்தன. அதாவது அண்ணாசாலையில் இருக்கின்ற பெரிய நிலப்பரப்பாகிய அரசு எஸ்டேட்டின் அருகில் தோட்ட மாளிகைகள் அன்று இருந்தன. இந்த அரசு எஸ்டேட்டினுள் தான் சட்டமன்ற உறுப்பினர் விடுதிகளும், இராஜாஜி மண்டபமும், பிற குடியிருப்பு வீடுகளும் இன்றும் உள்ளன.

மக்கித் தோட்டம்

ஜார்ஜ் மக்கே என்பவர்தான் இப்பகுதியில் முதன்முதலில் தோட்ட மாளிகைகளைக் கட்டி, அதில் முன்னோடியாக விளங்கினார். அவர் ஜார்ஜ் கோட்டையில் 1778 முதல் தனிமுறை வணிகராயிருந்தார். அதாவது கம்பெனித் தொடர்பு இன்றிச் சுதந்திரமாக வாணிபம் செய்பவராக இருந்தார். அவர் பின்னர் 1756 ஆம் ஆண்டு சென்னை நகரின் மேயருமானார்.

இன்றும் ஆயிரம் விளக்குப் பகுதியில் இருக்கும் மக்கீஸ் தோட்டம், இந்த மக்கேயின் பெயரால்தான் வழங்கி வருகின்றது.

நாம் சென்னை நகரத்தின் 1798 ஆம் ஆண்டு நிலப்படத்தை நோக்குவோமாயின், சாந்தோம் செல்லும் முக்கியமான சாலையாகத் திருவல்லிக்கேணி நெடுஞ்சாலை இருந்தது என்பது தெரியும். மெரீனா கடற்கரைச் சாலை அன்று அமையவில்லை.

மெரீனா

மெரீனா என்ற கடற்கரைச் சாலை சென்னையில் கவர்னராயிருந்த எம்.எம். கிராண்டு டஃபு என்றவரால் 1881 முதல் 1886 ஆம் ஆண்டு காலத்தில் அமைத்து முடிக்கப்பெற்றது. (மெரீனா என்பது உல்லாசப் படகுகள் வந்து நிற்கும் வகையில் மிகவும் பெரிய அளவில் கட்டப் பெற்ற படகுத் துறையைக் குறிக்கும்.)

கோல்கொண்டா நவாபு 1676 ஆம் ஆண்டு அளித்த ஆணைப்படி (பர்மன்) திருவல்லிக்கேணி கோயில், கம்பெனியின் தலைமை வணிகர்கள் பொறுப்பில் விடப்பட்டது. (கம்பெனி என்பது கிழக்கிந்தியக் கம்பெனியைக் குறிக்கும்)

ஆனால் 1676 ஆம் ஆண்டில் (தலைமை வணிகரான பெத்த வெங்கடாத்திரியின் மகனான) பேரி திம்மப்பனின் கையில் இருந்த கோயில் நிர்வாகத்தை எடுத்து, அதை ஒரு குழுவின் பொறுப்பில் விட்டனர்.

வடகலை, தென்கலை

வைணவர்களில் தென்கலைப் பிரிவினர் ''ஸ்ரீசைலேச தயாபத்திரம்'' என்ற முறைப்படிதான் பெருமாளுக்கு வழிபாடு செய்ய வேண்டும் என்றனர். வட கலையாரோ தமக்கேயுரிய ''ஸ்ரீ ராமானுச தயாபத்திரம்'' என்ற முறைப்படிதான் கோயிலுக்குள் வழிபாடு நடத்தவேண்டும் என்றனர். இதனால் திருவல்லிக்கேணிப் பார்த்தசாரதி கோயிலில் இரு சாராருக்குமிடையே வழக்கு எழுந்தது. இக்காலக் கட்டத்தில் பிகாட் பிரபு கவர்னராயிருந்தார்.

வடகலையாரும் தமக்கேயுரிய முறைப்படி வழிபாடு நடத்தலாம் என்று கூறி அவர்களுக்கு உதவியாகக் கம்பெனியின் படைவீரர்களையும். பாளையக்காரரின் ஏவலரையும், சென்னை நகர மேனேஜரையும் அனுப்பி, வடகலையாரின் உரிமையைக் கவர்னர் பிகாட் நிலை நாட்டினார்.

பின்னர் 1780 ஆம் ஆண்டு மீண்டும் ஜான் ஒயிட்ஹில் சென்னையின் தற்காலிகக் கவர்னராயிருந்த போது, வடகலையார்க்கு ஆதரவான முந்திய ஆணையை நீக்க வேண்டுமென்று தென்கலையார் முறையிட்டனர். கம்பெனி அரசு இம்முறை தென் கலையார்க்கு ஆதரவாக ஆணை பிறப்பித்தது.

வடகலையார் 1790 ஆம் ஆண்டு மீண்டும் கம்பெனி அதிகாரிகளிடம் முறையிட்டனர். பழைய கவர்னர்களான சாண்டர்ஸ் (1754), பிகாட் பிரபு (1776) ஆகியோர் முன்னர் பிறப்பித்த ஆணைகளைத் தமது முறையிட்டில் எடுத்துக் காட்டியிருந்தனர்.

வடகலையார் தமது வழிபாட்டிற்கு மேற்கு நோக்கியிருக்கும் துளசிங்கப் பெருமாள் கோயிலிலும், தென்கலையார் கிழக்கு முகம் பார்த்திருக்கும் பார்த்தசாரதிசாமி

என்னும் ஸ்ரீவேங்கடகிருஷ்ணசாமி கோயிலிலும் நடத்தட்டுமென்று மேற்சொன்ன அரசு ஆணைகளில் கூறப்பட்டிருந்தது.

ஐரோப்பியர் சண்டைகளில் பார்த்தசாரதி கோயில்

ஆங்கிலேயர், பிரஞ்சுக்காரர், டச்சுக்காரர், முஸ்லீம்கள் முதலானோரிடையே நடந்த சண்டைகள் அனைத்திலும், திருவல்லிக்கேணியும் அங்குள்ள பார்த்தசாரதி கோயிலும் அடிக்கடியும், பெரிதும் இடம் பெற்று வந்துள்ளன.

பிரஞ்சுக்காரர் 1672 ஆம் ஆண்டு முதன்முதலாகச் சாந்தோமை முற்றுகையிட்ட நேரத்தில், முஸ்லிம்கள் பார்த்தசாரதி கோயிலை ஆக்கிரமித்துக் கொண்டனர். பிரஞ்சுக்காரர் அவர்களைப் பின்னர், அக்கோயிலிலிருந்து வெளியேற்றியதும், கோயிலுக்குள்ளேயே தமது காவல் படையை வைத்துக் கொண்டனர். நெடிதுயர்ந்த மதில்களைக் கொண்ட கோயிலாக இருந்தமையால் அது அவர்களுக்குப் பாதுகாப்பான கோட்டை போலிருந்தது.

டச்சுக்காரர் 1673 ஆம் ஆண்டு திருவல்லிக்கேணிக் கடற்கரையில் கப்பல்களில் வந்து இறங்கிய நேரத்தில் முஸ்லிம்களின் குதிரைப்படை அவர்களுக்கு ஆதரவாகத் திருவல்லிக்கேணிக் கோயிலை நோக்கி விரைந்தது. கோயிலை நோக்கிப் பீரங்கிக் குண்டுகள் வீசப்பட்டன.

பின்னர் கர்நாடக நவாபின் படைகள் திருவல்லிக்கேணியை ஆக்கிரமித்தன. இறுதியில் இத்திருத்தலம் பிரிட்டிசார் கைக்கு வந்தது.

"சென்னையிலுள்ள கோயில்கள் அனைத்திலும், அந்தக் காலத்தில் போரில் தொடர்பு கொண்டது பார்த்தசாரதி கோயில் மட்டுமேயாகும்" என்று நீதிபதி டபிள்யூ.எஸ். கிருஷ்ணசாமிநாயுடு "பழஞ் சென்னை" என்ற தனது ஆங்கில நூலில் கூறியுள்ளார்.

தமிழ்நாட்டில் முதல் காகித ஆலை

பதினெட்டாம் நூற்றாண்டில் தரங்கம்பாடி இந்தியாவில் அச்சுக்கலைக்கும், அதன் தொடர்பான பொருள்களை ஆக்குவதிலும் முன்னோடியாக இருந்து வந்தது.

தரங்கம்பாடியில்தான் முதன்முதலில் காகித ஆலை நிறுவப்பட்டது. இதை ஏசு சபையினர் நிறுவினர்.

தரங்கம்பாடிக்கு மற்றொரு சிறப்பும் உண்டு. தமிழ்நாட்டில் முதன்முதலாக அச்சுக்கூடம் அமைந்ததும் இவ்வூரிலேயாகும்.

சீகன்பால்கு மேற்கொண்ட நன்முயற்சியின் பயனாக அச்சுக்கலைக்கும், பல்வேறு தமிழ் நூல்கள் சமயச் சார்புடையன வெளிவருவதற்கும் தரங்கம்பாடி ஊற்றுக் கண்ணாக இருந்தது.

உலகை இருமுறை சுற்றிவந்த கடலோடி
டேம்பியர் (1652-1715)

வில்லியம் டேம்பியர் என்ற இந்தக் கடலோடிக்குக் கடற் கொள்ளைக்காரர், எழுத்தாளர் என்ற சிறப்புக்களோடு, உலகத்தைக் கப்பலில் இரண்டுமுறை சுற்றிவந்தவர் என்ற தனிப் பெருமையும் உண்டு. அவர் இந்த ஆண்டில் இறந்தார்.

அவர் பிரிட்டிஷ் அரசுக்காக 1699-1701 காலக் கட்டத்தில் வடநியூகினி, மேற்கு ஆஸ்திரேலியா ஆகியவற்றின் கரையோரப்பகுதிகளைச் சர்வே செய்தார். (பிற்சேர்க்கை காண்க)

கிழக்கிந்தியக் கம்பெனியின் கடற்படை பலம்

கிழக்கிந்தியக் கம்பெனி அரசின் இருப்பிடமும், கடற்படைத் தலைமையகமும், சூரத்திலிருந்து 1686 ஆம் ஆண்டு பம்பாய்க்கு மாறியதும், கம்பெனியின் கடற்படையில் பல சீர்திருத்தங்கள் ஏற்படலாயின.

ஐரோப்பாவிலிருந்து வந்த கப்பல்களிலிருந்து பெறப்பட்ட கடற்படை சாதனங்களும் ஆங்கிலக் கடற்படை அதிகாரிகளும், மாலுமியரும் பிற படைக்கலன்களும் அடுத்தடுத்து இந்தியாவிற்கு வந்து கொண்டே இருந்தமையால், கம்பெனியின் கடற்படையிடம் போர்த்துக்கீச, டச்சு, பிரஞ்சுக் கடற்படைகளிடம் இருந்தவற்றுக்கு இணையான படைக்கலன்கள் இருந்தன.

இந்த 1715 ம் ஆண்டு கம்பெனியின் கடற்படை பலம்

74 பீரங்கிகள் பொருத்திய கப்பல்	1
60 பீரங்கிகள் பொருத்திய கப்பல்	2
50 பீரங்கிகள் பொருத்திய கப்பல்	1
15-32 பீரங்கிகள் பொருத்திய சிறு மரக்கலங்கள்	18
4-8 பீரங்கிகள் பொருத்திய துருப்புப் படகுகள்	சில

பதினான்காம் லூயி (1638-1715)

முற்றிலும் முழு ஆட்சியதிகாரம் கொண்டிருந்த ஒரு மன்னருக்கு எடுத்துக்காட்டாக ஒருவரைக் கூற வேண்டுமாயின் அவர் ''ஏகச் சக்கராதிபதி'' என்று பெயரெடுத்த பதினான்காம் லூயி *(1638-1715)* மன்னராவார்.

''அரச ஞாயிறு'' என்று ஏற்றியழைக்கப்பட்ட இம்மாமன்னர் கல்வியறிவு மிக்கவர், உளப்பாங்கு, உடற்கட்டு முதலியவற்றை உடையவராயிருந்தமையால், ஒரு மன்னருக்கு இருக்க வேண்டிய தகுதிகள் அனைத்தையும் பெற்றிருந்தார். அவர் தன்னைக் கட்டுப்படுத்தி வைத்திருந்தார். பொறுமை மிக்கவர். ஆட்சியில் நிலைத்து நிற்கும் அருந்திறனும் அவருக்கு இருந்தது.

அவர் பிரஞ்சு மன்னர் பதின்மூன்றாம் லூயிக்கும் *(1601-1643)* ஆஸ்திரிய நாட்டைச் சேர்ந்தவரான ஆன் என்ற அரசிக்கும் செயின்ட் - ஜெர்மன் என்-லே என்ற இடத்தில் *1638* செப்டம்பர் 5 ஆம் தேதி பிறந்தார். இவருக்கு ஐந்து வயது நிரம்பு முன்னர் இவருடைய தந்தை இறந்தார். இவரின் அன்னையான ஆன் அரசி இவருக்குப் பாதுகாவலராக நியமிக்கப்பட்டார். அவர் மசாரின் என்பவரைத் தன் மகனுக்குப் பாதுகாவலாக்கினார். அவர் உயிருள்ள வரை அப்பொறுப்பை வகித்து வந்தார்.

பாரிஸ் நகரப் பாராளுமன்றம் அரசாணை ஒன்றைப் பதிவு செய்ய மறுத்த போது பதினான்காம் லூயி உரையாற்றினார். ''நானே அரசாட்சி மேலாள்'' என்ற புகழ்வாய்ந்த சொற்றொடரை உரைத்தார்.

அவர் தன் பாதுகாவலராயிருந்த மசாரின் *1661* ஆம் ஆண்டு இறந்ததும், தன் செயலாளரையும், பிற அமைச்சர்களையும் அழைத்து,''இனி நானே எனக்குத் தலைமை

அமைச்சன்'' என்றார். அவர்கள் தன்னைக் கேளாமல் எதுவும் இனிமேல் செய்யலாகாது என்று ஆணையிட்டார். அவர் தன் அரசியல் கருத்துக்களையெல்லாம் 1661 ஆம் ஆண்டு வரையறுத்துக் கூறிவிட்டார். அவற்றை அவர் எழுதியுள்ள வாழ்க்கைக் குறிப்பில் தெளிவுபடுத்தியிருக்கின்றார்.

அவரது குறிக்கோள்: உள்நாட்டில் தடையற்ற முழுத் தன்னதிகாரம்; அயல்நாடுகளில் ஆட்சிப் பரப்பை விரித்தல். அவர் பிரஞ்சு நாட்டின் எல்லையை ரைன் ஆறு வரையிலும் விரிக்கக் கருதினார். தன்னுடைய பூர்பான் குடி இளவரசர்களை ஸ்பெயின் இத்தாலி நாடுகளின் அரியணையில் ஏற்றி வைப்பதற்கு விரும்பினார்.

கடவுள் என்னை அழைத்து அரசோச்சச் செய்திருக்கிறார். நான் இறைவனின் தானைத் தலைவன் என்றெல்லாம் பதினான்காம் லூயி நம்பினார்.

முடியரசிலுள்ள அனைத்தும் அரசனின் உடைமை: தரைப்படை, கடற்படை, நாட்டின் பொருள்கள், பணம், ஏன் குடிமக்களின் மனச்சான்று கூட மன்னனுக்குரிய உடைமைகளாகும். மேலான கிறித்தவ மன்னர், திருச்சபையின் மூத்தமகன், மண்ணுலகில் இறைவனின் அதிகாரத்தைச் செலுத்த வந்தவன் அப்படிப்பட்ட மேலாளான வேந்தனின் மேலாண்மையை அனைவரும் ஏற்று அங்கீகரிக்க வேண்டும்.

மன்னன் இவற்றுக்குப் பிரதியாக, மக்களைத் திறம்பட ஆண்டு அவர்களுடைய மகிழ்ச்சியைப் பெருக்கக் கடமைப்பட்ட வனாதலின், லூயி தன் அரச கடமைகளை உளமாரச் செய்தார். ஒருநாளில் ஒன்பது மணி நேரம் அரசாட்சிப் பணிகளில் ஈடுபட்டார். அவர் ''நாள் காட்டியையும் மணிப் பொறியையும் வைத்துக் கொண்டு கடமை ஆற்றினார்''

''முந்நூறு மைல்களுக்கப்பால் இருந்து கொண்டே அவர் இந்நேரம் என்ன செய்கின்றார் என்பதை அறிந்து கொள்ளலாம்'' என்று ஓர் அறிஞர் அவரைப்பற்றிக் கூறினார். அவர் வெகுசில அமைச்சர்களை மட்டும் வைத்துக்கொண்டு ஆட்சியை நடத்திவந்தார்.

இம்மன்னரின் காலத்தில் கலை களும் இலக்கியமும் செழித்தன. இவர் புகழ்மிக்க ''அரச ஞாயிறு'' என்று போற்றப்பட்டார். இவர் வெர்செயில்ஸ்

அரண்மனையை 47 ஆண்டுகளில் கட்டி முடித்தார். வெர்செயில்ஸ் வடநடு பிரான்சில் பாரிசிற்கு அருகில் உள்ளது. அது 1682 முதல் 1789 வரை பிரஞ்சு மன்னர்கள் வாழ்ந்த கோ நகராயிருந்தது. இங்கு 14ஆம் லூயி கட்டிய இந்த அரண்மனை மிகுந்த சிறப்பு வாய்ந்த தாகும்.

பதினான்காம் லூயி பாரிஸ் நகரத்தைச் சுற்றியிருந்த பழைய கோட்டை களை நீக்கிவிட்டு அவற்றின் இடத்தில் வளையம் போல் சாலைகளை அமைத்தார். இவர் காலத்தில்தான் புகழ்பெற்ற ஹான்ஸ லீசா என்ற மரங்களடர்ந்த அகன்ற சாலை அமைந்தது. இந்தச் சாலை உலகப் புகழ் பெற்றதாகும். மேலும் பல அரண் மனைகளை 14 ஆம் லூயி கட்டினார்.

அவர் 47 ஆண்டுகள் செலவிட்டுக் கட்டிய வெர்செயில்ஸ் அரண்மனையில் 5,000 பிரபுக்களுடன் வாழ்ந்தார்.அவர்களின் 50,000 ஊழியர்கள் அந்த அரண்மனைக்கு அருகில் வாழ்ந்து வந்தனர்.

பதினான்காம் லூயி காலத்தில்தான் பண்பாட்டிற்கும், அறிவு முதிர்ச்சிக்கும் தலைநகரமாகப் பிரான்ஸ் விளங்கிற்று. இத்தாலி பெருமை குன்றிப் போயிருந்த இந்தக் காலக்கட்டத்தில், 14ஆம் லூயி அந்நாட்டின் ஓவியர்களையும், கலைஞர்களையும் அழைத்து ஆதரித்தார்.

இத்தாலியர் இந்தப் பதினெட்டாம் நூற்றாண்டில்தான் ஸ்பானியருடனும், போர்த்துக்கீசருடனும் ஏசு சபைச் சமயப் பரப்பிகளுடனும், சேர்ந்து புத்துலகம் என்ற அமெரிக்க கண்டத்திற்கும், இந்தியாவிற்கும், சீனத்திற்கும் சென்று அங்கெல்லாம் தமது கலைத் திறனைக் காட்டினர்.

பிரான்சில் எவரும் ஆட்சியைக் குறை கூற இயலாதவாறு, லூயி முழுமையான அதிகாரத்தைக் கொண்டு ஆட்சி புரிந்த வேளையில், நியூட்டன் (1643-1727), ஜான் லாக் (1632-1704) போன்றோரின் புதிய அறிவியல், மெய்ப் பொருளியல் சித்தாந்தங்கள் இங்கிலாந்தில் செழித்தன.

இங்கிலாந்திலிருந்து வந்த இப்புதிய கொள்கைகள் ஐரோப்பா முழுமையிலும் பரவின. இதை வரலாற்றாசிரியர் ''அறிவு மறுமலர்ச்சி'' என்று அழைக்கின்றனர். ''அறிந்துகொள்ளத் துணிவுகொள்: உன்சொந்த அறிவைப் பயன்படுத்தத்துணி'' என்று இம்மானுவல் என்ற தத்துவ ஞானி இந்த அறிவு மலர்ச்சி இயக்கத்தைப் பற்றி மணிச் சுருக்கமாகக் கூறினார்.

பதினான்காம் லூயியின் ஆட்சிக்காலத்தில் ரேசின் (1639-1699), மோலியர் (1622-1773) போன்ற மிகச் சிறந்த நாடக ஆசிரியர்கள் இருந்தனர்.

ரெனி டெக்காட் (1569-1650) என்ற பிரஞ்சுக்காரர் ஜெர்மானியரான பேரன் கார்ஃபீல்டு வில்லிம் லெபினிஸ் (1646- 1716); டச்சுக்காரரான ஸ்பினோசா (1632-1777) போன்ற மெய்ப்பொருளறிஞரும், கணித வல்லுநரும் சிறந்து விளங்கினர்.

பதினான்காம் லூயி அரசியல் காரணங்களுக்காக 1660ம் ஆண்டு ஸ்பானிய இளவரசி ஒருத்தியை மணந்தார். அதன்பிறகு வரிசையாகக் காமக் கிழத்தியர் பலருடன் வாழலானார். பிறகு 1685ம் ஆண்டு மீண்டும் திருமணம் செய்தார். இப்பெண்மணி லூயியின் கள்ளப் பிள்ளைகளுக்குச் செவிலித் தாயாக இருந்தார். பிரஞ்சுப் புராட்டஸ்டண்டுத் திருச்சபையைச் சேர்ந்தவர். பெயர் மேடம் மெயிண்டனான்.

இப்பெண்மணி லூயியின் ஆட்சிக்காலம் முழுமையிலும் அரசுக்குரிய பெருந் தகைமையோடு நடந்து கொண்டார்.

அடிமைப் பிள்ளைகளுக்குத் தரங்கம்பாடியில் பள்ளிக்கூட்டம்

பதினெட்டாம் நூற்றாண்டின் இக்காலக் கட்டத்தில் அடிமைமுறை இந்தியாவெங்கும் நிலவியது. வாழ வகையற்ற மக்கள் கோயிலுக்குத் தம்மை அடிமையாக விற்றுவிடும் வழக்கம் ஒருபுறமிருக்க, வரிகொடுக்க முடியாத விவசாயிகளின் மனைவிமாரையும், மாகாணங்களிலிருந்த கவர்னர்கள் அடிமைகளாகப் பிடித்து ஏலம் போட்டு வந்தனர் என்று மான்ரிக்கு (*Manrique*) என்றவர் கூறுகின்றார்.

நாடெங்கிலும் பெருவாரியாக இருந்த இந்த அடிமைத்தனத்திற்குப் பஞ்சம், கொள்ளைநோய், நிலத்திலிருந்து வெளியேற்றப்படுதல் போன்றவை காரணங்களாக இருந்தன.

போர்த்துக்கீசர் 16, 17 ஆம் நூற்றாண்டுகள் நெடுகிலும் அடிமை வாணிபத்தில் பேராதாயம் பெற்று வந்தனர். அவர்கள் வங்கத்திலிருந்து ஆண், பெண், சிறார், ஏன் தாயிடம் பால் குடித்துக் கொண்டிருக்கும் பச்சைக் குழந்தைகள் முதலியோரைப் பிடித்து ஊக்ளியின் அடிமைச் சந்தையில் விற்று வந்தனர்.

போர்த்துகீசர், ஊக்ளி, அக்கரா, பட்ஜ் போன்ற பகுதிகளிலிருந்து வெளியேற்றப் பட்ட பின்னரும் 1760 வரையில் கூடப் பாகீரதி ஆற்றின் கீழ்ப் பகுதியில் அவர்களின் அடிமைக் கப்பல்கள் மொய்த்துக் கொண்டிருந்தன.

கி.பி. 1717 இல் வங்கத்தின் தென் பகுதியிலிருந்து மகர் எனப்படுவோர், ஆடவர், பெண்டிர், சிறார் என்று 1800 பேரைப் பிடித்துச் சென்று, உள்நாட்டில் வேலை செய்வதற்காக ரூ.20 முதல் ரூ.70 வரை விற்றனர். பர்மாவின் அரக்கானில் வாழும் மக்களில் முக்கால்வாசிப் பேர் வங்கத்தைத் தாயகமாகக் கொண்டோர் அல்லது தம் வழி வந்தோர் என்று கணிக்கப்படுகின்றது.

அடிமைகளை வங்கத்திலிருந்து அயல் நாடுகளுக்கு ஏற்றுமதி செய்யும் வழக்கம் 17 ஆம் நூற்றாண்டில் இருந்தது. சூரத்து, சென்னை, மசூலிப்பட்டணம் முதலிய இடங்களிலிருந்த ஆங்கில, டச்சு வணிகர் களும் அடிமைகளை ஏற்றுமதி செய்து வந்தவர்களின் பட்டியல்களில் அடங்குவர்.

ஒருவன் 1729 ஆம் ஆண்டு தன்னை மனைவி மக்களுடனும், இனி வரவிருக்கும்

தன் தலைமுறையினரையும் சேர்த்துப் பதினோரு ரூபாய்க்கு விற்றான் என்பது வங்க ஆவணம் ஒன்றிலிருந்து தெரிகின்றது.

சென்னை, கல்கத்தா, சூரத்து ஆகிய இடங்களில் வாழ்ந்த ஐரோப்பியரில் சிலர், வீட்டு வேலைகளைச் செய்வதாகக் காப்பிரிகள் அல்லது அபிசீனியரை அடிமை களாக வைத்திருந்தனர்.

கேரளத்தில் அடிமைச் சந்தைகள் இருந்தன. சென்னையில் 1740 வாக்கில் கப்பலேறுவதற்காக அடிமைக் கூட்டங்கள் நிறைந்திருந்தன. ஆங்கிலேயர் இந்த அடிமை ஏற்றுமதியைச் செய்தனர்.

கிழக்கிந்தியக் கம்பெனி கொள்ளைக் காரர்களைப் பிடித்துத் தண்டித்து, அவர்களை அடிமையாக விற்கலாம் என்று 1772 ஆம் ஆண்டிலேயே சட்டம் செய்திருந்தது.

நிலப் பிரபுக்களின் வீடுகளிலும், முஸ்லிம் பிரபுக்களின் வீடுகளிலும் அடிமை முறையை முஸ்லிம் சட்டம் அனுமதித்தது.

அடிமைகள் பொதுவாகப் பண்ணையாட்களாகவே வேலை செய்தனர். இத்தொழும்பர்கள் தமது ஆண்டையருக்காக உழுது பயிரிட்டனர். அதற்குப் பிரதியாக அவர்களுக்குத் தானியமும் முரட்டுத் துணியும் தரப்பட்டன. அவர்களுக்கு இம்முரட்டுத் துணிகளோடு சுமார் 15 மணங்குத் தானியமும் தரப்பட்டது. இத்தொழும்பு அடிமைகள் பொதுவாகத் தாழ்ந்த வகுப்பினராகவே இருந்தனர்.

அசாமிலும் அடிமைகளை விற்கும் வழக்கம் இருந்தது.

இந்த அடிமை முறை சிந்து வெளி நாகரிகத்திலும் இருந்தது என்று அறிஞர் கூறுவர். சங்க காலத்தில் இம்முறை இருந்ததாகப் புலனாகவில்லை.

ஆரியரின் சட்டங்கள் அடிமை முறையைத் தடை செய்கின்றன. அத்தடையைக் கி.மு.நான்காம் நூற்றாண்டில் எழுதப் பெற்ற அரசியல் பற்றிய தலையாய நூலாகிய அர்த்த சாஸ்திரமும் இவ்வாறு வலியுறுத்துகின்றது.

''ஓர் ஆரியனை எக்காலத்தும் அடிமைத்தனத்திற்குட் படுத்தலாகாது''

இவ்வாறு ''இராஜ தரங்கிணி'' என்ற காஷ்மீர வரலாற்று நூலை ஆங்கிலத்தில் மொழி பெயர்த்திருக்கும் இரஞ்சித் சீதாராம பண்டிதர் (விஜயலட்சுமி பண்டிட் இவருடைய மனைவியாவார்) ஓரிடத்தில் குறிப்பிடுகின்றார். அவர் இது குறித்து மேலும் கூறுவார்:

''ஆரியர்கள் ஓர் ஆரியரைச் சட்டப்படி அடிமையாக விற்க முடியாது. எனினும் பண்டைக் காலத்தில் கிரேக்கத்திலிருந்தும் கிரேக்க நாகரிகம் தழுவிய ஆப்கானிஸ் தானத்திலிருந்தும் இந்திய மன்னர்களின் அரண்மனைகளில் பணிபுரிவதற்காக அடிமைகள் கொண்டு வரப்பட்டனர். அவர்களுக்கு யவனியர் என்று பெயர். அவர்கள் வாயிலில் நின்று வருவோரை உள்ளே அனுப்புபவராகவும், விருப்பத்திற்குரிய வேலைக்காரிகளாகவுமிருந்தனர். அரேபியரும், பின்னர் துருக்கரும் செழிப்பான அடிமை வாணிபத்தில் ஈடுபட்டனர்.''

தரங்கம்பாடியிலிருந்த சிலர் தஞ்சைத் தரணிக்கு வந்து அடிமைகளை விலைக்கு வாங்கி, அவர்களைக் கிறித்தவராக்கினர் என்றும் கூறுவர்.

எனவே, இப்பதினெட்டாம் நூற்றாண்டில் இந்தியாவெங்கும் இந்த அடிமை முறை இருந்து வந்தது. அது பத்தொன்பதாம் நூற்றாண்டில் பிரிட்டனால் சட்டப்படி 1833 ஆம் ஆண்டு ஒழிக்கப்பட்டது வரையிலும் நிலவி வந்தது.

இப்படிப்பட்ட கால நிலையில் டேனியர் தரங்கம்பாடியில் அமைந்திருந்த புராட்டஸ்டண்டுத் திருச்சபையைச் சேர்ந்த ஜெர்மானியரான பார்த்தலோமியா சீகன்பால்கு (1683-1716) என்ற சமயப்பரப்பியின் முயற்சியால், அடிமைப் பிள்ளைகளுக்கென்று ஒரு பள்ளிக்கூடம் இந்த 1715 ஆம் ஆண்டு திறக்கப்பட்டது என்பது குறிப்பிடத்தக்கது.

இந்தியாவில் பிரஞ்சுக்காரர்

பிரான்ஸ் எனப்படும் ஐரோப்பிய நாட்டிற்கும் இந்தியாவிற்கும் பதினாறாம் நூற்றாண்டில் தொடர்பு ஏற்பட்டது. மேற்கத்தி நாகரிக வரலாற்றில் மாபெரும் நிலையை எய்தியுள்ள இந்நாடும், அதன் மக்களும், மொழியும் உலகெங்கிலும் தமது முத்திரையைப் பதித்துள்ளன என்றால் அது மிகையாகாது. இந்தியாவிலும் அம்முத்திரை பதிந்துள்ளது.

பிரான்ஸ் நாட்டின் வரலாற்றைச் சுருக்கமாக இங்கு விவரிப்போம்:

தொல் வரலாறு

ஐரோப்பாவில் வாழும் தற்கால மனிதர் பற்றிய முதற்சான்று, தென்மேற்குப் பிரான்சிலிருந்துதான் நமக்குக் கிடைத்தது. அங்கு சுமார் 35,000 ஆண்டுகளுக்கு முன்னர் மனிதர் வாழ்ந்திருக்கின்றனர். அவர்கள் வேட்டையாடியும் மீன் பிடித்தும் வாழ்ந்தனர். அம்மக்களின் வழித்தோன்றல்கள் சுமார் 6,000 ஆண்டுகளுக்கு முன்னர் வேளாண்மையையும், தீட்டி பளபளப்பாக்கப்பட்ட கூரிய கற்கருவிகளையும் அடிப்படையாகக் கொண்ட ஒரு பண்பாட்டைத் தோற்றுவித்தனர். அவர்கள் பெருங் கற்கள் என்ற கல்லாலான மிகப்பெரிய நினைவுச் சின்னங்களை எழுப்பினர். அவை இன்றும் பிரான்சின் வடமேற்குப் பகுதியிலுள்ள பிரிட்டனி என்ற இடத்தில் காணப்படுகின்றன. அவை கி.மு.2500க்கும் கி.மு.1500க்கும், இடைப்பட்ட காலத்தில் எழுப்பப்பட்டன.

கெல்டுகள்

கெல்டுகள் என்ற மக்கள் கி.மு.1500 ஆம் ஆண்டிற்கும் 1000 ஆம் ஆண்டிற்கும் இடைப்பட்ட காலத்தில் பிரான்சில் நாடுகளை நிறுவினர். கெல்டுகள் கெல்டிய மொழி பேசும் இனத்தார் ஆவர். அவர்களைத் தொடர்ந்து பிற இனத்தாரும் பிரான்சில் குடியேறினர். கிரேக்கர் சுமார் கி.மு.ஆறாம் நூற்றாண்டில் மஸ்ஸிலியா (மார்செயில்ஸ்) என்ற இடத்தில் ஒரு குடியேற்றத்தை நிறுவினர்.

ரோமானியர்

ஜூலியஸ் சீசர் (கி.மு.100-44) கி.மு.58 இல் பிரான்சிற்கு வந்தார். ரோமானியர் அந்த இடத்தைக் கால் என்று அழைத்தனர். அவர்கள் பத்தாண்டுக் காலத்திற்குள் பிரான்சிலிருந்த நாட்டு அரசுகளை வென்றனர். கால் மக்கள் முதன்முறையாகத் தம்முள் ஒருவகையான ஐக்கியத்தை இக்காலத்தில் உண்டாக்கினர்.

கால் என்ற இப்பகுதி மேற்கு ஐரோப்பாவில் வடஇத்தாலி, பிரான்ஸ், பெல்ஜியம், ஜெர்மனியின் ஒரு பகுதி ஆகிய இவற்றை ஒட்டி அமைந்திருந்தது.

ரோமானியர் பிரான்சில் நகரங்களை உண்டாக்கினர். சாலைகளைச் சமைத்தனர். கூத்தரங்குகளை நிறுவினர்: பாலங்களையும் கோயில்களையும் கட்டினர். கெல்டிக் மொழியின் இடத்தை இலத்தீனம் பிடித்துக் கொண்டது.

கிறித்தவம்

காலில் கி.பி.2 ஆம் நூற்றாண்டில் கிறித்தவம் வந்தது: அது மூன்றாம் நூற்றாண்டு வாக்கில் ஏனைய பகுதிகளுக்கும் பரவிற்று.

பிராங்குகள்

ஜெர்மானிய இனத்தைச் சேர்ந்த பிராங்குகள் என்ற மக்கள், புதிய நிலங்களைத் தேடிக் கொண்டு சுமார் கி.பி.மூன்றாம் நூற்றாண்டுவாக்கில் பிரான்சிற்கு வந்தனர். ரோமானியர் அவர்களை ஆக்கமான முறையில் எதிர்த்து நிற்கக் கூடிய அளவிற்குத் தன் பலத்தைச் செலுத்த முடியாதவர்களாயிருந்தனர். எனவே கி.பி.47 ஆம் வாக்கில் மேற்கு ஐரோப்பாவிலிருந்த ரோமானியப் பேரரசு மறைந்தொழிந்தது.

பிரான்சின் மீது படையெடுத்து வந்தவர்களில் இறுதியாக மேலோங்கி நின்றோர் பிராங்குகள் ஆவர். அவர்கள் பெயரால்தான் இந்நாடு பிரான்ஸ் என்று அழைக்கப் படுகின்றது. அவர்களுக்குப் பிறகு மத்தியதரைக் கடலிலிருந்து வட கடல் வரையிலும், ஆல்ப்ஸ் மலையிலிருந்து அட்லாண்டிக் வரையிலும் ஒரு பிரஞ்சு நாடு முகிழ்த்தது.

பிராங்குகளின் தலைவரான குளோவிஸ் (கி.பி.481-511) கிறித்தவ சமயத்தைத் தழுவி, மெரோவிஞ்சியன் மன்னர் குடியைத் தோற்றுவித்தார். இக்குடி பிரான்சை 300 ஆண்டுகள் ஆண்டது. எனினும் குளோவிஸ் 511 ஆம் ஆண்டு இறந்ததும், அவருடைய மக்கள் நாட்டைத் தமக்குள் பங்கிட்டுக் கொண்டனர்.

சார்லிமேன் (742 - 814)

மெரோவிஞ்சியன் மன்னர்கள் நாட்டைத் துண்டு போட்டுக் கொண்ட நேரத்தில், அரபுகள் மத்திய தரைக்கடல் நாடுகள் மீது இஸ்லாத்தின் செல்வாக்கை விரிவு படுத்துவதற்கு முயன்றனர். அவர்களின் படைகள் கி.பி.725 வாக்கில் ரோன் பள்ளத்தாக்கு வரையிலும் வந்து விட்டன. எனினும் பிராங்கியர் இனத்தலைவரான சார்லஸ் மார்டல் (கி.பி.688-741) அவர்களை கி.பி.732 ஆம் ஆண்டு நடுப் பிரான்சிலுள்ள பிவாட்ஜே என்ற இடத்திற்கும், மேற்குப் பிரான்சின் நடுப் பகுதியிலுள்ள டூர் என்ற நகரத்திற்கும் இடையிலுள்ள ஓர் இடத்தில் தோற்கடித்தார். வரலாற்றில் சார்லிமேன் (மா சார்லஸ் என்று அறியப்பட்டுள்ள அவருடைய பேரனான சார்லஸ் கி.பி.768 இல் பிரான்சின் மன்னரானார். அருடைய அரசானது இன்று நாமறிந்துள்ள பிரான்சின் எல்லைகளையும் தாண்டிப் பரந்திருந்தது. கி.பி.800 ஆம் ஆண்டு கிறிஸ்துமஸ் நாளன்று போப் அவரைப் புனித ரோமானியப் பேரரசர் என்று அழைத்து, அவருக்கு முடி சூட்டினார்.

சார்லிமேன் 814 ஆம் ஆண்டு இறந்ததும், அவர் அமைத்த அரசு சிதறுண்டது: வெர்தூன் நகரில் 843 ஆம் ஆண்டு ஏற்பட்ட உடன்படிக்கைப்படி சார்லிமேனின்

பேரரசிலிருந்து பிரான்ஸ் வெட்டித் தனியாக்கப்பட்டது. (வெர்தூன் என்பது வடகிழக்குப் பிரான்சிலுள்ள கோட்டை நகரமாகும்).

வைக்கிங்குகள்

அதன் பிறகு புதிய படையெடுப்பாளரான வைக்கிங்குள் வந்தனர். அவர்கள் பத்தாம் நூற்றாண்டின் தொடக்கக் காலக் கட்டத்திற்குள் நார்மண்டிப் பகுதியில் நன்கு நிலை பெற்று விட்டனர். நார்மண்டி என்பது ஆங்கிலக் கால்வாயிலுள்ள பழைய மாகாணமாகும்: இது பிரான்சின் வடக்கே உள்ளது.

எனினும் சார்லிமேனின் பெருமை இன்னும் எஞ்சி நின்றது : அத்துடன் கிறித்தவ சமயத்தின் செல்வாக்கும் கிட்டிக் கொண்டமையால் நாடு ஒன்றுபட வழி பிறந்தது. நாட்டின் பிரபுக்களெல்லாம் 987 ஆம் ஆண்டு கூடி ஹியூ கப்பட் என்றவரைப் பிரான்சின் மன்னராகத் தேர்ந்தெடுத்தனர்.

கப்பட் மன்னர்கள் ஆட்சி

கப்பட் மன்னர்கள் சிறு அளவில் தொடங்கித் தமது முடியரசைப் பெருகக் கட்டினர். கப்பட் மன்னர்களை விட அதிகமான நிலம் வைத்திருந்த பிரபுக்கள் பலர் இருந்தனர். மன்னர் என்ற பட்டம் அவர்களுக்கு வருவாயைத் தராதது மட்டுமன்றி, அப்பட்டத்திற்குக் கிடைக்க வேண்டிய அதிகாரத்தையும் அளிக்கவில்லை.

எனினும் அவர்களுக்கு நல்ல உறவின் முறைத் தொடர்புகள் இருந்தன. நல்ல இடங்களில் பெண் கொண்டனர். அவர்களுக்கு மதபீடத்தின் ஆதரவும் இருந்தது. அவர்கள் திறமையும், பொறுமையும் வாய்ந்த மன்னர்களாக இருந்தமையால் பையப் பைய மேலோங்கி உயரலாயினர்.

பிரஞ்சு - ஆங்கிலச் சண்டைகள்

கப்பட் குடியைச் சேர்ந்த இரண்டாம் பிலிப் (1180-1223) என்றவர், பிரான்சின் பெரும் பகுதியை ஆண்டு வந்த ஆங்கில மன்னர்களான இரண்டாம் ஹென்றி (1133-89: பிளாண்டா ஜனட் குடியின் முதல் மன்னர் : ஆட்சிக் காலம் 1154-89), முதலாம் ரிச்சர்டு (1157-99: இவர் அரிமா நெஞ்சினர் என்று அழைக்கப்பட்டார் : ஆட்சிக் காலம் 1189-99), ஜான் முதலியோருடன் 1180 தொடங்கி 1223 வரையிலும் போராடினார். அவர் போரிட்டும், சூழ்ச்சிகள் செய்தும் தனது ஆட்சிப் பரப்பை விரித்தார். அவருக்குப் பிறகு அவருடைய பேரனான ஒன்பதாம் லூயி (1226-70), பதினோறாவது வயதில் அரியணை ஏறினார். அவர் ஆங்கிலேயருடன் நடத்திய போரிலும், தன்னை எதிர்த்துக் கிளர்ச்சி செய்த பிரபுக்களுடன் நடந்த சண்டைகளிலும் வெற்றி பெற்றார். இவர் சிலுவைப் போரில் ஆற்றிய பங்கிற்காகப் பெரும் புகழடைந்தார். அவர் 1297 ஆம் ஆண்டு புனித லூயி என்ற புனிதர் நிலைக்கு மதபீடத்தினால் உயர்த்தப்பட்டார்.

ஒன்பதாம் லூயி சிலுவைப் போரின் போது டுனீஸ் என்ற இடத்தில் இறந்த நேரத்தில், பிரஞ்சு முடியரசு எதிர்ப்பாரற்ற ஆற்றல் மிக்க அரசாக விளங்கிற்று. சட்ட விஷயங்களைக் கவனிப்பதற்காகப் பாராளுமன்றம் போன்ற புதிய அமைப்புகள் அமைக்கப்பட்டன. நிலப் பிரபுத்துவம் வலுக்குன்றியது.

பிரான்ஸ் செல்வச் செழிப்பும், மக்கள் வளமும் மிக்க நாடாகத் திகழ்ந்தது. பிரஞ்சு மொழி ஐரோப்பா எங்கும் கற்றோர் கைக்கொள்ளும் மொழியாயிற்று, லூயியை

அடுத்துப் பதவிக்கு வந்த மன்னர்கள் பிரஞ்சு அரசின் உள் நாட்டுக் கொள்ளைகளுக்கு வலுவூட்டினர்: நாட்டு எல்லைகளை விரித்துக் கொண்டே சென்றனர்.

வால்வா குடி

கப்பட் குடி 1328 ஆம் ஆண்டு மறைந்து விட்டது. வால்வா என்ற இடத்தைச் சேர்ந்த பிலிப் என்றவர் வால்வா என்ற புதிய அரசர் குடியைத் தோற்றுவித்தார்.

நூற்றாண்டுப் போர்

பிரான்சிற்கும் இங்கிலாந்திற்குமிடையே 1337 முதல் 1453 வரை நூற்றாண்டுப் போர் என்று அழைக்கப்படும் போர் நடந்தது. இங்கிலாந்து மன்னரான மூன்றாம் எட்வர்டு (1312-77 : ஆட்சிக் காலம் 1327-77) பிரஞ்சு மன்னரான நான்காம் பிலிப் (1268-1314 : ஆட்சிக் காலம் 1285 - 1314) வழிவந்தவர் என்ற காரணங்காட்டிப் பிரஞ்சு அரியணை மீது உரிமை கொண்டாடிப் பிரான்சின் மீது 1337 ஆம் ஆண்டு போர் தொடுத்தார்.

பிரஞ்சுக்காரர்கள் 1346, 1356, 1415 ஆண்டுகளில் தோற்கடிக்கப்பட்டனர். இங்கிலாந்தின் ஐந்தாம் ஹென்றி (1387-1422 : ஆட்சிக் காலம் 1413-22) பிரஞ்சு அரியணையில் ஏறுவதற்கு வாரிசுரிமை உள்ளவர் என்று அன்றைய பிரஞ்சு மன்னர் 1420 ஆம் ஆண்டு அங்கீகரித்தார். ஆனால் ஹென்றி 1422 இல் இறந்து போனார்.

ஆர்க் ஜோன்

பிரஞ்சுக்காரர்கள் ஆர்க் ஜோன் (1412-317) என்ற வீராங்கனையினால் ஊக்குதல் பெற்று 1453 ஆம் ஆண்டு ஒன்று திரண்டனர். அப்போது நடந்த போரில் இங்கிலாந்து, கலே, கால்வாய்த் தீவுகள் தவிர ஏனைய பிரஞ்சுப் பகுதிகள் அனைத்தையும் இழந்தது.

இப்போர்கள் நடந்த காலத்தில் அதிகாரங்கள் அனைத்தும் மன்னரின் கைகளில் குவியாமல், இளவரசர்களைப் போய்ச் சேர்ந்தன. அதனால் நாடு பெரும் பிரபுக்களின் போர்க்களமாயிற்று. இவற்றை ஒடுக்குவதென்று ஏழாம் சார்லசும் (1403-61 : ஆட்சிக் காலம் 1422--61), அவரையடுத்து ஆட்சிக்கு வந்த பதினோராம் லூயியும் (1423-83 : ஆட்சிக் காலம் 1461-83) முடிவெடுத்து வெற்றி கண்டனர். லூயி (11)யின் ஆட்சியில் வாணிபமும், தொழில்களும் செழித்தன.

பதினாறாம் நூற்றாண்டு

முடியரசின் வலிமையையும், ஒற்றுமையையும் நிலை நாட்டுவதற்கு முனைதல்: முடியரசர் தனது அதிகாரத்தை வெளிப்படுத்த வேண்டுவதன் அவசியம்: மறுமலர்ச்சி இயக்கத்தினால் தூண்டிவிடப்பட்ட கருத்துகளைச் சமாளிப்பது என்ற மூன்று விஷயங்கள் பதினாறாம் நூற்றாண்டுப் பிரான்சில் முக்கியமானவையாக இருந்தன.

எட்டாம் சார்லஸ் (1483-98) இத்தாலி மீது படையெடுத்தார்: அவர் இந்தப் படையெடுப்பினால் செல்வத்தைச் சேர்க்கவும் புகழடையவும் கருதினார். இந்தப் போர் ஐரோப்பாவில் யார் மேலாளர் என்ற போட்டியாக வடிவெடுத்தது. புனித ரோமானியப் பேரரசர், பர்கண்டிக்கும் நெதர்லாந்துக்கும் மன்னர் என்ற ஐந்தாம் சார்லஸ் (1500-58) ஸ்பெயின், நடு ஐரோப்பா, இத்தாலி ஆகிய நாடுகளை ஆண்ட ஹாப்ஸ்பர்க் அரச குடி இவற்றுடன் மோதும் சூழ்நிலையை இத்தாலியப் போர்கள் தோற்றுவித்தன.

பிரான்சில் புதிய சமயக் கருத்துகளும் வளர்ச்சியடைந்தன, லெஃபவர் தெ ஏடாப்ளி என்பவர் 1423 ஆம் ஆண்டு விவிலிய நூலைப் பிரஞ்சு மொழியில் மொழி பெயர்த்தார். சீர்திருத்தக் கிறித்தவக் கருத்தைப் பரப்பி வந்த ஜான் கால்வின் (1509-64) பிரான்சை விட்டு ஓட நேர்ந்தது: முதலாம் பிரான்சிஸ் (1494-1547: ஆட்சிக் காலம் 1515-47) புராட்டஸ்டண்டுக் கிறித்தவர்களைக் கொடுமைப்படுத்தினார்.

உள்நாட்டுப் போர்கள்

இரண்டாம் ஹென்றி (1547-59) ஒரு போட்டியில் கொல்லப்பட்டதும், அவருடைய மகன் இரண்டாம் பிரான்சிஸ் (1559-60) அரியணை ஏறினார். அவர் பதினைந்து வயதுச் சிறுவனாகவும், நோயாளியாக இருந்ததாலும், பட்டத்திற்கு வந்த அடுத்த ஆண்டிலேயே இறந்தார். அதன்பிறகு பிரான்சில் முப்பதாண்டுகளுக்கு மேலாக உள்நாட்டுப் போர்கள் நிகழ்ந்தன. அதிகாரத்தைப் பிடிப்பதற்காகப் பிரபுக்கள் அப்போது சண்டையிட்டனர். அவர்கள் கைஸ்கள், பூர்பான்கள் என்று இரண்டு பிரிவுகளாகிச் சண்டை செய்தனர்.

இவ்விரு குடும்பத்தாருக்குமிடையே சமயம் சம்பந்தமாகப் பகைமை மிகவும் முற்றியது. ஏனெனில் பூர்பான் குடும்பத் தலைவரான பூர்பான் கோமகனும், அவருடைய தம்பி கோண்டே இளவரசரும் புராட்டஸ்டண்டுச் சமயத்தவராயும் அவர்களுக்கு எதிராளியான கைஸ் குடும்பத்தினர் பிரஞ்சுக் கத்தோலிக்கராயுமிருந்தனர்.

பாரிஸ் நகரத்தில் ஹியூகோநாட்டுகள் என்ற புரோட்டஸ்டண்டுக் கிறித்தவர்கள் புனித பார்த்தலோமியர் நாளான (1572) ஆகஸ்டு 24 அன்று, ஒன்பதாவது சார்லஸ் (1550-74 : ஆட்சிக் காலம் 1560-74:) தன் தாயார் மெடிசி காதரைனின் தூண்டுதலின் பேரில் ஆணையிட்டதும், படுகொலை செய்யப்பட்டனர். கைஸ் பிரிவினரின் இப்படுகொலைகளும், கொடுமைகளும் பிரான்ஸ் எங்கும் பரவின.

இக்கொடுஞ்செயல்கள் மூன்றாம் ஹென்றி ஆட்சிக் காலம் (1574-86) வரையிலும் நீடித்தன. அவர் கொலை செய்யப்பட்டதும் பூர்பான் குடியைச் சேர்ந்தவரும், புராட்டஸ்டண்டுமான நவோ ஹென்றி என்றவர் (நான்காம் ஹென்றி 1553-1610) பட்டத்திற்கு வரவேண்டிய வாரிசானார். ஆனால் அவருக்கும் அரியணைக்கும் குறுக்கே புராட்டஸ்டண்டு மதம் நின்றது. அவர் அரியணையா, மதமா என்று மயங்கி இறுதியில் தன் மதத்தை விடுத்துக் கத்தோலிக்கத்தைத் தழுவிப் பிரான்சின் நான்காம் ஹென்றி மன்னரானார். அவர் கைஸ்களையும் முறியடித்து 1594 ஆம் ஆண்டு பாரிசிற்குள் நுழைந்தார்.

அவர் புராட்டஸ்டண்டுகளுக்கு 1698 ஆம் ஆண்டு நாண்டஸ் ஆணைப்படி உரிமைகளையும் சலுகைகளையும் வழங்கினார். நான்காம் ஹென்றி பிரஞ்சுக் காரர்களை ஐக்கியப்படுத்தும் முயற்சியில் வெற்றி பெற்றார்.

நான்காம் ஹென்றி 1610 ஆம் ஆண்டு கொலை செய்யப்பட்டார். பிரான்சில் மீண்டும் கலகம் தோன்றப் போகின்றது என்ற நிலை இருந்தது. ஏனெனில் அவர் மகன் பதின்மூன்றாம் லூயி (1610-43) பட்டத்திற்கு வந்த போது, அவருக்கு ஒன்பது வயதுதான். மக்களால் வெறுக்கப்பட்ட இத்தாலிய நாட்டுக்காரரான அரசி மெடி காதரைன் அரசரின் பாதுகாவலரானார்.

பிரபுக்கள், குருமார், பொதுமக்கள் என்ற மூன்று பிரிவினர் இடம் பெற்ற பொது மன்றம் 1614 ஆம் ஆண்டு இளம் மன்னரிடம் மக்களின் குறைகள் அடங்கிய ஒரு பட்டியலைத் தந்தது.

பதின்மூன்றாம் லூயி தன் தாயாரை நாடு கடத்தினார். அவர்கள் விரைவில் சமாதானமாயினர். மெடிசி காதரைன் 1624 ஆம் ஆண்டில், கார்டினல் ரிஷிலியூவைத் தலைமை அமைச்சராகக் கொண்டு வந்தார். பதின்மூன்றாம் லூயிக்கும், ரிஷிலியூவிற்கு மிடையே உறவு சரியில்லை என்ற போதிலும், அவர் தலைமை அமைச்சர் ஆன காலத்திலிருந்து, பிரபுக்களின் வரம்பு மீறிய ஆசைகளை மன்னரும் அமைச்சரும் சேர்த்து ஒடுக்கினர். பதின்மூன்றாம் லூயி 1643 ஆம் ஆண்டு இறந்ததும், நான்கு வயதான அவருடைய மகன் பதினான்காம் லூயி (1643-1715) பட்டத்திற்கு வந்தார்.

அதன் பிறகு நீண்ட காலம் அமைதியின்மை நிலவிற்று. பதினான்காம் லூயி பற்றியும், அவரது ஆட்சி குறித்தும் இதற்கு முன்னர் விவரித்திருந்தோம்.

இதுவரையில் இங்கு எடுத்துரைக்கப்பட்ட வரலாறு, நாம் இனிமேல் கூறப்போகும் செய்திகளை உணர்ந்து கொள்வதற்குத் துணைபுரியும் முன்னுரையாக அமையும் என்பதால், இந்தியாவில் பிரஞ்சுக்காரர் வந்து இறங்கிய சரித்திரத்தைச் சாற்றுவோம்.

இந்தியாவில் பிரஞ்சுக்காரர்

ஆங்கிலேயர் இந்தியாவிற்கு வந்ததற்குச் சுமார் ஐம்பதாண்டுகளுக்கு முன்னரே பிரஞ்சு வணிகக் கப்பல் ஒன்று, 1527-ஆம் ஆண்டு (முதலாம் பிரான்சிஸ் மன்னரின் ஆட்சிக் காலத்தில் 1515-47) டையூ துறைமுகத்தை அடைந்தது.

பிரான்ஸ் அதன் பிறகு கீழையுலகுடன் வாணிகத் தொடர்பு கொள்வதற்குப் பன்முறை தனப்பட்டவர்கள் வழியே முயன்ற போதிலும், பிரஞ்சு மக்கள் ஆங்கிலேயரைப் போன்று இதில் ஆர்வமும் அக்கறையும் காட்டவில்லை.

ஐரோப்பிய நாடுகள் கீழையுலக வாணிபத் துறையில் கண்ட முன்னேற்றத்தினால் தூண்டப் பெற்றுப் பிரஞ்சு அரசும் இறுதியாக இதில் ஆர்வம் காட்டியது. பிரஞ்சு அமைச்சரான கால்பட் (Colbert) 1664 ஆம் ஆண்டு (பதினான்காம் லூயி ஆட்சிக்காலத்தில் இரண்டு கம்பெனிகளை அமைத்தார்.

ஒன்றின் பெயர் : மேற்கு இந்தியக் கம்பெனி : இது புறச் சமயத்தவரை வென்று அவர்களை மதம் மாறுமாறு செய்வதை முக்கியமான பணியாகக் கொள்ளும்.

மற்றொன்று கிழக்கிந்தியக் கம்பெனி: இது டச்சுக்காரருக்கும், ஆங்கிலேயருக்கும் போட்டியாக வாணிபத்தில் ஈடுபடும்.

இவ்வாறு இந்தியாவில் பிரஞ்சுகாரர் அடைந்த வளர்ச்சியை வரலாற்றாசிரியர் மூன்று கால கட்டங்களாகப் பிரிக்கின்றனர்.

முதலாவது : இந்த 1715 ஆம் ஆண்டுடன் முற்றுப் பெற்ற அமைதியான காலம் : இக்கால கட்டத்தில் டச்சுக்காரர் பிரஞ்சுக்காரருக்கு முக்கிய எதிரியாயிருந்தனர்.

இரண்டாவது : சீரமைப்பு : வாணிப வளர்ச்சிக் காலகட்டம்.

மூன்றாவது : ஆங்கிலேயருடன் நடைபெற்ற இராணுவச் சண்டைகள் : இக்கால கட்டம் சுமார் 1741 இல் தொடங்கிக் கிட்டத்தட்ட 1767 ஆம் ஆண்டில் முடிவுற்றது.

இவ்வாறு சர் பெர்சிவல் கிரிஃபித்ஸ் தனது ''இந்தியாவில் பிரிட்டிசாரின் தாக்கம்'' என்ற நூலில் கூறுகின்றார்.

இந்தியாவில் பெர்பர் என்றவர் பிரஞ்சுப் பிரதிநிதியாக இருந்தார். அவர் ஔரங்கசீபிடமிருந்து (1618-1707) பர்மன் என்ற அரச கட்டளையைப் பெற்று 1667 டிசம்பர் மாதம் சூரத்தில் பிரஞ்சுத் தொழிற்சாலை ஒன்றை நிறுவினார்.

மசூலிப்பட்டணத்தில் 1669 ஆம் ஆண்டு மற்றொரு பிரஞ்சுத் தொழிற்சாலை அல்லது பண்டசாலை திறக்கப்பட்டது.

பிரஞ்சு வாணிபம் வெகு விரைவிலேயே பிரான்சிஸ் கேரன் என்ற தலைமை இயக்குநரின் கீழ் பெருகலாயிற்று. பிரஞ்சு அரசு கேரனின் ஆலேசனைப்படி 1669 ஆம் ஆண்டு வலிமை வாய்ந்த ஒரு கடற்படையை இந்தியாவிற்கு அனுப்பியது. ஆனால் இந்தக் கடற்படையினால் டச்சுக்காரரை எதிர்த்து நிற்பதற்கு முடியவில்லை.

ஃபிரான்சிஸ் மார்டின் (இ.ச.க. முதற் தொகுதி காண்க) கேரனைவிட அறிவுக் கூர்மையுடையவர். பிரான்சிஸ் மார்டின் பிஜப்பூரைக் கோல்கொண்டாவிற்கு எதிராகக் கிளப்பி விட்டார். இந்தத் தந்திர அரசியலில் அவர் பிஜப்பூர் சுல்தானிடமிருந்து பாண்டிச்சேரியை அமைப்பதற்கு வேண்டிய இடத்தைப் பெற்றுவிட்டார். இதுவே பிரஞ்சுக்காரருக்கு இறுதியில் இந்தியாவில் தலைமையான இடமாக விளங்கியது. இன்று இந்தியாவில் பிரஞ்சு மொழி, பண்பாடு இவற்றின் மையமாக இருப்பதும் பாண்டிச்சேரியேயாகும்.

மார்டின் 1706 வரை பண்டிச்சேரியில் கவர்னராக இருந்து இறந்தார்.

பிரஞ்சுக் கம்பெனி 1721இல் மாகியையும் 1739இல் காரைக்காலையும் பெற்றது. (இ.ச.க. முதல் தொகுதி காண்க).

இவையன்றிக் காசிம் பசார், சந்திரநாகூர், பாலசோர் முதலிய இடங்களிலும் பிரஞ்சுக் குடியேற்றங்கள் இருந்தன.

முகலாயருக்கு ஆங்கில மருத்துவ உதவி : கம்பெனிக்குப் பல ஊர்கள் கொடை

முகலாயர்குடியில் ஒன்பதாவதாகப் பட்டத்திற்கு வந்த ஃபரூக்சியார் (1713-1719) 1715 ஆம் ஆண்டு முதுகில் ஒரு கட்டி வந்து பெரிதும் துன்புற்றார். அவருடைய அவையிலிருந்த மருத்துவர்களான ஹக்கிம்களினால் அக்கட்டியை உடைப்பதற்கு முடியவில்லை.

அப்போது கிழக்கிந்தியக் கம்பெனியின் அறுவை மருத்துவரான வில்லியம் ஹாமில்டன் என்றவரின் உதவி நாடப்பட்டது. அவர் ஃபருக்சியாரின் முதுகுக் கட்டியை உடையச் செய்து 1715 ஆண்டு குணப்படுத்தினார்.

இம்மருத்துவ உதவிக்கு பிரதியுபகாரமாக இந்தியத் தீவக் குறையில் வேறு எந்நாட்டவரும் கேட்டிராத அளவிற்குப் பெரிய நிலப்பரப்பை ஆங்கில மருத்துவர் இறையிலியாகக் கேட்டார். அதாவது, அவர் கல்கத்தாவிலுள்ள கம்பெனிப் பண்டசாலையை ஒட்டியிருந்த முப்பத்தேழு ஊர்களையும் சென்னைக்கருகிலிருந்த வேறு சில ஊர்களையும் முகலாயப் பேரரசரிடம் தானமாகக் கேட்டார். அவர் கேட்டவாறே, அவ்வவூர்கள் பிரிட்டிசாருக்கு இறையிலியாகத் தரப்பட்டன.

இதற்கு முன்னர் ஷாஜகானின் மகளும், ஔரங்கசீபின் அன்பிற்குரிய தங்கையுமான ஜகானாரா சிறுமியாக இருந்தபோது, ஏற்பட்ட தீக்காயத்தைக் காபிரியேல்

பௌட்டன் என்ற கப்பல் மருத்துவர் ஆற்றியமைக்காக முகலாய மன்னரிடம் கேட்டது: ஆங்கிலேயர் தீர்வை இல்லாமல் வங்கத்தில் வாணிபம் செய்வதற்கு உரிமை.

இச்சலுகையும் அப்போது கிடைத்தது. இந்தக் காபிரியேல் பௌட்டன் இந்தியாவில்தான் எங்கோ, எப்போதோ இறந்தார்.

ஆனால் பின்னவரான வில்லியம் ஹாமில்டன் 1717 டிசம்பர் 4 அன்று இறந்தார். அவர் அடக்கமான கல்லறை கல்கத்தாவில் இருக்கின்றது. அதில் அவர் தன்னலமின்றி முகலாயரிடமிருந்து தனது நாட்டிற்காகப் பெற்றுத் தந்த கொடை பற்றிய செய்தி குறிக்கப்பட்டுள்ளது.

பம்பாயில் கிறித்தவர் கோயில் : நிதி திரட்டிக் கட்டுதல்

டாக்டர் ரிச்சர்டு கோப்பி என்றவர் பம்பாயில் ஒரு மாதா கோயிலைக் கட்டுவதென்று இந்த 1715 ஜூன் 19 அன்று திட்டமிட்டார். அதற்கு பம்பாய் கவர்னர் அயிஸ்லபி ரூ.1,000 நன்கொடை தந்தார். கிழக்கிந்தியக் கம்பெனி ரூ.10,000 தந்தது. அக்கோயில் 1717 ஆம் ஆண்டு கட்டி முடிக்கப் பெற்றது. (பின் சேர்க்கை காண்க)

கல்கத்தாவில் முதற் கிறித்தவக் கோயில்

கல்கத்தாவின் முதல் மாதா கோயில், இவ்வாண்டு-1715-கட்டப்பெற்றது.

அதன் கோபுரம் 1737 ஆம் ஆண்டு கீழே விழுந்து விட்டது.

முஸ்லிம் அதை 1756 ஆம் ஆண்டு இடித்துத் தள்ளினர்.

இந்த மாதா கோயில் இருந்த இடத்தில்தான் இப்போது புனித ஜான் கோயில் அமைந்துள்ளது.

பண விடுதூது : தூது இலக்கிய வகை

சேதுகாவலரான சேதுபதிகள் தமிழ்க் காவலராகவும் விளங்கித் தமிழ்ப் புலவர் பலர் காலதேச வர்த்தமானத்தையொட்டி, நாட்டு நடப்புகளையொட்டிச் சிற்றிலக்கியங்கள் படைப்பதற்கும் காரணமாக இருந்திருக்கின்றனர்.

கிழவன் சேதுபதியின் (கி.பி.1631-1710) மகன் என்றும் மருமகன் என்றும் இருவிதமாக உறவு கூறப்படும் முத்து விசய இரகுநாத சேதுபதி, கிழவன் சேதுபதியை அடுத்து 1710 இல் இராமநாதபுரச் சீமையில் ஆட்சிக்கு வந்தார். இவர் 1720 ஆம் ஆண்டு இறந்தார் என்று செவல் என்ற மேனாட்டு வரலாற்றாசிரியர் கூறுகின்றார்.

முத்து விசய இரகுநாத சேதுபதியைப் பாட்டுடைத் தலைவராக வைத்துப் பலபட்டடைச் சொக்கநாதப் புலவர் ''பணவிடு தூது'' என்ற சிற்றிலக்கிய நூல் ஒன்றை 1710 ஆம் ஆண்டிற்கும் 1715 ஆம் ஆண்டிற்கும் இடைப்பட்ட காலத்தில் எழுதினார் என்று அறிஞர் கூறுகின்றர்.

இந்நூலாசிரியரை சொக்கநாதப் பிள்ளை, சொக்கநாதக் கவிராயர், சொக்கநாதப் புலவர், பலபட்டடைச் சொக்கநாதக் கவிராயர் என்று பல பெயர்களால் அழைத்தனர். இவர் ''பல பட்டடைக் கணக்கு'' என்ற கணக்கு எழுதும் வகுப்பிற் பிறந்தவராதலால், இவரைப் பலபட்டடைச் சொக்கநாதப் புலவர் என்று அழைத்தனர்.

வீரமா முனிவருக்குத் தமிழாசிரியராக இருந்தவர் என்று ஒருசாராரும், அது உண்மையன்று என்று மற்றொரு சாராரும் கூறி வருகின்ற சுப்பிர தீபக் கவிராயருக்கும், சொக்கநாதப் புலவருக்குமிடையே புலமைக் காய்ச்சல் இருந்து வந்தது.

கூளப்ப நாயக்கன் விறலி விடு தூது எழுதிய சுப்பிர தீபக் கவிராயர், சொக்கநாத கடிராயரைத் தன் பாக்களால் சாடியிருக்கின்றார். இப்புலவரும், படிக்காசுப்புலவர், பரஞ்சோதி முனிவர் ஆகியோரும் சொக்கநாதக் கவிராயரின் காலத்தில் வாழ்ந்தவராவர்.

தூது இலக்கியம்

தமிழில் 96 வகையான சிற்றிலக்கியங்கள் உள்ளன என்று, பிற்காலப் பாட்டியல் இலக்கண நூலாசிரியர் வரையறுத்திருக்கின்றனர். அவற்றுள் தூது இலக்கியம் ஒன்றாகும்.

தொல்காப்பியத்தில் தூது பற்றிக் கூறப்பட்டிருப்பினும், காளிதாசனின் (கி.பி. ஐந்தாம் நூற்றாண்டு) ''மேக சந்தேசம்'' என்ற முகில்விடு தூதுதான், தமிழில் தூது இலக்கியம் தோன்றக் காரணமாயிருந்தது என்று பன்மொழிப் புலவர் தெ.பொ.மீனாட்சிசுந்தரனார் கூறுகின்றார்.

தமிழ் சிற்றிலக்கிய வகைகளில் தூது இலக்கியம் மட்டுமே பிற மொழிகளிலும் காணப்படுகின்றது.

ஏனைய சிற்றிலக்கிய வகைகளில் பெரும்பாலனவை தமிழுக்கு மட்டுமே உரியனவாக விளங்குகின்றன. தூது நூல்கள் மலையாளம், தெலுங்கு, சிங்களம், வங்கம், பாலி முதலிய மொழிகளிலும் பாடப்பட்டுள்ளன. சிற்றிலக்கியங்கள் பிரபந்தம் என்றும் பெயர் பெறும்.

பெரும்பாலும் பதினெட்டு, பத்தொன்பதாம் நூற்றாண்டுகளில் பெருகி நின்ற தூது நூல்கள் தொல்காப்பியத் தூது இலக்கண வரம்பிற்குள் நின்று சிறக்கின்றன எனலாம்.

தூது அனுப்பும் பொருளாக உயர்திணையும், அஃறிணையும் கொள்ளப் பட்டன. தனித் தூது நூல்களாக விளங்கும் இச்சிற்றிலக்கியங்களில் அன்றிச் சங்க நூல்களிலிருந்து, இருபதாம் நூற்றாண்டில் தோன்றிய மனோன்மணியம் வரையிலும் ஏன் நாட்டுப் பாடல்களில் கூடத் தூது காணப்படுகின்றது.

தலைவியாக ஒருவர் பாவனை செய்து கொண்டு, தாம் வழிபடுகின்ற இறைவர்க்கு, அல்லது தன்னை ஆதரிக்கும் ஒரு புரவலர்க்கு ஒரு பொருளைத் தூதாக அனுப்புவது தூது நூலின் அமைப்பு முறை ஆகும்.

இத் தூதுப் பொருள் அன்பு, நெஞ்சு, கிள்ளை(கிளி), ஏன் கழுதை, காக்கை, உயர்திணையான விறலி, சவ்வாது (ஒரு வகை மணப் பொருள்), நெல், துகில், புகையிலை, மான், பணம் என்று விரிந்து செல்லும். எனவே தூதுப் பொருள் பத்து என்ற வரையறையையும் இது தாண்டிச் செல்கின்றது.

முதல் தூது நூல்

கொற்றவன்குடி உமாபதி சிவாசாரியார் பதினான்காம் நூற்றாண்டில் வாழ்ந்தவர். தில்லைவாழ் அந்தணர் மூவாயிரவரில் ஒருவர். சிவஞான போதம், சிவஞான சித்தியார் என்னும் சைவ சித்தாந்த நூல்களை அடியொற்றிச் சிவப்பிரகாசம் என்ற நூலை

எழுதியிருக்கின்றார். இவர் சிவஞான சித்தியாரின் ஆசிரியராகிய அருள்நந்தி சிவாசாரியாரின் மாணவராகிய மறைஞான சம்பந்தரை ஆசிரியராகக் கொண்டவர்.

இவர் அடக்கமாகியிருக்கும் இடம் சிதம்பரம் புகைவண்டி நிலையத்தின் கிழக்கேயிருக்கும் கொற்றவன் குடித் தோப்பிலுள்ள குளத்தின் வடகரையில் உள்ளது.

இவர் தம்முடைய ஆசிரியரான மறைஞான சம்பந்தரைப் பாட்டுடைத் தலைவராகக் கொண்டு எழுதிய ''நெஞ்சுவிடு தூது'' முதற் தூது நூல் ஆகும்.

பிறந்த குழந்தை அமர்ந்து, தவழ்ந்து நின்று, நடந்து, ஓடி என எவ்வாறு இத்தகைய வளர்ச்சிப் பருவங்களைக் கடக்கின்றதோ, அதுபோலவே தூதும் ஒரு சிறு கருத்தாகப் பிறந்து பல்கிப் பெருகிப் பல கோணங்களில் வளர்ந்து, இறுதியாகத் தனியொரு இலக்கியமாக வளர்ந்துள்ளது. என்பதைக் காண்கின்றோம் என்று தூது இலக்கியத்தின் படிமுறை வளர்ச்சியை இரா.நிர்மலா தேவி அவர்கள், உலகத் தமிழாராய்ச்சி நிறுவனத்திற்காகப் பதிப்பித்திருக்கும் ''பணவிடு தூது'' என்ற நூலில் மிகவும் தெளிவாக எடுத்துரைக்கின்றார்.

உமாபதி சிவாசாரியாரின் ''நெஞ்சுவிடு தூது'' தொடங்கி நமக்கு இதுவரை 73 தூது நூல்கள் கிடைத்துள்ளன என்ற பட்டியலையும் இரா.நிர்மலா தேவி அவர்கள் இந்நூலில் தருகின்றார்.

பணவிடு தூது

பலப்பட்டடைச் சொக்கநாதப் புலவரின் இத்தூது நூல், பதினெட்டாம் நூற்றாண்டின் வரலாற்றுக்கு உதவக் கூடிய பல அரசியல் சமுதாய, பொருளியல் செய்திகளைக் கொண்டுள்ளது. எனினும் இந்நூலாசிரியர் பணத்தைப் பற்றிய செய்திக்குத்தான் தனிசிறப்புக் கொடுத்து, இந்நூலை யாத்திருக்கின்றார் என்பதை, அவர் மும்மூர்த்திகளைக் கூறுவதற்கு முன்னரே, பணத்திற்குத் தனியிடம் தந்து, மன்னர்க்கே குறிப்பிடப்படும் தசாங்கத்தைப் பணத்திற்குப் பாடியுள்ளதிலிருந்து தெரிந்து கொள்ள முடிகின்றது.

புலவர் பணத்தை ஆறறிவு படைத்த உயர்திணைப் பொருளாக உயர்த்தி வைக்கின்றார். சமுதாயத்தில் பணம் தனிச் சிறப்புப் பெற்று நிற்பதை எடுத்துக் காட்டுகின்றார். பணத்தைச் சேர்க்க வேண்டுமென்ற பேராசையினால் மருத்துவர்கள், தருக்கவாதிகள், பொய்ப் புலவர்கள், நிலப் பிரபுக்கள், வேசையர்கள், கழைக் கூத்தாடிகள், மட்ட உலோகங்களைத் தங்கமாக மாற்றித் தருவதாகக் கூறும் இரசவாதிகள், பேயோட்டும் மந்திரவாதிகள் என்று சமுதாயத்தில் பல தரப்பினர் தவறான வழிகளைக் கையாளுவதைப் படம் பிடித்துக் காட்டியிருக்கின்றார். இதைப் பதினெட்டாம் நூற்றாண்டின் முதற் பகுதியில் வாழ்ந்த சமூதாயத்தைக் காட்டக் கூடிய கண்ணாடி எனலாம். அவர்கள் தம் பேராசையினால் குறுக்கு வழியில் சென்று கைப்பணத்தை இழக்கின்ற வேடிக்கையையும் சொல்லோவியமாக்கிக் காட்டுகின்றார்.

பணத்தின் 36 பெயர்கள்

அக்காலத்தில் பணத்தைக் குறிக்க வழங்கிய முப்பதாறு சொற்களைப் புலவர் பல இடங்களில் எடுத்துக் கூறுகின்றார் :

பொன், தாது, அத்தம், ஆடகம், வெறுக்கை, ஈகை, வேங்கை, சாதரூபம்,

கல்யாணம், ஏமம், மா, நிதானம், அரி, மாடு, மோகரம், சம்பங்கி, சாணான் காசு, ஈடு, தங்கக் காசு, சந்தமிக் காசு, பெருங் காசு, கரு எருமை நாக்கு, பெருங்கீற்று, சன்னக்கீற்று, வராகன், மாடை, வெட்டு, நாணயம், கோழி விழுங்கல், நண்டுக் கால், ஊனரையம், உள்ளான், கீழா நெல்லிக்கொட்டை, சில்லறை, மட்டம், கம்பட்டம்.

புலவர் பணம் என்பதன் மெய்ப்பொருளை நன்குணர்ந்து, அது சமுதாயத்தில் உண்டாக்கும் ஏற்றத்தையும், இறக்கத்தையும் எடுத்துக்காட்டுகின்ற கண்ணாடியாக இத்தூது நூலைச் சமைத்திருக்கின்றார்.

சீதக்காதி வள்ளல் (1640-1715)

உலகின் மாபெருங் கடலோடிகளான அராபியர் கிறித்தவ அப்தத்திற்கு முன்னரே இந்தியாவுடன் வாணிபத் தொடர்பு கொண்டிருந்தனர். அரபு மக்கள் யார்?

அரபு மக்கள் ஒத்த பண்புகளைக் கொண்ட ''இனத்தார்'' என்று மானிடவியலார் கூறுகின்றனர். பல்வேறு பண்பாடுகளைக் கொண்ட ''நாட்டினத்தார்'' என்று பிறர் அவர்களை அழைக்கின்றனர். வரலாற்றில் நன்கறியப்பட்ட பங்கு பணிகளை ஆற்றியுள்ள இம்மக்கள் மொராக்கோவிலிருந்து (வட ஆப்பிரிக்கா), மெசபடோமியா (தென்மேற்கு ஆசியா) வரையிலும் பரவிக் கிடக்கின்றனர். அவர்கள் அரபுத் தொட்டிலிலிருந்து தோன்றிய மக்களாவர்.

அம்மக்கள் அதே பெயரில் தம்மை நெடுங்காலமாக அழைத்து வருவதுடன், பிறரும் அவர்களை அவ்வாறே அரபுகள் என்றழைக்கின்றனர். அம்மக்கள் செமித்திய மொழிக் குடும்பத்தைச் சேர்ந்த ஒரு மொழியாகிய அரபு மொழியைப் பேசி வருகின்றனர். (யூதர் பேசும் எபிரேயமும் செமித்திய மொழிக் குடும்பத்தைச் சேர்ந்ததாகும்.)

அரபியே உலகின் முதல் மொழி என்பது ஒரு சிலரின் பேரார்வக் கருத்தாகும். ஆதிமனிதரான ஆதாம் அரபு மொழியைப் பேசினார் என்று கூறுவர். எனவே இது உலகின் பழம் பெருமொழிகள் அனைத்திற்கும் முந்தியது என்று அவர்கள் நம்புகின்றனர்.

ஆனால், வேறு சிலர், இம்மொழி ஐயாயிரம் ஆண்டுகளுக்கு முன்னர் இபுராகிம் (இவர் பழைய ஏற்பாட்டில் ஆபிரகாம் என்று அழைக்கப்படுகின்றார். இவர்தான் முதற் குலத் தலைவராகச் செமித்திய இன மக்களால் கொள்ளப்படுகின்றார். இவர் முஸ்லிம்களால் ஈசாக்கு என்றும், யூதராலும், கிறித்தவராலும் ஐசக் என்றழைக்கப் படுவரின் தந்தையாவார். இவர் எபிரேய-யூத மக்களின் குலத்தைத் தோற்றுவித்தவர்) காலத்தில் வாழ்ந்த யஃரபு என்ற வகுப்பார் பேசிய மொழி என்றும், யஃரபு என்பதே அரபு என்று மருவியதென்றும் ஒரு கருத்து நிலவுகின்றது.

''அரபா'' என்ற சொல்லுக்குத் தெளிவாகப் பேசுதல் என்று பொருள். அரபு நாட்டில் வாழ்ந்த மக்கள் தாமே தெளிவாகப் பேசத் தெரிந்தவர்கள் என்று நம்பியதால், தங்களின் மொழியை அரபி என்றனர்; தங்களை அரபுகள் என்றனர். ஏனையோரெல்லாம் பேசத் தெரியாத ஊமையர் என்ற பொருளில் அவர்களை அஜமி என்றழைத்தனர். இவ்வாறெல்லாம் அரபு மொழிக்கும், அரபு மக்களுக்கும் விளக்கம் தரப்படுகின்றது.

ரோமரும் அரபுகளும்

இம்மக்கள் கடலோடிகளாக இருந்தமையால் புத்திடந்தேடிகளாகவும், வணிகர்களாகவும் விளங்கினர். கிரேக்கருக்கும், ரோமானியருக்கும் முன்னரே அரபுகள் இந்தியாவுடன் வாணிபம் செய்து வந்திருக்கின்றனர்.

ஜூலியஸ் சீசரினால் (கி.மு.100-44) கி.மு.44 ஆம் ஆண்டில் மகன்மை கொள்ளப்பட்ட கையஸ் ஆக்டேவியனஸ் என்ற இயற்பெயரையுடைய அகஸ்டஸ் சீசர் கி.மு.31 ஆம் ஆண்டு ஆக்டியம் என்ற இடத்தில் (இது பண்டைக் கிரேக்க நகரம்) நடந்த சண்டையில் மார்க்கு அந்தோணியையும், கிளியோபாத்திராவையும் வென்றதும் அகஸ்டஸ் சீசர் என்ற பெயரில் ரோமானியப் பேரரசராக முடி சூட்டிக் கொண்டு ரோமானியப் பேரரசைத் தோற்றுவித்தார்.

இப்பேரரசு தோன்றிய காலம் வரையிலும் அரபுகளே கிட்டத்தட்ட இந்திய வாணிபத்தில் ஏகபோகம் செலுத்தினர் எனலாம். எனினும் இந்தியத் துறைமுகப் பட்டினங்களுக்குக் கிழக்கு, மேற்குக் கரைகளுக்கு-சீனம், கிரேக்கம், எகிப்து முதலிய நாடுகளின் கலங்கள் வாணிபத்தின் பொருட்டு வந்து சென்றன. ரோமானியப் பேரரசின் மிக விரிந்த வாணிபத்திற்கு முன்னர், சிறிய சந்தையைக் கொண்டிருந்த அரபுகளின் வாணிபம் பெரிதும் ஓங்கவில்லை.

முகமது நபிகள் (570-632) இஸ்லாத்தைத் தோற்றுவித்த பிறகு அரபுகள் புது வேகம் கொண்டு தமது சமயத்தையும், அரசியல் ஆதிக்கத்தையும் விரிக்கலாயினர்.

நபிகள் கி.பி.632 இல் மதீனாவில் காலமானதும் அவருக்கு இரத்த வழியில் அல்லது திருமண உறவு வழியாக நெருக்கமாயிருந்த அவருடைய கூட்டாளிகளனைவரும் முஸ்லீம் உம்மா அல்லது சமூகத் தலைவர் ஆயினர். அவர்கள் காலிஃபாக்கள் என்ற பட்டத்தைச் சூட்டிக் கொண்டனர். அச்சொல்லுக்குப் ''பின்பற்றுபவர் வாரிசு'' என்று பொருள் கொள்ளலாம்.

அபு பக்கர்

அபு பக்கர் முகமது நபியின் பேரன்பிற்குரிய மனைவியான ஆயிஷாவின் தந்தை: அவர் நபிகளின் நெடு நாளைய ஆதரவாளராயும், பெரு நம்பிக்கைக்குரியவராயுமிருந்தார். முகமது நபிகள் மீது கொண்டிருந்த தனிப்பட்ட கடப்பாட்டைக் கைப்பட்டுக் கொண்ட பிறகு, அபு பக்கர் அரபுத் தீவக் குறையின் புறப் பகுதிகளை மதீனாவின் ஆட்சிக்குள் மீண்டும் கொண்டு வந்தார். உமாயது காலிஃபாக்களின் முதல் காலிஃபா அபுபக்கரேயாவார்.

உமர்

உமரின் மகளையும் நபிகள் மணந்திருந்தார். உமரின் உறுதி வாய்ந்த தலைமையின் கீழ், பாலைவன அரபுகளின் ஆற்றல் அனைத்தையும் திரட்டிச் சிரியாவிலும், பாலஸ்தீனத்திலுமிருந்த பைசாந்தியப் பேரரசின் பகுதிகள், எகிப்து, பாரசீகத்திலும், ஈராக்கிலுமிருந்த சாசனிடு அரசுகள் முதலியவற்றுக்கு எதிராகத் திருப்பி விட்டனர். உமர் தான் இவ்வாறு வெற்றி கொள்ளப்பட்ட பகுதிகளில் தொடக்க நிலை ஆட்சி நிர்வாக முறையை உண்டாக்கினார். அரபுப் போர் வீரர்களுக்கு ஓய்வூதியம் தரும் திவான் முறையைக் கொண்டு வந்தவரும் உமர் ஆவார்.

உதுமான்

உதுமான் நபிகளின் மருமகனாவார். உமரைத் தலையாய முஸ்லிம்களின் குழு ஒன்று கொலை செய்த பிறகு உதுமான் காலிஃபாகத் தேர்ந்தெடுக்கப்பட்டார். எனினும் மனக்குறையுடைய கூட்டத்தார் கிளர்ச்சி செய்தமையால் அவரது ஆட்சி முடிவுற்றது. அவர் கி.பி.656 இல் இறந்தார். அவரது கொலையினால், அதன் பிறகு பூசலும், எதிர்ப் பூசலும் எழுந்தன.

அலி

மரபு வழாத இவ்வைதிகக் காலிஃபாக்களில் கடைசியான அலி மூன்று வகைகளில் நபிகளுக்கு உறவினராயிருந்தார். அவர் நபிகளின் உடன்பிறந்தார் மகனாகவும், வளர்ப்புச் சகோதரனாகவும், மகளை மணந்த மருமகனாகவும் இருந்தார். ஆதலால் அவர் பக்தி மிகுந்த முஸ்லிம் மக்கள் வட்டாரத்தினரால், நபிகளின் பாரம்பரியத்திற்குத் தகுதியான வாரிசு என்று மதிக்கப்பட்டார்.

பொற்காலம்

இம்முதல் நான்கு உமாயது காலிஃபாக்களின் ஆட்சி இஸ்லாமிய நற்பண்புகள் செழித்திருந்த பொற்காலம் என்று பிற்காலத்தில் போற்றப்பட்டது. அதனால் தான் ''நேராக வழி நடத்திச் சென்ற'' என்ற அடைமொழி அவர்களுக்குச் சேர்க்கப்படுகின்றது.

இவ்வாறு தொடங்கிய அரபுகளின் இஸ்லாமிய சமய மறுமலர்ச்சியானது, உலகந் தழுவிய சமய இயக்கமாக விரியத் தொடங்கிற்று. அண்டைப் பகுதிகளை இஸ்லாமியக் கோட்பாட்டுக்குள் கொண்டுவரத் தொடங்கிய போர்கள் உலகின் நான்கு திக்குகளுக்கும் விரைந்து சென்றன.

தன்னிகரற்ற பெரும் பேரரசாக விளங்கிய ரோமானியப் பேரரசு 641 ஆம் ஆண்டு அரபுகளின் கையில் வீழ்ச்சியடைந்தது. இதுவே இந்திய ரோமானிய வாணிபத் தொடர்பு அறுந்ததற்குக் காரணமாயிற்று. இந்திய வாணிபம் இந்த ஏழாம் நூற்றாண்டிற்குப் பிறகு முற்றிலும் அரபுகளின் கைக்குக் கிட்டத்தட்டச் சென்று விட்டது எனலாம்.

சங்க காலத்தில் அரபுகள்

அரபுகள் காலிஃபாக்களின் காலத்தின் முன்னரே தமிழ் நாட்டிற்குக் குதிரைகளைக் கொண்டு வந்த செய்தியைக் கடைச் சங்கப் புலவரான மாங்குடி மருதனார், மதுரைக் காஞ்சியில் இவ்வாறு குறிக்கின்றார்.

விழுமிய நாவாய் பெருநீர் ஓச்சுநர்
நனந்தலைத் தேஎத்து நன்கலன் உய்ம்மார்
புணர்ந்துடன் கொணர்ந்த புரவியொ டனைத்தும்

அரபுகள் இவ்வாறு குதிரைகளைக் கொண்டு வந்து அணிகலன்கள் பெற்றுச் சென்றனர் என்பதற்கு மதுரைக் காஞ்சியின் இப்பாடலே சான்றாக உள்ளது.

அரபுகள் இரண்டாம் சேரப் பேரரசின் காலத்தில் (கி.பி.200-1012) கண்ணனூரிலிருந்து கொல்லம் வரையிலுள்ள ஒவ்வொரு துறைமுகத்திலும் இருந்தனர். உமாயது காலிஃபாக்களின் எட்டாம் நூற்றாண்டுக் காசுகள் மிகப் பழைய கிறித்தவ மையமான கொத்தமங்கலம் என்ற உள்நாட்டு ஊரிலும் கிடைக்கின்றன. எட்டு,

ஒன்பதாம் நூற்றாண்டுகளின் அரபு வரலாற்றாசிரியர்களான இபு குர்தாபே, இபின் ஹங்கல் போன்றோர் மலபாரின் மாபெரும் நகரங்களில் நடந்த வாணிபத்தைப் பற்றிக் குறிப்பிடுகின்றனர். அரபு வணிகர்கள் அங்கு பள்ளிகளில் தொழுகை செய்ததைக் கூறுகின்றனர்.

அரேபியாவுடனும், இஸ்லாமிய எகிப்துடனும் நடந்து வந்த வாணிபத்தில் பெரும்பகுதி பதின்மூன்றாம் நூற்றாண்டு வாக்கில் வடக்கிலுள்ள கண்ணனூர், கள்ளிக் கோட்டைத் துறைமுகங்களில் குவிந்திருந்தது. கள்ளிக் கோட்டைச் சாமூதிரி 11 ஆம் நூற்றாண்டில் கடற்கரையோரப் பகுதிகளைப் போராடிப் பிடித்ததும், தனது புதிய துறைமுகமான கள்ளிக் கோட்டையில் குடியேறிய அரபு வணிகர்களுக்கு தனிச் சலுகைகளைத் தந்ததும் அதற்குக் காரணமாகும்.

முஸ்லிம் செல்வாக்கு

கள்ளிக்கோட்டையில் இருந்த முஸ்லிம் வணிகர்களில் பெரும்பாலர் மிகுந்த செல்வம் படைத்தவர்களாக இருந்தமையால், அவர்களில் எவரேனும் ஒருவரே இத்துறைமுகத்திற்கு வந்து நிற்கும் கப்பல்களிலுள்ள சரக்குகள் முழுவதையும் வாங்கி, அவற்றை வேறு கப்பல்களில் ஏற்றும் வசதி படைத்தவராயிருந்தார். அவர்கள் அரேபியா, எகிப்திலிருந்து மட்டும் வரவில்லை: சான்சிபார், எத்தியோப்பியா-வட ஆப்பிரிக்காவிலுள்ள டூனிஸ் ஆகிய நாடுகளிலிருந்தும் வந்திருந்தனர்.

கள்ளிக்கோட்டை வாணிபம் முற்றிலும் அவர்கள் கைகளில் இருந்தமையால், சரக்குகளை மதிப்பிடும் மேற்பார்வையாளர் பதவிக்கு ஒரு முஸ்லிமைச் சாமூதிரி அமர்த்தியிருந்தார். விற்பனைச் சந்தையில் கடைப்பிடிக்கப்பட்ட செயல் முறைகள் அனைத்தும் முஸ்லிம் சமய வழக்கப்படி நடந்தன.

சீனப் பேரரசரின் உயர் கப்பற் படைத் தலைவரான (அட்மிரல்) செங் ஹோ என்ற சீன முஸ்லிமின் கப்பல் தொகுதிகளுடன் சேர நாட்டிற்கு வந்திருந்த மா ஹு வான் என்றவர் இவ்வாறு எழுதி வைத்திருந்தார் :

''மன்னரின் குடிமக்களில் பலர் முஸ்லிம்களாயிருந்தனர். அவரது அரசில் இருபது, முப்பது பள்ளி வாசல்கள் இருந்தன. மக்கள் அங்கு ஏழு நாள்களுக்கு ஒரு முறை வந்து வழிபடுகின்றனர். அன்று காலை வேளையில் மக்கள் பள்ளிகளில் தொழுகை செய்வதால், வேறு எந்தத் தொழிலும் நடப்பதில்லை. அன்று பிற்பகலில் தொழுகை முடிந்ததும் வேலைகள் தொடங்குகின்றன''.

மலபார்க் கரைக்கு அடிக்கடி வந்த அரபுகள் நாட்டுப் பெண்களை மனைவியராகவோ, காமக் கிழத்தியராகவோ வைத்துக் கொண்டனர். இத்தொடர்பில் பிறந்தவர்களே முதல் மாப்பிள்ளை மார் ஆவர். முதலில் கீழ்ச் சாதியினர் மட்டுமே மதம் மாற்றப்பட்டனர். இப்பணியை 643 ஆம் ஆண்டு சேர நாட்டிற்கு வந்திருந்த மாலிக்கு இபின் தினார் தொடங்கினார். ஆனால் முகமது இபின் காசிம் 712 இல்தான் வடக்கே சிந்துப் பகுதியில் பெரும் படையுடன் நுழைந்தார். அவர்தான் முதன் முதலில் வடக்கே இஸ்லாத்தை அறிமுகப் படுத்தினார். எனவே இதற்கு எழுபதாண்டுகளுக்கு முன்னரே இஸ்லாம் தென்னாட்டில் அமைதியான முறையில் அறிமுகமாயிற்று. முஸ்லிம்கள் தமது மதத்தில் பிராமணர்களைச் சேர்த்ததாகக் கிறித்தவர்களைப் போன்று உரிமை கொண்டாடவில்லை. ஆனால் இன்னாரென்று இனங்காண முடியாத சேரமான் பெருமாள் என்ற ஒருவர் முஸ்லிமாகி மெக்காவில் காலமாகி, அரேபியாவில் அடக்கமாயிருப்பதாகக் கூறுகின்றனர்.

கண்ணனூருக்கு அருகிலுள்ள அறக்கல் என்ற இடத்தைச் சேர்ந்த ஓர் இந்துச் சிற்றரசர் குடும்பம் மெய்யாகவே இஸ்லாத்தைத் தழுவியதை வைத்துச் சேரமான் பெருமாள் கதை தோன்றியிருக்கலாம். அறக்கல் குடியைச் சேர்ந்தவர்கள் அலி அரசர் என்றழைக்கப்படுகின்றனர். கேரளத்திலிருந்த முஸ்லிம் அரசகுடி இது ஒன்றேயாகும். அவர்கள் எவ்வாறு முஸ்லிமாயினர் என்பது குறித்து ஒன்றுக்கொன்று முரணான கதைகள் வழங்கி வருகின்றன.

நம்பத்தகுந்த ஒரு கதை : கண்ணனூரின் கோலாத்திரி மன்னருடைய மகள் ஒருத்தி கீழ்சாதியைச் சேர்ந்த ஒரு நாயரை மணந்தாள் என்பதும், அதனால் தன்னைச் சாதியிலிருந்து விலக்கி விடலாம் என்று அஞ்சிப் பின்னர் அவர்கள் இஸ்லாத்தைத் தழுவினர் என்பதும் அக்கதையாகும்.

கோலத்திரி மன்னர் அதன்பிறகு தன் மகளுக்கென்று ஒரு சிற்றூரைத் தந்தார் என்றும், அதை அவளுடைய சந்ததியினர் ஆண்டு வருகின்றனர் என்றும் அக்கதை கூறுகின்றது. ஐரோப்பியர் முதன் முதலாக வந்த போது, இந்த அலி அரசர்கள் கண்ணனூருக்கு அடங்கிய சிற்றரசர்களாக இருந்தனர். அலி அரசர்களின் ஆட்சிப்பரப்பு இலட்சத் தீவுவரை விரிந்திருந்தது. அவர்களிடையே மருமக்கள் தாய முறை இருந்து வந்ததை வைத்து, அவர்களுடைய பூர்வீகம் நாயர் குடி என்பது புலனாகின்றது.

சேர நாடாகிய கேரளத்தில் அரபுகளும், அவர்கள் வழி இஸ்லாமும் எவ்வாறு இடம்பெற நேர்ந்தது என்பதற்கு மேற்கூறியவாறு பல சான்றுகள் உள்ளன. எனினும், தமிழ் நாட்டைப் பொறுத்தவரையில் அவ்வாறு கூறுவதற்கில்லை.

தமிழ் நாட்டில் இஸ்லாம்

மேற்குக் கரையில் மணக்காரச் சரக்குகள் வாணிபத்திற்கென்று அரபுகள் வந்தனர். கிழக்குக்கரைத் துறைமுகங்களுக்குக் குதிரை வாணிபத்தின் பொருட்டு வந்தனர் என்பது தெரிகின்றது.

''கி.மு.இரண்டாம் நூற்றாண்டிற்கு முன்பிருந்தே ஆசியாவிற்கும் ஐரோப்பாவிற்கு மிடையே நிகழ்ந்த வாணிகத்தின் ஆதிக்கம் அனைத்தும் அரேபியர் கையில் இருந்து வந்ததாக அகதர்சிடாஸ் (கி.மு.113) குறிப்பிடுவதைக் காணலாம்'', என்று பேராசிரியர் கேப்டன் அமீர் அலி தனது ''வள்ளல் சீதக்காதியின் வாழ்வும் காலமும்'' என்ற தமிழ் நூலில் கூறுகின்றார்.

எனினும் தமிழ் நாட்டில் அரபுகள் பற்றித் தெளிவான சான்று எதுவுமில்லை. மாணிக்கவாசகர் (கி.பி.8 அல்லது 9 ஆம் நூற்றாண்டு), திருநாவுக்கரசர் (கி.பி. 570-655), நம்மாழ்வார் (9-ஆம் நூற்றாண்டு) ஆகிய சமயப்பெரியார்கள் பாடியுள்ள சில பாடல்களிலிருந்து அரபுகள் - முஸ்லிம்கள் தமிழ் நாட்டில் இருந்தனர் என்பதை நிறுவ முயலுகின்றனர். எனினும் இதுபற்றி ஆதாரங் காட்டி நிறுவக் கூடிய ஆராய்ச்சி வேண்டும்.

மாபார்

அரபு நிலநூலார் இந்தியத் தீவக் குறையின் சோழ மண்டலக் கரையோரப் பகுதியை மாபார் என்று அழைத்தனர். இந்த அரபுச் சொல்லுக்குச் செல் வழி, கடப்புத் தோணி என்று பொருள் கொள்ளலாம். அது பாலம் என்பதையும் குறிக்கலாம். ''மாபார் என்பது கௌலத்திற்கு (இது தெற்கே சென்றால் மூன்று நாள் பயணத்தின் பின்

அடையக்கூடிய கொல்லமாக இருக்கலாம்.) மேற்கே உள்ளது'' என்று அரபு ஆசிரியர் கூறுகின்றார். சுப் உல்-ஆ-ஷா என்ற அதே நூலிலிருந்து இபின் காயிப் என்பவரும் இவ்வாறு எடுத்துக் கூறுகின்றார்: ''அது நன்கு அறியப்பட்ட இடம். அங்கிருந்து மஸ்லின் (மெல்லிய துணி வகை) ஏற்றுமதியாகின்றது. அங்குள்ள சலவையாளர் பெயர் பெற்றவராவர்.''

முத்தும் முஸ்லிம்களும்

பாண்டியர் முத்து வாணிபத்தில் ஏக போகம் கொண்டிருந்தமையால், அதன் ஏற்றுமதி முற்றிலும் அவர்கள் கையிலேயே இருந்தது. எனவே அயல் வாணிபத்தைக் கவனித்துக் கொள்வதற்கு, அரசர் அலுவலரை அமர்த்தியிருக்க வேண்டும். அவர்கள் பாண்டிய மன்னரின் நம்பிக்கைக்குரிய அயல் நாட்டவராகச் சில வேளைகளில் இருந்திருக்கின்றனர். பாண்டிய அரசவையில் அரபு வணிகர்கள் மேலான பதவிகளில் இருந்ததாக முஸ்லிம் வரலாற்றாசிரியர் எழுதுகின்றனர்.

அப்துல் ரகுமான் என்ற ஒருவர் தலைமை அமைச்சராக இருந்தார் என்றும், சுங்கத் துறைக்கும் அவரே பொறுப்பாக இருந்தார் என்றும், அவருக்குப்பின் அப்பதவியில் அவர் மகனும், பேரனும் இருந்தனர் என்றும் முஸ்லிம் வரலாற்றாசிரியர் கூறுவதாகப் பேராசிரியர் சத்திய நாதய்யர் தமது இந்திய வரலாறு என்ற நூலில் கூறுகின்றார்.

முத்து வாணிபத்தில் அரபுகளுக்குத் தொடர்பு இருந்து வந்தது என்பதை இதனால் அறிய முடிகின்றது. அரபுக் கதைகளில் (10 ஆம் நூற்றாண்டு) வரும் கடலோடியான சிந்துபாது தனது ஐந்தாவது கடற் பயணத்தில் கருவாப் பட்டையும், மிளகும் விளையும் தீவிற்குச் சென்ற பிறகு (இது இந்தோனேசியாவாக இருக்கலாம்), முத்துக் குளிக்கும் இடங்களுக்குச் சென்றார் என்று கூறப்பட்டுள்ளது. முத்துக் குளிக்கும் அவ்விடங்கள் மன்னார் வளைகுடாவிலுள்ள கொற்கை, காயல் முதலிய இடங்களைக் குறிக்கும் என்பதில் ஐயமில்லை.

பாண்டிய நாட்டில் பதின்மூன்றாம் நூற்றாண்டிலேயே கடற்கரையோரம் நெடுகிலும் முஸ்லிம்களின் செல்வாக்கு வளர்ந்து கொண்டே வந்தது. அவர்கள் நெடுங்காலமாகவே காயலுடனும், கொற்கையுடனும் வாணிபத் தொடர்பு கொண்டிருந்தனர். அவர்கள் அப்போதைக்கப்போது தாய்நாடு திரும்பாமல் தமிழ்நாட்டு கரையோரங்களிலேயே தங்கி விட்டனர். நாட்டுமக்களிடத்தில் பெண் கொண்டனர். இவ்வாறு குடியமர்ந்து விட்ட முஸ்லிம்கள் உள்நாட்டு முஸ்லிம்களுடன் சேர்ந்து, தலைமுறை தலைமுறைகளாக முத்தும், சங்கும் குளித்து வந்த பரதவர்களுடன் போட்டியிடலாயினர்.

குதிரை வாணிபம்

தமிழ்நாட்டிற்கு வந்த அரபிகள் முக்கியமாகக் குதிரை வாணிபத்தில் ஈடுபட்டனர். கடல் கடந்த நாட்டிலிருந்து கப்பலில் தமிழ்நாட்டிற்குக் குதிரைகள் வந்தன என்பதைப் பட்டினப்பாலை யிலிருந்து அறிகின்றோம். பதின் மூன்றாம் நூற்றாண்டின் இறுதியில் தமிழ்நாட்டிற்கு வந்திருந்த மார்க்கோ போலோ (1254 -1324) என்ற ஐரோப்பிய நாடோடி இக்குதிரை வாணிபத்தைக் குறிக்கின்றார்.

பாண்டிய மன்னர் ஒரு குதிரைக்கு 500 பொன் வீதம் கொடுத்து, ஆண்டில்

பதினாயிரம் குதிரைகளை வாங்கினார் என்பது மார்க்கோ போலோ கூற்றாகும். ஆனால் அவற்றுள் நூறு கூடத் தேறுவதில்லை என்று கூறுகின்றார். ஏனெனில் இலாடம் அடிக்காவிடில் குதிரையின் குளம்பு தேய்ந்து, கால் புண்பட்டுக் குதிரை பயனற்றுப் போகும். அந்த இலாட இரகசியத்தை அரபுகள் வாணிப இரகசியமாக வைத்துக் கொண்டனர்.

எனினும் அரபுகள் தமது நாட்டிற்குக் குதிரையைக் கொண்டு வந்ததைச் சிறப்பிக்கும் வகையில் தமிழ் மக்கள் அவர்களுக்கு இராவுத்தர் என்ற பெயரைக் கொடுத்தனர். தமிழர் அவர்களை யவனர், சோனகர், மிலேச்சர் என்றும் அழைத்தனர்.

ராபித்து என்ற அரபுக் சொல்லின் திரிபே இராவுத்தர் என்பாருமுளர். அச்சொல்லுக்கு ''எதிரியை எதிர்க்க எந்நேரமும் ஆயத்தமாயிருக்கிறார்கள்; நீங்கள் நற்பேறு பெறுவீர்கள்'' என்று தமிழ் இஸ்லாமியக் கலைக் களஞ்சியம் விளக்கம் தருகின்றது.

பிற்காலத்தில் துருக்கி நாட்டு முஸ்லிம்களும் இங்கு வந்ததால், முஸ்லிம்களைத் துருக்கர், துலுக்கர் என்றும் அழைத்தனர். மரைக்காயர் என்போர் தென்னாட்டின் கரையோரங்களில் வாழ்ந்து, அயல் நாடுகளுடன் வாணிபத் தொடர்பு கொண்டிருந்த தமிழ் முஸ்லிம் பெருங் குடியினரைக் குறிக்கும். மரக்கலத்தைக் குறிக்கும் மர்கப் என்ற அரபுச் சொல் மரைக்காயர் என்ற சொல்லுக்கு வேர் என்பது ''தென்னிந்தியச் சாதிகளும் பழங்குடிகளும்'' (*Castes and Tribes of Southern India*) என்னும் நூலில் இ.தர்ஸ்டன் தெரிவித்துள்ள கருத்தாகும்.

சீதக்காதி வள்ளல்

சீதக்காதி வள்ளல் இம்மரைக்காயர் மரபில் பிறந்தார். அவர் தமிழ்நாட்டின் இராமநாதபுர மாவட்டத்திலுள்ள கீழக்கரையில் சுமார் 1640 ஆம் ஆண்டு வாக்கில் பிறந்தார். வள்ளல் சீதக்காதியின் வரலாறு கூறும் பல நூல்களும், கட்டுரைகளும் வெளிவந்திருப்பினும், அவர் எங்கு பிறந்தார் என்பதைக் குறித்து ஆராயும்போது முரண்பாடுகளும், மயக்கமும் விளைகின்றன என்று கேப்டன் அமீர் அலி கூறுகின்றார். எனினும் அவர் கீழக்கரையில் பிறந்தார் என்பது பொதுவான கருத்தாக உள்ளது.

கீழக்கரை இராமநாதபுர நகருக்குத் தெற்கில் 16 கிலோமீட்டர் (10 மைல்) தொலைவில் உள்ளது. அது ஏறத்தாழ 375 ஆண்டுகளுக்கு முன்னர்தான் கீழக்கரை என்ற பெயரைப் பெற்றது என்பர். அதற்கு முன்னர் பவித்திர மாணிக்கப்பட்டினம், நினைத்ததை முடிப்பான் பட்டினம், அனுத்தொகை மங்கலம் என்று பல்வேறு காலங்களில் பெயர் பெற்று வந்திருக்கின்றது. கீழக்கரை என்பது கிழக்கிலுள்ள கடற்கரை என்பதைக் குறிக்கும்.

சீதக்காதி என்று ஏட்டிலும், நாட்டிலும் வழங்கும் சிறப்புப் பெயரைப் பெற்றுள்ள இவ்வள்ளலின் இயற்பெயர் செய்கு அப்துல் காதிர் மரைக்காயர் ஆகும். செய்யிது அப்துல் காதிர் என்று வழங்கியதாகவும் கூறுவர். எனினும் தமிழ் வழக்கிற்கு ஒப்ப இப்பெயர் மருவிச் ''சீதக்காதி'' என்ற சிறப்புப் பெயராகத் தமிழர்களால் தமிழாக வழங்கிப் பெருமை பெறுகின்றது. கேப்டன் அமீர் அலி அவர்கள் இன்னொரு விளக்கமும் தருகின்றார்.

''சென்னைக் கீழ்த்திசைச் சுவடி நூலக ஓலைச் சுவடியில் செய்தக்காதி நொண்டி நாடகம் என்றே குறிக்கப்பட்டுள்ளது. எனவே, செய்யது அப்துல் காதிர் என்னும்

பெயரே செய்தக்காதியாகிப் பின்னர், அதுவும் மருவிச் சீதக்காதி ஆகியிருத்தல் வேண்டும்''.

சீதக்காதியின் தந்தை பெயர் மௌலா சாகிபு: அவர் பெரிய தம்பி மரைக்காயர் என்றும் அழைக்கப்பட்டார். சீதக்காதியின் அன்னையார் வாவலி மரைக்காயரின் மகளான முகமது பாத்திமா ஆவார். இவ்வம்மையார் பிறந்த ஊர் தென் காயல் என்று கூறுவர்.

வாவலி மரைக்காயரும், பெரியதம்பி மரைக்காயரும் கீழக்கரையில் பெருஞ் சிறப்புடன் வாழ்ந்து வந்தனர். சீதக்காதியுடன் பிறந்தோர் இருவர். மூத்தவர் நெயினாமரைக்காயர் என்ற முகமது அப்துல் காதர் மரைக்காயர். வள்ளலின் இளவல் பெயர் சுல்தான் இபுராகிம். இம்மூவரின் வழித்தோன்றல்கள் இன்றும் கீழக்கரையில் வாழ்ந்து வருகின்றனர்.

முகலாயப் பேரரசர் ஔரங்கசீபு *(1618-1707)* சீதக்காதியை வங்கத்தின் ஆளுநராக அமர்த்தினார் என்றும், அங்குள்ள தட்ப வெப்பநிலை சீதக்காதியின் உடலுக்கு நலம் பயக்காததால் அப்பதவியினின்று நீங்கினார் என்றும் கூறப்படுகின்றது. இராஜாஜி இதை உள்ளத்திற் கொண்டுதான், அவர் வங்கத்தின் ஆளுநராகப் பதவியேற்றபோது, ''நான் தமிழ்நாட்டிலிருந்து (வங்கத்திற்கு) இரண்டாவது ஆளுநராக வந்திருக்கின்றேன்'' என்று கூறினார் என்பர்.

உமறுப் புலவர்

அண்ணல் நபியின் வாழ்க்கை வரலாற்றைக் கூறும் சீறாப்புராணம் எழுதிய உமறுப்புலவர் சீதக்காதியின் சிறந்த நண்பனாக இருந்தவர். சீறாப்புராணத்தில் நபிகளின் வாழ்க்கை முற்றிலும் இடம் பெறாததால், அதை நிறைவு செய்யும் பணியைக் கீழக்கரை பனீயகமது மரைக்காயர் மேற்கொண்டார். அந்நூல் ''சின்னச் சீறா'' என்ற சிறப்பைப் பெற்றுள்ளது. நாயகத்தின் வரலாற்றைச் சீறாப்புராணமாக எழுதிய உமறுப் புலவருக்குச் சீதக்காதி புரவலராயிருந்தார். ''சின்னச் சீறா'' என்று போற்றப்படும் நூலை எழுதி அண்ணலின் வாழ்க்கை வரலாற்றை நிறைவு செய்த பனீயகமது மரைக்காயருக்குச் சீதக்காதி வழிவந்த லெப்பை நயினா மரைக்காயர் புரவலர் என்பது பெரும் பொருத்தமாக உள்ளது.

சீதக்காதி அரிசி, மிளகு போன்ற பொருள்களில் வாணிபம் செய்ததுடன், மரகத வாணிபமும் செய்தார் என்பதை அவரது வாழ்க்கை வரலாற்றை எழுதியவர்கள் மதிப்பிடுகின்றனர். அவர் மரகத வாணிபத்தில் பெரும் பொருள் ஈட்டினார். அவர் வாணிபத்திற்காக மரக்கலத்தில் வங்கம் சென்றிருந்தார். அப்போது கடலில் பலத்த காற்று வீசவே கலம் தத்தளித்தது. கப்பலின் பாரத்திற்காகக் கடலினுள் மூழ்கிக் கற்களை எடுத்துக் கோணிப்பைகளில் நிரப்பிக் கப்பலில் அடுக்கினர். பின்னர் கப்பல் ஊர் வந்து சேர்ந்தது.

தரையில் கோணிப் பையைக் கொட்டியவர்களுக்குப் பெருவியப்புக் காத்திருந்தது. ஏனெனில் அவற்றுள் இருந்தவை வெறுங் கற்களன்று: மரகதக் கற்கள்.

மரகதம்

மரகதம் என்றதும் இப்பகுதியிலுள்ள திரு உத்தரகோச மங்கைக் கோயிலிலுள்ள மரகத நடராசர் படிமம் நினைவிற்கு வருகின்றது. அதன் உயரம் ஐந்தடி. ஆதிசிதம்பரம்

எனப்படும் இத்தலத்தில் அப்படிமம் மூவாயிரம் ஆண்டுகளாக நிலவுகின்றது என்பர். இம்மரகத நடராசர் படிமம் செய்வதற்குரிய மரகதக் கல் சேது சமுத்திரத்தில் கிடைத்திருக்கக்கூடும். இக்கடலில் மைனாக பர்வதம், இரத்தினாகரம் என்ற பகுதிகள் இருப்பதாயும் ஐதீகம்.

சீதக்காதி வள்ளலுக்கு இம்மரகதப் பாறை அகப்பட்டதாகவும், அவர் கப்பல் நிறைய வெட்டிக் கொண்டு வந்தாரென்றும், அவற்றைக் கீழக்கரைக் கடற்கரையில் வைத்திருந்தபோது, அவை பேரொளி வீசின என்றும் சோமலெ அவர்கள் தமது இராமநாதபுர மாவட்டம் என்ற நூலில் குறிக்கின்றார்.

இன்னும் ஒருவிதக் கல்லுக்கு மரைக்காயர் கல் என்றே பெயர் வழங்குகின்றது.

கிட்டத்தட்ட இரண்டரை நூற்றாண்டுகளுக்கு முன்னர் செழித்திருந்த இத்தமிழ் வள்ளல் பற்றி வரலாறுகள் தெளிவாக இல்லை. அவர் பிறந்த ஆண்டை வரை செய்வது இன்னும் ஊகத்தின் அடிப்படையில்தான் எனலாம். அவர் பதினேழாம் நூற்றாண்டின் பிற்பாதியிலும், பதினெட்டாம் நூற்றாண்டின் தொடக்கத்திலும் வாழ்ந்தார் என்றே பெரும்பாலர் கூறிவருகின்றனர்.

அப்துற்-றஹீம் தொகுத்துள்ள அரிய ''இஸ்லாமியக் கலைக் களஞ்சியம்'' என்ற களஞ்சியத்தில், சீதக்காதியின் காலம் கீழ்க் கண்டவாறு கணிக்கப்படுகின்றது.

''இவர் கிழவன் சேதுபதியின் காலத்தில் *(1674-1710)* வாழ்ந்தவர் என்பதாலும், *(கிழவன் சேதுபதி என்ற இரகுநாதத் தேவர் 1631 ஆம் ஆண்டு பிறந்திருக்கலாம் என்றொரு கொள்கையுண்டு. இவர் பற்றி இ.ச.க.முதற் தொகுதியில் காண்க.)*

கி.பி.*1703* இல் தம் *73* ஆவது வயதில் காலமாகிய சதக்கத்துல்லாஹ் அப்பா அவர்களின் ஆன்மீக மாணவராக இவர் இருந்தார் என்பதாலும்,

(சதக்கத்துல்லா அப்பா பற்றிப் பிற்சேர்க்கை காண்க.)

குருநாதருக்கும் மாணவருக்குமிடையே பத்து வயது வித்தியாசம் இருந்தது என்று கூறப்படுவதாலும்,

செஞ்சிக் கோட்டையை முஸ்லிம்கள் (ஔரங்கசீபின் படையினர்) முற்றுகையிட்ட போது, ஒன்பதாண்டுகள் *1689-1697*) வரை நடந்த போர் பற்றிய நொண்டி நாடகத்தில் இவரைப் பற்றிச் சிறந்த சீதக்காதி சிங்காதனத்தில் சிலை மதனைப் போல் கொலுவீற்றிருந்தான் என்று குறிப்பிடப்பட்டிருப்பதாலும்,

கி.பி.*1709* முதல் *1713* வரை இராமநாதபுர மாவட்டத்தின் கரையோரத்தில் தொடர்ந்து கடுமையான மழை பெய்து பயிர்கள் அழிந்து பஞ்சம் தலை விரித்தாடியதாலும்,

முன்பு ஒரு மரக்கால் (எட்டுப் படி) அரிசி ஒரு பணத்திற்கு விற்றதற்கு மாறாக, ஒரு மரக்கால் அரிசி 32 பணத்திற்கு விற்ற காலை,

இவர் கும்பினியாருக்கு (கிழக்கிந்தியக் கம்பெனிக்கு) அரிசி, மிளகு முதலியவற்றை மரக்கலங்களில் ஏற்றியனுப்புவதற்குச் செய்திருந்த ஒப்பந்தத்தை உதறித் தள்ளிப் பல ஊர்களிலிருந்து அரிசி. நவதானியங்கள் ஆகியவற்றைத் தருவித்து மக்களுக்கு விநியோகித்தார் என்பதாலும்,

இவருடைய (சீதக்காதியின்) காலம் கி.பி.1640 முதல் 1715 வரை என்று கூறலாம்.'' நாமும் இதே காலக் கணிப்பை இக்களஞ்சியத்தில் குறித்திருக்கின்றோம்.

சீதக்காதி தன்னாட்சித் தமிழ் முதல்வரான கிழவன் சேதுபதியின் காலத்தவர் என்பதில் ஐயமில்லை.

சீதக்காதி சமயப் பொறை மிக்கவராக விளங்கினார். அவர் இராமேசுவரம் இராமநாதசாமி கோயிலுக்குப் பதினாயிரம் ரூபாய் மானியம் வழங்கியதாகவும், அதன் காரணமாக அவரின் வழித்தோன்றல்கள் இராமநாதசாமி கோயில் அறங்காவலர் குழுவில் ஒருவராக 1885 வரையிலும் இருந்து வந்தனர் என்றும் கூறுவர். இராமேசுவரத்தில் இன்றும் வாழக்கூடிய சீதக்காதியின் வழித்தோன்றல்கள் கோயில் மரியாதைகளைப் பெற்று வருகின்றனர் என்றும் தெரிகின்றது.

சீதக்காதி தமிழ்ப் பற்றும் தமிழ்ப் புலவரைப் புரக்கும் வள்ளல் தன்மையும் பெற்றிருந்த காரணத்தினால் காலத்தையும் சமய வேறுபாடுகளையும் கடந்து புரவலராகவும், சமயப் பொறையுற்றவராகவும் தமிழ் மக்களால் போற்றப்படுகின்றார்.

சீதக்காதியின் வரலாற்றை நிறுவுதற்குப் படிக்காசுப் புலவரின் பாடலும், எட்டயபுரம் உமறுகந்தாப்புலவர் எழுதிய செய்தக் காதிறு மரக்காயர் திருமண வாழ்த்து, மற்றும் செய்தக்காதி நொண்டி நாடகம் முதலியனவும் துணை புரிகின்றன.

சீதக்காதி வள்ளலின் குருவான சதக்கத்துல்லா அப்பாவின் வாழ்க்கை வரலாற்றை இத்தொகுதியின் பிற்சேர்க்கையில் காணலாம்.

1716

இமயந் தாண்டித் திபேத்தை அடைந்த ஏசு சபைச் சாமியார்

இந்தியாவில் குறைந்தது ஆயிரத்தைநூறு ஆண்டுகளாகக் கிறித்தவத் திருச்சபை இருந்து வந்தபோதிலும், அச்சமயத்தைத் திட்டமிட்டு இந்நாட்டில் பரப்புவதற்கென்று ஐரோப்பாவிலிருந்து சமயப் பரப்பிகள் பதினாறாம் நூற்றாண்டு வாக்கில்தான் வரத் தொடங்குகின்றனர்.

கத்தோலிக்கச் சமய அமைப்பினுள் அடங்கித் தனித் தனியாகச் சமயப் பணிகளைச் செய்வதற்கென்று பிரான்சிஸ்கன் சபை, ஏசு சபை, டொமினிக்கன் சபை, தியட்டைன் சபை, கார் மலைட்டு சபை என்று பல்வேறு அமைப்புகள் இருக்கின்றன.

இப்படிப்பட்ட அமைப்புகளில் ஏசு சபை என்பதும் ஒன்றாகும். இக்னேசியஸ் லயோலா (1491-1556) என்பவர் இச்சபையை 1534 ஆம் ஆண்டு அமைத்து, அதன் தலைமைச் செயலாளராக 1541 முதல் 1556 வரை இருந்தார்.

இச்சபையினர் 1542 ஆம் ஆண்டு இந்தியாவிற்கு வந்தனர். அவர்கள் இந்தியாவின் பல பகுதிகளில் மிசன் எனப்படும் சமயப் பரப்பு மையங்களை அமைத்தனர். அவற்றுள் மதுரை, ஆக்ரா முதலிய நகரங்களில் இருந்த மிசன்கள் குறிப்பிடத்தக்கனவாகும்.

ஏசு சபையினர் சமயம் பரப்பும் பணியையே ஆதார சுருதியாகக் கொண்டு,

கடலைக் கடந்து இந்தியா, சீனம் போன்ற நாடுகளில் தொண்டாற்றி வந்த போதிலும், அறிவியலிலும் கீழை நாட்டு மக்களுக்குப் புத்தார்வத்தைத் தூண்டி வந்தனர்.

சான்றாக, இப்போலிட்டோ டெசிடரி என்ற ஏசு சபைச் சாமியார், அன்றைய இந்தியாவில் இருந்த லாகூரில் தொடங்கி, இமயமலையைத் தாண்டித் திபேத்தின் தலைநகரான லாசாவை அடைந்து பெரிய சாதனையை நிகழ்த்தினார்.

அவர் 1714 இல் லாகூரை விட்டுப் புறப்பட்டார். கரடு முரடான பெரிய மலைகளையும், பனிச் சரிவுகளையும், சொல்லொணா இன்னல்களுக்கிடையே கடந்து, 1716 இல் லாசாவை அடைந்தார்.

லாகூர் இன்று பாகிஸ்தானத்தில் உள்ளது. அதன் தலைநகரான இஸ்லாமாபாதின் தென் கிழக்கே சுமார் 270 கி.மீ. (170 மைல்) தூரத்தில் அமைந்திருக்கும் இந்நகரத்திற்கு வரலாற்றுச் சிறப்பு மிகவுண்டு.

லாகூரில் முகலாயப் பேரரசரான ஜகாங்கீர், அவர் மனைவியான அழகி நூர்ஜகான் ஆகியோரின் கல்லறைகள் உள்ளன. ''நூர்ஜகான் ஷாஜகானின் மனைவியான மும்தாஜை விடப் பேரழகு வாய்ந்தவள்: ஆனால் அவள் கல்லறை தாஜ்மகாலைப் போல் ஏன் அழகாக இல்லை?'' என்று நீதிபதி ஏ.எஸ்.பி.ஐயர் வியந்து, அக்கல்லறையிலிருந்த வழிகாட்டியைக் கேட்டாராம். அதற்குக் கிடைத்த பதில்:

''ஜகாங்கீர் பெருஞ்செல்வத்தைச் செலவிட்டு ஒரு மனைவியை மணந்தார்: ஷாஜகானோ ஒரு மனைவியைப் புதைப்பதற்குப் பெருஞ்செல்வத்தைச் செலவிட்டார்.''

சீக்கியர் குடியின் மாமன்னரான இரஞ்சித் சிங்கும் லாகூரில் தான் அடக்கமாகியிருக்கின்றார். லாகூரில் நாட்டுப் பிரிவினைக்கு முன்னர் அனார்க்கலி என்ற இடத்தில் தமிழ் நாட்டவர் வாழ்ந்த ''சின்ன சென்னை'' இருந்ததாகவும் ஏ.எஸ்.பி.ஐயர் கூறுகின்றார்.

லாகூரில் முகலாயப் பேரரசர்கள் அருமையான பல மாளிகைகளையும், தோட்டங்களையும் பள்ளி வாசல்களையும் 16,17 ஆம் நூற்றாண்டுகளில் கட்டினர். இந்நகரம் பாஞ்சாலத்துச் சீக்கியர் ஆட்சியிலும் செழித்தோங்கியிருந்தது.

ஏசு சபைச் சாமியார் லாகூர் நகரத்திலிருந்துதான் பதினெட்டாம் நூற்றாண்டில் இமயந் தாண்டுவதற்காகப் புறப்பட்டார்.

திபேத்தின் தலைநகரான லாசா உலகிலேயே மிகவும் ஒதுங்கிக் கிடக்கும் எட்டாக்கை நகரமாகும். அது பிரம்மபுத்திரை ஆற்றின் கிளை ஆறு பாய்கின்ற பரந்த சமவெளியில் அமைந்துள்ளது. சீன மொழியில் பிரம்மபுத்திரைக்கு யார்லுங்கு சாங்குபோ என்று பெயர். அது இமயமலைத் தொடருக்கும் நியைங்குவண்டங்கலா மலைத் தொடருக்குமிடையே 3800 மீட்டர் (12 450 அடி) உயத்தில் இருக்கின்றது.

லாசா கிழக்குச் சீனத்திலிருந்து கரடு முரடான வெற்று வெளியினால் பிரிக்கப்பட்டிருக்கின்றது. லாசாவில் பௌத்தக் கோயில்கள் பல உள்ளன. அங்குதான், 1959 ஆம் ஆண்டு இந்தியாவில் புகலடைந்த தலை வாமாவின் போடலா அரண்மனை இருக்கின்றது.

திபேத்து இன்று (1989) செஞ்சீனத்தின் சிசாங்கு தன்னாட்சிப் பகுதி என்று பெயர் பெற்றுள்ளது. லாசாவே அதன் தலை நகராகும்.

கர்நாடக நவாபு செஞ்சி விடுத்து ஆர்க்காட்டில் அமர்தல் ஆர்க்காட்டு வரலாறு

ஔரங்கசீபு செஞ்சிக் கோட்டை முற்றுகை வெற்றிக்குப் பிறகு, தன் படைத் தலைவரான சுல்பிகர் கானைக் கர்நாடகத்தை ஆள்வதற்கு அல்லது நிர்வாகிப்பதற்கு நியமித்தார்.

கர்நாடகம் என்பது எது?

கன்னட மொழி வழங்கும் கர்நாடகத்திற்கும், இந்தக் கர்நாடகத்திற்கும் சம்மந்தமில்லை. விசயநகரப் பேரரசை வீழ்த்திய பிறகு, தக்காணச் சுல்தான்களான விஜயபுரி என்ற பிஜப்பூர் மன்னரும், கோல்கொண்டா மன்னரும், அப்பேரரசின் எஞ்சிய பகுதிகளைப் பதினேழாம் நூற்றாண்டில் தமக்குள் பகிர்ந்து கொண்டனர். அவை ''பிஜப்பூர்க் கர்நாடகம்'' என்றும், ''கோல் கொண்டா கர்நாடகம்'' என்றும் பெயர் பெற்றன.

முன்னது வடபகுதி-பிஜப்பூருக்குக்குரியது: பின்னது அதன் கரையோரச் சமவெளி யாவும்-கோல் கொண்டாவிற்குரியது.

இந்த சமவெளிப் பகுதியைப் பிரிட்டிசார் கர்நாடகம் என்று சுருக்கி அழைத்தனர். கர்நாடக நவாபின் ஆட்சியிலிருந்த பகுதிகள், இன்று ஆந்திரத்திலுள்ள பல நாட்டிலிருந்து, தமிழ் நாட்டின் கன்னியாகுமரி வரை நீண்டிருந்தன. இதுவே கர்நாடகம் என்று அழைக்கப்பட்டது.

வடபாலில் இருந்த இந்தக் கர்நாடகத்தில் பசவபட்டணம், புதிகால், சிசீரா, பெனுகொண்டா, தோத பல்லாப்பூர், கோலார், ஹோசக்கோடு என்ற ஏழு பகுதிகள் அடங்கியிருந்தன. இதை முகலாயர் கர்நாடகம் என்று அழைத்தனர்.

இந்தக் கர்நாடகத்தின் ஆட்சிப் பொறுப்பை ஔரங்கசீபு முதலில் சுல்ஃபிகர் கானிடம் ஒப்படைத்தார்.

செஞ்சிக் கோட்டையைப் பிடித்ததும், நவாபான சுல்ஃபிகர் கான் அதில் தங்கினார். அது தனது உடல் நலத்திற்கு உகந்ததாக இல்லையென்று ஆட்சி பீடத்தை ஆர்க்காட்டுக்கு மாற்றினார்.

சுல்ஃபிகர் கானின் உதவியாளராயிருந்து, அவருக்குப் பிறகு ஆட்சிப் பொறுப்பை ஏற்ற தாவூது கான், சாதத்துல்லா கான் என்பவரை நவாபாக அமர்த்தினார். கர்நாடகத்தின் - ஆர்க்காட்டின் முதல் நவாபு என்று கருதப்படும் நெவாயத்து குடியினரான சாதத்துல்லா கான், இந்த 1716 ஆம் ஆண்டு ஆர்க்காட்டைத் தலைநகராக்கினார். அவர் தேசிங்கு ராசனின் கிளர்ச்சியை அடக்கி வென்ற பிறகு தான், இந்த மாற்றம் நிகழ்ந்தது என்பர்.

ஆர்க்காட்டு வரலாறு

ஆர்க்காடு பற்றி கி.பி. முதல் நூற்றாண்டைச் சேர்ந்த கிரேக்க நில நூலாரான பிளினி (கி.பி, 23-79) குறிப்பிட்டிருக்கின்றார். ஆர்க்காடு என்பது மிகவும் தொன்மையான பெயர் என்று வரலாற்றாசிரியரான கே.ஏ.நீலகண்ட சாஸ்திரி கூறுகின்றார்.

ஆர்க்காடு என்பது ஆர் அல்லது ஆத்தி மரங்கள் நிறைந்த காடு என்று பொருள்படும். இவ்வூர் பற்றிய குறிப்புகள் சங்க இலக்கியத்திலும் காணப்படுகின்றன என்பர்.

முகலாயரால் அமர்த்தப்பெற்ற நவாபுகளின் காலத்தில், ஆர்க்காடு பல ஏற்ற, இறக்கங்களைக் கண்டிருக்கின்றது. கிளைவு புகழ் பெறக் காரணமாயிருந்தது ஆர்க்காடே. அவர் சிறு படையுடன் அறுபது நாட்கள் வரையிலும் ஆர்க்காட்டுக் கோட்டைக்குள் இருந்து கொண்டு, சந்தா சாகிபின் படை செய்த முற்றுகையை முறியடித்து வெற்றி பெற்றதும் இங்கே தான். கிளைவிற்கும் பிற ஐரோப்பியர்க்கும் தானிய உணவைத் தந்து விட்டுத் தாம் மட்டும் வெறும் கஞ்சியையும், பச்சைத் தண்ணீரையும் இந்தியப் படை வீரர்கள் அருந்திப் பிரிட்டிசாருக்கு வெற்றி தேடித் தந்ததும் இங்கே தான்.

ஆர்க்காட்டு நவாபான முகமதலி ஆர்க்காட்டை விடுத்துச் சென்னைச் சேப்பாக்கத்தில் அரண்மனை கட்டிக்கொண்டு வாழச் சென்ற பின்னர் ஆர்க்காடு சிறப்பிழந்தது. இறுதியில் திப்புசுல்தான் ஆர்க்காட்டுக் கோட்டையை முற்றிலும் அழித்தார்.

சுல்ஃபிகர் கானில் தொடங்கிய கர்நாடக நவாபுகளின் ஆட்சியைப்பற்றி என்.எஸ். இராமசாமி தனது "நவாபுகளின் ஆட்சியில் கர்நாடகத்தின் அரசியல் வரலாறு" என்ற ஆங்கில நூலில் இவ்வாறு மிகப் பொருத்தமாகக் கூறுகின்றார்.

"கர்நாடக நவாபுகளின் வரலாறு ஒரு கோட்டையின் முற்றுகையோடு தொடங்கி, ஓர் அரண்மனையைச் சுற்றி நடந்த இராணுவ நடவடிக்கையுடன் முடிந்தது."

அவர் செஞ்சிக்கோட்டையில் முற்றுகை நடந்து முடிந்த 1698-ஆம் ஆண்டையும், சென்னையில் 1801-ஆம் ஆண்டு பிரிட்டிஷ் படையினர் ஆர்க்காட்டுநவாபு இறந்த அன்று அவரது சேப்பாக்க அரண்மனையைச் சுற்றி வளைத்து ஆர்க்காட்டு நவாபுகளின் ஆட்சிக்கு முற்றுப்புள்ளி வைத்த நிகழ்ச்சியையும் குறிக்கின்றார்.

சீக்கியர் புரட்சி

சீக்கிய சமயத்தைத் தோற்றுவித்த குருநானக்கின் காலத்திலிருந்து, சீக்கிய சமயத்தவர் முகலாயர்களின் சமயப் பொறையற்ற செயல்களை எதிர்த்து வந்திருக்கின்றனர். இக்காரணம் பற்றிச் சீக்கியக் குருமார்கள் முகலாயரால் இரக்கமன்றிக் கொல்லப்பட்டிருக்கின்றனர். அவர்களின் கடைசிக் குருவான குரு கோவிந்தர் தீமையை ஒழிப்பதற்கென்று தீக்குளித்தார். (இ.ச.க.முதற்தொகுதி)

குரு கோவிந்தர் தீக்குளித்த பின்னர் சீக்கியர் 1708 ஆம் ஆண்டில் பஞ்சாப் முழுமையிலும் பெரும் புரட்சி செய்தனர். அவர்கள் முகலாய ஆட்சிப் பகுதிகளைத் தாக்கிக் கொள்ளை அடித்தனர். ஷம்ஸ் கான் என்ற முகலாயப் படைத் தலைவர் சீக்கியப் புரட்சிக்காரர்களை 1708 ஆம் ஆண்டு ராகுன் என்ற இடத்தில் தோற்கடித்தார்.

சீக்கியர் தளர்ந்து விடாது அப்போதைக்கப்போது புரட்சி செய்து வந்தனர். அவர்கள் இந்த 1716 ஆம் ஆண்டிலும் கிளர்ந்தெழுந்தனர்.

லாகூரில் முகலாயக் கவர்னராயிருந்த அப்துல் சமது கான் இம்முறை சீக்கியரை அடக்கினார். அவர் சீக்கியர்களைச் சிறையில் அடைத்தார். அவர் சீக்கியர் தலைவரான பண்டா என்பவரைச் சித்திரவதை செய்து கொன்று விட்டார். பண்டாவைப் பின்பற்றியவர்கள் ஈவு இரக்கமின்றிக் கொல்லப்பட்டனர்.

1717

சென்னையைச் சுற்றிய ஊர்களைப் பெற ஆங்கிலேயர் வன்முறை

கர்நாடகத்தின் ஆட்சிப் பொறுப்பைச் சுல்ஃபிகர் கானுக்குப் பிறகு பெற்றிருந்த தாவூது கான் ஆங்கிலேயருடன் அடிக்கடி சச்சரவிட்டுக் கொண்டிருந்தார். அவர் காலத்தில் துணை நவாபாக இருந்த சாதத்துல்லா கானும் ஆங்கிலேயருக்கு இடையூறாகவே இருந்தார்.

தாவூது கான் 1708 ஆம் ஆண்டு பிரிட்டிசாருக்கு அளித்த ஐந்து ஊர்களைப்பற்றி வழக்கு ஏற்பட்டது. அப்போது துணை நவாபாக இருந்த சாதத்துல்லா கான், இவ்வாறு அவ்வூர்கள் பிரிட்டிசாருக்குத் தரப்பட்டதை எதிர்த்தார். அவர் 1710 இல் நவாபான பிறகு, அவ்வைந்து ஊர்களை மட்டுமின்றி, அவற்றுக்கு முன்னர் அளிக்கப்பட்ட மேலும் மூன்று ஊர்களையும் பிரிட்டிசார் திருப்பித்தர வேண்டும் என்று கேட்டார்.

எலிகு ஏல் 1687 முதல் 1692 வரை கவர்னராயிருந்த காலத்தில், எழும்பூர், புரசைவாக்கம், தொண்டையார் பேட்டை ஆகிய மூன்று ஊர்களை இலவச மானியமாகத் தரவேண்டுமென்று கோரினார். அவை 1693 இல் நிபந்தனையுடன் அவர்களுக்கு வழங்கப் பெற்றன. ஆனால் அவை சுல்ஃபிகர் கான் வேலாயுத அரசம நாயக்கன் என்ற ஒருவருக்கு ஏற்கெனவே அளித்த ஜாகீரின் ஒரு பகுதி என்று தோன்றியது.

அதனால் ஆங்கிலேயர் எழும்பூர், புரசைவாக்கம் ஆகியவற்றுடன் திருவல்லிக்கேணியையும் தன்னிடம் தந்துவிடவேண்டுமென்று சாதத்துல்லா கான் உரிமை கொண்டாடினார். ஆனால் ஆங்கிலேயர் முறையிட்டதன் பேரில் அரசம நாயக்கனுக்கு அளித்த மானியத்தை விடுத்து, ஆங்கிலேயர்களுக்கு அவ்வூர்களைப் புது மானியமாக அளித்தார்.

இந்தத் தாவலில் சம்பந்தப்பட்ட மேலும் ஐந்து ஊர்களான திருவொற்றியூர், நுங்கம்பாக்கம், வியாசர்பாடி, கத்திவாக்கம், சாத்தங்குடி முதலிய ஊர்கள் ஆங்கிலேயருக்கு முதலில் 1693 ஆம் ஆண்டில் கொடுக்கப்பட்டிருந்தன. ஆனால் அவர்கள் அவ்வூர்களைத் தம் வசமாக்காதிருந்தனர். தாவூது கான் பின்னர் 1708 ஆம் ஆண்டு அவற்றை ஆண்டுக்கு 1500 வராகன் குத்தகைக்கு விட்டு விட்டார்.

ஔரங்கசீபின் மகனான ஃபரூக்சிபியார் தமக்கு அளித்த மானியத்தில் மேற்சொன்ன ஊர்கள் அடங்கியுள்ளன என்று ஆங்கிலேயர் வாதாடினர். அதைச் சாதத்துல்லா கான் ஏற்காமல், அது பற்றிய முகலாய ஆணைப் பத்திரத்தைக் காட்டுமாறு பிரிட்டிசாரிடம் கேட்டார்.

ஆனால் சாதத்துல்லா கானை நம்பி அப்பத்திரத்தை அவரிடம் காட்டுவதற்குப் பிரிட்டிசார் விரும்பவில்லை. எனவே 1717 செப்டம்பர் 23 அன்று ஆங்கிலேயர் கோலட் என்பவரின் தலைமையில் ஒருபடையை அனுப்பித் திருவொற்றியூரை யும், வேறு இரண்டு ஊர்களையும் பிடித்துக் கொண்டனர். மற்றொரு பிரிட்டிஷ் படை எஞ்சிய இரண்டு ஊர்களையும் பிடித்துக் கொண்டது.

பிரிட்டிசார் அவ்வூர்களைத் தனது தலைமைக் குத்தகைக்காரான தயாராம் என்றவரிடம் ஒப்படைக்கின்ற வரையிலும், சென்னை முற்றுகையிடப்படும் என்று சாதத்துல்லா கான் ஆர்க்காட்டிலிருந்து அறிவித்தார்.

தயாராம் திருவொற்றியூரை அக்டோபர் 18 (1717) அன்று தன் வசமாக்கினார். மறுநாளன்று இரவு ஒரு மணிக்கு ஒருபடை ஜார்ஜ் கோட்டையிலிருந்து புறப்பட்டுச் சென்று திடீரென்று திருவொற்றியூரைப் பிடித்துக் கொண்டது. அதன் பிறகு உதவிப்படையும் வரவே, நவாபின் படை பின் வாங்கிற்று.

சென்னையின் புதுக் கவர்னர்

சென்னையின் கவர்னராயிருந்த எட்வர்டு ஹாரிசனையடுத்து, ஜோசப் கோலட் என்றவர் 1717 ஜனவரி 8 அன்று புதிய கவர்னராகப் பதவி ஏற்றார்.

இவர் 1720 ஜனவரி 18 ஆம் தேதி வரை சென்னையின் கவர்னராயிருந்தார்.

ஜெர்மன் கிழக்கிந்தியக் கம்பெனி

ஆஸ்டண்டுக் கிழக்கிந்தியக் கம்பெனி என்ற அமைப்பு வாணிபம் செய்வதற்காக 1717 ஆம் ஆண்டில் ஆஸ்திரியப் பேரரசரான இளவரசர் ஈஜின் என்பவரின் பாதுகாப்புடனும், ஜெர்மன் கொடியுடனும் மலபாருக்கு இரண்டு கப்பல்களை அனுப்பியது.

இந்த ஆஸ்டண்டுக் கம்பெனி 1723 இல் தான் முறையாகச் சாசன உரிமை பெற்ற நிறுவனமானது.

பேரரசர் ஆறாம் சார்லஸ் இந்த ஆஸ்டண்டுக் கம்பெனிக்கு உரிமைச் சாசனம் வழங்கியதையடுத்துக் கல்கத்தாவிற்கு மேலே சுமார் 25 கி.மீ. (15 மைல்) தொலைவிலுள்ள இக்சாப்பூருக்கு அருகிலிருக்கும் பங்கிப்பூரில் ஒரு பண்ட சாலையை அமைத்து, அங்கிருந்து வெற்றியோடு வாணிபம் செய்தனர். இந்தக் கம்பெனி மீது பிற ஐரோப்பியக் கம்பெனிகள் அதிருப்தி தெரிவித்தமையால், ஜெர்மன் பேரரசரான ஆறாம் சார்லஸ் அரசியல் காரணங்களுக்காக அதை ஒழிக்க நேர்ந்தது.

ஆனால் ஆஸ்டண்டுக் கம்பெனிக்கு 1726 ஆம் ஆண்டில் பெருத்த ஆதாயம் கிடைத்தது. இந்த 1726 இல் கிடைத்த ஆதாயத்தை வைத்துக் கொண்டு, அக் கம்பெனியின் உரிமையாளர்கள் தாம் போட்ட முதலில் மூன்றிலொருபங்கை எடுத்துவிட்டனர்.

இவ்வாறு இவ்வளவு ஆதாயத்துடன் நடந்து வந்த ஆஸ்திரிய அல்லது ஆஸ்டண்டுக் கம்பெனியைப் பேரரசர், 1727 ஆம் ஆண்டில் ஏழாண்டுக் காலத்திற்கு முடக்கி வைத்தார் பிற கடலோடி நாடுகள் இக்கம்பெனிக்கு எரிர்ப்புத் தெரிவித்ததே இதற்குக் காரணமாகும்.

இந்தக் கம்பெனி 1729 நவம்பர் 9 அன்று ஏற்பட்ட செவில் உடன்படிக்கை யின்படி இறுதியாகக் கலைக்கப்பட்டு விட்டது.

ஆனால் ஜெர்மானியர் 1733 வரை வங்கத்தின் பங்கிப்பூரில் இருந்து வந்தனர். அவர்களுக்குச் சென்னைக் கடற்கரையோரமாக மாமல்லபுரத்திற்கு அருகில் இருக்கும் கோவளத்தில் ஒரு கோட்டையும் இருந்தது.

இப்படியாக 1714 ஆம் ஆண்டு தொடங்கிய இந்த ஜெர்மன் கம்பெனி 1729 வரை பதினைந்தாண்டுக் காலம் வாணிபம் செய்த பிறகு கலைக்கப்பட்டது.

ஆங்கிலேயர் வங்கத்தில் வாணிபம் செய்ய உரிமை

ஆங்கிலேயர் ஆண்டொன்றுக்கு மூவாயிரம் ரூபாய் மட்டுமே செலுத்தி விட்டு, வங்கத்தில் எங்கும் வாணிபம் செய்து கொள்ளலாம் என்ற முகலாயப் பேரரசரான ஃபரூக்சியார் (ஆட்சி காலம் 1713-19) ஃபர்மன் உரிமைப் பத்திரத்தை ஆங்கிலேயருக்கு வழங்கினார்.

இந்த ''ஆங்கிலச் சலுகை உரிமையைக்'' கிழக்கிந்தியக் கம்பெனியில் சலுகை பெற்ற நிலையிலிருந்தவர்கள் நன்கு பயன்படுத்திக் கொண்டனர். தனிப்பட்ட ஆங்கிலேயர்கள் பெருஞ்செல்வராவதற்கு இந்த உரிமைப பட்டயம் பெரிதும் உதவியது.

இந்தியாவுடன் பிரிட்டன் கொண்டிருந்த இந்தத் தொடர்பு நீடித்தபோது, ஆங்கிலேயர் ஒருவர் மிகக் குறுகிய காலத்தில் மிகப் பெரிய செல்வராகக் கூடிய காலகட்டமாக அது விளங்கியது.

இவ்வாறு திடீரென்று பெருஞ் செல்வர்களான கம்பெனி அதிகாரிகளில் எவரும் வணிகர்களும், வட்டித் தொழில் செய்பவர்களுமான சேட்டுக்கள் என்ற மார்வாரிக் குடும்பங்களைப் போன்று அத்தனை செல்வத்தைத் திரட்டிக் கொள்ளவில்லை.

எனினும் இந்தியாவின் செல்வ வளமனைத்தும் பேரளவில் ஆங்கிலேயரால் வெளியே கொண்டு போகப்பட்டது. இதற்கு முன்பு வங்கம் காண்டிராத அளவிற்கு மிகப் பெரியதாக இந்தச் சுரண்டல் இருந்தது.

இக்காலகட்டம் பதினைந்தாண்டுகளுக்குமதிகமாக நீடித்துவிடவில்லை. எனினும் இக்குறுகிய காலத்திற்குள் கிழக்கிந்தியக் கம்பெனிக்கு ஏற்பட்ட பொல்லாங்கு மறையவேயில்லை.

ஆங்கிலேயர் இவ்வாறுதான் முதலில் வங்கத்தைத் தமது சுரண்டலுக்குப் பயன்படுத்தினர்.

சென்னை, கடலூர்: கிறித்தவ மிசன் பள்ளிகள்

தரங்கம்பாடியைச் சேர்ந்த ஜெர்மானியச் சமயப் பரப்பிகள் எடுத்துக்கொண்ட முயற்சியின் பயனாகக் கடலூரிலிருந்த டேவிடு கோட்டையிலும், சென்னை ஜார்ஜ் கோட்டையிலும் இலவசப் பள்ளிகள் தொடங்கப் பெற்றன.

கிழக்கிந்தியக் கம்பெனியார் கடலூரில் அமைத்த கோட்டைக்கு டேவிடு கோட்டை என்று பெயர். தரங்கம்பாடிப் பாதிரிமார் 1717 ஆம் ஆண்டு தமிழ் கற்பிக்க ஓர் ஆசிரியரும், போர்த்துக்கீச மொழி கற்பிக்க மற்றோர் ஆசிரியருமாக இரண்டு ஆசிரியர்களைக் கொண்ட ஒரு பள்ளியைக் கடலூரில் திறந்தனர்.

அதே நேரத்தில் சென்னை ஜார்ஜ் கோட்டைக்குள்ளிருந்த வெள்ளையர் நகரத்தில் போர்த்துக்கீசர் மொழியும், அதன் புறத்தே அமைந்த கறுப்பர் நகரத்தில் தமிழும் கற்பிக்கின்ற இரண்டு பள்ளிகளையும் அவர்கள் திறந்தனர்.

ஏசு சபையினர் தொகுத்த சீன நிலப்படம்

சமயப்பரப்பு அமைப்பான ஏசு சபையைச் சேர்ந்த சாமியார்கள் சீனத்திற்கும் சென்றனர். அவர்கள் மேலையுலகின் அறிவியல், தொழில் நுட்ப வல்லுநராகவும்

இருந்து சீனத்தில் பணிபுரிந்தனர். பிரஞ்சுக் கலை, இலக்கியம், அறிவியல், தத்துவம் ஆகிய துறைகளின் பொற்காலம் என்று கருதப்பட்ட பதினாம்காம் லூயியின் ஆட்சிக் காலத்தில் *(1643-1715)*, அம்மன்னரால் பிரஞ்சு ஏசு சபையைச் சேர்ந்த வானியலார் குழு ஒன்று சீனத்திற்கு அனுப்பி வைக்கப்பட்டது.

அப்பாதிரிமார்கள் ஐரோப்பாவிலிருந்து புறப்பட்டு மூன்றாண்டு காலம் பயணம் செய்து சீனத்தை அடைந்தனர். அவர்கள் சீனத்தின் நிலப்படத்தை வரைந்து கொடுக்கும் பொறுப்பை ஏற்றனர். அவர்களுக்கு அப்பணியைத் தவிர வேறு வேலை செய்வதற்கு நேரமே இல்லாது போயிற்று. அது மலைப்பை உண்டாக்கக் கூடிய மிகப்பெரிய பணியாயிற்று.

ஏனெனில் இந்நாட்டில் வழக்கத்திலிருந்த ஒரே நிலப்படத்தை ஐரோப்பிய வடிவிற்கும், அளவிற்கும் இயைந்ததாக முற்றிலும் மாற்றியமைக்க வேண்டிவந்தது. இடங்களைக் கண்டு, பெயரிட்டு நிலப் படத்தில் குறிப்பதற்கு என்று ஏராளமான சிற்றூர்களும், ஊர்களும் இருந்தன.

முதல் நிலை சர்வே 1701 ஆம் ஆண்டு பீகிங் நகரத்தைச் சுற்றிலும் மேற்கொள்ளப்பட்டதை வைத்துப் பார்க்கும்போது, அது எத்தனை பெரிய பணி என்பது மிகத் தெளிவாயிற்று. அங்கு நிலப்படத்தில் குறிக்க வேண்டிய சுமார் பதினையாயிரம் சிற்றூர்கள் இருந்தன.

ஏசு சபைச் சாமியார்கள் அளவைக் கயிறுகளையும், கோணளவுக் கருவிகளையும் *(Sextants)* எடுத்துக்கொண்டு களத்தில் இறங்கியபோது, சீனப் பெருஞ்சுவர் நீளத்தையோ, அது எத்திக்கில் இருக்கின்றது என்பதையோ, அவர்களுக்குச் சரியாகக் காட்டக்கூடிய வழிகாட்டிகளே இல்லாதிருந்தனர்.

ஏசு சபைச் சாமிமார்கள் தமது மாபெரும் நில அளவைப் பணிக்குப் பெருஞ்சுவரையே அடிப்படைக் கோடாக வைத்துக் கொண்டனர். அவர்கள் விளக்க வரைபடத்தை ஆக்குவதற்கே அந்தப் படச் சுருணையின் நீளம் பதினைந்தடி இருந்தது-ஓராண்டுக்காலம் களத்தில் முனைந்து செயல்பட நேர்ந்தது. அவர்கள் இடைவிடாது இப்பணியில் ஈடுபட்டபோதிலும், சீனத்தின் ஏனைய பகுதிகளையும் அளந்து, சூரியனையும் சந்திரனையும் நோக்கி முற்றிலும் தீர்க்க, அட்ச ரேகைகளைக் கணித்து அதன் பிறகு முக்கோணவழி அளவீடுகளுடன் ஒப்பு நோக்கிச் சரிபார்க்க ஏசு சபைச் சாமியார்களுக்கு மேலும் ஒன்பதாண்டுகள் வேண்டியிருந்தன.

ஐரோப்பாவில் மேற்கொள்ளப்பட்ட இது போன்ற நிலப் படத் தொகுப்புப் பணிக்கு இணையான இப்பெரும் பணி நீண்ட காலம் நடந்தது. சீன நிலப்படம் பிறகு இந்த 1717 ஆம் ஆண்டு தான் அச்சாகி வெளிவந்தது.

ஏசு சபையினர் கீழைநாடுகளில் மேற்கொண்டிருந்த நிலவியல் ஆய்வுப் பணிக்கு முத்தாய்ப்பு வைப்பதாக இந்த ''ஏசு சபை நிலப்படம்'' இருந்தது எனலாம். அது ஒரு மில்லியன் சதுரமைலுக்கு மதிகமான (2.6) மில்லியன் சதுர கிலோமீட்டர்) நிலப் பரப்பைக் கொண்ட பெரிய நாட்டை மிகத் துல்லியமாகக் காட்டியது.

அந்நிலப்படம் 120 தாள்களில் வரையப்பட்டது. ஃபார்மோசா, துருக்கிஸ்தானம் வரை நீண்டு கிடந்த பகுதி பற்றி செய்திகள் அதில் இடம் பெற்றிருந்தன.

கடமைக்காக உயிருக்கு துணிந்து சென்ற நில அளவைக்காரர்கள் சீன எல்லைக்கப்பால் நூற்றுக்கணக்கான மைல் தொலைவிற்கு ஊடுருவிச் சென்று சர்வே

செய்து அளந்தனர். நில அளவைப் பணியில் பயிற்சி பெற்ற இரண்டு சீனப் பௌத்தர்கள் அவர்களுடன் அனுப்பி வைக்கப்பட்டனர்.

பிரஞ்சு ஏசு சபையினர் இந்தத் பதினெட்டாம் நூற்றாண்டின் முற்பகுதியில் தொகுத்த சீனாவின் இந்த நிலப்படம், பத்தொன்பதாம் நூற்றாண்டு வரையிலும் வழக்கிலிருந்து வந்தது என்பது பெருஞ் சிறப்பு ஆகும்.

1718

வால்டயர் முதலில் புகழடைதல்

பிரான்சஸ் மாரி அரூட் (1694-1778) என்ற இயற்பெயரையடைய வால்டயர் அங்கதப் புலவர்; தத்துவஞானி; நாடக ஆசிரியர்; வரலாற்றாசிரியர் என்று இன்றும் போற்றப்படுகின்றார்.

அவர் ஐரோப்பாவின் அறிவு வாழ்க்கையில் கிட்டத்தட்ட கால் நூற்றாண்டுக் காலம் ஈடு இணையற்ற அறிவாளியாகத் திகழ்ந்தவர். இக்காலத்தின் சீர்கேடடைந்த சமூக வாழ்க்கையை வேரறுத்த பெருமை வால்டயருக்கு உண்டு.

அவர் கிறித்தவ சமயக்குருமார்களைக் கடுமையாக நையாண்டி செய்து எழுதிய நூல் ''ஈடிப்பு'' ஆகும் இந்நூல் இந்த 1718 ஆம் ஆண்டில் வெளிவந்தது. இந்நூல்தான் ஐரோப்பாவில் வால்டயரின் புகழ் பரவுவதற்குக் காரணமாக இருந்தது.

இதற்கு நான்காண்டுகளுக்குப் பிறகு எழுதிய ''ஆதரவும் எதிர்ப்பும்'' என்ற கவிதையில், தன்னைக் கிறித்தவன் அல்லன் என்று வால்டயர் பிரகடனப்படுத்தினார்,

வால்டயர் கிறித்தவ சமய பீடத்தைத் தாக்கியதாலும், வலிமை மிக்க பிரபுக்களுடன் சச்சரவிட்டதாலும் 1726 முதல் 1729 வரை இங்கிலாந்திற்கு நாடு கடத்தப்பட்டார்.

வால்டயர் பதினெட்டாம் நூற்றாண்டின் சமூக வாழ்க்கையையும், அதன் ஒழுக்கப் பண்புகளையும் பற்றி மிகவும் மூர்க்கத்தனமாக நையாண்டி செய்து எழுதிய ''கேண்டிடா'' என்ற நூலில் தான், அவரது வாழ்க்கையின் பெருமை அனைத்தும் அடங்கியுள்ளது என்பர்.

இங்கிலாந்து - ஸ்பையின் சண்டை

இந்த 1718 ஆம் ஆண்டில் இங்கிலாந்திற்கும், ஸ்பெயினுக்குமிடையே சண்டை மூண்டது.

அச்சண்டை 1720 ஜனவரி வரையிலும் நீடித்தது. ஸ்பெயின் அந்த ஆண்டில், இங்கிலாந்து, பிரான்ஸ், ஆலந்து ஆகிய நாடுகள் அடங்கிய கூட்டணியில் சேர்ந்த காரணத்தினால் மேற்சொன்ன சண்டை நின்றது.

குஜராத்தில் கொடிய பஞ்சம்

இப்பாரத தேசத்தின் நான்கு திக்குகளிலுமிருந்த நாடுகளில் அடிக்கடி வற்கடம் என்ற பஞ்சங்கள் உண்டாயின. மழை பெய்தாலும்,பொய்த்தாலும் பஞ்சம் வந்துவிடும்.

பன்னெடுங் காலமாகப் பன்னிரு ஆண்டுகளுக்கு ஒருமுறை பஞ்சம் வரும் என்ற நம்பிக்கை இந்தியாவில் இருந்து வந்திருக்கின்றது.

இவ்வாண்டு குஜராத்தில் கொடிய பஞ்சம் ஏற்பட்டது. இதில் எத்தனை பேர் பட்டினியால் செத்தனர் என்ற கணக்குத் தெரியவில்லை.

1719

சிவசயிலக் கோயில் திருப்பணி

திருநெல்வேலிச் சீமையான தென்பாண்டி நாட்டில், கருணை ஆற்றின் கரையிலுள்ள சிவத் தலங்களில் முதலாவது சிவசயிலமாகும். இவ்வூருக்கு அன்பூர் என்ற பெயரும் உண்டு. இது ஆழ்வார் குறிச்சிக்கு மிக அருகில் உள்ளது. சைவ ஆறாந்திரு முறையில் அகத்தீச்சுரம் என்று குறிக்கப்படும் வைப்புத் தலம் சிவசயிலமேயாகும் என்பர்.

சிவசயில நாதர் கோயிலுக்கு மேற்கே மலையம் என்ற பொதிகை மலை நிற்கின்றது. சிவசயில நாதர் கோயில் அதை நோக்கிக் கட்டப்பட்டுள்ளது. அது எழு நிலைக் கோபுரத்துடன் கூடியது. அங்கு ஆடி மாதம் கடைசி வெள்ளிக் கிழமையன்று இறைவர்க்குச் சந்தனக் காப்பு இடப்படுகின்றது. இங்குள்ள அம்மையப்பரின் பெயர் பரம கலியாணி, சிவசயில நாதர். இங்கு இறைவனுக்கு உச்சி காலத்தில் பாயசம் படைக்கின்றனர்.

இவ்வூருக்கு வடக்கிலுள்ள ஆழ்வார்குறிச்சியில் இக்கோயில் விழா நடை பெறுகின்றது. சிவசயிலத்தில் கோயிலைத் தவிர வீதிகளோ, மட வளாகங்களோ இல்லை. முன் மண்டபத்தில் சில ஓவியங்கள் உள்ளன.

(தென்காசி-அம்பா சமுத்திரம் இருப்புப் பாதையில், ஆழ்வார் குறிச்சி இரயில் நிலையத்திலிருந்து மூன்று கிலோமீட்டர் தூரத்திலும், அம்பாசமுத்திரத்திலிருந்து 11 கிலோமீட்டர் தொலைவிலும் ஆழ்வார் குறிச்சி என்ற வளமான ஊர் உள்ளது.)

சிவசயிலக் கோயிலுக்குத் தெப்பத் திருவிழா இல்லையா என்று அரசி மங்கம்மாள் (1689-1706), அமைச்சரான ஆறை அழகப்ப முதலியாரிடம் கேட்டாராம். அப்போது ஆழ்வார் குறிச்சியில் அதிகாரியாயிருந்த அவருடைய தம்பி சிவசயில முதலியார், ஒரே நாளில் அங்கு குளம் வெட்டி, நீர் பெருக்கிச் சிவசயில நாதரையும், பரம கலியாணி அம்மனையும் எழுந்தருள்வித்துத் தெப்பத் திருவிழா நடத்தினாரென்று கூறுப்படுகின்றது.

இவ்விரு சகோதரர்களும் சிவசயிலக் கோயில் திருப்பணியை இந்த 1719 ஆம் ஆண்டு முடித்து வைத்தனர்.

ஆழ்வார் குறிச்சி இராமநாதக் கவிராயர் இக்கோயில் இறைவரைப்பற்றிச் சிவசயிலப் பள்ளு ஒன்றை இயற்றினார்.

சிறையில் கைதி சாவு!
பாண்டிச்சேரிக் கவர்னர் தாயகம் அழைக்கப்பட்டார்.

நயினியா பிள்ளை என்பவர் பாண்டிச்சேரிச் சிறையில் இவ்வாண்டு இறந்து

போனார். அவரைக் குற்றஞ்சாட்டிச் சிறையில் அடைத்ததன் விளைவாகப் பாண்டிச்சேரிக் கவர்னரான ஹெபட் என்பவர் என்பவர் இவ்வாண்டு பிப்ரவரி மாதம் தாயகமான பிரான்ஸ் நாட்டிற்கு அழைக்கப்பட்டார்.

அவரையடுத்துத் தெ லா புரவோஸ்தியர் பாண்டிச்சேரிக் கவர்னரானார்.

பம்பாயில் இலவசப் பள்ளி

ஏழைக் குழந்தைகள் படிக்க வேண்டுமென்பதற்காக ஓர் இலவசப் பள்ளியைப் பம்பாயில் அமைக்கும் பணி இவ்வாண்டு தொடங்கப் பெற்றது.

எனினும் இப்பள்ளி 1753 ஆம் ஆண்டில் தான் திறக்கப்பட்டது.

இந்தியாவில் கல்வித்துறையில் புதிய சிந்தனை ஏற்பட்டது என்பதைப் பம்பாயில் நடந்த இம்முயற்சியும், 1717 ஆம் ஆண்டு சென்னை, கடலூர் முதலிய இடங்களில் திறக்கப்பட்ட பள்ளிகளும் தெளிவாக எடுத்துக் காட்டுகின்றன. இப்புதிய போக்கிற்கு வித்திட்ட பெருமை தரங்கம்பாடியில் அமைந்திருந்த டேனியமிசனையும், குறிப்பாக அங்கு பணியாற்றிய சீகன்பால்கு போன்ற ஜெர்மன் சமயப் பரப்பிகளையுமே சேரும்.

முகலாய அரியணையில் முகமது ஷா

ஔரங்கசீபின் இரண்டாவது மகனான முவாஜம் முதலாம் பகதூர் ஷா அல்லது ஷா ஆலம் பகதூர் ஷா என்ற பெயரில் தன் தந்தைக்குப்பிறகு 63 ஆவது வயதில் 1707 ஆம் ஆண்டு அரியணை ஏறி ஆண்டார். அவர் மகன் ஜகந்தர் ஷா 1712 இல் தந்தையை அடுத்துப் பட்டத்திற்கு வந்த மறு ஆண்டில் (1713) கொல்லப்பட்டார்.

அதன்பிறகு ஃபரூக்கியார் 1713 இல் ஆட்சிக்கு வந்து, இந்த 1719 ஆம் ஆண்டு கொல்லப்பட்டார். எனவே முகமது ஷா தனது 19 ஆவது வயதில் இந்த 1719 இல் முகலாயப் பேரரசரானார். இவர் இதற்கு எழாண்டுகளுக்கு முன்பு வரை அரண்மனை அந்தப்புரத்தில் காவல் வைக்கப்பட்டிருந்தார். எனவே இவருக்கு அரசாட்சி நடத்துவதற்கு அல்லது களத்தில் போர் புரிவதற்கு வேண்டிய எந்தப் பயிற்சியும் தரப்படவில்லை.

ஆனால் அவருக்கு இயற்கையான அறிவுக் கூர்மையும், நல்ல தீர்க்கதரிசனமும் இருந்தன. எனினும் இவருக்கு ஆட்சி புரிய வேண்டும் என்ற ஆசை ஏதேனும் இருந்தாலும், அதை அவருடைய அமைச்சர்களும் பிறரும் நசுக்கி விட்டனர்.

எனவே முகமது ஷா இன்ப வாழ்கையிலேயே தனது பொழுதை அந்தப்புரத்தில் கழித்து விட்டார். அரசாட்சிப் பொறுப்பை அமைச்சர்களிடம் தந்து விட்டார்.

அவர் மிதமிஞ்சிய சிற்றின்பத் திளைப்பினால், நாற்பது வயதிலேயே முதுமை எய்திவிட்டார். அபினிக்கும் அடிமையானார்.

''இவர் குருதி கொட்டவோ, இறைவன் படைத்த எவ்வுயிர்க்கும் தீங்கு செய்யவோ ஒரு போதும் ஒப்பியதில்லை'' என்று இவரது மென்மையான குணத்தைப் பற்றிக் கூறப்படுகின்றது.

முகலாய அரியணையில் ஒரே ஆண்டில் மேலுமிரு மன்னர்கள்

முகலாயர் பேரரசில் அரசியல் சூத்திரதாரிகளாக விளங்கி வரும் சையது சகோதரர்கள், முகமது ஷாவிற்குப் பிறகு, இருபது வயதான ரஃபியூஸ்-தரஜத் என்ற

இளைஞரைச் சிங்காதனத்தில் அமர்த்தினர். இவர் பகதூர் ஷாவின் நான்கு மக்களில் ஒருவரான ஷா உஷ்-ஷானின் மகன் ஆவார்.

இவர் மிகுந்த மதிக்கூர்மை வாய்ந்தவர் என்று கூறப்பட்ட போதிலும், உருக்கி நோயினால் வருந்தினார். இவர் ஆட்சிக்கு வந்ததும் அந்நோய் இவரைப் பெரிதும் வாட்டியது.

இக்கால கட்டத்தில் ஔரங்கசீப்பின் பேரனும், அவரது மகன் அக்பரின் பிள்ளையுமான நிக்கு-சியார் ஆக்ராவில் தன்னைப் பேரரசர் என்று பிரகடனப்படுத்தி முடிசூடிக் கொண்டார். அவருக்கு அந்நகரத்தைச் சேர்ந்த மித்திர சென் என்ற பிராமணர் துணையாக இருந்தார். அப்பிராமணர் நிக்குசியாரின் வசீராக-தலைமை அமைச்சராக அமர்த்தப்பட்டார்.

இந்நிலையில் நோயாளியான ரஃபியுஸ் தரஜத்தைப் பதவியிலிருந்து இறங்கச் செய்து, அவருடைய அண்ணனான ரஃபியுஸ் தௌலாவை 1719 ஜூன் 6 அன்று மன்னராக்கினர். தரஜத் இதற்கு ஒருவாரத்திற்குப் பிறகு இறந்து போனார்.

டெல்லியில் இவ்வாறு நிலைமையைச் சரிசெய்து விட்டுச் சையது சகோதரர்களில் ஒருவரான உசேன் அலி படையோடு ஆக்ராவிற்குச் சென்றார். அவர் அங்கு நிக்குசியாரைச் சிறைப்பிடித்துச் சலீம் கடு கோட்டையில் அடைந்தார். அவர் அங்கு 1723 மார்ச்சு 11இல் இறந்தார். மித்திர சென் பிடிபடுமுன்னர் தற்கொலை செய்து கொண்டார்.

எனினும் ரஃபியுஸ் தௌலாவும் தன் தம்பியைப் போன்று உருக்கி நோயினால் வருந்தினார். அவர் மூன்று மாதம் பன்னிரண்டு நாட்கள் மட்டுமே ஆண்டு விட்டு 1719 செப்டம்பர் 17ஆம் தேதி இறந்தார்.

ரஃபியுஸ்-தௌலா செத்த பின்னர், யாரை மன்னராக்குவது என்பது சையது சகோதரர்களுக்கு மிகவும் கடினமாயிருந்தது. அவர்கள் தகுந்த பொம்மையைத் தேடிக் கொண்டிருந்தனர்.

பகதூர் ஷாவின் கடைசி மகனான, அதாவது ஔராங்கசீபின் பேரனான, ரோஷன் அக்தார் என்ற பதின்மூன்று வயதுச் சிறுவன் அவர்களுக்குக் கிடைத்தான். அவனுக்கு முகமது ஷா என்ற பெயரைக் கொடுத்து 1719 செப்டம்பர் 28 அன்று சிங்காதனத்தில் உட்கார வைத்தனர்.

புதிய பேரரசருக்கு அரசுப் பணிகளைவிட, விலங்குகள் போடும் சண்டைகளைக் காண்பதில் தான் விருப்பம் அதிகம்.

அவரிடம் ஆட்சித்திறனோ அனுபவமோ இல்லை. அதனால் சையது சகோதரர்களின் கையில் ஆட்சிக் கடிவாளம் போயிற்று.

காண்டர்பரி ஆர்ச் பிஷப் - தரங்கபாடி லூதரன்களுடன் தொடர்பு

கிழக்கிந்தியக் கம்பெனி வாணிபத்தையே நோக்கமாகக் கொண்டு செயல்படுவதால், இந்தியாவில் அதன் அதிகார வரம்பிற்குட்பட்ட பகுதிகளில் கிறித்தவ சமயப்பணி நடைபெறுவதற்கு அது யாரையும் அனுமதிப்பதில்லை.

ஆனால் இந்தியாவில் கிறித்தவம் புனித தாமஸ் காலத்திலிருந்து அதன் மேற்குக் கரையில் இருந்து வருகின்றது. ஐரோப்பியர் வருகைக்கு முன்னரே, இந்தியாவில் கிறித்தவம் காலூன்றியிருந்தது.

போர்த்துக்கீசர் வழியே ரோமன் கத்தோலிக்கரும், அதை யொட்டிய ஏசு சபையினரும் பல நூற்றாண்டுகளாகக் கிறித்தவ சமயத்தைப் பரப்பி வருகின்றனர். அவர்கள் முகலாய அரச குடும்பத்திலேயே சிலரைக் கிறித்தவத்திற்கு மாற்றியிருந்தனர். பேரரசர் அக்பரையும். அவர் மகன் இளவரசர் சலீமையும் கூடத் தமது சமயத்திற்கு மாற்றிவிடலாம் என்று ஏசு சபைச் சாமியார்கள் நம்பினர்.

ஆனால் கத்தோலிக்க சமயத்திலிருந்து வேறுபட்ட சீர்திருத்தக் கிறித்தவரான புராட்டஸ்டண்டுகளாகிய லுதரன் சபையினர் தரங்கம்பாடியில்தான் தமது சமயப் பரப்புப் பணியைத் தொடங்கினர். பதினெட்டாம் நூற்றாண்டில் டென்மார்க்கின் மன்னர் நான்காம் ஃபிரடரிக் பட்டத்து இளவரசராயிருந்த காலத்தில் லுதரன் திருச்சபையினரும் கிறித்தவரல்லாதாரை மத மாற்றம் செய்யும் பணியில் ஏன் ஈடுபடலாகாது என்று எண்ணி, இத்துறையில் தொடக்கம் செய்து வைத்தார்.

எனவே, சீகன்பால்கு போன்றவர்கள் தென்னிந்தியாவில் லுதரன் திருச்சபைப் பணியில் வரலாற்றுச் சிறப்பு வாய்ந்த வேலைகளைச் செய்திருக்கின்றனர்.

பிரிட்டிஷ் அரசு சமயப்பரப்புப் பணியை இந்தியாவில் நடக்கவொட்டாமல் செய்த போதிலும், பிரிட்டிஷ் மக்களின் தலைமைச் சமய குருவான காண்டபரித் தலைமை ஆயர்கள் (ஆர்ச் பிஷப்புகள்) தென்னிந்திய லுதரன் சபையினரின் பணி மீது ஆர்வங்கொண்டு அவர்களைப் பல வழிகளில் ஊக்குவித்து வந்திருக்கின்றனர்.

(புனித அகஸ்டைன் (இறந்த ஆண்டு 604) இங்கிலாந்து மக்களை 597 ஆம் ஆண்டு முதல் முதலாகக் கிறித்தவராக்கினர், அவர் தான் காண்டர்பரியின் முதல் தலைமை ஆயராக கி.பி.601 முதல் 604 வரை இருந்தார்.)

தாமஸ் டெனிசன் (1636-1715) காண்டர்பரியின் தலைமை ஆயராக இருந்த காலத்தில் இங்கிலாந்துத் திருச்சபைக்கும் (தலைமை காண்டர்பரி) தென்னிந்திய லுதரன் மிசனுக்குமிடையிலிருந்த உறவுகள் நெருக்கடிக்குள்ளாயின.

ஆனால், டெனிசனை அடுத்து வில்லியம் வேக் (1657-1737) காண்டர்பரியின் தலைமை ஆயராகப் பொறுப்பேற்றதும், மீண்டும் இரு தரப்பினருக்குமிடையே நல்லிணக்கம் ஏற்பட்டது. காண்டர்பரித் தலைமை ஆயர் 1719 ஆம் ஆண்டு தரங்கம்பாடியிலிருந்த சமயப்பரப்பிகளை ஊக்குவித்து ஒரு கடிதம் எழுதினார்.

இராபின்சன் குரூசோ

கிட்டத்தட்ட இருநூற்று எழுபது ஆண்டுகளுக்கு மேலாக உலகெங்கிலும் இன்றும் (1989) விரும்பிப் படிக்கப்படும் இராபின்சன் குரூசோ என்ற சாகாக் கதையை டேனியல் டீஃபோ (1660-1731) என்ற ஆங்கில எழுத்தாளர் இந்த ஆண்டில்தான் எழுதி வெளியிட்டார்: (இவர் பற்றி இ.ச.க.முதற்தொகுதியில் காண்க)

கலமுடைந்து ஒரு தனித்தீவில் இறங்கிய இராபின்சன் குரூசோ பற்றிய இக்கதையை உலகில் இன்று அறியாதார் இருக்க முடியாது. இது புனைக் கதையேயாயினும், டேனியல் டீஃபோ அண்மையில் நடந்த ஓர் உண்மை நிகழ்ச்சியை அடிப்படையாக வைத்து இக்கதையை எழுதினார்.

(பிற் சேர்க்கை காண்க)

முதல் ஒளது நவாபு: லக்னோவின் கதை

இலட்சமணபுரி என்ற லக்னோ பல நூற்றாண்டுகளாகப் பெயர் பெற்று வந்திருக்கின்றது. எனினும் இந்தியாவின் வடமேற்கில் இருந்த ஒளது பகுதியல் சாதத் கான் என்ற ஈரானியர் (ஈரான் நாட்டவர்) தனது நவாபி குடியை நிறுவிய பிறகுதான் அதுமேலும் சிறப்புப் பெற்று, இன்று அது இந்தியாவின் பெரிய மாநிலமாகிய உத்தரப் பிரதேசத்தின் தலைநகராக உள்ளது.

ஒளரங்கசீபு தக்காணத்தில் தன் மேலாண்மையை நிலை நிறுத்தவும், தன் உயிருக்காகவும் போராடிக் கொண்டிருந்த கடைசிக்கால கட்டத்தில் சாதத் கான் என்ற ஓர் ஈரானியப் பிரபு, பாரசீகத்தில்-இன்றைய ஈரான் நாடு- நிசாப்பூர் என்று அழைக்கப்படும் ஊரிலிருந்து 1707 ஆம் ஆண்டு இந்தியாவிற்கு வந்தார்.

உமர் கய்யாம் ஊர்

நிசாப்பூர் ஈரானின் தலைநகரான தெகரானின் கிழக்கே சுமார் 700 கி.மீ. (435 மைல்) தொலைவில் இருக்கின்றது. இந்த ஊர் பாரசீகப்புலவரும், ருபாயத்து என்ற நாலடிப் பாடலைப்பாடி உலகப் புகழ் பெற்றவரும், கணித நிபுணரும், வானியல் வல்லுநருமான உமர் கய்யாம் (1050-1123) பிறந்த ஊராகும். கய்யாமின் நாலடியார் என்ற பாடல் தொகுதியை எட்வர்டு ஃபிட்ஸ் ஜரால்டு (1809-83) என்ற ஆங்கிலப் புலவர் 1859ஆம் ஆண்டு ஆங்கிலத்தில் மொழிபெயர்த்து வெளியிட்டதையடுத்து உமர்கய்யாம் உலகப் புகழ் எய்தி விட்டார்.

(அவர் கல்லறை ஒரு தோட்டத்தில் அமைந்துள்ளதை இன்றும் அந்த ஊரில் காணலாம். அது ஊருக்குத் தென்கிழக்கே மூன்று கிலோ மீட்டர் (2 மைல்) தொலைவில் இருக்கின்றது.)

சாதத் கான் ஷியா என்ற பிரிவைச் சேர்ந்த குடும்பத்தில் பிறந்தவர்.

(ஷியா பிரிவு: அலியும் அவருடைய மனைவியுமான திரு நபி மகள் பாத்திமாவும் தமக்குக் காலிஃபா என்ற சமய முதன்மை பெற்ற உயர் பதவி வேண்டும் என்று கி.பி. 656 முதல் உரிமை கொண்டாடி வந்தனர். இவர்களை ஆதரித்து நின்ற முஸ்லிம்கள் ஷியா-கட்சியினர் என்று பொருள். என்று அழைக்கப்பட்டனர். இவர்களை எதிர்த்தவர்களான பெரும்பான்மை இஸ்லாமியர் சன்னி என்று அழைக்கப்பட்டனர்.)

சாதக் கானின் குடும்பம் நிசாப்பூரில் செல்வத்தை இழந்து வறிய நிலை எய்தவே, அவர் இந்தியாவை நோக்கிப் புறப்பட்டார்.

ஒளரங்கசீபையடுத்து முகலாயச் சிம்மாசனத்தில் ஏறிய மன்னர் ஷியா பிரிவினர் என்பதை அறிந்தமையால்தான், அவர் இந்தியாவிற்குப் புறப்பட்டார். சாதத் கானுக்கு முகலாய அரசவையில் உடனே வேலை கிடைத்தது. அவர் பையப் பையத் தான் பதவி நிலையில் உயர முடிந்தது. அவருக்கு 1719 ஆம் ஆண்டில் தான் அந்த வாய்ப்புக் கிடைத்தது.

அவர் அப்போது, ஆக்ராவின் ஒரு மாவட்டத்தில் ஃபௌஜ்தார் - மேற்பார்வையாளர் பதவி அடைந்தார். அவர் இப்பதவியைப் பெற்றதும், சட்டத்தை மீறியவர்களை ஒடுக்கினார். முகலாய அரசிற்கு வரி செலுத்தத் தயங்கிய சமீந்தார்களையும், நிலப்பிரபுக்களையும் அடக்கினார். வரி தண்டுவது சாதத் கானின்

கடமையாக இருந்தமையால், அவர் அப்பணியை நிறைவேற்றுவதில் மிகுந்த வெற்றி கண்டார்.

எனவே, அதற்கு மூன்றாண்டுகளுக்குப் பிறகு, வட மேற்கு இந்தியாவிலிருந்த ஔது மாகாணத்தின் ஆளுநராக அமர்த்தப்பட்டார்.

ஔது அக்காலத்தில் சிறு சிறு பாளையக்காரர்கள் நிறைந்த பகுதியாக இருந்தது. அவர்கள் தன்னிச்சையாகச் செயல்பட்டனர். படைபலமும், அரசியல் முக்கியத்துவமும், அப்பாளையக்காரர்களுக்கு இருந்தன. ஒவ்வொரு பாளையக்காரரும் தன்கென ஒரு படையையும், ஆட்சி நிர்வாக அமைப்பையும் வைத்திருந்தனர்.

சாதத்கான் இப்பகுதியின் கவர்னரானதும், இப்பாளையக்காரர்களின் எதிர்ப்பை முறியடிக்கச் சண்டை போட்டுக்கொண்டு தான் லக்னோவுக்குள் நுழைய முடிந்தது.

சாதத் கான் லக்னோவினுள் நுழைந்ததும், அதைக் தன் தலைமையகமாக்கிக் கொண்டார். அது மிகவும் முக்கியமான நடவடிக்கையாகும். ஏனெனில், ஆளுநராக அமர்த்தப்பட்ட ஒருவர், தனது மாகாணத்தில் தனக்கெனத் தலைமையகம் வைத்துக் கொள்ளாதிருந்தால், அவரால் வரிகளைத் தண்டி எவ்வாறு டெல்லியிலுள்ள முகலாயப் பேரரசருக்கு அனுப்ப முடியும்?

சாதத் கான் உறுதியுடன் செயல்பட்டமையால், அவரால் தங்கு தடையின்றி வரிகளைத் தண்ட முடிந்தது. அவர் இதற்கிடையே பாரசீகத்திலிருந்து தனது சகோதரர் மகனான சஃப்தர் ஜங்கு என்றவரை அழைத்து வந்து தனக்குத் துணை அலுவலராக வைத்துக் கொண்டார்.

சஃப்தர் ஜங்கு ஔது வந்து சேர்ந்ததும் சாதத் கானின் மகளை மணம்புரிந்து, அவருக்குத் துணை அலுவலராயும், அவரின் வாரிசாகவும் தன்னை நிலை நிறுத்திக் கொண்டார்.

முகலாயப் பேரரசில் ஒரு மாகாணத்தின் ஆளுநர் பதவி வழி வழியான வாரிசுரிமை ஆகிவிடுவதில்லை. ஏனெனில் அப்படி ஒரு குடிதோன்றி அது பேரரசை வலுக்குன்றச் செய்து விடும் என்று பேரரசர் அஞ்சினார்.

ஆனால், சாதத் கான் தனக்கெனத் தனிச் சுதந்திரமான ஆட்சியை அமைத்துத் தனது குடியை நிறுவ வேண்டுமென்பதில் கண்ணுங் கருத்துமாயிருந்து, அவ்வாறே அதைச் சாதித்துக் கொண்டார்.

முகலாயப் பேரரசர் மராட்டியருடனும், ஜாட்டுகளுடனும் போராடிவந்த நேரத்தைச் சாதத் கான் தனக்கு நல்ல வாய்ப்பாகப் பயன்படுத்திக் கொண்டார். மைய அரசு வலுவிழந்து நின்ற இந்நேரத்தில், அவர் தன் கொடியை உயர்த்தி விட்டார்.

முகலாயப் பேரரசர் இதையறிந்து, சாதத் கானை 1728 இல் ஆக்ராவிற்கு மாற்றுவதற்கு முயன்றார். சாதத் கான் அந்த ஆணையை மீறி, முகலாயப் பேரரசினால் தான் ஆணையாளராக்கப்பட்ட பகுதியையே தனக்குத் தனியுரிமை ஆக்கிக் கொள்ளப் பல வழிகளில் முயன்றார். அதன் பிறகு முகலாய அரசு, அவரை ஆளுநர் பதவியிலிருந்து நீக்குவதற்கு முயலவில்லை.

சாதத் கானின் மகளை மணந்ததுடன், அவரின் பகரப் பேராளாகவும் இருந்து, வாரிசுபோல் விளங்கி வந்த ஜஃப்தர் ஜங்கிற்கும் எதிர்ப்பு எதுவும் வரவில்லை.

சாதத் கான் 1739 ஆம் ஆண்டு இறந்ததும், ஜஃப்தர் ஜங்கு தானே ஔது ஆளுநர்

என்ற பதவியைத் தனக்கென வைத்துக் கொண்டார். அவர் ஔதில் தன்நிலையை எவராலும் அசைக்க முடியாது என்பதை நன்றாக உணர்ந்து கொண்டதும்,எவ்விதமான ஆபத்துமின்றி டெல்லிக்குப் பத்திரமாகப் போய் வந்தார்.

டெல்லிக்கும், ஔது ஆளுநர்கள் அல்லது ''நவாபுகளுக்கும்'' (நவாபு என்ற பாரசீக மொழிச் சொல்லுக்குப் பிரதிநிதி என்று பொருள்) நல்ல உறவு இல்லை. நவாபு என்றால் முகலாயப் பேரரசர்களின் மேலாண்மைக்கு அடங்கிய பிரதிநிதியாக இருக்க வேண்டும்: ஆனால், ஔது நவாபுகளோ பேரரசர்களின் ஆணைகளுக்குத் தமது வசதி போலத்தான் கீழ்ப்படிந்தனர்.

ஃஸப்தர் ஜங்கு 1754 ஆம் ஆண்டு இறந்ததும், அவர் மகன் சுஜா-உத்-தௌலாவிற்கு, அவரின் தந்தை ஏற்றிருந்த பதவிகள் அனைத்தையும் முகலாயப் பேரரசர் தந்து அங்கீகாரம் அளித்தார். இதன் பிறகு ஔது ஆளுநர் பதவி வழிவழியாகத் தந்தைக்குப்பின் மகனுக்கு வரக்கூடிய வாரிசுரிமையுடையது என்பது உறுதி செய்யப்பட்டு விட்டது.

அதுமட்டுமன்றி ஔது ஆளுநர் தனது மாகாணத்தில் தண்டிய வரிகளை முகலாயப் பேரரசருக்கு அளித்து வந்த முறையும் மாற்றபட்டது. அதனால் டெல்லி அரசவையின் பணத்தை வைத்து கொண்டு ஔது செல்வச் செழிப்பில் திளைக்கலாயிற்று.

பாரசீகத்திலிருந்து 1707 ஆம் ஆண்டு மேலான வாழ்க்கையை நாடிவந்த சாதத் கானின் மகள் வயிற்றுப் பேரரான சுஜா-உத்-தௌலா இவ்வாறு 1761 வாக்கில் செல்வச் செழிப்பை அடைந்து தன்பாட்டன் விரும்பிய உயர் வாழ்க்கையை அனுபவித்தார். அவர் வலிமை மிக்கவராயும் விளங்கியதால், பிரிட்டிசாரின் கவனம் அவர் பக்கம் திரும்பியது.

அவருக்கும் பிரிட்டிசாருக்கும் 1764 ஆம் ஆண்டு பக்சார் என்ற இடத்தில் நடந்த சண்டையில் ஔது நவாபு தோற்கடிக்கப்பட்டார். பிரிட்டிசார் இத்துடன் விடாது சுஜா-உத்-தௌலாவை மேலும் அவமானப்படுத்துவதற்காக, ஔது ஆளுநர் பதவியிலிருந்து நீக்கும்படி முகலாயப் பேரரசரை இசையச் செய்தனர். அதை உறுதிப்படுத்தும் வகையில் பிரிட்டிசார், தமது படைகளுடன் லக்னோவுக்குள்ளும், ஃபைசாபாதிற்குள்ளும் நுழைந்தனர்.

அவர்கள் சுஜா-உத்-தௌலாவின் கொடியைக் கிழித்தெறிந்தனர்: அவரது நகர அலுவலரான கொத்தவாலை உதைத்து, அந்தப் பதவியில் கிழக்கிந்தியக் கம்பெனி அலுவலரான மேஜர் ஜான்கர்னாக் (1710-1800) என்றவரை அமர்த்தினர்.

இதனால் துயருற்ற சுஜா-உத்-தௌலா தனக்கு ஆதரவானவர்களைத் திரட்டிக் கொண்டு பிரிட்டிசாருடன் மோதி, மீண்டும் தோல்வியடைந்தார். அவர் இறுதியில் பிரிட்டிசாரிடம் சரணடைந்து அவர்களைத் தனது ஆண்டையாக ஏற்றுக் கொண்டார். நவாபு இவ்வாறு தம்மிடம் அடங்கியதும், பிரிட்டிசார் அவரிடம் தாராள மனப்பான்மையுடன் நடந்து கொண்டனர்.

ஔது நவாபு கசப்படைந்து நிற்கும் மராட்டியர் போன்ற பிற கூட்டத்தாருடன் சேர்ந்து கொண்டு தமக்கு எதிராகக் கிளர்ந்து விடாமல் தடுப்பதற்காகச் சுஜா-உத்-தௌலாவை ஔது அரியணையில் அமர்த்துவது தமக்கு நன்மை பயக்குமென்று பிரிட்டிசார் கருதினர். அவர்களின் கணிப்பு இவ்விஷயத்தில் மிகவும் சரியாக அமைந்தது.

பிரிட்டிசார் சுஜா-உத்-தெளலாவுடன் உடன்படிக்கைகளைச் செய்து கொண்டனர். முதல் உடன்படிக்கையினால் அவர்களுக்கு ஏராளமான பொருள் ஆதாயம் கிடைத்தது. அதன் பிறகு எண்பத்தாறு ஆண்டுகள் நடந்த நவாபு ஆட்சியில் மேலும் மேலும் பணத்தைப் பறிக்கவும், கறக்கவும் அந்த உடன்படிக்கை ஓர் அடிப்படையாக அமைந்தது. அதற்கு அலகாபாது உடன்படிக்கை என்று பெயர்.

அதன்படி, கோரா, அலகாபாது நீங்கலாக ஔது மாகாணம் நவாபிற்குக் கிடைத்தது. மேற்சொன்ன இரண்டு இடங்களும் முகலாயப் பேரரசருக்குத் தரப்பட்டன. கம்பெனியோ ஔது மாகாணமெங்கும் தீர்வை செலுத்தாமல வாணிபம் செய்யும் உரிமையைப் பெற்றது.

ஔது நவாபு அண்மையில் கம்பெனியுடன் நடத்திய போரில் ஏற்பட்ட செலவுகளுக்குத் தண்டமாக 50,000 ரூபாய் விதிக்கப்பட்டது. இவ்வாறாகக் கம்பெனி இந்த உடன்படிக்கையில் கண்டபடி ஏராளமான பல நன்மைகளை அடைந்தது.

நவாபும், கம்பெனியும் 1773 இல் மற்றோர் உடன்படிக்கை செய்து கொண்டனர். பிரிட்டிசார் அதன்படி நாவபிடமிருந்து ஐம்பது இலட்ச ரூபாயைப் பெற்றுக் கொண்டு அவருக்குக் கோரா, அலகாபாது எ ன்ற இரண்டு இடங்களையும் திருப்பி அளித்து விட்டனர்.

அத்துடன் கம்பெனி ஔது அரசவையில் ரெசிடெண்டு என்ற தன் பிரதிநிதியை அமர்த்திக் கொண்டது.

இவ்வுடன்படிக்கை கையெழுத்தான இரண்டாண்டுகளுக்குப் பிறகு சுஜா-உத்-தெளலா இறக்கவே, அவருடைய பல மக்களில் ஒருவரான அசஃபு-உத்-தெளலா ஔது நவாபானார்.

அசஃபு-உத்-தெளலாவின் ஆட்சித் தொடக்கத்திலிருந்து கடைசி நவாபான வஜீது அலிஷா 1856 ஆம் ஆண்டு நவாபு பதவியிலிருந்து நீக்கப்பட்டது வரையிலும், கம்பெனிக்கும், ஔது நவாபுகளுக்கு மிடையே, சதுரங்க ஆட்டம் போன்று, அரசியல் விளையாட்டுகள் நடந்து வந்தன.

லக்னோ வரலாறு

எனினும், நவாபுகளும், கம்பெனியாரும் நெருங்கிய ‘‘நட்பினராயிருந்த’’ இக்குறுகிய காலத்தில் இலட்சுமணபுரி என்ற லக்னோ, நகரம் மிகவும் சீரும் சிறப்பும் பெற்றுச் செழித்திருந்தது. இது மிகை அன்று என்று ரோசி லெவலின் என்ற ஆங்கிலப் பெண்மணி ‘‘நவாபுகளும், பிரிட்டிசாரும், லக்னௌவும்’’ என்ற துணைத் தலைப்பிட்டு ‘‘உயிருக்குத் தீங்கான நட்பு’’ (*A Fatal Friendship*) என்ற நூலில் குறிப்பிடுகின்றார்.

இன்று இந்தியாவை ஆளுகின்ற பிரதமர்களையெல்லாம் தந்து சிறப்பெய்தி யிருக்கும் உத்தரப் பிரதேசத்தின் தலைநகராக விளங்கும் லக்னோ எப்படிப்பட்ட நகரம்;

நடு உத்தரப்பிரதேசத்திலுள்ள ஔது மாகாணம் 1856 ஆம் ஆண்டு பிரிட்டிசாரால் அவர்களது ஆட்சிப் பகுதிக்குள் சேர்த்துக் கொள்ளப்பட்டது. ஔது என்ற முகலாய மாகாணமும், அதன் தலைநகரான லக்னௌவும் 1857-58-ஆம் ஆண்டுகளில் நடந்த படை வீரர் புரட்சியின் போது, அப்புரட்சியின் பல மையங்களுள் ஒன்றாக விளங்கின.

ஔது மாகாணம் 1877 ஆம் ஆண்டு ஆக்ரா மாகாணத்துடன் சேர்ந்தது, பின்னர் 1902 ஆம் ஆண்டில் ஆக்ரா. ஔது அடங்கிய மத்திய மாகாணம் தோன்றியது. இதுவே, 1950 ஆம் ஆண்டில் உத்தரப் பிரதேசம் என்ற பெயரைப் பெற்றது. உத்தரம் என்றால் வடக்கு, பிரதேசம் என்றால் நாடு, எனவே இதை வட நாடு எனலாம்.

நகர அமைப்பு

இலட்சுமணபுரி என்ற லக்னோ நகரம் கோமதி ஆற்றின் இருமருங்கும் பரந்து கிடக்கின்றது. அதன் தென் கரை மீது குறிப்பிடத்தக்க இரண்டு சிறு குன்றுகள் உள்ளன. நகரத்தின் நிலப்பரப்புச் சமமின்றி ஏற்ற, இறக்கமாக இருக்கின்றது.

இங்கு முதன் முதலில் பிராமணர் குடியேறி மேற்சொன்ன குன்றுகளில் ஒன்றின் மீது இலட்சுமணன் கோயிலைக் கட்டினர். அக்கோயில் ஔரங்கசீபின் (1618-1707) காலம் வரையிலும் இருந்தது. அப்போது அந்த இடத்திலிருந்த கோயிலை நீக்கிவிட்டு, ஔரங்கசீபு அங்கு ஒரு பள்ளி வாசலை எழுப்பச் செய்தார்.

இந்தப் பள்ளி வாசலின் தென்மேற்கே சந்தைக் கடைப் பகுதி-சௌக்கு-இருக்கின்றது. இதுதான் லக்னோவில் முதன்முதலாக ஏற்பட்ட தெரு ஆகும்.

இந்தச் சந்தைக் கடைப் பகுதிக்கு அருகில் ஷா மீனா என்ற முஸ்லிம் சித்தர் அடக்கமான இடம் உள்ளது. அந்தச் சித்தர் 1450 வாக்கில் லக்னோ வந்து குடியேறினார். அவர் அடக்கமான இடம் இன்று யாத்திரைத் தலமாகிவிட்டது.

உமாயூன் (1530-1556) கலக்கம் நிறைந்த தனது ஆட்சிக் காலத்தில் இந்தச் சந்தைக் கடைக்கு அருகில் தண்டு இறங்கினார் என்று கருதப்படுகின்றது.

பண்டை லக்னோ நகரத்தின் தென் எல்லைகளுக்கு அக்பரி வாயில் வரம்பாக இருந்தது என்பது இதிலிருந்து தெரிகின்றது. அக்பரி வாயில் அதற்கு முன்பு இருந்த

கோட்டை வாயிலுக்கு மாற்றாகக் கட்டப்பட்டது. எனவே, வரலாற்று இடைக் காலத்தில், இந்நகரம் மதில்களால் சூழப்பெற்றிருந்தது எனலாம். ஆனால், அச்சுவர்கள் எப்போது இடிக்கப்பட்டன என்பது தெரியவில்லை.

சந்தைக் கடைக்குத் தெற்கே பரங்கி மகால் என்றோர் இடம் உள்ளது. அது ஐரோப்பியர் வாழ்ந்த பகுதியாகும். கிழக்கு இந்தியக் கம்பெனி பதினேழாம் நூற்றாண்டில் தனது இரண்டு ஊழியர்களை லக்னோவிற்கு அனுப்பி அந்த இடத்தில் தங்கச் செய்தது. அவர்களை அங்கு ஒருவகையான மஸ்லின் துணியைக் கொள்முதல் பண்ணச் செய்வது என்று அப்போது முடிவெடுத்தது.

கோமதி ஆற்றின் வடகரையிலிருந்த ஹசன் கஞ்சு *(Hasan)*என்ற இடத்தில் அவ்வகைத் துணிகள் அப்போது நெய்யப்பட்டன.

கம்பெனி லக்னோவைச் சூரத்து மாகாணத்தின் ஒரு பகுதியாகவே கருதி வந்தது. மேற்குக் கரையிலுள்ள சூரத்திற்கு ஆக்ரா அல்லது அகமதாபாது வழியாகக் கம்பெனி தன் சரக்குகளை அனுப்பியது.

பின்னர் 1647 வாக்கில் ''கம்பெனிப் பணிகளுக்கென்று லக்னோவில் ஒரு வீட்டை'' அது வாடகைக்கு அமர்த்தியது அங்கிருந்த ஊழியர் எண்ணிக்கை அதிகமாக்கப்பட்டது.

லக்னோவில் சரக்குக் கொள்முதலுக்காக 1650 ஆம் ஆண்டு 70,000 ரூபாய் அனுப்பப்பட்டது. அவுரி (நீல) இலைப் பொதிகளும், ஏராளமான அளவில் சர்க்கரையும் லக்னோவிலிருந்து சூரத்திற்கு அனுப்பப்பட்டன. அப்போது மஸ்லின் வகைத் துணியை லக்னோவில் பக்குவப்படுத்தினர் அல்லது வெளுத்தனர். இப்பணிகள் நடந்த பரங்கி மகால் என்ற கட்டடம் இன்றும் லக்னோவில் உள்ளது.

ஔது நவாபுகளின் குடியைத் தோற்றுவித்த சாதத் கான் பதினெட்டாம் நூற்றாண்டின் தொடக்கத்தில் லக்னோவிற்குள் நுழைந்து தனது தலைமையகத்தைப் பஞ்ச மகல்லா என்ற இடத்தில் நிறுவினார். இது லக்னோவின் மிகப்பெரிய நிலப் பிரபுக்களான ஷெயிக்காடா என்ற குடும்பத்திற்குச் சொந்தமானதாகும். அவர்கள் முதலில் பஞ்ச மகல்லாவை 565 ரூபாய் வாடகைக்குத் தந்தனர்.

ஆனால், அது தனக்கு உரிமையானது என்று சாதத் கான் விரைவிலேயே கருதத் தொடங்கி, அதில் மாறுதல்களைச் செய்தார். பஞ்ச, மகல்லா என்றால் ஐந்து அரண்மனைகள் என்று பொருள்படும். ஆனால், இவை பலகாலத்திற்கு முன்னரே ஒரே அரண்மனை போல் ஒன்றாகிவிட்டன. எனவே கோமதி ஆற்றின் வட கரையிலிருந்து பார்த்தால் அது குன்றின் மீது நிற்கும் ஒரே அரண்மனை போலவே தோன்றுகின்றது.

சாதத் கான் லக்னோவில் பல்வேறு கஞ்சுகளைச் சந்தைக் கடையின் இருமருங்கும் அமைத்தார். இது பெரும்பாலான வட இந்திய நகரங்களில் காணப்படுவதைப் போன்ற பொதுவான அம்சமாகும்.

கஞ்சு

கஞ்சு என்பது என்ன? பயணிகள் அல்லது அவர்களின் குதிரைகள், பொதி விலங்குகள் முதலியவற்றுக்கு வேண்டிய பொருள்களை வைத்து விற்கக்கூடிய ஒருவகைப் பேட்டை கஞ்சு எனப்படும். அப்பேட்டைகள் கட்டுமானத்தால் மண்ணால்

அல்லது மரப்பலகைகளால் சுற்றி அடைக்கப்படும். அதை ஒரு சத்திரம் என்றும் கூறலாம். அப்படிப்பட்ட கஞ்சுகள் அறப்பணி நோக்கத்தோடு கட்டப்பட்டிருக்கலாம். அல்லது ஆதாயங் கருதி அமைக்கப்பட்டிருக்கலாம்.

ஏனெனில் அவற்றை வாடகைக்கு விடலாம்: திறந்த வெளியாகக் கிடக்கும் முகாம்களை விட, இப்படிப்பட்ட மூலைப் பேட்டைகள் மிகவும் பாதுகாப்பானவை.

அவற்றினுள் பயணிகள் தங்கிக் கொள்ளலாம்: பல குடும்பங்கள் இப்படிப்பட்ட பேட்டைக்குள் வாழ்ந்து வந்தன. அவற்றினுள் ஏராளமான மக்கள் இருப்பர். பார்த்தால் ஒரு பெரிய ஊர் போல அது இருக்கும்.

தொழில் நகரங்கள் தோன்றியதற்கு முன்னர், இப்படி வரிசையாகப் பேட்டைகள் எவ்வாறு அமைந்திருந்தன என்பதைக் கற்பனை செய்து பார்த்துக் கொள்ளலாம்.

வண்டிப் பேட்டை

தமிழ்நாட்டில் பதினெட்டாம் நூற்றாண்டுக்கு முன்னரே பொதி மாடுகளில் ஊர் விட்டு சென்று வாணிபம் செய்து வந்த நாடார் வகுப்பினர், இரவில் பாதுகாப்பாகத் தமது பொதி மாடுகளும், சரக்குகளும் பத்திரமாக இருக்க வேண்டுமென்பதற்காகத் தென் தமிழகத்தில் ஆங்காங்கே வண்டிப் பேட்டைகள் என்று கஞ்சுகளைப் போன்று நாற்புறமும் சுவர் எழுப்பிப் பெரிய கதவுகளைக் கொண்ட பேட்டைகளை அமைத்தனர். அவற்றுக்கு வண்டிப் பேட்டை என்று பெயர். அவற்றை இன்றும் தென் தமிழ்நாட்டின் பல ஊர்களில் காணலாம்.

லக்னோவில் அமைந்த இக்கஞ்சுகள் சந்தைக் கடைப்பகுதிக்கு- சௌக்கு- அப்பால் அமைக்கப்பட்டன. லக்னோவின் முதுகெலும்பு போன்றிருந்த சந்தைக் கடைக்கு நேர் கோணங்களில் கஞ்சுகள் அமைந்திருந்தன.

லக்னோ நகரம் 1765 வாக்கில் ஓரளவு பெரிய நகரமாக வளர்ந்து விட்டது. இங்கு ஏராளமான வீடுகள் செங்கல்லால் கட்டப்பட்டிருந்தன.

லக்னோவின் மக்கள் தொகை 1775 ஆம் ஆண்டிற்கு முன்னர் எவ்வளவு என்பது நமக்குப் புலனாகவில்லை. அசஃபு-உத்-தௌலா 1775 ஆம் ஆண்டில்தான் இந்நகரத்தைத் தனது நிரந்தரத் தலைநகராக்கினார். மேலும், லக்னோவின் மக்கள் தொகைக் கணிப்பு 1901 ஆம் ஆண்டு வரையிலும் நம்பத்தக்கதாகக் கணிக்கப்படவில்லை.

முதலில் 1798 ஆம் ஆண்டு எடுத்த குடிக்கணக்குப்படி, இந்நகரத்தில் 5,00,000 பேர் வாழ்ந்தனர் என்று கூறப்படுகின்றது. இதுமிகையான கணிப்பாகும். இது 3,00,00 என்பது 1800 ஆம் ஆண்டில் எடுத்த கணிப்பில் தெரியவந்தது. இது சரியான கணிப்பாக இருக்கலாம். இதற்கு இருபத்தைந்து ஆண்டுகளுக்கு முன்னர், ஔது நவாபின் லக்னோ நகரத்துச் சிறப்பைக் கேள்வியுற்று ஏராளமானவர்கள் இங்கு வந்து குடியேறியது இந்த ஜனப்பெருக்கத்திற்குக் காரணமாகும்.

கடைசி நவாபு 1856 ஆம் ஆண்டு பதவியிலிருந்து நீக்கப்பட்டதும், மக்கள் தொகை லக்னோவில் பெரிதும் குறைந்து விட்டது. அது 1901 வாக்கில் கிட்டத்தட்ட 256,000 என்று நிலைப்பட்டு விட்டது.

லக்னோ 1760 ஆம் ஆண்டுகளில் ஒரு பெரிய நகரம் என்று கருத முடியாது. இந்நூற்றாண்டில் லக்னோவின் மக்கள் தொகை 1957 இல் சுமார் 5,00,000 ஆக உயர்ந்தது.

இக்கால கட்டத்தில் நகரம் கிழக்கிலும் மேற்கிலும் விரிந்தது. மக்கள் எண்ணிக்கை 1971 ஆம் ஆண்டு 7,49,239 ஆகவும், 1987 ஆம் ஆண்டு 10 07,600 ஆகவும் அதிகரித்திருக்கின்றது.

கோமதி ஆற்றின் தென் கரை நெடுகிலும் இங்குமங்குமாகக் கிடந்த சிற்றூர்களை அசஃபு-உத்-தௌலாவும், அவருக்குப் பின் வந்த ஔது நவாபுகளும் ஒன்றாக்கி ஒரு முழு நகரமாக்கினர் என்பது தவறான கருத்தாகும். அசஃபு-உத்-தௌலாவின் ஆட்சித் தொடக்கமான 1775 ஆம் ஆண்டு வாக்கில் லக்னோவிலிருந்து இங்கிலாந்திற்கும், ஆப்கானிஸ்தானத்திற்கும் சர்க்கரை, அவுரி, துணி முதலியன ஏற்றுமதியாயின: தங்க, வெள்ளி வாணிபத்துடன் கூடிய பெரிய வாணிப மையமாக லக்னோ விளங்கிற்று.

இங்கு செய்யப்பட்ட பித்தளைப் பாத்திரங்களுக்கு நல்ல பெயர் இருந்தது. அவற்றின் மீது முலாம் பூசுவது, கோலங்கள் செதுக்குவது, அச்சிடுவது போன்றவை நகரின் பெரிய தொழில்களாக இருந்தன.

மக்கள் எண்ணிக்கை அதிகரித்தபோதிலும், பழைய லக்னோவில் அமைந்திருந்த நவாபு அரசவையின் தாக்கத்தை மிகைப் படுத்திக் கூறுவதும் தவறாகும். பழைய நகரத்திற்கு நவாபின் அரசவை வந்தமையால் அது பல வழிகளில் பாதிக்கப்பட்டது. அதனால் நகரத்தில் பரத்தையர் எண்ணிக்கை மிகுந்தது. பொன், வெள்ளி வேலைக்காரர்களும் பின்னல் வேலைக்காரர்களும், மணச்சரக்குகள் செய்வோரும் பெருகினர்.

நவாபுகளின் ஐரோப்பிய மோகம்

நவாபுகளுக்கு ஐரோப்பியப் பண்டங்கள் மீது மோகம் மிகுந்தமையால், பழைய நகரத்தினுள் அவை வந்து புகுந்தன. அதற்குச் சிறந்த சான்று என்று, கல்லச்சு என்னும் லித்தோ அச்சகங்கள் பழைய நகரத்தில் அறிமுகமானதைக் கூறலாம்.

லித்தோ அச்சகங்கள்

சௌக்கு என்ற சந்தைக் கடைப் பகுதியைச் சுற்றிலும் லித்தோ அச்சகங்கள் முளைத்தன. பிரிட்டிஷ் அரசின் லித்தோ அச்சகத்தில் பணிபுரிந்த ஆர்ச்சர் என்ற ஆங்கிலேயர் பதினெட்டு ஆண்டுகள் இங்கு அச்சகம் நடத்திய பிறகு, லக்னோவில் 1871 ஆம் ஆண்டில் குறைந்தது பதினேழு அச்சகங்கள் தோன்றின. அங்கு அச்சான புத்தகங்கள் இந்தியாவெங்கும் விற்பனைக்குச் சென்றன. இந்த அச்சுத் தொழிலில் ஏராளமான வேலைக்காரர்கள் ஈடுபட்டனர்.

உருது மொழி நூல்கள்

லக்னோ நகரம் உருது மொழி ஏற்றம் பெற்றிருந்த பட்டணமாகும். நவாபுகளின் ஆதரவில் உருது மொழி உச்ச நிலையை எய்தியிருந்தது. உருது மொழி நூல்கள் பெரிதும் கையால் தகுந்த கற்களில் எழுதப் பெற்று, அக்கற்களைக் கொண்டு லித்தோ முறையில் அச்சிடும் வழக்கம் அண்மைக்காலம் வரையிலும் இருந்து வந்தது.

லக்னோவில் அந்த முறைப்படி பல உருது நூல்கள் அச்சிடப்பெற்றமையால், அங்கு பதினெட்டாம் நூற்றாண்டில் இத்தனை அச்சகங்கள் இருந்தன.

பழைய, புதிய லக்னோ

பழைய லக்னோ 1775 ஆம் ஆண்டு முற்றிலும் மாறுதலடைந்தது என்று நினைப்பதும் தவறாகும். சௌக்கு என்ற சந்தைக் கடைக்கு மேற்கே இருந்த அரசவையைச் சுற்றிப் பழைய, புதிய நகரங்கள் இரண்டும் தனித்தனியே வளர்ச்சியடைந்தன.

அவற்றுள் ஒன்று மற்றொன்று தொடர்ந்து நீடிப்பதற்கு அவசியமானதாக இருக்கவில்லை. நவாபி அரண்மனைகள், சமயத்தொடர்பான பகுதிகள் இவற்றையெல்லாம் ஃபைசாதுபாது அல்லது கான்பூரில் கட்டினாலும், லக்னோவின் இரண்டு நகரப்பிரிவுகளும் தொடர்ந்து வளர்ச்சியடையவே செய்திருக்கும்.

நவாபின் அரசவை எங்கிருந்தாலும் சரி, கலைஞர்களும், வீர தீர சாகசக்காரர்களும் லக்னோவை மொய்க்கத்தான் செய்திருப்பார்.

இந்நகரம் 1775 ஆம் ஆண்டிற்கு முன்னரே தன்னிறைவு பெற்றிருந்தது. அது பத்தொன்பதாம் நூற்றாண்டில் சீர் கெடத் தொடங்கியது என்று கருதுவதற்கு இடமேயில்லை.

செல்வச் செழிப்பும், வேறு பல சிறப்புகளும் உடையதாயிருந்த பழைய லக்னோவின் வாழ்க்கை அப்படியே ஒரே மாதிரி சென்று கொண்டிருந்தது. அங்கு வட்டித் தொழில் செய்யும் லேவா தேவிக்காரரும் செழித்தனர்.

பன்னெடுங்காலத்திற்கு முன்னர் அங்கு அமைக்கப்பட்ட அக்க சாலை என்ற நாணயச் சாலை தொடர்ந்து நவாபுகளின் தலைகளை நாணயங்களில் அச்சிட்டு வந்தது. புகையிலைத் தொழில், வேளாண்மை, சர்க்கரைத் தூய்மி, நூற்பு, நெசவு போன்ற தொழில்கள் நடந்து வந்தன.

பள்ளி வாசலையும், மதரசாக்கள் என்ற பள்ளிக்கூடங்களையும். மண்டிகள் என்ற கடைப் பகுதிகளையும் மையமாகக் கொண்டு சமூக வாழ்க்கை இயங்கி வந்தது.

இந்தியாவில் ஷியா பிரிவினரின் பெரும் புகழ் பெற்ற கட்டடங்கள் லக்னோவில் உள்ளன.

கங்கை ஆற்றுச் சமவெளியில் அமைந்திருக்கும் லக்னோ நகரம் டெல்லிக்குக் கிழக்கில் தெற்கே தள்ளி சுமார் 435 கி.மீ (270 மைல்) தொலைவில் உள்ளது.

இரண்டாவது பிரஞ்சுக் கிழக்கிந்தியக் கம்பெனி அமைப்பு

இந்த 1719 ஆம் ஆண்டு ஜீன் லா என்பவர் இரண்டாவது பிரஞ்சுக் கிழக்கிந்தியக் கம்பெனி ஒன்றை நிறுவினார். பிறகு இந்தியாவில் பிரஞ்சுக்காரரின் நடவடிக்கைகள் மிகப்பெரிய அளவில் விரிந்தன. இக்காலகட்டத்தில் ஐரோப்பிய நாடுகள் வாணிபத்திற்கென்று இந்தியாவிற்கு அனுப்பிய கப்பல்களின் எண்ணிக்கையும் மிகுந்தது.

பிரஞ்சுக் கிழக்கிந்தியக் கம்பெனி 1665 முதல் 1676 வரை, பன்னிரண்டு ஆண்டுகளில் இந்தியாவிற்கு முப்பத்தைந்து கப்பல்களை அனுப்பி வைத்தது. பின்னர் 1679 முதல் 1695 ஆகிய ஆண்டுகளுக்கு இடைப்பட்ட பதினேழாண்டுக் காலத்தில் அவை முப்பத்தொன்றாகி 1697 முதல் 1706 ஆம் ஆண்டுக் காலத்திற்குள் பத்துக் கப்பல்களாகக் குறைந்தது என்ற செய்தி ''கேம்பிரிட்ஜ் இந்தியப் பொருளாதார வரலாறு'' என்ற நூலில் காணப்படுகின்றது.

இதே காலத்தில் டச்சுக்காரரும், ஆங்கிலேயரும் அனுப்பிய கப்பல்களின் எண்ணிக்கையுடன் மேற்கூறிய பிரஞ்சுக் கப்பல்களை ஒப்பிடும்போது. அது மிகவும் குறைந்ததாகும்.

முதல் கம்பெனி

பிரஞ்சுக்காரர் இந்தியாவுடன் வாணிபத்தில் ஈடுபடுவதென்று முதன் முதலில் நல்ல அமைப்பு முறையுடன் 1665-ஆம் ஆண்டு இறங்கினர். அவ்வாண்டு பிரஞ்சு அரசியல் தந்திரியும், பதினான்காம் லூயியின் முதலமைச்சருமான ஜீன் பாப்டிஸ்டு கோல்பர் (1619-1853) முதல் பிரஞ்சுக் கிழக்கிந்தியக் கம்பெனியை (Compagnie des Indes)அமைத்தார். அவர் ஆற்றல் வாய்ந்த கப்பற் படையை உருவாக்கினார். வாணிபக்கப்பல்களின் தொகுதியைப் பெருக்கினார். அவர் வாணிப நாட்டக் கொள்கையைக் கடைப்பிடித்தார். அவர் இத்துடன் அமையாது சாலைகளை அமைத்தார். கால்வாய்களை வெட்டினார். பிரஞ்சுக்காரர் அதையடுத்துச் சூரத்தில் ஒரு பண்ட சாலையை அமைத்தனர்.

டச்சுக் கிழக்கிந்தியக் கம்பெனியில் இருபத்தாறு ஆண்டுகள் பணியாற்றிய பிரஞ்சுக்காரரான, ஃபிரான்சஸ் கரான் என்றவரின் பொறுப்பில் சூரத்துப் பண்ட சாலை விடப்பட்டது. அவர் பிரசல்ஸ் (இந்நகரம் பெல்ஜியத்தின் தலைநகராக இருந்து வருகின்றது. இதன் பிரஞ்சுப் பெயர் பிரக்சல்ஸ்) நகரத்தைச் சேர்ந்த புராட்டஸ்டண்டுக் கிறித்தவர்.

பிரஞ்சுக்காரர் பதினேழாம் நூற்றாண்டின் இக்காலகட்டத்தில் நாட்டு மன்னர்களிடம் வாணிபம் புரிவதற்கு வேண்டிய சலுகைகளையும், பிற உதவிகளையும் பெற முடியாது திண்டாடினர். மேலும், இத்துணைக் கண்டத்தில் ஏற்கனவே காலூன்றி விட்ட பிற ஐரோப்பிய நாட்டவரின் பகைமைக்கும் பிரஞ்சுக்காரர் ஆளாக நேர்ந்தது.

பிரான்சிலிருந்து 1666 ஆம் ஆண்டு லா புல்லாயி லெ கௌஸ் என்றவர் முகலாய அரசவைக்குப் பிரஞ்சுத் தூதுவராக அனுப்பி வைக்கப்பட்டார். அவர் பிரஞ்சு முதலமைச்சர் கோபட்டுக்குக் கடிதமெழுதி, டச்சுக்காரரின் கொட்டத்தை அடக்குவதற்கு வெடி மருந்துகளும், குண்டுகளும் அனுப்பி வைக்குமாறு கேட்டிருந்தார்.

அதற்கு நான்காண்டுகளுக்குப் பிறகு (1670) பிரஞ்சு முதலமைச்சர், தெலா ஹே என்றவரின் தலைமையில் ஒன்பது போர்க் கப்பல்களடங்கிய ஒரு தொகுதியை அனுப்பி வைத்தார். இவ்வளவு வலிமை வாய்ந்த பிரஞ்சுக் கப்பற்படை வந்ததும் சூரத்தில் பரபரப்பு ஏற்பட்டது. எனினும் அப்படையின் இறுதி முடிவு ஏமாற்றமளிப்பதாக அமைந்தது.

தெ லா ஹே 1672 ஆம் ஆண்டு சோழ மண்டலக்கரை வழியே கலஞ்செலுத்தி வந்த காலையில் போர்த்துக்கீசரிடமிந்து கோல் கொண்டாச் கல்தான் கைக்குச் சென்றிருந்த சாந்தோமைக் கைப்பற்றினாடர். டச்சுக்காரரும், கோல்கொண்டாப் படையினரும் சேர்ந்து அவரை முற்றுகையிடவே, அவர் 1674 ஆம் ஆண்டு பின் வாங்கிச் சென்றார்.

நான்காண்டுகளுக்கு முன்னர் பிரான்சிலிருந்து வெளிப்பட்ட இக்கப்பல் தொகுதியின் சிறப்புக் குன்றிவிட்ட போதிலும். பிரஞ்சுக் கம்பெனியின் ஏஜண்டுகளில் ஒருவரான பெல்லஞ்சர் தெ லேபினாய் பிஜப்பூர்ச் சுல்தானிடமிருந்து 1673 இல் ஒரு சிற்றூரைப் பெற்றார். அச்சிற்றூரான பாண்டிச்சேரிதான் இந்துமாக்கடல் பகுதியெங்கும் நடந்த பிரஞ்சு நடவடிக்கைகளுக்கெல்லாம் பின்னாளில் தலைநகரமாயிற்று.

1720

சுப்பிரதீபக் கவிராயர்;
நாகம கூளப்ப நாயக்கன் விறலிவிடு தூது

தமிழ் இலக்கிய வரலாற்றில் மொழி நயமும், படைப்புத் திறனும் குன்றியிருந்த காலம் இது என்று, பதினெட்டாம் நூற்றாண்டைக் கூறலாம். இக்கால கட்டத்தில் முற்றிலும் சிற்றிலக்கிய வகை சேர்ந்த தூது, பள்ளு வகைகளும் எழுந்தன. தாயுமான சுவாமிகள் என்ற ஆன்மீக ஞானச்சுடர் ஒன்று மட்டுமே இக்காலத்தில் தமிழ் இயக்கியத்தை ஒளிரச் செய்தது.

திருவரங்கத்தில் பிறந்த வைணவர் தச்ச வகுப்பினர்; வீரமா முனிவர்க்குத் தமிழ் கற்பித்தவர் கிறித்தவர் சமயத்தைத் தழுவியவர் என்றும், திருமங்கலத்திற்கு அருகில் பிறந்தவர் என்றும் பலவாறாகக் கூறப்பட்டு வரும் சுப்பிரதீபக் கவிராயர் இப்பதினெட்டாம் நூற்றாண்டில் வாழ்ந்த சிறந்த தமிழ்ப் புலவர்களில் ஒருவராவார். இவர் காலத்தோடு கலந்து ஒன்றி, அக்கால நிலைக்கேற்ப வாழ்ந்து இலக்கியம் சமைத்தார்.

அவர் இயற்றியுள்ள நாகம கூளப்ப நாயக்கன் விறலிவிடு தூது என்ற நூல் இந்த 1720 ஆம் ஆண்டு தோன்றியது. இ.ச.க.முதற் தொகுதியில் 1600, 1650 ஆகிய இரண்டு ஆண்டுகளில் பாடப்பட்ட இரண்டு விறலிவிடு தூது நூல்கள் பற்றிக் கூறியிருந்தோம். அவை முறையே தெய்வச்சிலையார் விறலி விடுதூது எழுதியவர் குமாரசாமி அவதானி-மூவரையன் விறலி விடுதூது ஆகியனவாகும். அவ்வரிசையில் சுப்பிரதீபக் கவிராயரின் நாகம் கூளப்ப நாயக்கன் விறலி விடு தூது இந்த 1720 ஆம் ஆண்டு தோன்றியது.

நிலக்கோட்டைப் பாளையப்பட்டின் தலைவனான நாகம கூளப்ப நாயக்கன் மீது பாடப்பெற்றது.

இந்நூல் பல பதிப்புகளில் வெளிவந்துள்ளது.

சரவணப் பெருமாள் ஐயர், சென்னை 1948;

இராய, சொக்கலிங்கம், காரைக்குடி 1949;

இந்த 1949 ஆம் ஆண்டு பதிப்பில் இடையில் பல பகுதிகள் குறிப்பாகச் சம்போக லீலைகளை வருணிக்கும் பாடல்கள் அரசு ஆணைப்படி நீக்கப்பட்டிருந்தன.

சுப்பிரதீபக் கவிராயர் இசை பற்றியும், நாட்டியம் பற்றியும், பல அரிய செய்திகளை இத்தூது நூலில் தந்திருக்கின்றார். சுப்பிரதீபக் கவிராயரின் ''எதிரி'' ஆக விளங்கிய பல பட்டடைச் சொக்க நாதப் புலவரின் பண விடுதூது (1715 ல் காண்க) பதினெட்டாம் நூற்றாண்டின் சமூக வாழ்கையைப் படம் பிடித்துக் காட்டுவது போன்று, நாகம் கூளப்ப நாயக்கன் விறலிவிடு தூது அக்காலத்துக் கலை வாழ்க்கையைத் தெள்ளிதின் பிரதிபலிக்கின்றது.

இசை

இந்நூலின் ஒவ்வொரு கண்ணியிலும், தோடி, கானடா, செஞ்சுருட்டி, காந்தாரம்

முதலிய இராகங்கள் கூறப்பட்டுள்ளன. புலவர் இசையிலும் தேர்ந்த புலமையுடையவர் என்பதை இந்நூலில் பரக்கக் காணலாம்.

நடனம்

அதைப்போலவே நடனக் கலையும் இந்நூலில் விவரித்துரைக்கப்பட்டுள்ளது. நாட்டியக்காரி புஷ்பாஞ்சலி என்ற மலர்ப் பூசை தொடங்கி என்னவெல்லாம் ஆடினாள் என்பதைச் சுப்பிரதீபக் கவிராயர் கூறுகின்றார்.

1. புஷ்பாஞ்சலி
2. பிள்ளையார் கௌத்துவம்
3. இளைய நயினார் கௌத்துவம்
4. எடுப்பு
5. சொல் கட்டில் ஆரி தொகுத்தல்
6. கைச் சலாம்
7. தகு
8. சதி
9. கீதம்
10. பிரபந்தம்
11. பதம்
12. அபிநயம்
13. கோப்பு
14. பேரணி

15.ஜக்கனி 16.சைலாகு வித்தை

17.கூத்து 18.தேசிகம்

19.ஜய மங்களம்

விறலி விடு தூது இலக்கியங்களிலிருந்து அவை பாடப்பட்ட காலங்களில் மக்களின் நடையுடை பாவனைகள் எவ்வாறு இருந்தன என்பதையும் அறிகின்றோம். சான்றாக, 1600 ஆம் ஆண்டில் பாடப்பெற்ற தெய்வச் சிலையார் விறலிவிடு தூது என்ற நூலில் சேலை, ரவிக்கை சவுளிக் கடை முதலியன பற்றிய செய்திகள் காணப்படுகின்றன.

அதில் வீரவழிப் பட்டுக் என்றொரு பட்டுக் கூறப்படுகின்றது. புடவைக் கடையைச் சவுளிக்கடை என்று பதினேழாம் நூற்றாண்டில் அழைத்தனர்.

நாரண வண்ணம் ஏகாங்கி பொன்னெழுத்துச்சேலை என்று ஒரு புடவை அந்நூலில் கூறப்படுகின்றது. ரவிக்கை என்ற சொல்லும் வழக்கில் இருந்ததை இந்நூலால் அறிகின்றோம். ''பொற்சரிகை வேலை வண்ண ரவிக்கை'' என்று அது அழைக்கப் படுகின்றது. பொன் முலை மேல் பாடை ரவிக்கை என்றும் கூறப்படுகின்றது.

அக்காலத்தில் பெண்கள் முலைக் கச்சு அணியும் வழக்கமும் இருந்தது. ஒருவகைக் கச்சுக்குக் ''கிண்ண முலைக் கச்சு'' என்று பெயர் கூறப்படுகிறது. அவை பதினாறு, பதினேழாம் நூற்றாண்டுகளில் வழக்கில் இருந்தன என்பதை அறிகின்றோம்.

பதினெட்டில் சேலை, ரவிக்கை

சுப்பிரதீபக் கவிராயரின் நாகம கூளப்ப நாயக்கன் விறலிவிடு தூது, பதினெட்டாம் நூற்றாண்டில் பெண்கள் அணிந்திருந்த பல வகைச் சேலைகளைப் பற்றிக் கூறுகின்றது.

வீதி வானச் சேலை	வண்ணத் தார்ச் சேலை
முத்த வண்ணச் சேலை	நாரண வண்ணச் சேலை
உடை முறிச்சுக் குத்தி	அருகு மணிச் சேலை
சல்லாச் சேலை	ஆள் எழுத்துச் சேலை
சந்திரகாசச் சேலை	கஸ்தூரி கொடிச் சேலை
சரிகைச் சேலை	கம்பாவரித் துகில்
கம்பிச் சேலை	சந்திர காந்தச் சேலை

நாகம கூளப்ப நாயக்கன் விறலிவிடு தூது எழுதப் பெற்ற ஐம்பதாண்டுகளுக்குப் பிறகு 1770 இல் தோன்றிய சேதுபதி விறலி தூது கூறும் சேலை வகைகள்:

ஆரஞ்சு சேலை	பட்டைக் காரச் சேலை
கெண்டைச் சேலை	அரக்குச் சாயச் சேலை
பஞ்சவர்ணச்சாய வடக்குத்திச் சேலை	அணக்கு
சல்லாச்சேலை	அன்னக் கருக்குச் சேலை
பாம்பு வாணக் கட்டாங்கி	சுற்றுக் கம்பிச் சேலை
கஞ்சத்துச் சல்லா	மயில் கண்ணுச் சேலை

பத்தொன்பதாம் நூற்றாண்டில் (1804) எழுந்த நண்ணாவூர் சங்கமேசுவரசாமி வேதநாயகி விறலி விடுதூது கூறுகின்ற சேலை வரை

வர்ணகிரிக் கத்தாரின் கட்டிச் சமுக்காளம் (இது சேலையன்று)

ஆள் எழுத்துச் சேலை	**வர்ணச் சேலைப் பட்டு**
துத்தாரிச் சேலை	**சல்லாத் துப்பட்டி**
முத்துவர்ணச் சேலை	**கெண்டையிட்ட சேலை**
நிறை எழுத்துச் சேலை	**மறுவர்ணச் சேலை**
சரிகை போட்ட ரவிக்கை	

மூக்குத்தி

பெண்கள் பதினேழாம் நூற்றாண்டில் மூக்குத்தி அணிந்தனர்.

சாராயம்

சாராயம் அடு கள் என்ற பெயரால் சங்க காலத்திலேயே வடிக்கப்பட்டது என்று கூறுவாருமுளர். பனை, தென்னையிலிருந்து இறக்கப்படும் கள் போலன்றிப் பல வகைப் பழங்களையும், பிற பொருள்களையும் ஊறவைத்துப் புளிக்கச் செய்து, ஊறலை வடித்து எடுக்கும் சாராயம் பதினேழாம் நூற்றாண்டில் தமிழ்நாட்டில் குடிக்கப்பட்டது என்பதை விறலிவிடு தூது நூல்கள் நமக்குக் கூறுகின்றன.

சாரம் என்ற வடசொல்லின் அடியாகச் சாராயம் என்ற சொல் பிறந்தது என்பர்.

மிகவும் நயமான சாராயம் முன்னாளில் நெதர்லாந்து எனப்படும் ஆலந்து நாட்டிலிருந்து கொண்டு வரப்பட்டது. அங்குள்ள தொன்மையான மாவட்டமாகிய படேவியாவிலிருந்து இந்தியாவிற்குச் சாராயம் வந்தது. படேவியா மாவட்டம் அங்கு ரைன் ஆற்றின் முகத்துவாரத்திலுள்ள ஒரு தீவில் இருந்தது. அங்கு சாராயத்திற்கு நியப்பு என்று பெயர். இச்சரக்கு முன்னாளில் டச்சுக்காரர்களுக்கு (நெதர்லாந்து நாட்டினர்க்கு) மிகுந்த ஆதாயத்தைக் கொடுத்து வந்தது.

சாராயம் அரிசி ஊறலிலிருந்து வடித்தெடுக்கப்படுவதுண்டு-மற்றொரு வகை உயர்தரச் சாராயம் 1800 ஆம் ஆண்டுகளில் கொழும்பிலிருந்து வந்தது. இது கள்ளிலிருந்து, பெரிதும் தென்னங்கள்ளிலிருந்து வடித்தெடுக்கப்பட்டதாகும். இதில் சராசரியாக 42 விழுக்காடு மதுசாரம்-ஆல்ககால் இருக்கும்.

தென்னிந்தியாவில் பட்டைச் சாராயம், நாட்டுச் சாராயம் என்றெல்லாம் அழைக்கப்பட்ட மதுவகைகள், நாட்டின் பல பகுதிகளில் பேரளவில் 1800 களில் காய்ச்சப்பட்டன. கருப்பட்டி (பனைவெல்லம்), வெல்லம், பேரீச்சம்பழம், பழச்சாறு, தேங்காய், பனை தென்னையிலிருந்து எடுக்கும் சாறு, கரும்புச் சாறு முதலியவற்றின் ஊறலிலிருந்து நாட்டுச் சாராயம் காய்ச்சி வடிக்கப்பட்டது.

இதில் கருவேலம்பட்டை போன்ற மரப்பட்டைகளும் சேர்க்கப்படுகின்றன. இது மேற்சொன்ன பழ வகைகள், இனிப்புகள் இவற்றின் சுவை கெட்டு நாற்றமடித்து விடாமல் செய்கின்றது.

அத்துடன் வடிக்கப்படும் சாராயத்தின் அளவு ஆறிலொரு பங்கு அதிகரிக்கவும்

செய்கின்றது. அதனால்தான் இது பட்டைச் சாராயம் என்ற பெயர் பெற்றது. ஊறல் நுரைப்பதற்காக, அதில் சில வேளைகளில் கந்தக அமிலத்தைச் சேர்ப்பதும் உண்டு.

சாராயத்தில் பல வகை உண்டு. அவற்றுள் தேங்காய்ச் சாராயமும் பட்டைச் சாராயமும் மிகச் சிறந்த சரக்குகளாக விரும்பப்பட்டன.

இலுப்பைச் சாராயம்: இது இலுப்பை பூக்களை ஊற வைத்து வடிக்கும் சாராயம்.

வத்தாவிச் சாரயம்: அரிசிச் சோற்று ஊறலிலிருந்து வடிக்ககப்படுவது.

தென்னஞ் சாராயம்: தென்னங் கள்ளிலிருந்து வடிப்பது.

கொழும்புச் சாராயம்: இது பெரிதும் தென்னங் கள்ளிலிருந்து வடித்தது: கொழும்பிலிருந்து வந்தது.

ஈச்சஞ் சாராயம்: ஈச்சங் கள்ளிலிருந்து வடித்தது.

வெல்லச் சாராயம்: பல்வேறு கள் வகைகள் அல்லது சர்க்கரைச் சாற்றின் கலக்கிலிலிருந்து வடிக்கப்படுவது

பனஞ் சாராயம்: பனங்கள்ளிலிருந்து வடிக்கப்படுவது.

பட்டைச் சாராயம்: கள் வகைகள் அல்லது கரும்புச் சாறு இவற்றோடு, கருவேலம்பட்டை கலந்து ஊறவைத்து வடிப்பது. இதுதான் வழக்கமாக விற்கப்படுவது.

அரிசிச் சாராயம்: இது அரிசியின் ஊறலிலிருந்து வடித்தது.

கூந்தற்பனைச் சாராயம்: இது கூந்தற் பனையிலிருந்து இறக்கிய கள்ளிலிருந்து வடிப்பது.

இன்று பலவகையான இச்சாராயங்களோடு சுடுகாட்டிலும், இடுகாட்டிலும் கண்டவற்றை ஊறவைத்து வடிக்கும் கள்ளச்சாராயத்தையும் சேர்த்துக்கொண்டால் சாராயப் பட்டியல் நிறைவுபெறும்.

இராமேசுவர யாத்திரிகரிடம் வரிதண்டிய மருமகனுக்குச் சேதுபதி மரண தண்டனை

இராமநாதசாமி வீற்றிருக்கும் இராமேசுவரம் என்று சேதுப்பகுதிக்குக் காவலர்களாக இருந்தமையால்தான், இராமநாதபுரம் சீமை சேது நாடு என்றும், அதை ஆண்ட மன்னர்கள் சேது காவலர் என்றும் சிறப்புப் பெயர் பெற்றனர். இராமபிரானே வழிபட்டதாகக் கருதப்படும் இராமலிங்க சுவாமியை வழிபடுவதற்குப் பாரத தேசமெங்கிலும் இருந்து வருகின்ற பக்தர்களைப் பாதுகாக்கும் பொறுப்பைச் சேதுபதிகள் ஏற்றனர்.

பயணிகளைக் கள்ளர் துன்புறுத்தாமல் காத்து நின்றதுடன், அவர்களின் யாத்திரை எளிதாக நிறைவேறவும் சேதுபதிகள் துணை நின்றனர்.

சேதுச் சீமையை இக்காலகட்டத்தில் ஆண்டு வந்த திருவுடையார் தேவர் என்ற விசயரகுநாத சேதுபதிக்கு இரண்டு பெண் மக்கள் இருந்தனர். அவர்கள் இருவரையும் மணந்து கொண்ட மருமகனைச் சேதுபதி பாம்பனில் ஆளுநராக அமர்த்தினார். இராமேசுவரம் வரும் பக்தர்களின் நலன்களைப் பேணுவது அவர் பொறுப்பில் விடப்பட்டது.

ஆனால், சேதுபதியினால் பாம்பனில் ஆளுநராக அமர்த்தப்பட்ட மருமகன், இராமேசுவரத்திற்கு வந்த யாத்திரிகர்களுக்கு வரி விதித்தார் என்ற குற்றத்திற்காகச் சேதுபதி, அவரை மருமகன் என்றும் பாராமல், அவருக்கு மரண தண்டனை விதித்தார்.

(சேதுபதியின் பெண் மக்களான) அவருடைய மனைவியர் இருவரும், தன் கணவருடன் உடன்கட்டை ஏறினர்.

(திருவுடையார் தேவர் என்ற விசய ரகுநாத சேதுபதி 1711 ஆம் ஆண்டு பாம்பனில் ஒரு கோட்டைக் கட்டினார் என்பதை முன்பு கண்டோம். அவரது ஆட்சிக் காலம் 1711 முதல் 1725 வரையில் ஆகும்).

ஒரு கணவனுக்கு வாழ்க்கைப்பட்டு, அவன் இறந்ததும் உடன் கட்டை ஏறிய இப்பெண்களின் நினைவாக இரண்டு சேதுபதிகள் இரு சத்திரங்களைக் கட்டினர். அவற்றையொட்டி இரண்டு ஊர்கள் உருவாயின. அவை தங்கச்சி மடம், அக்காள் மடம் ஆகும்.

தங்கச்சி மடத்தைக் காட்டையத் தேவரும், அக்காள் மடத்தைச் சிவக்குமார முத்து விசயரகுநாதத் தேவரும் கட்டினர்.

திருப்பனந்தாள் காசிமடம் தோற்றம்

தென்பாண்டி நாட்டில் வைகுண்டம் என்னும் கைலாச புரத்தில் இன்றைக்குச் சுமார் 270 ஆண்டுகளுக்கு முன்னர் குமரகுருபரர் பிறந்தார். வேளாளரான அவரின் தந்தை பெயர் சண்முக சிகாமணிக் கவிராயர்; தாய் சிவகாம சுந்தரி.

குமர குருபரர் ஐந்து வயதாகியும் வாய் பேசாதிருந்தமையால், பெற்றோர் தம் பிள்ளையை ஊமை என்று நினைத்துவிட்டனர். ஆதலால் திருச்செந்தூர் சென்று செந்திலாண்டவனிடம் தம் குறையை முறையிடலாமென்று பெற்றோர் அங்கு சென்று இறைவனைப் பணிந்தனர்.

குமரகுருபரர் அங்கு முருகன் அருள் பெற்றுப் பேசும் ஆற்றலை அடைந்தார். அதன் பிறகு அவர் "கந்தர் கலி வெண்பா" என்ற நூலைப் பாடினார்.

குமர குருபரரைத் திருமலை நாயக்கர் (1613-1659) ஆதரித்தார். குமர குருபரர் முருகன் அருளால் பேசும் ஆற்றல் பெற்றுத் தெய்வத் தமிழ்ப் பாக்களைப் பாடி வந்தார். அவர் நாடெங்கிலுமிருந்த திருத்தலங்களை நாடிப் பாடியவாறே சென்றார்.

குமர குருபரர் மதுரையை அடைந்ததும், அந்நகரையாளும் மீனாட்சி மீது "மீனாட்சியம்மை பிள்ளைத் தமிழ்" பாடினார்.

அவர் தியாகேசர் உறைகின்ற திருவாரூருக்கும் சென்றார்: அக்காலையில் குமர குருபரர் "திருவாரூர் நான்மணிக்கடிகை " பாடினார். குமர குருபரரைத் தருமபுர ஆதீனத்தின் நான்காம் தலைவரான மாசிலாமணி தேசிகர் வரவேற்று மகிழ்வித்தார். அப்போது குருபரர் தமது குருநாதர் மீது பண்டாரமும், மணிக்கோவையும் பாடினார். குமர குருபரர் தமது குருவாகிய மாசிலாமணி தேசிகரின் ஆசிபெற்று வடக்கே காசிக்குச் சென்றார். அவர் காசியில் இருந்த காலையில் "காசிக் கலம்பகம்" பாடினார்.

குமரகுருபரர் காசியில் இந்துஸ்தானி மொழியையும் கற்றார். டெல்லியை ஆண்ட முகலாய மன்னரின் நன்மதிப்பையும் குமரகுருபரர் பெற்றார்.

காசியில் குமர குருபரசாமி மடம்

அவர் காசியில் குமர குருபரசாமி மடம் என்றொரு சைவத் திருமடத்தை நிறுவினார். குமர குருபரர் காசியிலேயே சிவமாயினார்.

குமர குருபரரால் நிறுவப்பட்ட இக்காசி மடத்தில் அவருக்குப் பிறகு நான்கு ஆதீனத் தலைவர்கள் அமர்ந்து இறைப்பணி புரிந்தனர். அவர்களின் பெயர் வருமாறு.

காசிவாசி சொக்கநாத சுவாமிகள்:

காசிவாசி அருணாசல சுவாமிகள்:

காசிவாசி அம்பலவாண சுவாமிகள்:

காசிவாசி சடையப்ப சுவாமிகள்:

குமர குருபரர் காசியின் கேதார கட்டத்தில் அமைத்த குமர குருபரர் காசி மடத்தின் ஐந்தாவது தலைவராக வந்த காசிவாசி தில்லை நாயகத் தம்பிரான் 1720 ஆம் ஆண்டு தஞ்சைத் தரணியில் இருக்கும் திருப்பனந்தாள் என்னும் திருத்தலத்தில் விளங்கும் காசி மடத்தை நிறுவினார். தருமபுரத்திலுள்ள ஆதினத்தின் தம்பிரான் ஒருவரே திருப்பனந்தாள் காசிமடத்து அதிபராவதற்கு உரிமையுடையவரானார்.

ஸ்ரீல ஸ்ரீ காசிவாசி தில்லை நாயகசுவாமி 1720 இல் திருப்பனந்தாளில் அமைத்த காசி மடத்து அதிபர்களாக விளங்கியவர்களின் பெயர்கள் 1880 வரை கீழே தரப்பட்டுள்ளன.

வரிசை எண்	பெயர்	ஆட்சி செய்த ஆண்டு
6	ஸ்ரீலஸ்ரீ காசிவாசி தில்லை நாயகசுவாமிகள்	1720-56
7	ஸ்ரீலஸ்ரீ குமர குருபர சுவாமிகள்	1756-90
8	ஸ்ரீலஸ்ரீ காசிவாசி சிதம்பரநாத சுவாமிகள்	1790-96
9	ஸ்ரீலஸ்ரீ சடையப்ப சுவாமிகள்	1796-1836
10	ஸ்ரீலஸ்ரீ கணபதி சுவாமிகள்	1836-38
11	ஸ்ரீலஸ்ரீ இராமலிங்க சுவாமிகள்	1838-41
12	ஸ்ரீலஸ்ரீ சொக்கலிங்க சுவாமிகள்	1841-52
13	ஸ்ரீலஸ்ரீ கணபதி சுவாமிகள்	1852-53
14	ஸ்ரீலஸ்ரீ இராமலிங்க சுவாமிகள்	1853-80

குமர குருபரர் காசியில் அமைத்த காசி மடம் ஐந்து தலை முறைகள் அங்கு வீற்றிருந்த பிறகு அதன் தலைமை திருப்பனந்தாளில் அமைந்த காசி மடத்தை அடைந்தது. அது முதல் காசி மடத்து அதிபர்கள் திருப்பனந்தாளில் இருக்கத் தொடங்கினர்.

காசியில் இயங்கி வந்த மூலமடத்திற்குத் திருப்பனந்தாளில் அமைந்த தலைமை மடத்திலிருந்து தம்பிரான் ஒருவரை அனுப்பி வைப்பர். அந்தத் தம்பிரான் திருப்பனந்தாளிலுள்ள ஆதின அதிபருக்கு அடங்கி நடப்பார்.

காசியில் திருப்பனந்தாள் மடத்துச் சார்பில் பலருடைய தருமங்கள், அறப்பணிகள் ஏற்று நடத்தப்பெற்றன. அங்கு தஞ்சை மராட்டியர் நிறுவிய அறங்களையும் திருப்பனந்தாள் மடம் கண்காணித்து வந்தது.

''காசிமடத்து தம்பிரான்கள் காசியிலிருந்து சிறந்த நூல்களைப் படியெடுத்து, விலைக்கு வாங்கியும் தஞ்சைக்கு அனுப்புவது வழக்கம். அத்துடன் கங்கை நீரும், கங்கோத்திரியிலிருந்து தீர்த்தக் காவடிகளும் கொணரச் செய்து தஞ்சைக்கு அனுப்பி வந்தனர்.

தென்னாட்டிலிருந்து காசிக்கு தொகை (பணத் தொகை) அனுப்ப வேண்டியிருப்பின், அதற்குத் திருப்பனந்தாள் காசி குமாரசுவாமி மடத்தில் ரொக்கம் கொடுக்கலாம். அதற்குச் சிறு தொகை வட்டம் செலுத்த வேண்டும்.

பிராமணருக்குத் தனிப் பந்தி

காசியில் பிராமணர்களுக்குத் தனியாகவும் மற்ற சாதியாருக்கு தனியாகவும் உணவு அளிப்பது மரபாக இருந்து வந்தது. தமிழ் நாட்டிலுள்ள சைவ மடங்களில் பிராமணர்க்கென்று தனியாக மடப் பள்ளிகள் இருந்து வந்தன என்பதைத் தமிழ்த் தாத்தா உ.வே. சாமிநாதய்யர் வாழ்க்கை வரலாற்றிலிருந்து அறிகின்றோம்.

நரசு என்பவர் கன்னார் வகுப்பைச் சேர்ந்தவர். அவர் தந்தை பெயர் சு.பாலகிருஷ்ண பாகவதர். நரசு பிராமணர்களுடன் அமர்ந்து உணவு உண்பதற்கு விரும்பினார். தருமபுரி ஆதினத்து அருணாசலத் தம்பிரான் நரசு மீது அன்புடையவர். ஆகையால் நரசு என்ற கன்னார் சாதிக்காரரைப் பிராமணர் பந்தியில் சேர்த்து உணவு உண்ணுமாறு செய்தார்.

பிராமணர்கள் இதை ஏற்கவில்லை. அதனால் தம்பிரான் பிராமணர்க்கு உணவு இல்லாமல் செய்துவிட்டார்: சத்திரத்தை மூடினார். ஆனால், பிராமணர்களுக்கு வேறு இடங்களில் உணவு கிடைத்தது. அதனால் சாதிப்பூசல் ஏற்படாமல் போயிற்று.

பின்னர் அம்மடத்தின் இளைய தம்பிரான், பிராமணர்க்கு உணவளிப்பதை நிறுத்துவது சட்டப்படி நியாயமல்லவென்று அருணாசலத் தம்பிரானிடம் கூறி, மீண்டும் அவர்களுக்கு உணவு அளிக்கச் செய்தார்.

எனினும் அருணாசலத் தம்பிரானுக்கு நரசு மீது அன்பு நீங்கவில்லை. எப்படியாவது நரசைப் பிராமணராக்கி பிராமண வரிசையில் அமரச் செய்ய வேண்டுமென்று முயன்றார். இதில் தஞ்சை மராட்டிய மன்னரான சரபோசி (1798-1832) தலையிட்டுப் பிராமணர்களுக்குத் தொல்லை இல்லாமற் செய்தார்.

சென்னையில் புதுக் கவர்னர்

சென்னைக் கவர்னர் ஜோசப் கோலட்டையடுத்து, ஃபிரான்சிஸ் ஹேஸ்டிங்ஸ் என்பவர் 1720 ஜனவரி 18 அன்று கவர்னர் ஆனார். இவர் 1721 அக்டோபர் 15 வரையில்தான் சென்னையின் கவர்னராயிருந்தார்.

கிழக்கிந்தியக் கம்பெனி கடன் எழுப்பப் பிரிட்டிஷ் அரசு அனுமதி

கிழக்கிந்தியக் கம்பெனி பிரிட்டிஷ் அரசிற்குக் கடன் கொடுத்துள்ள தொகையின் அளவிற்கு, அது வெளியில் கடன் வாங்கிக் கொள்ளலாம் என்று அரசு அனுமதித்தது.

கிழக்கிந்தியக் கம்பெனியின் ஆதாயப் பங்கு 5 சதவிகிதத்திலிருந்து, இவ்வாண்டில் 4 சதவிகிதமாகக் குறைந்துவிட்டது.

சிவசயிலப் பள்ளு : பள்ளு இலக்கியம்

உழுதுண்டு வாழ்வாரே வாழ்வார்: மற்றெல்லாம் தொழுதுண்டு பின் செல்பவர் என்ற நிலை மாறி, வேளாளர்கள் தமது நில உரிமையை இழந்து பண்ணைக்காரர்கள் என்ற நிலப்பிரபுகளுக்கு அடிமையாகிப் பள்ளங்களில் வாழ்ந்தபோது பள்ளர் எனப்பட்டனர். இத்தகைய பள்ளர்களின் வாழ்க்கையைக் காட்டும் இலக்கியம் பள்ளு ஆகும் என்பர்.

"நெல்லு வகையை எண்ணினாலும்,
பள்ளு வகையை எண்ண முடியாது"

என்னும் பழமொழிக்கேற்பப் பள்ளு நாடகங்கள் இப்பதினெட்டாம் நூற்றாண்டில் மிகப் பலவாய்த் தோன்றின.

பள்ளு நாடகங்கள் தொல்காப்பியத்தில் கூறப்பட்டுள்ள புலன் என்னும் நாடக இலக்கிய வகையைச் சேர்ந்தனவாகும். சேரி மக்களின் வாழ்க்கையில் காணப்படும் நிகழ்ச்சிகளைப் பின்னணியாகக் கொண்டு, அவர்களின் பேச்சு மொழியிலேயே உரையாடல்கள் அமைக்கப்பட்டுள்ளன.

தமிழ்நாட்டில் மருத நிலப்பகுதிகள் தவிர, ஏனைய பகுதிகளில் ஆய்ச்சியர் குரவை, குன்றக் குரவை, வேட்டுவ வரி போன்ற கூத்துக்கள் ஆடப்பெற்று வந்துள்ளன.

மருத நிலப் பகுதியில் ஆடப்பெற்ற ஆடல்களைப் பற்றிய செய்திகள் நமக்கு மிகுதியாகக் கிடைக்கவில்லை. எனினும் இந்நிலப் பகுதியைப் பற்றிய பாடல்கள் கானல்வரி, ஆற்றுவரி என்ற பெயர்களில் காணப்படுகின்றன. (ஆறு பாயும் நிலப்பகுதி மருதம் ஆகும்.)

உழவர் குடிப் பெண்டிர் கள்ளுண்டு நாற்று நடுகையில் விருந்திற் பாணிப் பாடி மகிழ்ந்தனர்.

உழவர் தமது உழவுத் தொழிலைத் தொடங்கு முன்னர் ஏர் மங்கலம் பாடினர்.

இவ்வாறு தமது வேளாண் தொழில் ஒவ்வொன்றையும், இசையுடன் இணைத்துச் செய்து வந்த மருத நிலத்து மக்களின் கலையுணர்வின் வெளிப்பாடாகப் பதினேழாம் நூற்றாண்டில் புதிய ஆடல் வகை ஒன்று தோன்றியது.

சிலப்பதிகார உரையாசிரியர் அடியார்க்கு நல்லார் (13 ஆம் நூற்றாண்டு) அரங்கேற்றுக் காதையின் உரையில் பல வகை வரிக்கூத்துக்களைப் பற்றிய பழைய கலி வெண்பா ஒன்றை மேற்கோளாகக் காட்டுகின்றார்.

இப்பாட்டில் குறிப்பிடப்பட்டுள்ள கூத்துகளுள். "ஆடும் பள்ளி", "அழகுப் பள்ளி" என்று இரு தொடர்கள் காணப்படுகின்றன.

இவை உழவர் குடியினரான பள்ளியரின் அழகினைப் போற்றும் கூத்துகளாக இருந்திருக்கக்கூடும் என்பர்.

இவ்வாறு மருத நிலப்பகுதிகளில் இருந்து வந்த இசைப் பாடல்களும் கூத்துகளும் இணைந்து ஒரு புதிய இலக்கிய வகையைத் தோற்றுவிக்க வழிகோலின எனலாம்.

மேலும் தொல்காப்பியம் வாகைத் திணைகளின் துறைகளுள் ஒன்றாக ஏர் மங்கலத்தைக் குறிப்பிட்டு, உழவர்களின் வாழ்க்கை, பாடல் பொருளாக அமைவதற்கும் ஏற்கெனவே வழி வகுத்துள்ளது.

பிற்கால இலக்கண நூலாகிய வெண்பாப் பாட்டியல், பிரபந்த மரபியல் போன்ற நூல்களில் பள்ளு இலக்கியம் பற்றிய குறிப்பு எதுவும் காணப்படவில்லை.

பன்னிரு பாட்டியலில் ''உழத்திப்பாட்டு'' பற்றிய இலக்கணம் குறிப்பிடப் பட்டுள்ளது. உழத்திப்பாட்டு மன்னர்களைப் போற்றியும், உழவர்களைப் பற்றியும் பாடப்பெறும் பத்துப் பாட்டுக்களைக் கொண்டது என்று இலக்கணம் கூறப்படுகின்றது.

உழத்திப் பாட்டு பள்ளு இலக்கியத்திலிருந்து அமைப்பில் வேறுபட்டதெனினும், பாடு பொருளில் அதிக வேறுபாடு கொண்டதில்லை என்று எண்ண முடிகின்றது.

பதினெட்டாம் நூற்றாண்டின் தொடக்கத்தில் (1732) தோன்றிய சதுரகராதி உழத்திப் பாட்டு என்ற தலைப்பில் பள்ளு இலக்கியத்தை மதிப்பிட்டிருக்கின்றது. ஆனால் சதுரகராதி உழத்திப் பாட்டின் உட்பொருளாக நாற்பத்தொன்பது உறுப்புகளைக் குறிப்பிட்டுள்ளது. மேலும் சிந்து, விருத்தப்பாக்களால் உழத்திப்பாட்டு இயற்றப்பட வேண்டுமென்றும் கூறுகின்றது. பள்ளு இலக்கிய விளக்கங்களோடு இந்த இலக்கணமும் பொருந்துவதாக இல்லை.

தொன்னூல் விளக்கத்திலும், பிரபந்த தீபிகையிலும் உழத்திப்பாட்டும் பள்ளுப்பாட்டும் ஒரே நிலையில் காட்டப் பெற்றுள்ளன.

பள்ளு நாடகத்தின் அமைப்பு

பள்ளு நாடகங்களனைத்தும் ஒரே வகையான உட்பொருளைக் கொண்டுள்ளன.

மூத்த பள்ளியின் முறையீட்டினால் பண்ணைக்காரன் பள்ளனைத் தண்டித்தலும், அவன் விடுதலை பெற்று உழவுத் தொழிலில் ஈடுபடுதலும், விளைந்த நெல்லைப் பங்கிடுவதில் வந்த கருத்து வேறுபாட்டினால், மூத்த பள்ளியும், இளைய பள்ளியும் ஒருவரையொருவர் ஏசுதலும், பேசுதலும், இறுதியில் இருவரும் சமாதான மடைந்து இறைவனை வழிபடுதலும் இவ்விலக்கியங்களின் அடிப்படையான நாடக நிகழ்ச்சிகளாகும்.

இந்நிகழ்ச்சிகளுக்கிடையே சிற்சில வேறுபாடுகள் ஒவ்வொரு நூலிலும் காணப்படுகின்றது.

பள்ளு நாடகங்களில் பள்ளன் மாடு முட்டிக் கீழே விழுவதும், விழுந்து கிடக்கும் அவனைக் கண்டு அவன் மனைவிமார் புலம்புவதும் ஒரு காட்சியாகும்.

பள்ளு நாடகங்களின் பெயர்கள்

இந்நாடகங்கள் பெரும்பாலும், அவற்றின் பாட்டுடைத் தலைவர்களாம் இறைவர்களின் தலங்கள் பெயரால் அழைக்கப்படுகின்றன.

முக்கூடற் பள்ளு, குருகூர்ப் பள்ளு என்பன அவ்வாறு எழுந்த பெயர்களாகும். பள்ளு நாடகங்களின் செல்வாக்கும், புகழும் ஓங்கியிருந்த காலத்தில் மருத்துவம், சமயம் பற்றிய வேறு சில நூல்களும் பள்ளு என்ற பெயரில் எழுதப் பெற்றன.

வைத்தியப் பள்ளு: திருநீலகண்ட நாயனார் பள்ளு என்பன அவையாகும்.

உயிர்நாடி ஏசல்

பள்ளு நாடகங்களில் உயிர்நாடியான பகுதி பள்ளியரின் ஏசல் அடங்கிய பகுதியாகும். பள்ளியர் ஒருவரையொருவர் சாடிக்கொள்வதும், அவர்கள் வழிபடும் கடவுளர்களைச் சாடுவதும் சுவையாக இருக்கும்.

முதற் பள்ளு எது?

சிதம்பரநாத ஞானப் பிரகாசரால் இயற்றப்பட்ட ஞானப்பள்ளு என்ற நூலே முதற் பள்ளாகும் என்கிறார் மு.அருணாசலம். இதையே ஆதிப்பள்ளு என்று குறிப்பிடுவர் என்கிறார்.

இப்பள்ளு நூல் இப்போது கிடைக்கப் பெறுவதில்லை.

ஈழத்தில் நல்லூர் ஞானப்பிரகாச சுவாமிகளால் இயற்றப்பட்ட ஞானப் பள்ளு ஒன்றுண்டு. இதன் காலம் *1642* என்பர்.

ஆனால், கதிரை மலைப் பள்ளு நூலைப் பதிப்பித்த நெல்லிப்பழை குமாரசாமி அவர்கள் கதிரைப் மலைப் பள்ளு பதினாறாம் நூற்றாண்டின் பிற்பகுதியைச் சேர்ந்தது என்றும், இந்நூலைப் பின்பற்றியே நல்லூர் ஞானப்பிரகாச சுவாமிகளின் ஞானப் பள்ளு எழுதப்பட்டிருக்க வேண்டும் என்றும் கருதுகின்றார்.

கதிரை மலைப் பள்ளு, ஞானப் பள்ளு இரண்டும், வளர்ச்சியற்ற நிலையில் இருப்பதால், இவற்றில் எதனையும் முதற்பள்ளு நூலாகக் கொள்ள இடமில்லை.

திருவாரூர்ப் பள்ளு முதற் பள்ளா?

இந்நூல் கமலை ஞானப்பிரகாசரால் இயற்றப்பட்டது. சோமசுந்தர தேசிகரால் பதிக்கப் பெற்றது. இந்நூலின் ஆசிரியர் சோழ மண்டல சதக ஆசிரியராக ஆத்மநாத தேசிகருக்கு முந்தியவர், பூமியான் காலத்தவர். ஆகவே இந்நூலின் காலத்தைப் பதினாறாம் நூற்றாண்டின் பிற்பகுதி என்று கணிக்கலாம்.

இதனையே முதற் பள்ளு இலக்கியமாகக் கருத இடமுள்ளது. திருவாரூர்ப் பள்ளு ஞானப் பிரகாசரால் இயற்றப்பட்டதால், ஞானப் பள்ளு என்று அழைக்கப் பட்டிருக்கலாம் என்று என்.வி.செயராமன் கருதுகின்றார்.

எவ்வாறாயினும் இதுவே ஆதிப் பள்ளு இலக்கியமாக இருந்திருக்க வேண்டும். இந்நூல் தியாகராசப் பள்ளு, தியாகப் பள்ளு தியாகேசர் பள்ளேசல் என்று வேறு பல பெயர்களாலும் அழைக்கப்படுகின்றது.

இந்நூலில் ஏறத்தாழ 72 பாடல்கள் உள்ளன. இது திருவாரூர்த் தியாகேசப் பெருமானின் புகழைப் பாடுகின்றது.

முக்கூடற் பள்ளு

இந்நூலின் ஆசிரியர் யாரெனத் தெரியவில்லை. இந்நூலில் ஆறை அழகப்ப முதலியார், திருமலைக் கொழுந்துப் பிள்ளை ஆகியோர் குறிப்பிடப்படுகின்றனர். ஆகவே அவர்கள் வாழ்ந்த காலத்தையொட்டிக் கி.பி.*1676* முதல் *1852* க்குள் இந்நூல் இயற்றப்பட்ட தென்பர்.

சிவசயிலப் பள்ளு

இது இராமநாதக் கவிராயரால் 1720 ஆம் கண்டு இயற்றப்பெற்றது. இவர் சிவசயில நாதரும் பரமகலியாணி அம்மையும் வீற்றிருக்கும் சிவசயிலக் கோயிலுக்கு அருகிலுள்ள ஆழ்வார் குறிச்சியினர்.

இந்நூல் மேலப் பண்ணைச் சிவசயில முதலியாரால் 1918-இல் வெளியிடப்பட்டது. சிவசயிலநாத சுவாமியின் புகழ்பாடுவதற்காக இந்நூல் இயற்றப்பட்டது.

சிவசயிலக் குடும்பன், புகழன்பூர் மூத்த பள்ளி (அன்பூர் என்பது சிவசயிலத்தைக் குறிக்கும்), அத்தாள நல்லூர் இளைய பள்ளி ஆகியோர் இந்நூலில் இடம் பெற்றுள்ள மாந்தராவர்.

பேராசிரியை டாக்டர் சக்திப் பெருமாள் அவர்கள் எழுதியுள்ள தமிழ்நாட்டு நாடக வரலாறு என்று நூலில் மேலே காணப்படும் பள்ளு இலக்கியம் பற்றிய செய்திகளும், கீழே வரும் குறவஞ்சி இலக்கியச் செய்திகளும் காணப்படுகின்றன. அவை இங்கு மிகுந்த நன்றியுடன் எடுத்தாளப்படுகின்றன. ஆசிரியை திருமதி. சக்திப் பெருமாள் அவர்கள் இவ்வகைப் பள்ளுகளை நாடகங்கள் என்று கொண்டு, அவை பதினாறாம் நூற்றாண்டு முதல் இருந்து வருவதை எடுத்துக்காட்டுகின்றார். பள்ளு இலக்கிய நூல்களில் ஐம்பத்து நான்கினைக் கொண்ட ஒரு விரிந்த பட்டியலையும் ஆசிரியர் தருகின்றார்.

இவ்வகை இலக்கியம் பதினாறாம் நூற்றாண்டிலிருந்து நிலவிவரினும், இவை பதினெட்டு, பத்தொன்பதாம் நூற்றாண்டுகளில் தான் மக்களிடையே மிகுந்த செல்வாக்குப் பெற்றன என்பதையும் விளக்குகின்றார்.

இவற்றோடு குறவஞ்சி, கீர்த்தனை போன்ற நாடக வடிவங்களும் பதினேழிலும், பதினெட்டிலும் சிறந்து விளங்கின.

இச்சிற்றிலக்கிய வகை சேர்ந்த குறவஞ்சி பற்றி இனி, பேராசிரியைச் சக்திப் பெருமாள் விளக்குவதைக் காண்போம்.

குறவஞ்சி

குறவஞ்சி என்னுஞ் சொல் குறிஞ்சி நிலத்துக் குறத்திப் பெண்ணைக் குறிக்கும். இந்நூலின் தொடக்கம் முதல் இறுதி வரை குறவஞ்சியே ஆட்சி செய்வதால் இந்நாடகம் குறவஞ்சி எனப்பட்டது.

மேலும், பள்ளு நாடகம் பள்ளர்களின் வாழ்க்கையைப் படம் பிடித்துக் காட்டுவது போல், குறவஞ்சி குறவர்களின் வாழ்க்கையைப் படம் பிடித்துக் காட்டுகின்றது.

தலைவனோ, இறைவனோ உலா வர அவ்வுலாவினைக் கண்டு பெண்ணொருத்தி மயங்கக் குறத்தி வந்திருந்து வளங்கூறிக் குலதெய்வம் பரவிக் குறி சொல்லிப் பரிசு பெறுகின்றாள். இது இந்நாடகத்தின் முதற் பகுதியாக அமைகின்றது.

பிற்பகுதியில் குறவன் குறத்தியைத் தேடி திரிதலும், குறத்தியைக் கண்டு உரையாடுதலும், இருவரும் கடவுளைப் போற்றிப் பணிதலும் கொண்டு நாடகம் முடிவடைகின்றது.

குறத்தி குறி சொல்லுதல், குறவன் தன்தோழர்களுடன் பறவைகளைப் பிடிக்க வலை கட்டுதல், பறவைகளைப் பிடித்தல், குறவன் தன் குறத்தியைக் காணாது தவித்துத் தன் தோழனிடம் அவளைத் தேடித்தருமாறு வேண்டுதல், அவளைத் தானே தேடிச்செல்லுதல், பல ஊர்களுக்குச் சென்று குறிசொல்லிப் பரிசுகளைப் பெற்றுத் திரும்பிய குறவஞ்சி தலை முதல் கால் வரை அணிந்திருந்த அணிகலன்களைக் கண்டு குறவன் வியத்தல், குறவனுக்குக் குறத்தி அவ்வணிகலன்களின் பெயர்களைக் கூறி அவற்றைத் தான் பெற்ற வகையையும் கூறல் போன்ற நிகழ்ச்சிகள் குறவஞ்சி நூல்களில் விரிவாக இடம் பெறுகின்றன. இவையே குறவஞ்சி நாடகத்தின் பொதுவான கதை அம்சமாகவும் அமைகின்றன.

குறவஞ்சியின் தோற்றம்

குறத்தி குறி சொல்லுதல் என்பது தொல்காப்பியர் கால முதல் இருந்து வரும் வழக்கமாகும். சங்கப் பாடல்களில் இவ்வழக்குப் பெரிதும் இடம் பெற்றுள்ளது.

தலைவன் தலைவியின் அகவொழுக்கத்தில் களவு உலவின காலத்தும், தலைவியின் மேனியில் மாற்றம் கண்டு செவிலித் தாய் காரணம் அறிய முற்படுவாள். அவ்வாறு அறிதலைக் ''கட்டினும கழங்கினும் வெறியென இருவரும் ஒட்டிய திறத்தார் செய்திக் கண்ணும்'' என்று தொல்காப்பியர் குறிப்பிட்டுள்ளார்.

இதனால் கட்டுப் பார்த்தல் என்பது தொல்காப்பியர் காலந்தொட்டே இருந்துவரும் பழக்கம் என்பது இதனால் புலனாகும். முறத்தில் நெல்லைக் கொணரச் செய்து அந்நெல்லை எண்ணிப் பார்த்துக் குறி சொல்லுதல் கட்டு எனப்படும்.

கழங்கின் உதவியால் குறிசொல்வது கழங்கு எனப்படும்.

குறி கூறுபவள் கட்டுவிச்சி என்றும் அகவன் மகள் என்றும் அழைக்கப்பட்டாள். தெய்வங்களை அகவி (அழைத்துக்) குறி கூறியாமையால் அவளுக்கு அகவன் மகள் என்று பெயர் ஏற்பட்டது.

இந்த அகவன் மகள் குறிசொல்லும் காலத்துக் கையில் சிறு கோல் ஒன்று வைத்திருந்தாள்.

ஆகவே, இம்மகளிர் ''வெண்கிடை சிறுகோல் அகவன் மகளிர்'' என்றும் ''நுண்கோல் அகவுநர்'' என்றும் அழைக்கப்பட்டனர்.

தென் பாண்டி நாட்டிலிருந்து வந்து இவ்வாறு கையில் சிறு கோல் கொண்டு குறி சொல்லும் குறத்தி மகளிரை இன்றும் சென்னை நகரில் காணலாம்.

அவள் குறி சொல்லிய முறை பற்றிய விளக்கங்களை நற்றிணை, குறுந்தொகை, அகநானூறு, குறிஞ்சிப் பாட்டு போன்ற சங்க இலக்கியங்களும், பெருங்கதை போன்ற காப்பியங்களும் திருக்கோவையார், திவ்வியப் பிரபந்தம் போன்ற பக்தி இலக்கியங்களும் நமக்குத் தருகின்றன.

இவ்வாறு குறத்தி குறிபார்த்தல் என்பது அகப் பாடல்களில் காணப்படும் சிறு செய்தியாக இருந்து வந்தது. ஒன்பதாம் நூற்றாண்டளவில் ஓர் இலக்கிய உறுப்பாக விரிவடைந்தது.

கலம்பகத்தின் பதினாறு உறுப்புக்களில் குறம் என்பதும் ஒன்று.

நந்திக் கலம்பகம், திருப்பாதிரிப்புலியூர்க் கலம்பகம். கச்சிக் கலம்பகம் போன்ற பல கலம்பகங்கள் இக்காலத்தில் (ஒன்பதாம் நூற்றாண்டு) இயற்றப்பட்டன. அவற்றிலெல்லாம் குறம் என்ற இவ்வுறுப்பைக் காணலாம். இதில் குறத்தியொருத்தி தலைவியின் களவொழுக்கம் பற்றிக் குறி கூறுகின்றாள்.

பின்னர் குறத்தி குறி கூறுவதாகத் தனி இலக்கிய வகையே தோன்றியது. இது குறம் எனப்படும். இதனைக் குறத்திப் பாட்டு என்றும் குறிப்பிடுவர்.

இவ்வாறு குறம் என்ற இலக்கிய வகை ஒருபுறம் தோன்ற அதே காலத்தில் குளுவ நாடகம் பெயரில் நாட்டுப் புறக்கூத்தும் தோன்றியிருக்கின்றது.

குளுவ நாடகம்

குளுவ நாடகம் குறவர்க்கேயுரிய நடையுடை பழக்கங்களை விளக்கிக் காட்டும் நாடகமாகும். பதினெட்டாம் நூற்றாண்டில் நாடக இலக்கியம் மக்கள் இலக்கியமாக மலர்ந்தபோது குறம் என்ற இலக்கிய வடிவும் குளுவ நாடகம் என்ற கூத்து வடிவும் ஒன்றாக இணைந்து குறவஞ்சி என்னும் நாட்டுப்புற நாடகமாக உருப்பெற்றன.

இவ்வாறு தொல்காப்பியத்தில் வித்தாகிச் சங்க இலக்கியங்களில் முகாமிட்டு, ஒன்பதாம் நூற்றாண்டு இலக்கியங்களில் ஓர் உறுப்பாக வளர்ந்து, பின்னர் குறம் என்னும் தனி இலக்கிய வகையாக வளர்ந்து, இறுதியில் குறவஞ்சியாக மலர்ந்துள்ளது எனலாம்.

பேராசிரியை சக்திப் பெருமாள் அவர்கள் குறவஞ்சியை நாடக இலக்கியம் என்று வகைப்படுத்தி அதைப் பல இடங்களில் நிறுவி வருகின்றார்.

குறவஞ்சி என்ற இலக்கியத்தை நாடக இலக்கியமென உணர்ந்து, சிற்றிலக்கிய வகைகளுள் ஒன்றாகக் கருதி விளக்கம் கூறி வரப்பட்டுள்ளதெனினும், தொண்ணூறு வகைப் பிரபந்தங்கள் எனப்பட்ட சிற்றிலக்கியங்களுக்கு இலக்கணம் கூறும் இலக்கண நூல் எதனினும் குறவஞ்சி இலக்கணம் கூறப்படவில்லை.

தொன்னூல் விளக்கம், பன்னிரு பாட்டியல் என்ற இரு நூல்கள் மட்டும் குறத்திப் பாட்டிற்கு இலக்கணம் கூறியுள்ளன. அதிலும் உழத்திப் பாட்டுக்குக் கூறப்பட்ட இலக்கணம் போலவே பத்துப் பாடல்களாலான இலக்கியம் குறம் என்றே குறிப்பிடப் பெறுகின்றது.

ஆகவே, குறத்தினின்று வளர்ச்சிபெற்ற குறவஞ்சி இலக்கியத்திற்கு எந்த நூலிலும் இலக்கணம் கூறப் பெறவில்லையென்றே கொள்ளலாம்.

குறவஞ்சிப் பெயர்கள்

இவை தாம் எடுத்துக் கொண்ட தலைவன் அல்லது தலைவியின் பெயரால் அழைக்கப்படுகின்றன. பாம்பண்ணக் கவுண்டன் குறவஞ்சி, பொய்யா மொழி ஈசர் குறவஞ்சி, தமிழரசிக் குறவஞ்சி என்பன இவ்வாறு அழைக்கப்பெறுவனவாகும்.

தலைவனுக்குரிய தலத்தின் பெயரால் சில குறவஞ்சிகள் பெயர் பெறுகின்றன.

இசை நாடகம்

குறவஞ்சி என்பது இசை நாடகமாதலின் இதிலுள்ள இசைப் பாடல்கள் எல்லவாற்றுக்கும் ஆசிரியரே தகுந்த பண் அமைத்திருக்கக் காண்கின்றோம்.

ஆசிரிய விருத்தம், கொச்சகக் கலிப்பா, கட்டளைக் கலித்துறை, கண்ணி போன்ற பல்வேறு யாப்புகளில் பாடல்கள் அமைத்து உரையாடல்களாகப் பணி செய்கின்றன. ஒவ்வொரு நூலும் கடவுள் வாழ்த்துப் பாடலாகிய காப்புச் செய்யுள்கள், தோடயம், மங்களம் ஆகியவற்றுடன் தொடங்கும் தருப் பாடல்கள் சிந்து என்ற பாவினத்தில் அமைந்திருக்கும்.

ஆசிரியரே கதையை நடத்திச் செல்பவராக அமைந்த போதிலும் இன்றியமையாப் பாத்திரங்களின் வருகையை அறிவிக்க ஒரு கட்டியங்காரன் படைக்கப்பட்டுள்ளான்.

இவன் முப்புரி நூலணிந்தவனாகக் கையில் பிரம்புடன் தோற்றமளிப்பவனாக ஆசிரியர் அறிமுகம் செய்ய மேடைக்கு வருகின்றான். இவன் மற்றைய நாடக மாந்தர்க்குக் கட்டியங் கூறி அவர்களை மக்களுக்கு அறிமுகப்படுத்துகின்றான்.

சில குறவஞ்சி நாடகங்களில் இவனுடைய அழைப்பு:

''செகன் மோகினியார் தேவ சபைக்கு வருகின்றார்,எச்சரிக்கை, பராக்கு'' என்பது போல் உரைநடையில் அமைந்துள்ளன.

திருக்குற்றாலக் குறவஞ்சி

நமக்கு கிடைத்துள்ள குறவஞ்சி நூல்களுள் முதலாவதாகவும், சிறந்ததாகவும் கருதப்படுவது குற்றாலக் குறவஞ்சியாகும். இந்நூலை எழுதிய புலவரின் பெயர் திரிகூட இராசப்ப கவிராயர், இவர் நாயக்கர் ஆட்சிக்காலத்தில் தமிழ் வளர்த்த வெகு சில புலவர்களுள் குறிப்பிடத் தக்கவராவார். இவரால் எழுதப்பெற்ற திருக்குற்றாலப் புராணமும் குற்றாலக் குறவஞ்சியும் பெருஞ்சிறப்புப் பெற்ற இலக்கியப் படைப்புகளாகும். இவ்விரு நூல்களும் இவரின் தமிழ்ப் புலமையையும் சொல் இனிமையையும் நன்கு வெளிப்படுத்துகின்றது.

இந்நூல் தோன்றிய காலத்திலேயே மதுரையை ஆண்ட நாயக்க மன்னனான முத்து விசயரங்கச் சொக்கநாத நாயக்கன் இந்நூலைத் திருக்குற்றால நாதர் முன்னிலையில் அரங்கேற்றினான் என்பர்.

இம்மன்னர் குற்றாலக் குறவஞ்சி எழுதிய திரிகூட இராசப்பக் கவிராயருக்குக் குற்றால நாதர் கோயில் வித்துவான் என்ற பட்டத்தையும் அளித்ததுடன். நன்செய் நிலங்களை இறையிலியாகக் கொடுத்து, அதைச் செப்புப் பட்டத்தில் எழுதிக் கொடுத்தார். அந்நிலப்பகுதி இன்னும் குறவஞ்சி மேடு என்றழைக்கப்படுகின்றது.

இதுகாறும் விவரித்து வந்த இலக்கியச் செய்திகளிலிருந்து தூது இலக்கியங்களான பண விடுதூது பிற விறலிவிடு தூது நூல்கள் போன்ற சிற்றிலக்கிய வகைகளும், பள்ளு, குறவஞ்சி, குளுவ நாடகம் போன்ற நாடக, கூத்து இலக்கிய வகைகளும் இப்பதினெட்டாம் நூற்றாண்டு மக்களின் சமூக ஏற்றத் தாழ்வுகளை மட்டுமன்றி வேறுபட்டும், கூறுபட்டும் நின்ற மக்களின் வாழ்க்கை முறைகள் சிற்றின்பத்திலும், பேரின்பத்திலுமாகப் பற்றி நின்ற கோலத்தைத் தெளிவாகக் காண முடிகின்றது. அந்தணரின் நெறிகெட்ட வாழ்க்கையும், பள்ளர், பள்ளிகளின் பக்திப் பெருக்கும் எதைக் காட்டுகின்றன? அறத்தின் காவலர்க்கு இகலோகப் பற்றும், அடிநிலை மாந்தர்க்குப் பரலோகம் பக்தியும் இருந்தமை எதைக் காட்டுகின்றன?

மதுரைச் சீமையில் மீண்டும் பஞ்சம்

அரசாட்சியில் அநீதி மலிந்து விட்ட நிலையில், வற்கடம் என்ற பஞ்சம் இந்த 1720 ஆம் ஆண்டு மீண்டும் பத்தாண்டுகளுக்குப் பிறகு தாக்கியது.

மதுரைச் சீமையைத் திருச்சிராப்பள்ளியில் இருந்தவாறு ஆண்டு கொண்டிருந்த விசயரங்கச் சொக்கநாதர் (1706-1732) ஆட்சிக் காலத்தில் இவரது திறமையின்மையால் பல தவறுகள் நேர்ந்தன. இவரது அமைச்சர்கள் மக்களிடம் கொடுமை பொறுக்க மாட்டாமல் கிறித்தவப் பாதிரிமாரும், கிறித்தவர்களும் புதுக்கோட்டையில் புகலடைய நேர்ந்தது.

விசயரங்கச் சொக்கநாத நாயக்கர் ஆட்சியில் 1710 ஆம் ஆண்டும் ஒரு பெரும் பஞ்சம் முன்னர் வந்து மக்கள் அல்லலுற்றனர். இவ்வாண்டு ஏற்பட்ட பஞ்சத்தினால் மக்களின் வாழ்க்கை சொல்லெணாக் கொடுமைகளுக்குட்பட்டது.

இவருக்கு முன்னால் மதுரைச் சீமையை ஆண்ட மற்றொரு சொக்கநாத நாயக்கர் (1659-1682) ஆட்சிக் காலத்திலும் பெரும் பஞ்சம் வந்தது.

பதினேழாம் நூற்றாண்டில் உண்டான இப்பஞ்சத்தினால் வாடிய மக்களுக்கு டச்சுக்காரர்கள் உணவு ஆசை காட்டி அவர்களைக் கப்பலேற்றி அடிமைகளாக விற்பதற்குப் பிடித்துச் சென்றனர். எனினும் பஞ்சத்தை நீக்கும் பணியில் நாயக்க மன்னர் முன்னின்று பாடுபட்டார்.

இதே சொக்கநாதர் காலத்தில் (1659-1682) வைகை ஆற்றில் பெரும் வெள்ளம் வந்து ஏராளமான ஊர்களை அடித்துச் சென்றது.

சையதுகளின் காலம் முடிந்தது

முகலாயப் பேரரசர் படைக்குத் தலைமை ஏற்று முகமது அமீன் கானைத் தனது வசீர் என்று அறிவித்து விட்டு, 1720 நவம்பர் 15 அன்று டெல்லிக்குத் திரும்பினார்.

பேரரசர் சையது சகோதரர்களில் மூத்தவரான அப்துல்லா கானை ஆக்ராவிற்கு அருகிலுள்ள பிலோச்பூர் என்ற இடத்தில் தோற்கடித்துச் சிறைப் பிடித்தார். அவர் சிறையிலேயே கிடந்து 1722 இல் இறந்தார்.

சுமார் எட்டாண்டுக் காலம் பேரரசர்களுக்கெல்லாம் பேரரசர்கள் போல் அதிகாரம் செலுத்தி வந்த சையது சகோதர்களின் கதை இவ்வாறு முகலாய அரசவையில் முடிந்தது.

சையதுகளின் சாதனைகள்

பன்னெடுங் காலமாகச் சமயவெறியும். வைதிக மனப்பான்மையும் தலைவிரித்தாடிய டெல்லியின் பேரரச வரலாற்றில், மக்கள் பங்கேற்கா ஆட்சி எதுவாயினும், அது நிலைக்காது என்ற புதிய போக்கைச் சையது சகோதரர்கள் உண்டாக்கிக் காட்டினார்கள்.

இந்திய மக்கள் பெரும்பாலர் இந்து சமயத்தவர். டெல்லியில் ஆட்சியதிகாரம் வலுவாக அமைய வேண்டுமாயின், அம்மக்களின் உணர்ச்சிகளும், நம்பிக்கைகளும் மதிக்கப்பட வேண்டும்.

அதனால் ஜசியா என்ற கொடிய வரி ஒழிக்கப்பட்டது. (இது இந்துக்கள் மீது விதிக்கப்படும் வரியாகும்.) இந்துக்களுக்கு இருந்து வந்த பிற தடைகளும் நீக்கப்பட்டன.

இரசபுத்திரர்களின் குமுறல் ஆற்றுப்படுத்தப்பட்டது. இராஜா அஜீத் சிங்கின் மகளை ஃபருக்சியார் மணந்தார். (இது முகலாய. இரசபுத்திர வரலாற்றில் நெடுங்காலமாக இருந்துவரும் உறவின் முறையாகும்.)

இராஜா இரத்தன்சிங்கு போன்றவர்களுக்கு முகலாய அரசவையில் உயர் பதவிகள் தரப்பட்டன. அக்பரின் கொள்கைகள் மீண்டும் கடைப்பிடிக்கப்படுவதைப் போன்று வேலைகள் நடந்தன. மராட்டியரைச் சையது சகோதரர்கள் ஆற்றி அணைத்தனர்.

சையது சகோதரர்கள் ஏழைகளையும், எளியவர்களையும் அன்புடன் நடத்தினர். அவர்கள் அளித்த அறக் கொடையினால் ஏராளமானோர் பலனடைந்தனர்.

ஆனால், முகலாயப் பேரரசைப் பீடித்திருந்த நோக்காட்டைச் சையது சகோதரர்களால் குணப்படுத்துவதற்கு முடியவில்லை.

அவர்களால் அரியணையில் ஏற்றி வைக்கப்பட்ட (1719) முகமது ஷா அவர்கள் இறந்த பின்னரும் 1748 வரை சிங்காதனத்தில் வீற்றிருந்தார்.

காஷ்மீரத்தில் இந்துக்களுக்கு எதிராகக் கலகம்

காஷ்மீரம் நடு ஆசியாவின் தென் மேற்கிலுள்ள இந்தியப் பகுதியாகும். இப்பகுதியைப் பதினாறாம் நூற்றாண்டிலிருந்து முகலாயர், ஆப்கானியர், சீக்கியர், பிரிட்டிசார் முதலானவர்கள் அடுத்தடுத்து ஆண்டு வந்தனர். இது 84000 சதுர கிலோ மீட்டர் (33000 சதுர மைல்) பரப்புடைய பகுதியாகும். இங்கு ஜீலம், சிந்து ஆறுகள் பாய்கின்றன. இப்பகுதியின் குறுக்கே இமயமும் காரக்கோரம் மலைத் தொடர்களும் இருக்கின்றன. இது மலை வளஞ் செறிந்த அழகிய நாடு ஆகும்.

இராஜ தரங்கிணி

காஷ்மீர மன்னர்களின் வரலாற்றைக் கூறும் நூலுக்கு இராஜ தரங்கிணி என்று பெயர். இதன் ஆசிரியர் பெயர் கல்ஹணன். இராஜ தரங்கிணி என்றால் ''அரச ஆறு'' என்று பொருள். கல்ஹணர் இந்நூலைக் கி.பி. 1148 இல் (சக ஆண்டு 1070) எழுதத் தொடங்கி கி.பி. 1150 ஆம் ஆண்டில் முடித்தார்.

''கல்ஹணரின் சொந்தக் கருத்துப்படி, இது வரலாற்று நூல் மட்டுமன்று; பெரிதும் கலைப் படைப்புமாகிய ஒரு காவியமாகும். அவர் தன்னை வெறும் வரலாற்றாசிரியராகக் கருதாமல், ஒரு கவி-புலவர் என்றே கருதினார்.'' இவ்வாறு இந்தச் சம்ஸ்கிருத நூலை மூலநூலின் நயத்திற்கொப்ப ஆங்கில மொழியில் ஆக்கித் தந்திருக்கும் காலஞ்சென்ற இரஞ்சித் சீதாராம பண்டிதர் கூறுகின்றார். இம்மொழி பெயர்ப்பு நூலை அரிய செய்திகளடங்கிய கலைக் களஞ்சியம் எனலாம்.

கல்ஹணர் நாகரிகங்களின் தோற்றுவாய் குறித்துக் கவனஞ் செலுத்தவில்லை. அவர் காஷ்மீர மன்னர்களின் வரலாற்றை எழுதுவதையே வரையறுத்துக் கொண்ட பணியாக ஏற்றார். அவர் இவ்வரலாற்றைக் கி.மு. 1184 இல் தொடங்குகின்றார். அவர் மூன்றாம் கோநந்தனுடன் தொடங்கிய 1184 க்கு முந்திய கி.மு. 1266 ஆம் ஆண்டுக் காலத்தைப் பற்றியும் குறிப்பிடுகின்றார். அக்கால கட்டத்தில் (கி.மு. 1266 ஆண்டுகளில்) ஐம்பத்திரண்டு மன்னர்கள் ஆண்டனர் என்பது செவிவழிச் செய்தியாகும். ஏனெனில் அக்காலம் பற்றிய ஆவணம் எதுவுமில்லை.

எனவே ஐம்பத்திரண்டு மன்னர்கள் இருந்தனர் என்று கணக்குச் சொல்லிட்டு ஒரு புலவரின் பாணியில் அப்பண்டை மன்னர்களைப் பற்றிய செய்திகளைக் கூறுகின்றார். அவர் அம்மன்னர்களின் காலம் பற்றி எதுவும் குறிப்பிடவில்லை: அவர்களின் காலம் நிச்சயமாகவும், துல்லியமாகவும் தெரிந்ததால்தான் அதைக் கூறுகின்றார். எனவே இராஜ தரங்கிணியின் முதல் மூன்று காண்டங்களில் காலம் எதுவும் குறிப்பிடப்படவில்லை.

கல்ஹணர் நான்காவது காண்டத்தில் 703 ஆவது பாடலிலிருந்துதான் நிகழ்ச்சி களுக்குச் சரியான காலத்தைக் குறிப்பிடுகின்றார். அவர் முதலில் கூறும் காலம் லௌகீக யுகத்தின் 3889 ஆம் ஆண்டாகும். அதாவது கி.பி. 813-814 ஆகும்.

கல்ஹணரின் வரலாறு இந்தத் தேதிக்குப் பிறகு வழுவில்லாமலும் துல்லிய மாகவும் எழுதப்பட்டுள்ளது என்பதில் ஐயமில்லை. கால வழு இருக்குமாயின் அது பண்டைய வரலாற்றாசிரியர்களினால் உண்டானதாகவே இருக்கும் என்பதில் ஐயமில்லை.

அவர் தொல் பொருளியலில் ஆழ்ந்த நோக்குள்ளவர், கலை ஆர்வலர், தனது நாட்டின் பண்டைக் கோயில்கள், நினைவுச் சின்னங்கள் ஆகியவற்றைப் பெரிதும் நேசித்தவர், அவர் பண்டைய வரலாறுகளையும், மன்னர்கள் அளித்த பட்டயங்களையும்: சாசனங்களையும் நுணுகி ஆராய்ந்ததாகவும், அவற்றிலிருந்து பிழைகளை நீக்கியதாகவும் கூறுகின்றார்.

ஸ்ரீநகரில் சுசாலா ஆட்சியின் போது கி.பி. 1121 ஆம் ஆண்டு இளவேனிற் காலத்தில் நடந்த நிகழ்ச்சிகளை நேரில் கண்டதாகவும் கூறுகின்றார். கடைசித் தரங்கங்கத்தில் விவரிக்கப்பட்டுள்ள நிகழ்ச்சிகள் நேரில் கண்டு மெய்யாக உணர்ந்து, நடுநிலையோடு எழுதப் பெற்றவை என்பன போல் தோன்றுகின்றன.

கல்ஹணர் இதர இந்தியப் புலவர்களைப் போன்று தம்மை ஆதரித்த மன்னர்களைப் புகழ்ந்து சம்ஸ்கிருதத்தில் புகழ்மாலையைத் தொடுக்கவில்லை, அவர் ஒரு தனி மனிதனையோ, ஒரு கூட்டத்தையோ புகழவும், பழிக்கவும் இக்காவியத்தை எழுதவில்லை.

காஷ்மீரம் பற்றிக் குறிக்கவந்த செய்தியின் போது, அதன் வரலாற்றை கி.பி. பன்னிரண்டாம் நூற்றாண்டில் எழுதிய கல்ஹணரின் நினைவு வந்தது பொருத்தம் என்று நினைக்கின்றோம்.

மகபூப்கான் அப்துல் நபி என்பவர் இந்த 1720 ஆம் ஆண்டில் இந்துக்களுக்கு எதிராக ஒரு கலகத்தைத் தூண்டி விட்டார். இதனால் அங்கு கொள்ளையும், கொலைகளும் நடந்தன. இக்கலகத்தைத் தூண்டிவிட்ட மகபூவும் பிறரும் கொல்லப்பட்டனர்.

தூய்ப்பிளே இராணுவ ஆணையராக நியமனம்

இந்தியாவில் அகன்ற பிரஞ்சுப் பேரரசு ஒன்றை நிறுவவேண்டும் என்று கனவு கண்டு, இத்துணைக் கண்டத்து வரலாற்றில் கிட்டத்தட்டக் கால் நூற்றாண்டுக் காலத்திற்கு மேல் அரசியல் சொக்கட்டான் ஆடிவந்த ஜோசஃப் பிரான்சஸ் தூய்ப்பளே (1697-1763), பாண்டிச்சேரியில் முதல் கவுன்சிலராகவும், இராணுவ ஆணையராகவும் பணியாற்று வதற்கென்று இந்த 1720 ஆண்டு நியமிக்கப்பட்டார். அவர் நியமனத்தின் பிறகு இப்பொறுப்புகளை ஏற்பதற்காக 1722 இல் பாண்டிச்சேரிக்கு வந்து சேர்ந்தார்.

பிரிட்டனில் நிதி நெருக்கடி ''தென் கடல் குமிழி வெடித்தது''

பிரிட்டனில் இவ்வாண்டு பங்குச் சந்தையில் பெரிய சரிவுகள் ஏற்பட்டமையால் கடுமையான நிதி நெருக்கடி ஏற்பட்டது. தென்கடல் கம்பெனி என்ற நிறுவனம் நில நடுக்கோட்டின் தெற்கிலுள்ள பகுதிகளில் ஏக போகமாக வாணிபம் செய்யும் உரிமைக்காகத் தேசியக் கடன் தீர்க்கும் பொறுப்பை ஏற்றுக் கொண்டது. அது இப்பெரும் பொறுப்பை ஏற்ற பிறகு 1720 ஆம் ஆண்டு பங்குச் சந்தைகளில் விலைகள் விழலாயின.

தென் கடல் கம்பெனி என்பது இலண்டனை மையமாகக் கொண்டு அமைந்த கிழக்கிந்தியக் கம்பெனி போன்ற பல நிறுவனங்களில் ஒன்றாகும். இக்கால கட்டத்தில் சூது பேரங்கள் ஒரு தேசியப் பொழுது போக்காக இலண்டனில் நடந்தன.

குடிப்பதும், சூதாடுவதும் பொதுவான வழக்கங்களாக இருந்தன. சீட்டு விளையாட்டு, குதிரைப் பந்தயம், குத்துச் சண்டை போன்ற விளையாட்டுகள் எல்லாமே சூதாட்டங்களாக நடந்தன: பாராளுமன்றத்தில் நடக்கும் வாக்கெடுப்புக் கூட பந்தயங் கட்டி ஆடும் சூது பேரமாக இருந்தது. பரிசுச் சீட்டுகள் சர்வ சாதாரணமாக நடத்தப்பட்டன. அதே சூதாட்ட மோகத்தின் உச்சத்தைத்தான் தென்கடல் குமிழியின் வெடிப்புக் காட்டுகின்றது.

பிற் சேர்க்கை

பதினெட்டாம் நூற்றாண்டின் இரண்டாம் பத்தில் இடம் பெற்றுள்ள செய்திகளுக்கு மேலும் விளக்கம் தரும் பொருட்டு இந்தப் பிற்சேர்க்கைப் பகுதியில் பல செய்திகளும், எடுத்தாளப்பட்ட சில கருவி நூல்களின் பெயர்களும் இடம் பெறுகின்றன.

1711 **தமிழில் புதிய ஏற்பாடு** பக்கம் - *228*

விவிலியம் பற்றிய விரிந்த சில செய்திகள்:

நாம் பைபிள் என்னும் போது, அது கிறித்தவர்களின் மறை நூல் என்ற பொருளில் தான் குறிக்கின்றோம், எனினும் இது ஒரு மொழி மூலத்திலிருந்து பெறப்பட்ட பொருளாகும். ஆங்கிலச் சொல்லான பைபிள் கிரேக்கத்திலிருந்து இலத்தீனத்தின் வழியாக வந்ததாகும்.

இன்று நாம் அறிந்துள்ள விவிலிய நூல்கள் எழுதப் பெற்ற காலத்தில், ஒரு புத்தகம் என்பது சுருட்டி வைக்கப்படும் சுருணையாக இருந்தது. எழுத்து முறை கண்டுபிடிக்கப்பட்ட பிறகு புத்தகம் செய்வதற்குப் பயன்பட்ட பொருள்கள் காலத்திற்கும் இடத்திற்கும் ஏற்ப மாறுதலடைந்தன.

பாபிலோனியர் (கி.மு.3000) கூரிய ஊசி கொண்டு களிமண் மீது எழுதினர். பழைய, ஏற்பாடு எனப்படும் எபிரேய மொழி (ஆபிரகாமின் வழித் தோன்றல்கள் என்று கூறிக்கொள்ளும் பண்டைச் செமித்திய இனத்தைச் சேர்ந்த இஸ்ரேலிய மக்களின்

மொழிக்கு எபிரேயம் என்று பெயர். 'இபிரி' என்றால் எபிரேய மொழியில் ஆற்றுக்கு அப்பாலிருந்து என்று பொருள்படும்) நூல் தொகுதி முற்றிலுமாக அல்லாவிடினும், பெரிதும் கன்றின் தோல்மீது எழுதப்பெற்றன. சமயத் தொடர்புடைய விஷயங்களைப் பொறுத்தவரையில் இயல்பாக இருந்து வரும் பழமைப் போக்கிற்கிணங்க, யூதர் இன்று வரையிலும் தோலின்மீது எழுதி, அதைச் சுருட்டிப் புனித நூற்றொகுதியாகப் போற்றுகின்றனர்.

புதிய ஏற்பாடு என்றழைக்கப்படும் கிரேக்க மொழி நூற்றொகுதியானது வேறுபட்டதும், முற்றிய நாகரிகம் நிலவியதுமான சூழ்நிலையில், அதாவது கிரேக்க - ரோமானியப் பேரரசுக் காலங்களில் உண்டாக்கப்பட்டது. இக்கால கட்டத்தில் பாப்பிரஸ் (பாப்பிரஸ் என்பது நீரில் வளரும் ஒரு வகையான நாணல். இது தென் ஐரோப்பாவிலும், வட, மைய ஆப்பிரிக்காவிலும் வளர்கின்றது. இது சிறிய பச்சை நிறமான தட்டையை உடையது: இதன் உச்சியில் குடைக் கம்பிகளைப் போல் அடுக்கடுக்காகப் பூக்கள் மலரும், இவ்வகை நாணலிலிருந்து பண்டை எகிப்தியர், கிரேக்கர் முதலானோர் காகிதம் செய்து, அதை எழுதுபொருளாகப் பயன்படுத்தி வந்தனர்) என்ற ஒருவகைத் தாளால் புத்தகங்களைச் செய்வது வழக்கமாக இருந்தது. புதிய ஏற்பாடு தோலில் எழுதப்பட்டதாகக் கூறப்பட்ட போதிலும், பாப்பிரஸ் தாளில் தான் பெரும்பாலான புத்தகங்கள் இக்காலத்தில் எழுதப் பெற்றன.

சுருணைகள்

எனினும் பழைய ஏற்பாடும், புதிய ஏற்பாடும் சுருணைகளில் சிறிய செங்குத்துப் பத்திகளாக எழுதப்பெற்றன. ஒரே நேரத்தில் ஓரிரு பத்திகளைப் பார்த்துப் படிக்கக் கூடிய வகையில் இச்சுருணையை இரண்டு கைகளாலும் பிடித்துக் கொண்டு படிக்க வேண்டும். இவ்வாறு படித்துச் செல்லும் போது இடக்கை சுருணையை விரிக்க, வலக்கை அதைச் சுருட்டிக் கொண்டே வரும்.

இச்சுருணைகள் இன்ன அளவில்தான் இருக்க வேண்டும் என்ற வரையறை உண்டு. அது புத்தகத்தின் நீளத்தைத் தோராயமாக வரையறுத்தது.

எனவே கிறித்தவ விவிலியம் இரட்டைச் சுருணைகளைக் கொண்ட தொகுதியாகும். இது அதன் புறத்தன்மையை மட்டுமே சுட்டுவது. இரு தொகுதிகளிலும் சிறு நூல்கள் அடங்கியுள்ளன என்பதும், இவ்விரு தொகுதிகளுமே புனிதமானவை என்று மதித்துப் போற்றப்படுகின்றன என்பதும் இதில் மிகவும் முக்கிய மானவையாகும்.

பாடல்கள்

பழைய ஏற்பாட்டு நூல்கள் எவ்வாறு எழுதப்படலாயின?

பழைய ஏற்பாட்டின் மிகவும் தொன்மையான பகுதிகளும், அவற்றில் விவரிக்கப்படும் முன்னாளைய நிகழ்ச்சிகளின் போது கிட்டத்தட்ட நடந்தன பற்றிய வருணனைகளும் 'பாடல்கள்' ஆகும் என்பது குறித்து அறிஞரிடையே பொதுவான உடன்பாடு காணப்படுகின்றது.

இஸ்ரேலும், கிரேக்கமும் தோன்றிய காலங்கள் ஒப்பு நோக்கத் தக்கனவாக உள்ளன என்று நாம் கருதுவது பொருத்தமுடையது எனலாம். இவ்விரு மக்களின் இலக்கியங்களும் பாடல்களாகத் தொடங்குகின்றன: உரை நடையில் அன்று. உலகத்து

இனங்கள் அனைத்தின் இலக்கியமும், பாடல்களாகவே தொடங்கின என்ற பொதுவான ஒரு தன்மையை நம்மால் காண முடியும்.இது மெய்தான் என்பதில் ஐயமில்லை.

எனினும் வெகு தொன்மையான நாகரிகங்கள் அனைத்திலும், குறிப்பாக பாபிலோனியம், எகிப்து ஆகிய நாகரிகங்களில், இவ்வாறு பாட்டின் வழியே இலக்கியம் மலர்ந்தது என்று கூறிவிட முடியாது.

ஃபீமியஸ், டெமோடோக்கஸ் இருவரும் இனத் தலைவர்களின் மண்டபங்களில் லயர் என்ற யாழை மீட்டிப் பாடுவதாக ஒடிசி (இது ஹோமர்-சுமார் கி.மு.800-பாடியதாகக் கூறப்படும் வீர காவியமாகும். திராய் நகர வீழ்ச்சிக்குப் பிறகு ஒடீசியஸ் பத்தாண்டுக் காலம் அலைந்து திரிந்ததை இவ்வீர காவியம் பாடுகின்றது. கூறுகின்ற கதைப் பாடல்களுக்கும், பைபிளில் பாதுகாத்து வைக்கப்பட்டுள்ள பெரும் பழமை வாய்ந்த பாடல்களுக்கு மிடையே, காணப்படும் ஒற்றுமை நம்மைத் திகைக்க வைக்கின்றது. மாறுபட்ட சூழல்களும், சமுதாய அமைப்பும் மட்டுமே இங்கு வேறுபாடாக உள்ளன.

ஆங்கிலத்தில் பைபிள்

இங்கிலாந்து கி.பி.மூன்றாம் நூற்றாண்டின் தொடக்கத்தில் கிறித்தவத்தைத் தழுவியது. அதன்பிறகு கிட்டத்தட்ட ஏழு நூறாண்டுக்காலம் வரையிலும் பொது மக்கள் வேதாகம நூலான விவிலியத்தை நேரடியாகப் படித்துணர முடியாத நிலை இருந்தது. ஏனெனில் விவிலியம் எழுதப்பட்டிருந்த இலத்தீன் மொழியை அவர்கள் அறிய மாட்டார்கள். (பண்டை ரோமிலும், ரோமப் பேரரசிலும் இலத்தீனம் மொழியாக இருந்தது. அது கி.மு.முதல் நூற்றாண்டு வாக்கில் மிகச்சிறந்த நிலையை எய்தியது. இது தைரீனியன் கடற்கரை மீதுள்ள நடு இத்தாலியின் மேற்குப் பகுதியான இலத்தியம் என்ற இடத்தின் மொழியாக ஆதியில் இருந்தது.

இம்மொழி இந்தோ ஐரோப்பிய மொழிக் குடும்பத்தை சேர்ந்ததாகும். இலத்தீனத்திலிருந்து இத்தாலியன், ஸ்பானியம், போர்த்துக்கீசம், பிரஞ்சு, ருமேனியன் ஆகிய ரோமானிய மொழிகள் பிறந்தன. இங்கிலாந்தில் இலத்தீனத்தில் எழுதப் பெற்ற பைபிள் வழிபாட்டு நூலாக அப்போது இருந்து வந்தது.

குருமார்களின் சமயச் சொற்பொழிவுகள், சிறு விளக்கவுரைகள், குறிப்புரைகள் ஆகியன வழியாகவே அவர்கள் வேத நூலை அறிந்திருந்தனர். பதின்மூன்றாம் நூற்றாண்டு வரையிலும் பைபிள் ஆங்கிலோ-சாக்சன், ஆங்கிலோ-நார்மன் மொழிகளில் எழுதப்பெற்றன. ஆங்கில மொழியில் பைபிள் வேண்டும் என்ற இயக்கம், பிரிட்டனை நார்மன்கள் வெற்றி கொண்ட பின்னர் நின்று போயிற்று. (நார்மன்கள் பிரஞ்சு நாட்டின் நார்மண்டியிலிருந்து படையெடுத்து வந்து இங்கிலாந்தை 1066 ஆம் ஆண்டு வெற்றி கொண்டனர்) ஆங்கிலோ-நார்மனில் 1361 ஆம் ஆண்டு உரைநடை வடிவில் பைபிள் மொழிபெயர்க்கப்பட்டது.

ஜான் விக்லிஃப்பு

ஜான் விக்லிஃபு (1330-1384) சமயவியல் விற்பன்னர்: மெய்ப் பொருளறிஞர்: கிறித்தவத் திருச்சபைச் சீர்திருத்தக்காரர்: பைபிளை முற்றிலும் ஆங்கிலத்தில் மொழிபெயர்க்க வேண்டுமென்ற இயக்கத்தைத் தூண்டியவர். இவரைப் புராட்டஸ்டண்டுச் சீர்திருத்த இயக்கத்தின் முன்னோடிகளில் ஒருவர் எனலாம். இவர்

1330 வாக்கில் ஆக்ஸ்ஃபோர்டுப் பல்கலைக் கழகத்தில் முறைப்படி கற்றுத் தேறியவர். அவர் கிறித்தவத் திருச்சபையின் பணிகளில் தன்னை ஈடுபடுத்தியிருந்தார்.

விக்லிஃபு 1380 ஆகஸ்டு தொடங்கி 1381 கோடை வரையிலும் குவின்ஸ் கல்லூரியில் தன் அறைக்குள் இருந்தவாறு விவிலியத்தை ஆங்கிலத்தில் மொழி பெயர்க்கும் பணியில் ஈடுபட்டார், அவர் எந்த அளவில் ஈடுபட்டிருந்தார் என்பது நமக்குத் தெளிவாகப் புலனாக வில்லை. ஏனென்றால் ''ஹியர் ஃபோர்டைச் சேர்ந்த நிக்கலஸ் செய்த மொழிபெயர்ப்பு இத்துடன் முடிவடைகின்றது'' என்ற சொற்றொடர் மூலக் கையெழுத்துப் படியில் காணப்படுகின்றது. விக்லிஃபிற்கு ஹியர் ஃபோர்டைத்தவிர வேறு உதவியாளர்களும் இருந்திருக்கலாம் என்று கருதத் தோன்றுகின்றது. மொழிபெயர்ப்பு முழுமைக்கும் ஹியர்ஃபோர்டு பொறுப்பாக இருந்திருக்கலாம். அவர் இலண்டனில் கூடிய சமயத் திருக்கூட்டத்திற்கு அழைக்கப் பட்டதும், அதையடுத்து 1382 இல் அவர் ரோம் சென்று விட்டதும், அவர் பைபிள் மொழிபெயர்ப்புப் பணியுடன் கொண்டிருந்த தொடர்பு அறுந்தது. எனவே அப்பணியை முற்றுப்பெறச் செய்தவர் யார்?

விக்லிஃபின் மொழிபெயர்ப்பிற்குச் சமயத் தலைவர்களிடமிருந்து கடும் எதிர்ப்பு எழுந்தது. ஆர்ச் பிஷப்பு அருண்டேல் 1408 ஆம் ஆண்டு சமயகுருமார்களின் திருச்சபையை ஆக்ஸ்ஃபார்டில் கூட்டினார்: அங்கு நாட்டு மொழியில் பைபிளை மொழி பெயர்ப்பதற்குத் தடைவிதித்தார். இத்தடை மிகவும் கடுமையாகச் செயல்படுத்தப்பட்டது. எனினும் அது செயலற்ற தடையாகத் தானிருந்தது. அடுத்த நூற்றாண்டு வாக்கில், ஆங்கில மொழியில் விக்லிஃபின் பைபிள் மட்டுமே வழக்கில் இருந்தது. அப்போது ஏறத்தாழ 200 கையெழுத்துப் படிகளில் விக்லிஃபின் பைபிள் எழுதப்பட்டிருந்தது என்பதைக் கொண்டு, அதன் செல்வாக்கை உணரலாம். அப்படிகள் பெரிதும் 1420, 1450 ஆகிய ஆண்டுகளுக்கு இடைப்பட்ட காலத்தில் படியெடுக்கப் பட்டன.

விக்லிஃபின் ஆதரவாளர்களுக்கு லோலார்டுகள் என்று பெயர். அவர் 1384 ஆம் ஆண்டு உயிர் நீத்தார்.

வில்லியம் டிண்டல்

வில்லியம் டிண்டல் (கி.பி 1492-1536) புராட்டஸ்டண்டுச் சமயஞ்சார்ந்த ஆங்கிலேயர், அவர் கிரேக்க மொழியிலிருந்து நேரடியாகப் பைபிளை 1523 ஆம் ஆண்டு ஆங்கிலத்தில் மொழி பெயர்க்கத் தொடங்கினார். இதற்கு அரசியல் நெருக்கடியும், சமயவாதிகளின் நசுக்குதலும் இருந்தமையால், இங்கிலாந்தில் இந்தப் பணியை அவரால் தொடர இயலவில்லை. எனவே அவரது பைபிள் ஆங்கில மொழி பெயர்ப்பு வேலை ஜெர்மானியிலுள்ள கொலோன் நகரில் 1525 ஆம் ஆண்டு அச்சாகத் தொடங்கியமையால், தென்மேற்கு ஜெர்மனியிலுள்ள ஓம்ஸ் (Worms) என்ற ஊருக்கு டிண்டல் ஓடிப்போக நேர்ந்தது. அவர் அந்நகரத்திலிருந்து இரண்டு முழுப் பதிப்புகளை 1525 இல் வெளியிட்டார்.

இதன் பிரதிகள் இங்கிலாந்திற்குக் கள்ளத்தனமாகக் கடத்தப்பட்டன. அங்கு உடனே அதற்குத் தடை விதிக்கப்பட்டது. அயல்நாட்டில் 1525 முதல் 1528 வரை டிண்டல் ஆங்கில மொழிப் பைபிளில் 18,000 படிகளை அச்சிட்டார். அவற்றுள் இரண்டு முழுப் பதிப்புகளும், சில பகுதிகளும் மட்டுமே இப்போது எஞ்சி நிற்கின்றன.

டிண்டல் கிறித்தவ சமய நம்பிக்கைகளை ஏற்காதவர் என்று குற்றஞ்சாட்டி 1536 ஆம் ஆண்டு அவரை உயிருடன் கொளுத்தினர்.

பைபிள் வரலாறு

கிறித்தவ அப்தத்தின் முதல் நூற்றாண்டு வரையிலும் விவிலிய வரலாறு என்பது, பெரிதும் இஸ்ரேலருடைய வரலாற்றுடன் ஒன்றாக வைத்து எண்ணப்பட்டது: குறிப்பாக யூதரின் சமய வரலாறாக விவிலியம் கருதப்பட்டது.

இஸ்ரேலரின் முன்னோர் மெசபடோமியாவிலிருந்து கி.மு.2000 ஆண்டிற்குப் பிறகு கனானில் (பாலஸ்தீனம்) குடியேறினர். அவர்களில் பலர் தென் கிழக்கே எகிப்தையும் நோக்கிக் குடிபெயர்ந்து கொண்டேயிருந்தனர். அவர்கள் சுமார் கி.மு. 1250 ஆம் ஆண்டு எகிப்திலிருந்து திரும்பிய பிறகுதான், இஸ்ரேலின் முறையான வரலாறு தொடங்குகின்றது.

எகிப்திலிருந்து திரும்பியவர்களும், கனானில் ஏற்கெனவே குடியமர்ந்திருந் தவர்களும் ஒன்று கூடி ஒரு கூட்டாட்சியை அமைத்துக் கொண்டு அங்கு வாழலாயினர். மத்திய தரைக் கடலில் கிரேக்கத்திற்கும் துருக்கிக்கும் இடைப்பட்ட ஏஜியன் கடற்பகுதியைச் சேர்ந்த பிலிஸ்தியம் என்ற இடத்தில் வாழ்ந்த நாகரிக முதிர்ச்சியற்ற மக்களான பிலிஸ்தியர் சுமார் கி.மு. 1050 வாக்கில் படையெடுத்து வந்தனர். இது இஸ்ரேலரின் இன ஒற்றுமைக்கு ஆபத்தை உண்டாக்கியது. இந்த ஆபத்தின் காரணமாக அவர்கள் இஸ்ரேலின் முதன் மன்னர்களான சால் (இவரே இஸ்ரேலரின் முதல் மன்னர்: காலம் கி.மு.1020-1000) டேவிடு (இஸ்ரேலரின் இரண்டாவது மன்னர்: காலம் சுமார் 1000-962: இவர்தான் இஸ்ரேலிய மக்களை ஒன்றுபடுத்தியவர்) ஆகிய இருவரின் கீழ் நன்கு நிலை பெற்று ஒற்றுமையை உண்டாக்கினர்.

டேவிடு சுமார் கி.மு.970 இல் பிலிஸ்தியரை வென்றடக்கினார். அவர் தனக்கென ஒரு சிறு பேரரசை உண்டாக்கிக் கொண்டார். டேவிடு தோற்றுவித்த அரச குடியானது இஸ்ரேலியர் கி.மு.587 இல் பாபிலோனியரால் நசுக்கப்பட்ட காலம் வரையிலும், டேவிடால் நிறுவப்பட்ட எருசேலத்தைக் கோ நகராகக் கொண்டு ஆட்சி புரிந்து வந்தது.

மக்களில் மேல் மட்டத்தினர் பாபிலோனியரால் நாடு கடத்தப்பட்டனர். பாரசீக மன்னரான சைரஸ் கி.மு. 539 ஆம் ஆண்டு பாபிலோனை வென்றது வரையிலும், இஸ்ரேலர் பாபிலோனில் நாடு கடந்து வாழ்ந்தனர். சைரஸ் அவர்களை நாடு திரும்புவதற்கு அனுமதித்தார்.

நாடு கடந்து வாழ்ந்தபின் பாலஸ்தீனம் திரும்பிய இஸ்ரேலர் கோயிலை மையமாகக் கொண்ட ஓர் அரசைத் தோற்றுவித்தனர். அவர்களுக்கு எபிரேய மொழியில் எழுதப் பெற்ற சட்டமே அரசியலமைப்புச் சட்டமாக விளங்குகிறது.

இஸ்ரேலர் பாரசீகப் பேரரசின் கீழும், பின்னர் அலெக்சாந்தரின் (கி.மு.336-323) கீழும் அமைதியாக வாழ்ந்தனர். அலெக்சாந்தரையடுத்து ஆட்சிக்கு வந்தவர்களில் ஒருவரான புரோட்டோகஸ் எப்பிஃபனஸ் (கி.மு.215-164) யூத வழிபாட்டை மாற்றி, அதன் இடத்தில் ஒரு கிரேக்கக் கடவுளைத் திணிக்க முயன்றதும், ஜூடாஸ் மக்காபியஸ் என்பவரும், ஹாஸ்மோனியன் என்ற அவருடைய குடும்பத்தினரும் அதை எதிர்த்துக் கிளர்ச்சி செய்தனர்.

அவர்கள் அதன்பிறகு அரச குருமார் குடி ஒன்றைத் தோற்று வித்தனர். அது கி.மு.63 ஆம் ஆண்டு ரோமானியப் பேரரசுடன் வலுக்கட்டாயமாக இணைக்கப்பட்டது வரையிலும் நிலைத்திருந்தது.

தமிழில் விவிலியம்

தமிழில் புதிய ஏற்பாட்டை மொழி பெயர்க்கும் பணி 1725 வாக்கில் முற்றுப்பெற்றது. தமிழில் விவிலியத்தை மொழிபெயர்க்கும் பணியில் ஃபப்ரீசியஸ் 1740 வாக்கில் ஈடுபட்டார்.

முழுத் தமிழ் விவிலியம் 1840 ஆம் ஆண்டு வெளியிடப்பட்டது. விவிலியத்தின் திருந்திய தமிழ்ப் பதிப்பு 1844 ஆம் ஆண்டு யாழ்ப்பாணத்தில் வெளியிடப்பட்டது.

கருவி நூல்கள்

பரிசுத்த வேதாகமம், வெளியீடு: இந்திய வேதாகமச் சங்கம், பெங்களூர்.

The Advent And Progress of Bene Israel In India, by D.B. Reubens (1988).

Encyclopaedia of Religion and Ethics, Ed.By James Hastings.

The Chosen People, by John M.Allegro (1971).

A History o Christianity In India: The Beginnings to AD 1707, by Stephen Neil (1984).

The Penguin Dictionary of Religion Ed. by John R.Hinnels, (1984)

மற்றும் பல்வேறு நூல்கள், கலைக் களஞ்சியங்கள், கட்டுரைகள் முதலியன இக்கட்டுரை எழுதுதற்குத் துணை நின்றன.

1711 | இலண்டனில் காப்பிக் கடைகள் | பக்கம் - 231, 232

காப்பிக் கடைகள் பற்றி மேலும் சில செய்திகளை இங்கு காணலாம்.

எகிப்தின் தலைநகராக இன்று விளங்கும் கெய்ரோவில் தான் காப்பிக் கடைகள் முதன் முதலில் அறியப்பட்டன. வரலாற்றுச் சிறப்புமிக்கதும், வடமேற்குத் துருக்கியிலுள்ள துறைமுகப்பட்டினமுமான இஸ்தான்புல்லில் (இதன் பழம் பெயர் கான்ஸ்டாண்டிநோபிள்) பதினாறாம் நூற்றாண்டின் பிற்பகுதியில் காப்பிக்கடைகள் நிறுவப்பட்டன. புகழ்பெற்ற ஆங்கிலக் கிறித்தவக் குருவும், எழுத்தாளரும், விற்பன்னருமான இராபட் பர்டன் (1577-1640) 1621 ஆம் ஆண்டிலும், ஆங்கில மெய்ப் பொருளறிஞரும், அரசியல் தந்திரியும், கட்டுரையாளருமான பிரான்சிஸ் பேக்கன் (1561-1626) 1626 ஆம் ஆண்டிலும் காப்பிக் கடைகளைப் பற்றித் தமது எழுத்துக்களில் குறிப்பிட்டுள்ளனர்.

காப்பிக் கடைகள் பதினேழாம் நூற்றாண்டின் இரண்டாம் பாதியில் ஐரோப்பிய நகரங்கள் பலவற்றில் திறக்கப்பட்டன. தென்கிழக்குப் பிரான்சில் லயன்ஸ் நீரிணை மீது அமைந்திருக்கும் மார்சே (மார்செயில்ஸ்) என்ற துறைமுகப்பட்டினத்தில் 1671 ஆம்

ஆண்டிலும், வட மேற்கு ஜெர்மனியில் எல்பி ஆற்றின் கரைமீது அமைந்திருக்கும் ஹாம்பர்க் என்ற பெரிய துறைமுகப்பட்டினத்தில் *1679* ஆம் ஆண்டிலும், டான்யூபு ஆற்றின் கரைமீது அமைந்திருக்கும் ஆஸ்திரியத் தலைநகரான வியன்னாவில் *1683* ஆம் ஆண்டிலும், தென் மேற்கு ஜெர்மனியில், வட பவேரியாவைச் சேர்ந்த நியூரம்பர்க் நகரத்தில் *1686* ஆம் ஆண்டிலும், தென்மேற்கு ஜெர்மனியில் பவேரியாவைச் சேர்ந்த ஆம்ஸ்பர்க் என்ற பண்டைச் சிறப்பு வாய்ந்த நகரத்தில் *1713* ஆம் ஆண்டிலும் காப்பிக் கடைகள் திறக்கப்பட்டன.

இங்கிலாந்தின் முதல் காப்பிக் கடை ஜேகப்ஸ் என்றவரால் *1650* ஆம் ஆண்டு தென் இங்கிலாந்தைச் சேர்ந்த ஆக்ஸ்ஃபோர்டு நகரத்தில் திறக்கப்பட்டது. இலண்டனின் காப்பிக் கடை *1652* ஆம் ஆண்டு முதன் முதலில் திறந்தது. அது கார்ன்ஹில் என்ற இடத்தைச் சேர்ந்த செயிண்ட் மைக்கேல் சந்தில் இருந்தது.

இக்காப்பிக் கடைகள் வெகு விரைவிலேயே பிரபலமடைந்து விட்டன. மக்கள் காப்பிக் கடைகளுக்கு அடிக்கடி செல்லலாயினர். அவை அரசியலில் அதிருப்தியடைந் தவர்கள் கூடும் இடங்களென்று, இரண்டாம் சார்லஸ் மன்னர் அவற்றை *1675* ஆம் ஆண்டு மூடுவதற்கு முயன்றார். அவை பெரிதும், குறிப்பிட்ட சிலர் உறுப்பினராயிருக்கும் சங்கங்களைப் போலவே செயல்பட்டன.

மிகவும் புகழ்பெற்ற இலண்டன் காப்பிக் கடைகள்: கராவே, ஜானதன் என்ற இவ்விரு கடைகளும் சேஞ்சு சந்து என்ற தெருவில் இருந்தன: கராவே காப்பிக் கடையில் தான் ''தென்கடற் குமிழி'' என்ற பங்குச்சந்தை நெருக்கடி ஏற்பட்ட காலத்தில் கண்மூடித்தனமான பேரங்கள் நடந்தன: (தென்கடற் குமிழி என்பது *1720* ஆம் ஆண்டு

ஏற்பட்ட நிதி நொடிப்பு ஆகும். ஜானதன் காப்பிக் கடையில் பங்குச் சந்தைக்காரர்கள் பெரிதும் கூடினர்.

லாயிட்ஸ் என்ற காப்பிக்கடையும் பெயர் பெற்றது. எருசேலம் என்ற காப்பிக் கடை செய்திகளை அறிந்து கொள்ளும் இடமாக இருந்தது. சால்டெரோ என்ற காப்பிக்கடையுடன், அரும்பொருள்கள் அடங்கிய சிறு காட்சியகமும் இருந்தது. வில்சன் காப்பிக் கடைக்கு ஜான் டிரைடன் (1631-1700) என்ற ஆங்கிலப் புலவர் செல்வது வழக்கம். செயிண்ட ஜேம்ஸ் காப்பிக் கடையில் விக் கட்சியின் உறுப்பினர் கூடினர். ஐரியப் புலவரும், நாடகாசிரியரும், நாவலாசிரியருமான ஆலிவர் கோல்டுஸ்மித் (1728-1774) அங்கு தனது "பழிக்குப் பழி" என்ற நூலை எழுதினார்.

ஆங்கிலப் புலவரும், கட்டுரையாளருமான ஜோசப் அடிசன் (1672-1719), மற்றோர் ஆங்கிலப்புலவரான அலெக்சாந்தர் போப் (1668-1744) என்ற இருவரும் பட்டன் என்ற காப்பிக் கடையைப் பெரிதும் விரும்பி அங்கு சென்றனர். பிர்ச்சின் சந்து என்ற தெருவில் அமைந்திருந்த டாம் என்ற காப்பிக் கடையை ஆங்கில நடிகரும், நாடகக் கொட்டகை நிர்வாகியுமான டேவிடு கார்ரிக் (1717-1779) ஆதரித்தார்.

இலண்டனில் ஞாயிற்றுக்கிழமையன்று மாதா கோயிலிலிருந்து திரும்பும் ஒருவர் காப்பிக் கடைக்குள் சென்று இளைப்பாறலாம்: அங்கு "ஃபிளையிங் போஸ்டு" என்ற பத்திரிகையில் கடைசியாக வந்த செய்திகளைப் படிக்கலாம்: அயல் நாடுகளிலிருந்து வந்த சுவையான கடிதங்களைப் படிக்கலாம். காப்பிக் கடை முதலாளி சுவரில் ஒட்டியுள்ள விளம்பரங்களைக் காணலாம். அங்கு வந்திருக்கும் பிற வாடிக்கையாளருடன் அளவளாவலாம். "அரசியல்வாதியின் கூழ்" என்று அழைக்கப்பட்ட காப்பியை அருந்தலாம்: காப்பியில் சீனி கலந்திருந்தாலும், பால் சேர்க்காத கடுங்காப்பியாகவே அது இருக்கும்.

பிரிட்டனில் நடந்த உள்நாட்டுப் போருக்கு (1644-1645) முன்னர் காப்பிக் கடைகள் அந்நாட்டில் அறியப்படவேயில்லை. அவற்றுள் பெரும்பாலான கடைகள் குறிப்பிட்ட ஒருவகை வாடிக்கையாளர் குழுமும் இடங்களாக இருந்தன. அதாவது எழுத்தாளர், அறிவாளர் கூடும் காப்பிக் கடைகள் இருந்ததைப் போலவே பங்குச் சந்தைக்காரர்களே கூடும் கடைகளும் இருந்தன. ஆன் அரசி 1702 ஆம் ஆண்டு அரியணை ஏறியபோது இலண்டனில் ஏறத்தாழ ஐநூறு காப்பிக் கடைகள் இருந்தன.

சில காப்பிக் கடைகள் வேசையர் விடுதிகளை வெளியே தெரியாமல் மறைத்த இடங்களாக இருந்து வந்தன. இப்படிப்பட்ட காப்பிக் கடைக்கு இருண்ட வாசல் வழியே நுழைய வேண்டும்: அங்கு கிட்டத்தட்டச் செங்குத்தான படிக்கட்டு இருக்கும். உள்ளே நுழைபவர் மேலே சுவர் மீது ஆணியடித்துத் தொங்க விட்டிருக்கும் கயிற்றைப் பிடித்துக் கொண்டு அந்தப் படிக்கட்டில் ஏறி மேலே செல்லவேண்டும்.

கருவி நூல்கள்

Soldiers of Fortunes - The Story of Mamlukes - By John Bagot Glubb Hodder And Stroughton, London, 1973.

Everyman's Encyclopaedia-Vol.III-J.M.Dent & Sons Ltd., London, 1978.

London: The Biography of a City - By Christopher Hibbert, Penguin Books, London, 1980.

வீரமா முனிவர் தமக்கு முன்னர் தமிழ்நாட்டில் பணிபுரிந்த ஏசு சபைச் சாமிமார்களைப் போன்று புலால் உண்பதில்லை; போதை தரும் பானம் அருந்துவதில்லை, இந்து சமயத் துறவியரைப் போன்று காவி உடுத்திக் காலில் பாதக்குறடு அணிந்தார். போக்குவரவு வசதிகள் இல்லாத அந்தப் பதினெட்டாம் நூற்றாண்டில் பெரும்பாலும் கால்நடையாகவே எங்கும் சென்றார். அவர் குதிரை ஒன்றும் வைத்திருந்தார். அக்குதிரையின் அனுபவமே "பரமார்த்த குரு கதையில்" வருகின்ற குரு வைத்திருந்த குதிரையைப் பற்றி முனிவர் எழுதுமாறு செய்தது என்பர்.

வீரமா முனிவர் தாமே அரிதின் முயன்று தமிழ் கற்றவர்: அவருக்கு ஆசிரியர் எவரும் இருந்திலர் என்று ஏசுசபை சார்ந்த இராஜமாணிக்க அடிகள் கூறுகின்றார். அவர் தேம்பாவணி, அடைக்கல மாலை அன்னை அழுங்கல் அந்தாதி, தேவாரம் முதலிய பக்தி நூல்களை எழுதினார். அவரின் திருக்காவலூர் கலம்பகம், கித்தேரி அம்மாள் அம்மானை இரண்டும் சிறந்த சிற்றிலக்கிய நூல்கள்.

அவர் திருக்குறளின் அறம், பொருள் ஆகிய இரு பால்களையும் இலத்தீனத்தில் மொழிபெயர்த்தார். துறவி என்றமையால் காமத்துப் பாலை மொழிபெயர்க்காது விடுத்தார் போலும். அவற்றை ஜி.யூ. போப் (1820-1908) அச்சிட்ட வரையில் அவை ஏட்டிலேயே இருந்தன. டாக்டர் குமால் (Gumaul) திருக்குறளை ஜெர்மன் மொழியில் மொழிபெயர்ப்பதற்கு வீரமா முனிவரின் இலத்தீன மொழிபெயர்ப்புப் பெருந்துணை புரிந்தது என்பர்.

வீரமா முனிவரின் சதுரகராதியும், அவர் செய்த தமிழ் எழுத்துச் சீர்திருத்தமும் பெரும்பணிகளாகும். அவரால் போர்த்துக்கீசர் எளிதாகவும், அலுப்புத் தட்டாமலும் தமிழ் படிப்பதற்காகவென்று எழுதப்பெற்ற பரமார்த்த குரு கதை நகைச்சுவை நிறைந்தது. அவர் அதில் வரும் குருவாகத் தன்னையே நையாண்டி செய்து கொண்டார் என்பர். பரமார்த்த குரு கதை தெலுங்கு கன்னடம், ஆங்கிலம், பிரஞ்சு முதலிய பல மொழிகளில் மொழி பெயர்க்கப்பட்டுள்ளது.

சதுரகராதி மட்டுமன்றி தமிழ் - இலத்தீனம், தமிழ் - போர்த்துக் கீசம் அகர முதலிகளையும் வீரமா முனிவர் தொகுத்தார். இவரைப் பற்றி இனி வரும் ஆண்டுகளில் ஆங்காங்கே பல செய்திகளைத் தெரிந்து கொள்ளலாம்.

கருவி நூல்கள்:

வீரமா முனிவ மாலைகள் டாக்டர் சூ.இன்னாசி, சென்னைப் பல்கலைக் கழகம்.1985.

Father Beschi of the Society of Jesus, His Times and Writings, by Rev.L.Besse, S.J.St.Joseph's Industrial School Press, Trichinopolly, 1918.

மேலும் பல கட்டுரைகள், நூல்கள்

பாம்பனையும், பாம்பன் ஆற்றின் குறுக்கே பாலம் கட்டிப் பெருநிலத்தை இராமேசுவரத் தீவுடன் இரு முறை இணைத்தது பற்றியும் விரிந்த செய்திகள், இனி வரவிருக்கும் தொகுதிகளில் 1828, 1913, 1988 ஆகிய ஆண்டுகளில் விவரிக்கப்படும். எனினும், அவற்றைக் குறித்து இங்கு சில செய்திகள் அளிக்கப்படுகின்றன.

பாம்பு போல் வளைந்து செல்லும் கால்வாய் ஆனமையால் பாம்பன் எனப்பட்டது. இதைச் சம்ஸ்கிருதத்தில் சர்ப்ப நதி என்பர்.

பாம்பன் சென்னையிலிருந்து தெற்கே தென்மேற்கில் 432 கிலோமீட்டர் (270 மைல்): திண்டுக்கல்லிலிருந்து கிழக்கே தென் கிழக்கில் 180 கிலோமீட்டர் (112 மைல்): கொடைக்கானலிலிருந்து கிழக்கே தென் கிழக்கில் 216 கிலோமீட்டர் (135 மைல்): மதுரையிலிருந்து கிழக்கே தென்கிழக்கில் 140 கிலோமீட்டர் (87 மைல்): இராமேசுவரத்திலிருந்து மேற்கில் 12 கிலோமீட்டர் (7 மைல்): இராமநாதபுரத்திலிருந்து கிழக்கில் 43 கிலோமீட்டர் (27 மைல்): பாம்பனைத் தமிழர் பாம்பன் தீவு என்கின்றனர்.

பாம்பனில் டச்சுக்காரர் ஒரு கோட்டை கட்டியிருந்தனர். அங்கு பத்தொன்பதாம் நூற்றாண்டின் இறுதிவாக்கில் லெப்பைகள் என்ற தமிழ் முஸ்லிம்கள் பெரும்பாலராக வாழ்ந்தனர். அவர்கள் கடலில் வழிகாட்டிகளாகவும், நீர்மூழ்குபவர்களாகவும், கடலோடிகளாகவும் இருந்தனர். இங்கு அப்போது இலங்கை அரசு, ஆண்டில் ஆறு மாத காலம் குடியேற்றச் சாவடி ஒன்றை நடத்தி வந்தது. இங்கு யாத்திரிகர் பேரெண்ணிக் கையில் வந்தமையாலும், தானிய வாணிபம் சிறப்பாக நடந்த காரணத்தினாலும், பாம்பன் கலகலப்பான தோற்றத்தைக் கொடுத்தது.

பாம்பனில் முற்காலத்தில் முத்துச்சிலாபமும், சங்கு குளித்தலும் சிறப்பாக நடந்து வந்தன. இராமநாதபுரத்து மன்னர்கள் ஆபத்து வேலையில் முற்காலத்தில் இங்கு ஓடிவந்து புகலடைவதுண்டு.

இங்கு செயற்கையாக உண்டாக்கப்பட்ட கால்வாய் வழியே இந்தியாவிற்கும், இலங்கைக்குமிடையே கப்பல் போக்குவரவு நடந்தது. இது (1893 ஆம் ஆண்டு நிலவிய) மதுரை மாவட்டத்திற்கும், இராமேசுவரத் தீவிற்குமிடையே அமைந்திருந்தது. ஆதாம் பாலம் என்ற அமைப்பை இணைக்கும் சங்கிலித் தொடர் போன்ற தீவுகள், பாறைகள் இவற்றில் பாம்பன் முதல் இணைப்பாக அமைந்தது.

ஒரு பெரும்புயல் 1480 இல் வீசிய போது நீரிணை உடைந்து விட்டது என்பது இராமேசுவரம் கோயிலுள்ள ஆவணங்களிலிருந்து தெரிகின்றது. அடுத்தடுத்து வீசிய புயல்களின் காரணமாக அந்த உடைப்பு நிரந்தரமாகியது.

முன்னாளில் இந்தக் கால்வாய் வழியே கப்பல்கள் செல்ல முடியாது. ஏனென்றால் இணையாகச் செல்கின்ற இரண்டு பாறைத் தொடர்கள் அதற்குத் தடையாக இருந்தன. அவை ஒவ்வொன்றும் சுமார் 1400 மீட்டர் (140 கெஜம்) நீளம் இருந்தன. மிகவும் வடக்கில் ஒதுங்கியிருந்த அவை வேலை ஏற்றத்தின்போது தண்ணீருக்கு மேலே தெரியும். இவையிரண்டிற்கு மிடைப்பட்ட இடத்தில் அங்குமிங்குமாகப் பாறைகள் நீரில் கிடந்தன.

இப்பகுதியில் 1822 ஆம் ஆண்டு சர்வே பணி தொடங்கியது மேற் சொன்ன

பாறைகளை வெடி வைத்துத் தகர்த்து அப்புறப்படுத்தும் பணி 1828 இல் ஆரம்பமானது. அறிவியல் முறையில் கடலியல் சர்வே 1837 இல் நடத்தப்பெற்றது. அன்று வரையப்பட்ட சர்வே படங்கள் நம்பத்தகுந்த தரமானவையாக இருந்தன.

கால்வாயை ஆழப்படுத்தி அகலமாக்கும் வேலை 1838 இல் தொடங்கிற்று. பாம்பன் கால்வாய் 1844 வாக்கில் எட்டடி ஆழமுடையதாக்கப்பட்டது. இந்த ஆழம் 1854 வாக்கில் ஒரே சீராகப் பத்தரை அடி (35 மீட்டர்) இருந்தது. அப்பாதை இரு நூறு டன் எடையுள்ள கப்பல் செல்லக் கூடியதாயிற்று, அதன் அண்டையிலிள்ள கடற்பகுதிகள் ஆழங்குறைந்தனவாக இருந்ததால் கடலில் வெகு தொலைவு செல்லும் நீராவிக் கப்பல்கள் பாம்பன் கால்வாய்க்குள் செல்ல முடியாமலிருந்தது.

எனவே, பாறைகளைத் தகர்க்க வெடிவைப்பது, மணல்திட்டுகளை அகற்றித் தூர் எடுப்பது ஆகிய பணிகள் நடந்தன. பெரிய பாறைகளின் வழியே சென்ற கால்வாயின் ஆழம் கூடுதல் பட்சமாக 46 மீட்டர் (14 அடி) ஆயிற்று. அதன் நீளம் 14,000 மீட்டர் (4232 அடி): அகலம் 264 மீட்டர் (80 அடி) இப்பெரிய கால்வாய்க்குத் தெற்கில் கீழக்கரைக் கால்வாய் என்ற ஒன்றுள்ளது. அதன் நீளம் 6930 மீட்டர் (2100 அடி): அகலம் 495 மீட்டர் (150 அடி): அங்கிருந்த மணல் திட்டுகளை அகற்றிக் கால்வாயை 40 மீட்டருக்கு (13 அடிக்கு) ஆழப்படுத்தினர்.

இவ்வாறு ஆங்கிலேயரும், அவர்களுக்காக டச்சுக்காரரும் தொடங்கிய இக்கால்வாய்ப் பணி நிறைவுற்றுப் பாம்பனுக்குக் குறுக்கே இருமுறை பாலம் அமைத்த பொறியியல் சாதனைகளையும் வரலாறு கண்டது.

கருவி நூல்கள்

Glossary of The Madras Presidency, Ed.E.D.Maclean, First Published 1893, AES Edition 1982.

1711 | **மாட்ரிடில் தேசிய நூலகம்** | **பக்கம் 232 - 239**

ஸ்பானிய மொழியில் எஸ்பனா; இலத்தீனத்தில் ஹிஸ்பானியா; கிரேக்கத்தில் ஐபீரியா என்று ஸ்பெயின் அறியப்பட்டுள்ளது. இது தென்மேற்கு ஐரோப்பாவில் போர்த்துக்கல்லுடன் சேர்ந்து, ஐபீரியத் தீவக்குறையில் அமைந்துள்ளது. இந்நாட்டின் வடக்கில் பிரன்னீஸ் மலைகளும், காண்டபிரியன் மலைகளும் அமைந்து பிரான்சிலிருந்து ஸ்பெயினைப் பிரிக்கின்றன. பிரன்னீஸ் மலை பிஸ்கே வளைகுடா விலிருந்து மத்திய தரைக்கடல் வரையிலும் நீளுகின்றது. இம்மலைத்தொடர் பிரான்சிலும் உள்ளது. இம்மலையின் உயர்ந்த முடிக்கு அனெட்டோ சிகரம் என்று பெயர், இதன் உயரம் 3404 மீட்டர் (11,168 அடி). காண்டபிரியன் மலைத் தொடர் ஸ்பெயினின் வடகடற்கரையோரத்தில் நீண்டு செல்கின்றது. இம்மலையில் மிக உயர்ந்த சிகரங்கள் உள்ளன. அது 2400 மீட்டர் (8000 அடி) உயரமானது. இங்கு கனி வளங்கள், குறிப்பாக நிலக்கரியும் இரும்பும் நிறைந்துள்ளன.

இந்நாட்டின் கிழக்கிலும் தெற்கிலும் மத்திய தரைக்கடல் உள்ளது. ஸ்பெயின் வட மேற்கில் பிஸ்கே வளைகுடா மீது அமைந்திருக்கின்றது. மேற்குப் பிரான்சிற்கும், வட ஸ்பெயினுக்கும் நடுவே அட்லாண்டிக்கில் அமைந்திருக்கும் பெரிய பிஸ்கே

வளைகுடாவில் புயல்கள் கடுமையாக வீசும், இந்நாட்டிற்கு மேற்கே அட்லாண்டிக் கடலும், போர்த்துக்கல்லும் எல்லைகளாக உள்ளன. ஜிப்ரால்டர் ஸ்பெயினின் தென் தொங்கலில் உள்ளது.

ஜிப்ரால்டர் நகரம் ஜிப்ரால்டர் குன்று என்ற சுண்ணாம்புக்கல் பாறை முகட்டின் மீது அமைந்துள்ளது. ஸ்பெயினை வென்ற மூர்கள் இங்கு 711 இல் குடியேறினர். இதை 1462 ஆம் ஆண்டு ஸ்பெயின் மூர்களிடமிருந்து கைப்பற்றிற்று: பிரிட்டனுக்கு 1713 ஆம் ஆண்டு விட்டுக் கொடுத்தது, இது 1830 முதல் 1969 வரை பிரிட்டனின் கிரவுன் காலனியாக இருந்தது. இன்றும் பிரிட்டனுடன் அரசியல் தொடர்பு உள்ளது. போர்த் தந்திர முக்கியத்துவம் வாய்ந்த இங்கு கப்பற் படை, விமானப் படைத் தளங்கள் அமைந்திருக்கின்றன.

ஸ்பெயினின் பரப்பளவு 5,04,748 சதுர கிலோ மீட்டர் (1,94,883 சதுர மைல்) இது வேளாண்மையைப் பெரிதும் சார்ந்த பொருளாதார அமைப்புடைய நாடாகும். இங்கு கனி வளம் நிரம்ப உண்டு.

ஸ்பெயின் நாணயம் பிசட்டா என்று பெயர் பெறும், நூறு செண்டிமோ கொண்டது ஒரு பிசட்டா. இங்கு தாசம்ச முறையே எடை, அளவு முதலியவற்றிலும் கைக் கொள்ளப்படுகின்றது.

ஸ்பெயினில் 1874 முதல் குடியரசு நிலவிய தெனினும் 1631 ஆம் ஆண்டு பதின்மூன்றாம் அல்ஃபோன்சா நாட்டை விட்டு வெளியேறியது வரையிலும் வழிவழியாக முடியரசாக விளங்கி வந்திருக்கின்றது. அம்மன்னர் தனது நாட்டை விட்டு வெளியேறினாரேயன்றி, முறைப்படி முடி துறக்கவில்லை.

அவர் நாட்டை விட்டுச் சென்ற பிறகு ஸ்பெயின் ஒரு குடியரசானது. பின்னர் 1936 ஆம் ஆண்டு உள் நாட்டுப் போர் தொடங்க, 1939 வரை நான்காண்டுகள் நடந்தது. ஜெனரல் பிராங்கோ அதன் முடிவில் குடியரசுக் கட்சி அரசை வீழ்த்தி விட்டுச் சர்வாதிகார ஆட்சியை அமைத்தார். பிராங்கோ 1975 நவம்பர் 20 அன்று இறந்ததும் போர்போன் குடியின் அஃபோன்சோ மன்னரின் பேரனான இளவரசர் ஜூவான் கார்லோ மன்னரானார். ஸ்பெயின் 1947 ஆம் ஆண்டு நிறை வேற்றிய அரசு வாரிசுரிமைச் சட்டப்படி அந்நாடு முடியரசு என்று அறிவிக்கப்பட்ட போதிலும், இளவரசர் கார்லோ, பிராங்கோ இறந்த பிறகு தான் அரச பதவியை ஏற்றார்.

ஸ்பானிய மன்னருக்கு அரசியல், ஆட்சி நிர்வாகம் ஆகிய இத்துறைகளில் விரிந்து பரந்த அரசியலமைப்பு அதிகாரங்கள் உள்ளன. பிராங்கோ இறந்தபோது நாடு வருந்துகின்ற பிற்போக்கு நிலையில் இருந்தது. உலக நாடுகளிடமிருந்து தனித்து ஒதுங்கி நின்றது. பிரன்னீஸ் மலைத் தொடருக்குப் பின்னே வாட்டத்தோடு ஒதுங்கி மறைந்து கிடந்தது.

இன்று ஐரோப்பிய சமூக அமைப்பில் புதிய உறுப்பு நாடாக விளங்குகின்றது. ஒரு காலத்தில் பன்னாட்டு அரங்கில் தீண்டத்தகாததாக இருந்து வந்த இந்நாடு இன்று பெரிதும் விரும்பத்தக்கதாக மதிக்கப்படுகின்றது புதிதாக மலர்ந்துள்ள ஸ்பெயினில் மக்களின் செல்வாக்குப் பெற்ற இரண்டு தலைவர்கள் இருக்கின்றனர். அவர்களுள் மன்னர் முதலாம் ஜூவான் கார்லோஸ் 51 வயதானவர்: அவர் வாரத்தில் நூற்றுக்கணக்கான பேட்டிகளை அளித்து மக்களைக் காண்கின்றார்: வரி செலுத்துகின்றார்: எஃப் 18 விமானத்தை ஓட்டுகின்ற திறம் பெற்றிருக்கின்றார். அவர் தன்னை

இன்னாரென்று காட்டிக் கொள்ளாமல் தனது மோட்டார் சைக்கிளில் தலைநகரான மாட்ரிடைச் சுற்றி வருவதுண்டு.

இரண்டாமவர் நாட்டின் பிரதமராகிய ஃபிலிப்பு கோன்சலஸ் என்ற 47 வயதுக்காரர் ஆவார். இவர் மக்களைப் பெரிதும் கவரக்கூடிய தலைவர், இவர் தன் வாழ்நாளெல்லாம் குடியரசுக் கட்சிக்காரராகவும், சோஷலிஸ்டாகவும் இருந்து வருகின்றார். இவ்விருவரும் சேர்ந்து ஸ்பெயினுக்கு உலக அரங்கில் தனிப் பெருமையைத் தேடித் தந்துள்ளனர்.

பிராங்கோவின் ஆட்சி முடிந்ததும் அரசு கைக்கொண்ட தாராளக் கொள்கைகளின் பலனாகக் கலை, விளையாட்டு போன்ற துறையில் புத்தூக்கமும், மறுமலர்ச்சியும் தோன்றியுள்ளன. அரசு இவற்றுக்கென ஆண்டில் 58 ஆயிரம் மில்லியன் பிசட்டா செலவிடுகின்றது. (100 ஸ்பானிய பிசட்டா = சுமார் 13 ரூபாய்) ஸ்பானியத் திரைப்படங்கள் உலகில் வரவேற்கப்படுகின்றன. ஒரு படம் 1982 ஆம் ஆண்டு ஆஸ்கார் விருதைப் பெற்றது.

ஸ்பெயின் நாட்டின் பகலொளியை அனுவிப்பதற்கென்று இலட்சக்கணக் கானவர்கள் வருகின்றனர். இந்நாட்டிற்கு 1988 ஆம் ஆண்டு 50 மில்லியன் அயல்நாட்டினர் வந்து, 17 ஆயிரம் மில்லியன் டாலரைச் செலவிட்டனர். இத்தொகை ஸ்பெயினின் ஏற்றுமதி இறக்குமதி வாணிபத்தில் அதிகப் பற்றாக வருவதைத் துடைத்தெடுத்துவிடும்.

மாட்ரிடு தேசிய நூலகமானது அமைவதற்கு ஏசு சபையைச் சேர்ந்த பெத்ரோ ரேபின சாமியார் காரணமாயிருந்தார். அவர் மாட்ரிடில் ஒரு நூலகத்ததை அமைக்க வேண்டுமென்று கொடுத்த திட்டத்தை ஸ்பானிய மன்னர் ஐந்தாம் பிலிப்பு (1700-46) 1711 டிசம்பர் 29 அன்று ஏற்றுக் கொண்டார். அதற்கிணங்க ரேபின சாமியாரை முதல் இயக்குநராகக் கொண்டு மன்னரின் அரண்மனையில். 1712 மார்ச்சு 1 அன்று ஒரு நூலகம் நிறுவப்பட்டது. ஐந்தாம் பிலிப்பு அதற்கு ஏறத்தாழ 8000 நூல்கள், கையெழுத்துப்படிகள், அச்சுப் பதிப்புகள் முதலியவற்றை அன்பளிப்பாகக் கொடுத்தார். அவற்றுள் பெரும்பாலானவை. மூர்கள் கட்டிய கோட்டை ஒன்றிலிருந்து 1637 ஆம் ஆண்டு கொண்டுவரப்பட்ட நூல்களாகும்.

கருவி நூல்கள்:

Everyman's Encyelopaedia, Vol,III

Major Libraries of The World, a Selective Guide, By Collin Steale, Bowker, London, 1976.

The Reader's Digest. Aug 1989.

1712 தஞ்சை மராட்டியர்: தஞ்சை நகர வரலாறு பக்கம் *239-243*

இங்கு தஞ்சை நகரம் பற்றி மேலும் சில செய்திகள் விவரிக்கப்படுகின்றன. இவ்வூர் பத்தொன்பதாம் நூற்றாண்டின் இறுதியில் எவ்வாறு இருந்தது என்பதை இக்கட்டுரையிலிருந்து காணலாம்.

தஞ்சைப் பெரு நகரம் கும்பகோணத்திலிருந்து தென்மேற்கில் 32 கி.மீ. (20

மைல்), சென்னையிலிருந்து தெற்கில் 279 கி.மீ (174 மைல்): மாயவரத்திலிருந்து தென்மேற்கில் 66 கி.மீ (41 மைல்): மன்னார்குடியிலிருந்து தெற்கே வடமேற்கில் 36 கி.மீ.(22 மைல்): நாகப்பட்டினத்திலிருந்து மேற்கில் 75 கி.மீ. (17 மைல்).

பத்தொன்பதாம் நூற்றாண்டின் இறுதியில் தஞ்சைக் கோட்டையின் தெற்கில் மானாம்புச்சாவடி என்ற புறநகரில் ஐரோப்பியர் குடியிருப்புகள் இருந்தன. நாட்டு மக்கள் வாழும் ஊர்கோட்டைக்கு வெளியே வடக்கு நோக்கி வெண்ணாற்றின் வடக்கில் ஓடும் சம்பு காவேரி நோக்கிச் சுமார் 3. கி.மீ (2 மைல்) தொலைவு வரை நீண்டு சென்றது. நகரின் நீளம் தென் வடலாகச் சுமார் 7 கி.மீ. (4 மைல்): கிழ மேலாகச் சுமார் 5.கி.மீ (3 மைல்) பரப்பில் அமைந்திருந்தது. இங்கு நாகப்பட்டினம் செல்லும் இரயில்வே சந்திப்பு அமைந்திருந்தது.

தஞ்சை மாவட்டத்தின் தலைநகரம் தரங்கம்பாடியிலிருந்து 1860 ஆம் ஆண்டு தஞ்சாவூருக்கு மாற்றப்பட்டது. கும்பகோணத்தில் நடந்து வந்த மாவட்ட நீதிமன்றம் 1863 ஆம் ஆண்டு தஞ்சைக்குக் கொண்டு வரப்பட்டது. முன்னாள் தஞ்சை மராட்டிய மன்னர்கள் வாழ்ந்து வந்த அரண்மனையில், அவர்களின் உறவினர் வாழ்ந்து வருகின்றனர். இவ்வரண்மனை நகரில் மக்கள் நெருக்கடி மிகுந்த பகுதியில் உள்ளது. அரண்மனையைச் சுற்றிலும் கனத்த மதில்களும் ஆழமான அகழிகளும் இருந்தன. தஞ்சை அரண்மனை சுமார் 355 எக்டேரில் (530 ஏக்கர்) அமைந்திருந்தது. தஞ்சைக் கோட்டையில் 8,000 சம்ஸ்கிருத நூல்களைக் கொண்ட ஒரு நூலகம் இருந்தது.

பெரிய கோயில்

பிரஞ்சுக்காரர் 1777 ஆம் ஆண்டு தஞ்சைப் பெரிய கோயிலைச் சுற்றிக் கோட்டைச் சுவர் எழுப்பி, அதை ஆயுதக் கிடங்காக மாற்றினார். இக்கோயில் 218 மீட்டர் (500 அடி) நீளமும், 109 மீட்டர், (சுமார் 250 அடி) அகலமுமான ஒரு முற்ற வெளியில் நிற்கின்றது. இக்கோயிலின் சுவர்களில் கல்வெட்டுகள் நிறைந்துள்ளன. இவையனைத்தும் பெரிதும், இராசராசன் (985-1014) காலத்தைச் சேர்ந்தவையாகும். இக்கோயிலில் இரண்டு முற்றங்கள் உண்டு.

கிழக்குக் கோடியிலுள்ள மதிலில் அமைந்துள்ள வாயிலின் வழியே, இக்கோயிலினுள் நுழைந்ததும், அங்கு சிறு கோயில் ஒன்றுள்ளது. அங்கு பூசை நடக்கின்றது.

நந்தி

இங்கு பன்னிரண்டடிக்குமதிகமான உயரமுள்ள பெரிய ஒற்றைக்கல் நந்தி நிற்கின்றது. அது ஒரு மண்டபத்தினுள் அமர்ந்துள்ளது. இது விசயநகர் மனனர்களால் எழுப்பப் பெற்றது. இராசராசர் காலத்தது அல்ல என்பர்.

மாபெரும் இலிங்கம்

அதற்கு மேற்கில் பெரிய விமானத்துடன் கூடிய கோயிலின் கருவறைக்குள் சுமார் 87 மீட்டர் (200 அடி) உயரமுள்ள இலிங்கம் உள்ளது. இக்கோயிலின் அடிப்பாகத்தில் பழைய கல்வெட்டுகள் நிறைந்துள்ளன.

கோபுரம்

செங்குத்தாக எழும்பும் இக்கோபுரத்தின் அடித்தளம் *82* சதுர அடி. பதின்மூன்று மாடங்களைக் கொண்ட கோபுரத்தின் உயரம் சுமார் *85* மீட்டர் *(190* அடி*)*, கோபுரத்தில் திருமாலைக் குறிக்கும் கதை வேலைப்பாடுகள் நிறைந்துள்ளன.

இம்மாபெரும் கோபுரத்தின் உயர் முடி மீது *25.5* சதுர அடி அளவுள்ள கருங்கல் ஒன்று அமர்த்தப்பட்டுள்ளது.

இப்பெரிய கல் தஞ்சை நகரத்திற்குப் பத்துக் கிலோ மீட்டர் தொலைவிலுள்ள சாரப்பள்ளம் என்ற இடத்திலிருந்து சாரம் அமைத்து ஏற்றப்பட்டது என்று ஒரு செய்தி வழங்குகின்றது. இது தவறு என்பது ஆராய்ச்சியாளர் கருத்தாகும். ஏனெனில், அவ்வூருக்கும் தஞ்சைக்குமிடையே மூன்று ஆறுகள் உள்ளன. தொலைவு மிகுதி, கோபுரத்தின் மிக அருகிலிருந்தே இக்கல் ஏற்றப்பட்டிருக்க வேண்டும் என்று அறிஞர் கருதுகின்றனர். அது எச்சாதனத்தைக் கொண்டு ஏற்றப்பட்டது என்பது நமக்குப் புலனாகவில்லை. இக்கல் புதுக்கோட்டை மாவட்டத்திலுள்ள குடுமியான் மலையிலிருந்து வந்திருக்கலாம் என்பர்.

கருவி நூல்கள்:

இலக்கியத்தில் ஊர்ப்பெயர்கள், தொகுதி இரண்டு டாக்டர் கே.பகவதி, உலகத் தமிழாராய்ச்சி நிறுவனம், சென்னை - *600 113, 1984.*

ஆற்றங் கரையினிலே - டாக்டர் ரா.பி.சேதுப்பிள்ளை, பழனியப்பா பிரதர்ஸ், முதற்பதிப்பு *1961.*

தஞ்சை மராட்டிய மன்னர் கால அரசியலும், சமுதாய வளர்ச்சியும் - ஆசிரியர் கே.எம்.வெங்கடராமையா, தமிழ்ப் பல்கலைக்கழகம், தஞ்சாவூர், *1984.*

Glossary of the Madras Presidency - Ed.By.C.D.Maclean 1893.

1712 **இரஷியத் தலைநகரம் செயிண்ட் பீட்டர்ஸ்பர்க்** பக்கம் *- 244*

உலகில் மனித நாகரிகங்கள் அனைத்துமே ஆறுகளையடுத்து அமைந்துள்ளன என்பதை வரலாறு காட்டுகின்றது. மனித இனம் பெருகப் பெருக ஆறுகளையடுத்து உள்நாடுகளிலும் மனிதன் நகரங்களை எழுப்ப நேர்ந்தது. எனினும் இந்தப் பதினெட்டாம் நூற்றாண்டின் தொடக்கத்தில் நெவா என்ற ஆற்றின் கரையில் ஒரு நகரம் எழும்பியது. இந்த ஆறு சிந்துபோல், கங்கைபோல், யூஃபிரிட்டிஸ்-தைகிரிஸ் போல், நைல் போல், மஞ்சளாறு போல், தேம்சைப்போல், நீண்டு நெடுந்தொலைவு செல்லும் பேராறு அன்று: வடமேற்கு இரஷியாவிலுள்ள ஐரோப்பாவின் மிகப்பெரிய ஏரியாகிய (இதன் பரப்பளவு *18,000* சதுர கி.மீ-*7000* சதுர மைல்) லடோகா ஏரியிலிருந்து *74* கி.மீ.(*45* மைல்) தொலைவு ஓடிவந்து செயிண்ட் பீட்டர்ஸ்பர்க் நகரினுள் பாயும் ஆறுதான் நெவா ஆகும்.

இதன் நீளந்தான் குறைவேயன்றி, இதன் சிறப்பு மிகமிக நீளம். இதை மாபெரும் நெவா என்பர்: இதன் அகலம் கிட்டத்தட்ட *1.3* கிலோ மீட்டர் (*3/4* மைல்) இது பீட்டர்ஸ்பர்க் நகரத்தின் வழியே ஏறத்தாழ *5*.கி.மீ. (*3* மைல்) பாய்ந்து, இருபெரும்

தீவுகளான வாசிலியவ்ஸ்கி, பீட்ரோவஸ்கி ஆகியவற்றிலிருந்து பெருநிலத்தைத் தனியே பிரிக்கின்றது. தென் கிளைகளில் எண்ணற்ற பிற தீவுகளின் வடிநிலம் வழியே வளைந்து, நெளிந்து செல்கின்றது. இந்த ஆறு ஆறு இடங்களில் கடலில் கலக்கின்றது.

நைலைப் போலவே நெவா ஆறும் தன்கரை மீது வாழும் மக்களுக்கு வேண்டிய அனைத்தையும் அளித்தது. நகரத்திற்கு வேண்டிய நீர் அனைத்தும் நெவா ஆற்றிலிருந்தே பெறப்பட்டது. அந்தச் சதுப்பு நில வெளியில் இதைத்தவிரத் தண்ணீர் தரும் ஆதாரம் வேறெதுமில்லை. பதினெட்டு, பத்தொன்பதாம் நூற்றாண்டுகளில் நெவா ஆற்று நீரானது அது தோன்றிய இடத்தில் எத்தனை தூய்மையாகவும், கலப்படமில்லாமலும் இருந்ததோ, அவ்வாறே, அது பாய்ந்த இடத்திலெல்லாம் இருந்தது. (அந்தோ, மக்கள் பெருக்கமும் தொழில் வளர்ச்சியும் பத்தொன்பதாம் நூற்றாண்டின் இறுதிக்குள் மிகுந்து விட்டமையால், 1914 ஆம் ஆண்டு இந்நகரத்தில் வாந்தி பேதி பரவியது என்பது குறிப்பிடத்தக்கது.)

செயிண்ட் பீட்டர்ஸ்பர்க் நகரம் அமைந்த நெவா ஆற்றின் பெருமையைச் சொல்லிக் கொண்டே போகலாம். அலெக்சாந்தர் செர்ஜிவிச் புஷ்கின் (1799-1837) நிக்கோலய் வாசிலியவிச் கோகல், (1809-52) என்ற இரஷியக் கவிஞரும் நாவலாசிரியருமான இருவரும், முதன் முதலில் செயிண்ட் பீட்டர்ஸ்பர்க் நகரத்தை இறவா நிலை எய்துமாறு தமது இலக்கியப் படைப்புகளைக் கொண்டு செய்தனர். மாபீட்டர் வடக்கத்திச் சதுப்பு நிலத்தில் தோற்றுவித்த இக்கோ நகரத்தினால் அகத்தூண்டுதல் பெற்று, அதன் ஆன்ம உணர்வில் திளைத்துத் தம் கலைப் படைப்புக்களில் அதை வெளிப்படுத்திய கலைஞர்களின் நீண்ட வரிசையில் மேற்சொன்ன இருவரும் முதலிடம் பெறுகின்றனர்.

நியூ ஆம்ஸ்டர்டாம் என்ற பெயரில் டச்சுக்காரர் 1624 ஆம் ஆண்டு ஹட்சன் ஆற்றின் கழிமுகத்தில் குடியேறிய அமெரிக்காவின் நியூயார்க் நகரத்தையும், பிரஞ்சுக்காரர் 1718 ஆம் ஆண்டு மிசிசிப்பி ஆற்றின் கரையில் நிறுவிய நியூ ஆர்லியன்ஸ் நகரத்தையும் விட செயிண்ட் பீட்டர்ஸ்பர்க் இளைய நகரமேயாயினும், இம்மந்திர நகரானது புராணங்கள், புனை கதைகள், கலைப்படைப்புக்கள் பிறக்கக் காரணமான அகத்தூண்டுதலை உண்டாக்கியதைப் பால் உலகில் வேறு எந்த நகரமும் தற்காலத்தில் தோற்றுவித்ததில்லை என்பர்.

இது பத்தொன்பதாம் நூற்றாண்டில் ஐரோப்பாவின் பகட்டொளிமிக்க, பலதரப்பினரும் கூடிவாழ்ந்த அரும்பெரும் நகரங்களில் ஒன்றாக விளங்கிய காரணத்தினால், செயிண்ட் பீட்டர்ஸ் பர்க்கைப் ''பனி படர்ந்த பாபிலோன'', ''வட வெனிஸ்'' என்றெல்லாம் போற்றிப் புகழ்ந்தனர். (பாபிலோன் பண்டை மெசபடோமியாவின் தலையாய நகரம்: அங்கு கி.மு. 3000 வாக்கில் மக்கள் குடியேறி வாழ்ந்தனர்: உலகின் ஏழு அதிசயங்களில் ஒன்று என்று போற்றப்படும் பாபிலோன் தொங்கு தோட்டம் இங்குதான் இருந்தது. வெனிஸ் என்பது வட இத்தாலியில் உள்ளது. இந்நகரம் நூற்றுக்கு மேற்பட்ட தீவுகளின் மீது கட்டப்பட்டுள்ளது. இது கால்வாய்கள் மலிந்த நகரம். இத்தீவுகள் அனைத்தும் முதல் முதலாகக் கி.பி.697 இல் ஒரே நிர்வாகத்தின் கீழ் வந்தன.)

பெருமிதப் பகட்டான இந்நகரத்துக் கட்டடங்கள், தமது மஞ்சள், பைந்நீலம், ஆரஞ்சு, சிவப்பு வண்ணங்களைக் காட்டிக் காண்போரை வியப்பிலாழ்த்தின. அகன்ற நெடுஞ்சாலைகளும், சதுக்கங்களும் அணிவகுப்பிற்கென்று, அணிவரிசை

காண்பதற்கென்று அமைக்கப்பட்டனவோ என்று எண்ணச் செய்யும்: விரைந்தோடும் ஆறு, மஞ்சு மூடிய கால்வாய்கள், பசுமை அலை பாயும் தீவுகள்: பூங்காக்கள்: இவையனைத்தும் இந்நகரத்திற்கு அரிதான விளங்கா மெய்ம்மையை, மாயக் கவர்ச்சியை அளிக்கின்றன. எனினும் செயிண்ட் பீட்டர்ஸ்பர்க் மாபெரும் நகரம் ஒவ்வொன்றையும் போலவே கட்டடங்களின் தொகுதியாக இருக்கின்றது என்பதைவிட மேலான ஒன்றாக விளங்குகின்றது: அந்நகரம் மக்களின் மனநிலை எடுத்துக்காட்டும் சின்னமாக இலங்குகின்றது. கிழக்கத்தி, மேற்கத்திச் சுவைகள் இரண்டையும் கவிதை கூட்டிக் கலப்பதுபோல் கலந்துவிட்ட, இந்நகரத்தின் வாழ்க்கை முறையானது ஐரோப்பியரிடையே தனித்தன்மை வாய்ந்த கற்பனை நயத்தைத் தூண்டிவிட்டது.

இரண்டு பண்பாடுகளின் மோதலில் இந்நகரம் பிறந்தது: அம்மோதலின் வேகம், அதிர்வு ஆகியன வாழையடி வாழையென வந்த கலைஞர்களின் படைப்பில் நிலைத்து விட்ட கருப்பொருளாக விளங்கிற்று. நீருக்கும், வானுக்கும் நடுவில் தொங்குகின்ற இந்நகரம் கோடைகாலத்தில் வெள்ளை இரவுகளின் ஒளிசிந்தும் இந்நகரம், குளிர்காலத்தில் வாட்டந்தரும் இருளில் மூழ்கிக் கிடக்கும் இந்நகரம், மனித உறவுகளில் புதுமையான உத்வேகத்தை அடைந்து சிறந்தது.

புஷ்கின், கோகல், ஃபியோடர் மிக்கைலோவிச் தாஸ்தோவஸ்கி *(1821-81,* புகழ்பெற்ற இரஷிய நாவலாசிரியர்), லியோ டால்ஸ்டாய் *(1828-1910,* இவரும் உலகப் புகழ்பெற்ற நாவலாசிரியராவார்) ஆகியோர் அனைவரும் செயிண்ட் பீட்டர்ஸ்பர்க் நகரத்தின் துடிப்பை, ஆரவார வாழ்க்கையை நன்கு அறிவோம் என்று கருதிக் கொண்டனர். அவர்கள் படைத்த பாத்திரங்கள் இந்நகரத்தின் தெருக்களில் வாழ்ந்தன: அங்காடிகளில் திரிந்தன: பூங்காக்களில் உலவின: அங்கு நடந்த நடனக் கூடங்களில் அப்பாத்திரங்களின் உள்ளங்கள் கனவு கண்டன: அவற்றின் மனங்கள் அதன் சதுக்கங்களிலும், தெருக்களிலும் அவலங்களை அடைந்தன.

செயிண்ட் பீட்டர்ஸ்பர்க்கும் வெனிசைப்போலவே நீரோட்டம் நிறைந்த நகராகும். அதன் வாழ்க்கை மிக நெருக்கமாக ஆற்றோடு பிணைக்கப்பட்டுள்ளது. பீட்டர், இந்நகரத்தை இன்று பீட்டர், பால்கோட்டைகள் அமைந்துள்ள பீட்ரோவ்ஸ்கி தீவில்தான் கட்ட வேண்டுமென்று விரும்பினார். ஆனால், அடிக்கடி வெள்ளங்கள் பாய்ந்ததனால் நகரின் முக்கியமான பகுதியைப் பெரு நிலத்தின் மேல் கட்டுவதென்று முடிவெடுத்தார். செயிண்ட் பீட்டர்ஸ் பர்க் *18,19* ஆம் நூற்றாண்டுகளில் வெகுவேகமாக விரிந்து வளர்ந்து, ஆற்று வடி நிலப்பகுதியிலிருந்த பல தீவுகளில் பரவியது. ஒவ்வொரு தீவும் தனக்கேயுரிய தனித்தன்மையும், தனி வாழ்க்கை முறையும் கொண்டது. (இந்நகரின் மக்கள் தொகை *1842* இல் *5,00,00: 1914* இல் இருபது இலட்சத்திற்குமதிகம். இன்று லெனின் கிராடு என்று வழங்கும் இம்மாநகரத்தின் மக்கள் தொகை *48,32,000)*

இங்கு கால்வாய்களின் குறுக்கே அறுபது பாலங்கள் இருந்தபோதிலும், நெவா ஆற்றின் குறுக்கே நிலையான பாலங்களைக் கட்டுவது பத்தொன்பதாம் நூற்றாண்டின் இடைப் பகுதியில் மிகவும் கடினமாக இருந்தது: ஏனெனில் உயிர்நாடியான போக்குவரவுக் கருவியாகிய நெவா ஆறு நவம்பர் மாத நடுவிலிருந்து ஆறு மாத காலம் உறைந்து போய்விடும். இவ்வாற்றின் குறுக்கே ஒன்பது தோணிப் பாலங்கள் மட்டுமே அப்போது இருந்தன. அப்பாலங்கள் பகுதி பகுதியாக இருந்தமையால், சில மணி நேரத்திற்குள் கழற்றவும், பூட்டவும் செய்துவிடமுடியும். நெவா உறைந்ததும் இத்தோணிப் பாலங்களைக் கழற்றி, உறைபனி மீது மீண்டும் பூட்டிவிடுவர். பனி

உருகுகின்றது என்பதை அறிவிக்க பீட்ரோவஸ்கித் தீவிலுள்ள கோட்டைகளிலிருந்து பீரங்கிகள் குண்டு முழங்கியதும், தோணிப் பாலத்தைக் கழற்றிவிடுவர். சிறிது காலம் மட்டுமே மக்கள் தீவுகளுக்குப் படகுகளில் செல்ல நேரிடும்.

ஆற்றில் தண்ணீர் உறை பனியில்லாது தெளிந்ததும் மீண்டும் பாலங்கள் தோன்றிவிடும். இன்று (1989) கால்வாய்கள், ஆறுகள் ஆகியவற்றின் குறுக்கே 480 பாலங்கள் உள்ளன. கப்பல்கள் செல்வதற்காக ஒவ்வொரு நாளும் காலை 2-30 முதல் 4-30 வரை இரண்டு மணி நேரம் பாலங்கள் திறந்து வைக்கப்படும். அப்போது தீவுகளிடையேயுள்ள தொடர்பு துண்டிக்கப்பட்டு விடும்.

ஆற்றில் உறைபனி உருகியதும் நகருக்குள் நுழைவதற்காக அனைத்து நாடுகளின் கப்பல்களும் வெளியே காத்துக் கிடக்கும். அமெரிக்கர், சுவிடியர், டச்சுக்காரர், ஆங்கிலேயர், மற்றும் ஐரோப்பாவின் பல நாட்டினர் கடலிலிருந்து வெற்றிக் களிப்போடு செயிண்ட் பீட்டர்ஸ்பர்க்கினுள் பாய்மரக் கப்பல்களில் நுழைவர்.

செயிண்ட் பீட்டர்ஸ்பர்க்கின் சில கட்டங்கள் மாபெரியனவாகும்: அங்கு பல்லாயிரக்கணக்கானோர் உறைந்தனர். விண்டர் பேலஸ் எனப்படும் குளிர்கால அரண்மனையில் ஆறாயிரம் பேர்: இராணுவ மருத்துவமனையில் நாலாயிரம் பேர்: படைப்பயிற்சியாளர் தங்குமிடங்களில் பல்லாயிரவர்.

பத்தொன்பதும் நூற்றாண்டின் இடைப்பகுதியிலும் பெருஞ்செல்வர் உட்பட இரஷியர் பலர் மர வீடுகளில் தான் வாழ்ந்தனர். அல்லது செங்கல்லையும் சாந்தையும், பயன்படுத்திக் கட்டடம் கட்டினர்: கட்டாயம் ஏற்பட்டால் மட்டுமே பளிங்கையும், கருங்கல்லையும் கொண்டு கட்டினர். ஏனெனில் ஈரப்பதம் கருங்கற்களுக்குள் சுவர்ந்து, கடுங்குளிர் ஏறும்போது உறைந்து, கற்களை வெடிக்கச் செய்துவிடும்.

இரஷியாவில் மரவீடுகள் கட்டப்பெற்றமையால், அந்நாட்டின் நகரங் களனைத்திலும் தீப்பிடிக்கும் ஆபத்து எப்போதும் இருந்து வந்தது. ஆதலால், பீட்டர்ஸ்பர்க்கின் தெருக்களில் புகைப்பிடிப்பதற்குத் தடை விதிக்கப்பட்டிருந்தது.

செயிண்ட் பீட்டர்ஸ்பர்க் பன்னாட்டினர் வாழும் நகரமாயிருந்தது. அதன் தெருக்களில் பன்மொழிகள் முழங்கின. அதன் அகன்ற சாலைகளில் ஐரோப்பிய நாடுகள் அனைத்திலும், பெரும்பாலான ஆசிய நாடுகளிலும் இருந்து வந்த மக்கள் கறுப்பர், வெள்ளையர், மஞ்சளர் என்று பல்வேறு வண்ணத்தார் உலவினர்: பலவகை ஆடைகளைப் புனைந்திருந்தனர். அயல் நாட்டினர் அங்கு விரும்பி வரவேற்கப்பட்டனர். ஆதலால் 19 ஆம் நூற்றாண்டின் இடையே செல்வந்தேடியும், ஊர்வளம் காணவும் என்று பல நாட்டினர் அங்கு சென்றனர்.

இங்கு வாழ்ந்த மக்களில் பெரும்பாலர், வந்து செல்பவர்களாக இருந்தனர். இரஷியர் கூட தமது பேரரசின் ஒவ்வொரு பகுதியிலுமிருந்து இங்கு வந்து திரும்பிச் சென்றனர்.

நெவ்ஸ்கி பெருஞ்சாலை இந்நகர வாழ்க்கையின் ஆரவாரம் நிறைந்த மையமாக இருந்தது, சுவிடியர் 1240 ஆம் ஆண்டு நெவாவின்மீது படையெடுத்து வந்தபோது, அவர்களைத் தோற்கடித்த தேசிய வீரரான அலெக்ஸாந்தர் நெவ்ஸ்கியின் நினைவாக அங்காடித் தெருவான நெவ்ஸ்கி பிராஸ்பெக்ட் அவரது பெயரைத் தாங்கி நிற்கின்றது. அது மஞ்சளும், வெள்ளையுமான அட்மிரால்டி (கப்பற்படைத் தலைமையகம்)

கட்டடத்திலிருந்து, வெள்ளை நிறமான அலெக்ஸாந்தர் நெவ்ஸ்கி துறவி மடம் வரையிலும் கிட்டத்தட்ட 5 கி.மீ. (சுமார் 3 மைல்) நீளமான அகன்ற தெருவாகும். அது நகரத்தின் ஏழைமக்கள் வாழும் பகுதிகளையும், செல்வச் சீமான்கள் வாழ்ந்த இடங்களையும் ஊடுருவிப் பிரிந்தது. செயிண்ட் பீட்டர்ஸ்பர்க்கிற்கு வந்த அயல் நாட்டார் எவராயினும் நெவ்ஸ்கி பிராஸ்பெக்ட் என்ற இத்தெருவில் நடந்து செல்வதை முதல் வேலையாகக் கொள்வார்.

இத்தெருவின் கீழ்க் கோடியில் துறவி மடத்தைச் சுற்றிலும், பழம் இரஷியப் பாணியில் சிவப்பு, மஞ்சள் வண்ணம் தீட்டப்பெற்ற மர வீடுகள் இருந்தன. அவை நாட்டுப்புறச் சூழலைத் தோற்றுவித்தன. அங்கு பொருள் கிடங்குகளும், கொல்லர் பட்டறைகளும், குளிர்கால அங்காடியும் இருந்தன. இந்த அங்காடி பனிச்சறுக்கு வண்டிகளையும், வாகனங்களையும் குடியானவர்களுக்கு விற்பனை செய்தது.

அனிச்கோவ் பாலத்திலிருந்து அட்மிரால்டி வரையிலுள்ள பகுதி நடந்து செல்வதற்கு நவநாகரிகமானதாயிருந்தது. நெவ்ஸ்கி சாலை நெடுகிலும் பல்வேறு பிரிவுகளைச் சேர்ந்த மாதா கோயில்கள் இருந்தன.

நாகரிகப் பாங்கு மிக்க அயல்நாட்டினர் கடைகள் நெவ்ஸ்கி சாலையின் மேற்பகுதியில் இருந்தன. ''இங்கிலிஷ் மேகசின்'' என்ற சகடையை ஓர் ஆங்கிலேயர் பதினெட்டாம் நூற்றாண்டின் இறுதியில் அமைத்தார் அது பத்தொன்பதாம் நூற்றாண்டின் இடைக்காலத்தில் இரஷியர்களுக்குரியதாயிற்று, பரந்து விரிந்த இந்நிறுவனம் ஐரோப்பாவிலேயே மிகவும் மதிப்பு வாய்ந்ததாக விளங்கிற்று. இங்கு எல்லாவிதமான பண்டங்களும் விற்கப்பட்டன.

இதற்குச் சற்று தொலைவில் ''டச்சு மேகசின்'' இருந்தது புகழ்பெற்ற கேம்பு இருக்கைப்பொருள் கடையாக அது நிலவிற்று. இங்கு எல்லா வகையான இருக்கைப் பொருள்களும் செய்யப்பட்டன. இரஷியரின் கைநுட்பத்திறனைக் காட்டும் செதுக்கு வேலைகளை அங்கே காணலாம். கேம்பு நிறுவனத்தின் அருகே ''ஆ கூர்மே'' என்ற தலையாய பிரஞ்சு இனிப்புத் தின்பண்டக்கடை இருந்தது. இம்பீரியல் நூலகத்தின் அருகே புகழ்பெற்ற ஃபிலிப்போ ரொட்டிக்கடை இருந்தது. இங்கு விதவிதமான ரொட்டிகளும், கேக்கு வகைகளும் கிடைத்தன.

நெவ்ஸ்கி சாலையில் காப்பிக் கடைகளும் இருந்தன. முடி திருத்துவோர் உண்டு; ஒவ்வொரு கடைக்கு மேலேயும் பெயர்ப் பலகைகள் தொங்கின. மாஸ்கோவில் போன்று, செயிண்ட் பீட்டர்ஸ்பர்க்கிலும் தனிச் சிறப்புடைய தேநீர்க் கடைகள் இருந்தன. ''இங்கு எல்லாவகையான சீனத் தேநீரும் விற்கப்படும்'' என்று, இக்கடைகளின் பலகை மீது பொன்னெழுத்துக்களில் எழுதப் பெற்றிருந்தது.

இரஷிய மன்னரான சார் அலெக்சிஸ் மிக்கைலோவிச் (1629-76; இவர் செயிண்ட் பீட்டர்ஸ்பர்க் நகரத்தை நிறுவிய மாபீட்டரின் தந்தை) சீனத்திலிருந்து 17ஆம் நூற்றாண்டில் தேயிலையை இரஷியாவிற்குக் கொண்டுவந்தார். அதிலிருந்து இரஷியர் தேநீரைப் பேரார்வத்தோடு அருந்தி வந்தனர். இரஷியர் தேநீரைச் சாய் என்றனர். ஒரு தேநீர்க் கடையினுள் நாம் நுழைந்தால், சீனத்தினுள் நுழைந்தது போல் இருக்குமாம், அங்குள்ள இருக்கைகள், பொருள்கள், திரைகள், கம்பளங்கள் அனைத்தும் சீன வேலைப்பாடுகளாக இருந்தன. இவை தனிச் சிறப்புள்ள தேநீர்க் கடைகள். இங்கு வசதி படைத்த சீமான்கள் மட்டுமே செல்ல முடியும். இரஷியாவெங்கிலும் ''சாயினயாஸ்'' என்ற சாதாரண மக்களின் தேநீர்க் கடைகள் இருந்தன.

நெவ்ஸ்கி சாலையில் மிகச் சிறந்த அயல் நாட்டினர் புத்தகக் கடைகள் இருந்தன. அங்கு அண்மையில் வெளிவந்த நூல்களும் சிறப்பு மிக்க முன்னை நூல்களும் விற்கப்பட்டன. ''பிரெஃபு அண்டு கார்டி'' என்ற பழமையான புத்தகக் கடையில் ஜெர்மன், பிரஞ்சு நூல்கள் கிடைத்தன. ஊலஃபு என்ற கடையில் ஏழு மொழிகளில் அச்சிட்ட நூல்கள், சஞ்சிகைகள், செய்தி இதழ்கள் முதலியவற்றை வாங்கலாம். இன்னும் பல அயல் நாட்டுப் புத்தகக் கடைகள் அங்கு இருந்தன.

ஸ்மிர்தின் என்ற வெளியீட்டு நிறுவனம் புஷ்கின், கோகல் முதலியோரின் நூல்களையும், மேலும் பல எழுத்தாளர்கள் எழுதிய நூல்களையும் அச்சிட்டது. அந்தப் புத்தகக் கடையில் புகழ்பெற்ற எழுத்தாளர்களும், கவிஞர்களும் கூடி இலக்கிய விருந்துண்பர்.

மாஸ்கோவிலும், செயிண்ட் பீட்டர்ஸ்பர்க்கிலும் இருந்த பல புத்தக விற்பனையாளர்களிடம் ஓரிரு லட்சத்திற்கு அதிகமான நூல்கள் இருந்தன. செல்வாக்குப் பெற்ற ஆசிரியரின் நூல்களுக்கு அதிக விலை தரப்பட்டது. இரஷிய எழுத்தாளர் சிலர், தமது பேனாவினால் பொருளீட்டிப் பல சதுரமைல் பரப்புள்ள பெருஞ் சொத்துக்களை விலைக்கு வாங்கியிருக்கின்றனர். விரும்பிப் படிக்கப்படும் சஞ்சிகைகளுக்கும், பருவ இதழ்களுக்கும் இருபதாயிரத்திற்கு அதிகமாக சந்தாதாரர் இருந்தனர்.

பீட்டர்ஸ்பர்க் நகரத்தில் குதிரைகளால் இழுக்கப்படும் எல்லா வகையான வண்டிகளும் இருந்தன. வண்டியோட்டிகள் ஒரே விதமான ஆடைகளை அணிந்திருந்தனர். பல வளாகங்கள் அமைந்த கட்டடங்கள் நிறைந்திருந்தாலும், ஒரு முனையிலிருந்து மறு முனையை அடைய அரை மணி நேரம் ஆகுமென்பதாலும், நடந்தே செல்வது என்று உறுதிபூண்ட நடையர்கள் கூடக் குதிரை வண்டிகளைக்

கூப்பிட்டே தீருவர். குறிப்பிட்ட கட்டணம் எதுவுமில்லை. விடுமுறை நாள்களில் ஓரிரு காசு குறையலாம்.

''கோஸ்தினி வோர்'' என்ற பேரங்காடியை இரண்டாம் காதரைன் என்ற மகா காதரைன் (1729-96) கட்டுவித்தார். இது மிகப்பெரிய மஞ்சள் கட்டடம், இது பல வளாகங்களைக் கொண்ட நீளமான கட்டடமாகும்; வெள்ளைத் தூண்களை உடையது; அதனுள் பெரிய பல முற்றங்கள் இருந்தன. இது ஒருபுறம் நெவ்ஸ்கி பிராஸ்பக்ட் என்ற தெருவையும், மறுபுறம் சடோவயா தெருவையும் பார்க்க அமைந்திருந்தது. அக்கட்டடத்தில் பல பிரிவுகளும், இணைப்புகளும் இருந்தன. அதைச் சுற்றியிருந்த தெருக்கள் அனைத்திலும் கடைகள் வரிசையாக இருந்தன. ஆதலால் அப்பகுதி ஆண்டு முழுமையிலும் தொடர்ந்து நடக்கும் சந்தைபோல் தோன்றிற்று.

இந்தப் பேரங்காடித் தொகுதியில் பத்தாயிரம் வணிகர் இருந்தனர் என்பர். இரஷியாவின் சிறந்த பண்டங்கள் அனைத்தும் கோஸ்தினி திவோரில் கிடைத்தன. எனினும் சடோவயா தெருவின் கீழ்ப்பகுதியில் ''அப்ராக்சின் ரைனோக்'', ''ஷுக்கின் திவோர்'' என்று இரு பெரிய அங்காடிகள் இருந்தன. அங்கு நகரத்தின் குடியானவர் களும், பொதுமக்களும் சென்றனர். இவ்விரு அங்காடிகளும் சேர்ந்து மொத்தம் இருபது இலட்சம் சதுர அடிப்பரப்பில் அமைந்திருந்தன. அங்கு கிட்டத்தட்ட எல்லா இடத்திலும் கடைகள் நெருக்கமாய் அடைத்திருந்தன.

பழைய பொருள்கள் விற்கும் மிகப் பெரிய அங்காடிகளும் செயிண்ட் பீட்டர்ஸ்பர்க்கில் இருந்தன.

இந்நகரத்தில் நாள்தோறும் ஐம்பதிற்குமதிகமான திருமணங்கள் நிகழ்ந்தமையால், நியாயமான விலைகளில் பெண்ணுக்குரிய அணிமணிகள் மட்டுமே விற்கும் கடைகள் வரிசையாக இருந்தன.

தாஸ்தோவஸ்கி தனது ''குற்றமும் தண்டனையும்'' என்ற நாவலில் சிரஞ்சீவித்துவம் பெறச்செய்த மாபெரும் ஹே மார்க்கட் என்ற அங்காடி சடோவயா தெருவின் கோடியிலுள்ள சதுக்கம் முழுவதையும் பி டித்துக்கொண்டிருந்தது. இந்த அங்காடிக்கு வந்த தெருக்கள் அனைத்திலும், நெடுகிலும் பழைய புத்தகக் கடைகள் இருந்தன. அங்கு எல்லா வகையான இரஷிய, மற்றும் பிறமொழி நூல்கள் விற்கப்பட்டன.

ஹே மார்க்கட் என்பது வைக்கோல் அங்காடியைக் குறிக்கும். இங்கு ஒவ்வொரு நாள் காலையிலும் மக்கள் கூட்டம் நெருங்கி வழியும்; வண்டிகளுக்கு வழி ஏற்படுத்தித் தருவது என்பது போலீசாருக்குப் பெரிய வேலையாயிருக்கும்.

சதுக்கத்தின் ஒரு பக்கம் முற்றிலும் வைக்கோல் வியாபாரிகளுக்காகவும், மரம், செடி, கொடிகள் முதலியன விற்பவர்களுக்காகவும் ஒதுக்கப்பட்டிருந்தது. அங்கு வைக்கோல் மிகப் பெரிய வணிகப் பொருளாயிருந்தது. ஏனெனில் பத்தொன்பதாம் நூற்றாண்டின் கடைசிப் பகுதியில், செயிண்ட் பீட்டர்ஸ் பர்க்கில் ஆறாயிரத்திற்கு மதிகமான குதிரைகள் இருந்தன.

தெரு முனைகளிலெல்லாம் மேசைகளைப் போட்டுத் தேநீர் விற்றனர். பெரியமேசையின் நடுவில் பல வடிவங்களைக் கொண்ட தேநீர்க் கேத்தல்களுடன், பெரிய, சிறிய கண்ணாடிக் குவளைகள், கேக்கு, எலுமிச்சைத் துண்டுகள் ஆகியவற்றோடு, நாள் முழுவதும் தண்ணீர் கொதித்துக் கொண்டிருக்கும் சமோயர் என்ற பித்தளை ஏனமும் இருக்கும்.

நகரெங்கும் பழக் கடைகள் பரவியிருந்தன, செடி, கொடிகள், வித்துக்கள் முதலியனவும் இந்நகர மாந்தரால் பெரிதும் விரும்பி வாங்கப்பட்டன.

செயிண்ட் பீட்டர்ஸ்பர்க்கிற்கும், பவலோவஸ்க், சார்ஸ்கோ செலோ ஆகியவற்றுக்குமிடையே *1837* ஆம் ஆண்டு இருப்புப்பாதை போடப்பட்டது. கடைக்காரர்களும், சிறு வியாபாரிகளும் ஞாயிறன்று பலலோவஸ்கிற்குச் செல்வதைப் பெரிதும் விரும்பினர். சார்ஸ்கோ செலோ என்னுமிடத்தில் இம்பீரியல் பூங்காவும், தோட்டங்களும் இருந்தன. அங்கு பொதுமக்கள் எப்போதும் செல்லலாம்.

பீட்டர்ஸ்பர்க் மக்கள் கோடை காலத்தில் படகு விடுவதைப் பெரிதும் விரும்பினர். நெவா ஆறு வடியும் நிலப்பரப்பில் நாற்பது தீவுகள் இருந்தன. கோடை காலத்தில் மக்கள் பேரெண்ணிக்கையில் இத்தீவுகளை நாடிச் சென்றனர். காமன்னி தீவு போன்ற பல தீவுகளில் டாச்சா எனப்படும் நாட்டுப்புறக் குடில்களும், கோடைக் கால மாளிகைகளும் இருந்தன. மேலும் சில தீவுகளில் இரவுக் கேளிக்கைக் கூட்டங்கள் இருந்தன.

பேரரசர் காலத்து இரஷியாவில், ஒரு பெரும் பேரரசரால் இந்தப் பதினெட்டாம் நூற்றாண்டில் உண்டாக்கப்பட்ட இந்நகரத்திற்கு ஈடு இணை வேறெதுவுமில்லை. விண்டர் பேலஸ் என்று புகழ் பெற்ற கட்டடத்தில் ஹெர்மிட்டெஷ் என்ற உலகப்புகழ் வாய்ந்த அரும் பொருட்காட்சியகம் இன்றும் நிலவுகின்றது.

இந்நகரம் மக்கள் புரட்சியை *1825* ஆம் ஆண்டு கண்டது; பின்னர் *1917* ஆம் ஆண்டு குமுறியெழுந்த சோவியத்துப் புரட்சியும் இங்குதான் தோன்றியது.

இரண்டாம் உலகப்போரின்போது ஜெர்மன், பின்லாந்துப் படைகள் செப்டம்பர் *1941* முதல் ஜனவரி *1944* வரை *900* நாள்கள் முற்றுகையிட்டன. அப்போது லெனின்கிராடு என்ற பெயரைப் பெற்றிருந்த இந்நகர மாந்தரில் பத்து இலட்சத்திற்கு மதிகமானோர் மடிந்தனர்; அவர்களில் *6,40,000* பேர் பட்டினியால் செத்தனர். இந்நகரத்தில் உலகின் மிகப்பெரிய கல்லறை உள்ளது. அங்கு ஐந்து இலட்சத்திற்கு மதிகமானோர் அடக்கம் செய்யப்பட்டுள்ளனர்.

மா பீட்டரினால் *1703* ஆம் ஆண்டு கட்டப்பெற்று *1712* முதல் *1918* வரை இரஷியாவின் தலைநகரமாகச் செயிண்ட் பீட்டர்ஸ்பர்க் இருந்து வந்தது. அங்கு *1819* ஆம் ஆண்டு ஒரு பல்கலைக்கழகம் அமைந்தது. அது செயிண்ட் பீட்டர்ஸ்பர்க் என்று *1703* முதல் *1914* வரையிலும் பெயர் பெற்றிருந்தது. பின்னர் *1914* தொடங்கி *1924* வரை பீட்ரோ கிராடு என்று வழங்கப்பட்டது. அதன்பிறகு சோவியத்து யூனியனின் தந்தை எனப்படும் விளாதிமிர் இலியச் லெனின் *(1870-1924)* பெயரில் *1924* முதல் லெனின் கிராடு என்று வழங்கி வருகின்றது.

லெனின்கிராடு இன்று சோவியத்து யூனியனின் மிக முக்கியமான பண்பாட்டு மையம் என்ற சிறப்பை மாஸ்கோவுடன் சேர்ந்து பெற்றிருக்கின்றது.

கருவி நூல்கள்:

Guide to Places of the World-Reader's Digest-1988

The Beauty of Russia, Land of the Firebird-Suzanne Massie, Hamish Hamilton, London, 1980

விவிலிய நூலின் தமிழ் மொழிபெயர்ப்புப் பணி *(1711)*; தமிழ் நாட்டின் முதல் அச்சுக்கூடம் *(1712)*; முதல் அச்சு வார்ப்படச் சாலை ஆகியன தொடங்கிய இடம் டேனிய மிசனின் பணிகள் நடைபெற்ற தரங்கம்பாடியாகும். பதினெட்டாம் நூற்றாண்டு வரலாற்றில் தரங்கம்பாடிக்குச் சிறந்த இடமுண்டு.

இந்தியாவிற்கு இதற்கு முன்னரே அச்சுக்கலை வந்துவிட்டது. இது பற்றிய விரிந்த செய்திகள் இ.ச.க.முதற் தொகுதியில் உள்ளன. கோவாவில் 1556 ஆம் ஆண்டு ஏசு சபையினர் அச்சகத்தை நிறுவி விட்டனர். எனவே இதற்கு ஒன்றரை நூற்றாண்டுக்கு முன்னமே அச்சகமும், காகிதம் செய்யும் சாதனங்களும் ஏசு சபையினரால் கொண்டு வரப்பட்டு விட்டன.

அச்சுத் தொழில் முற்றிலும் கிறித்தவச் சமயப் பரப்பிகளின் கைகளில் இருந்தமையால்தான், எழுத்தறிவு பெற்றிருந்த தமிழ்நாட்டு மேன்மக்கள், அவர்கள் வெளியிட்ட கிறித்தவ சமய நூல்களைப் ''பரங்கிப் புத்தகங்கள்'' என்று கையால் கூடத் தீண்டுவதில்லை. கிறித்தவச் சமயப் பரப்பிகள் தம்முடன் கொண்டு வந்த காகிதம் செய்யும் கலையையும் நம் நாட்டுமக்கள் இழிவானதும், தீட்டுப்படக் கூடியதுமான தொழில் என்று ஒதுக்கி விட்டனர்.

உலகில் மரப்பட்டைகள், கன்றின் தோல்கள், பட்டுத் துணி, ஒருவகை நாணலில் செய்த பாப்பிரஸ் என்ற தாள் முதலியன எழுது பொருள்களாக இருந்து வந்தன. சீனர் கி.பி.105 ஆம் ஆண்டு காகிதம் செய்யக் கற்று விட்டனர். பட்டுத் துணியில் எழுதி வந்த சீனரிடையே காகிதம் இரண்டாம் நூற்றாண்டில் எங்கும் பரவிவிட்டது.

அராபியர்கள் சீனரிடமிருந்து அத்தொழிலைக் கி.பி.751 ஆம் ஆண்டில் அறிந்தனர். அதன்பின் காகிதம் செய்யும் கலை உலகெங்கும் சிறுகச் சிறுகப் பரவிற்று. ஐரோப்பியர் அதை அராபியரிடமிருந்து பன்னிரண்டாம் நூற்றாண்டில்தான் கற்றனர். கன்றின் தோல் மறைந்து காகிதம் தோன்றியது.

இந்தியர்களாகிய நமக்குச் சீனருடன் கிறித்துவ அப்தம் தொடங்கியதற்கு முன்பிருந்தே உறவு இருந்தது. அந்த உறவு சீனர் காகிதம் கண்டுபிடித்த இரண்டாம் நூற்றாண்டிற்குப் பிறகும் நீடித்தது. பல்லவரும், (கி.பி.250-900), சோழரும் (கி.பி.846-1279) சீனருடன் தூதுவர் உறவு கொண்டிருந்தனர் என்று வரலாறு கூறுகின்றது. அவர்களைப் போலவே அரபுகளுடனும் நமக்கு நெடிய உறவு உண்டு. ஆனால் நாம் இவ்விருவரிடமிருந்தும் காகிதம் செய்யும் தொழிலை ஏன் அறிந்து கொள்ளாமற் போனோம்? பத்தொன்பதாம் நூற்றாண்டின் இறுதிவரையிலும் ஏன் ஏடும் எழுத்தாணியும் வைத்துக் கொண்டிருந்தோம்? அரிய பழஞ் சுவடிகளையெல்லாம் ஆடிப் பெருக்கின்போது ஏன் ஆறுகளில் கொட்டினோம்?

கிறித்தவச் சாமியார்கள் பழைய கந்தல் துணிகளைக் கூழாக அரைத்துக் காகிதம் செய்தனர். இதைக் கண்ட நமது மேன்மக்கள், அது சமய ஆசாரங்களுக்குப் புறம்பான இழி தொழில் என்று தள்ளி விட்டனர். சமூகத்தில் விரல்விட்டு எண்ணக்கூடிய படித்த மக்களில் இம்மேன்மக்கள் அடங்கியிருந்தனர். ஏனையோர் எழுத்தறிவும், படிப்பறிவு மற்றவர்கள். இது பதினெட்டாம் நூற்றாண்டு நிலை. அதற்கு முன்னரும் நமது சான்றோர் இதே போக்கைக் கொண்டிருந்தனரா?

அலையைக் குறிக்கும் தரங்கம் என்னும் சம்ஸ்கிருதச் சொல்லும், பாடுவதைக் குறிக்கும் பாடி என்ற தமிழ்ச் சொல்லும் சேர்ந்து அலைபாடுமிடம் என்ற அழகிய பெயராக அமைந்துள்ளது.

இது காரைக்காலிலிருந்து வடக்கில் 13 கி.மீ. (8 மைல்); கும்பகோணத் திலிருந்து கிழக்கே வட கிழக்கில் 52 கி.மீ.(32 மைல்) சென்னையிலிருந்து தெற்கே தென்மேற்கில் 230 கி.மீ. (143 மைல்); மாயவரத்திலிருந்து கிழக்கே தென் கிழக்கிழக்கில் 25 கி.மீ. (14½ மைல்); மன்னார்குடியிலிருந்து வடகிழக்கில் 58 கி.மீ. (36 மைல்); நாகப்பட்டினத்திலிருந்து வடக்கே 29 கி.மீ. (18 மைல்); தஞ்சாவூரிலிருந்து கிழக்கே வடகிழக்கில் 80 கி.மீ. (50 மைல்).

தரங்கம்பாடி பத்தொன்பதாம் நூற்றாண்டின் இறுதியில் கோட்டைச் சுவர்களால் சூழப்பட்டிருந்தது. இங்குள்ள கடற்கரை கடலை நோக்கிக் கவினாக வளைந்துள்ளது.

டேனியக் கிழக்கிந்திய கம்பெனி

டேனியக் கிழக்கிந்தியக் கம்பெனி 1612 இல் அமைக்கப்பட்டது. அது இந்தியாவிற்கு 1616 ஆம் ஆண்டு, முதலாவதாக அனுப்பி வைத்த கப்பல் தரங்கம்பாடிக்கு அப்பால் கடலில் உடைந்தது. அக்கப்பலின் தலைவர் தஞ்சை நாயக்க மன்னரை அணுகித் தரங்கம்பாடியைச் சுற்றி 8 கிலோமீட்டர் (5 மைல்), நீளமும், ஐந்து கிலோமீட்டர் (3 மைல்) அகலமுமுடைய நிலப்பரப்பை ஆண்டுக்கு ரூபாய் நான்காயிரம் குத்தகைக்கு வாங்கினார்.

தரங்கம்பாடிக் கோட்டை

கம்பெனி டேனிய மன்னரிடம் கடன்பட்டிருந்தமையால், தரங்கம்பாடி 1624 ஆம் ஆண்டு மன்னரின் உடைமையாயிற்று.

டேனியர் ஆர்க்காட்டு நவாபிற்குப் படைக் கலன்களை விற்றனர் என்பதற்காக ஐதரலி டேனியரிடமிருந்து தண்டமாக ரூபாய் 1,40,000 ஐ 1780 ஆம் ஆண்டு பறித்தார்.

ஆங்கிலேயர் இந்தியாவில் 1807 ஆம் ஆண்டு டேனியரிடமிருந்து கைப்பற்றிய உடைமை அனைத்தையும் போன்று, தரங்கம்பாடியையும் கவர்ந்தனர்; எனினும் அவர்கள் அதை 1814 ஆம் ஆண்டு டேனியரிடம் திருப்பித் தந்தனர்.

ஆங்கிலேயரிடம் தரங்கம்பாடி

ஆங்கிலேயர் தரங்கம்பாடியை 1845 இல் 12,50,000 ரூபாய்க்கு விலைக்கு வாங்கினர். தரங்கம்பாடி 1845 முதல் 1860 வரை மாவட்டக் கலெக்டரின் தலைமையகமாக இருந்தது. அது 1860 இல் தஞ்சை நகரத்திற்கு மாற்றப்பட்டது. இங்கு 1860 முதல் 1874 வரை மாவட்டச் செசன்சு நீதிமன்றம் நிலவிய பின்னர், நாகப்பட்டினத்திற்கு மாற்றப்பட்டது.

வட தஞ்சை மாவட்ட நீதிமன்றம் இரண்டாண்டுக் காலம் செயல்படாதிருந்த பின்னர் 1878 இல் மீண்டும் தரங்கம்பாடியில் நிறுவப்பட்டது.

தரங்கம்பாடிக்கு மற்றொரு சிறப்பும் உண்டு. இந்தியாவில் புரட்டஸ்டண்டு என்ற சீர்திருத்தக் கிறித்தவச் சமயப் பரப்பிகள் இங்குதான் முதலில் வந்தமர்ந்தனர். கிழக்கிந்தியக் கம்பெனி இந்தியாவில் தனது பகுதிகளில் சமயப் பரப்புப் பணிக்கு அனுமதி தராதிருந்த காலத்தில், டேனியர் மிசன் அப்பணியைச் செய்து, இத்துறையில் முன்னோடியாக இருந்தது. வங்கத்தில் இதற்குச் சிறிது காலத்திற்குப் பிறகு செராம்பூர் என்ற இடத்தில் நடந்த பணிகளைவிடத் தரங்கம்பாடியில் நடந்த பணியே மிகையானது என்று பாராட்டப்படுவதுண்டு. தரங்கம்பாடியில் அமைந்திருந்த இந்த மிசன் 1847 ஆம் ஆண்டு லீப்சிக்குப் சமயப் பரப்பு மிசனின் பொறுப்பில் வந்தது.

கோயில்களும், சர்ச்சுகளும்

தரங்கம்பாடிக் கடற்கரையில் கோட்டை கட்டப்பட்டிருந்தது. இங்கு சீகன்பால்கு (1683-1716) கட்டுவித்த சர்ச்சு கடலினால் அரிக்கப்பட்டு விட்டது. ஐரோப்பியர் வீடுகளனைத்தும் இக்கோட்டைக்குள் இருந்தன. இக்கோட்டைக்கும் வேளாண்மை நடந்த நிலப் பரப்பிற்குமிடையே பெரிய மணல் வெளி இருந்தது.

நாட்டு மக்களில் பெரும்பாலர் இக்கோட்டைக்கு வெளியே வாழ்ந்தனர். இக்கோட்டைக்குள் பத்தொன்பதாம் நூற்றாண்டின் இறுதி வாக்கில் ஒரு சிறை இருந்தது. இதனுள் இரண்டு புராட்டஸ்டண்டுச் சர்ச்சுகள் உண்டு. இங்கு கோவா ஆர்ச் பிஷப்பின் ஆளுகையிலிருந்த ரோமன் கத்தோலிக்கச் சிறு கோயிலும் இருந்தது. கத்தோலிக்கரின் பெரிய மாதா கோயில் கோட்டைக்கு வெளியில் உள்ளது. அது இக்கால கட்டத்தில் பாண்டிச்சேரி பீடத்தின் ஆளுகையில் இருந்தது.

கோட்டைக்குள் எழுத்துப் பொறிப்புகளைக் கொண்ட பழைய சிவன் கோயில் ஒன்றுள்ளது. இக்கோயிலில் செப்புப் பட்டயம் ஒன்றும் உண்டு. தரங்கம்பாடியிலுள்ள பெருமாள் கோயிலில் 1609 ஆம் ஆண்டைச் சேர்ந்த செப்பேடு உள்ளது.

இங்குள்ள கல்லறையில் இறந்துபோன டேனியர் பெயர் பொறித்த கற்கள் பலவற்றைக் காணலாம். அவற்றுள் சில மிகவும் அழகாகச் செதுக்கப் பெற்றுள்ளன.

துறைமுகம்

டேனியர் காலத்தில் தரங்கம்பாடி மிகவும் சுறுசுறுப்பான துறைமுகமாக விளங்குகிறது. அங்கு டேனியர் குடும்பங்கள் பல வாழ்ந்தன. அங்கில ஆட்சியில் தரங்கம்பாடி மிகுந்த வருவாயைக் கொடுத்தது. நாகப்பட்டினத்தை விட நங்கூரம் பாய்ச்சுவதற்குத் தரங்கம்பாடி மிகவும் வசதியாய் இருந்தமையால், அங்கு செல்ல வேண்டிய கப்பல்கள் தரங்கம்பாடிக்கு வந்தன. எனவே நாகப்பட்டினத்தின் வாணிபத்தைத் தரங்கம்பாடி பெற்றுக் கொண்டது.

தென்னிந்திய இரயில்வே 1861 இல் நாகப்பட்டினத்திலிருந்து தஞ்சாவூருக்கும், 1862 இல் திருச்சிராப்பள்ளிக்கும் இருப்புப் பாதைகளை அமைத்து விட்டதால், தரங்கம்பாடி வாணிபம் மீண்டும் நாகப்பட்டினத்திற்கே போய் விட்டது. இன்று தரங்கம்பாடி இடிபாடடைந்து கிடக்கின்றது.

இந்தியாவில் கிறித்தவ சமயத்திற்கு அமைந்த நான்கு தொட்டில்களில் இரண்டு, தரங்கம்பாடியும், செராம்பூரும் ஆகும். ஏனைய இரு தொட்டில்கள் கோவாவும், கேரளமும் ஆகும். வரலாறு என்னும் பேரேட்டினுள் இன்று தரங்கம்பாடியும் எங்கோ மறைந்து கிடக்கின்றன.

கருவி நூல்கள்

Two monsoons-By Theon Wilkinson, Duckworth, 1976. மேலும் பல நூல்கள்.

1712	**அர்மீனியர்**	பக்கம் - *281*

கல்கத்தாவில்

பாரசீகத்திலிருந்து வந்தேறிய பார்சிகளுக்குப் பம்பாய் மையமாக இருப்பதைப் போன்று, அர்மீனியாவிலிருந்து வாணிபத்தின் பொருட்டுப் போர்த்துக்கீசருக்கு முன்னரே இந்தியாவை அடைந்திருக்கக் கூடிய அர்மீனியருக்குக் கல்கத்தா மையமாக இருந்த போதிலும், அவர்கள் சென்னையிலும், கல்கத்தாவிலும் செழித்திருந்தனர். அர்மீனியர் இந்தியாவுடன் கொண்டிருந்த உறவு பற்றிய வரலாறு சற்றுத் தெளிவில்லாதிருக்கின்றது. அவர்கள் அர்மீனியாவிலிருந்து பாரசீகம்-இன்றைய ஈரான்-ஆப்கானிஸ்தானம், திபேத்து ஆகியன வழியாகப் பிற ஐரோப்பியர்களுக்கு முன்னரே வணிகர்களாக இந்தியாவை அடைந்தனர்.

அவர்கள் அக்பரின் (1542-1605; ஆட்சிக் காலம் 1556-1605) அழைப்பிற்கிணங்க இந்தியாவில் குடியமர்ந்தனர். அர்மீனிய நாட்டவரான மரியம் சமானி என்ற பெண்மணியை அக்பர் மணந்து, அவளைத் தன் அரசியருள் ஒருத்தியாக்கினர். தனது அரசியின் நாட்டு மக்கள் 1562 இல் ஆக்ராவில் ஒரு சர்ச்சைக் கட்டிக் கொள்வதற்கு அனுமதித்தார். அர்மீனியர்கள் 1690 வாக்கில் டெல்லி அரசின் ஆதரவு பெற்ற குடிமக்களாயிருந்தனர். அவர்களின் விசுவாசம், நாணயம் இவற்றுக்காக அக்பர் காலத்திலிருந்து முகலாயப் பேரரசர் அனைவரின் பெருமதிப்பையும் அர்மீனியர் பெற்றிருந்தனர்.

அவர்கள் பம்பாயைத் தோற்றுவித்த ஆங்கிலேயரின் அழைப்பை ஏற்று 1670 ஆம் ஆண்டுகளில் பம்பாயில் குடியேறினர் என்பதை அறிவோம்.

ஆனால் கல்கத்தாவில் அவர்கள் கால்வைத்த காலம் புலனாக வில்லையெனினும், அர்மீனியர் வங்கத்தில் செழித்தோங்கியிருந்தனர். அவர்கள் தமது அண்டையரான ஆங்கிலேயர் மீதும், முகலாயர் மீதும் விசுவாசத்தையும் நல்லெண்ணத்தையும் காட்டினர். அவர்கள் பிரிட்டிசாருக்குப் பல வழிகளில் உதவியாக இருந்தனர். பிரிட்டிஷ் படை தக்காணத்தில் இருந்த காலத்தில் வங்கத்திலிருந்து பிரிட்டானியர் தொழிலைக் காப்பாற்றுவதற்காக அர்மீனியர் 100 வீரர்கள் அடங்கிய ஒரு படையைத் திரட்டி வைத்திருந்தனர்.

அர்மீனியர் பத்தொன்பதாம் நூற்றாண்டின் தொடக்கத்தில் மிகவும் மரியாதைக் குரியவர்களாகப் பிரிட்டிசாரால் நடத்தப்பட்டனர். அத்துடன் அர்மீனிய வணிகர்களின் எண்ணிக்கை கல்கத்தாவில் மிகுந்திருந்தது. அர்மீனிய வணிகர் கிழக்கே சீனம் வரையிலும், மேற்கில் பாரசீகம் வரையிலும், அவற்றுக்கிடைப்பட்ட பெரும்பாலான பகுதிகளுடனும் வாணிபம் செய்து வந்தனர். அவர்களுக்கு இவ்வாறு எல்லாத் திக்குகளிலுமிருந்து வந்த தகவல் தொழில் நடத்த உதவியாக மிகவும் துல்லியமாக இருந்தது. அவர்கள் தொழிலில் மிகுந்த கவனஞ் செலுத்தினர்; தொடர்ந்து ஈடுபட்டனர்; முனைந்து செயல்பட்டனர். அவர்கள் தமது குறிக்கோளிலிருந்து விலகிச் செல்வது பற்றிச் சிந்திப்பதேயில்லை.

அர்மீனியர் 1572 இல் ஆக்ராவில் சர்ச்சு கட்டியதற்கும், சுதனூதியில் 1790 ஆம் ஆண்டு அதாவது கல்கத்தா நகரம் அமைக்கப்பட்டதற்கும் இடைப்பட்ட சுமார் 130 ஆண்டுக்காலத்தில் இந்தியாவில் என்ன செய்து கொண்டிருந்தனர் என்பது நமக்குப் புலனாகவில்லை. கல்கத்தா நகரம் நிறுவப்பட்டதற்கும், அதை நிறுவிய சார்னோக் இறந்ததற்கும் பின்னர் சில ஆண்டுகள் கழித்து கோஜா இஸ்ரேல் சர்காது என்ற வணிகர், மூன்று ஊர்களைக் கம்பெனிக்காகப் பெறுவது குறித்து வங்கநவாபுடன் பேச்சு நடத்துவதற்காக வங்கத்திற்கு வந்தார் என்று அர்மீனிய வரலாற்றாசிரியரான மெஸ்ரூப ஜேகப் சேத் குறிப்பிடுகின்றார்.

கருவி நூல்கள்

Various Encyclopaedias.

Calcutta, Geoffrey Moorhouse, Weidenfeld and Nicolson, London, 1971

Article in the Hindu.

1713 | **ஃபரூக்சியார்** | **பக்கம் - 256**

முகலாயர் குடியில் பாபர் (1526) தொடங்கி ஆட்சி புரிந்தவர்களில், இவ்வாண்டு அரியணை ஏறிய ஃபரூக்சியார் ஒன்பதாவது பேரரசராவர். ஔரங்கசிபிற்குப் பிறகு முகலாயர் குடியின் சீரும், சிறப்பும் மங்கலாயிற்று என்பதை வரலாறு காட்டுகின்றது. சீக்கியரின் நான்காவது குருவான தேஜ் பகதூரைச் சமயப் பொறையற்ற ஔரங்கசீபு சிறையிலடைத்தார். அவர் சிறையிலிந்தவாறு சாளரத்தின் வழியே தனது உவளகத்தை அந்தப்புரத்தை, நோக்கியதாக ஔரங்கசீபு சொன்னார்; அதற்குக் குரு தேஜ் பகதூர் இவ்வாறு வருவதுரைத்தார் என்று கூறப்படுகின்றது:

''உம்மைவிடப் பன்மடங்கு வலிமையும், சூழ்ச்சித் திறனும் மிக்க வெள்ளை

நிறத்தவர் கூட்டம் இப்பாரத நாட்டை நோக்கி வந்து கொண்டிருப்பதையே நான் கண்டேன். அவர்கள் உமது குடியை நிர்மூலமாக்கப் போவது அங்கே தெரிந்தது.''

தேஜ் பகதூர் இவ்வாறு வருவதுரைத்ததற்குச் சான்று செவி வழிச் செய்தியேயாகும். ஆனால் முகலாயர் குடியின் முன்னரே, அவ்வெள்ளையர்களுக்குப் பல சலுகைகளை அளித்துக் கையூட்டும், ஊழலும் பெருகச் செய்தார். அரசு அமைப்பு தவறான முறையில் பயன்படுவதற்கு வழிகோலினார் என்பதற்கு வரலாற்றுச் சான்றுகள்உள்ளன.

ஐரோப்பியர் கோட்டைகளுக்குள் வாணிபப் பண்டசாலைகளை அமைத்துக் கொண்டு ''பீரங்கி'' வலிமையினால் வாணிபம் செய்வதை ஏற்றுக்கொள்ளப்பட்ட வணிக முறையாகக் கைக்கொண்டிருந்தனர்.

அவர்கள் கையாண்ட மற்றொரு முறை, போர்க் கப்பல்களைக் கொண்டு வழி மறிக்கும் மிக முக்கியமான ஒன்றாகும். சூரத்து அல்லது ஹுக்ளி போன்ற முக்கியமான வாணிபப் பகுதிகளில் ஐரோப்பியர் முகலாய அதிகாரிகளின் ஆட்சி வரம்பிற்குள் வாழ்ந்தும், வாணிபம் செய்தும் வந்தனர். எனவே நிலத்தில் அவர்கள் தாக்கப்படக்கூடிய ஆபத்து இருந்துவந்தது. இதை முறியடிப்பதற்காக, நாட்டுக் கப்பல்கள் துறைமுகத்திற்குள் நுழையவோ, அதை விட்டு வெளியேறவோ இயலாதவாறு ஐரோப்பியர்கள் தமது போர்க் கப்பல்களைக் கொண்டு வழிமறித்தனர்.

வாணிப நிறுவனம் ஒன்றுக்கும், முகலாய ஆட்சியதிகாரிகளுக்கு மிடையே தாவா ஏற்பட்டால், இந்திய வணிகர்கள் நடுவராயிருந்து அந்தத் தாவாவைத் தீர்த்து வைக்க முடியாது. இவ்வாறு தாவா எழுந்ததும், முகலாய ஆட்சியாளர்கள் ஐரோப்பியப் பண்டசாலைகளுக்குள் செல்லும் உணவையும், அன்றாடம் தேவைப்படும் பிற பொருள்களையும் தடுத்து நிறுத்தினர். உடனே ஐரோப்பியர் தமது போர்க் கப்பல்களை அழைத்துத் துறைமுகத்தை வழிமறிக்கவோ, இந்தியக் கப்பல்களைக் கைப்பற்றுமாறோ செய்துவிடுவர்.

எனவே இரு தரப்பினரின் நலன்களையும் கருதி இந்நிலை முற்றிக் கைகலப்பும், சண்டையும் ஏற்பட்டு விடாமல் இறுதியாகச் சமாதானம் செய்து கொண்டனர்.

இத்தாவாக்கள் பெரிதும் சுங்கத் தீர்வைகள் அல்லது வேறு பணத் தீர்வைகள் விதிக்கப்படுவதைக் குறித்தே பெரிதும் எழுந்தன. ஏனெனில் இந்தீர்வைகளும், ஆயங்களும் ஒரு தலைப்பட்சமானவை என்றும், வேண்டாதவை என்றும் ஐரோப்பியக் கம்பெனிகள் கருதின. கம்பெனியின் ஊழியர்கள் நியாயமான தீர்வைகளைத் தமது தனிப்பட்ட வாணிபத்தில் செலுத்துவதில்லை அல்லது ஐரோப்பியக் கொடி பறக்கும் கப்பல்களில் இந்திய வணிகர்களின் சரக்குகளை ஏற்றுவதற்கு அனுமதிப்பதில்லை என்று முகலாய அதிகாரிகள் குறை கூறினர்.

சுங்கத் தீர்வைகள் பற்றிய கருத்து வேறுபாடுகளைத் தவிர்க்கும் நோக்கத்துடன் ஆங்கிலக் கிழக்கிந்தியக் கம்பெனியார் டெல்லியிலுள்ள பேரரசர் ஃபரூக்சியாரிடம் 1717 ஆம் ஆண்டு ஃபர்மன் எனப்படும் பேரரசாணையைப் பெற்று விட்டனர். இவ்வாணை கம்பெனிக்கு வேறு பல சலுகைகளை அளித்ததுடன், ஆண்டு தோறும் பேரரசிற்கு ரூ.3000 மட்டும் செலுத்தி விட்டு, அதற்குப் பிரதியாகப் பேரரசின் எல்லாப் பகுதிகளிலும் தீர்வையில்லாது, வாணிபம் செய்யும் உரிமையையும் கொடுத்து விட்டது.

இந்தியாவில் ஆங்கிலேயரின் வாணிப, மற்றும் அரசியல் கொள்கையின் அடிப்படைக் கல்லாக, கடைகாலாகப் பேரரசர் ஃபரூக்சியார் அளித்த இப்பேரராணை

அமைந்தது என்பது குறிப்பிடத்தக்கது. அவ்வாணை ஆங்கிலக் கம்பெனியை இவ்வாறு ஓரளவு சுதந்திரத்துடன் உள்நாட்டு வாணிபத்தில் ஈடுபடுமாறு செய்துவிட்டது. அது கையூட்டுக்கும், ஊழல்களுக்கும் வழிவகுத்ததுடன், ஆட்சியில் பல கேடுகளையும் உண்டாக்கியது.

உள்நாட்டு வணிகர் மீது எண்ணற்ற சுங்கத் தீர்வைகளும் ஆயங்களும் விதிக்கப்படாமையால், அவர்களுக்குப் பெரும் பாதகம் விளைந்தது. எனவே அவர்கள் இவற்றிலிருந்து மீள்வதற்காக ஆங்கிலக் கம்பெனியிடமிருந்து தீர்வையில்லாமல் வாணிபம் செய்வதற்கு வேண்டிய உரிமங்களைப் பணம் கொடுத்து வாங்க நேர்ந்தது.

கருவி நூல்:

The Cambridge Economic History of India Vol.I : C 1200-1750 edited by Tapan Raychaudhuri, and Irfan Habib.

1714 **வெப்பமானி** பக்கம் - ***284***

புலன்களால் உணரப்படக்கூடிய இயல் நிகழ்வாகிய வெப்பத்தின் தன்மையையும், அதிலடங்கிய பொருள்களையும் அறிவியலார் விளங்கியறிந்தற்குப் பல நூற்றாண்டு களுக்கு முன்னரே, மனிதன் அதனைக் கண்ணுற்று அளந்தறியக் கற்றிருந்தான். வெப்ப அளவு கருவியானது கண்ணால் கண்டறிந்ததையும், பொது அறிவையும் அடிப்படையாகக் கொண்டிருந்ததேயன்றி, ஏற்றுக்கொள்ளத்தக்க அறிவியல் கொள்கை எதையும் ஆதாரமாகக் கொண்டிருக்கவில்லை.

வெப்பத்தை அளந்தறியப் பயன்படும் தர்மாமீட்டர் என்ற வெப்பமானியை முதலில் கண்டுபிடித்தவர் யார் என்பது குறித்துப் பலர் உரிமை கொண்டாடிய போதிலும், அது குறித்த சச்சரவு இன்னும் தீர்த்து வைக்கப்படவில்லை.

இத்தாலிய அறிவியலாளரான கலிலியோ *(1564-1642)* சுமார் ***1592*** வாக்கில் ஒரு கண்ணாடிக் குழாயிலுள்ள திரவத்தின் மீது வெப்பமும், குளிர்ச்சியும் உண்டாக்குகின்ற விளைவைக் குறித்து ஆராயத் தொடங்கினார். அவரது ஆராய்ச்சி வெப்பமானியில் ஒரு முனையில் குழிவான குமிழையுடைய கண்ணாடிக் குழாய் இருந்தது. அதனுள்ளிருக்கும் காற்றை வெப்பப்படுத்துவதற்காக அக்குழிவும், குமிழும் சூடாக்கப்பட்டன. அதன்பிறகு கண்ணாடிக் குழாயின் திறந்த மறுமுனை நீரினுள் வைக்கப்பட்டது, அப்போது குழாயிலுள்ள காற்றுக் குளிர்ந்து அதன் பரும அளவு சுருங்கியது. காற்றின் இடத்தை நிரப்புவதற்காகத் திரவம் குழாயினுள் ஏறிற்று. இவ்வாறு குழாயினுள் தண்ணீர் ஏறுவது அல்லது இறங்குவதை வைத்து வெப்பத்தில் ஏற்படும் மாறுதல்களைக் குறித்துக் கொள்ளலாம்.

கலிலியோ இதைக் கண்டுபிடித்தது சுமார் ***1610*** என்றும் கூறப்படுகின்றது. அவருக்குப் பிறகு அவருடைய மாணவரான மருத்துவர் சாங்டோரியஸ், அண்டவியலாரான இராபட் ஃபிளடு, கடியாரம் செய்யும் கார்னிலிஸ் டிரெபல் முதலானோரும் வெப்பமானிகளை உருவாக்கினர். அவர்கள் உண்டாக்கிய வெப்ப அளவைக் கருவிகளில் சில மருத்துவ அல்லது வானிலைப் பணிகளுக்கும், இன்னுஞ் சில விளையாட்டுக்காகப் பயன்பட்டவெனினும் அவையனைத்தும் அடிப்படையில் ஒரே கட்டுக்கோப்பை உடையனவாயிருந்தன.

அவையனைத்தும் ஒரு பக்கம் திறந்திருந்த கண்ணாடிக் குழாய்கள்; அவற்றில் ஓரளவு காற்று நிரப்பப்பட்டிருந்தது; ஒரு தண்ணீர்த் தட்டம் ஒன்றில் நிறுத்தப்பட்டிருந்தது. அவற்றில் செப்பமற்ற முறையில் குறிகள் அல்லது அளவைகள் குறிக்கப்பட்டிருந்தன. இக்கருவிகளில் ஒன்றை மற்றொன்றுடன் ஒப்பிடமுடியாது; அவை ஒரு நாளில் போன்று மறுநாளில் துல்லியமாகவும் இராது. ஏனென்றால் காற்றழுத்தம் மாறிக் கொண்டேயிருக்கும்.

காற்றழுத்தத்தை அளந்தறியக் கூடிய வகையில் திருத்தம் செய்யப்பட்ட தொடக்க நிலைக் காற்று வெப்பமானியை கில்லூம் அமொண்டோன்ஸ் என்பவர் பிரஞ்சு அறிவியல் கழகத்தில் 1702 ஆம் ஆண்டு விவரித்தார்.

மெடிசி என்ற இத்தாலியப் பெருஞ் செல்வர் குடியைச் சேர்ந்த லியோப் போல்டோ என்றவர் முதன் முதலாக ஃபிளாரண்டைன் வெப்பமானி என்றழைக் கப்பட்ட வெப்பமானியைச் சுமார் 1654 வாக்கில் கண்டுபிடித்தார். அது திரவம் நிரப்பப்பட்டு, இருபுறமும், அடைக்கப் பட்டிருந்த கண்ணாடிக் குழாய்.

இவ்வகை ஃபிளாரண்டைன் வெப்ப மானிகள் இங்கிலாந்திலும், பிரான்சிலும் பரவலாகப் பயன்படுத்தப்பட்டன, அவை 50, 100 அல்லது 300 டிகிரிகள் என்று தரப்படுத்தப்பட்டிருந்தன. அவை சூரிய வெப்பத்தைக் கொண்டும், உறைபனியில் குளிர்ந்த நீரை வைத்தும் சுமாராகத் தரம் செய்யப்பட்டு, அவற்றினுள் காய்ச்சி வடித்த திராட்சை மது நிரப்பப்பட்டிருந்தது. திராட்சைச் சாறு காற்றழுத்தமின்றியே விரிவடையக் கூடியதாகையால், அது இந்த அளவு கருவிக்கு மிகவும் சாதகமாயிருந்தது.

மேற்சொன்ன ஃபிளாரண்டைன் காரர்கள் பாதரச, நீர் வெப்பமானிகளை முயன்று பார்த்தனரெனினும், அவை சிறிதளவு மட்டுமே விரிவடைந்தமையால் அவற்றைக் கைவிட்டனர்.

பாதரசமும், ஆல்ககாலும் வெப்பமானியில் பயன்படுத்துவதற்கு மிகச்சிறந்த பொருள்கள் என்பதைக் கண்டறிந்தனர். பாதரசம் வெப்பம் அதிகரிப்பதற்கேற்றவாறு எதிர் விளைவை உண்டாக்குகின்றது; மிகச் சீராக விரிவடைகின்றது; அதைக் காண்பதும் எளிது. அது குறைந்த வெப்ப நிலையையும் (-38 டிகிரி ஃபாரன்ஹைட்) தாங்கிக்கொள்ள வல்லது; அப்போது அது உறைந்து விடுவதில்லை. மிகுந்த வெப்பத்திலும் (+675 டிகிரி) ஆவியாகி விடுவதில்லை. மிகக்குறைந்த வெப்ப நிலையில் -180 டிகிரிக்கும் கீழே செல்லும் வெப்ப நிலையில் ஆல்ககால் மிகச் சிறந்தது. ஆனால் அது மிகுந்த வெப்ப நிலையில் ஆவியாகி விடும். எனினும் ஆல்ககால் நிறமற்றது;

எனவே அத்துடன் ஒரு சாயத்தைச் சேர்த்துக் கொண்டால் வெப்பத்தின் அளவைப் படிக்க முடியும்.

காபிரியல் டேனியல் ஃபாரன்ஹைட் (1686-1736) பால்டிக் கடலின் கரைமீது அமைந்துள்ள டான்சிக் என்ற போலந்துத் துறைமுகத்தில் பிறந்த ஜெர்மன் இயற்பியலார். அவர் ஆலந்தில் பணிபுரிந்து வந்தார். அவர் வெப்பமானிகளை உறைபனியின் உருகு நிலையையும், இரத்தத்தின் சூட்டையும் அளந்தறிவது குறித்து டேனிய வானியலாரான ஓல் ரோமர் கூறிய கருத்தை வைத்து 1708 ஆம் ஆண்டு இது குறித்து ஆராயத் தொடங்கினார்.

அவர் தண்ணீரின் உறைநிலை 32 டிகிரி என்றும், உடம்பின் இயல்பான வெப்ப நிலை 90 டிகிரி என்றும் தன்னால் நிர்ணயிக்கப்பட்ட ஒரு வெப்பமானியை ஆக்கியுள்ளதாக, 1724 ஆம் ஆண்டு பிரிட்டிஷ் இராயல் சங்கத்தில் அறிவித்தார். அவர் அறிவித்த அளவைக்கு ஃபாரன்ஹைட் அளவை என்று பெயர். அவ்வளவைக் கூறுகளின்படி உறைபனியின் உருகுநிலை 32 டிகிரி ஃபாரன்ஹைட், சரியான காற்றழுத்த நிலையில் சுத்த நீரின் கொதி நிலை 212 டிகிரி ஃபாரன்ஹைட் ஆகும்.

தற்காலத்தில் பயன்படும் கண்ணாடிக்குழாய்ப் பாதரச வெப்பமானியில் மயிரை விட மெல்லிய ஓட்டை அல்லது துளை போடப்பட்டுள்ளது. அதன் குமிழிலும், குழாயிலும், வெப்ப அளவை அறிந்து கொள்வதற்கு வேண்டிய வகையில், சரியான அளவில் பாதரசம் நிரப்பப்பட்டிருக்கும். பின்னர் அதன் மேல் நுனி கிட்டத்தட்ட முற்றிலும் வெறுமையாக அல்லது நைட்ரஜன் போன்ற செயலாற்றலற்ற வாயுவை நிரப்பி மூடி விடுவர். பாதரசமானது வெப்பம் அதிகரிப்பதற்கேற்ற விதத்தில் பெரிதும் விரிவடையும். வெப்பம் இல்லாத போது சுருங்கிவிடும் அல்லது இறங்கிவிடும்.

கருவி நூல்கள்:

Critical Paths-R. Buckminster Fuller, St.Martin's Press, NewYark, 1981

Britanica Junior Encyclopaedia for Boys and Girls, Vol.14, 1980

The Encyclopaedia Americana, International Edition, Vol. 26, 1976

1715   உலகை இருமுறை சுற்றிவந்த டேம்பியர்   பக்கம் - 287

ஒரு மனிதனால் வாழ்க்கையில் பல கோலங்களைக் காட்ட முடியும் என்பதை எடுத்துக் காட்டும் விதத்தில் வில்லியம் டேம்பியரின் வாழ்க்கை அமைந்துள்ளது. அவர் தென்மேற்கு இங்கிலாந்தில் பரிஸ்டல் கால்வாய்க் கரையின்மீது அமைந்துள்ள சாமர்செட் கோட்டத்தில் ஓர் எளிய குடியில் பிறந்தார். மிகச் சிறிய வயதிலேயே கடலோடப் புறப்பட்டுவிட்டார். இங்கிலாந்தில் அக்காலத்தில் சிறுவர்கள் கப்பல்களில் பணியாற்றச் செல்வது வழக்கம்.

அவர் 1672 ஆம் ஆண்டு இங்கிலாந்து அரசின் இராயல் கப்பற்படையில் சேரு முன்னர் கிழக்குக் கனடாவிலுள்ள தீவாகிய நியூஃபவுண்டுலாந்திற்கும், போர்னியோவிற்குத் தெற்கிலுள்ள இந்தோனேசியத் தீவான ஜாவாவிற்கும் கப்பலில் சென்றவர். பின்னர் 1673-97, 1699, 1701 ஆகிய ஆண்டுகளில் உலகைச் சுற்றி மும்முறை

வந்திருக்கின்றார். இவருக்கு ஒன்றரை நூற்றாண்டுக்கு முன்னர் போர்த்துக்கீசக் கடலோடியான ஃபெர்டினாந்து மகல்லன் உலகைச் சுற்றி வரச் செலுத்திய கப்பல்களில் ஒன்று 1522 ஆம் ஆண்டு வெற்றிகரமாகச் சுற்றிவிட்டுப் புறப்பட்ட நாடான ஸ்பெயினை அடைந்தது என்பது குறிப்பிடத்தக்கது.

டேம்பியர் இராயல் கடற்படையை விட்டு ஓடி, ஜமைக்காவில் தோட்ட முதலாளியானார், அதற்கு ஓராண்டிற்குப் பிறகு கரீபியன் கடலிலுள்ள மேற்கிந்தியத் தீவுகளில் மரம் வெட்டிக் கொண்டிருந்தவர்களுடன் சேர்ந்து கொண்டார். (கரீபியன் கடல் என்பது கிட்டத்தட்ட நிலத்தால் சூழப்பட்ட கடலாகும்; அது மேற்கிந்தியத் தீவுகள், மைய அமெரிக்கா, தென்னமெரிக்காவின் வடகரை இவற்றால் சூழப்பட்டது. பரப்பு 27,18,200 சதுர கிலோமீட்டர் (10,49,500 சதுர மைல்) டேம்பியர் அதன் பிறகு கடற்கொள்ளைகளில் ஈடுபட்டார்.

தென், வட அமெரிக்காக்களை இணைக்கும் கடற்பகுதிக்குப் பனாமா பூசந்தி என்று பெயர்; அது பசிபிக் கடலுக்கும் கரீபியன் கடலுக்கும் இடையில் இருக்கின்றது. இந்தப் பூசந்தியில் நடந்த ஒரு பெரிய கடற்கொள்ளையில் டேம்பியர் ஈடுபட்டார். (இப்பூசந்தியின் நீளம் 676 கி.மீ. (420 மைல்); குறுகலான இடத்தில் அதன் அகலம் 50 கி.மீ (31 மைல்); இதன் பழம் பெயர் டேரியன் பூசந்தி). டேம்பிரியர் 1679 ஆம் ஆண்டு பனாமாவிலுள்ள போர்டோ பெல்லோ என்ற சிறு துறைமுகத்தைப் பிடித்தார். (இத் துறைமுகம் கொலோனுக்கு வட கிழக்கே கரீபியன் கடலில் உள்ளது. காலனி ஆதிக்க நாள்களில் தென்னமெரிக்காவில் இது மிக முக்கியமான துறைமுகமாக இருந்தது. அதாவது டேம்பியர் அதைக் கைப்பற்றிய காலத்தில். பனாமா கால்வாய் 1914 ஆம் ஆண்டு திறக்கப்பட்ட பிறகு இத்துறைமுகம் சீர்கெட்டது.

டேம்பியர் 1686 இல் பசிபிக்கின் குறுக்கே சென்று தென்கிழக்காசியாவிலுள்ள தீவுக் கூட்டமான பிலிப்பைன்ஸ், சீனத்திற்கும் இந்தியாவிற்குமிடையே தென் கிழக்காசியாவில் அமைந்து ''தொலை விலுள்ள இந்தியா'' என்றும் அழைக்கப் படும் இந்தோ சீனம் (இதில் பர்மா, தாய்லாந்து, லாவோஸ், கம்போடியா, வியட்நாம், மலேயா முதலிய நாடுகள் அடங்கியுள்ளன), டச்சுக் கிழக்கிந்தியத் தீவுகள் (இது இந்தோனேசியாவிற்கு 1798 முதல் 1945 வரை வழங்கி வந்த பழம் பெயர்), அந்தமான் தீவுகளுக்குத் தெற்கில் 19 தீவுகள் அடங்கிய நிக்கோபார்த் தீவுகள், இந்துமாக் கடலுக்கும் பசிபிக்குக் கடலுக்குமிடையே அமைந்திருக்கும் உலகின் சிறிய கண்டமும், பெரிய தீவுமான ஆஸ்திரேலியா, இங்கெல்லாம் சென்றார்.

இத்தனை காலம் கடலோடிய பிறகு டேம்பியர் 1691 இல் இங்கிலாந்து திரும்பினார். ''உலகைச் சுற்றிப் புதிய பயணம்'' (*New voyage around the World*) என்ற பெயரில் ஒரு நூலை எழுதினார். இது புத்திடந்தேடிகளின் யுகம். அவர்கள் கண்காணாச் சீமைகளுக்குக் கலத்திலும், நிலத்திலும் சென்று நாடு திரும்பிய பின்னர், தாம் கண்டவற்றையெல்லாம் நூல்களாக எழுதினர். இந்நூல்கள் ஐரோப்பிய எழுத்தாளர்களை - ஷேக்ஸ்பியர் உள்படப் பலரை-வெகுவாகப் பாதித்து அவர்களின் நோக்கை அகன்று விரியச் செய்தன. பதினைந்தாம் நூற்றாண்டிலேயே கடலோடிகளும், அதற்கு முன்னரே நாடோடிகளும் ஐரோப்பாவிலிருந்து உலகின் பல பகுதிகளுக்குச் செல்லத் தொடங்கிவிட்டனர்.

எனவே, டேம்பியரின் வீரதீர சாகசங்கள் அடங்கிய இப்பயண நூல், ஆங்கில மொழியில் இரண்டு கதை நூல்கள் பிறக்கக் காரணமாய் அமைந்தது. டேனியல் டீஃபோ

(1660-1731) தனது இராபின்சன் குரூசோ என்ற கதையை 1719 ஆம் ஆண்டிலும்; ஜானதன் ஸ்விஃப்டு (1667-1745) "கலிவரின் பயணங்கள்" என்ற நூலை 1762 ஆம் ஆண்டு வெளியிட்டதற்கும் டேம்பிரியரின் பயண நூல் அகத்தூண்டுதலளித்திருக்கின்றது.

டேம்பியர் 1699 ஆம் ஆண்டு "ரோபக்" என்ற பிரிட்டிஷ் கடற்படைக் கப்பலுக்குத் தலைவரானார். அவர் அதில் மேற்கு ஆஸ்திரேலியாவின் வறண்ட கரைப் பகுதியை அடைந்தார். அங்கு தண்ணீர் ஆழமில்லாததால் அங்கிருந்து தைமோர் என்ற தீவை அடைந்தார். அத்தீவு மலேயத்தீவுக் கூட்டத்தில் அடங்கும். அவர் ஆஸ்திரேலியாவின் வடக்கே மேற்குப் பசிபிக்கிலுள்ள நியூ கினியை ஆராய்ந்தார். இங்கெல்லாம் பல இடங்கள் அவர் பெயரில் டேம்பியர் வளைகுடா, டேம்பியர் நீரிணை, டேம்பியர்த் தீவுக்கூட்டம் என்று வழங்கி வருகின்றன. அவர் தாயகம் திரும்பிய வழியில் ராசன் என்ற தீவில் கப்பல் உடைந்து விட்டது.

ஸ்பானிய வாரிசுரிமைப் போர் (1702-1713) நடந்த காலத்தில் கடற்கொள்ளைக் காரரான காப்டன் உட்ஸ் ராஜர்ஸ் என்றவருக்குக் கடல் வழிகாட்டியாக டேம்பியர் இருந்தார். (காப்டன் உட்ஸ் ராஜர்ஸ் - இ. 1732-தென் மேற்கு இங்கிலாந்திலுள்ள பிரிஸ்டல் என்ற துறைமுகப்பட்டினத்தைச் சேர்ந்த வணிகர்களின் பொருளுதவியைப் பெற்று வந்தார். இவர் பசிபிக்குக் கடலில் 1708-10 ஆம் ஆண்டுகளில் ஸ்பானியக் கப்பல்களைக் கொள்ளையடித்தார். பின்னர் 1718' 1729-32 ஆகிய ஆண்டுகளில், மேற்கிந்தியத் தீவுகளில் அமைந்திருக்கும் சுமார் 700 பவளப் பாறைத் தீவுகளில் ஒன்றான பகாமாஸ் என்ற தீவில் பிரிட்டிஷ் கவர்னராகப் பணியாற்றி, அங்கு இறந்தார்.)

இவரோடு இருந்த காலத்தில், அடிக்கப்பட்ட கொள்ளைகளில் டேம்பியரின் பங்கிற்கு 1,70,000 பவுன் கிடைத்தது. அத்துடன் இவருக்கு வழிகாட்டியாகப் பணியாற்றியபோது இராபின்சன் குரூசோத் தொடர்புடைய மற்றொரு நிகழ்ச்சியும் நடந்தது.

அலெக்சாந்தர் செல்கிர்க் என்ற ஒருவர் கடலில் கப்பல் உடைந்து தென் பசிபிக்கிலுள்ள மூன்று தீவுகளில் ஒன்றாகிய ஜுவான் ஃபெர்னாண்டஸ் என்ற தீவில் கரை சேர்ந்தார். அங்கு எரிமலையும், அடர்ந்த காடுகளும் உண்டு. அதன் பரப்பளவு 180 சதுர கிலோமீட்டர் -70 சதுர மைல். செல்கிர்க் இச்சிறு தீவில் தன்னைக் காப்பாற்றுவோர் வரும் வரையில் தன்னந்தனியாக வாழ்ந்தார். இறுதியில் டேம்பியர் அத்தீவில் இறங்கிச் செல்கிர்க்கைக் காப்பாற்றினார்.

இவ்வாறு மீட்கப்பட்ட செல்கிர்க்கைக் கருவாக வைத்து டீஃபோ இராபின்சன்

இந்திய சரித்திரக் களஞ்சியம் | 385

குரூசோ என்ற இறவாக் கதை நாயகனை உண்டாக்குவார் என்று டேம்பியர் எண்ணிப் பார்த்திருக்க முடியாது.

கருவி நூல்:

R. J. Unstead's Dictionary of History, Ward Lock Ltd., London, 1976

Dictionary of World History, Genl. Editior: G.M.D. Howart, Thomas Nelsos and Sonn Ltd., 1973.

| 1718 | பம்பாயில் கிறித்தவக் கோயில் | பக்கம் - 300 |

பம்பாய் 1665 ஆம் ஆண்டு பிரிட்டிஷ் முடியரசிற்குச் சொந்தமான குடியேற்றப் பகுதி (கிரவுன் காலனி) ஆயிற்று. அதை மேற் கொள்வதற்காகச் சர், ஹம்ஃபிரி குக் அங்கு வந்தபோது, அந்த இடத்தில் "அரசாட்சியோ, நீதி நிர்வாகமோ எதுவுமில்லை". போர்த்துக்கீசர் பிரிட்டிசாருக்கு மிகுந்த தொல்லை கொடுத்தனர். குக்கும் அவர்களுக்குத் தொல்லையாகவே இருந்தார். பிரிட்டிஷ் அரசிற்குப் பம்பாய்த் தீவில் மெய்யாகவே சேர வேண்டிய நிலப்பரப்பானது பெரிதும் பாறைகளும், நீரில் மூழ்கிப்போன நிலமும், கரையோரப் பகுதியுமாகவே இருந்தன. இக்கரையோரப் பகுதி, அதற்கு இருநூறு ஆண்டுகளுக்குப் பிறகு துறைகள் கட்டப்பட்ட காலத்தில்தான் விலை மதிப்புமிக்கதாயிற்று.

திருமண உறவின் காரணமாகப் பிரிட்டிஷ் அரசகுடிக்குத் தம்மால் சீதனமாகத் தரப்பட்ட பம்பாயினால் மிகுந்த பலன் என்பதை உணர்ந்த போர்த்துக்கீசர் அதைத் தமக்கென்று மீண்டும் விலை கொடுத்து வாங்கிவிடலாமென்றெண்ணிப் பிரிட்டனின் இரண்டாம் சார்லஸ் மன்னரை (1630-85; ஆண்ட காலம் 1660-85) அணுகினர். இதையறிந்த கிழக்கிந்தியக் கம்பெனி, பம்பாயைத் தமக்கென்று வாங்குவது பயனுள்ளதாக இருக்குமென்று நினைத்தது. எப்போதும் பணமுடையினால் திண்டாடிய மன்னருக்கு, வெகு தொலைவிலிருந்த பம்பாய்த் தீவு மீது அக்கறையில்லா திருந்தமையால், கம்பெனியிடமிருந்து 6 சதவிகித வட்டிக்கு 50,000 பவுனைக் கடனாகப் பெற்றுக் கொண்டு, ஆண்டு வாடகை பத்துப்பவுன் என்று பம்பாய்த் தீவைக் கம்பெனிக்குக் குத்தகைக்கு விட்டுவிட்டார்.

இக்கட்டத்தில்தான் பம்பாயை நிறுவியவர் என்று எக்காலத்தும் கருதப்பட்டுவரும் ஜெரால்டு ஆங்கியர் வரலாற்று அரங்கிற்கு வருகின்றார். பம்பாய் கம்பெனியின் சொத்தாகிவிட்ட நேரத்தில் ஜார்ஜ் ஆக்கிண்டன் கவர்னராயிருந்தார். அவர் சூரத்தைத் தளமாகக் கொண்டு செயல்படுவர். அவருக்குக் கம்பெனி புதிதாக வாங்கிய சொத்து மீது ஆர்வமோ, அக்கறையோ இல்லை. அவர் அதற்கடுத்த ஆண்டில் இறக்கவே பம்பாயை ஏற்கெனவே நன்கறிந்திருந்த ஆங்கியர் ஆளுநரானார்.

ஆங்கியர் கம்பெனியின் மையத்தைச் சூரத்திலிருந்து (சூரத்துத் தபதி ஆற்றின் கழிமுகத்தில், மேற்குக் கரை மீது அமைந்துள்ளது. இது பம்பாய்க்கு வடக்கே சுமார் 260 கிலோமீட்டர் - 160 மைல் தொலைவில் இருக்கின்றது.) பம்பாய்க்கு மாற்றுவதற்குப் பெரும் பாடுபட்டார். அது பலன் தரவில்லை. எனவே அதற்கு முப்பதாண்டுகளுக்குப் பிறகு, அவர் தன் தலைமையகத்தைப் பம்பாய்க்கு மாற்றினார். அவர் இவ்வாறு

பம்பாயை உருவாக்கிய வரலாறு பிறிதோரிடத்தில் இன்னும் விரிவாகப் பின்னர் விவரிக்கப்படும்.

அவர் காலத்தில்தான், பதினேழாம் நூற்றாண்டின் பிற்பாதி கிறித்தவக் கோயில் ஒன்றை எழுப்புவதற்குக் கடைகாலிட்டுக் கட்டுமானப்பணி தொடங்கலாயிற்று. எனினும் ஆங்கியர் இறந்ததும் கோயிற்பணி நின்று விட்டது. ஒரு தலைமுறையில் வரையிலும் அதன் சுவர்கள் பதினைந்தடி எழும்பியவாறு நின்றன. கிழக்கிந்தியக் கம்பெனியின் மதகுருவாக, சாப்ளின் 1715 வாக்கில் ரிச்சர்டு கோப்பி என்பவர் வந்து இதைக் கண்டு மனம் வருந்தினார். அவரது முயற்சியின் பலனாகக் கோயிற் சுவர் எழும்பிற்று. திருப்பணியும் நிறைந்தது, அதற்குப் புனித தாமஸ் கோயில் என்ற பெயரும் ஏற்பட்டது.

கருவி நூல்

City of Gold, The Biography of Bombay, by Gillian Tyndall, Temple Smith, London, 1982

1715 **கல்கத்தாவில் மாதாகோயில்** பக்கம் - *300*

கல்கத்தாவின் தோற்றம்

பதினெட்டுப் புராணங்களில் ஒன்றான பவிடிய புராணத்தின் பிரதிசாகர பருவத்தில் கல்கத்தா, டெல்லி ஆகிய இரு நகரங்களின் தோற்றுவாய் குறித்துக் கூறப்பட்டுள்ளது என்று திண்டுக்கல்லைச் சேர்ந்த ஆர்.பாலசுப்பிரமணிய ஐயர் இந்து *1989*, ஜூலை இதழில் ஆசிரியர் கடிதப் பகுதியில் குறிப்பிட்டிருந்தார். அது வருமாறு:

அக்கினி வமிச க்ஷத்திரியர்களான பரிகார மரபைச் சேர்ந்த மன்னர் போக வர்மனின் மகனான காளி வர்மன், கௌடர்களின் நாட்டை ஐம்பதாண்டுக் காலம் ஆண்டதாகப் பவிடிய புராணம் (இ.ச.க.முதற் தொகுதி,) உறுதியாகக் கூறுகின்றது. அம்மன்னர் மகா காளியின் பெரும் பக்தராக இருந்தமையால், அக்கடவுளுக்குப் பெரிய விழா எடுத்தார். அதைக் கண்டு மெச்சிய காளி மன்னருக்குக் காட்சி தந்தாள். அவள் தன் மெய்யான திருவருளைக் காட்டு முகத்தான், விழா நடந்து கொண்டிருந்த பெரும் பரப்பில் இனிய மணந்தரும் எண்ணற்ற மலர் மொக்குகளை உண்டாக்கி, அவற்றை மலரச் செய்தாள். மொக்குகள் காளிகா என்று பெயர் பெறும். எனவே நறுமண மொக்குகள் தோன்றிய இடத்தில் ஓர் அழகிய நகரம் எழும்பியது. அதுவே இன்று கல்கத்தா என்றழைக்கப்படும் புகழ்வாய்ந்த பெருநகராகும் என்று புராணம் கூறும். அதற்குக் காளிகாதா என்று பெயர் வாய்த்தது. அந்நகரம் கி.பி. முதல் நூற்றாண்டில் உண்டாயிற்று.

கல்கத்தாவின் தோற்றம் பற்றிய மற்றொரு புராணக்கதை:

முழு முதற்கடவுளான சிவமூர்த்தியின் மனைவியான காளி இறந்ததும், சிவபெருமான் துயரமும், சினமும் கொண்டார். அவர் தன் மனைவியின் சடலத்தைத் தோளில் போட்டுக் கொண்டு பிரிவுத்துயர் பொறாது ஆடலுற்றார். நடன மூர்த்தியின் ஆட்டம் சீற்றத்தை வெளிப்படுத்தியது; நடராசனின் நடனம் முடிவின்றி நடந்து கொண்டிருந்தது. இத்தாண்டவத்தை உடனே நிறுத்தாவிடில், சிவனாரின் சீற்றத்தால் அனைத்துலகும் அழிந்து விடுமென்று பிற கடவுளர் அஞ்சினர்.

ஆதலால், திருமால் வாளொன்றை எடுத்து வீசிக் காளியின் சடலத்தைத் துண்டு துண்டாக வெட்டித் தள்ளினார். துண்டுகள் உலகின் பல பகுதிகளில் சிதறி விழுந்தன. வங்கத்துப் பெரியாற்றங்கரை ஒன்றின் கரைமீது வலக்கால் பெருவிரல் விழுந்தது. அங்கு ஒரு கோயிலும், ஊரும் உண்டாயின. மக்கள் அந்த இடத்தைக் காளிக்கட்டா என்றனர்.

இனி வரலாறு கல்கத்தாவின் தோற்றுவாய் குறித்து என்ன கூறுகின்றது என்பதைக் காண்போம்:

சாப் சார்னோக் என்ற ஆங்கிலேயர் 1655 ஆம் ஆண்டு இந்தியாவிற்கு வந்தார். அவர் வங்க விரிகுடாவின் கிழக்கிந்தியக் கம்பெனி ஆட்சிக் குழுவில் (கவுன்சில்) ஓர் இளநிலை உறுப்பினராக இருந்தார். என்பதை 1657 ஆம் ஆண்டுக் கம்பெனி ஆவணங்களில் காண்கின்றோம். அவர் ஆண்டுச் சம்பளமாக 20 பவுன் பெற்றார். நமக்கு அவரைப் பற்றித் தெரிய வந்த செய்திகள் மிகவும் குறைவேயாகும். எனினும் அச்செய்திகளனைத்தும் தெளிவாக உள்ளன.

அவர் முதலில் பாட்னாவில் பண்டசாலைத் தலைவராயிருந்தார். அவர் அங்குதான் 1663 ஆம் ஆண்டு மனைவியைப் பெற்றார். சதி என்ற உடன்கட்டையிலிருந்து அந்த அழகியைச் சார்னோக் காப்பாற்றி மணந்து கொண்டார். அப்பேரழகியை அவர் மரியா என்றழைத்தார்.

கல்கத்தாவை நிறுவிய ஜாப் சார்னோக் கார்காலத்தின் நடுவில் ஒருநாள், 1690 ஆகஸ்டு 24 அன்று எதிர்காலத்தில் அப்பெரு நகரம் அமையவிருந்த இடத்திற்குப் படகில் வந்து இறங்கினார். அவருடன் முப்பது படைவீரர்கள் வந்திருந்தனர். அந்த இடம் மிக மோசமான நிலையில் இருந்தது. அவர்கள் தங்குவதற்கு எந்த இடமும் இல்லை. நாளெல்லாம் மழை கொட்டிக் கொண்டிருந்தது. அங்கு சார்னோக் கூடாரம் போட்டுக் கொண்டு, கப்பலிலிருந்து உணவுப் பொருள்களைக் கொண்டு வரச் செய்தார்.

சார்னோக் அங்கு ஒரு பெரிய மரத்தின் கீழ் தொய்வான ஆடைகளையணிந்து அமர்ந்தவாறு ஹுக்காவைப் புகைத்தும் சாராயத்தை உறிஞ்சிக் குடித்தும் அனு பவித்திருக்கக் கூடிய காட்சி தெரிகின்றது என்று ஓர் ஐரோப்பிய எழுத்தாளர் கற்பனை செய்கின்றனர். சார்னோக் அங்கு முழுமையான அதிகாரம் படைத்த ஓர் அரசனைப் போல் இருந்து வந்தார்.

வில்லியம் கோட்டையை உடைத்த செங்கல், சுண்ணாம்பு, வெல்லப் பாகு, வெட்டிய சணல்நார் இவற்றைக் கொண்டு 1696 ஆம் ஆண்டு கட்டத் தொடங்கினர். அது கல்லிலும் வலிமையான கலவையாகும். மூன்றாண்டுகளுக்குப் பிறகு, அப்பணி முற்றுப் பெற்றதும், அது ஆரஞ்சு வில்லியம் என்ற மூன்றாவது வில்லியம் மன்னரின் (1650-1703; ஆட்சிக் காலம் 1672-1702) பெயரால் வில்லியம் கோட்டை என்று அழைக்கப்பட்டது. கல்கத்தா இவ்வாறு வளர்ந்ததாக வரலாற்றிலிருந்து அறிகின்றோம்.

அங்கு இந்த ஆண்டு ஒரு சர்ச்சு எழும்பியது.

கருவி நூல்கள்:

Calcutta, Geoffrey Moorhouse, Weidenfeld and Nicolson, London, 1971

மேலும் பல நூல்கள், கட்டுரைகள்.

1715	இந்தியாவில் பிரஞ்சுக்காரர்	பக்கம் 293-299

கருவி நூல்கள்:

A History of Civilization, Vol.II: 1648 to The Present, By Crane Bainton, John B.Christopher, Robert Lee Woiff, 1984

The Last Two Million Years, Readers Digest

1715	பணவிடு தூது	பக்கம் 335-339

பணத்தின் கதை

உலகில் இந்திய நாணயம் - பணம்தான் மிகுந்த தொன்மை வாய்ந்தது என்று கூறத் தோன்றுகின்றது. ஏனெனில் கி.மு.3500 ஆண்டு வாக்கில் நிலவியதாக வரலாற்றாசிரியர் வரையறுக்கும் சிந்துவெளி நாகரிகத்தின் முத்திரைகள் அக்காலத்து வாணிபக் கொடுக்கல், வாங்கலில் பயன்பட்டிருக்கக் கூடும் என்று ஒரு கொள்கை உள்ளது. இந்திய வரலாற்றின் தொன்மையான காலத்தில், அதாவது கி.மு.1500, 800 ஆகிய ஆண்டுகளின் இடைக்காலத்தில் நாணயங்களின் பரிணாம வளர்ச்சி தொடக்க நிலையில் இருந்தது என்பதை வேத இலக்கியம் காட்டுகின்றது.

இந்தியாவின் எழுதி வைக்கப் பெற்ற வரலாற்றுக் காலத்தைப் போன்று, அதன் நாணய முறையும் பழமையானதாகும். வேத காலத்தின் பிற்பகுதியிலிருந்து வெள்ளி அல்லது செம்பினாலான நிஷ்க, சதமன, கிருஷ்ணல போன்ற நாணயங்கள் இருந்தனவெனினும், முறையான காசுகள் புழக்கத்தில் இல்லை. தென்னிந்தியாவில் கி.மு நான்காம் நூற்றாண்டு வரையிலும் மன்னர்கள் பொற்காசுகளை வெளியிட்டு வந்தனர் என்பதை நாணயவியல் வரலாறு துலக்குகின்றது. மகத அரசின் (கி.மு.?64) தொடக்க காலத்திலிருந்து பண்டமாற்று முறை எங்கும் பரவலாகக் கடைப்பிடிக்கப்பட்டு வந்த போதிலும்; முறையான நாணயங்கள் புழக்கத்திற்கு வந்து விட்டன. மௌரிய, சித்தியர் காலத்தில் அயல் வாணிபம் நடைபெற்றமையால் இந்தியாவிற்கு ஏராளமான நாணயக் காசுகள் வந்து குவிந்தன. ரோமானியப் பேரரசு (கி.மு.29 - கி.பி.641) தமிழ்நாட்டுடன் நடத்திய பெருத்த வாணிபத்தின் பயனாக அவர்களின் பொற்காசுகள் இங்கு வந்து குவிந்தன. ஏனெனில் பொன்னைக் கொடுத்தே அவர்கள் தமிழ்நாட்டுப் பண்டங்களை வாங்கினர். குசாணர், குப்தர் முதலான அரச குடியினரும் பொன், வெள்ளிக்காசுகளை வெளியிட்டனர்.

எனவே, இந்தியப் பெருநிலத்தின் பரந்த பல்வேறு பகுதிகளில் காசு, பணம் என்பது எத்தனையோ பெயர்களால் வழங்கியும் புழங்கியும் வந்தன. இந்திய நாணய வரலாறு என்பது விரிந்து பரந்த பெருங் கடலாகும்.

பதினெட்டில் இருந்த சமூக நிலை

''முத்து விசய இரகுநாத சேதுபதி மீது சொக்கநாதக் கவிராயர் பாடிய பண விடு தூது'' என்ற நூல் எழுந்த இக்கால கட்டத்து அரசியல், சமூக, பொருளியல் நிலை

எங்ஙனமிருந்தது என்பதை அப்புலவர் சமூகப் பொறுப்புணர்வு மிகக் கொண்டு விளக்கியிருப்பது நமது சிந்தனையைத் தூண்டுகின்றது. இப்பண விடு தூது அன்றி மேலும் நான்கு பணவிடு தூதுகள் எழுதப்பெற்றுள்ளன. அவை புல்லைக் குமரேசர் பணவிடு தூது, சின்ன வன்னியனார் பெயரில் பணவிடுதூது, இராமேசுரம் இராமலிங்கர் பணவிடு தூது. இவற்றுள் முதலிரு நூல்களும் ஏட்டுச் சுவடியாக, அச்சேறாமல் இருக்கின்றன.

சொக்கநாதக் கவிராயரின் காலத்தில் இந்திய நாடு, குறிப்பாகத் தமிழ்நாடு மேலாண்மை செலுத்திய மதுரை நாயக்கராட்சியிலும், அவர்களின் கீழ் நிலவிய பாளையக்காரர், சேதுபதி போன்ற குறுநில மன்னர் முதலியோரின் கீழும், தஞ்சை மராட்டியரின் ஆளுகையிலும் இருந்து வந்தது. ஐரோப்பியர் பதினைந்தாம் நூற்றாண்டின் இறுதியில் இம்மண் மீது இறங்கிய போதிலும், அவர்களின் அரசியல் சூதாட்டங்கள் இன்னும் தொடங்கவில்லை.

சமூக வாழ்க்கை கண்டிப்பான சாதி அமைப்பு முறை என்ற வரம்பினுள், இலைமறை காயாகக் கனன்று கொண்டிருந்த உள் அதிருப்தியோடு, வல்லான் வகுத்ததே வாய்க்கால் என்றிருந்த நிதரிசன உலகத்தோடு ஒட்டி, ஒழுகிச் சென்றது. வெகு சிலரான மேன்மக்களன்றி ஏனைய பல்லோர் எழுத்தறிவற்றோராயிருந்தனர். கிறித்தவ சமயப்பரப்பிகள், குறிப்பாக, ஏசு சபையினர் முத்துக் குளித்துறை என்ற கிழக்குக் கரைப் பரதவர்களிடையே தமது சமயத்தை வேரூன்றச் செய்தபோதிலும் மதுரைச் சீமையிலும், பாண்டி நாட்டின் பிறபகுதிகளிலும் சிறுகச் சிறுகவே செல்வாக்குப் பெற்றனர்.

பொதி மாடுகளில் சரக்குகளை ஏற்றிக் கொண்டு ஊர் ஊராகச் சென்று வாணிபம் நடந்தது. கடல் கடந்து நடந்து வந்த வாணிபம் வீழ்ச்சியுற்றுக் காளைகளின் மேல் சரக்கேற்றி ஊரெல்லாம் போய் வியாபாரம் செய்யும் நிலை ஏற்பட்டு விட்டது. பன்னிரண்டு ஆண்டுகளுக்கு ஒரு முறை பஞ்சம் வருமென்பர். ஆனால் வான் பொய்த்தாலும் பொழிந்தாலும் வானம் பார்த்த இந்நாட்டில் வறகடம் என்ற கொடும் பஞ்சம் வந்துவிடும். பட்டினி பொறாது பிள்ளைகளை விற்பதும், பெண்டு பிள்ளைகளுடன் அடிமைகளாவதும் இக்காலத்து மக்களின் நெஞ்சை உருத்துவதில்லை.

குலப் பெண்டிரை விடக் கோயிற் பெண்டிர் செல்வாக்குப் பெற்றிருந்தனர். மேன்மக்கள் இவ்விலை மாதரின் வலையில் வீழ்ந்து, அல்லது அவர்களின் பகட்டில் மயங்கிச் சீர்கெட்டுத் திருந்துவதை விறலி விடு தூதுகளில் காண்கின்றோம். எழுத்தறிவற்றோர் நிறைந்தும், கற்றறிந்த மேலோர் தமது சமூகக் கடமைகளை மறந்தும் அல்லது புறக்கணித்தும் விட்ட இக்கால நிலையில் பலபட்டடைச் சொக்கநாதக் கவிராயரின் பணவிடு தூதில், மகாகவி பாரதியின் பாக்களில் கனன்று எரிந்து தெறிக்கின்ற வித்தியாவெறி இல்லாவிடினும், சமூகப் பொறுப்புணர்ச்சி கொண்டு மக்களிடையே நிலவிய உடனொத்த கால நிலையைச் சுவைபட எடுத்துரைக்கின்றார்.

பணம்

பணம், காசு, நாணயம் என்ற சொற்கள் கிட்டத்தட்டக் கைப்பொருளை உணர்த்தி நிற்கின்றன. பணத்திற்கு அகராதிகள் தருகின்ற பொருள் ஓரளவிற்குத்தான் பொருந்தும் என்பது பொருளியலறிஞர் கருத்தாகும். ஏனெனில் பணம் என்பது என்னவென்பதற்குச் சரியான விடை தர இயலாது. பணம் என்பது செயல் முறையில் எதுவென்பதை நாம் ஒவ்வொருவரும் அறிந்திருப்பினும், வெகுசிலரால் மட்டுமே எடுத்த எடுப்பில் அதற்கு விளக்கம் தர முடியும்.

''பணம் என்பது பயன் மதிப்பில் மாற்றிக் கொள்ளும் கருவியாக அல்லது அளவாக அல்லது தரநிலைப் பெயராக, வழக்கமாய் அல்லது மரபு ஒழுங்காய்ப் பயன்படுத்தி வருவது'' என்று பொருள் கொள்வது புரிந்து கொள்ளத்தக்கதாக உள்ளதெனினும், துல்லியமாகவோ துலக்கமாகவோ இல்லை என்று பொருளியலறிஞரான ஜெப்ஃரி கிரௌத்தர் பணம் பற்றிய தனது பெயர் பெற்ற நூலில் விளக்குகின்றனர்.

''இந்த வரலாறு பகுதி கற்பனையாயினும், மானுடவியல் ஆராய்ச்சியானது இதில் பெரும் பகுதியைச் சரியென்று நிலை நாட்டியுள்ளது'', என்று அவர் பணம் என்பது என்னவென்பதை விவரிக்கப் புகுமுன்னர், பணம் உருவானது தொடர்பான வரலாற்றைக் கூறுகின்றனர். எது எப்படியிருப்பினும் நாம் அறிவியல் முறையிலமைந்த மானுடவியலை விடப் பணம் என்பதில் அடங்கியுள்ள கருத்துக்களின் தர்க்க அடிப்படையிலமைந்த முறையா வளர்ச்சி குறித்து மிகுந்த அக்கறை கொண்டுள்ளோம். இதில் கற்பனை என்பது சான்றுகளுடன் கூடிய உண்மைச் செய்தியின் இடத்தை அப்போதைக்கப்போது கவர்ந்து கொள்வதற்கு அனுதிக்கலாம்'',என்று பணம் என்பதன் ஆதிமூலத்தைத் தொட்டுப்பார்க்க எடுத்துக்கொண்ட முயற்சியைக் கூறுகின்றார்.

வாணிப விலங்கு

மனிதனைச் சிந்திக்கும் விலங்கு என்பர்; அவன் தொடக்க நிலைகளில் வாணிப விலங்காக இருந்தான் என்று கிரௌத்தர் உரைக்கின்றார். அவன் நடத்திய வாணிபம் முற்றிலும் பண்ட மாற்றாகவே இருந்தது, வேடுவன் விலங்குத் தோல், பதனிட்ட தோல், இறைச்சி இவற்றை மண்ணில் பாடுபட்டவனிடம் தந்து அவனிடமிருந்து தானியத்தையும், வைக்கோலையும் மாற்றாகப் பெற்றான். இப்பண்டமாற்றுப் பிற்காலங்களில் கிராமத்துக் கைவினைஞரின் பொருள்களில் வாணிபம் செய்யும் கொடுக்கல், வாங்கல் முறையாயிற்று.

மனிதனின் பண்டமாற்று வாணிப முறையில் பல குறைபாடுகள் இருந்தன. அவற்றுள் ஒன்று மதிப்பு வீதங்களைத் தீர்ப்பது கடினமாக இருந்தமையாகும். பண்டமாற்று வாணிபத்தின் மிக முக்கியமான இரண்டு மூன்று பண்டங்களின் மதிப்புகளை ஒப்பு நோக்கி அறிந்துகொள்ள முடியலாம். சான்றாகப் பத்து மரக்கால் அரிசியின் மதிப்பு ஒரு பசு என்று கொள்ளலாம். ஆனால் சிறு அளவில் மாற்றிக் கொள்ளும் பண்டங்களின் மதிப்பைத் தீர்ப்பது எப்படி? எத்தனை மரக்கால் அரிசியைக் கொடுத்து, ஒரு புலித் தோலை வாங்குவது? ஓர் ஆட்டிற்கு எத்தனை வாழைப் பழங்களைத் தரவேண்டும்? எத்தனை எருமைகளைக் கொடுத்து ஒரு மனைவியை வாங்கிக்கொள்வது? இது தனிப்பட்ட பண்டமாற்றிலுள்ள வாணிபச் சிக்கல்களாகும்; அவற்றை எளிதில் தீர்த்து விடமுடியாது.

இச்சிக்கல்களைத் தீர்க்க உதவுவது பணத்தின் முதல் வேலையாகும். ஒரே பண்டத்தை வைத்து அனைத்தின் மதிப்பையும் தீர்த்துக் கொள்ளலாமே. அந்த ஒரே பண்டம் ஆடாக இருக்கட்டும். ஏனெனில் பண்டங்கள் அனைத்தும் ஆட்டை வைத்து மதிப்பிடப் படுகின்றன; இதைக் கொண்டு எந்தப் பொருளின் இணையினாலும், அதன் மாற்று விகித மதிப்பை எளிதாகத் தீர்த்துக்கொள்ள முடியும்.

ஒரு வேட்டைக் கத்தியின் மதிப்புப் பத்து ஆடுகள்; ஐம்பது வாழைப் பழத்திற்கு ஓர் ஆடு; ஐந்து மரக்கால் அரிசியின் மதிப்பு இரண்டு ஆடுகள்; மனைவியாக

வரப்போகிறவன் இளமையும், அழகும் உள்ளவராயிருந்தால் ஆறு ஆடுகளைத் தரலாம்; இவ்வாறு ஒவ்வொரு பண்டத்தையும் ஆட்டைக்கொண்டு மதிப்புப்போட்டு விடலாம். இந்தக் கண்டுபிடிப்பு நமக்கு மிக எளிதாகத் தோன்றுகின்றது. இதே கருத்தை மதிப்புப் போடும் துறையில் கைக்கொள்ளும் போதுதான் நீளத்தை அளக்க அடி அல்லது மீட்டர் என்ற நீட்டலளவையும், இராத்தல் அல்லது கிராம் என்ற நிறுத்தலளவையும், இவ்வாறு பல்வேறு அளவை முறைகளும் உண்டாயின. இக்கண்டுபிடிப்பு அக்காலத்தில் மிகுந்த புரட்சித் தன்மை வாய்ந்ததாக இருந்திருக்கும் என்பதில் ஐயமில்லை. எத்தனை மரக்கால் தானியத்தைக் கொடுத்து ஒரு புலித்தோலை வாங்குவது? மூன்று மரக்கால் தானியம் ஐந்து வாழைப் பழத்திற்குச் சமமாகும்; இருபது வாழைப் பழங்கள் ஓர் ஆட்டின் மதிப்பிற்கு ஈடாகுமா; இருபது ஆடுகளின் மதிப்பு ஒரு புலித் தோலாகுமா என்று கணக்குப் போட்டுத் தவித்த சோம்பேறி மேதை ஒருவன்தான் இதைக்கண்டு பிடித்திருக்கவேண்டும். இது மெய்யாகவே அரிய கண்டுபிடிப்பாகும். வெறும் பண்டமாற்றிலிருந்து பணக் கணக்கிற்கு மாறிக் கொள்வதற்கு மனிதன் அரிதின் உள்ளிக் கண்டறிய வேண்டிய அவசியத்தை இக்கண்டுபிடிப்பு உண்டாக்கித் தந்தது.

பணத்தின் தலையாய மூன்று வினைகளில் இக்கண்டுபிடிப்பு ஒன்றாகும். இதர பொருள்கள் அனைத்தையும் மதிப்பிடக்கூடிய அளவு கோலாக அல்லது தர அளவையாக விளங்குகின்றது. வாணிபம் என்பது இன்றும் பண்டங்களைக் கொடுத்துப் பண்டங்களை மாற்றுவதாவே இருந்து வருகின்றது: வாழைப் பழத்தைக் கொடுத்துத் தானியத்தை மாற்றுகின்றோம்; மாட்டுத் தோலைக் கொடுத்து வைக்கோல் வாங்குகின்றோம். ஆனால், மாற்று விகிதம் என்பது தரப்படுத்தப்பட்ட ஒரே பண்டமாக இப்போது மதிப்பு நிர்ணயிக்கப்பட்டுள்ளது. ஆம் பணம் வந்துவிட்டது.

இருப்பினும் கணக்கிடுவதற்கு அடிப்படை அலகு ஒன்று நிர்ணயிக்கப்பட்டு விட்ட பின்பும் பண்டமாற்றில் இருந்த இடர்ப்பாடுகள் அனைத்தும் நீங்கி விடவில்லை. பண்டங்களை மாற்றிக்கொள்ளும் இரு தரப்பினரையும் ஒன்று கூட்டுவது இன்னும் கடினமாகவே இருக்கின்றது.

நன்னன் தன்னிடமுள்ள தானியத்தைக் கொடுத்து மாட்டுத் தோல்களை வாங்க விரும்பலாம். ஆனால் மாட்டுத் தோல் வைத்திருக்கும் எயினனுக்குத் தானியம் வேண்டாம்; மாட்டுத்தோலே இல்லாத வேலவன் தானியம் வாங்குவதற்கு விரும்பலாம். பண்டங்கள் சிலவாக இருக்கின்ற எளிய சமூகம் இத்தகைய இடர்ப்பாடுகளைச் சமாளித்துக்கொள்ளலாம். ஆனால், வாணிபத்தில் ஏற்பட்டுள்ள புதிய வளர்ச்சி அனைத்தும், உழைப்பைப் பகிர்ந்து செய்யும் முறைகளும், வாணிபத்தில் பல்வேறு பண்டங்களை ஈடுபடுத்தக் கூடிய விரிவும் கொண்ட ஒரு சமூகத்தில் பண்டமாற்று என்பது மிக மிகக் கடினமாகி விடுகின்றது. இந்த இடர்ப்பாட்டையும் பணம் தீர்த்து வைக்கின்றது. கணக்கிடும் இந்த அலகானது பண்டமாற்றுக்கு ஓர் இடைப் பொருளுமாகின்றது.

இப்போது தானியத்தைக் கொடுத்து மாட்டுத் தோலை வாங்க வேண்டியதில்லை; தானியம் ஆடுகளுக்காக விற்கப்படுகின்றது; மாட்டுத்தோலுக்கு விலையாக ஆடுகள் கொடுக்கப்படுகின்றன. ஆடுகளைக் கொடுத்து எதையும் வாங்கிக் கொள்ளலாம். ஒவ்வொரு கொடுக்கல் வாங்கலிலும், இப்போது பணம் என்கின்ற இந்தக் கருவியானது பண்டமாற்றின் மதிப்பைத் தீர்ப்பதுடன், இப்பரிமாற்றத்தில் இடைப்பொருளாகவும்

விளங்குகின்றது. முன்னர் தானியம் கொடுத்து மாட்டுத் தோலை வாங்குவது என்ற ஒற்றைப் பரிமாற்றமானது, இப்போது தானியத்திற்கு ஆடுகள் என்றும், ஆடுகளுக்குத் தோல் என்றும் இரட்டைப் பரிமாற்றமாகின்றது. தானியத்தை விற்பவர் தோல் விற்பவரை இனித் தேடித் திரிய வேண்டியதில்லை. அவர்கள் ஓர் இடைப் பொருள் வழியே வாணிபம் செய்கின்றனர். ஆதலால் பணம் என்ற கருவியே முதற் தரகனாகிவிட்டது.

கணக்குப் பார்ப்பதில் ஓர் அலகாகவும், பண்ட மாற்றின் இடைப்பொருளாகவும் இவ்வாறு பணம் என்ற கருவி இரண்டு பணிகளைச் செய்கின்றது. இவையே பணக் கொள்கையின் இன்றியமையா அடிப்படைகளாகும். எனினும் மூன்றாவது பணி ஒன்றும் உள்ளது. அதுவும் முக்கியத்துவத்தில் குறைந்தது அன்று. பண்ட மாற்றுப் பொருளாதார அமைப்பில், செல்வன் என்பவன் தனக்கு வேண்டிய பொருள்களைப் பெரிய அளவில் சேர்த்து வைத்திருப்பவனாவான்.

அவனிடம் தானியம் விளையும் நிலங்கள் இருக்கவேண்டும்; வேட்டையாடுவதற்குக் காடுகள் வேண்டும்; பொதி சுமக்கவும், பால் தரவும் விலங்கினங்கள் வேண்டும்; வயலை உழுவதற்கு, வேலைக்காரர் வேண்டும்; வேட்டையாடவும், வீட்டு விலங்குகளைப் பேணவும் ஆட்கள் வேண்டும்; விளைச்சல் இல்லாத ஆண்டிற்காக வேண்டிய தானியங்களைச் சேமித்து வைப்பதற்குக் களஞ்சியங்கள் வேண்டும். ஆனால், பணம் வந்துவிட்டதால் செல்வத்தைச் சேர்ப்பது-அதைப் பத்திரப்படுத்தி வைப்பது-மிகவும் எளிய செயலாகிவிட்டது. ஏனெனில், ஆடு என்பது பணமானால், அதைக் கொண்டு தானியம், வேட்டைப் பொருள்கள், வீட்டு விலங்குகள் அனைத்தையும் வாங்கிக் கொள்ளலாம், ஆட்களைக் கூலிக்கு அமர்த்தலாம்; பஞ்சம் வரும்போது பிறருடைய பண்டங்களை விலைக்கு வாங்க முடியும்.

பணக்காரன் என்பவன் தனது செல்வத்தை ஆடுகளாக வைத்துக் கொள்வதைத் தவிர வேறு வேலை எதையும் செய்ய வேண்டியதில்லை. பணம் என்பது மதிப்பைச் சேமித்து வைக்கும் கருவியாகச் செயல்படும். இதுவே பணத்தின் மூன்றாவது செயலாகும்.

பணமாகச் செயல்படக் கூடிய எந்தப் பொருளாயினும், அது மேற் சொன்ன மூன்று பணிகளையும் செய்ய வேண்டும். இம் மூன்றும் சேர்ந்துதான் பணத்தைக் கண்டு பிடிக்க வழிவகுத்தன. பணத்தின் பிற்கால வளர்ச்சி அனைத்தும் அடிப்படையான இம்மூலக் கூறுகளை நயப்படுத்திச் சீர்திருத்திய வளர்ச்சிகளேயாகும்.

மனிதனின் கண்டு பிடிப்புகளில் பணம் என்பது மிகவும் அடிப்படையான ஒன்றாகும். அறிவின் பிரிவு ஒவ்வொன்றுக்கும், அடிப்படையான, கண்டு பிடிப்பு ஒன்று இருக்கும். சக்கரத்தின் எந்திரவியல்; அறிவியலில் நெருப்பு, அரசியலில் வாக்குச்சீட்டு இவையெல்லாம் அடிப்படையான கண்டுபிடிப்புகளாகும். இதைப் போலவே பொருளாதாரத்தில், மனிதனின் சமூக உயிர் வாழ்க்கையின் வாணிபப்பகுதி முழுமையில் பணம் என்பது மிகவும் உயிர்நாடியான கண்டுபிடிப்பாகும். உலகில் அனைத்தும் அதைத் தான் அடிப்படையாகக் கொண்டு இயங்குகின்றன.

இந்திய சரித்திரக் களஞ்சியத்தின் இனிவரும் தொகுதிகளில் பணத்தைப் பற்றியும், அதன் வடிவமாகிய பல வகைப்பட்ட நாணயங்களைக் குறித்தும் விரிந்து பரந்த செய்திகளைக் காண்போம்.

கருவி நூல்கள்:

பணவிடு தூது - பதிப்பாசிரியர் இரா.நிர்மலா தேவி, உலகத் தமிழாராய்ச்சி நிறுவனம், சென்னை 600 020, 1980.

East India Company and South Indian Economy - Chella Ramachandran, New Era Publishers, Madras-600 028. 1980.

உறவின் முறை, பேராசிரியர் பு.இராச துரை, விருதுநகர், *1983.*

An Outline of Money, Geoffry Growther Nelson, London, 1967

1715 **சீதக்காதியின் குரு சதக்கத்துல்லா அப்பா (*1630 - 1703*) பக்கம் *303-312***

தமிழகத்தில் முஸ்லிம் மறுமலர்ச்சிக்குத் துணை நின்றவருள் சதக்கத்துல்லா அப்பா தனிச்சிறப்புப் பெற்று விளங்குகின்றார். சீதக்காதி போன்றவர்களின் ஞான குருவாகவும் அப்பா இருந்தார். அவர் நபிகளின் உற்ற நண்பரும், உமாயது காலிஃபாக்களில் முதலாமவருமான அபு பக்கரின் வழி வந்த சுலைமான் என்பவருக்கும், வட நாட்டிலிருந்து வந்து எமனேசுவரத்தில் தங்கியிருந்த பிராமணக் குடியில் பிறந்த பாத்திமா என்ற மங்கைக்கும் மூன்றாவது மகனாகக் காயல்பட்டினத்தில் கி.பி.1630 ஆம் ஆண்டு பிறந்தார். அவருடன் பிறந்த நால்வரும் இறை நேசச் செல்வராக விளங்கினர்.

இவர் தொடக்கத்தில் தமது தந்தையிடம் கல்வி கற்றார். பின்னர் தந்தையின் உற்ற நண்பரான அதிராம்பட்டினம் சின்ன நயினா லெப்பை ஆலிமிடம் (ஆலிம்-அறிந்தவர்; இதன் பன்மை உலமா. இது இமாம்களையும் முஃப்திகளையும், காஜிகளையும், மௌல்விகளையும் குறிக்கும். இது தமிழ் நாட்டில் அரபி மதரசாக்களில் - க்ல்விக் கூடங்களில் - கல்வி கற்றவர்களைக் குறிப்பதற்குப் பயன்படுத்தப்படுகின்றது. இத்துடன் சாகிபு என்ற பின்னடையையும் சேர்த்து ஆலிம் சாகிபு என்றழைக்கின்றனர்.) கல்வி கற்றுத் தலைப்பாகையும், மேலங்கியும் பெற்றார். அவர் அதன் பிறகு தமது ஊர் திரும்பி அறிவுத் தேட்டத்திலும், இறை வணக்கத்திலும், மக்களுக்கு அறிவுரை வழங்குவதிலும் ஈடுபட்டார்.

முகலாயப் பேரரசரான ஔரங்கசீபு அப்பாவின் புகழைக் கேள்விப்பட்டு, அவரைக் காண விரும்பி டெல்லிக்கு வருமாறு அழைத்தார். அப்பா அதை ஏற்கவில்லை. ஆதலால் தென்னாட்டின் முஃப்தி பதவியை ஏற்றுக் கொள்ளுமாறு பேரரசர் வேண்டினார். ''துறவி அரசுப் பணியை ஏற்க முடியாது'' என்று கூறி இதையும் மறுத்துவிட்டார். (முஃப்தி-இதன் பொருள் ஃபத்துவா என்ற மார்க்கத் தீர்ப்பை அளிப்பவர் என்பதாகும். சிறந்த இஸ்லாம் மார்க்க மேதைகளான இவர்கள், சிக்கலான பிரச்சினைகளில் காஜிக்கு ஃபத்துவா அளிப்பதன் மூலம் உதவி செய்வர். காஜி-இஸ்லாமிய ஷரீஅத்தின்படி நீதி வழங்குவதற்காக அமர்த்தப்படும் நீதிபதியாவார். காஜி என்பவர் இஸ்லாமிய மார்க்கச் சட்டங்களை நன்கு அறிந்தவராகவும், ஒழுக்க சீலராகவும், வயது மூத்தவராகவும் சுதந்திரமானவராகவும், இருக்க வேண்டும். இப்பதவியை எவரும் வேட்கை கொண்டு விரும்பிப் பெறலாகாது. இதைப்பற்றி நபிகள் குறிப்பிடும்போது: ''எவர் காஜிப் பதவியை விரும்பி முயன்று பெறுகின்றாரோ, அவர் தனியாக விடப்படுவார். இப்பதவி எவர் மீது வற்புறுத்தி ஒப்படைக்கப்படுகின்றதோ, அவருக்கு வானவர் மூலமாக உதவியும், வழிகாட்டுதலும் கிடைக்கும்''.

காஜி தன்னுடைய அலுவலகத்தைப் பள்ளி வாசலிலோ தன் இல்லத்திலோ வைத்துக் கொள்ளலாம். மக்களனைவரும் தன்னை அணுகும் வண்ணம் இவர் தன் அலுவலகத்தை வைத்திருக்க வேண்டும். இவர் தன் பழைய நண்பர்களிடமிருந்தோ, உறவினரிடமிருந்தோ அன்பளிப்புகளைப் பெறலாமேயன்றி வேறு எந்த விருந்துகளுக்கும் செல்லலாகாது. எவ்விதமான வாணிபமும் செய்யலாகாது. நீதி கூறுவதோடு, திருமணம், ஈமச்சடங்கு இவற்றில் கலந்துகொண்டு, அவற்றை நிறைவேற்றி வைக்க வேண்டும். வக்ஃபுகள் என்ற அறக்கட்டளைகள், ஏதிலியர், இயலாதோர் முதலியோரின் சொத்துக்களை நிர்வகிப்பதும் இவருடைய அலுவலாகும்.

காஜிகளுக்குத் தலைவர் ''காஜியுல் குஜாத்'' என்றும் ''காஜியுல் ஜமாசு'' என்றும் '''வெர் காஜி'' என்றும் பல்வேறு விதமாக அழைக்கப்படுகின்றனர்.

எனவே ஔரங்கசீபு சதக்கத்துல்லா அப்பாவின் மகனான முகமது லெப்பை ஆலிமைத் தென்னாட்டிற்கு முஃப்தியாக அமர்த்தி, அவருக்கு ஜாகீர் வழங்கிச் செப்புப் பட்டயமும் எழுதியனுப்பினார். சதக்கத்துல்லா அப்பாவிற்கும், ஔரங்கசீபிற்கும், இறுதி வரை தொடர்பு இருந்தது. அப்பா ஔரங்கசீபு மீது புகழ்ப் பாமாலை ஒன்றும் பாடியிருக்கின்றார்.

சதக்கத்துல்லா அப்பா பதினெட்டுப் பட்டங்கள் வரை பெற்றிருந்தார். அவற்றுள் சில: ''மாதிஹுர் ரசூல்'' (அண்ணல் நபி புகழ் பாடி) ''சுல்தானுல் உலமாயில் அரபி தில் அஜம்'' (அரபி, அரபி அல்லாத மார்க்க மேதைகளின் மன்னர்)

சதக்கா என்ற இயற்பெயர் பெற்றிருந்த அவர், சதக்கத்துல்லா என்று பெயர் பெற்றது பற்றி ஒரு கதை நிலவுகின்றது. அவர் ஹஜ்ஜுக்காக மெக்கா சென்றிருந்தபோது, ஹரம் ஷரீஃபு என்ற இடத்தில் ஓர் ஆசிரியர் ஒரு நூலை மாணாக்கர்களுக்காக ஓதி வந்தார். அதில் ஓரெழுத்துத் தவறாக எழுதப்பட்டிருந் தமையால் ஆசிரியர் அந்த இடத்தில் பொருள் கூற இயலாது திணறிப் போனார். அப்போது தொழுகைக்குப் பாங்கு சொல்லப்படவே, அனைவரும் எழுந்து தொழச் சென்றனர். இதைக் கவனித்து வந்த அப்பா, அந்நூலை எடுத்துத் தவறாக எழுதப் பெற்றிருந்த எழுத்தைத் திருத்தி விட்டுத் தாமும் தொழச் சென்றார்.

ஆசிரியர் தொழுகை முடிந்து வந்து நூலைப் பார்த்தபோது, அதில் எழுத்துத் திருத்தப்பட்டிருந்ததையும், இப்போது பொருள் தெளிவாக விளங்குவதையும் கண்டு மகிழ்ந்து, அதனைத் திருத்தியவர் அப்பா என்பதைக் கேட்டறிந்து, ''தங்கள் பெயர் என்ன'' என்று வினவினார். 'சதக்கா' என்று அப்பா அவர்கள் கூறவும், ''அல்லாவே தன் அருட்கொடையால் இங்கு இந்நேரம் தங்களை அனுப்பி வைத்தான்'' என்றுரைத்து, அல்லாவின் அருட்கொடை என்று பொருள்படும் சதக்கத்துல்லா என்ற பெயரை அப்பாவிற்குச் சூட்டினார். இதன் பிறகு அவர் இப்பெயரால் விளங்கினார்.

சதக்கத்துல்லா அப்பா அரபியில் பெரும் புலமை வாய்ந்தவர். அவரை ஆன்மீகக் குருவாகக் கொண்ட மாணவர்கள் ஆயிரக்கணக்கில் இருந்தனர். படிக்காசுப் புலவர் (1682-1723), நமச்சிவாயப் புலவர் முதலிய புலவர்களும், பல சித்தர்களும் சதக்கத்துல்லா அப்பா அவர்களிடம் வந்து கலிமா சொல்லிச் சென்றனர்.

கலிமா என்பதன் பொருள் சொல், பேச்சு எனலாம். இஸ்லாத்தின் அடிப்படைத் தத்துவங்களைக் கூறும் திருமொழிகள் கலிமா என்று சொல்லப்படும். மேலும் அல்லாவின் சொல் ஒவ்வொன்றும் கலிமா என்றே அழைக்கப்படுகின்றது. 'ஆகுக' என்று

பொருள்படும் 'குன்' என்னுஞ் சிறு சொல் முதற்கொண்டு, பெருஞ் சொற்றொடர் வரை கலிமாவேயாகும். இஸ்லாத்தின் மூலமந்திரமாகிய கலிமா இரண்டு சொற்றொடர்களால் ஆனது.

(அவை : லாஇலாஹ இல்லல்லாஹு முகமதுர் ரசூலுல்லாஹி என்பனவாகும். இதுவே முதலாவது கலிமா என்றும் கலிமா தையிபா என்றும் குறிக்கப்படுகின்றது. இறைவனை மன, மெய், மொழியால் ஏற்றுப் பற்றிக் கொள்வதே இஸ்லாத்தின் ஐம்பெருங் கடமைகளில் முதன்மையானதாகும். இக்கலிமாவின் பொருள் ''வணக்கத்திற்குரியவர் அல்லாவைத் தவிர வேறு எவருமிலர்; முகமது நபிகள் அவருடைய திருத்தூதராவார்.'')

மேற்சொன்ன புலவர்களும், சித்தர்களும் அப்பா மீது உள்ளார்ந்த பக்தி கொண்டிருந்தனர் என்று மாபெரும் இறைப் பற்றாளரான கல்வத்து நாயகம் கூறியுள்ளார். கல்வத்து நாயகம் (1847-1913) கீழக்கரையில் பிறந்தவர். தமிழிலும் அரபியிலும் பல பாடல்களைப் புனைந்துள்ளார்.

தமிழ்நாட்டில் முஸ்லிம்கள் போர்த்துக்கீசரின் கொடுமையினால் நலிவுற்றிருந்த நிலையில், அவர்களிடையே புத்துணர்ச்சியும் மறுமலர்ச்சியும் உண்டாக்கச் சதக்கத்துல்லா அப்பா பாடுபட்டார். அவர் மதரசா என்ற அரபு மொழிப் பள்ளிகளை நிறுவி, இஸ்லாமியக் கல்வியைப் பரப்பப் பெரும் பணிபுரிந்தார்.

வள்ளல் சீதக்காதி அப்பாவின் மாணாக்கர், உமறுப்புலவர் சீறாப் புராணம் எழுதுமுன்னர் அப்பாவின் ஆசியையும் அருளையும் பெற்றுக்கொண்டார் என்று கூறப்படுகின்றது.

அவர் கி.பி.1703 ஆம் ஆண்டு காலமானார். கீழக்கரையில் அடக்கமாகி இருக்கின்றார். அவரின் கல்லறை மீதுள்ள கட்டடம் ஔரங்கசீபு கட்டியது என்பர்.

சீதக்காதி வள்ளல், அவருடைய குருநாதர் சதக்கத்துல்லா அப்பா இருவரின் வரலாற்றை எழுதுவதற்கும், இவ்விரு கட்டுரைகளிலும் காணப்படும் பிற செய்திகளை எழுதுவதற்கும் துணைநின்ற சில கருவி நூல்கள் :

The Arabs - By Maxime Rodinsen, Translated From

French : Arthur Goldhammer, Groon Helen, London - 1981

இஸ்லாமியக் கலைக் களஞ்சியம்-அப்துற்-றஹீம், யுனிவர்சல் பப்ளிஷர்ஸ், சென்னை-1, 1977

The Reader's Digest, July - 1982

The Islamie Dynasties-Chronological and Genea-

logical Hand Book - Ed. Glifford, Edmond, Bosworth-

Edinbwrgh at University press-1967

வள்ளல் சீதக்காதியின் வாழ்வும், காலமும்-ஆசிரியர் கேப்டன் என்.ஏ.அமீர் அலி - இஸ்லாமிய ஆய்வுப் பண்பாட்டு நிலையம், சென்னை-600006 - 1983.

The History of Pearl Fishery of the Tamil Coast -

S. Arunachalam, M.Litt. - Annamalai University

Historical Series No.8 - 1952

தமிழகத்தில் முஸ்லிம்கள் - டாக்டர் பீ.மு. அஜ்மல் கான், 1985.

Critical Paths, R.Buckminster Fulier, St. Martin's Press, New Yerk, 1981.

1716	திபேத்து	பக்கம் 312, 313

திபேத்து இன்று மக்கள் சீனக் குடியரசில் அடங்கிய சிசாங்கு தன்னாட்சிப் பகுதியாக இருக்கின்றது. திபேத்தின் சீனப் பெயர் சித்சங்கு. இது செஞ்சீனத்தின் தென் மேற்கிலும், இந்தியாவின் வடமேற்கிலும் அமைந்துள்ளது. இது இமயமலைக்கும், குன்லுன் மலைக்கும் இடையிலுள்ள உயர்ந்த பீடபூமி மீது இருக்கின்றது. பத்தொன்பதாம் நூற்றாண்டு வரையிலும் திபேத்தினுள் ஐரோப்பியர் நுழைவதற்குத் தடை இருந்தது. உலகில் மிகவும் ஒதுங்கிக் கிடக்கும் பகுதிகளில் திபேத்தும் ஒன்றாகும். இமயமலைத் தொடருக்கு வடக்கிலுள்ள பரந்த சிசாங்கு காவுயுவான் (அதாவது திபேத்தியச் சமவெளி), யார்லுங்கு சாங்குபோ (பிரம்ம புத்திரையின்) மேலைச் சமவெளி, குவாம்தோ பகுதி, முதலியன சிசாங்கு தன்னாட்சிப் பகுதியில் அடங்கியுள்ளன. உயர்ந்த இச்சமவெளியின் 12,00,000 சதுர கிலோ மீட்டர்ப் பரப்பில் (4,60,000 சதுர மைல்) மனிதர் வாழவில்லை. யார்லுங்கு சாங்குபோ பள்ளத்தாக்கில் மட்டுமே சிறு எண்ணிக்கையில் மக்கள் வாழ்கின்றனர். அங்கு பார்லி, ரை, கோதுமை முதலிய தானியங்கள் விளைகின்றன. குவாம்தோ பள்ளத்தாக்கில் தேயிலை விளைகின்றது. மக்களில் கிட்டத்தட்டப் பாதிப்பேர் யாக், ஆடு, மாடு முதலியன மேய்க்கின்றனர்.

திபேத்து முன்னர் பௌத்த முடியரசாக விளங்கிற்று; தலாய்லாமாவின் தலைமையில் பௌத்தக் குருமார் லாசாவிலிருந்து ஆட்சி செய்து வந்தனர். தலாய் லாமா திபேத்தியப் பௌத்தர்களின் ஆன்மீகத் தலைவர் ஆவார்.

தீபங்கர ஸ்ரீஞானர் (கி.பி.980-1053) இந்தியாவில் நிலவிய விக்கிரமசீலப் பல்கலைக்கழகத்தின் தலைவராக இருந்தவர். இவர் திபேத்திற்குச் சென்று அங்கு பௌத்தத்தைச் சீர்திருத்தினார். அவர்தான் அங்கு லாமா சமயப் பிரிவைத் தோற்றுவித்தார். (இந்தியாவில் இன்று புகலடைந்து வாழ்பவரும், இவ்வாண்டு, (1989) அமைதிப் பணிக்காக நோபல் பரிசு பெற்றவருமான தலாய் லாமா அப்பிரிவில் வாழையடி வாழையாக வந்தவர்.) திபேத்தியர் தீபங்கர ஸ்ரீஞானருக்குத் திபேத்தியப் பெயரை அளித்து அவரைத் தெய்வ நிலைக்கு உயர்த்தினர். (மேற்கு வங்கத்தின் டார்ஜிலிங்கிற்கு அருகிலுள்ள கூம் என்னுமிடத்தில் தனித்து ஒதுங்கிய பௌத்த மடம் ஒன்றுள்ளது. அங்கு வீற்றிருக்கும் பயங்கரமான தாந்திரிகத் தெய்வங்களின் உருவங்களுக்கிடையே கல்லில் செதுக்கிய தீபங்கரரின் உருவம் காணப்படுகின்றது. திபேத்தியர் அவருக்கு அதிஸ என்று பெயரிட்டனர். அவர் பதின்மூன்று ஆண்டுகள் திபேத்தில் சமயப் பணியாற்றிய பிறகு அங்கேயே இறந்தார். அவர் தமது அறுபதாம் ஆண்டுகளில் திபேத்து சென்றார்.)

தீபங்கரரைப் பெருஞ் சிறப்புடன் நேதன் என்ற இடத்தில் அடக்கம் செய்தனர். இந்த இடம் திபெத்தின் உள்நாட்டில் ஒதுங்கியுள்ளது. அவருடைய கல்லறை இன்னும் நேதனில் இருக்கின்றது.

திபேத்திய எழுத்துக்கள் பழைய இந்திய வரி வடிவிலிருந்து உண்டாக்கப்பட்டன. எனவே முஸ்லிம்கள் இந்தியாவை வெற்றி கொண்ட பிறகு அங்கு குடிபெயர்ந்த இந்திய விற்பன்னர் திபேத்திய மொழியை அறிந்து கொள்வதிலும், அதில் நூல்கள் இயற்றுவதிலும் எவ்விதமான இடர்ப்பாடும் உண்டாகவில்லை.

சீனம் பழங்காலத்தில் அடிக்கடி திபேத்தின் மீது படையெடுத்துத் தன் ஆட்சியை விரித்தது. யுவான் மரபு *(1278-1368)* ஆட்சிக் காலத்தில் திபேத்து சீனத்துடன் சேர்க்கப்பட்டது; மீண்டும் குயிங்கு மரபின் ஆட்சியில் அவ்வாறு நேர்ந்தது. பிற்காலத்தில் சீனப்படை *1717* ஆம் ஆண்டு லாசாவை ஆக்கிரமித்தது, அதன்பிறகு *1911* ஆம் ஆண்டு சீனத்தில் நடந்த புரட்சி வரையிலும், திபேத்து சீனத்திற்குள் அடங்கியிருந்தது, தலாய் லாமா *1913* ஆம் ஆண்டு திபேத்து தன்னாட்சி பெற்ற விடுதலை கொண்ட நாடு என்று அறிவித்தார். சீனம் *1940* ஆம் ஆண்டு திபேத்தின் மீது படையெடுத்தது; தலாய் லாமா *1959* ஆம் ஆண்டு இந்தியாவில் புகலடைந்து, தர்மசாலை என்ற இடத்தில் வாழ்ந்து வருகின்றார்.

கருவி நூல்கள்:

2500 Years of Buddhism, Prof P.V. Bapat, Publications Division, II Reprint, 1964

மற்றும் பல ஆங்கிலக் கலைக் களஞ்சியங்கள்

1716 சீக்கியர் புரட்சி பக்கம் - 314

The History and Culture of Indian People 1977

1717 சென்னையைச் சுற்றிப் பிரிட்டிசார் வன்முறை பக்கம் - 315

Old Madras, Justice W.S. Krishnasami Naidu, 1965

1717 ஆங்கிலேயருக்கு வங்கத்தில் வாணிப உரிமை பக்கம் - 317

A History of Christianity in India, (1707-1858) Stephen Neil

1719 இரண்டாவது பிரஞ்சுக் கிழக்கிந்தியக் கம்பெனி பக்கம் - 333

The Cambridge Economic History of India, Vol-I c.1200-c. 1750

Ed. Tapan Ray Chaudhuri and Irfan Habid

பிரிட்டனில் பதினெட்டாம் நூற்றாண்டின் தொடக்கத்தில் உள்நாட்டு வாணிபம் பெருகியது; அதற்குக் காலனி ஆதிக்கம் விரிந்ததும், அரசின் உரிமைச் சாசனம் பெற்று உலகெங்கிலும் வாணிபத்தில் ஈடுபட்டிருந்த நிறுவனங்களின் பணிகளும் காரணமாகும். இவ்வாணிப நிறுவனங்கள் பிரிட்டிஷ் மணிமுடியிடம் உரிமை பெற்றுக் கடல் கடந்து வாணிபம் புரிந்தன. அவற்றுள் முதலாம் எலிசபெத்தின் ஆட்சிக்கால இறுதியில் நிறுவப்பட்ட கிழக்கிந்தியக் கம்பெனி மிகப் பெரியதாகும். அந்நிறுவனம் இந்தியாவுடனும், சீனம், பாரசீகத்துடனும் வாணிபம் செய்தது, கிழக்கிந்தியக் கம்பெனி 1660-ஆம் ஆண்டு சீனத்திலிருந்து தேயிலையைக் கொண்டு வரத் தொடங்கிற்று; அங்கிருந்து மிகவும் நேர்த்தியான ''சீனப்'' பீங்கான்களையும் எடுத்து வந்து இந்தியாவிலிருந்து மணிக்கற்கள், பட்டு, சாயம் போட அவுரி நீலம், மஸ்லின், கலிக்கோ, சீட்டி போன்ற பருத்தித் துணிகள் முதலியவற்றையும் கிழக்கிந்தியக் கம்பெனி இந்தியாவிலிருந்து ஏற்றி வந்தது.

இதைப் போலவே மணிமுடியின் உரிமைச் சாசனம் பெற்ற தொடக்க கால நிறுவனங்களில் மெர்ச்சண்ட் வெஞ்சரர்ஸ் என்பதும் முக்கிய நிறுவனமாகும். அது ஆங்கிலக் கம்பளித் துணிகளை ஜெர்மனியிலும், நெதர்லாந்திலும் விற்பதற்குத் தனியுரிமை பெற்றிருந்தது.

அண்மைக் கிழக்குடனும், மத்திய தரைக்கடல் நாடுகளுடனும் வாணிபம் புரிந்த லெவண்ட் அல்லது துருக்கிக் கம்பெனி என்ற நிறுவனம் திராட்சைத் தேறலையும் பழங்களையும் இங்கிலாந்திற்குக் கொண்டுவந்து, அங்கு இங்கிலாந்தின் துணி களையும், கம்பளித் துணிகளையும் விற்பனை செய்ததுடன், அதன் மேற்கிந்தியக் காலனிகளிலிருந்து சென்ற சர்க்கரைக்கும், புகையிலைக்கும் அந்நாடுகளைச் சந்தையாக்கிற்று.

ஈஸ்ட்லந்து என்பது மற்றொரு கம்பெனி; அது முன்னர் ஜெர்மன் வணிகர்கள் கூடி அமைந்திருந்த ஹன்ச என்ற நிறுவனத்தின் சந்தையாக விருந்த பால்டிக்கு நாடுகளைத் தன் வசமாக்க முயன்றது; இந்நிறுவனத்தின் கிடங்கு இலண்டனில் இருந்தது. (லெவண்ட் என்பது இன்றைய லெபனான், சிரியா, இஸ்கர் ஆகியன அடங்கிய கிழக்கு மத்திய தரைக்கடல் பகுதியின் பழம் பெயர்; பால்டிக்கு நாடுகள் என்பன பால்டிக்குக் கடலையொட்டிய நாடுகளைக் குறிக்கும்.)

இரண்டாம் சார்லசின் (1630-85) ஆட்சிக் காலத்தில் (1660-85) நிறுவப்பட்ட இராயல் ஆப்பிரிக்கன் கம்பெனியின் கையில் மேற்காப்பிரிக்க வாணிபம் இருந்தது; அது பெரிதும் அட்லாண்டிக் கடலின் வழியே அடிமைகளைக் கொண்டு சென்று வாணிபம் செய்தது. இரண்டாம் சார்லசின் ஆட்சிக்காலத்திலேயே இளவரசர் ரூபர்டைத் தலைவராகக்கொண்டு ஹட்சன் வளைகுடாக் கம்பெனி நிறுவப் பெற்றது. இந்நிறுவனம் பிரஞ்சுத் தொழிலுக்கு நேரடியான போட்டியாக இருந்தமையால், அதற்கு அரசின் ஆதரவு இருந்தது. அப்போது கியூபக்கு (இது இன்று கிழக்குக் கனடாவின் பெரிய மாநிலமாக விளங்குகின்றது; 1608 முதல் 1763 வரை பிரஞ்சுக்காரரின் குடியேற்றமாக விளங்குகிறது. பிரிட்டன் 1763 இல் அதைப் பிடித்துக் கொண்டது.)

இங்கிலாந்திடம் ஏராளமான கப்பல்கள் இருந்தன; அது ஹட்சன் வளைகுடா,

ஹட்சன் நீரிணை (முன்னது வடகிழக்குக் கனடாவிலுள்ள உள்நாட்டுக் கடல்; அது பின்னதனால் அட்லாண்டிக்குக் கடலுடன் இணைக்கப்படுகின்றது. ஹென்றி ஹட்சன் - இறந்தது 1611-என்ற ஆங்கிலக் கடலோடி இவற்றை 1610 இல் கண்டுபிடித்தமையால், இவை அவர் பெயரைப் பெற்றுள்ளன) இரண்டையும் பயன்படுத்த முடிந்தமையால், நிலத்தில் நெடுந்தொலைவு செல்லவேண்டிய நிலை இல்லாது போயிற்று.

ஹட்சன் வளைகுடாக் கம்பெனி பெரிதும் ஃபர் எனப்படும் விலங்கின மென் மயிர் வாணிபத்தில் ஈடுபட்டதுடன் மிகப்பெரிய நிலப்பரப்பின் உரிமையையும் பெற்று விட்டது. இவ்வுரிமைகள் 1869 வரை அதனிடம் இருந்தன; அது அவ்வாண்டு கனடிய அரசிடம் அந்நிலப்பரப்பை விற்றுவிட்டது. எனினும் அந்நிறுவனம் இன்றளவும் தனது வாணிபப் பணிகளை நடத்தி வருகின்றது.

இன்னொரு நிறுவனம் 1710 ஆம் ஆண்டு நிறுவப்பட்டது; ஸ்பானிய வாரிசுரிமைப் போரினால் (1701-14; ஆஸ்திரியா, பிரிட்டன், பிரஷியா, நெதர்லாந்து ஒரு புறமும், பிரான்ஸ், ஸ்பெயின், பவேரியா ஆகியன மறுபுறமும் இருந்து பொருதிக் கொண்ட இப்போர், ஸ்பானிய அரியணை குறித்து நிகழ்ந்ததாகும்.) கிடைத்த வாணிப சாதகங்களைப் பயன்படுத்தும் நோக்கத்துடன் தென் கடல் கம்பெனி என்ற இந்நிறுவனம் அமைக்கப்பட்டது. தென்னமெரிக்காவின் அட்லாண்டிக்குக் கரையோரம், பசிபிக்கு அல்லது தென் கடல் பகுதி இங்கெல்லாம் வாணிபம் செய்யும் ஏகபோக உரிமையை இந்நிறுவனம் மணிமுடியிடமிருந்து பெற்றது. இது தென்கடல் பகுதியில் வாணிபம் செய்ததேயில்லை; எனினும் மேற்குறித்த பிறபகுதியில் வாணிபம் புரிந்தது. இந்நிறுவனம் முதலாம் ஜார்ஜின் (1660-1727) ஆட்சிக் காலத்தில் (1714-27) மேலும் பல சலுகைகளை அரசிடம் வேண்டியது; அதற்கு மாற்றாக நாட்டின் கடன் பொறுப்பை (அது அப்போது 50 மில்லியன் பவுனாக இருந்தது) ஏற்றுக் கொள்வதற்கு முன்வந்தது.

இந்நிறுவனத்தில் முதல் போட்டால் கொள்ளை ஆதாயம் கிடைக்குமென்ற ஆசையில் மக்கள் மயங்கியதால், அந்நிறுவனத்தின் பங்குகளுக்கு விலை கற்பனையை மிஞ்சும் விதத்தில் ஏறி விட்டது. அதாவது 100 பவுன் பங்குகள் கை மாறிய போது அவற்றுக்கு 1060 பவுன் கிடைத்தது (இக்காலத்தில் 1 பவுனின் மதிப்புச் சுமார் ரூ.10/-) ஆனால் இந்நிறுவனத்தின் பங்குகள் மீது இருந்த ஆர்வம் திடீரென்று குறையவே ''தென்கடல் குமிழி'' என்ற சூது பேரக் குமிழி சட்டென்று வெடித்துப் பங்கு விலைகள் விழுந்தன. அதனால் வாணிப நிறுவனங்கள் மீது மக்கள் கொண்டிருந்த நம்பிக்கை ஆடிப்போயிற்று. ஆதலால் அரசு தேசியக் கடன் பொறுப்பைத் தானே ஏற்றது. எனினும் இந்நிறுவனம் மேலும் நூறாண்டுகள் இயங்கி வந்தது; அதன் வெற்றி மட்டும் பெரிதாக இல்லை.

கருவி நூல்

The Making of Modern Britain, T.K. Derry and T.K. Jarman, Collier Books, New York, 1962.

முதல் பகுதியின் சொல்லடைவு

அக்காடு, அக்காதியர் 109
அகப்புறச் சமயங்கள் 199
அகமது நகர் 211
அகஸ்டஸ் சீசர் 304
அகில் 38-41
அசிரியர் 194
அசிரியா 180
அசுவத்தாமன் 196
அசுவான் 32
அட்லாண்டிக் 60,75
அட்லாண்டிக் மலைத் தொடர் 135
அட்லாண்டிஸ் 75
அடிமை முறை-மகஞ்சோதராவில் 143
அடியார்க்கு நல்லார் 75,84
அண்டார்டிக் 90,159
அதிகும்பாக் கல்வெட்டு 171
அபராசிதன் 203
அம்பர் 41
அமராவதி 170
அமுதாரியா 113
அரப்பன் 107,110,147
அரபுக் கடல் 97,115,117
அரபுகள் 62,129
அரபு நாடோடிகள் 185
அரபு நில நூலார் 133
அரேபியா 160
அரிகரன் 210
அரிய நாதர் 218
அரிஸ்டாட்டில் 51,65,70
அலெக்சாந்தர் 42,26,57,67
அலெக்சாந்தர் கோண்ட்ரச்சோவ் 135,162
அலெக்சாந்திரியா 19,26,32
''அறியா மொழி''-எக்ஸ் மொழி 101
அனட்டோலியா 100
அஃபனாசி நிகிதின்
கடலடி மலைத்தொடர் 137
ஆசியா மைனர் 36,61
ஆண்டிஃபேபென்ஸ் 51
ஆதித்த சோழன் 181
ஆதித்த நல்லூர் 167
ஆந்திரப்பாயிடு 98
ஆப்பிரிக்கா 88,89
ஆப்பு வடிவ எழுத்து 115
ஆய் அண்டிரன், ஆய் நாடு 179
ஆர்டிக் 135
ஆரல் ஏரி 113
ஆரியர் 99
ஆலப்புழை (மாக்கலி) 184
ஆஸ்திரேலியக்
கடலடி மலைத்தொடர் 137
ஆஸ்திரேலிய-திராவிட மொழிகள் 182
ஆஸ்திரேலியப் பாறை ஓவியங்கள் 154
ஆஸ்திரேலியர்-குமரிக்கண்டத்தவரா? 159
ஆஸ்திரேலியா 87
ஆஷ்காபாது 126
இக்கேரி 217
இங்கிலாந்து 31
இஞ்சி 37
இடப்பெயர்ச்சி-மக்கள் 89
இந்தியக் கடலடி மலைத் தொடர் 135
இந்திய-ரோமானிய வாணிப அளவு 58
இந்தியா 19,39
இந்துமாக்கடல் 89,134
இந்துமாக்கடல் தீவுகள் 127
இந்தோசீனம்-விளக்கம் 112
இந்தோனேசியா 44
இபின் படுடா 185
இராச நாராயணச் சம்புவராயர் 213
இராசராச சோழன் 137
இராசேந்திரன் 181
இராம தேவன் 206
இராமானுசர் 200
இராயல் நிலநூல் சங்கம் 24
இருக்கு வேதம் 145
இலங்கை 19,48
இலங்கைக் கடலடி மலைத் தொடர் 137
இலட்சத் தீவுகள் 35,95
இளந்திரையன் 196
இறையனார் அகப்பொருள் 114
இஸ்ரேலர்-யூதர் 193

இந்திய சரித்திரக் களஞ்சியம் | 401

இஸ்லாம், இஸ்லாமியர்	196	கண்ட், இம்மானுவேல்	23
ஈசுவர அவிகார வாதம்	199	கண்டங்கள்	
ஈரான்	49, 112	இடப்பெயர்ச்சிக்கொள்கை	91
ஈஸ்டர் தீவு	158	கண்ணனூர்	181
ஈஜின் துபாய்	96	கபாடபுரம்	172, 178
உடன் கட்டை	179	கபாலிகம்	200
உதயேந்திரம் பட்டயம்	197	கம்பணர்	215
உபைது	100, 102, 111	கம்போடியா	38, 149
உயிரினங்கள் -தோற்றம்	15	கரிகாலன்	181
-பிரைமேட்	16	கருங்கடல், யூக்சைன் கடல்	61
-ஹோமினிடு	16	கருவாப்பட்டை	39, 41
-ஹோமோ எரக்டஸ்	17	கல்லணை	142, 180
-ஹோமோ சேப்பியன்	17	கல்வெட்டு-பிராமி	169
உவான் சவாங்கு	203	கலிங்கர்	171
உறையூர்	56	களப்பிரர்	177
ஊர்	101, 103	காகதியர்	209
எகிப்து	116, 119, 124	காகேசிய மொழி	209
எகிப்து, சித்திர எழுத்து	122	காஞ்சி	58
எகுமிரஸ்	132	காஞ்சி, சீனம் தொடர்பு	59
எங்கல்ஸ், ஃபிரடரிக்	96	காரவேலர்	171
எரட்டோஸ்தனிஸ்	19, 20, 29	கால்டுவெல்	55
எரிது	102	காவிரி	165
எரிமலை	63	காவிரிப் பூம்பட்டினம்-புகார்	37
எருசேலம்	193	கான்ஸ்டாண்டிநோபிள்	37
எருமை நாடு	166	கிராங்கனூர்	184
என்-கி கடவுள்	101	கிராம்பு	43, 45
ஏ ஆ கடவுள்	101	கிருஷ்ணை	165
ஏகான்ம வாதம்	199	கிழக்கு மலைத்தொடர்	164
ஏதன்ஸ்	52	கிளியோபாத்திரா	57
ஏதேன் தோட்டம்	79	குகைக்கோயில்	198
ஏர்மஸ் நீரிணை	127	குமரிக்கண்டம் - நாடுகள்	158
ஏலக்காய்	49	குமரிக்கண்டம், லெமூரியா	75
ஏலம்	37	குமரி நாடு- ஆறும் மலைகளும்	75
ஏலமியர்	109	குமார விஷ்ணு	198
ஏல மொழி	108	குர்பாத்-மதுரைச் சுல்தான்	216
ஐந்து முஸ்லிம் அரசுகள்	211	குலசேகர ஆழ்வார்	188
ஐரோப்பா	17, 71	குலசேகர பாண்டியன்	208
ஒசியானா	158	குலசேகரர் ஆட்சி	188
ஓணம் பண்டிகை	188	கொல்லம்	45
ஓவன்னஸ் கடவுள்	102	கொலம்பஸ்	28
கங்கை கொண்ட சோழபுரம்	181	கொற்கை	167
கடலடி மலைத்தொடர்	137	கோகோஸ் தீவுகள்	95
கடுங்கோன்	86	கோட்டயம் (நெல்கிந்தா)	45

கோண்டுவானாலாந்து	90	செரந்தீபம்	134
கோதாவரி	165	சேரமான் பெருமான்	189
கோப்பர்னிக்கஸ், நிக்கலஸ்	70	சேரர்	183
கோழிக்கோடு- கள்ளிக் கோட்டை	188	சேலஞ்சர் கப்பல்	135
கோஷன் யூதர்	193	சைபீரியா	18
சக்தி	147	சோழ ஏரி	181
சகர்	171	டார்வின், சார்லஸ்	70
சகாரா	120	தசாம்ச எண்முறை	145
சங்க காலம்	171	தபதி	164
சங்கம் - இடைச் சங்கம்	173	தமிழகம்	88, 98
சந்தனம்	48	தலாய் லாமா	150
சந்திரகுப்த மௌரியர்	54	தாடிப் பாம்பு	128
சம்புவராயர்	209	தாந்திரிகம்	148
சமணம்	169	தாப்ரபேன்-இலங்கை	135
சமுத்திர குப்தன்	209	தாமஸ்	192
சயாம்	183	தாமிரபரணி	166
சாக்தர்	201	தாய்லாந்து	46
சாகோஸ் தீவுகள்	95	தாலமி	19, 35, 89
சாத்பூரா மலை	164	தாலமி, சோதிட நூல்	26
சாதவாகனர்	170	தாலமி, நில நூல்	26
சாமுதிரி	187	தாலமி, வானநூல்	27
சார்கோன் மன்னன்	118	திராவிட-ஆப்பிரிக்கமொழி ஒற்றுமை	140
சாலமோன் தீவுகள்	87	திராவிடத் தாய்மொழி	111
சாலியூர்	34	திராவிட மொழிகள்	108
சாவண்ண உடையார்	215	திராவிடர்	168
சிங்கப்பூர்	95	திராவிடர் தாயகம்	113
சிந்துவெளி நாகரிகம்	107	திருநாவுக்கரசர்	163
சிங்கள மொழி	136	துங்கபத்திரை	165
சிம்ம விஷ்ணு	178	துருக்கு மேனிஸ் தானம்	124
சிருங்கேரி மடம்	210	துவாரகை	143
சிலப்பதிகாரம்	40	தென்னமெரிக்கா	16, 94
சிவசமுத்திரம்	166	தென்னிந்தியா	167
சினகாகு	195	தேவரடியார்	189
சீரங்கப்பட்டணம்	217	தொண்டி	184
சீன-இந்திய வாணிபம்	44	தொல்காப்பியம்	85
சுந்தரபாண்டியன்	205	நம்பூதிரி	190
"சுமேரியச் சொர்க்கம்"	117	நர்மதை	164
சுஸ்ருத சம்ஹிதா	40	நாகார்ச்சுன கொண்டா	171
சூரியத் தீவு	130	நாஞ்சில் நாடு	85
செங்கடல்	61	நாவலந்தீவு	98
செங்கோன்	77	நிக்கோலோ கோண்டி	187
செஞ்சி	217	நிகிதின், அதனாசியஸ்	137
செபாஸ்டியன் மன்ஸ்டர்	22	நியூகினி	18

நில நூல் வரலாறு	19,28
நீகிராய்டு	87
நெடியோன்	77
நெடுச்சடனேசார்	194
நைல்	61
பக்தி இயக்கம்	201
பசிபிக்	80
பதிற்றுப் பத்து	183
பதினேழாம் நூற்றாண்டு	30,31
பராந்தக சோழன்	181
பரிணாம வாதம்	199
பல்யாகசாலை முதுகுடுமிப்பெருவழுதி	178
பல்லவர்	196
பழையாறை	163
பறளியாறு-பழையாறு	84
பனயா தீவுகள்	132
பஃபூன்	23
பஃறுளி	84
பாக் நீரிணை	53
பாசுபதம்	199
பாண்டியர் பகை	205
பாப்பிரஸ்	116
பாபிலோனியா	51
பாம்பி	57
பாரைன்	103
பாலஸ்தீனம்	160
பாலித் தீவு	131
பாளையங்கோட்டை	167
பிரகதீசுவரர் கோயில்	181
பிரஸ்டர் ஜான்	20
பிராகிருதம்	177
பிலிப்பு	67
பிளாட்டோ	65
பினினி	62
பிஜித் தீவுகள்	87
புத்தர் போதனைகள்	145
புனித தாமஸ்	181
பூம்புகார்	56
பூமராங்கு-வளைதடி	153
பெருஞ்சோற்று உதியன்	183
ஃபேரோ	23
பைக்காரா	166
பைசாந்தியம்	61
பைரவர்	201
பொதியமலை	166
பௌத்தம், பௌத்தர்	169
மக்கள் இடப் பெயர்ச்சி	89
மகஞ்சோதரா வீழ்ச்சி	141
மகாநதி	164
மகுளம், மஞ்சி	116
மகேந்திரவர்மப் பல்லவன்	201
மஞ்சள்	49
மடகாஸ்கர்	130
"மத்த விலாசப் பிரகாசம்"	201
மதுரைச் சுல்தான்கள்	208
மதுரை நாயக்கர்	217
மதுரை வெற்றி	216
மருமக்கட்டாயம்	187
"மனித இனத் தொட்டில்"	96
"மனிதரின் ஆதி மூதாதை"	97
மாசிடோனியா	67
மாப்பிள்ளைமார்	195
மாமல்லபுரம்	144
மார்க்கோ போலோ	186
மாலிக்காபூர்	206
மாவிரதம்	200
மிளகு	51
முகமது துக்ளக்	208
முசிறி	183
முத்து	53
-காஞ்சி	59
-கொற்கை	55
-சங்க இலக்கியம்	56
-சோழர்	53
-பாண்டியர்	53
-பினினி	58
மெசபடோமியா	103
மேட்டூர் அணை	166
மேற்கு மலைத்தொடர்	164
மைக்ரோ - காண்டிணண்ட்	138
யூதர்	193
ரப்பானூயி	100
ரோம் நகரம்	36
ரோமானியர்	34
லியோனார்டோ டா வின்சி	71

லெமூரியா 124
-கற்பனை 83,92
-காலம் 83
லோதால் 115
வடிம்பலம்ப நின்ற
பாண்டியன்-நெடியோன் 176
வாணிபம், வாணிபப் பண்டங்கள் 33
வாமர்-சாக்தர் 201
வாஸ்கோடகாமா 188
விசயநகர் தோற்றம் 209,215
விசயாலய சோழன் 180
விந்தியம் 164
வியட்நாம் 112
வீர சம்பர் 212
வீர சைவம் 201
வீர பாண்டியன் 205
வெண்ணிக் குயத்தியார் 34
வெசூவியஸ்
வென்றுமண்கொண்டான் 213
வேலூர் 48
வைகை 167
வைணவம் 202
ஹரியன் 100
ஹிட்டைட்டு 100
ஹிப்பார்க்கஸ் 132
ஹீரோடாட்டஸ் 42
ஹீனாயனம் 149
''ஹெரிட்டேஜ்'' மியூசியம் 127
ஹோமர் 19
ஸ்ஃபிங்ஸ் 119
ஜில்கமஷ் 106
ஜோர்தான் 160
ஸ்ரீவைகுண்டம் 167

இரண்டாம் பகுதியின் சொல்லடைவு

அக்பர் 251
அகஸ்டஸ் சீசர் 304
அச்சுக்கூடம், முதல் 244
அச்செழுத்து வார்ப்படச்சாலை 255
அட்மிரால்டி ஹௌஸ் 253
அடிமை, அடிமை வாணிபம் 291
அப்பர் 240
அபு பக்கர் 304
அர்மீனியர்-கல்கத்தாவில் 318
அர்மீனியர்-சென்னையில் 249
அரபுகள்-இந்தியாவில் 265
அரபுகள்-சங்க காலம் 305
அரராட்டு மலை 250
அருணாசலக் கவிராயர் 244
அலி 305
அலெக்சாந்தர் 370
ஆக்ரா 326
ஆபிரகாம் 303
ஆமதாபாது 282
ஆர்க்காட்டு நவாபு-முகமதலி 252
ஆர்க்காடு 314
''இந்து'' 253
இராசராசன் 240
இராசாத் தீவு-முயல் தீவு 272
இராபின்சன் குரூசோ 324
இராமநாதக் கவிராயர் 321
இராமேசுவரம் 339
இராஜ தரங்கிணி 351
இராஜாராம் 276
இலட்சுமணபுரி 329
இலண்டன் காப்பிக் கடைகள் 230,358
இஸ்ரேல்-டேவிடு 357
இஸ்ரேலியர் 357
இஸ்லாம், தமிழ்நாட்டில் 307
உதுமான் 305
உமர் 304

உமர் கய்யாம்	325	குறவஞ்சி இலக்கியம்	346
உமறுப் புலவர்	310	குஜராத் பஞ்சம்	320
உமாபதி சிவாசாரியார்	302	கெல்டு	293
உமாயூன்	329	கொலம்பஸ்	237
உருது நூல்கள்	332	கொற்கை	273
எபிரேயம்	354	கோகல்	369
ஏசு சபை	312,319	கோமதி ஆறு	330
ஐதரலி	281	கோல் கொண்டா	286,314
ஔது	375	கோலத்திரி	307
ஔரங்கசீபு	310,394	சதக்கத்துல்லா அப்பா	394
கஞ்சு	330	"சமுதாய ஒப்பந்தம்"	249
கட்டபொம்மன்	264	சூஃப்தர் ஜங்கு	326
கடலூர்	318	சாகு	258
கண்ணனூர்	307	சாதத் கான்	325
கப்பட் குடி (பிரான்ஸ்)	295	சாதத்துல்லா கான்	316
கர்நாடக நவாபு	245,314	சார்லிமேன்	294
கர்நாடகம்	314	சாராயம்	339
கல்ஹணர்	351	சித்பவன் பிராமணர்	243
கலிமா	395	சிதம்பரனார், வ.உ.	263
கலிலியோ	381	சிந்தியா	260
கள்ளிக் கோட்டை	306	சிவசயிலக் கோயில்	321
காகித ஆலை தமிழ்நாட்டில்	287	சிவசயிலப் பள்ளு	343,346
காசனோவா	238	சிவாஜி	243,259,281
காண்டர்பரி ஆர்ச் பிஷப்பு	323	சீக்கியர்	315
காதரைன்	373	சீகன்பால்கு	244,293
காரல் மார்க்ஸ்	248	சீசர், ஜூலியஸ் சீசர்	293,304
காரன்வாலிஸ்	251	சீதக்காதி	303,309
காலிஃபா	304	சுந்தர பாண்டியன்,	
காஷ்மீரம்	351	முதல் மாறவர்மன்	242
கிருஷ்ண தேவராயர்	280	சுப்பிரதீபக் கவிராயர்	335
கிறித்தவக் கோயில்-கல்கத்தா	387	சுல்ஃபிகர் கான்	245
கிறித்தவக் கோயில்-பம்பாய்	300,386	சுஜா-உத்-தௌலா	327
கிழக்கிந்தியக் கம்பெனி-		செங் ஹோ	306
பிரஞ்சுக்காரர்	333	செஞ்சிக் கோட்டை	277
கிழக்கிந்தியக் கம்பெனி	288	செஞ்சி நாயக்கர்	279
கிழவன் சேதுபதி	300	செயிண்ட் பீட்டர்ஸ்பர்க்	244
கிளைவு, இராபட்	253	சென்னை	318
கீழக்கரை	309	சென்னை-கவர்னர்	317
குதிரை வாணிபம்	308	சேதுப்பிள்ளை, ரா.பி.	284
கும்பகோணம்	365	சேப்பாக்க அரண்மனை	315
குமர குருபரர்	340	சேரப் பேரரசு (2)	305
குருவ நாடகம்	348	சேவியர்	264
குற்றாலக் குறவஞ்சி	349	சொக்க நாதப் புலவர்	302

சோழ மண்டலக்கரை	334	நிசாப்பூர்	325
டச்சுக்காரர்	362	நியூட்டன்	290
டால்ஸ்டாய்	369	நூலகம்-ஸ்பெயின்	238
டிண்டல், வில்லியம்	356	நூற்றாண்டுப் போர்	296
டெல்லி	327	நெப்போலியன்	235
டேம்பியர், வில்லியம்	287,384	நெவஸ்கி பெருஞ்சாலை	370
டேனியல் டீஃபோ	324	நெவா ஆறு	368
தஞ்சை	239	நொபிலி டி	262
தஞ்சை-அங்காடிகள், தெருக்கள்	241	பகதூர் ஷா	322
தஞ்சை-சேவப்ப நாயக்கன்	242	பணம்	302,390
தஞ்சை-நாயக்கராட்சி	242	பணவிடு தூது	300,302,389
தஞ்சை மராட்டியர்	239	பம்பாய்	322
தரங்கம்பாடி	291	பரதவர்	262
தாமஸ் ஹாப்ஸ்	249	பள்ளு இலக்கியம்	343
தாரா பாய்	258	பனிமய மாதா கோயில்	268
தானேஜி	258	ஃபருக்சியர்	256,299,322
தாஸ்தவஸ்கி	369	பாபிலோனியர்	353
தாஜ்மகால்	313	பாம்பன்	232
திபேத்து	397	பார்த்தசாரதி கோயில்	287
திரிகூட இராசப்பக் கவிராயர்	349	பாரசீகம்	327
திருக்குறள்	232	பாரதியார்	284
திருப்பனந்தாள் மடம்	340	பாலாஜி விசுவநாத்	287
திருவல்லிக்கேணி	284	ஃபாரன்ஹைட்	284
தில்லையாடி	244	பிரஞ்சு-ஆங்கிலச் சண்டைகள்	295
துவிலியர்	260	பிரஞ்சுக்காரர் இந்தியாவில்	293,298
தூது இலக்கியம்	301	பிராங்கு மக்கள்	294
தூது இலக்கியம் - இசை நடனம்	335,336	பிராங்கோ	365
		பிரான்சஸ் மார்டின்	299
தூது இலக்கியம் - சேலை, ரவிக்கை	337	பிரான்சிஸ்கன் சபை	274
		பிஜப்பூர்	314
தூய்ப்பிளே	352	புந்தேல் கண்டு, புந்தேலர்	276
"தென் கடல் குமிழி"	353,399	புராட்டஸ்டண்டு	297
தென் கலை, வட கலை	256	புஷ்கின்	369
தென்காசி	321	பெரிய கோயில்	366
தென்னிந்தியக் கடவுளர் வமிசாவழி	260	பெஸ்கி-வீரமா முனிவர்	283
		போப், ஜி.யூ,	361
தேஜ் பகதூர்	380	போர்த்துக்கீசர்	324
தேசிங்குராசன்	275	மக்கித் தோட்டம், மக்கே, ஜார்ஜ்	285
தொல்காப்பியம்	347	மதுரை	270
தொன்னூல் விளக்கம்	348	மதுரை-பஞ்சம்	350
நாகம கூளப்பநாயக்கன் விறலிவிடு தூது 2	335	மர்மலாங்குப்பாலம் (மறைமலை பாலம்)	252
நாண்டஸ் ஆணை	297	மராட்டியர்	259

மரைக்காயர் - விளக்கம்	311
மலபார், மாபார்	306, 307
மாட்ரிடு	233
முகமது நபி	304
முகமது ஷா	322
முத்தரையர்	240
முத்து	308
முத்துக் கிருஷ்ணப்ப நாயக்கன்	270
முத்துச் சிலாபம்	265, 362
முயல் தீவு	270
மூர்	265
மைசூர்ப் போர்	281
ரஃபியூஸ் தரஜத்	323
ரஃபியூஸ் தெளலா	323
ரூசோ 1	245
ரோமானியர்	293
லக்னோ	326, 333
லயோலா, இக்னேசியஸ்	312
லாக், ஜான்	290
லாகூர்	313
லாசா	313
லித்தோ அச்சகம்	232
லுதரன் சபை	323
லூயி XIII	288
லூயி XIV	288
லெனின் கிராடு	374
வட கலை, தென் கலை	386
வடுகர்	371
வண்டிப் பேட்டை	331
வாணிப விலங்கு	391
வால்டயர்	320
வால்வா குடி (பிரான்ஸ்)	296
விக் கட்சி	282
விக்லிஃபு	355
விசயரங்கச் சொக்கநாத நாயக்கன்	350
விசயாலயன்	240
விவிலியம்-தமிழில் புதிய ஏற்பாடு	228
விவிலியம்-பழைய ஏற்பாடு	229
விவிலியம் புதிய ஏற்பாடு	230
வீரமா முனிவர்	230
வெப்பமானி (பாதரசம்)	284
வெப்பமானி (ஃபிளாரண்டைன்)	383
வெர்செயில்ஸ்	290
வைக்கிங்குகள்	295
ஹாமில்டன், வில்லியம் (மருத்துவர்)	300
ஹாலே	261
ஹியூகோநாட்டு	297
ஸ்டீஃபன் நீல்	268
ஸ்பானியம்	236
ஸ்பானிய மொழிகள்	263
ஷியா, சன்னி	333
ஜகந்தர் ஷா	255
ஜகானாரா	299
ஜகாங்கீர்	316
ஜார்ஜ்	283
ஜான் டா குரூஸ்	266
ஜான் லாக்	249
ஜிப்ரால்டர்	364
ஜோன் ஆர்க்	296